நிலம் உங்கள் எதிர்காலம்

ஒரு ரியல் எஸ்டேட் ஏஜென்டின் குறிப்புகள்

பாகம் - II

ஆசிரியர்

சா. மு. பரஞ்சோதி பாண்டியன்

சொத்து வாங்குவோர், சொத்து வைத்திருப்போர், சொத்து விற்போர்
என அனைவருக்குமான ரியல் எஸ்டேட் வழிகாட்டி

பிராப்தம் ரியல் எஸ்டேட் அகாடமி (பி) லிட்.,
எண் 103/1, இல்லத்தார் வடக்கு தெரு,
முத்துகிருஷ்ணாபுரம்,
கடையநல்லூர் – 627751.
போன் : 9841665836, 9841665837, 9962265834

ISBN 979-8-89475-353-9

நிலம் உங்கள் எதிர்காலம்

(ரியல் எஸ்டேட் ஏஜென்டின் குறிப்புகள்)

Land is Your Future

(Diary from a Real Estate Agent)

இந்த புத்தகத்தின் எந்த ஒரு பகுதியையும் ஆசிரியரின் அல்லது பதிப்பாளரின் எழுத்துப் பூர்வமான முன் அனுமதி பெறாமல் மறுபிரசுரம் செய்வதோ, அச்சு மற்றும் மின்னணு அல்லது நகல் எடுப்பது, ஒலிப்பதிவு செய்வது அல்லது எந்த தகவலையும் சேமிப்பு மற்றும் திரும்ப பெறும் முறையில் பயன்படுத்த கூடாது.

அர்ப்பணிக்கிறேன்!

அவருடைய நெடிய உயரமான உருவம் என்னுடைய கண்களில் என் பதினோரு வயதில் பதிந்தது. 2000 பள்ளி மாணவர்களை கொண்டிருக்கும் சென்னை, சாந்தோம் மேல்நிலைப் பள்ளியை நிர்வகிக்கும் பிரின்சிபால் ஆக, மிகப்பெரிய விளையாட்டு Indoor Stadium-யத்தை பள்ளிகூடத்தில் கட்டி முடித்த செயல்வீரராக, இரவெல்லாம் தூங்காமல் பள்ளிகூடத்தின் ஏதாவது ஒரு மூலையில் நடந்து ஒவ்வொன்றையும்

நுணுக்கமாக பார்வையிட்டு சீர் செய்யும் களப்பணியாளராக, சிறந்த கல்வி தலைவராக அவரை பார்த்து பார்த்து அவருடைய அர்ப்பணிப்பு, உழைப்பு, பொதுநோக்கம், ஆளுமை எல்லாம் இன்றும் என் ஆழ் மனதில் பதிந்துவிட்டது. தற்பொழுது நான் செய்யும் அனைத்து வேலைகளிலும் அவருடைய பாதிப்பு கொஞ்சம் இருந்து கொண்டே இருக்கும்.

தற்பொழுது மனிதர் மிகப்பெரிய சாதனையை சத்தமில்லாமல் செய்து கொண்டு இருக்கிறார். சேலம் அயோத்தியாபட்டினம்–குப்பனூர் வழியாக ஏற்காடு செல்லும் சாலையில் பஸ்கள் செல்லாத மலை காடுகளின் இடையே சுத்துப்பட்டு 15 பழங்குடியினர் கிராமங்களுக்கு மாண்ட்போர்ட் சமுதாய பள்ளியை உருவாக்கி தரமான கல்வியை 100% இலவசமாக தந்து கொண்டு இருக்கிறார். தற்போது 850 பழங்குடி மாணவ மாணவிகள் படிக்கிறார்கள்.

அதில் 250 மாணவ மாணவிகள் இலவசமாக தங்கி (boarding) படிக்கிறார்கள். மாணவ மாணவிகளுக்கு தங்கும் வசதி தரமாகவும், பாதுகாப்பாகவும், உணவு ஆரோக்கியமானதாகவும், சுகாதாரமாகவும் இருக்கிறது. மிகப்பெரிய அறிவியல் லேப், 100 கணினிகளை கொண்ட வசதியான கம்ப்யூட்டர் லேப், நல்ல நூலகம், விசாலமான வகுப்பறைகள் என்று மிக அற்புதமான கல்வியை அங்கிருக்கும் பழங்குடி மக்கள் இலவசமாக பயன் பெறுகின்றனர்.

கடந்த பத்தாண்டுகளில் 400-க்கும் மேற்பட்ட பழங்குடி மக்களை கிராஜுவேட் ஆகி இருக்கிறார்கள். காட்டு வேலை மட்டும் செய்து கொண்டு இருக்கின்ற பல குடும்பங்களில் இன்று பலர் அரசு மற்றும் தனியார் நிறுவனங்கள், வங்கிகளில் பணிபுரிய ஆரம்பித்து இருக்கின்றனர். இந்த பள்ளியால் அந்த பகுதியில் உள்ள அடித்தட்டு சமூகம் அடுத்த கட்ட முன்னேற்றத்தை நோக்கி செல்கிறது. 100% தேர்ச்சி, திறமை கூட்டும் ஆங்கில வகுப்புகள் என்று பணக்காரர்கள் படிக்கும் பள்ளிக்கு இணையாக பள்ளி நடைபெறுகிறது.

விளையாட்டு போட்டிகளில் மாவட்ட, மாநில ஏன் ஒலிம்பிக் வரை வீட்டில் இருக்கும் கூழோ கஞ்சோ சாப்பிட்டு போட்டிகளில் பங்கெடுக்கின்றனர். சத்தமில்லாமல் மனதளவில் பலவீனமாகவும், சமூக நீதி கிடைக்க பெறாத ஒரு பகுதி மக்களை முன்னேற்றி விடும் ஏணியாக இருக்கிறார் எனது மனம் கவரும் bentreality தலைவர் சகோ. **K.J.ஜார்ஜ்.** அவர்கள். அது என்ன bentreality தலைவர்? என்று கேட்கிறீர்களா! இந்த உலகம் கலாச்சாரம், பண்பாடு, விதிகள், சட்டம் என்று பல கட்டுப்பாடுகளை போட்டு பெண்கள் படிக்கக் கூடாது, பழங்குடியினர்கள் படிக்கக் கூடாது, ஒடுக்கப்பட்ட மக்கள் படிக்கக் கூடாது, பெண்களுக்கு சொத்தில் பங்கு கூடாது, ஒடுக்கப்பட்ட மக்கள் சொத்து வைத்திருக்கக் கூடாது, பழங்குடியினர் சொத்து வைத்திருக்கக் கூடாது என்று பலவித கண்டிஷன்கள் கடந்த 2000 ஆண்டுகளாக போட்டு நடைமுறைப்படுத்தி வந்ததை நான் CONDITION REALITY என்று சொல்கிறேன். அந்த கண்டிஷன்களை வளைத்து மேற்படி மக்களுக்கு கல்வி அறிவையும், சொத்துரிமையையும் உருவாக்கி கொடுப்பவர்களை bentreality தலைவர் என்று நான் உணருகிறேன். அப்படி நான் நேரடியாக பார்த்த தலைவர் எங்கள் சங்கைக்குரிய சகோதரர் **கே.ஜே.ஜார்ஜ்** அவர்கள் அன்னாரின் காலடியில் இந்த புத்தகத்தை அர்ப்பணிக்கிறேன்.

மேலும் ஒவ்வொரு புத்தக விற்பனையில் புத்தகத்திற்கு ரூபாய் 50 மான்ட்போர்ட் சமுதாய பள்ளிக்கு காணிக்கையாக்குகிறேன்.

இப்படிக்கு
சா.மு.பரஞ்சோதி பாண்டியன்
ரியல் எஸ்டேட் தொழில் முனைவர்

பொருளடக்கம் - பாகம் - II

(தொகுதி 1-6 – முதல் பாக புத்தகத்தில் உள்ளது)
சார்–பதிவகம் சம்பந்தப்பட்ட கட்டுரைகள்!
தொகுதி – 7–ல் இருந்து ஆரம்பம்

தொகுதி 8

அங்கீகாரம் சம்பந்தபட்ட கட்டுரைகள்

தொகுதி 9

நீதிமன்றம் தொடர்பான கட்டுரைகள்

தொகுதி 10

வருவாய்துறை ஆவணங்கள் பற்றிய கட்டுரைகள்

தொகுதி 11

பத்திர ஆவணங்கள் மற்றும் கிரையப் பத்திர மாதிரிகள் பற்றிய கட்டுரைகள்

தொகுதி 12

அரசுக்கு நிலம் சம்பந்தமாக என்னுடைய ஆலோசனை மனுக்கள் – அதனைப் பற்றிய கட்டுரைகள்

<u>பாகம் – I</u>
<u>புத்தகத்தில் இருக்கின்ற தலைப்புகளின் விவரங்கள்</u>
<u>தொகுதி – 1</u>
சொத்துக்கள் வாங்கும்போது கவனிக்க வேண்டியவை
சம்மந்தமாக கட்டுரைகள்:–

1) சொத்துக்கள் வாங்கும்போது யார் யாரிடம்
   ஆலோசனைகள், கருத்துக்கள் பெற வேண்டும்?

2) சொத்தை யாரிடம் இருந்து வாங்குகிறீர்கள்!
   கொஞ்சம் கவனிக்க வேண்டிய 14 விஷயங்கள்!

3) யாருக்கு எல்லாம் சொத்தில் உரிமை இல்லை?
   அறிந்து கொள்ள வேண்டிய 7 செய்திகள்!

4) மாநில எல்லைகளில் நிலம் வாங்கும் போது
   தெரிந்துகொள்ள வேண்டிய 14 செய்திகள்!

5) தமிழ்நாடு–கேரள மாநிலத்தில் இருக்கின்ற எல்லைகளை
   அளந்துவிட்டார்களா? அரசுக்கு என்னுடைய RTI
   கேள்வியும் மற்றும் பதிலும்!

6) தமிழக மலைகளில் சொத்துக்கள் வாங்க
   தெரிந்துகொள்ள வேண்டிய 18 சங்கதிகள்!

7) ஹாகா (HACA) லேண்டில் மனை வாங்குகிறார்களா?
   அறிந்து கொள்ள வேண்டிய 17 செய்திகள்!

8) வெளிநாடுகளில் இருக்கும் நபர் இங்கு சொத்து வாங்க
   கட்டாயம் செய்ய வேண்டிய 14 காரியங்கள்!

9) இரட்டை குடியுரிமை உள்ளவர்கள் தமிழ்நாட்டில் சொத்து
   வாங்க தெரிந்து கொள்ள வேண்டிய 20 செய்திகள்!

10) அடுக்கு மாடி கட்டிடங்கள் வாங்க கட்டாயம்
    தெரிந்து கொள்ள வேண்டிய 20 விஷயங்கள்!

11) அப்பார்ட்மெண்டில் வீடு வாங்கும்போது
    தோன்றும் 13 தோற்றப் பிழைகள்!

12) ஏல சொத்தை வாங்குகிறீர்களா?
    தெரிய வேண்டிய 16 விஷயங்கள்!

13) ட்ரஸ்ட் சொத்துக்கள் தெரிந்து கொள்ள
    வேண்டிய 17 செய்திகள்!

14) குடிசை மாற்று வாரிய வீடுகளை வாங்கலாமா?
    தெரிந்து கொள்ள வேண்டிய 24 செய்திகள்!

15) சமத்துவபுர வீடுகளை வாங்கலாமா?
    தெரிந்து கொள்ள வேண்டிய 15 செய்திகள்!

16) பத்திரம் எழுதுவது ஒரு கலை – ஆவண எழுத்தர்கள்
தெரிந்து கொள்ள வேண்டிய 19 செய்திகள்!

17) பத்திரத்தில் சொத்து விவரம் எழுதும்போது
கவனிக்க வேண்டிய 9 விஷயங்கள்!

18) ஏற்கனவே கணினியில் வைத்திருக்கின்ற மாதிரி பத்திரங்களை
பயன்படுத்தி பத்திரம் போடுவதால் வரும் பிரச்சினைகள்!

19) பத்திரங்களில் தேதி போடும்போது கவனம்
கொள்ள வேண்டிய விஷயங்கள்!

20) மைனர் சொத்தை வாங்கும் போது
தெரிய வேண்டிய 24 உண்மைகள்!

21) நீங்கள் சொத்து வாங்கும் நபரிடம் பத்திரம்
இல்லாமல் வெறும் பட்டா மட்டும் இருக்கிறதா?
அவருக்கு சொத்து எப்படி வந்திருக்கும் என்று
தெரிந்து கொள்ள வேண்டிய விஷயங்கள்!

22) நீங்கள் வாங்கும் சொத்திற்கு தாய் பத்திரம் எந்த
ஆண்டிலிருந்து கிடைக்கும்? தெரிந்து
கொள்ள வேண்டிய 16 தகவல்கள்!

23) நீங்கள் சொத்து வாங்கும்போது விற்பவரிடமிருந்து வாங்குகின்ற
தாய் பத்திரங்களுக்கு தனி ஜாபிதா போட வேண்டும் ஏன்?

24) கிரய பத்திரம் போடும்பொழுது கண்டிப்பாக தனியாக
பணப்பற்று இரசீது பத்திரமும் போட வேண்டும் ஏன்?

25) வாங்குகின்ற சொத்து சிபில் நில சிக்கலில் இருக்கின்றதா?
தெரிந்து கொள்ள வேண்டிய 17 செய்திகள்!

<u>**தொகுதி – 2**</u>

நிலம் வாங்குவோர் கவனிக்க வேண்டியவை!!

1) மனை / நிலம் வாங்குவதற்கான கள விசாரணைக்கான
செக்லிஸ்ட்!

2) மனை / நிலம் வாங்குவதற்கான பத்திர ஆவணங்களுக்கான
செக்லிஸ்ட்!

3) மனை / நிலம் வாங்கும் போது பட்டா, சிட்டா, அடங்கல்,
அ–பதிவேடு, FMB (புலப்படம்) பற்றி கவனமாக
செய்ய வேண்டிய ஆய்வுகள்!

4) மனை / நிலம் வாங்கும் பொழுது ஏற்படும் சிக்கல்களைத்
தவிர்க்க, நினைவில் வைத்துகொள்ள வேண்டிய 15 சட்டங்கள்!

<u>**தொகுதி – 3**</u>

சொத்து சிக்கல்கள் மற்றும் பிரச்சினைகள் பற்றிய கட்டுரைகள்

1) உங்கள் பட்டாவில் தவறு இருக்கிறதா? திருத்த
என்னென்ன செய்ய வேண்டும்!

2) உங்கள் அசைன்மெண்ட் பட்டா கிராம கணக்கில் ஏறாமல்
இருக்கிறதா? தெரிய வேண்டிய 15 செய்திகள்!

3) நீங்கள் ஆன்லைனில் மட்டும் பட்டா பெயர் மாற்றினீர்களா?
இனி செய்ய வேண்டிய 18 காரியங்கள்!

4) கூட்டுப்பட்டாவில் நீங்கள் வாங்கும் மனை இருக்கிறதா?
கவனம் சர்வே சிக்கலாக இருக்கலாம்!
தெரிய வேண்டிய 14 செய்திகள்!

5) பட்டா பெயர் மாற்றம் செய்வதில் ஏன் தாமதங்கள்?
தெரிந்து கொள்ள வேண்டிய 18 காரணங்கள்!

6) உங்கள் மனையில் பட்டா நிலத்துடன் கிராம நத்தமும் கலந்து
இருக்கிறதா? கட்டாயம் தெரிய வேண்டிய 16 விஷயங்கள்!

7) உங்கள் இடத்தின் அளவு பட்டாவில் குறைகிறதா?
அறிந்து கொள்ள வேண்டிய 21 செய்திகள்!

8) உங்களுடைய எதிரியின் பட்டா மாற்றத்திற்கு ஆட்சேபனை மனு
கொடுக்க தெரிந்து கொள்ள வேண்டிய 10 செய்திகள்!

9) முழுபுல பட்டா மற்றும் உட்பிரிவு பட்டா பெயர் மாற்றங்கள் பற்றி
தெரிந்து கொள்ள வேண்டிய 12 தகவல்கள்!

10) உங்கள் நிலம் மற்றவர்களால் ஆக்கிரமிக்கப்பட்டால்
முக்கியமாக செய்ய வேண்டிய 16 காரியங்கள்!

11) உங்கள் நிலம் எந்தெந்த காரணங்களால்
ஆக்கிரமிக்கப்படுகின்றன!

12) உங்கள் மனை நகர்புற உச்சவரம்பா! (ULT)
தெரிந்து கொள்ள வேண்டிய 18 செய்திகள்!

13) உங்கள் நிலங்கள் உபரி நில உச்சவரம்பில் சீலீங்கா?
தெரிய வேண்டிய 17 செய்திகள்!

14) நில உச்சவரம்பினால் உபரி நிலம் எடுக்கப்பட்டு உங்களுக்கு
2 ஏக்கர் நிலம் கொடுக்கப்பட்டு இருக்கிறதா?
தெரிந்து கொள்ள வேண்டிய 17 செய்திகள்!

15) உங்கள் சொத்து ஐப்தியா?
தெரிந்து கொள்ள வேண்டிய 26 செய்திகள்!

16) உங்கள் உரிமை சொத்தை வேறு ஒருவர் பத்திரம் போட
போகிறார்களா? தடை மனு பற்றி தெரிய வேண்டிய விஷயங்கள்!

17) உங்கள் சொத்தை வைத்துக் கொண்டு சும்மா
இருக்கிறீர்களா? சொத்து உங்களை சும்மா விடாது!

18) உங்கள் சொத்தையோ அல்லது சொத்தின் ஒரு பகுதியையோ
வேறு நபர் தன் கிரய பத்திரத்தில் சேர்த்து பதிந்துவிட்டாரா?
செய்ய வேண்டிய 18 காரியங்கள்!

19) சொத்து வேறு, சுவாதீனம் வேறு சிக்கலா?
   தெரிந்து கொள்ள வேண்டிய 18 தகவல்கள்!

20) பெண்களுக்கு சொத்தில் பங்கு வேண்டுமா? பெண்கள்
   கண்டிப்பாகத் தெரிந்து கொள்ள வேண்டிய 28 செய்திகள்!

21) பாதி கிரய தொகை வாங்கிவிட்டு சொத்தை எழுதி
   கொடுக்கிறீர்களா? அறிய வேண்டிய 23 செய்திகள்!

22) உங்களுக்கு ஒரு துண்டு நிலமே இல்லையா? அரசின் நில
   ஒப்படை பற்றி தெரிந்து கொள்ள வேண்டிய 14 விவரங்கள்!

23) உங்கள் பத்திரம் தொலைந்துவிட்டதா?
   கட்டாயம் செய்ய வேண்டிய 19 விஷயங்கள்!

24) உங்கள் பத்திரம் போலியா? கண்டுபிடிக்க 7 வழிகள்!

25) உங்கள் இடம் டபுள் டாக்குமெண்ட் குளறுபடியா? இடம்
   வாங்குபவர்கள் தெரிந்து கொள்ள வேண்டிய செய்திகள்!

26) காலி பத்திரத்தில் கையெழுத்து போட்டுவிட்டீர்களா?
   தெரிந்து கொள்ள வேண்டிய 13 தகவல்கள்!

27) நீங்கள் எழுதும் பத்திரத்தில் கவனம் எடுக்க
   வேண்டிய 18 விஷயங்கள்!

28) பத்திரங்களில் நடக்கும் பொதுவான தவறுகளும்,
   சரி செய்தலும் – அறிந்து கொள்ள வேண்டிய 9 செய்திகள்!

29) அரசு உங்கள் நிலத்தை கையகப்படுத்துகிறதா?
   தெரிய வேண்டிய 11 செய்திகள்!

30) அரசு கையகப்படுத்திய உங்கள் நிலங்களுக்கு நஷ்ட ஈடு
   பெறுவது எப்படி? தெரிந்து கொள்ள வேண்டிய 14 செய்திகள்!

31) நீங்கள் சுவாதீனத்தில் இருக்கிற புறம்போக்கை அரசு காலி
   செய்ய சொல்கிறதா? தெரிய வேண்டிய 20 விஷயங்கள்!

32) அனாதீன நிலத்திற்கும், புறம்போக்கு நிலத்திற்கும் என்ன
   வித்தியாசங்கள்? புரிந்து கொள்ள வேண்டிய 12 செய்திகள்!

33) தரிசு புறம்போக்கு நிலத்தை அரசிடம் இருந்து கேட்டு பெற
   வேண்டுமா? தெரிந்து கொள்ள வேண்டிய 18 விவரங்கள்!

34) பக்கத்து வீட்டுக்காரருடன் சுவர் தகராறு,
   பக்கத்து நிலத்துகாரருடன் வேலி தகராறா?

35) உங்கள் நிலத்தில் வழி பாதை இல்லாத பிரச்சனையா?

36) நீங்கள் தெரியாமல் நிலவியல் சாலை, நிலவியல்
   ஓடை சேர்த்து வாங்கிவிட்டீர்களா?
   தெரிந்து கொள்ள வேண்டிய 10 செய்திகள்!

37) மனைப்பிரிவில் பார்க் ஒதுக்கப்பட்ட இடத்தை தெரியாமல்
வாங்கி விட்டீர்களா? தெரிய வேண்டிய 30 செய்திகள்!

38) உங்கள் கிராம நத்தம் இடம் என்னவென்றே
புரியவில்லையா? தெரிய வேண்டிய 38 விஷயங்கள்!

39) கிராம நத்தம் நிலத்தில் இருக்கும் தலையாய 5
பிரச்சினைகளும் அதற்கு தீர்வுகளும்!

40) உங்கள் நிலத்தில் பஞ்சமி நில குழப்பமா?
தெரிந்து கொள்ள வேண்டிய 33 செய்திகள்!

41) பஞ்சமி நிலம் (DC Land) என்பதை கண்டுபிடிப்பது எப்படி?

42) உங்கள் பகுதியில் இருக்கும் பஞ்சமி நிலத்தை
மீட்க வேண்டுமா? செய்ய வேண்டிய 22 காரியங்கள்!

43) ஏன் பஞ்சமி நில பொது சொத்து வாரியம் அமைக்க
வேண்டும். தெரிந்து கொள்ள வேண்டிய 12 செய்திகள்!

44) பூமி தான இயக்க நிலங்களை பற்றி தெரிந்து
கொள்ள வேண்டிய 29 உண்மைகள்!

45) உங்கள் நிலம் BIL நிலச் சிக்கல்களில் வருகிறதா?

46) அ–பதிவேடு ஆவணம், தமிழ் நில இணைய தளம்
ஆகியவற்றில் பிழைகளா? தெரிந்து கொள்ள
வேண்டிய 13 செய்திகள்!

47) பயன்படுத்திக் கொள்ள வேண்டிய ஜமாபந்தி பற்றி
அறிய வேண்டிய செய்திகள்!

48) பதிவு செய்யாத உயிலை கையில் வைத்திருக்கிறீர்களா?
தெரிந்து கொள்ள வேண்டிய செய்திகள்!

49) நீங்கள் வசிக்கும் வீட்டை கோயில் இனாம் நிலம் என்றும்,
உங்களை காலி செய்ய சொல்கிறார்களா?
செய்ய வேண்டிய 40 விஷயங்கள்!

50) வீணான முத்திரைத்தாளை அரசிடம் கொடுத்து
திரும்ப பணம் பெறுவது எப்படி? தெரிந்து கொள்ள
வேண்டிய 13 செய்திகள்!

51) நிலத்தின் மீது அடமானக் கடன் வாங்குகிறீர்களா?
சொத்து பறிபோகும் அபாயம் உள்ளது ஜாக்கிரதை!

52) திருநெல்வேலிகாரர்கள் தெரிந்து கொள்ள வேண்டிய
கேரளா – பாராசாலா பத்திரங்கள்!

53) சிறந்த மனுக்களே உங்களின் சொத்து சிக்கல்களை
தீர்க்க உதவும். தெரிந்து கொள்ள வேண்டிய 9 செய்திகள்!

54) சொத்து சிக்கல்களின்போது அரசு அலுவலகங்களுக்கு சிறந்த முறையில் மனுக்கள் எழுதுவது எப்படி?

<u>தொகுதி – 4</u>

சொத்து சிக்கலில் இருப்பவருக்கான மாதிரி விண்ணப்ப படிவங்கள்

A)   யு.டி.ஆர் பட்டா பிரச்சனைகளுக்கான மனுக்களின் மாதிரிகள்!

1) யு.டி.ஆர் பட்டாவில் விடுபட்ட என்னுடைய பெயரை இணைப்பதற்கான மனு மாதிரி!

2) தவறான ஆவணங்களை தாக்கல் செய்து பட்டாவில் பெயர் மாற்றியதை இரத்து செய்ய வேண்டி மனு மாதிரி!

3) யு.டி.ஆர் பட்டாவில் இருக்கும் உரிமையற்ற வேறு நபர் பெயரை நீக்குவதற்கான மனு மாதிரி!

4) யு.டி.ஆர் பட்டாவில் தவறாக இருக்கின்ற என்னுடைய பெயரை பிழைதிருத்தம் செய்ய வேண்டி மனு மாதிரி!

5) யு.டி.ஆர் பட்டாவில் இருக்கின்ற என்னுடைய நிலத்தின் அளவுப் பிழையை சரி செய்து தருமாறு மனு மாதிரி!

6) எங்களுடைய புஞ்சை நிலத்தை யு.டி.ஆர் பட்டாவில் நஞ்சை என்று வகைப்படுத்தியதை மாற்றித் தர வேண்டி மனு மாதிரி!

7) யு.டி.ஆர் பட்டாவில் எங்களுக்கான நிலத்தை தவறுதலாக தரிசு புறம்போக்காக வகைப்படுத்தி இருப்பதை மாற்றுவதற்கான மனு மாதிரி!

8) யு.டி.ஆர் புலப்படத்திலும், பட்டாவிலும் சர்வே பிழை திருத்தித் தரக்கோரி மனு மாதிரி!

B)   தமிழ்நிலம் இணையதள பிரச்சனைகளுக்கான மனுக்களின் மாதிரிகள்!

1) தமிழ்நிலம் இணையதளத்தில் என் பெயருக்கு பதிலாக வேறு நபர் பெயரை ஏற்றி இருப்பதை இரத்து செய்யக்கோரி மனு!

2) தமிழ்நிலம் இணையதளத்தில் எங்களுடைய நிலத்தை புறம்போக்கு என்று 0 மதிப்பு தீர்வை என்று இருப்பதை மாற்றுவதற்கான மனு!

3) தமிழ்நிலம் இணையதளத்தில் எங்கள் பட்டாவில் பிறத்தியாரின் பெயரை கூடுதலாக சேர்த்ததை இரத்து செய்யக் கோரி மனு!

4) தமிழ்நிலம் இணையதள பட்டாவில் அளவுப் பிழையை திருத்தித் தருமாறு மனு!

5) தமிழ்நிலம் இணையதளத்தில் எனது பட்டாவில் இருக்கின்ற பெயர் பிழையை திருத்தித் தருமாறு மனு!

C) நத்தம் நில பிரச்சனைகளுக்கான மனுக்களின் மாதிரிகள்!

1) எனது நத்தம் வீட்டுமனையை யு.டி.ஆர் சர்வேயின் பொழுது புஞ்சை என்று வகைப்படுத்தி இருப்பதை மாற்றித்தர வேண்டி மனு!

2) தவறான ஆவணங்களை தாக்கல் செய்து நத்தம் பட்டாவில் பெயர் மாற்றியதை இரத்து செய்ய வேண்டி மனு!

3) நத்தம் நிலவரித்திட்டத்தில் எனது நத்தம் வீட்டுமனையை சர்க்கார் காலி நிலம் என்று வகைப்படுத்தி இருப்பதை மாற்றித்தரக்கோரி மனு!

4) நத்தம் பட்டாவில் இருக்கின்ற என்னுடைய நிலத்தின் அளவு பிழையை சரி செய்து தருமாறு மனு!

5) நத்தம் பட்டாவில் இருக்கும் உரிமையற்ற வேறு நபர் பெயரை நீக்குவதற்கான மனு!

6) நத்தம் பட்டாவில் தவறாக இருக்கின்ற என்னுடைய பெயரை பிழைதிருத்தம் செய்ய வேண்டி மனு!

7) நத்தம் பட்டாவில் விடுபட்ட என்னுடைய பெயரை இணைப்பதற்கான மனு!

8) நத்தம் புலப்படத்திலும் பட்டாவிலும் சர்வே பிழை திருத்தித் தரக்கோரி மனு!

9) நத்தம் நிலவரித் திட்டத்தில் எனது நத்தம் வீட்டுமனையை பாதி நிலத்தை நத்தம் பட்டாவாகவும் பாதி நிலத்தை புறம்போக்காகவும் வகைப்படுத்தியதை சரிசெய்து தரக்கோரி மனு!

D) நிலங்கள் வீட்டுமனைகள் பட்டா—ஒப்படை கேட்டு மனுக்களின் மாதிரிகள்!

1) நகர்புற நில உச்சவரம்பு சட்டத்தின் கீழ் உங்கள் மனை பாதிக்கப்பட்டால் அதனை வரன்முறைப்படுத்தி பட்டா பெறுவதற்காக நகர்புற நிலவரித்திட்ட ஆணையருக்கு அனுப்ப வேண்டிய மனு!

2) ஆட்சேபனை இல்லாத புறம்போக்கில் ஐந்து வருடத்திற்கு மேல் வசிக்கின்றவர்கள் பட்டா வேண்டிக் கொடுக்கும் மனு!

3) உங்கள் கிராமத்தில் தரிசு நிலம் இருந்தால் அதனை பெறுவதற்காக மாவட்ட ஆட்சியருக்கு கொடுக்கும் மனு!

4) வீட்டுமனையே இல்லாமல் இருப்பவர்களுக்கு வீட்டுமனை ஒப்படை கோரி மனு!

E) **போலி ஆவணம் வைத்திருக்கும் உங்கள் எதிர் மனுதாரருக்கு எதிராக அரசிற்கு கொடுக்கும் ஆட்சேபனை மனுக்களின் மாதிரிகள்!**

1) போர்ஜெரி ஆவணங்களை தாக்கல் செய்து உருவாக்கிய பத்திரத்தின் அடிப்படையில், எனது எதிர்மனுதாரர்கள் கட்டிடம் கட்டுவதற்கான வரைபட அனுமதி கோரி வந்தால் அதனை தரக்கூடாது என்பதற்கான ஆட்சேபனை மனு!

2) போர்ஜெரி ஆவணங்களை தாக்கல் செய்து உருவாக்கிய பத்திரத்தின் அடிப்படையில் எனது எதிர்மனுதாரர்கள் குடிநீர் இணைப்பு கோரி செய்ய வந்தால் அதனை மாற்றக்கூடாது என்பதற்கான ஆட்சேபனை மனு!

3) போர்ஜெரி ஆவணங்களை தாக்கல் செய்து உருவாக்கிய பத்திரத்தின் அடிப்படையில் எனது எதிர்மனுதாரர்கள் கூட்டுறவு வங்கியில் கடன் வழங்கக் கோரி வந்தால் அதனை வழங்கக்கூடாது என்பதற்கான ஆட்சேபனை மனு!

4) போர்ஜரி ஆவணங்களை தாக்கல் செய்து உருவாக்கிய பத்திரத்தின் அடிப்படையில் எனது எதிர்மனுதாரர்கள் பட்டா பெயர் மாற்றம் செய்ய வந்தால் அதனை மாற்றக் கூடாது என்பதற்கான ஆட்சேபனை மனு!

5) போர்ஜரி ஆவணங்களை தாக்கல் செய்து உருவாக்கிய பத்திரத்தின் அடிப்படையில் எனது எதிர்மனுதாரர்கள் மின் இணைப்பு கோரி வந்தால் அதனை மாற்றக்கூடாது என்பதற்கான ஆட்சேபனை மனு!

F) **சார்பதிவு அலுவலகங்களில் கொடுக்கப்படும் தடை மனுக்கள்–புகார் மனுக்களின் மாதிரிகள்!**

1) தவறான போர்ஜரி ஆவணங்களை தாக்கல் செய்து பதிவு செய்யப்பட்ட பத்திரத்தை இரத்து செய்வதற்காக பதிவுச்சட்டம் 1908 பிரிவு 68–ன் கீழ் மாவட்ட பதிவாளருக்கு இரத்து செய்ய சொல்கின்ற மனு!

2) பத்திரங்கள் தொலைந்து போய்விட்டால் அதற்காக காவல்துறையில் கொடுக்க வேண்டிய மாதிரி புகார் மனு!

3) இந்து சமய அறநிலையத்துறையினர் உங்கள் நிலத்தை பத்திரப்பதிவு செய்யக்கூடாது என்று சார்பதிவாளர் அலுவலகத்திற்கு தடைமனு கொடுத்திருந்தால் அதனை இரத்து செய்வதற்கு மாவட்ட பதிவாளருக்கு மனு!

4) போர்ஜரி ஆவணங்களை தாக்கல் செய்து தவறான உறுதிமொழிகளை கொடுத்து பதியப்பட்ட பத்திரத்தை வைத்து இனி புதிய பத்திரங்கள் பதியக்கூடாது என்று சார்பதிவாளருக்கு தடங்கல் மனு!

5) முத்திரைத்தாள்கள் பயன்படுத்தியோ அல்லது பயன்படுத்தாமலோ வீணாகிவிட்டால் அதனை அரசிடம் சமர்ப்பித்து பணத்தை திரும்ப பெறுவதற்கான மனு!

G) வருவாய்த்துறை பதிவுத்துறைகளில் நமக்கான ஆவணம் பெறுவதற்கான ஆர்.டி.ஐ மாதிரிகள்!

1) UDR-க்கு முந்தைய புலப்படம், டோப்போ, அ–பதிவேட்டு நகல், கிராம வரைபடம் ஆகியவற்றை பெறுவதற்கான தகவல் பெறும் உரிமை சட்டம் 2005–ன் பிரிவு 6(1) கீழ் பொது தகவல் அதிகாரிக்கு மனு!

2) UDR-க்கு முந்தைய புலப்படம், டோப்போ, அ–பதிவேட்டு நகல், கிராம வரைபடம் ஆகியவற்றை கேட்டு தகவல் பெறும் உரிமை சட்டம் 2005 ன் பிரிவு 6(1)–ன் கீழ் பொது தகவல் அதிகாரிக்கு மனு செய்து தகவல் மறுக்கப்படும் அல்லது தராத பட்சத்தில் அல்லது கால தாமதமாகும் பட்சத்தில் நீங்கள் செய்ய வேண்டிய மேல்முறையீட்டு அலுவலருக்கான 19(3)–ன் கீழ் மனு!

3) UDR–க்கு முந்தைய புலப்படம், டோப்போ, அ–பதிவேட்டு நகல், கிராம வரைபடம் ஆகியவற்றை கேட்டு தகவல் பெறும் உரிமை சட்டம் 2005–ன் பிரிவு 6(1)–ன் கீழ் மனு செய்தும் அதற்கு பிறகு 19(3)–ன் கீழ் மேல்முறையீடு செய்தும் தகவல் மறுக்கப்படுமானால் போட வேண்டிய 18(1)–ன் கீழ் முதன்மை தகவல் ஆணைய அதிகாரிக்கு மனு!

4) SLR மற்றும் RSLR ஆகியவற்றை பெறுவதற்கான தகவல் பெறும் உரிமை சட்டம் 2005 ன் பிரிவு 6(1) கீழ் பொது தகவல் அதிகாரிக்கு மனு!

5) SLR மற்றும் RSLR ஆகியவற்றை பெறுவதற்கான தகவல் பெறும் உரிமை சட்டம் 2005–ன் பிரிவு 6(1)–ன் கீழ் பொது தகவல் அதிகாரிக்கு மனு செய்து தகவல் மறுக்கப்படும் அல்லது தராதபட்சத்தில் அல்லது கால தாமதம் ஆகும் பட்சத்தில், நீங்கள் செய்ய வேண்டிய மேல் முறையீட்டு அலுவலருக்கான 19(3)–ன்   கீழ் மனு!

6) SLR மற்றும் RSLR ஆகியவற்றை கேட்டு தகவல் பெறும் உரிமை சட்டம் 2005 ன் பிரிவு 6(1)–ன் கீழ் மனு செய்தும், அதற்கு பிறகு 19(3)–ன் கீழ் மேல்முறையீடு செய்தும் தகவல் மறுக்கப்படுமானால் போட வேண்டிய 18(1)–ன் கீழ் முதன்மை தகவல் ஆணைய அதிகாரிக்கு மனு!

7) தற்கால UDR – புலப்படம், அ–பதிவேட்டு நகல், சிட்டா கணக்கு ஆகியவற்றை பெறுவதற்கான தகவல் பெறும்

உரிமை சட்டம் 2005–ன் பிரிவு 6(1) கீழ் பொது தகவல் அதிகாரிக்கு மனு!

8) தற்கால UDR புலப்படம், அ–பதிவேட்டு நகல், சிட்டா கணக்கு ஆகியவற்றை பெறுவதற்கான தகவல் பெறும் உரிமை சட்டம் 2005–ன் பிரிவு 6(1)–ன் கீழ் பொது தகவல் அதிகாரிக்கு மனு செய்து தகவல் மறுக்கப்படும் அல்லது தராதபட்சத்தில் அல்லது கால தாமதமாகும் பட்சத்தில் நீங்கள் செய்ய வேண்டிய மேல் முறையீட்டு அலுவலருக்கான 19(3)–ன் கீழ் மனு!

9) தற்கால UDR புலப்படம், அ–பதிவேட்டு நகல், சிட்டா கணக்கு ஆகியவற்றை கேட்டு தகவல் பெறும் உரிமை சட்டம் 2005–ன் பிரிவு 6(1)–ன் கீழ் மனு செய்தும் அதற்குப் பிறகு 19(3)–ன் கீழ் மேல்முறையீடு செய்தும் தகவல் மறுக்கப்படுமானால் போட வேண்டிய 18(1)–ன் கீழ் முதன்மை தகவல் ஆணைய அதிகாரிக்கு மனு!

10) நத்தம் சம்மந்தப்பட்ட ஆவணங்களை கேட்டு தகவல் பெறும் உரிமை சட்டம் 2005 ன் பிரிவு 6(1) கீழ் பொது தகவல் அதிகாரிக்கு மனு!

11) நத்தம் சம்மந்தப்பட்ட ஆவணங்களை கேட்டு தகவல் பெறும் உரிமை சட்டம் 2005–ன் பிரிவு 6(1)–ன் கீழ் பொது தகவல் அதிகாரிக்கு மனு செய்து தகவல் மறுக்கப்பட்டு (அ) தராதபோது (அ) கால தாமதமாகும்போது நீங்கள் செய்ய வேண்டிய மேல்முறையீட்டு அலுவலருக்கான 19(3)–ன் கீழ் மனு!

12) நத்தம் சம்பந்தப்பட்ட ஆவணங்களை கேட்டு தகவல் பெறும் உரிமை சட்டம் 2005–ன் பிரிவு 6(1)–ன் கீழ் மனு செய்தும் அதற்கு பிறகு 19(3)–ன் கீழ் மேல்முறையீடு செய்தும் தகவல் மறுக்கப்படுமானால் போட வேண்டிய 18(1)–ன் கீழ் முதன்மை தகவல் ஆணைய அதிகாரிக்கு மனு!

13) இந்து அறநிலையத்துறையினர் உங்கள் நிலத்தை பத்திரப்பதிவு செய்யக்கூடாது என்று சார்பதிவாளர் அலுவலகத்திற்கு தடைமனு கொடுத்திருந்தால் அந்த மனுவினை பெறுவதற்காக தகவல் பெறும் உரிமை சட்டம் 2005–ன் பிரிவு 6(1) கீழ் மனு!

<u>தொகுதி – 5</u>
<u>மக்களும் சொத்துக்களும் பற்றிய உளவியல் கட்டுரைகள்</u>

1) ரியல் எஸ்டேட்டில் சாதாரண மனிதர்களின் சில நம்பிக்கைகளும் உண்மை நிலவரங்களும்!

2) சொத்து விஷயம் என்று வரும்போது உணர்வுகள்/உணர்ச்சிகள் இல்லா மரக்கட்டையாய் மாறிவிடுங்கள்.
அறிந்து கொள்ள வேண்டிய 33 தகவல்கள்!

3) வெளிநாடுகளில் சம்பாதிக்கும் பால்புட்டி பசங்களுக்கு சொத்து விஷயங்களில் ஜாக்கிரதை!! அறிந்து கொள்ள வேண்டிய 14 செய்திகள்!

4) புதிதாய் ஏற்படும் காதல் உறவுகளால் சொத்துக்களும் சிக்கல்களில் சிக்குகின்றன!

5) முதியோர்க்கு சோறு போடவில்லையா? செட்டில்மெண்ட் பத்திரங்களை ரத்து செய்யலாம்!

6) சொத்து விஷயங்களில் முடிவுகள் எடுக்கும்பொழுது மனசமநிலை தேவை (Balanced Mind) தெரிந்து கொள்ள வேண்டிய 9 செய்திகள்!

7) நஞ்சு எண்ணம் உடைய மனிதர்களுக்கு தெரியாமல்தான் சொத்து வாங்க வேண்டும். ஏன் என்று தெரிய வேண்டிய 33 காரணங்கள்!

8) சொத்து நிர்வாகமும் மக்களின் அலட்சியமும் புரிந்து கொள்ள வேண்டிய 13 தகவல்கள்!

<u>**தொகுதி 6**</u>

உதிரி கட்டுரைகள் :

1) இறப்பு சான்றிதழ் வாங்க வேண்டி தெரிந்து கொள்ள வேண்டிய 17 செய்திகள்!

2) வாரிசு சான்றிதழ்கள் பற்றி தெரிந்து கொள்ள வேண்டிய 16 விஷயங்கள்!

3) சொத்துக்கள் மதிப்பிடுதல் (VALUTION) பற்றித் தெரிய வேண்டிய அடிப்படை செய்திகள்!

4) ஏன்? ரியல் எஸ்டேட் ஏஜெண்டுகள் சைரா சங்கத்தில் (SIRAA) இணைய வேண்டும்!

5) எப்படி எல்லாம் நிலங்கள் பகிர்ந்து அளிக்கப்பட்டன?

6) மனை மற்றும் நிலங்களுக்கு "L" Cut கட்டுமானம் மற்றும் ஃபென்சிங் ஏன் அவசியம்?

பாகம் – I முடிவுரை!

வெளிவரவிருக்கின்ற புத்தகத்தின் ஒரு முன்னோட்ட கட்டுரை!

முன்னுரை

என்னுடைய 17 ஆண்டு கால ரியல் எஸ்டேட் கள அனுபவங்களின் மூலமாக நான் கற்றுத் தேர்ந்து இருக்கிற தகவல்கள், உண்மைகள், கள நிலவரங்களெல்லாம் அனைவருக்கும் நிச்சயம் பயன்பட வேண்டும் என்ற நோக்கில் எழுதியிருப்பது தான் இந்த நிலம் உங்கள் எதிர்காலம் என்ற பெயரிலான இந்த புத்தகம்.

விவரம் தெரியாமல் ரியல் எஸ்டேட் தொழிலில் நுழைந்து கஷ்டப்பட்டு சம்பாதித்து சேர்த்த பணத்தை இழந்தவர்கள் பலர். ரியல் எஸ்டேட் தொழில் நன்றாக தெரிந்தும், அரசின் கொள்கை முடிவுகளால் வீழ்ந்தவர்கள் பலர். தொடர்ந்து கற்றுக் கொண்டே இருப்பதும் காலமாற்றங்களை உணர்ந்து கொண்டே இருப்பதும், அதற்கேற்றவாறு வியாபாரத்தை உருமாற்றம் செய்வதுமே ரியல் எஸ்டேட் தொழிலில் நிலைத்து நிற்க உதவும். உண்மையில் அறிவு தான் நமக்கு சம்பாதித்து கொடுக்கிறது. இப்பொழுது நாம் எந்த அறிவுடன் இருக்கிறோமோ! அந்த அறிவை பயன்படுத்தித்தான் சம்பாதித்து கொண்டு இருக்கிறோம், அதனை வைத்து தான் வாழ்ந்து கொண்டும் இருக்கிறோம்.

அறிவால் பலர் அப்டேட்டில் இருக்கிறார்கள், சிலர் தேங்கி நிற்கிறார்கள். அப்டேட் ஆகிறவர்கள் முன்னேறி சென்று கொண்டே இருக்கிறார்கள்.

ஏதோ ஒரு கல்வி அறிவு, தொழில் அறிவு, வியாபார அறிவை பயன்படுத்தித்தான் பணத்தை சம்பாதிக்கிறார்கள். சம்பாதித்த பணத்தை ரியல் எஸ்டேட்டில் முதலீடு செய்வதற்கும், சம்பாதித்த பணத்தை வீடு, வாசல், தோட்டம், தோப்பு, வயற்காடுகள் வாங்குவதற்கும், கொஞ்சமாவது ரியல் எஸ்டேட் அறிவு தேவைப்படுகிறது. மேற்படி அறிவை பெற கலாசாலைகள் இல்லை, பயிற்சி நிலையங்கள் இல்லை, இவையெல்லாம் நமது பள்ளிக்கூட கல்வி பாடதிட்டங்களில் இல்லை!

கிராமதண்டல்காரரும், மணியக்காரரும் பெற்றிருக்கிற நிலத்தை பற்றிய அடிப்படை செய்திகள் மெத்த படித்தவர்களுக்கு இன்னும் பிடிபடாமலேயே இருக்கிறது.

கடந்த 17 ஆண்டுகள், தமிழ் நாட்டின் அனைத்து தாலுக்காகளிலும் எனது இருசக்கரவாகனத்தின் சக்கரங்கள் படாத இடமே இல்லை! மேலும் பேருந்திலும், தொடர் வண்டியிலும், காரிலும், விமானத்திலும், ஏன்

நடந்தும் இன்று வரை பயணித்துக் கொண்டே இருக்கிறேன். இந்த புத்தகத்தில் இருக்கின்ற தகவல்களில் பல நேரடி அனுபவம் மூலம் நான் பெற்றதுதான், அனைத்து தகவல்களும் அடித்தட்டு, நடுத்தர மற்றும் மேல்தட்டு மக்களிடையே உரையாடி கற்று கொண்டவைதான்.

எனவே மக்களிடம் இருந்து கற்றதை இப்புத்தகம் மூலம் மக்களுக்கே சமர்ப்பிக்கிறேன். இதை படிப்பவர்கள் நிலத்தை பொறுத்த வரை மூன்று விதமானசிக்கல்களில் இருப்பார்கள் என்று உணர்ந்து வகைப்படுத்தி இருக்கிறேன்.

1. அடிப்படையே தெரியாமல் இருப்பார்கள். நிலத்தில் சிக்கல்கள் என்றால் அவற்றை சரி செய்ய எப்படி ஆரம்பிப்பது? எங்கிருந்து தொடங்குவது? என்று தெரியாமல் இருப்பார்கள். அவர்களுக்கு ரியல் எஸ்டேட் சம்மந்தப்பட்ட எளிமையான பாடங்களை பிரித்து பிரித்து தனித்தனியாக எளிமையான நடையில் எழுதி இருக்கிறேன்.

2. அங்கும் இங்கும் கொஞ்சம் அடிப்படைகள் தெரியும். ஆனால் கோர்வையாக தெரிந்து இருக்காது அல்லது ஓரளவுக்கு தெரியும் என்கிறவர்களுக்கு, நடைமுறையில் இருக்கும் சிக்கல்களை சரிப்படுத்த ஒரு தெளிவான பார்வையை கொடுக்க வேண்டும் என்ற நோக்கில் செய்ய வேண்டிய செயல்களை உத்திகளாக எழுதி இருக்கிறேன்.

3. மூன்றாவது முற்றிலும் வேறுபட்டது. அடிப்படைகள் முழுவதும் தெரிந்த பின்பும் மற்றும் உத்திகள் தெரிந்த பின்பும் இந்த சிக்கல்களை சரி செய்ய முடியாமலேயே இருக்கும், அவை முழுவதும் அரசு நடைமுறையை சார்ந்து, அதாவது திட்டமே (கொள்கையே) தவறு. அது போல திட்டத்தில் குளறுபடிகள் இருந்தால் அந்த குளறுபடியில் நமது நிலம் மாட்டியிருந்தால் தற்போது நாம் அதனை உடனே சரிசெய்ய முடியாது. அதனால் நாம் தான் ஒன்றிணைந்து, ஒருங்கிணைந்து அதனை சரி செய்ய அரசை நிர்பந்திக்க வேண்டும். அவ்வாறு செய்வதன் மூலம் அரசு கொள்கை முடிவுகளையும், செயல் திட்டக்குளறுபடிகளையும் மாற்றுமானால், அது தமிழகத்தின் அனைத்து தரப்பு மக்களுக்கும் மிகவும் பயனுள்ளதாக இருக்கும். அதனை பற்றி இறுதி தொகுதியில் எழுதி இருக்கிறேன். இறுதி தொகுதியில் இருக்கின்ற கட்டுரைகளை நீங்கள் மக்களிடம் கொண்டு செல்வதன் மூலம் மக்களும் அதிக விழிப்புணர்வு பெறுவார்கள். தமிழகத்தில் இருக்கின்ற அரசியல் தலைவர்கள், சமூக தலைவர்கள், கல்வி தலைவர்கள் யாருக்கும் நிலங்களில் உள்ள சிக்கல்களால் மக்கள் எவ்வளவு அவதிபடுகிறார்கள் என்பதை பற்றி போதுமான தகவல்களும்

அறிவும் இல்லாமல் இருக்கிறார்கள். நிச்சயம் இந்த புத்தகம் அவர்கள் கைகளிலும் தவழ வேண்டும் என்பது என்னுடைய ஆசை.

இந்த புத்தகம் படிப்பவர்கள் நிச்சயம் சொத்துக்கள் வாங்கும் போது அதிக கவனம் எடுத்துக் கொள்வார்கள். இருக்கின்ற சொத்துக்களில் சிக்கல்கள் என்றால் நல்ல முடிவுகளை எடுக்கக் கூடிய அளவில் அவர்களுடைய மனநிலை நிச்சயம் வந்துவிடும்.

20 ஆண்டுகளுக்கு முன்பு நிலத்தின் மதிப்பு, நிலத்தின் தேவை (Demand) பற்றி எல்லாம் மக்கள் உணராமலே இருந்தார்கள். ஆனால் இன்றைய தலைமுறையின் நிலைமை அப்படி இல்லை. நிலத்தின் அருமையை அனைவரும் உணர்ந்து இருக்கிறார்கள். அதனால் இன்றைய தலைமுறையினருக்கு மிகவும் தேவையான புத்தகம் இதுவாகும். அதுமட்டும் இல்லாமல் ரியல் எஸ்டேட் முகவர்கள், ரியல் எஸ்டேட் தொழில் செய்பவர்கள், ஆவண எழுத்தர்கள், வழக்கறிஞர்கள் மற்றும் ரியல் எஸ்டேட் முதலாளிகளுக்கு இந்த நூல் மிகப்பெரிய அளவில் பயன்படும்.

மேலும் எல்லாவிதமான ரியல்எஸ்டேட் ஞானமும், அறிவும் உள்ளவர்களுக்கும் கூட இந்த புத்தகத்தில் ஏதாவது ஒரு செய்தி எடுத்து கொள்ளக்கூடிய செய்தியாக கண்டிப்பாக இருக்கும்.

இந்த புத்தகத்தில் ஒவ்வொரு தலைப்பிற்கும் ஏற்றவாறு, அவை தொடர்பான ஆவணங்களின் படங்களை எல்லாம் வைக்கலாம் என்று நினைத்தேன். அதாவது வினோபா ஒப்படைபட்டா, அரசு ஒப்படைபட்டா போன்ற பட்டாக்கள், சிட்டாக்கள், அரசு ஆவணங்களின் படங்கள், அரசு ஆணைகள், நீதிமன்ற ஆவணங்கள், அரசு நில எடுப்பு ஆவணங்கள் மேலும் ஈசி, பழைய பத்திரங்கள் என அனைத்தையும் வைத்தால் படிப்பவர்களுக்கு ஒரு புரிந்து கொள்ளுதல் வரும் என்று நினைத்தேன் ஆனால் எழுத்தால் கொடுக்கவேண்டிய உள்ளடக்கம் குறைந்து, படங்களே புத்தகங்களை நிரப்பிவிடும் என்று கருதியே அதனையெல்லாம் சேர்க்கவில்லை. இறுதி தொகுதியில் மட்டும் புரிதலுக்காக சில ஆவணங்களை சேர்த்துள்ளேன்.

ஆனால் மேற்கண்ட ஆவணங்களின் நகல்களை, கிட்டத்தட்ட மூவாயிரத்திற்கும் அதிகமான ஆவணங்கள் PDF–ஆக www.paranjothipandian.in, என்ற எனது Paid blog இணையதளத்திற்கு சென்று பதிவிறக்கம் செய்துக் கொள்ளுமாறு வேண்டுகிறேன். இந்த புத்தகத்தை முழுமெயாக படித்து விட்டு மேற்கண்ட ஆவணங்களை எல்லாம் ஒரு கழுகு பார்வை பார்த்தாலே தமிழ்நாட்டின் நில விஷயங்களை

எல்லாம் நிச்சயம் புரிந்து கொள்வீர்கள்.

அதற்கு மேலும் ஏதாவது சந்தேகங்கள் இருந்தால் 9841665836, 9841665837, 9962265834 என்ற எண்களுக்கு தொடர்பு கொள்ளுங்கள். எனது குழுவினரோ அல்லது நானோ தெளிவுபடுத்த முயற்சிக்கிறோம். மேலும் இந்த புத்தகம் அமேசானில் kindle பதிப்பாகவும் (PART 1: https://www.amazon.in/dp/B07RNQTLD3; PART 2: https://www.amazon.in/dp/B08VRC7FNR), PAPER BACK புத்தகமாகவும் (PART 1 : https://www.amazon.in.dp.935426462X; PART 2 : https://www.amazon.in/dp/B094W49CW8) கிடைக்கிறது. வெளிநாட்டில் வசிக்கும் நண்பர்கள், அன்பு வாசகர்கள் தாங்களும் அதனை வாங்கி உங்கள் உறவினர்களுக்கும், நண்பர்களுக்கும் இப்புத்தகத்தை அமேசானில் பரிந்துரைக்குமாறு வேண்டுகிறேன். மேலும் புத்தகம் படித்து பிடித்து இருந்தால் அமேசானில் 5 Star Review-வும் ஏதாவது விமர்சனங்கள் இருந்தால் என்னுடைய paranjothip@gmail.com என்ற ஈமெயிலுக்கு அனுப்பும்படி வேண்டுகிறேன்.

மேலும் அனைத்து தரப்பு மக்களும் நிலங்களின் பயனை அடைய வேண்டும் என்ற என்னுடைய இலட்சிய பயணத்திற்கு தொண்டு நிறுவனங்கள், இளைஞர் சங்கங்கள், பொதுநல அமைப்புக்கள், மகளிர்சங்கங்கள் துணை நிற்க விரும்பினால் தமிழ்நாட்டின் ரியல் எஸ்டேட் நில விவரங்களை நேரடியாக வந்து வகுப்புகள் எடுக்கவும் விழிப்புணர்வு ஏற்படுத்த, பேசவும் தயாராய் இருக்கிறேன்.

தமிழகம் முழுவதும் நிலம் சம்மந்தப்பட்ட ஒருநாள், இருநாள், மூன்றுநாள் பயிற்சி வகுப்புகளை தொடர்ந்து நடத்துகிறேன். ரியல் எஸ்டேட் மற்றும் நிலம் பற்றிய கல்வியை இளைய தலைமுறையினருக்கு சொல்லி கொடுப்பதற்காக தமிழ்நாட்டிலேயே முதன்முதலில் அகாடமி ஆரம்பித்து நடத்துவதும் நான்தான், அதற்கும் உங்களின் ஆதரவையும் அன்பையும் வேண்டுகிறேன்.

இறுதியாக உங்களின் ரியல் எஸ்டேட் மற்றும் நில அறிவை மேம்படுத்த உங்களை வெற்றிகரமான முதலீட்டாளராக்க, ரியல் எஸ்டேட் ஏஜென்டுகளுக்கு ஒரு கோனார் விளக்க உரையாக இந்த புத்தகம் அமையும் என நம்புகிறேன்.

இப்படிக்கு

சா.மு.பரஞ்சோதி பாண்டியன்
ரியல் எஸ்டேட் தொழில் முனைவர்

அணிந்துரை

பணம் சேர்த்து வீடு, மனை, நிலம் சார்ந்த சொத்துகள் வாங்குவது ஒரு பெரிய வெற்றி என்றால், அந்த வெற்றியைத்தக்க வைத்துக்கொள்ள தொடர்ந்து சில பணிகளை செய்து கொண்டே இருக்க வேண்டி இருக்கிறது. அப்போதுதான் அந்த சொத்துகளை இடையூறு இல்லாமல் தக்க வைத்துக் கொள்ளமுடியும். நண்பர் **திரு.சா.மு.பரஞ்சோதி பாண்டியன்,** அசையாச் சொத்துகள் தொடர்பான சட்டங்கள், நடைமுறைகள், களப்பணிகளில் தேர்ந்த அனுபவம் பெற்று சொத்துகள் தொடர்பான ஆலோசனை மற்றும் சேவைப் பணிகளை தன் வாடிக்கையாளர்களுக்கு வழங்கி வருகிறார்.

இந்தத் துறையில் மக்களுக்கு நிறைய விழிப்புணர்ச்சி தேவை என்று கருதுபவர். அதுதொடர்பான, பயிலரங்கங்களைத் தொடர்ந்து நடத்தி வருவதோடு, கட்டுரைகளையும் இதழ்கள் மற்றும் சமூகவலைத்தளங்களில் எழுதியும் வருகிறார்.

பலருடைய வேண்டுகோள்களை ஏற்று நிலம், வீடு, மனைகளை வாங்குவோருக்கும், விற்போருக்கும், ஆலோசகர்களுக்கும், புரோக்கர்களுக்கும் பயன்படும் வகையில் இந்த நூலை எழுதி இருக்கிறார். நிலங்களின் வகைகள் முதல் சொத்துப் பரிமாற்றம் வரை அனைவரும் அறிந்து கொள்ள வேண்டிய பல்வேறு முதன்மையான செய்திகளைத் தந்து இருக்கிறார்.

பாகப்பிரிவினையின்போது கடைப்பிடிக்க வேண்டிய நுட்பமான செய்திகள், பலவிதமான பட்டாக்கள், பத்திரங்கள் மற்றும் ஆவணங்கள், என்று எண்ணற்ற செய்திகள் இந்த நூலில் இடம் பெற்று இருக்கின்றன. இது நிலம் தொடர்பான ஏட்டில் உள்ள சட்டங்கள் பற்றி மட்டும் விளங்கும் நூல் அல்ல. அன்றாடம் திரு.சா.மு.பரஞ்சோதிபாண்டியன் அனுபவப்பட்டு எழுதிய நடைமுறை உண்மைகள் நிரம்பிக்கிடக்கும் வழிகாட்டி நூல், ரியல் எஸ்டேட் துறையில் உள்ள அனைவருக்கும் பயன்படும் நூல் இது என்பதோடு, சொத்து வைத்திருக்கும், சொத்து வாங்க விரும்பும் பொதுமக்களுக்கும் பயன்படும் வகையில் அமைந்து உள்ளது. இந்த நூலை தமிழ் உலகிற்கு அளித்து இருக்கும் நண்பர் திரு.சா.மு.பரஞ்சோதிபாண்டியன் அனைவரின் பாராட்டுக்கும் உரியவர். அந்த வகையில் என்னுடைய பாராட்டுக்களையும் இணைக்கிறேன்.

க.ஜெயகிருஷ்ணன்
ஆசிரியர், வளர்தொழில்

ஆய்வுரை:

"நீரின்றி அமையாது உலகு" பூகோள ரீதியாக உலகமே, நீர்நிலைகளை தவிர்த்துப் பார்த்தால், நிலம்தான் அதிகம். மேலும் நிலமே அடிப்படைத் தேவைகளில் ஒன்று என்பதும் உண்மை! அடிப்படைத் தேவைகள் என்றால் – மனிதர்களுக்கு உண்ண உணவு, மானங்காத்திட உடுக்க உடை, அடுத்ததாக இருக்க இடம் இவைதாம். எனவே 'நிலமின்றி அமையாது உலகு' என்ற புதுமொழி உருவாகிவிட்டதாகவே தோன்றுகிறது.

நிலம் என்றால் உணவுப் பயிர்களைப் பயிரிடும் இடம் என்பதைத்தாண்டி, கிராமங்களைவிட்டுக் குடிபெயர்ந்து, புதுவீடு கட்ட, மனை வாங்கிட மக்கள் விரும்பத் துவங்கிய காலகட்டத்தில்தான் நகர்ப்புறங்களில் மனைப்பிரிவுகள் உருவாகத் துவங்கியிருக்க வேண்டும். அதுவே படிப்படியாக வளர்ந்து, நகர்ப்புறங்களில் மனைகளை வாங்குவது நல்ல முதலீடு என்ற ஒருநிலை ஏற்பட அடிப்படைக் காரணமாக அமைந்துவிட்டது எனலாம். ஒரு தனி நபர் 30 ஆண்டுகளாக அரசாங்கத்திலோ அல்லது தனியார் துறை நிறுவனத்திலோ பணியாற்றி மிகுந்த சிரமத்திற்கிடையே ஈட்டும் பணத்தைவிட மனையில் சில ஆயிரங்களை முதலீடு செய்பவர்கள் அதே 30 ஆண்டுகளில் எந்த உழைப்புமின்றி அதிகப் பணம் ஈட்டிவிட முடிகிறதென்பது முரண்பாடாக இருந்தபோதும் – நிதர்சனமான உண்மைதான்.

நிலத்தில் முதலீடு என்பது வழக்கமான, இயல்பான ஏறக்குறைய அவசியமான ஒன்றாகிவிட்டபின்பு, அதனை எங்கே, எப்படி, எப்பொழுது, சிக்கல்கள் எதுவும் ஏற்படாத வண்ணம் செய்யலாம் என்று சிந்தித்து முடிவெடுக்க வேண்டியது அவசியமாகிவிடுகிறது. மனைப்பிரிவின்முதல் நிலை விற்பனை பெரும்பாலும் செய்தித்தாள் விளம்பரம், தொலைக்காட்சி விளம்பரம், செய்தித்தாள்களின் இடையே செருகி அனுப்பப்படும் சில துண்டு விளம்பரங்கள், சுவரொட்டிகள், நண்பர்கள் என்று பலவிதமாகவும் மக்களைச் சென்றடைந்துவிடுகின்றது. ஆனால் மறுவிற்பனை என்று வரும்பொழுதோ, பெரும்பாலும் இடைத்தரகர்கள் மூலமாகவோ அல்லது இடைத்தரகு நிறுவனங்கள் மூலமாகவோதான் நடைபெறுகின்றது. ஏறக்குறைய அவை தவிர்க்க முடியாதவையாகிவிட்டன.

தொட்டியில் பதிந்து, உரமிட்டு, தினமும் தண்ணீர் ஊற்றி முளைக்கச் செய்யும் விதையின் செடியைவிட, வீசி எறியப்பட்டு, விதையாக பூமியில் புதைந்து, தானே இயற்கையாய் வேர்விட்டு வளரும் செடியே செழிப்பாக

வளரும். எவரேனும் சைக்கிளில் உட்கார வைத்து, கேரியரைப் பிடித்துக் கொண்டு, லேசாகத் தள்ளியபடி, "நேராகப் பார், இடுப்பை வளைக்காதே, பெடலைமிதி" என்றெல்லாம் சொல்லிக்கொடுத்து கற்றுக் கொள்பவர்களைவிட; தானே சைக்கிளைத் துடைத்து, தானே தள்ளிச் சென்று காற்றடித்து, முதலில் உந்தி, பின்பு குரங்குப்பெடல் போட்டு, பார் (Bar) மீது அமர்ந்து ஒட்டி, பின்னர் சீட்டில் அமர்ந்து ஒட்டத்துவங்கி, ஒருகையை விட்டு ஒட்டி, இறுதியாக இரண்டு கைகளையும் விட்டுவிட்டு ஸ்டைலாக ஒட்டுபவர்கள்தான் தன்னைத்தானே வளர்த்துக்கொள்ளும் திறமைசாலிகள்.

திரு. சா.மு.பரஞ்சோதி பாண்டியன் அவர்களும், அவர்களைப் போன்றவர்தான். இவரின் இருபத்து இரண்டாம் வயதில், ஏறக்குறைய பழைய மகாபலிபுரச் சாலை உருவாகத் தொடங்கிய காலத்தில் இவரது இடைத் தரகர் வாழ்க்கையும் துவங்கியதாகவும், மேடவாக்கத்திலுள்ள 'கவிதா காபிக்கடை' மற்றும் 'சீவரம்' பகுதியிலுள்ள 'மணி டீக்கடை' இவையே இவர் ரியல் எஸ்டேட் துறையில் வேரூன்றுவதற்கான விதை ஊன்றப்பட்ட 'சந்திப்பு முனையங்கள்' என்று நினைவுகூர்கிறார். ஓரளவு வளர்ந்தபின், 'பெரியார் ரியல் எஸ்டேட்' என்ற பெயரில் சிறு நிறுவனம் துவங்கி, படிப்படியாக வளர்ந்து, சுய அனுபவமும் சேர்ந்துகொள்ள, "PRAPTHAM REALTORS" என்ற PRIVATE LIMITED நிறுவனம் உருவாகி, தமிழகத்தின் சில மாவட்டங்கள் மற்றும் சில வெளிமாநிலங்களிலும், வேரூன்றி வருவது இவரின் வெற்றி. இதன் மூலம் நிலம் வாங்குபவர்கள், விற்பவர்கள், ரியல் எஸ்டேட் முதலீட்டாளர்கள் என இவர் பல தரப்பினருக்கும் ஆலோசனை வழங்கி வருவதுடன் ரியல் எஸ்டேட் பற்றிய பயிற்சி வகுப்புகளும் எடுத்துவருவது குறிப்பிடத்தக்கது. இவர் பாரத முன்னாள் ஜனாதிபதி, மேதகு பிரதிபா பாட்டில் அவர்களிடம் "GLOBAL INDIAN - 2014" விருது பெற்றது முத்தாய்ப்பான செய்தி. இப்படிப் பரந்துபட்ட அனுபவம் கொண்ட இவர், பலமுறை விழுந்து, ஒவ்வொரு முறையும் எழுந்து, விழுப்புண்களுடன் கற்றுக்கொண்டவற்றை நூல் வடிவில் கொணர விரும்பியதைப் பாராட்டியே தீரவேண்டும். ஏனெனில் சிறுகதைகள், நாவல்கள், கட்டுரைகள், கவிதைகள் என்று பார்த்தால் ஏராளமான நூல்கள் காணக்கிடைக்கும். ஆனால் 'ரியல் எஸ்டேட்' குறித்த நூல்களையோ தேடித்தான் கண்டுபிடிக்கவேண்டும்.

முதலில் "நிலம் உங்கள் எதிர்காலம்" என்ற நூலின் தலைப்பினைப் பாராட்ட வேண்டும். ஏனெனில் பொதுவாக எதிர்காலம் என்றால், ஒருவர் சேர்த்து வைக்கும் சொத்தையே குறிப்பிடும் மனோபாவம் உள்ளது.

அதிலும் சொத்து என்னும்பொழுது பணம், நகை, மற்ற எல்லாவற்றையும்விட நிலத்திற்கே முக்கியத்துவம் அதிகம் தரப்படுகிறது. அவ்வகையில் மிகப்பொருத்தமான தலைப்புதான். அடுத்தபடியாக தலைப்பின் "ஒரு ரியல் எஸ்டேட் ஏஜென்டின் குறிப்புகள்" என்ற அப்பட்டமான அடிக்குறிப்பு தான் என்றும் ஒரு ரியல் எஸ்டேட் ஏஜென்ட் என்பதைச் சொல்லிக்கொள்வதில் அவருக்கு எந்தவிதத் தயக்கமும் இருக்கவில்லை (பிராப்தம் ரியல்டர்ஸ் என்ற லிமிடெட் நிறுவனமாகத் துவங்கிய பின்னும்) என்பதைப் பறைசாற்றுகிறது. "YOUR DRESS STARTS TO SPEAK, BEFORE YOU DO" அது போலவே புத்தகத்தின் அட்டை முகப்பினை அமைத்துள்ளார். "நிலத்தின் பயன்கள் அனைவரையும் அடையச் செய்வதே தனது முக்கிய நோக்கம்" என்று முகப்பு அட்டையிலேயே கோடிட்டுக் காட்டுகிறார். சி(பு)லர் முதலீடு என்ற பெயரில் சரிவர ஆராயாமல் அவசரப்பட்டுப் பணத்தைப் போட்டு மாட்டிக் கொள்கின்றனர் என்ற ஆதங்கத்தினை, "பார்த்துப் பார்த்துச் சம்பாதிப்பதைப் பார்க்காமலேயே ரியல் எஸ்டேட்டில் போட்டு வீணடிக்கின்றனர்" என்ற பின்னட்டைக் குறிப்பின் மூலமும், சொத்து / நிலம் வாங்கும் நேரத்தில் எப்படி அணுக வேண்டும் என்பதைச் "சொத்து விஷயம் என்று வரும்போது, உணர்வுகள், உணர்ச்சிகள் இல்லா மரக்கட்டையாய் மாறிவிடுங்கள்" என்ற பின்னட்டைக் குறிப்பின் மூலம் அறிவுறுத்தலாகவும் குறிப்பிடுகிறார். மொத்தத்தில் முகப்பு அட்டை துவங்கி, பின் அட்டை, காகிதத் தரம், அச்சு நேர்த்தி, என அனைத்தும் ஒரு வெளிநாட்டுப் பதிப்பாளரின் தரத்திற்கு இந்த நூல் ஒத்திருக்கிறது.

குழந்தைப் பருவம் துவங்கி பதின்ம வயது வரையிலான காலத்தில் நமக்கு ஆசானாக, வழிகாட்டியாக இருப்போரின் ஆளுமைத்தன்மையே பெரும்பாலும் நம்மை உருவாக்கும். அவ்வகையிலேயே திரு. பரஞ்சோதி பாண்டியன் அவர்களின் மனங்கவர்ந்த சென்னை சாந்தோம் பள்ளியின் அன்றைய முதல்வராக இருந்து பள்ளியின் வளர்ச்சியில் பங்காற்றி, பணி ஓய்வுக்குப்பின், சேலம் அயோத்தியாப்பட்டினம் அருகாமையில் மலைக்காடுகளின் நடுவே, புனித மான்ட்ஃபோர்டு சமுதாயப் பள்ளி (மலைவாழ் மக்களுக்கான சிறப்புப் பள்ளி) உருவாக்கி, நூற்றுக்கும் மேற்பட்ட மலைவாழ் பழங்குடியின மாணவ மாணவியரின் வளர்ச்சிக்கு இன்றும் பணியாற்றிக் கொண்டிருக்கும் திரு.K.J.ஜார்ஜ் அவர்களுக்கு இந்த நூலை அர்ப்பணித்து கெளரவிக்கிறார். மேலும் நூல் விற்பனை மூலமாகக் கிடைக்கும் தொகையில் ஏறக்குறைய 10% (ரூ.50.00) பெருமையுடன் அந்தப் பள்ளிக்கு நன்கொடையளிப்பதாகக் குறிப்பிட்டுள்ளார்.

தனது 17 ஆண்டுகால கள அனுபவத்தினை நிலம் வாங்க, விற்க மற்றும் முதலீடு செய்பவர்களுக்கும் பயன்படும் வகையிலேயே, 'நிலம் உங்கள் எதிர்காலம்' என்று நூல் வடிவில் கொண்டுவருவதாகப் பெருமையுடன் குறிப்பிடுகிறார். பெரும்பாலானோர் தமது பரந்துபட்ட அனுபவத்தை மற்றவர்களுடன் எளிதில் பகிர்ந்து கொள்ளமாட்டார்கள்; கேட்டாலும் சொல்லித்தரமாட்டார்கள். சிலர் ஏதோ கொஞ்சம் மட்டும் சொல்லித்தருவார்கள். அப்படிப் பார்க்கையில், பெரிய அளவில் பணம் எதுவும் புத்தக வெளியீட்டில் கிடைத்துவிடாது என்றபோதும் தனது நெடிய அனுபவத்தைப் பகிர்ந்துகொள்ள முன்வந்திருப்பது பாராட்டிற்குரிய விஷயமாகவே எண்ணத்தோன்றுகிறது.

ஒரு புத்தகம் 560 பக்கங்களுடன், நல்ல தரமான காகிதத்தில் தரமான அச்சுடன், வயது மூத்தவர்களும் எளிதாய் படிக்கக்கூடியவகையில், பெரிய எழுத்துகளுடன், எளிய நடையிலும் எழுதப்பட்டுள்ளது மிகவும் பாராட்டத்தக்கது. ஒரு நாவலைப் படிப்பதுபோல் இத்தகைய தலைப்பிலான புத்தகத்தைப் படிக்கத் தோன்றாது என்பதால், புத்தகத்தை 12 தொகுதிகளாக 2 பாகமாகப் பிரித்து, பொருத்தமான தலைப்புகள் கொண்ட பொருளடக்கத்துடன் நாம் அறிய விரும்பும் செய்தி நூலில் எங்குள்ளது என்பதை எளிமையாகக் கண்டுகொள்ளும் விதத்தில் கொடுத்துள்ளது கவனத்தை ஈர்க்கிறது. ஒவ்வொரு தலைப்பின் முடிவிலும், அதனுடைய சாராம்சத்தை இரத்தினச் சுருக்கமாக கட்டங்கட்டித் தந்திருப்பது – முத்தாய்ப்பு. இந்த அரிய நூலில் திரு.சா.மு.பரஞ்சோதி பாண்டியன் அவர்கள் வழங்கியுள்ள தலைப்புகளும், விபரங்களும் ஏறக்குறைய முழுமையானது என்றால் – மிகையில்லை. புத்தகத்தின் அளவு கருதி, நூலுடன் இணைக்க விரும்பிய ஏராளமான ஆவணங்களை இலவசமாகப் பதிவிறக்கம் செய்துகொள்ளும் வகையில், www.paranjothipandian.in என்ற வலைப்பூவிலும் கொடுத்துள்ளார். இதற்கும் மேலாக நூலை வாசிக்கும் எவருக்கேனும் சந்தேகங்கள் இருப்பின் தெளிவுபடுத்திக்கொள்ள 9841665836, 9841665837, 9962265834 என்ற செல்பேசி எண்ணையும் குறிப்பிட்டுள்ளார்.

இந்த அரிய நூலில் திரு.சா.மு.பரஞ்சோதி பாண்டியன் அவர்கள் வழங்கியுள்ள தலைப்புகளும், விவரங்களும் ஏறக்குறைய முழுமையானது என்றால் அது மிகையில்லை.

மூன்றுவிதமான வில்லங்கச் சான்றிதழ்கள், அரசு வழிகாட்டி மதிப்பு பற்றி அறிய வேண்டிய செய்திகள், பவர் ஆஃப் அட்டார்னி, உயில் சொத்து, பிழைதிருத்தப் பத்திரம், பாகப்பிரிவினை, மைனர் சொத்து,

விடுதலைப் பத்திரம், எட்டு விதமான பட்டாக்கள், ஜமாபந்தி, யாருக்கு எல்லாம் சொத்தில் உரிமையில்லை, போலிப் பத்திரங்களை எவ்வாறு கண்டுபிடிப்பது, பத்திரம் தொலைந்துவிட்டால் என்ன செய்ய வேண்டும், ஐப்தி சொத்துபற்றி தெரியவேண்டிய செய்திகள், பஞ்சமி நிலம் குறித்து அறிய வேண்டியவை, இன்னும் பல செய்திகளை உள்ளடக்கி எழுதியுள்ளார்.

சில சரிபார்க்கும் பட்டியல்கள், சில மாதிரி மனுக்கள், சில கடித நகல்கள், நாளிதழ் செய்தி நகல்கள் இவையும் இணைத்துள்ளார். ஏறக்குறைய ஒரு சிறிய 'REAL ESTATE ENCYLOPEDIA' போல இதனைத் தந்துள்ளார். 'BLACK IS BEAUTY' என்பதுபோல கறுப்பு நிற பின்னணியில், தங்கநிற எழுத்துகளிலான தலைப்புடன், தமக்கே உரிய வெள்ளைப் புன்னகையுடன், நிலம் வாங்கும் முன்பு இதனை வாங்கிப் படித்தால் பல(ன்)ம் என்று சொல்லாமல் சொல்கிறார். வாங்கிப் பார்க்கலாம்; படித்துப் பயனுள்ள செய்திகளை உறவுகள் மற்றும் நட்புகளுடன் பகிர்ந்தும் கொள்ளலாம். எளிமை, உழைப்பு, பாசாங்குகளில்லாத பழகும் தன்மை, மற்றும் பன்முகத் திறமைகள் கொண்ட அருமை சா.மு.பரஞ்சோதி பாண்டியன் மென்மேலும் வெற்றிகளைக் குவித்திட வாழ்த்துகள்.

நன்றி! வணக்கம்!! ஜெய்ஹிந்த்!!!

அன்புடன்,

ரவிஜி @ மாயவரத்தான் எம்.ஜி.ஆர்.

செல்பேசி: 9841665836,

வாழ்த்துரை

ரியல் எஸ்டேட் துறை என்பது உலக தொழில் பட்டியலில் முதல் இடத்தில் இருந்து கொண்டு இருக்கின்ற துறை. இந்த துறையில் **பிராப்தம் ரியல் எஸ்டேட்** என்ற நிறுவனத்தை உருவாக்கி அதனை சிறப்பாக செயல்படுத்தி தன்னைத் தானே செதுக்கி கொண்ட சிற்பத்தை பார்க்க வேண்டும் என்றால் அது **திரு.பரஞ்சோதி பாண்டியன்** அவர்கள் மட்டுமே. ரியல் எஸ்டேட் துறையில் அனைத்து நுணுக்கங்களையும் நேரடியாக களம் கண்டு தன் குடும்பத்தை மறந்து, தொடர்ந்து தொழிலுக்காக தன் வாழ்க்கையை அர்ப்பணிக்கும் நபர்கள் மிக சொற்பமே. அவர்களில் பரஞ்சோதிபாண்டியன் அவர்களும் ஒருவர். பல நேரங்களில் ரியல் எஸ்டேட் தொழிலில் மக்கள் பக்கமே மக்கள் நலனுக்காகவே பேசியும் எழுதியும் செயல்பட்டு வருபவர். அதனால் இவரை **மக்கள் ரியல்டர்** என்றே அழைக்கலாம். இவருடைய **"நிலம் உங்கள் எதிர்காலம்"** என்ற இந்த புத்தகம் அனைத்து மக்களுக்கும் பயன்படக் கூடிய ஒன்று! அவருடைய இலட்சிய பயணங்கள் நிறைவேற வாழ்த்துக்கள்!

இப்படிக்கு

Dr.A.பெரோஸ்கான் மாலிக்
நிறுவனர்–சுலைமான் ரியல் எஸ்டேட் &
சிக்னேச்சர் பிராப்பர்டீஸ்
சென்னை–செய்யாறு

வாழ்த்துரை

பெரும்பாலும் ஒரு சொத்தை வாங்கும்போதோ அல்லது ஒரு சொத்தின் சிக்கலைத் தீர்க்கும்போதோ பத்திரங்கள், பட்டா, சிட்டா போன்ற வருவாய்துறை ஆவணங்கள் வழக்கறிஞரின் சட்ட கருத்துரை போன்றவற்றை மட்டும்தான் நாம் அலசி ஆராய்வோம். ஆனால் இந்த புத்தகத்தை படிக்கும்பொழுதுதான், இதனைத் தாண்டி இன்னும் பல நிறைய விசயங்களை பார்க்க வேண்டி இருக்கிறது என்பது தெரிகிறது.

இந்த புத்தக ஆசிரியர் திரு. **சா.மு.பரஞ்சோதி பாண்டியன்** என்னுடன் 15 ஆண்டுகளுக்கு மேலாய் தொழில் ரீதியான பழக்கமும், பரஸ்பர அன்பும், கொண்டவர். இவரின் எழுத்துக்களை ஆன்லைனில் தொடர்ந்து படிக்கின்ற பழக்கம் எனக்கு உண்டு. சூர்சீட்டு, நாரசந்து, போன்ற பல விசயங்களை இவரின் எழுத்துக்கள் மூலமாக புதிய பரிமாணத்தில் நானே உணர்ந்து இருக்கிறேன்.

100 ஆண்டுகளுக்கு முன் நிலவிசயங்கள் சம்பந்தமாக புழங்கிய வார்த்தைகள், அளவுகள் போன்றவை இன்றைய தலைமுறையினருக்கு தெரிய வாய்ப்பில்லை. ஆனால் திரு.சா.மு.பரஞ்சோதி பாண்டியன் தன் சுயமுயற்சி கற்றலினால் தமிழ்நாடு முழுவதிலும் உள்ள கிராமங்கள், நகரங்கள் என பயணப்பட்டு, பல தரப்பட்ட மக்களை சந்தித்துப்பேசி அவற்றை இன்றைய தலைமுறையினருக்கு சேர்க்கின்ற ஒருவராக திகழ்கிறார். மேலும் ரியல் எஸ்டேட்டை பொறுத்தவரை தமிழ்நாட்டின் ஒவ்வொரு பகுதியிலும், ஒவ்வொரு சொற்பதங்கள், ஒவ்வொரு நில அமைப்புகள், அளவு முறைகள். அவற்றை எல்லாம் புரிந்து வைத்து இருக்கிறார்.

ரியல் எஸ்டேட் தொழிலில் ஆர்வமும், அதன்மேல் இருக்கின்ற பிடிப்பும், அன்பும், இவரை நன்றாக உழைக்க வைத்து இருக்கிறது. நான் பார்த்து கொண்டு இருக்கின்ற காலத்திலேயே தன்னை நன்றாக வளர்த்தெடுத்து கொண்டுள்ள சா.மு.பரஞ்சோதி பாண்டியன் அவருக்கும், அவரின் குழுவினருக்கும் வாழ்த்துக்கள்.

இப்படிக்கு

டாக்டர்.**சி.சங்கர்,** நிறுவனர்

(ஜெனிசன் லேண்ட் புரோமோட்டர்ஸ், திருநெல்வேலி)

பாகம் - II

<u>தொகுதி 7</u>

சார் பதிவகம் சம்பந்தப்பட்ட கட்டுரைகள்
1. ஆவணங்கள் பதிவும் சார்பதிவக வரலாறும், தெரிய வேண்டிய 15 செய்திகள்!

1. நிலத்தை எழுதிக் கொடுப்பதை 2000 ஆண்டுகளுக்கு முன்பு கல்வெட்டு சாசனங்களாக தமிழகத்தில் உள்ள பல்வேறு சமண குகைகளிலும், மலைகளிலும் செதுக்கி வைத்திருப்பதை நம்மால் காண முடியும்.

2. கி.பி–500க்கு பிறகு பல்வேறு கோவில்களிலுள்ள கருங்கல் சுவர்களில் கல்வெட்டுகளாக நிலக் கொடைகளை பற்றி சாசனங்கள் உருவாக்கி வைத்து இருப்பதை காணலாம்.

3. இது தவிர செப்புத் தகடுகள், தாமிர பட்டயங்கள் போன்ற உலோகங்களிலும் நிலக் கொடைகளை சாசனங்களாக எழுதி கொடுத்த நடைமுறைகளை அருங்காட்சி யகங்களில் இருந்து தெரிந்து கொள்கிறோம்.

4. இது இல்லாமல் தோல்களாலும், பனை ஓலைகளிலும் நிலக்கொடை ஆவணங்கள் இருப்பதாக பல புத்தகங்கள் சொல்கின்றன. (நான் இதுவரை தோலால் ஆன நிலக் கொடை ஆவணங்களை பார்த்ததில்லை. அதை போல் பனை ஓலைகளில் நிலக்கொடை அல்லாத சுவடிகளை பார்த்திருக்கிறேன். ஆனால் இதுவரை சொத்து சாசனங்களை பார்த்தது இல்லை).

5. பெரியபுராணத்தில் சுந்தரமூர்த்தி நாயனார் சிவ பெருமான் உரையாடலில் "அடிமை ஓலை"யின் மூல ஓலை "ஆவண களறி"யில் இருப்பதாக ஒரு பாட்டு வரும். அதன் அடிப்படையில் பார்த்தால் பெரிய புராண காலத்தில் ஆவணங்களை பாதுகாத்து வைக்க "ஆவண

களறி" என்ற சார்-பதிவகம் இருந்திருக்கிறது என்பதை புரிந்து கொள்ளாம்.

6. மேல் வார உரிமை வைத்துள்ள பெரும் நிலக்கிழார் களுக்கும் ஜமீன்தார்களுக்கும், இனாம்தார்களுக்கும் நிறைய சொத்து பரிமாற்றங்கள் நடந்தன. நிலங்களை வாங்கினால் "நில ஓலை" என்றும், அடமானம் வைத்தால் "அட ஓலை" என்றும், மனித அடிமைகளை வாங்கினால் "ஆள் ஓலை" என்றும் எழுதி அரசின் ஆவண களறியில் வைத்து ஓலை பதிவைப் பாதுகாத்து வைத்தனர்.

7. மன்னர் காலத்தில் இருந்து ஜமீன் காலம் வரை நிலத்தை கொடை, தானம், கிரையம் பரிமாற்றம் போன்ற அனைத்தும் கோவில் சமஸ்கிருத பாடசாலை, அன்ன சத்திரங்கள் மற்றும் சமய சான்றோருக்கு தானமாக கொடுத்ததையும், அரசர், ஜமீன், பாளையக்காரர், மிட்டா, மிராசு போன்ற குடியானவர்கள் இல்லாத மேல் வகுப்பினர் மட்டுமே நில உரிமைகளை பரிமாற்றம் செய்து கொள்வதும், பாக பிரிவினை செய்து கொள்வதும், அடமானம் போட்டுக் கொள்வதும் என்று செப்பு, தாமிரப் பட்டயங்களிலும் ஓலைச் சுவடிகளிலும் பதிந்து கொண்டனர்.

8. ஆதிகாலத்திலிருந்து 18ஆம் நூற்றாண்டு வரை குடியான வர்களாகிய, பொதுமக்களுக்கு நிலங்கள் நிரந்தர அனுபோக உரிமை கொடுக்கப்படவில்லை. அவர்களுக்கு நிலங்களை விவசாயம் செய்வதற்கு 3 ஆண்டுகள் (அ) 5 ஆண்டுகளுக்கு குத்தகை முறையில் நிலங்கள் ஒப்படைக்கப்பட்டு "பட்டா முச்சலிகா" என்ற ஆவணம் கொடுக்கப்பட்டது. அவர்கள் விளைச்சலின் வரியை அரசுக்கோ, அரசு பிரதிநிதிகளுக்கோ கொடுக்கவில்லை என்றால், மேற்படி நிலங்களை ஜப்தி செய்து பிடுங்கி கொள்ளவும், நிலத்தை ராஜினாமா செய்ய வைத்து வேறு

ஒரு நபருக்கு நிலத்தை ஒப்படைக்கின்ற உரிமை அரசுக்கு இருந்தது. அதனால் அந்தக் காலத்தில் குடியானவர்கள் அனைவரும் நிலத்தை வாங்கவோ, விற்கவோ, அடமானம் வைக்கவோ உரிமை இல்லை. அதனால் சார்பதிவகம் என்று ஒன்று தேவைப்படவில்லை.

9. தமிழகத்தில் வாரன்ஹேஷ்டிங்ஸ், காரன்வாலிஸ் பிரபுக்களின் கிழக்கிந்திய ஆட்சியின் பொழுது குடியானவர்கள் அனைவருக்கும் கி.பி.1802-க்கு பிறகு சாசுவத செட்டில்மென்ட் (PERMANENT SETTLEMENT) மூலம் நிரந்தர அனுபோக உரிமையை கொடுத்ததற்கு பிறகுதான் குடியானவர்கள் அனைவரும், தங்கள் நிலங்களை விற்பதும், அடமானம் வைப்பதும், பாக பிரிவினை செய்து கொள்வதும் போன்ற பரிமாற்றங்கள் அதிகமாக நடக்க ஆரம்பித்தன. அதன் பிறகுதான் பிரிட்டிஷ்காரர்கள் பதிவுத்துறையை இந்தியா முழுவதும் நடைமுறைப்படுத்தினர்.

10. அதே போல் பிரான்சு இந்தியாவான பாண்டிச்சேரியில் பிரான்சுவா மார்த்தேன், டுப்ளே ஆகியோர்களின் ஆட்சி காலத்தில் குடியானவர்களுக்கு படிப்படியாக நிலங்கள் ஒப்படைக்கப்பட்டு கிரையம், அடமானம், பாகப்பிரிவினை போன்ற சொத்து பரிமாற்றங்கள் நடக்க ஆரம்பித்தன. மேற்படி ஆவணங்கள் அந்தந்த பகுதியில் இருக்கின்ற பிரான்சு அரசாங்கத்தின் லைசன்சு பெற்ற "நொத்தேர்" என்ற ஆவண எழுத்தர் மூலம் பத்திரங்கள் உருவாக்கப் பட்டு பிரான்சு அரசின் ஆவணக் காப்பகங்களில் ஒரு பிரதி பதியப்பட்டு அதற்கு பதிவு எண் கொடுக்கப்பட்டு இன்னொரு பிரதியை மக்களிடம் ஒப்படைக்கின்ற வேலையை நொத்தேர்கள் செய்து வந்தார்கள். ஆக பிரான்சு இந்தியாவை பொருத்தவரை நொத்தேர்கள் நடமாடும் சார்-பதிவகமாக இருந்திருக்கிறார்கள்.

11. பிரிட்டிஷ் இந்தியாவில், பிரபுக்கள் மற்றும் ஜமீன் களுக்கான பத்திர பதிவுகள் 1800-ஆம் ஆண்டுகளில் நீதிமன்றத்தில் உள்ள பதிவாளரிடம்தான் நடந்தது. அவருக்கு "திவான்-இ-அதாலத்" என்று அன்றைய பெயர் இருந்தது. அதேபோல பிரான்சு, இந்தியாவின் பிரபுக்கள் மற்றும் செல்வந்தர்களின் சொத்துப்பதிவுகள் பிரான்சு நாட்டில் உள்ள சார்பதிவகத்தில் பதிவுகள் நடந்தது. கி.பி.1777-இல் பாண்டிச்சேரி ஒயிட் டவுன் சொத்துக்களின் பத்திர பதிவுகள் பிரான்சு சென்று பதிந்துவிட்டு வந்திருக்கிறார்கள்.

12. பிரிட்டிஷ் இந்தியாவில் பதிவுத்துறையே நீதித்துறையின் ஓர் அங்கமாகத்தான் இருந்தது என்று உணர்ந்து கொள்ளலாம். நீதித்துறைக்கு வேலைப் பளு கூடக்கூட இதனை பிரித்து பல்வேறு பகுதிகளில் பதிவகங்களை உருவாக்கி பதிவு நடவடிக்கைகளை செய்தனர்.

13. முதன்முதலில் 1840-ஆம் ஆண்டில் கல்கத்தாவிலும் 1860-களில் சென்னையிலும் சார்பதிவகங்கள் உருவாக்கப்பட்டு ஆவணங்கள் பதியப்பட்டன.

14. அதன்பிறகு 1908-ஆம் ஆண்டு, அதற்கு முந்தையதாக இருந்த பழைய பல்வேறு வகையான பதிவுச் சட்டங்களை எல்லாம் ஒருங்கிணைத்து முழுவடிவிலான புதிய சட்டம் நடைமுறைக்கு வந்தது. இந்த சட்டத்தைத்தான் 100 ஆண்டுகளாய் நாம் பயன்படுத்திக் கொண்டிருக்கிறோம்.

15. தற்பொழுது பல்வேறுவிதமான புதிய மாற்றங்களை காலத்திற்கு ஏற்ற மாதிரி நடைமுறைப்படுத்தி பத்திரங்களை கையால் எழுதி தட்டச்சாகி பிறகு கணினி மயமாக்கி இன்று ஆன்லைன் மூலமாக நம்முடைய சொத்துக்களை பதிந்துகொண்டிருக்கிறோம்.

2. ஒவ்வொருவரும் தெரிந்துகொள்ள வேண்டிய 3 வகை EC-க்கள்!

1) EC என்றால் என்ன? ஆங்கிலத்தில் "Encumbrance Certificate" என்றும், சுருக்கமாக EC என்றும், தமிழில் "வில்லங்கச் சான்றிதழ்" என்றும் சொல்லிக் கொண்டும் இருக்கிறார்கள். EC என்பது ஒரு சொத்தில் நடந்த பரிமாற்றங்களை தேதிவாரியாக யாரிடமிருந்து யாருக்கு உரிமை மாறி இருக்கிறது. அதனுடைய ஆவண எண், சர்வே எண், நான்குமால் எல்லைகள், வாங்கியவர் விற்றவர்கள் பெயர்கள், பத்திரம் நடந்த தேதி உட்பட சொத்து விவரங்கள் முழுமையும் காண்பிக்கின்ற ஒரு தகவல் ஆவணம் ஆகும்.

2) இன்னும் புரியும்படியாக சொல்ல வேண்டும் என்றால், சொத்து பதிவு அலுவலகத்திற்கு நீங்கள் சென்று உங்கள் சொத்து விவரத்தை கொடுத்து பதிவக ரெக்கார்டுகளில் மேற்படி சொத்துக்கு 20 (அ) 30 (அ) 50 ஆண்டுகளுக்கு என்னவெல்லாம் பரிமாற்றம் நடந்து இருக்கிறது? என்று கேட்டால் அதற்கு அவர்கள் கொடுக்கும் ஆவணமே EC ஆகும். மேலும் உங்கள் சொத்தின் மீது எவரேனும், ஏதேனும் வில்லங்கம் செய்துள்ளார்களா? என்று அறிந்து கொள்ளும் ஆவணமும் இதுவாகும்.

3) EC தெளிவுபடுத்துவது என்ன?

3a) ஒரு சொத்தின் பத்திரம் & தாய் பத்திரங்கள் உங்களிடம் விற்பனைக்கு வந்தால், அந்த ஆவணங்கள் எல்லாம் உண்மையானதா? என்று EC-ல் வருகிற ஆவண எண்களை, கையில் உள்ள ஆவண எண்களோடு ஒப்புமைப்படுத்திப் பார்க்கலாம்.

3b) உங்களுக்கு கிடைத்து இருக்கும் ஆவணங்கள்

இல்லாமல் வேறு பரிமாற்ற ஆவணங்கள் அந்த சொத்து தொடர்பாக கூடுதலாக இருந்தால் அதனை தெரிந்து கொள்ளலாம்.

3c) கிரையம், கிரையம் அக்ரிமென்ட், தானம், செட்டில்மென்ட், விடுதலைப் பத்திரம், பவர் பத்திரம், அடமானகடன் பத்திரம் போன்றவற்றை அதன் ஆவண எண் விவரங்கள் உடன் தெரிந்து கொள்ளலாம்.

3d) பிளாட், வீடுகள் கட்டிக் கொடுக்கின்ற பில்டர்கள், தங்களுடையச் சொத்திற்கான நிறைவு சான்றிதழ் (CompletionCertificate) EC-ல் ஏற்றி வைத்து இருப்பார்கள். வீடு வாங்குவதற்கு முன் அதனை தெரிந்து கொள்ளலாம்.

3e) கூட்டுறவு, வேளாண்மை சொசைட்டி, நிலவள வங்கியில் வாங்கிய அல்லது தனியார் நிதி நிறுவனத்திடம் வாங்கிய கடன்களை EC மூலம் தெரிந்து கொள்ளலாம்.

3f) வாங்கும் சொத்தைப் பொறுத்து வில்லங்கம் ஏதேனும் இருந்தாலும் நீதிமன்ற தடையாணை மற்றும் உத்தரவுகள் இருந்தாலும் EC–ல் தெரிந்து கொள்ளலாம்.

3g) அரசு நிலஎடுப்பு, அரசு நிலம் கையகப்படுத்துதல் போன்ற வற்றை கூட சில நேரங்களில் EC-ல் தெரிந்து கொள்ளலாம்.

4) **EC எதற்கு தேவைப்படுகிறது?**

4a) ஒரு சொத்தை வாங்கும் நபர், அந்த சொத்தில் ஏதாவது சிக்கல்கள் இருக்கிறதா? நிலத்தின் உரிமையாளர் இவர்தானா? என உறுதி செய்ய தேவைப்படுகிறது.

4b) சொத்தின் பெயரில் கடன் வாங்கும்பொழுது, கடன் கொடுப்பவர் சொத்தில் வில்லங்கம் இருக்கிறதா? என்று சோதனையிட EC தேவைப்படுகிறது.

4c) சொத்துக்குப் பட்டா பெயர் மாற்றம், பட்டா உட்பிரிவு செய்யும்பொழுது வருவாய்த்துறைக்கு சொத்து உண்மையான நபர் பெயரில் இருக்கிறதா? என தெரிந்துக் கொள்ள EC தேவைப்படுகிறது.

5) **EC–யை 3 வகையாக பிரிக்கலாம். அவை ஆன்லைன் EC, கம்ப்யூட்டர் EC (Reginet சேவை), மேனுவல் EC**

5a) **ஆன்லைன் EC :**

சமீபகாலமாக EC-யை எங்கு வேண்டுமானாலும், இணையதளம் மூலம் எடுத்து கொள்ளலாம். கிராமங்களில் ஆன்லைன், கம்ப்யூட்டர் பயன்படுத்தி பழக்கமில்லாதவர்கள்கூட அங்குள்ள பொது சேவை மையம், கம்ப்யூட்டர் சென்டர்களில் ஆன்லைன் EC எடுத்து கொள்கின்றனர். மேற்படி ஆன்லைன் EC-ல் 'QR' கோடுடன் வருவதால் அந்த சான்றிதழின் மெய்தன்மையை உறுதிப்படுத்திக் கொள்ளலாம். மேலும் கணினி காலத்தில் பதியப்பட்ட ஆவணங்கள், மேனுவல் காலத்தில் பதியப்பட்ட ஆவணங்களையெல்லாம் கொஞ்சம் கொஞ்சமாக ஆன்லைனுக்கு மாற்றுகின்ற வேலையை பதிவுத்துறை செய்துகொண்டு இருக்கிறது.

5b) **கம்ப்யூட்டர் EC :**

இது 1980–களில் ஒவ்வொரு சார்பதிவகத்திற்கும் கணினி மயப்படுத்துதல் நடைமுறைக்கு வந்தது. அதன் பிறகு பார்க்கப்படுகிற EC-யை, "கம்ப்யூட்டர் EC" என்று அழைக்கிறோம். இவை கம்ப்யூட்டர் ப்ரிண்டாக பணி சுமை இல்லாத நிலையில் உள்ளபோது சார்பதிவாளர் அலுவலகத்தில் காலையில் போட்டால் மாலையில் வாங்கிவிடலாம். இல்லையென்றால் அதிகபட்சம் 2 நாட்களில் கம்ப்யூட்டர் EC கிடைக்கும். இதில் QR கோடு

வராது. சார்பதிவகத்தில் முத்திரையும், பதிவாளர் கையெழுத்தும் இருக்கும். லீகல் பார்க்கும் வழக்கறிஞர்கள், கடன் கொடுக்கும் வங்கிகள், பெரும்பாலும் ஆன்லைன் EC-யை விட இந்த EC-யை தான் விரும்புகிறார்கள். இதற்கு TN - REGNET EC என்று சொல்வார்கள். சில வருடங்களுக்கு முன்பு இந்த REGNET EC-யின் மென்பொருளை மாற்றிவிட்டு அதற்கு ஸ்டார் 2.0 மென்பொருள் தற்பொழுது பயன்படுத்தப்படுகிறது. இந்த REGNET EC-யை இப்பொழுது நீங்கள் வாங்க போகும் சொத்தின் தாய் பத்திரங்களுடன் பார்க்கலாம். ஸ்டார் 2.0 மென்பொருள் மூலம் வருகின்ற EC-யானது தற்பொழுதும் சார்பதிவகத்தில் பதிவு செய்து பெற்று கொள்ளலாம்.

5c) மேனுவல் EC :

1980–க்கு முன் பெரும்பாலும் அனைத்து சார்பதிவகமும் கம்ப்யூட்டர் இல்லாமல், மேனுவலாக தான் பத்திரப்பதிவு நடந்தது. அந்த கால கட்டங்களுக்கு நாம் தற்பொழுது EC பார்க்க வேண்டும் என்றாலும், இந்த மேனுவல் EC தான் பார்க்க வேண்டும்.

சார்பதிவு அலுவலகத்தில் EC பார்த்து எழுதி கொடுக்கவே ஒரு சார்பதிவக பணியாளர் இருப்பார். சொத்தில் இருக்கும் பரிமாற்றங்களை ரெக்கார்டுகளில் பார்த்து ஒரு தனித்தாளில் கைகளால் எழுதித் தருவார். பணிச் சுமை இல்லாத நாட்களில் 2 நாட்களில் EC கொடுத்துவிடுவார்கள். இல்லையென்றால், 10 நாட்களில் இருந்து 15 நாட்கள் வரை ஆகும். இதிலும் சார்பதிவக முத்திரை மற்றும் சார்பதிவாளர் கையெழுத்து இருக்கும். இந்த EC கம்ப்யூட்டர் ப்ரிண்டாக இருக்காது. ஏற்கனவே அச்சடித்து இருக்கின்ற படிவத்தில் சார்பதிவக

பணியாளர் கையால் எழுதி தருவார். தற்பொழுது 1975ல் இருந்து இன்று தேதி வரை பதியப்பட்ட மேனுவல் மற்றும் கம்ப்யூட்டர் ரெக்காடுகளை ஆன்லைனுக்கு படிப்படியாக மாற்றிக் கொண்டு இருக்கிறார்கள். பெரும்பாலும் ஆன்லைனுக்கு மாற்றிவிட்டார்கள். அதனால் 1975–க்கு முன்பு பதியப்பட்ட ஆவணங்களெல்லாம் இன்று வரை மேனுவலாகத்தான் இருக்கிறது. எனவே 1975–க்கு முன்பு சொத்துக்களில் எதாவது வில்லங்கம் இருக்கிறதா? என்று பார்க்க இந்த மேனுவல் EC பார்க்க வேண்டும். மேலும் முன் பத்திரங்களே இல்லாத சொத்துக்களை இப்பொழுது முதன்முதலில் பதிய வேண்டும் என்றால் 1950 லிருந்து 1975 வரை மேனுவல் EC-யை சார்பதிவாளரிடம் கட்டாயம் தாக்கல் செய்ய வேண்டும். இறுதியாக அது என்ன மேனுவல் EC என்று சொல்கிறீர்களே அப்படி என்றால் என்ன? ஆங்கிலத்தில் "MANUAL" என்ற வார்த்தையைத்தான் தமிழில் மேனுவல் என்று குறிப்பிட்டிருக்கிறேன். மேனுவல் EC என்றால் கையால் எழுதித் தருகின்ற EC என்று எடுத்துக் கொள்ளலாம்.

6) **EC மனு செய்யும் முறை :**

சார்பதிவக அலுவலகங்களில் EC மனு செய்வதற்கான மனு பாரங்கள்கிடைக்கும். மேற்படி பாரங்கள் பத்திரப் பதிவு சட்டம் மற்றும் விதிகளுக்கு உட்பட்ட Annexure-கள் ஆகும். மனு செய்யும் பாரம் Form No: 22, சார்பதிவகம் EC கொடுப்பது Form No:15 ஆகும்.

6a) EC மனு செய்யும்பொழுது சொத்து விவரங்களை தெளிவாக எழுத வேண்டும். Reference-காக உங்களிடம் இருக்கின்ற பத்திரத்தின் ஆவண எண்ணை கூட எழுத வேண்டும். தேவைப்பட்டால் உங்களிடம் இதற்கு முன்

இருக்கும் பத்திரத்தின் நகல்களை காண்பிக்க வேண்டும். உதாரணமாக: உங்கள் சொத்துக்கு 60 ஆண்டுகளுக்கு EC வேண்டுமென்றால் 1958–லிருந்து நடந்த பத்திரப்பதிவு நடவடிக்கைகளை நாம் EC மூலம் பார்க்க வேண்டுமென்றால் தோராயமாக 1980–களில் இருந்து சார்பதிவகங்கள் கணினிமயமாகி இருக்கின்றன. எனவே, தாங்கள் EC போட போகும் பொழுது குறிப்பிட்ட காலம் வரை கம்ப்யூட்டர் EC-யும், குறிப்பிட்ட காலம் வரை மேனுவல் EC-யும் போட வேண்டும் என்று சார்பதிவகங்களில் சொல்வார்கள். அதனை எளிமையாக உதாரணத்துடன் எழுதுகின்றேன். என்னவென்றால்; உங்களுடைய சொத்து சென்னை கொட்டிவாக்கத்தில் இருக்கிறது என்றால், அதற்கு 60 ஆண்டு காலம் EC போட வேண்டும் என்றால், இன்று தேதியிலிருந்து பின்னோக்கி 1996 ஆம் ஆண்டு வரை கொட்டிவாக்கம் சொத்திற்கு நீலாங்கரைதான் சார்பதிவாளர் அலுவலகம் ஆகும். எனவே நீலாங்கரையில் தான் EC போட்டு பார்க்க வேண்டும்.

6b) 1996–ஆம் ஆண்டில் பதிவுத்துறை கணினிமயமாகி விட்டதால் நீலாங்கரை சார்பதிவலகத்தில் கம்ப்யூட்டர் EC கிடைக்கும். 1996–ஆம் ஆண்டிலிருந்து பின்னோக்கி 1986–ஆம் ஆண்டு வரை மேற்சொன்ன கொட்டிவாக்கம் சொத்திற்கு அடையாறு சார்பதிவகம் தான் சார்பதிவகம்.

6c) 1996 ஆண்டிலிருந்து பின்னோக்கி 1986 வரை கணினி மூலமாக பத்திரங்கள் பதியப்பட்டது. அதனால் அடையாறு சார்பதிவகத்தில் கணினி EC தான் கிடைக்கும். 1986–ம் ஆண்டிலிருந்து பின்னோக்கி 1982 ஆண்டு வரை மேற்சொன்ன கொட்டிவாக்கம் சொத்திற்கு அடையாறு தான் சார்பதிவகம் என்றாலும்,

அப்பொழுது அங்கு பத்திரங்கள் கம்ப்யூட்டர் இல்லாமல் மேனுவலாக பதியப்பட்டது. எனவே அப்பொழுது நாம் போட வேண்டியது மேனுவல் EC ஆகும்.

6d) அதற்கு பிறகு 1982–ஆண்டிலிருந்து பின்னோக்கி 1959 ஆண்டு வரை மேற்சொன்ன கொட்டிவாக்கம் சொத்திற்கு சைதாப்பேட்டை சார்பதிவகம்தான் சார்பதிவாளர் அலுவலகம் ஆகும்.

6e) அப்பொழுது எல்லாம் பத்திரங்கள் எல்லாம் மேனுவல் ஆக தான் பதியப்பட்டது. ஆகையால் அப்பொழுது கிடைப்பது மேனுவல் EC ஆகும். இதே போன்று கொட்டிவாக்கம் கிராமத்தை எதிர்காலத்தில் பதிவுத்துறை நிர்வாக வசதிக்காக நீலாங்கரை சார்பதிவகத்தை இரண்டாகப் பிரித்து புதிய சார்பதிவகம் ஒன்றை உருவாக்கினால், உருவாக்கிய தேதிக்கு முன்பு EC பார்க்க வேண்டும் என்றால், நீலாங்கரை சார்பதிவகத்தில் EC போட்டு பார்க்க வேண்டும். உருவாக்கிய தேதிக்கு பின்பு EC பார்க்க வேண்டும் என்றால், புதிய சார் பதிவகத்தில் EC போட்டு பார்க்க வேண்டும். அதாவது EC போடப்படும் காலகட்டத்தில் சொத்து எந்த சார்பதிவகத்தின் ஆட்சி எல்லை கீழ் வருகிறதோ? அந்த சார்பதிவகத்தில் EC போட்டு பார்க்க வேண்டும்.

7) **EC-ல் என்னென்ன பிரச்சனைகள் வரும்?**

7a) உங்கள் பக்கத்து நிலத்துக்காரர் அவர்களுடைய இடத்தை கடன் அடமான பத்திரம் போடும் சமயத்தில் அல்லது நீதிமன்ற தடை உத்தரவை பதிவுத்துறைக்கு தெரிவிக்கும்பொழுதோ, தவறுதலாகவோ அல்லது எழுத்துப் பிழையாகவோ அல்லது வேண்டுமென்றோ (உதாரணத்திற்கு சர்வே எண்: 486–க்கு பதிலாக 468 என்று நம்பர் மாற்றி அடிக்கின்ற ஆவண எழுத்தர்களால்)

உங்கள் சொத்தின் சர்வே எண்ணை இணைத்து விடுவார்கள். அதன் பிறகு உங்கள் சொத்தில் EC பார்க்கும்போது உங்கள் EC-யிலும் மேற்கண்ட அடமானமோ, நீதிமன்ற தடை ஆணைகளோ பிரதிபலிக்கும்.

7b) கூட்டுறவு சொசைட்டி, நிலவள வங்கி ஆகியவற்றில் விவசாய கடன் வாங்கி இருப்பார்கள். பெரும்பாலும் அரசு மேற்படி கடன்களை தள்ளுபடி செய்துவிடும். ஆனால் நாம்தான் அதற்கு கடன் ரத்துக்காக ரசீது அடித்து சார்பதிவகத்தில் வங்கி அதிகாரியை கூப்பிட்டு கடன் ரத்து அடிக்க வேண்டும். அவை அரசு தள்ளுபடி செய்த காரணத்தால் ரசீது பதியும் வேலையை செய்யாமலேயே விட்டுவிடுவார்கள். அவை EC–யில் கடனாகவே காலம் முழுவதும் காட்டிக் கொண்டு இருக்கும்.

7c) அரசின் சில கடன் உதவி திட்டங்களுக்கு (உதாரணமாக: டிராக்டர் லோனுக்கு 8 ஏக்கர் நிலம் இருக்க வேண்டு மென்றால், கடன் வாங்க நினைப்பவரிடம் 7.75 ஏக்கர் தான் இருக்கிறது என்றால், மீதி 25 சென்ட்டுக்கு பக்கத்திலுள்ள எண்ணை வேண்டுமென்றே இணைத்து விடுவார்கள். அப்பொழுதும் EC-ல் உங்கள் சொத்தில் வில்லங்கம் காண்பிக்கும்.

7d) அனைத்து மேனுவல் ஆவணங்களையும் அரசு ஆன்லைனில் ஏற்றிக் கொண்டிருப்பதாலும், புதிய மென் பொருளைப் பயன்படுத்தி பத்திரப்பதிவு செய்வதாலும், EC–கான மென்பொருள் மாற்றப்பட்டு அதில் ஆவணங்கள் ஏற்றப்படுவதால் பிழைகள் ஏற்பட வாய்ப்புகள் இருக்கின்றன! எனவே அதனை விழிப்புடன் கண்காணித்துத் தேவைப்பட்டால் சார்பதிவகத்தை தொடர்பு கொண்டு EC-யை சரி செய்ய வேண்டும்.

7e) அரசு மற்றும் தனியார் ஊழியர்கள் PF-க்காக சேர்த்து வைத்திருக்கும் பணத்தை எடுக்க நிலம் வாங்கப் போகிறோம் என்று கிரைய ஒப்பந்தம் மட்டும் பதிவு செய்து அதனை காரணம் காட்டி PF பணத்தை பெற்று விடுவார்கள். ஆனால் சொத்தை கிரையம் செய்யாமல் அப்படியே விட்டுவிடுவார்கள். மேலும் அந்த கிரைய ஒப்பந்தத்தை ரத்து செய்யாமல் இருந்துவிடுவார்கள். அவ்வாறு இருந்தால் அதனையும் ரத்து செய்திருக்க வேண்டும்.

8) EC-யை பொறுத்து சில இலவச டிப்ஸ்கள்!

8a) என்னுடைய அனுபவத்தில் உணர்ந்ததின் மூலம், சில டிப்ஸ்களை நீங்கள் பயனடைய வேண்டும் என்ற நோக்கில் எழுதுகிறேன்.

8b) எப்பொழுது மேனுவல் EC போட்டாலும் (30 வருட, 40 வருட, 50 வருட, EC பார்க்க வேண்டிய பொழுது), அந்த ரெக்கார்டுகள் எல்லாம் பழுதடைந்து, அதிலுள்ள தாள்கள் எல்லாம் உடைந்து போயிருக்க வாய்ப்பு உண்டு. அதிலுள்ள எழுத்துக்கள் அழிந்து போயிருக்க வாய்ப்புகள் உண்டு. அப்பொழுது EC பார்த்து கொடுக்கும் பணியாளரை சந்தித்து கொஞ்சம் பொறுமையாக EC பார்க்க சொன்னால் நல்லது. அவசரப்படுத்தினால் தெளிவாக EC பார்த்துக் கொடுப்பார் என்று சொல்ல முடியாது. மேலும் அந்த சார்பதிவக பணியாளரிடம் கேட்டால் அந்த பழைய ரெக்கார்டை உங்களுக்கு காண்பிப்பார். நீங்களும் அங்கு இருக்கும் ஆவணத்தின் நிதர்சனத்தைப் புரிந்து கொண்டு, சொத்து வாங்க முடிவுகள் எடுப்பீர்கள். அப்படி அந்த EC பார்க்கும் ஊழியர் உங்களுக்கு போதுமான ஒத்துழைப்பு கொடுக்கவில்லை என்றால் மேனுவல் EC 30 வருடம் 40

வருடம் ஒட்டு மொத்தமாக போடாமல் 5, 5 ஆண்டுகளுக் கென்று தனித்தனியாக பிரித்து போடும்பொழுது அந்த EC பார்க்கும் ஊழியர் நிதானமாக எந்தவித அவசரமும், பரபரப்பும் இல்லாமல் EC பார்ப்பார். EC-யும் பிழை இல்லாமல் இருக்கும்.

8c) உங்கள் சொத்தைச் சுற்றி அருகில் இருக்கும் சொத்துக்காரர்கள் கடன் அடமானமோ, கிரையமோ, நீதிமன்ற வழக்கோ, ஆகியவற்றில் ஈடுபட்டால் கொஞ்சம் விழிப்பாக இருங்கள். நேரம் இருந்தால் பக்கத்து நிலத்துக்காரர் அவருடைய சொத்தை கிரையம், அடமானம் போடும்பொழுது, அந்த பரிமாற்றம் நடக்கும் இடங்களில் முடிந்தளவு இருங்கள். எழுத்துப்பிழைகள், டைப்பிங் தவறுகளில் உங்கள் சொத்தின் சர்வே எண்கள் வருகிறதா? என்று கவனித்து சரி செய்துக் கொள்ளுங்கள்.

8d) சில மாவட்டங்களில் சார்பதிவகங்கள் வேறு சார்பதிவகத் தோடு "ஒன்று கலந்து" (Merge) இருக்கும். எனக்கு தெரிந்து நெல்லை மாவட்டத்தில் திருவேங்கடம் சார்பதிவகம், கழுகுமலை சார்பதிவகத்துடனும், செங்கல்பட்டு மாவட்டத்தில் சித்தாமூர் சார்பதிவகம், செய்யூர் சார்பதிவகத்துடனும் ஒன்று கலந்திருப்பதை நான் பார்த்திருக்கிறேன். மேற்படி திருவேங்கடம் சார்பதிவகமும் சித்தாமூர் சார்பதிவகமும் 3,4 ஆண்டு காலம் மட்டுமே இயங்கியது. அதன் பிறகு நிர்வாக வசதிக்காக ஒன்று கலந்துவிட்டப் பிறகு திருவேங்கடம் சித்தாமூர் சார்பதிவகத்தில் பதியப்பட்ட பதிவேடுகள் அனைத்தும் முறையே கழுகுமலை மற்றும் செய்யூர் சார்பதிவகத்தில் தனியாகத்தான் பராமரிக்கப்படுகிறது. மேற்படி பதிவேடுகளை கழுகுமலையிலோ அல்லது செய்யூர் சார்பதிவகத்திலோ ஆன்லைன் கணக்குகளில்

ஒன்று கலப்பது இயலாது காரியம் என்பதால் அவைகள் தனி கணக்குகளாகவே பராமரிக்கப்படுகின்றன. இது போன்ற சார்பதிவகங்களில் EC தேடும்பொழுது மூடப் பட்ட சார்பதிவக பதிவு விவரங்களைப் பார்க்க EC பார்க்கும் ஊழியர்கள் மறந்துவிடுவார்கள். எனவே நாம் தான் இதனையெல்லாம் எடுத்துச் சொல்லி EC—யை கவனமாக பார்க்க வேண்டும்.

8e) ஆன்லைன் EC—ல் சில நேரங்களில் தவறுதல்கள் ஏற்படுகின்றன என்பதே என் அனுபவம். மேலும் ஆன்லைன் EC போடும்பொழுது உங்கள் சொத்தை மட்டும் குறிப்பாகப் பார்த்து அதில் இருக்கும் என்ட்ரிகள் மட்டும் EC—யில் காண்பிப்பதில்லை. அந்த சொத்தில் இருக்கும் முழு சர்வே எண்ணின் பிற என்ட்ரிகளும் சேர்த்து மொத்தமாக EC வரும். எனவே இதுபோன்ற EC- களை வெறும் REFERENCE-க்காக வைத்துக் கொண்டு பத்திர பதிவுக்காக சார்பதிவகத்தில் பத்திரங்களோடு தாக்கல் செய்ய வைக்கும் EC-யானது முன்கூட்டியே சார்பதிவகத்தில் மனு செய்து போடப்பட்ட EC-யாகத்தான் இருக்க வேண்டும்.

8f) பஞ்சாயத்து அப்ரூவ்டு மனைகள் பத்திரப்பதிவு சம்பந்தமாக 2016 அக்டோபரில் நீதிமன்றம் தடை போட்ட பிறகும், நடந்த பத்திர பரிவர்த்தனைகள் ஆன்லைன் EC-ல் காண்பிக்கவில்லை என்ற குறை பத்திர பதிவுத்துறையில் இருக்கிறது. எனவே நீதிமன்ற தடை காலங்களில் EC-யை பார்க்கும்பொழுது மிகவும் கவனமாக ஆய்வு செய்ய வேண்டும். இது தவிர சர்வர் டவுன் (SERVER DOWN), போன்ற தொழில்நுட்ப கோளாறுகளால் EC-ல் சிறு சிறு பிழைகள் ஏற்படுகின்றன என்பதை கவனித்துக் கொள்ள வேண்டும்.

8g) மேலும் குறைந்தது 3 மாதத்திற்கு ஒரு முறையாவது உங்களுடைய சொத்துகளுக்கு ஆன்லைன் EC போட்டு பார்ப்பது பல தவறுகளை முன்கூட்டியே தடுப்பதற்கு உதவும். நடந்த தவறுகளை கண்டுபிடித்து சரி செய்வதற்கு துணையாக இருக்கும்.

8h) இறுதியாக அனைவரும் EC-யை பற்றி நினைவில் கொள்ள வேண்டிய விஷயம் என்னவென்றால், நீங்கள் பணம் கட்டி சார்பதிவக அலுவலக ரெக்கார்டுகளில் உள்ள உங்கள் சொத்து பரிமாற்றங்களை EC-யாக எடுத்து கொடுக்க சொல்லும்பொழுது பதிவுத்துறை பிழையாக எடுத்து கொடுத்து, அதனை நம்பி நீங்கள் சொத்தை ஏதாவது பரிமாற்றங்களுக்கு உட்படுத்தி நஷ்டமடைந்தால் பதிவுத்துறை பொறுப்பல்ல என்கிறது. அதனை EC—ல் பின்பக்கத்திலேயே குறிப்பிட்டு இருக்கிறார்கள். எனவே EC-க்கு அரசு (Accountability) "பொறுப்பு" எடுத்து கொள்வதில்லை. எனவே நீங்கள் தான் அதிக கவனமாக இருக்க வேண்டும்.

மனதில் கொள்ள வேண்டிய பாடங்கள் :

1. EC-ல்சார்பதிவகப் புத்தகம் 1—ல் பதிவானவற்றை மட்டுமே காட்டும்.

2. பொது அதிகாரப் பத்திரங்கள் சமீபமாகத்தான் புத்தகம் 1—க்கு பதிவதற்கு கொண்டு வந்தார்கள். 5 ஆண்டுகளுக்கு முன் பதிவு செய்தவர் பத்திரங்கள் EC-ல் காட்டாது.

3. இன்று வரை உயில் பத்திரங்கள், சொத்து விவரம் காட்டாத பாக பாத்திய விடுதலை பத்திரங்கள் போன்ற ஆவணங்கள் புத்தகம் 3—ல் பதிவானதால், அவை EC-ல் காட்டப்படுவதற்கு வாய்ப்பில்லாமலே இருக்கின்றன.

3. அரசு வழிகாட்டி மதிப்புப் பற்றி அறிந்து கொள்ள வேண்டிய 20 விஷயங்கள்!

1) நிலங்களை வாங்கவும், நிலங்களை விற்கும் பொழுது அரசுக்கு கட்ட வேண்டிய வரியை முத்திரைத்தாளாய் நாம் வாங்கி கட்டுகிறோம். அப்படி முத்திரைத்தாள் வாங்குகையில் எவ்வளவு தொகைக்கு வாங்க வேண்டும்? என்று இந்த "வழிகாட்டி மதிப்பு" தான் சொல்கிறது.

2) ஒருவர் இடம் வாங்கும்பொழுது கிரையம் நிச்சயித்த விலைக்கு 7% முத்திரைத்தாள் என்று சொன்னால், மக்கள் கிரையம் நிச்சயித்த விலையைவிட கிரையப் பத்திரத்தில் மிக குறைவான விலையினை காண்பித்து குறைவான தொகைக்கே முத்திரைத்தாள்களை வாங்கு வார்கள். இதனால் அரசுக்கு இழப்பு ஏற்படும். அதனை தவிர்க்கவே அரசு "வழிகாட்டி மதிப்பு" என்ற ஒரு வேல்யுவை (value)யை நிர்ணயக்கிறது.

3) வழிகாட்டி மதிப்பை நிர்ணயித்துவிடுவதால் உத்தரவாத மான ஒரு வரித் தொகையை அரசு உறுதிபடுத்திக் கொள்கிறது. எனவே சொத்தின் மதிப்பைவிட குறைவாக விற்றாலோ (அ) அதிகமாக விற்றாலோ வழிகாட்டி மதிப்பிற்குத்தான் முத்திரைத்தாள்கள் வாங்கி பத்திரங்களை பதிவு செய்ய வேண்டும்.

4) வழிகாட்டி மதிப்புகளை கிராமப் பகுதிகளில் புல எண்கள் அடிப்படையிலும், நகரப் பகுதிகளில் தெரு பெயரின் அடிப்படையிலும் நிர்ணயிக்கின்றனர். அதற்கு ஏற்றவாறு அரசு நிர்ணயிக்கும் வழிகாட்டி மதிப்பிற்கு முத்திரைத் தாள்களை வாங்கிவிட வேண்டும்.

5) கிராமப் பகுதிகளில், கிராம நத்தம் மற்றும் மனைக்கட்டு

பகுதிகளில் வழிகாட்டி மதிப்பு அதிகமாகவும், வயற்காடு, கழனிகளில் வழிகாட்டி மதிப்பு குறைவாகவும் இருக்கும்.

6) நகரப் பகுதிகளில் அகலமான சாலைகளில் அமைந்துள்ள மனைகளில் அதிக வழிகாட்டி மதிப்பும், குறுகிய பாதைகளில் அமைந்துள்ள மனைகளுக்கு குறைந்த வழிகாட்டி மதிப்பும் இருக்கும்.

7) வழிகாட்டி மதிப்பிலிருந்து குறைத்து சந்தை மதிப்பை பத்திரத்தில் காண்பித்து போட முடியும். ஆனால் சந்தை மதிப்பை வழிகாட்டி மதிப்பை விட அதிகமாக காண்பித்து பத்திரங்களை போடலாம்.

8) உங்கள் தெருவில், அல்லது உங்கள் புல எண்ணில் இருக்கின்ற பக்கத்து நபர் வழிகாட்டி மதிப்பைவிட அதிகமாக சந்தை மதிப்பை பத்திரத்தில் காண்பித்து பத்திரம் போட்டால் அன்று முதல் அந்த அதிகப்படியான சந்தை மதிப்புதான் அந்த பகுதியின் வழிகாட்டி மதிப்பாக பதிவுத்துறை உயர்த்திவிடுகிறது.

9) அரசு நிர்ணயித்து இருக்கும் வழிகாட்டி மதிப்பு மிக அதிகமாக இருக்கிறது என்று கிரையம் வாங்கும் நபர் உணரும்பட்சத்தில், தாங்கள் விரும்பும் மதிப்பில் முத்திரைத்தாள்கள் சட்டம் 47(A)–ன் கீழ் பத்திரம் பதிவு செய்யலாம்.

10) பிறகு மாவட்ட பதிவாளர் நேரிடையாக வந்து கள விசாரணை செய்து, வழிகாட்டி மதிப்பை மீண்டும் நிர்ணயித்து அதன்படி முத்திரைத்தாள்கள் குறைத் திருந்தால் அந்த தொகையை ஈடு செய்ய பணத்தை கட்ட சொல்லி அதன் பிறகுதான் கிரையம் வாங்கியவருக்கு கிரையப் பத்திரம் கொடுப்பார்கள். அதுவரை மேற்படி பத்திரம் கிடப்பில் (Pending) தான் வைத்திருப்பார்கள்.

11) புதிய வீட்டுமனை பிரிவுகளை அமைக்கும்பொழுது பதிவுத்துறை ஆவணங்களில், அந்த இடத்தின், பதிவுத் துறை ஆவணங்களின், வழிகாட்டி மதிப்பு விளை நிலத்திற்கான மதிப்பாகத்தான் இருக்கும். எனவே அதனை மனைக்கான மதிப்பாக மாற்றம் (Conversion) செய்ய வேண்டும். அதற்கு புதிய வழிகாட்டி மதிப்பு நிர்ணயித்தல் (Fixation) செய்ய மாவட்ட பதிவாளருக்கு மட்டுமே அதிகாரம் உண்டு. அதனால் மனை பிரிவுகளை உருவாக்குபவர்கள் மாவட்ட பதிவாளரிடம் மனு செய்து, மாவட்ட பதிவாளர்கள் மூலம் புதிய வழிகாட்டு மதிப்பை நிர்ணயிப்பார்கள்.

12) முத்திரைத்தாள் சட்டம் 47(A)–ல் பத்திரப்பதிவு செய்து, கள விசாரணைக்கு மாவட்ட பதிவாளர் வந்தோ (அ) வராமலோ உங்கள் பத்திரம் ரொம்ப காலம் ரிலீஸ் ஆகாமல் நிலுவையில் இருந்தால், அவற்றை பதிவுத்துறை சில ஆண்டுகளுக்கு ஒருமுறை இடைவெளி விட்டு "சமாதான் திட்டம்" என்று பொது மக்களுக்கு ஒரு அறிவிப்பை கொடுக்கும்.

13) சமாதான திட்டத்தில் 3–ல் 2 பங்கு பணம் கட்டினால் போதும் அல்லது 2–ல் ஒரு பங்கு என்றவாறு அறிவிப்பு களை பதிவுத்துறை வெளியிடும். அதனை பயன்படுத்தி மக்கள் தங்கள் பத்திரங்களை பெற்றுக் கொள்ளலாம்.

14) மேலும் தங்களது பதிவு செய்யப்பட்ட ஆவணம் முத்திரை தீர்வு அதிகமாக இருக்கிறது என்பது தொடர்பாக மாவட்ட ஆட்சியர் அலுவலகத்தில் உள்ள ஸ்டாம்பு தாசில்தாரிடம் மேல்முறையீடு செய்து அதற்கு தீர்வு காணலாம். அங்கும் தீர்வு கிடைக்காத நிலையில் உயர்நீதி மன்றத்தை அணுகி "ரிட்" மனு தாக்கல் செய்து தீர்வு பெறலாம்.

15) சமாதானத் திட்டத்தை பொறுத்தவரை பதிவுத்துறையின் வழிகாட்டு மதிப்பை நிர்ணயம் செய்யும் அதிகாரிகள் மக்களை துன்புறுத்துவதாக நான் கருதுகிறேன். என்ன வென்றால் ஒரு வீட்டுமனையில் அரசு நிர்ணயித்திருக் கும் வழிகாட்டு மதிப்பு ரூ.3000 என்று பதிவுத்துறை நிர்ணயித்திருப்பது மிகவும் அதிகம் என்று ஒரு குடிமகன் உணர்கிறான் என்றால் அந்த இடத்தை மாவட்ட பதிவாளருக்கு மனு செய்து மறு நிர்ணயம் (Re-fixation) செய்ய சொல்லி மனு கொடுக்கிறார். அந்த மனுவை பார்த்த மாவட்ட பதிவாளர் நேரடியாக களத்திற்கு வந்து அங்கு இருக்கின்ற விலை நிலவரங்களை விசாரித்து ரூ.3000 என்கின்ற வழிகாட்டு மதிப்பினை குறைத்து நிர்ணயிக்க வேண்டும். ஆனால் பெரும்பாலான மாவட்ட பதிவாளர்கள் மறு நிர்ணயம் மனுக்களை விசாரிப்பதே இல்லை.

16) இப்படி மறு நிர்ணயம் செய்யும் மனுக்களை விசாரித்தால் மனு கொடுத்த மனுதாரரின் மதிப்பு குறைந்து நிர்ணயிக்கப்படுவது மட்டும் அல்லாமல் அந்த பகுதியில் உள்ள மற்ற நில உரிமையாளர்களின் நிலங்களின் வழிகாட்டி மதிப்பு ரூ.3000 என்ற நிலையிலிருந்து குறைந்துவிடும். அப்படி குறைந்தால் பதிவுத்துறைக்கு தொடர் இழப்புகள் வரும். அதனை தடுக்கவே இந்த சமாதானத் திட்டத்தை அரசு வைத்திருக்கிறது. அதாவது சமாதானத் திட்டம் என்ன செய்கின்றது என்றால் அழுகின்ற பிள்ளைக்கு மட்டும் பால் கொடுப்பார்கள் அதுபோல, என் நிலத்திற்கு வழிகாட்டி மதிப்பு அதிகமாக இருக்கிறது என்று அடம்பிடிக்கும் மனுதாரர்களை மட்டும் சமாதான திட்டத்திற்கு வர வைத்து 3ல் 2 அல்லது 2ல் 1 பங்கு மட்டும் செலுத்த சொல்லி பத்திரங்களை அவர்கள் கையில் கொடுத்து அனுப்பிவிடுகிறார்கள்.

17) கடந்த 2012-ஆம் ஆண்டில் தமிழகம் முழுவதும் வழிகாட்டி மதிப்புகள் உயர்த்தப்பட்ட பொழுது நிலங்களில் அமைந்துள்ள கூடுதல் வசதிகள் அடிப்படையில் தனித்தனி வகுப்புகளாக (Class) தரம் பிரிக்கப்பட்டன. அவை வணிகநிலம் முதல்தரம், இரண்டாம்தரம், மூன்றாம் தரம், நான்காம்தரம், என பிரிக்கப்பட்டு இருக்கிறது. அதேபோல் குடியிருப்பு பகுதிகளை குடியிருப்பு நிலம் முதல்தரம், இரண்டாம்தரம், மூன்றாம்தரம், நான்காம்தரம், என பிரிக்கப்பட்டு இருக்கிறது. அதற்கு ஏற்றாற்போல வழிகாட்டி மதிப்புகளை அதிகமாகவும், குறைவாகவும் நிர்ணயம் செய்துள்ளார்கள்.

18) வழிகாட்டி மதிப்பு நிர்ணயங்களில் தமிழக அரசின் பதிவுத்துறை ஏகப்பட்ட குளறுபடிகளை செய்துள்ளது. மதிப்பு அதிகமாக இருக்க வேண்டிய இடங்களில் குறைவாகவும், குறைவாக இருக்க வேண்டிய இடங்களில் அதிகமாகவும், சீராக இருக்க வேண்டிய இடங்களில் சீரற்றும் நிர்ணயித்துள்ளது. பொதுமக்களும், ரியல் எஸ்டேட் தொழில் செய்பவர்களும் அரசுக்கு மேற்படி விஷயத்தை கொண்டு சென்றபொழுதுதான் அரசு தற்போது நிர்ணயித்து இருக்கும் வழிகாட்டி மதிப்பு மிகவும் அதிகமாக இருக்கிறது என்பதை உணர்ந்து ஆடித் தள்ளுபடியில் சேலைக் கடையில் விலையை தள்ளுபடி செய்வதைப்போல வழிகாட்டு மதிப்பில் 30 சதவீதத்தை பதிவுத்துறை தள்ளுபடி செய்துள்ளது.

19) நிலத்திற்கு தகுந்தாற்போல் வழிகாட்டி மதிப்பை பதிவு துறையை நிர்ணயிக்கச் சொன்னால் ஒரேயடியாக அதிகரிப்பதும் அல்லது ஒரேயடியாக குறைப்பதும் என இன்று வரை வழிகாட்டி மதிப்பு குளறுபடிகள் தொடர்கிறது. மேற்படி 30 சதவீத வழிகாட்டு மதிப்பு தள்ளுபடி எப்படி இருக்கின்றது என்றால், 5 வயது, 10

வயது, 15 மற்றும் 20 வயது நபர்களுக்கு முறையே அளவான சட்டை தைக்கச் சொன்னால் 20 வயது பையனுக்கான சட்டையை அனைவருக்கும் கொடுத்து விட்டார்கள். அதன்பிறகு பிற வயதினர்கள் எல்லாம் எங்களுக்கு சட்டை பெரிதாக இருக்கிறது என்று கூக்குரலிட்டபொழுது கத்திரிகோலை வைத்து அனைவருக்கும் 30 சதவீத சட்டையை வெட்டிவிட்டால் 15 வயதினருக்கு மிக சரியாக இருக்கும் என்றால் 10 வயதினருக்கு பெரியதாகவும் 5 வயதினருக்கு ரொம்ப பெரியதாகவும் இருக்கும் இப்படிப்பட்ட நிலையில்தான் இன்றைய வழிகாட்டி மதிப்பு நிர்ணயித்தல் நிலை இருக்கிறது.

20) வழிகாட்டு மதிப்பை நிர்ணயிக்கும் பொழுது இடத்திற்கு ஏற்றார்போல (CUSTOMIZE) நிர்ணயித்தல் வேண்டும். அதற்கு அதிகப்படியான களப்பணிகளும் ஆய்வுகளும் பதிவுத்துறை செய்ய வேண்டும். டேபிளிலே உட்கார்ந்து முடிவுகளை எடுப்பதால்தான் மக்கள் அல்லல் படுகிறார்கள்.

மனதில் கொள்ள வேண்டிய பாடங்கள் :

முத்திரைதாள் கட்டணம் குறைவாக கட்டப்பட்டு உள்ளது என்று பதிவுத்துறையில் பல பத்திரங்கள் உரிமையாளரிடம் கொடுக்கப்படாமல் நிலுவையில் தன் வசமே வைத்திருக்கிறது. இதனை நாங்கள் 47(A) கீழ் பெண்டிங் என்று சொல்வோம். நீங்கள் சொத்து வாங்கும்போது வாங்கும் இடத்தின் பத்திரங்கள் 47(A)–ன்கீழ் நிலுவையில்இருக்கிறதா? என்று விசாரித்து வாங்க வேண்டும்.

4. முத்திரைத்தாள்கள், முத்திரை வில்லைகள் குறித்து தெரிந்து கொள்ள வேண்டிய 28 விஷயங்கள்!

1) முத்திரைத்தாள்கள் என்பது சொத்துக்கள் பரிமாற்றங்கள் நடக்கும்பொழுது அரசுக்கு கட்ட வேண்டிய வரியை முத்திரைத்தாள்களாக வாங்கி அதில் விற்பனை, தானம், விடுதலை செட்டில்மெண்ட் போன்ற பத்திரங்களை அந்த தாளில் எழுதி கையொப்பமிட்டு, பதிவு அலுவலகத்தில் பதிவு செய்ய கொடுக்கிறோம்.

2) இந்திய முத்திரைத்தாள்கள் சட்டம் 1899, முத்திரைத் தாள்கள் மற்றும் அதன் நடவடிக்கைகளை கட்டுப் படுத்துகிறது.

3) முத்திரைத்தாள்கள் & முத்திரை ஸ்டாம்புகள் மூலமாக அரசின் பதிவுத்துறை மற்றும் பிற துறைகள் தங்களுடைய வரிகளை வசூலித்துக் கொள்கின்றன.

4) அஞ்சல்துறை ஸ்டாம்புகளை, முத்திரைத்தாள் ஸ்டாம்புகளுடன் குழப்பிக் கொள்ள கூடாது.

5) முத்திரைத்தாள் & ஸ்டாம்புகள் இந்தியாவில் நாசிக் மற்றும் ஹைதராபாத்தில் மட்டும் அச்சிடப்பட்டு இந்தியா முழுவதும் சப்ளை அனுப்பப்படுகிறது.

6) தமிழகத்தில் இவை கருவூலம், சார் கருவூலம் வழியாக மற்றும் முத்திரைத்தாள் விற்பனையாளர்கள் (Stamp Venders) மூலமாகவும் பொதுமக்கள் கையில் தவழ்கிறது.

7) முத்திரைத்தாள் A4 Size அகலமும், Full scape பேப்பருக்கு கொஞ்சம் குறைவான உயரத்தில், 3—ல் ஒரு பங்கில் இந்திய அரசு முத்திரை அச்சிடப்பட்டிருக்கும். அந்த தாளில் 2 பங்கில் நாம் நமது கிரைய விவரங்களை எழுதுவதற்காக காலியாக வைத்திருப்பார்கள்.

8) முத்திரைத்தாள் நீதிமன்றத்தினுடையது அல்லது நீதிமன்றமல்லாதது (Judicial & Non Judicial) என்று இரண்டு வகைப்படும். ஜூடிசியல் முத்திரைத்தாள்கள் நீதித்துறைக்கு உள்ளே, உயர்நீதிமன்ற வழக்குகளுக்கு பயன்படுபவை. Non Judicial முத்திரைத்தாள்கள் என்பது நீதிமன்றத்திற்கு வெளியே நீதிமன்ற கட்டணம் தவிர்த்து பத்திரப்பதிவு அலுவலகம், இன்சூரன்ஸ், அக்ரீமென்ட் போன்றவைகளுக்கு பயன்படுபவை.

9) முத்திரைத்தாள்களுக்கு பதிலாக முத்திரை வில்லைகளையும் பயன்படுத்துகிறோம். அவை Court fee stamp, Revenue stamp, Notarial Stamp, Special adhesive Stamp, Foreign bill stamp, Broker's note, Insurance Policy Stamp, Share Transfer stamp போன்றவைகள் ஆகும்.

மேலும் மேற்படி முத்திரை வில்லைகள் பொதுமக்களின் பல்வேறுவிதமான ஆவணங்களுக்கு, மனுக்களுக்கு ஒப்பந்தங்களுக்கு இன்னும் வேறுவிதமான பரிமாற்றங் களுக்கு மக்கள் பயன்படுத்திக் கொண்டிருக்கிறார்கள்.

10) முத்திரைத்தாள்கள் சொத்து கைமாறுவதற்கு, ஷேர்களுக்கு, வியாபார பார்ட்னர்ஷிப் பத்திரங்களுக்கு, பில் ஆப் எக்சேஞ், வாடகை, பிராமிசரி நோட் போன்ற அசையும் மற்றும் அசையா சொத்துக்களுக்கு பயன்படுத்தப்படுகின்றன.

11) மேலும் பார்ட்னர்ஷிப் ஒப்பந்தம், தானப்பத்திரம், குத்தகை, வாடகை, முதலீடு அதிகப்படுத்துதல், அக்ரீமென்ட் ஆப் பேங்க் கேரண்டி, வீட்டு கடன், கடன் ஒப்பந்தம், அடமானம் போன்றவற்றிற்கும் முத்திரைத்தாள்கள் பயன்படுத்தப்படுகின்றன.

12) முத்திரைத்தாள் மதிப்பு சில பரிமாற்றங்களுக்கு நிலை

யானதாக (Fixed) இருக்கும். உதாரணமாக, தத்துப் பத்திரம் (adoption deed), பிரமாணப் பத்திரம் (affidavit), சங்கத்தின் கூட்டு விதிகள் (article of association), இரத்து பத்திரம் (cancellation deed), ஆதாரப்பூர்வமான நகல் (copy of Extracts), நஷ்ட விமோசன பத்திரம் (Indemnity Bond), பொது அதிகார பத்திரம் & வக்காலத்து பத்திரம் (Power of attorney), விவாகரத்து (divorce).

13) அடுத்து சில இடங்களில் முத்திரைத்தாள் மதிப்பு நாம் பத்திரத்தில் காட்டுகின்ற பரிமாற்றத் தொகையினை பொறுத்து அமையும். அவைகள் அடமானம் (mortgage), சுவாதீனத்துடன் கூடிய அடமானம் (mortgage with possession), குத்தகை (lease).

14) மேலும் சில இடங்களில் முத்திரைத்தாள்கள் மதிப்பு நாம் பத்திரத்தில் காட்டுகின்ற மதிப்பு அல்லது உண்மையான சந்தை மதிப்பு. இவை இரண்டில் எது அதிகமோ அதன்படி முத்திரைதாள் கட்டணத்தை கட்ட வேண்டும். அவைகள் கிரைய ஒப்பந்தம், கிரையம், பாகப்பிரிவினை போன்றவை ஆகும்.

15) முத்திரைத்தாள்களில் எழுதப்பட்டு அதனை பத்திரப்பதிவு செய்துவிட்டால் அந்த முத்திரைத்தாள்களுக்கு காலம் முழுவதும் மதிப்பு இருக்கிறது.

16) முத்திரைத்தாள்கள் வாங்கப்பட்டு அதனை எழுதாமலும், பத்திரப்பதிவு நடக்காமலும் இருந்தால் அவை ஆறு மாதம்தான் செல்லும்.

17) சொத்து வாங்கும்போது முத்திரைத்தாள் மதிப்பு சந்தை மதிப்பைவிட அதிகமாக இருக்கும்பட்சத்தில் அதனை குறைக்க முத்திரைத்தாள் சட்டம் 47(A)–ன் கீழ் மனு செய்யலாம்.

18) தர்ம விசயங்களுக்காகவும் பொது மக்கள் பயனுக்காகவும் முத்திரைத்தாள் சட்டம் 9-ன் படி மனு செய்தால் ஸ்டாம்பு கட்டணத்தில் சலுகையும் விதிவிலக்கும் பொருந்தும்.

19) வீணாக்கப்பட்ட முத்திரைத்தாள்கள், பயன்படுத்தப்படாத முத்திரைத்தாள்களை அரசிடம் கொடுத்து பணம் திருப்புதல் (Refund) வாங்கலாம்.

20) மும்பையை சேர்ந்த தெல்கி என்பவர் அதிக அளவு போலி முத்திரைத்தாள்களை உருவாக்கி இந்தியா முழுவதும் மோசடி செய்தார். அந்த தெல்கி விளைவுக்குப் பிறகு, முத்திரைத்தாள்கள் ஒரிஜினலா அல்லது போலியா என மக்களும் அரசும் அதிக அளவு சோதனையிடவும் சந்தேகப்படவும் ஆரம்பித்திருக்கின்றன.

21) பிராங்கிங்(Franking), இ ஸ்டாம்பு (E.Stamp), இஎஸ்பிடிஆர் (ESBTR) (Electronic secular bank & treasury receipt) போன்ற புதிய வழிமுறைகள் நீதிமன்றம் சாராத (Non Judicial) முத்திரைத்தாள்களுக்கு மாற்றாக உருவாகி வருகின்றன.

22) இஎஸ்பிடிஆர் (ESBTR) என்பது வங்கியில் முத்திரைத் தாள்களுக்கான பணத்தை கட்டிவிட்டால், அவர்கள் Printed Electronic Stamp தருவார்கள். தற்போது தமிழகத்தில் நடைமுறையில் இவை இல்லை. ஆனால் மும்பை, டெல்லி பகுதிகளில் நடைமுறையில் இருக்கின்றன.

23) பிராங்கிங் (Franking) என்பது நாம் பணம் கட்டிய பிறகு, நாம் எழுதி வைத்து இருக்கிற பத்திரத்தில் முத்திரைத் தீர்வையை Frank செய்து தருவார்கள்.

24) இஸ்டாம்பு(E.Stamp) என்பது அரசு சில தனியார் நிறுவனங்களை இதற்கு நியமித்து இருக்கிறது. இந்த

நிறுவனம் தமிழகத்தின் பெருநகரங்கள், பாண்டிசேரியில் ஈஸ்டாம்பு (EStamp) நாம் கட்டிய தொகைக்கு தருகிறார்கள்.

25) புதிய முறைகள் முத்திரைத்தாளில் வந்தாலும், பழைய முத்திரைத்தாளுக்கு இருக்கும் உணர்வு ரீதியான மதிப்பு புதிய முறைகளுக்கு மக்கள் இடையே இன்னும் ஏற்படவில்லை.

26) அதிக மதிப்பிலான முத்திரைத்தாள்கள் வாங்கும்பொழுது அரசு கருவூலத்திலே நேரடியாக சென்று வாங்கலாம். இதனால் கமிஷன் இருக்காது. பணமும் மிச்சம்.

27) ஒரு கிரையப் பத்திரத்திற்கு முத்திரைத்தாள்களுக்கு பதிலாக வெள்ளைத்தாளில் எழுதி, முத்திரைத் தீர்வையை வரை ஓலையாக (DD) கட்டலாம்.

28) ரெவின்யு ஸ்டாம்ப் (Revenue Stamp), நீதிமன்ற வில்லை (Court Fee Stamp), போன்ற முத்திரை வில்லைகளை எப்பொழுதும் கையிருப்பில் வைத்து கொள்வது நல்லது. அவசர நேரத்தில் உங்களுடைய டாக்குமென்ட்டுகளை (அ) இன்ஸ்ட்ருமெண்டுகளை சட்டபூர்வமானதாக (Legal) ஆக்க உதவும்.

மனதில் கொள்ள வேண்டிய பாடங்கள் :

முத்திரைத்தாள்கள் அரசு கருவூலங்களில் நேரடியாக வாங்கும்பொழுது போலி முத்திரைத்தாள் குழப்பங்களில் இருந்து விடுபடலாம்.

5. அறிந்து கொள்ள வேண்டிய அசையும் சொத்து, அசையா சொத்து பற்றிய 18 விஷயங்கள்!

1) முதலில் நாம் "சொத்து" என்பது என்ன? என்று தெரிந்தால் தான், அசையும் சொத்து, அசையா சொத்து என்பதை நாம் பிரித்து தெரிந்து கொள்ள முடியும்.

2) "சொத்து" என்று எதை சொல்கிறோம் என்றால்; ஒரு பொருளிலிருந்து தொடர்ந்து நமக்கு இலாபமோ வருவாயோ வந்து கொண்டு இருக்கும்; அதனை விற்றும் வெளியேறலாம், அதனை வைத்து கடனும் பெறலாம் அல்லது அதனை பராமரித்து இலாபமும் பெறலாம்.

3) மேற்படி சொத்துக்களை அசையும் சொத்து, அசையா சொத்து என்று இரண்டு வகையாக பிரிக்கலாம். அந்தக் கால பத்திரங்களில் அசையும் சொத்துக்களை "ஜங்கம" சொத்துக்கள் என்றும், அசையா சொத்துக்களை "ஸ்தாவர" சொத்துக்கள் என்றும் வட மொழியில் பத்திரங்களில் குறிப்பிட்டிருந்தார்கள்.

4) அசையும் சொத்துக்கு உதாரணம்:– தங்க நகைகள், பங்கு சந்தை முதலீடுகள், கம்பெனி ஷேர்கள் போன்றவை ஆகும். நாம் ரியல் எஸ்டேட்டில் அசையும் சொத்துக்களை பற்றி அதிகமாக பேச வாய்ப்பு இருக்காது. எனவே அதற்குள் விரிவாக செல்ல வேண்டாம்.

5) அசையா சொத்துக்கு உதாரணம்:– நிலம்தான். அப்படிபட்ட அசையா சொத்தை வாங்கும்பொழுதும், விற்கும் பொழுதும் கட்டாயம் பத்திர அலுவலகத்தில் பதிவு செய்ய வேண்டும் என்று பதிவு சட்டம் சொல்கிறது.

6) ரியல் எஸ்டேட் தொழில் முழுக்க முழுக்க அசையா

சொத்தை பற்றிய வியாபாரம் என்பதால் பதிவு செய்வது மட்டும் இல்லாமல்; அதன் மதிப்பை கணக்கிட்டு முத்திரைத்தாள் வாங்க வேண்டும். அப்பொழுது எது அசையும் சொத்து, எது அசையா சொத்து என்றெல்லாம் குழப்பங்கள் வரும். எனவே அதனை சரியாக புரிந்து கொண்டு செயல்பட வேண்டும்.

7) அசையா சொத்து என்பது காலி நிலம், மனைகள், வயற்காடு, பண்ணைகள், தோட்டங்கள் அதன் மீது இருக்கின்ற கட்டிடங்கள், வீடுகள், கிணறுகள், கிணற்றின் மீது இருக்கின்ற மின் மோட்டார்கள் அதன் மீது தலைமுறை தலைமுறையாக இருந்துவரும் உரிமைகள், பாதை, வழி, வண்டிப்பாட்டை, சாலை போன்றவற்றின் மீதுள்ள உரிமைகள், படகுத்துறை, மீன் வளங்கள், ஆற்று நீர், ஏரி நீர் போன்றவற்றில் உள்ள உரிமைகள் எல்லாம் அசையா சொத்துக்கள் ஆகும். மேலும் மலை இடுக்குகளில் இருந்து வரும் நீர் சுனைகள், சூரிய வெளிச்சம் (சோலார் பிளாண்ட் போட்டவுடன் இதற்கெல்லாம் டிமாண்ட் கூடிவிட்டது) போன்றவைகளும் அசையா சொத்துக்கள் ஆகும்.

8) ஒரு தொழிற்சாலை இருக்கிறது; அதில் பல எந்திர தளவாடங்கள் தரையோடு தரையாக பிணைக்கப்பட்டு இருக்கிறது என்றால் அது அசையா சொத்து. அந்த எந்திர தளவாடங்களை பிரித்து எடுக்க முடியும். ஆனாலும் பிரித்தெடுக்காமல் விற்பனை செய்தால் அதனையும் அசையா சொத்தாக கணக்கில் கொண்டு அதற்கும் பதிவுக் கட்டணம் மற்றும் கூடுதல் முத்திரைத்தாள் கட்டி பதிய வேண்டும்.

9) மேற்படி பூமியோடு ஒட்டியிருக்கின்ற எந்திரங்களை பதிவு செய்யாத ஆவணத்தினால் உரிமை மாற்றினால் அந்த

உரிமை மாற்றம் செல்லாது. அதுவே பிரித்து எடுத்து பதிவு செய்யாமல் விற்றால் பதிவு செய்ய தேவை இல்லை. கொஞ்சம் எளிமையாக சொல்கிறேன். வயற்காட்டு நிலத்துடன் ஒரு கிணற்றுடன் பம்புசெட் இருக்கிறது. பம்பு செட் மற்றும் என்ஜினை கழட்டி தனியாக விற்றால் அந்த விற்பனையை சார்பதிவகத்தில் பதிய தேவையில்லை.

10) அதுவே அந்த பம்புசெட் இருக்கும் நிலத்தை விற்கும் போது அதன் மேல் இருக்கும் பம்புசெட்டையும் சேர்த்து விற்பனை செய்தால்; அந்த இடத்தில் பம்புசெட்டும், அசையா சொத்தாக மாறிவிடுகிறது. அதாவது பூவோடு சேர்ந்து நாரும் மணப்பது போல, வயலோடு சேர்ந்த பம்புசெட்டும் அசையாத சொத்தாக மாறிவிடுகிறது.

11) இது வேறொரு மாதிரி உதாரணம்:– ஒரு நிலம், ஒரு பிரைவேட் லிமிடெட் கம்பெனி பேரில் இருக்கிறது. அல்லது கூட்டு நிறுவனத்தில் (partnership firm) பேரில் இருக்கிறது. அந்த கம்பெனி தன் பெயரில் இருக்கின்ற நிலத்தை விற்கும்பொழுது அசையா சொத்து என்பதால் கட்டாயம் பதிய வேண்டும். ஆனால் அந்த கம்பெனியை ஏதாவது ஒரு காரணத்திற்காக கலைக்கும் பொழுது அதிலுள்ள நிலங்கள் எல்லாம் பங்குகள் (Share) ஆக மாறி, அசையும் சொத்துக்களாக ஆகிவிடுகிறது. அதாவது அந்த நிறுவனத்தின் பார்ட்னர்கள் எல்லாம் கம்பெனிகளை கலைத்துவிட்டு அதிலிருக்கும் நிலங்களை எல்லாம் தீர்மானம் மூலம் பாகப்பிரிவினை செய்து கொள்ளும்பொழுது, அது அசையும் சொத்து என்று ஆகி விடுவதால் அதனை பதிய தேவை இல்லை.

12) அதாவது ஒரு நிலமோ அதன் மீது பிணைக்கப் பட்டிருக்கும் ஒரு பொருளோ அசையாத சொத்து என்றாலும், இடம் பொருள் ஏவலுக்கு ஏற்றவாறு

கம்பெனிக்குள் நிலங்கள் வரும்பொழுது நிலங்களே அசையும் சொத்துக்களாக மாறிவிடுகிறது என்று புரிந்து கொள்ள வேண்டும். அதுவே மோட்டார் எந்திர தள வாடங்கள் போன்ற அசையும் சொத்துக்கள் நிலத்துடன் சேர்ந்து விற்கும்பொழுது அசையா சொத்துக்களாக மாறிவிடுகிறது என்பதையும் நினைவில் கொள்ள வேண்டும்.

13) மேலும் நிலமோ, நிலத்தில் இருந்து கிடைக்கும் வேறு பயனோ, நிலத்துடன் அனைத்து பொருட்களையும் உள்ளடக்குவது தான் அசையா சொத்துக்கள் ஆகும். நிலம் அசையா சொத்து, சரிதான். அதென்ன? நிலத்தில் இருந்து வரும் பிற பயன்களையும் அசையா சொத்தில் சேர்க்கப்படுகிறது என்று நீங்கள் கேட்கலாம்.

14) ஒரு நிலத்தில் இருந்து வரும் லாபமும் வருங்கால வாடகையும் நிலத்தின் பயனாக பதிவுத்துறை கருதுகிறது. வீட்டு வாடகை இருப்பவர்களிடம் இருந்து வரும் வீட்டு வாடகை தொகையை வசூலிப்பது ஒரு பயன் ஆகும். அந்த பயனையும் மதிப்பீடு செய்து அசையா சொத்தாக கணக்கிடலாம்.

15) ஒரு நிலத்தில் தின சந்தை, வார சந்தை, பொதுகூட்டம், கட்சி கூட்டம், சர்க்கஸ், கண்காட்சி, பொருட்காட்சி நடத்துவதற்கான உரிமை மற்றும் அதிலிருந்து வரும் வாடகை வருமானம் அசையா சொத்து என்றே கணக்கிடப்படும்,

16) அசையும் சொத்து என்பது நிலத்தில் நிரந்தரமாக பிணைக்கபட்டு இருக்காது அறுத்து எடுக்கின்ற பயிர்கள் அதாவது கோரைபுற்கள், தானிய பயிர்கள், சவுக்கு மர தோப்புக்கள் போன்றவை அசையும் சொத்துக்கள் என்றே கணக்கிடப்படுகிறது. மேலும் மரங்களில் இருந்து வரும்

பயன்களான பழங்கள், அதனுடைய சாறுகள், காய்கள், இலைகள், கள் போன்ற வஸ்த்துக்கள் எல்லாம் அசையும் சொத்துக்கள், எனவே இதனை பதிவு செய்யாமல் உரிமை மாற்றம் செய்யலாம்.

17) அதாவது கள் என்பது பனை மரத்திலோ அல்லது தென்னை மரத்திலோ கிடைக்கிறது. மேற்படி கள் மரத்தினுடைய சொத்தாகும். நிலத்தோடு அவை பிணைக்கப்பட்டிருக்கவில்லை மரத்தோடுதான் பிணைக்கப்பட்டிருக்கிறது. மரம்தான் நிலத்தோடு பிணைக்கப்பட்டிருக்கிறது. எனவே பல நீதிமன்ற தீர்ப்புகளில் மரங்கள் தான் நிலத்தின் சொத்து, அதனால்தான் அது அசையா சொத்து. கள், மலர்கள், இலைகள் போன்றவை எல்லாம் மரங்களின் சொத்து, அது நிலத்தின் சொத்தல்ல. எனவே அது அசையும் சொத்து என்று பல தீர்ப்புகளில் நீதிமன்றம் பதிவு செய்திருக்கிறது.

18) இப்படி அசையும் சொத்து, அசையா சொத்து ஆகியவற்றை பற்றி தெளிவு இருந்தால் எதனை பதிவு செய்ய வேண்டும்; எதனை பதிவு செய்ய கூடாது என்ற விவரம் பிடிபடும். மேலும் அசையும் சொத்துக்களை தேவையில்லாமல் அசையா சொத்துக்களோடு மதிப்பிட்டு கூடுதலான முத்திரைத்தாள்களையும், பதிவு கட்டணங் களையும் பதிவு துறைக்கு கட்டுவதை தடுக்கலாம். இன்னும் சில புதுமையான பத்திர பதிவுகளின் போது அசையும் சொத்து, அசையா சொத்து பற்றிய குழப்பங்கள் பதிவுத்துறைக்கும், நீதி துறைக்கும் அடிக்கடி வரும் என்பதையும் நினைவில் கொள்ளுங்கள்.

6. பத்திரங்களை எங்கெல்லாம் பதியலாம்? தெரிந்து கொள்ள வேண்டிய 15 செய்திகள்!

1) ஒரு கிரைய பத்திரதையோ அல்லது பிற பத்திரங்களையோ பதிய வேண்டுமென்றால் சொத்து இருக்கும் சார்பதிவகத்தின் ஆட்சி எல்லைக்குட்பட்ட சார்பதிவகத்தில் பதியலாம் என்பது அனைவருக்கும் தெரியும். அதில் சில விதிவிலக்குகளும் சிறப்பு விசயங் களும் இருக்கின்றன. அவற்றை பின்வருவனவற்றில் காண்போம்.

2) 1984-க்கு முன்பு தமிழகத்தில் உள்ள சொத்துக்களின் கிரைய பத்திரங்களை தமிழகத்தில் இருக்கின்ற எந்த சார்பதிவகத்திலும் பதியலாம் என்று எனக்கு தொழில் சொல்லிக் கொடுத்த குருமார்கள் சொல்லி இருக்கிறார்கள் (குறிப்பு அப்படிபட்ட பத்திரங்களை நான் நேரில் பார்த்ததில்லை)

3) அடுத்ததாக இரண்டு வெவ்வேறு கிராம சொத்துக்கள், இரண்டும் வேறுவேறு சார்பதிவக ஆட்சி எல்லையில் வருகிறது என்று வைத்து கொள்வோம். உதாரணமாக; செங்கல்பட்டு மாவட்டம் திருக்கழுக்குன்றம் ஆட்சி எல்லைக்குள் இருக்கின்ற வசுவசமுத்திரம் கிராமத்தில் 2 ஏக்கர் நிலமும், மதுராந்தகம் சார்பதிவக எல்லைக்குள் இருக்கின்ற முருகம்பாக்கம் கிராமத்தில் மூன்று ஏக்கர் நிலமும் ஒருவருக்கே உரிமையாகி இருக்கின்றது என்றால் அதனை அப்படியே மொத்தம் 5 ஏக்கரையும் இன்னொரு வருக்கே விற்கிறார் என்று வைத்துக் கொள்வோம்.

4) மேற்படி இரண்டு சொத்தையும் ஒரே கிரைய பத்திரத்தில் எழுதி அதனை மேற்கண்ட இரண்டு சார்பதிவகத்தில்

ஏதாவது ஒன்றில் மதுராந்தகம் சார்பதிவகத்திலோ அல்லது திருக்கழுக்குன்றம் சார்பதிவகத்திலோ பதியலாம். இப்படியொரு விதி பதிவுத்துறையில் இருக்கிறது. இதனால் நிறைய சொத்து வைத்திருக்கின்ற தனவந்தர்கள், சார்பதிவகம், சார்பதிவகமாக அலைய கூடாது என்பதற்காக இந்த விதி இருக்கிறது என்பது என்னுடைய புரிதல்.

5) அடுத்து பொது அதிகார பத்திரம் அதாவது பவர் பத்திரத்தை பொறுத்தவரை தமிழகத்தில் எங்கு வேண்டு மானலும் பதியலாம் என்ற நிலை பத்தாண்டுகளுக்கு முன்பு வரை இருந்தது. அந்த காலத்தில் ஆதார்கார்டு போன்ற உண்மையான அடையாள அட்டை இல்லாததால் நிறைய ஆள்மாறாட்ட குளறுபடிகள் செய்து புதிய பவர் பத்திரங்களை சொத்து இருக்கின்ற ஆட்சி எல்லைக்குட் பட்ட சார்பதிவகத்தில் பதியாமல் சம்மந்தமில்லாத சார்பதிவகத்தில் பதிந்து நிறைய உரிமையற்ற பத்திரங்களை உருவாக்கி நிறைய ரியல் எஸ்டேட் காரர்கள் சம்பாதித்துவிட்டார்கள். (என்னுடைய மைண்டு வாய்ஸ், "நான் எல்லா தொழில் நுணுக்கங்களையும் கற்றுக் கொண்டு வரும்பொழுது இது போன்ற எந்த வாய்ப்புகளும் இல்லாமல் கதவை அடைத்துவிட்டார்கள்").

6) அதன் பிறகு பவர் மூலமாக மோசடிகளை தவிர்ப்பதற்காக பவர் கொடுப்பவர் வாழ்கின்ற ஆட்சி எல்லையில் இருக்கின்ற சார்பதிவகத்திலோ அல்லது பவர் கொடுக்கப்படும் சொத்து இருக்கும் ஆட்சி எல்லைக்குட்பட்ட சார்பதிவகத்திலோ பவர் பத்திரங்களை பதியலாம்.

7) நீதிமன்றத்தில் சொத்து சம்பந்தமாக ஒரு தீர்ப்பு வருகிறது. அந்த தீர்ப்பு நகலை சார்பதிவகத்தில் பதிய

வேண்டுமென்றால்; அதனையும் இரண்டு இடத்தில் பதியலாம். ஒன்று அந்த நீதிமன்றம் இருக்கும் ஆட்சி எல்லைக்குள் இருக்கும் சார்பதிவகத்தில் பதியலாம். இரண்டு அந்த தீர்ப்பில் உள்ள சொத்தில் இருக்கும் ஆட்சி எல்லைக்குட்பட்ட சார்பதிவகத்தில் பதியலாம்.

8) ஒரு சில வழக்குகளில் சொத்து சிக்கல்கள் முடியும் பொழுது மேற்சொன்ன நீதிமன்றம் இருக்கும் ஆட்சி எல்லைக்குட்பட்ட சார்பதிவகத்திலோ சொத்து இருக்கின்ற லிமிட்டிற்குள் இருக்கின்ற சார்பதிவகத் திலோ பதிய முடியாத அளவுக்கு கள நிலவரம் நெகட்டிவ் எமோஷனலாக இருந்தால்; அந்த மாவட்டப் பதிவாளர் முடிவுப்படி அந்த மாவட்ட எல்லைக்குள் இருக்கின்ற எந்த சார்பதிவகத்திலும் பதியலாம்.

9) ஆம்புலன்ஸ், இரயில்வண்டி, விமானம், நீதிமன்றம், ரயில் நிலையம் உட்பட பொது இடங்களில்கூட அவசரமும் தேவையும் கருத்தில் கொண்டு பதிய வேண்டும் என்று மாவட்டப் பதிவாளர் முடிவு எடுத்தால் பதியலாம்.

10) மாவட்ட பதிவாளர், சார்பதிவாளர் தன்னுடைய வீட்டில் மக்களை வர வைத்து பதியக்கூடாது. ஆனால் மக்களின் வீட்டிற்கு சென்று பதிவுப் பணியை மாவட்டப் பதிவாளரும் சார்பதிவாளரும் செய்யலாம்.

11) பத்திரப்பதிவை வீட்டில் நடத்துவதற்கு எழுத்து மூலமாக சார்பதிவாளரிடம் விண்ணப்பிக்க வேண்டும். யார் பயனாளியோ அவர் வந்து சார்பதிவாளரை சந்தித்து விண்ணப்பிக்க வேண்டும். பெரும்பாலும் நோயாளி, உடல் பலவீனமானவர்கள், கலாச்சாரப்படி வெளியே வர விரும்பாதவர்கள், வீட்டு கைதில் வீட்டு காவலில் இருப்பவர்கள் ஆகியவர்களின் வீட்டிற்கு வந்து

சார்பதிவாளர் பதிய ஒத்துக் கொள்வார்.

12) உயர் பதவியினர் அரசால் சிறப்பு விலக்கு அளிக்கப் பட்டவர்களின் பெயர் பட்டியலில் உள்ளவர்களின் வீட்டிற்குச் சென்று பதிவுப் பணியைச் செய்யலாம்.

13) உயிலை இந்தியா முழுவதும் உள்ள எந்த சார்பதிவகத்திலும் பதியலாம்.

14) ஒரு மாவட்டப் பதிவாளர் விரும்பினால், அவர் எல்லைக் குட்பட்ட எந்த சார்பதிவகத்திலும் பதிய உத்தரவிட முடியும்.

15) பதிவதற்கு இவ்வளவு இடங்கள் இருந்தாலும், அந்த அந்த சொத்து இருக்கும் சார்பதிவகத்தில் பதிவதுதான் மிகவும் சிறப்பானது.

EC-யைப் பற்றி மனதில் கொள்ள வேண்டிய பாடங்கள் :

1. கணினி EC-கள் தமிழகம் முழுவதும் பெரும்பாலும் 1987ல் இருந்து ஆரம்பிக்கிறது. சில சார்பதிவகங்களில் 1986, 1985, 1984—லிருந்து ஆரம்பிக்கிறது. தற்பொழுது மேனுவல் EC-களை ஆன்லைனில் ஏற்றுவதால் எல்லா சார்பதிவகங் களில் 1975 லிருந்து கிடைக்கிறது.

2. எதிர்காலத்தில் மேனுவல் EC என்று ஒன்று இருக்காது. பதிவுத்துறை அனைத்து மேனுவல் EC ஆவணங்களையும் துரிதமாக ஆன்லைனில் ஏற்றிக் கொண்டிருக்கிறார்கள்.

7. சார்-பதிவகத்தின் 5 புத்தகங்கள் மற்றும் 4 அனுபந்தங்கள் பற்றிய செய்திகள்!!

1) சார்பதிவு அலுவலகத்தில் மொத்தம் 5 புத்தகங்கள் இருக்கின்றன. புத்தகங்கள் எதற்காக சார்பதிவகத்தில் இருக்கிறது என்று கேட்காதீர்கள். சார்பதிவகத்தில் புத்தகங்கள் என்பது பத்திரங்களை பதிந்து வைக்கின்ற ஒரு பேரேடு. அந்த பேரேட்டில்தான் நாம் என்னென்ன பத்திரங்களை எல்லாம் பதிவு செய்கின்றோமோ? அந்த பத்திரங்களின் இன்னொரு பிரதியை அந்த பேரேட்டில் பதிவுத்துறை காப்பியாக (copy) பதிந்து வைக்கிறார்கள்.

2) மேற்படி பேரேட்டு புத்தகங்கள் முறையே புத்தகம்-1, புத்தகம்-2, புத்தகம்-3, புத்தகம்-4, புத்தகம்-5 என 5 புத்தகங்களாக இருக்கின்றது.

3) மேற்படி 1-ஆவது புத்தகத்தில் கிரையம் அடமானம், குத்தகை, விடுதலை, நன்கொடை போன்ற அசையா சொத்துக்களின் பரிமாற்றங்களை பற்றியும் "உயிலை தவிர்த்து" மீதி அனைத்து சொத்து பத்திரங்களும் புத்தகம் 1-ல் பதிவு செய்யப்படுகிறது.

4) 2-ஆவது புத்தகத்தில் பத்திரங்களை பதிவு செய்ய முடியாது என சார்பதிவாளரால் ஒதுக்கப்பட்ட அல்லது மறுக்கப்பட்ட பொதுமக்களால் தாக்கல் செய்த பத்திரங்கள் மற்றும் அதனுடைய காரணங்களை பற்றியும் சார்பதிவாளரால் எழுதி வைக்கின்ற புத்தகமாகும்.

5) 3-ஆவது புத்தகத்தில் உயில், தத்து எடுத்தல், சொத்து விவரம் குறிப்பிடப்படாத கருதப்படும் விடுதலை பத்திரங்கள், சொத்து குறிப்பிடப்படாததாக பொது அதிகார பத்திரங்கள் மற்றும் அசையும் சொத்தை பற்றிய பரிமாற்றங்களை பதிகின்ற புத்தகம் ஆகும்.

6) 4–ஆவது புத்தகத்தில் இஷ்டத்தை பொறுத்து பதிய வேண்டிய பத்திரங்களையும், இன்னும் பிற வகை பத்திரங்களையும் பதிவு செய்யப்படும் புத்தகம் ஆகும்.

7) 5–ஆவது புத்தகத்தில் உயில்களை முத்திரையிடப்பட்ட உறைகளில் வைத்து உயில் டெபாசிட் செய்வது பற்றிய புத்தகமாகும். இந்த 5–ஆவது புத்தகத்தில் பெரும்பாலும் மிக அரிதாகவே மக்கள் பயன்படுத்தி கொள்கிறார்கள். இந்த புத்தகத்தை பற்றிய விழிப்புணர்வு மட்டும் மக்களிடம் கொண்டு சேர்த்தால் உயில் பற்றிய பல சிக்கல்கள் குறையும்.

8) மேற்படி 5 புத்தகத்திற்கு பிறகு நான்கு அனுபந்தங்கள் இருக்கின்றன. அனுபந்தம் என்ற சொல்லாடல் இந்த தலைமுறையினருக்கு புரிவதில்லை. அனுபந்தம் என்றால் இணைப்பு என்று சொல்லலாம். ஆங்கிலத்தில் அனெக்ஸர் (annexure) என்று சொல்வார்கள்.

9) அனுபந்தம் 1 என்பது புத்தகம் 1–ல் எழுதிக் கொடுத்தவர் பெயர், எழுதி வாங்கியவர் பெயர், மற்றும் அவர்களைப் பற்றிய முழுவிவரங்களும் இருக்கும்.

10) அனுபந்தம் 2ல் பதிவு செய்யப்பட்ட சொத்துகளின் விவரங்கள் அதில் இருக்கும்.

11) அனுபந்தம் 3ல் உயில் சாசனத்தின் பயனாளியின் பெயர் அதில் இருக்கும்.

12) அனுபந்தம் 4ல் குறிப்பிட்டுள்ள ஆவணங்களின் பெயர், முகவரி மற்றும் அது சம்மந்தப்பட்ட எல்லா விவரங்களும் இருக்கும்.

13) மேற்படி புத்தகங்களை இந்த அனுபந்தங்களைப் பார்வையிட விரும்பினால் சார்பதிவாளரிடம் மனு கொடுத்துக் கட்டணங்கள் கட்டி பார்வை இடலாம்.

8. பத்திரங்களை சார்பதிவகத்தில் தாக்கல் செய்பவர் பற்றி தெரிந்துகொள்ள வேண்டிய 10 விஷயங்கள்!

1) ஒரு கிரைய பத்திரத்தை எழுதி வாங்குபவர், பெரும்பாலும் தன்னுடைய சொந்த செலவில், கிரைய பத்திரங்களை உருவாக்கி அதனை சார்பதிவகத்தில் பதிவிற்காக தாக்கல் செய்வார். அப்படி தாக்கல் செய்பவர்களே பதிவு கட்டணம் முதற்கொண்டு பதிவிற்கான அனைத்து செலவுகளையும் செய்வார்கள்.

2) ரியல் எஸ்டேட் நிறுவனங்களில் இடங்கள் வாங்கும் பொழுது ரியல்எஸ்டேட் நிறுவனம் வாடிக்கையாளருக் கான அனைத்து பத்திரங்களையும் தயார் செய்து, வாடிக்கையாளர்களுக்குப் பத்திரம் பதிவு செய்வதற்காக தாக்கல் செய்வார்கள். பதிவு கட்டணம் உட்பட அனைத்தும் ரியல் எஸ்டேட் நிறுவனமே கட்டிவிடும் (நிறுவனம் வாடிக்கையாளரிடம் பணம் வாங்கி விடுவார்கள் என்பது வேறு விஷயம்.)

3) மேற்கண்ட இரண்டு விஷயத்திலும் தெரிந்துகொள்ள வேண்டியது என்னவென்றால் ஒரு ஆவணத்தை எழுதிக் கொடுக்கிற அல்லது எழுதி வாங்குகிற எவராலும் பத்திர பதிவு செய்ய சொல்லி தாக்கல் செய்யலாம்.

4) நேரடியாகத் தாக்கல் செய்யாமல், அதற்கும் அதிகாரம் (பவர்) கொடுக்கலாம். பெரும்பாலும் நிறைய மனை பிரிவு களை விற்பனை செய்கின்ற ரியல்எஸ்டேட் நிறுவனங் களின் உரிமையாளர்கள், ஒரே நேரத்தில் இரண்டு மூன்று சார்பதிவகத்தில் பதிவு செய்ய செல்ல முடியாத காரணத்தினால் தனக்காக தாக்கல் செய்வதற்கு மட்டும் தாக்கல் பவர் ஒரு முகவருக்கு (agent) கொடுத்து விடுவார். மேற்படி முகவர் நிறுவன உரிமையாளருக்காகத்

தாக்கல் செய்து சார்பதிவகத்தில் கையொப்பம் போட வேண்டிய இடங்களில் எல்லாம் கையொப்பம் இடுவார்.

5) தாக்கல் செய்வது சார்பதிவாளரிடம் பத்திரத்தைத் தயார் செய்து பதிவுக்கு சமர்பிப்பது மட்டுமல்ல! பதிவுக் கட்டணம் செலுத்துவது, சார்பதிவக பதிவு ஆவணங்களில் கையெழுத்திடுவது, கைரேகை பதிப்பது, ஃபோட்டோ பிடிப்பது, ஆவணங்களை திரும்பப் பெறுவது என்று சின்னசின்ன தொடர் வேலைகள் அனைத்தும் தாக்கல் செய்வதில் அடங்கும்.

6) தாக்கல் கொடுக்கப்படும் பவர் வேறு, பொது அதிகார பத்திரம் என்கிற பவர் வேறு. இரண்டையும் போட்டுக் குழப்பிக் கொள்ளக் கூடாது. தாக்கல் பவர் ஒருவகையில் சிறப்பு அதிகார ஆவணமே (special power of attorney) பொது அதிகார பத்திரத்தில் பவர் வாங்கியவர் சொத்தை விற்பதற்கு மூலவரிடம் (principal) இருந்து பவர் வாங்கி இருக்கிறார். தாக்கல் பவரில் மூலவரிடமிருந்து சொத்தை விற்பதற்கு பவர் வாங்கவில்லை. சார்பதிவகத்தில் மூலவர் செய்ய வேண்டிய வேலைகளுக்கு பதிலாக தாக்கல் செய்கின்ற முகவர்களை நியமிக்கின்றனர்.

7) அதாவது தாக்கல் பவர் வாங்கிய முகவர் சார் பதிவகத்தில் மூலவர்க்கு பதிலாக சார்பதிவாளர் முன்பு தோன்றுவதற்கும், அங்கு நடக்கின்ற காரியங்களை செய்வதற்குத்தான் தாக்கல் பவரைப் பெற்ற முகவர் பயன்படுத்தப்படுகின்றார் என்பதை புரிந்து கொள்ள வேண்டும்.

8) அடுத்ததாக தாக்கல் பவர் கொடுத்த மனைப்பிரிவின் உரிமையாளர் தன்னுடைய அலுவலகத்தில் இருந்து வாடிக்கையாளருக்குக் கொடுக்க வேண்டிய மனைகளுக் கான கிரையப் பத்திரத்தில் விற்பதற்கான இடங்களில்

எல்லாம் கையெழுத்துப் போட்டுவிடுவார். இடம் வாங்கப் போகிறவரும், ரியல்எஸ்டேட் அலுவலகத்திலேயோ அல்லது பத்திரம் தயார் செய்யும் அலுவலகத்திலேயோ கையெழுத்தைக் கிரைய ஆவணத்தில் போட்டுவிடுவார்கள்.

9. மேற்படி பத்திரத்தை சார்பதிவகத்தில் பதிவதற்கு பதியும் பொழுது அந்த ரியல்எஸ்டேட் உரிமையாளர் அதாவது அதில் எழுதி கொடுப்பவர், பத்திர அலுவலகத்தில் தோன்றமாட்டார். அதற்குப் பதிலாக தன்னுடைய பிரதிநிதியாகத் தாக்கல் பவர் ஏஜெண்டை அங்கு அனுப்பி வைப்பார். அவர் தன்னுடைய மூலவருக்காக அனைத்து வேலைகளையும் செய்வார்.

10. தெரிந்து கொள்ள வேண்டியது என்னவென்றால் தாக்கல் செய்வதை வாங்குபவரோ, விற்பவரோ அல்லது வாங்குபவரின் அதிகார முகவரோ அல்லது விற்பவரின் அதிகார முகவரோ சார்பதிவகத்தில் தாக்கல் செய்கின்ற வேலையை செய்யலாம்.

தெரிந்து கொள்ள வேண்டிய பாடம் :

கப்பல் ஈட்டு பத்திரம் என்றால் என்ன?

கடலில் செல்கின்ற கேப்டன் கப்பலைக் காப்பாற்றிக் கொள்வதற்காக அல்லது அதனுடைய பயணத்தை முடிப்பது வரை கப்பலை ஈடுகாட்டி கடன் வாங்கிக் கொண்டு எழுதிக்கொடுக்கும் பத்திரம் கப்பல் ஈட்டு பத்திரம் ஆகும்.

9. பதிவு செய்ய தயார் செய்யப்பட்ட பத்திரத்தை எவ்வளவு நாளுக்குள் தாக்கல் செய்யலாம்? தெரிய வேண்டிய 14 விஷயங்கள்!

1) ஒரு கிரையப் பத்திரம், ஒரு விடுதலை பத்திரம், ஒரு செட்டில்மென்ட் பத்திரம், ஒரு பாகப்பிரிவினை பத்திரம் என்று ஏதோ ஒரு பத்திரம் உருவாக்க தேவையான முத்திரைத்தாள்களை வாங்கி அதை அதற்குண்டான சரத்துகளை எல்லாம் எழுதி டைப்பெடுத்து ஒரு பத்திரத்தை தயார் செய்து விடுவார்கள்.

2) அதன்பிறகு வாங்குபவருக்கோ விற்பவருக்கோ பத்திர ஆபிஸ் முன்பு கருத்து வேறுபாடுகள் சச்சரவுகள் வந்துவிடும். அல்லது பணம் கொடுக்கல், வாங்கலில் சிக்கல் வந்துவிடும். அல்லது பத்திர ஆபிஸுக்கு வரும் வழியில் துக்க செய்திகள் வந்து இப்படி அவசர தேவையாலோ தவிர்க்க முடியாத சந்தர்ப்பங்களாலோ பத்திரப் பதிவு தள்ளிப்போகும்.

3) அப்படிப்பட்ட சந்தர்ப்பங்களில் தயார் செய்து எழுதி வைத்த பத்திரங்களில் தேதி எல்லாம் டைப் அடித்தாயிற்றே என்றெல்லாம் கவலைப்படத் தேவை யில்லை. மேற்படி பத்திரங்களை தாக்கல் செய்வதற்கு 4 மாதம் அவகாசம் இருக்கிறது.

4) அப்படி 4 மாத கால அவகாசம் முடிந்துவிட்டது. அப்பொழுதும் ரிஜிஸ்டர் (register) செய்ய முடியாவிட்டால் அதன்பிறகும் அபராதத் தொகை கட்டி பதிவு செய்வதற்கு இன்னும் 4 மாத கால அவகாசம் இருக்கிறது.

5) அதாவது பத்திரம் பதிவு செய்ய தாமதம் ஆனால் முதல் 4 மாதம் எந்தவித அபராதமும் இல்லாமல் பத்திரம் பதிந்து கொள்ளலாம். அது நமக்கான காலம் ஆகும். அதன்

பிறகு ஒரு மாதத்திற்குள் தாமதம் ஆனால் பதிவு கட்டணத்தைப் போல 2 மடங்கு அபராதத் தொகையை கட்ட வேண்டும். கால தாமதம் ஒரு மாதத்திற்கு மேல் இரண்டு மாதத்திற்குள் இருந்தால் அபராதத் தொகையை பதிவு கட்டணத்தை விட 5 மடங்கு கூடுதலாக கட்ட வேண்டும்.

6) அதற்கு அடுத்ததாக 2 மாதத்திற்கு மேல் 4 மாதத்திற் குள் பத்திரம் பதிவு செய்ய காலதாமதம் ஆனால் பதிவு கட்டணத்தைப் போல் 10 மடங்கு அபராதத் தொகை கட்ட வேண்டும் (என்னுடைய மைண்டு வாய்ஸ் : இந்த செல விற்கு புதியதாகவே கிரய பத்திரம் போட்டு விடலாம்).

7) ஒரு பதிவு செய்ய வேண்டிய எந்த பத்திரமும் கையொப்பம் இட்ட தேதியிலிருந்து 8 மாதங்கள் முடியும் வரை பதிவு செய்வதற்காக தாக்கல் செய்யப்படாமல் இருந்தால் அந்த எழுதிய பத்திரம் செல்லுபடியாகாமல் போய்விடும்.

8) அதேபோல் நீதிமன்றத்தில் வந்த தீர்ப்பானது (டிகிரி) பத்திரப்பதிவு அலுவலகத்தில் வந்து பதிய வேண்டும். சில நேரங்களில் ஜட்ஜ்மெண்ட் காப்பி வருவதற்கு இரண்டு மூன்று மாதங்கள் காலதாமதம் ஆகிவிடும். அதேபோல் நீதிமன்றம் மூலம் கிடைக்கும் விற்பனை சான்று (Sale Certificate) தாமதமாக உங்கள் கைக்கு கிடைக்கும். இப்படிப்பட்ட நேரத்தில் சார்பதிவக அலுவலகத்தில் தீர்ப்பு வந்த தேதியிலிருந்து 4 மாத கெடு தேதியை கணக்கிடுவார்களா அல்லது தீர்ப்பு கைக்கு வாங்கிய தேதியிலிருந்து 4 மாத கெடு தேதியை கணக்கிடுவார்களா? என்றால் உங்களுக்கு கைக்கு கிடைத்ததிலிருந்து 4 மாத கெடு தேதியை கருத்தில் கொள்வார்கள்.

9) பத்திரங்களைப் பதிய கால அவகாசம், பத்திரம் தயார் செய்ததில் இருந்து நான்கு மாதமா? அதாவது 120 நாளா அல்லது 120 வேலை நாட்களா? அதேபோல் நீதிமன்றத் தில் உத்தரவிட்டதிலிருந்து நான்கு மாதமா (அ) மனுதாரர் கைக்கு தீர்ப்பு கிடைத்ததில் இருந்து 4 மாதமா? 120 நாட்களா அல்லது 120 வேலை நாட்களா? என்று இன்று வரை குழப்பங்கள் நீடித்து கொண்டிருக்கின்றன. அது போன்ற நேரங்களில் மாவட்ட பதிவாளர் இதற்கு முன் இருக்கின்ற நீதிமன்ற தீர்ப்புகளையும் கருத்தில் கொண்டு முடிவு எடுக்க வேண்டும். (ஆக மேட்டர் மாவட்ட பதிவாளர் டேபிளில்)

10) மக்களே நமக்கு ஏன் நான்கு மாத கால அவகாசம் வேண்டும்? முடிந்த அளவிற்கு இரண்டு நாட்களில் பதிவுகளை முடித்துவிட வேண்டும். தவறும்பட்சத்தில் ஒரு வார காலத்திற்குள் தவிர்க்க முடியாதபட்சத்தில் ஒரு மாத காலத்திற்குள் பத்திரத்தை முடித்துவிட்டு அடுத்த வேலையை பார்க்க வேண்டும்.

11) பதிவுத்துறையும் தாக்கல் செய்வதற்கான கால அவகாசத்தை ஒரு மாதமாக குறைத்து அதன் பிறகு தாக்கல் செய்ய அடுத்த மூன்று மாத கால அவகாசம் கொடுத்து அதற்கு அபராத தொகையை ரூ.500–க்கு கீழே நிர்ணயிக்கலாம். இப்பொழுதிருக்கும் அபராத தொகை பதிவு கட்டணத்தை போல 2 மடங்கு, 5 மடங்கு, 10 மடங்கு என்பதெல்லாம் மிகவும் போங்கான விசயம்.

12) அந்த காலத்தில் கணினி வசதி இல்லாமல் தட்டச்சு கூட இல்லாமல் கையாலேயே மேனுவல் EC பார்த்து கைப்படவே எழுதி லீகல் எல்லாம் பார்த்து அந்த கால மேல் வார உரிமை, கீழ் வார உரிமை, மிட்டா, மிராசு, ஜமீன் இனாம் உரிமைகள் எல்லாம் பார்த்து, பத்திரம் எழுதுவதற்கான ஸ்டாம்ப் காகிதங்களை தட்டுப்பாடு

இல்லாத காலத்தில் வாங்கி அதன்பிறகு ஆவண எழுத்தர் மிகப் பொறுமையாக தேதி, மாத, வருஷ பிழைகள் இல்லாமல் சர்வே எண் உட்பட வடக்கு, தெற்கு, மேற்கு, கிழக்கு ஐக்குபந்திகள் எல்லாம் பார்த்து எந்தவித வரி விலக்கும் இல்லாமல் சரத்துகளை எழுதி தேவையான வரைபடங்களை வரைந்து, ஜாபிதாக்களை தயார் செய்து ஒரு பத்திரம் உருவாக்குவதற்கு ஒரு மாத காலம் எடுத்துக் கொள்வார்கள்.

13) மேலும் நவீன போக்குவரத்து வசதிகள் இப்பொழுது இருக்கிற இணையதள வசதிகள் எதுவும் அந்த காலத்தில் இல்லாதபொழுது இதுபோன்ற நீண்ட கால அவகாசங்கள் கொடுத்தார்கள். ஆனால் இப்பொழுதோ பதிவுத்துறை முழுவதும் ஆன்லைனாக்கி மக்களுக்கான பத்திர மாதிரிகளையே பதிவுத்துறையே இன்ஸ்டெண்டு காப்பி போல் உடனடியாக கொடுத்துவிடுவதால், இந்த நான்கு மாத, எட்டு மாத கால அவகாசத்தை கண்டிப்பாக குறைத்துவிடலாம்.

14) மேலும் பத்திரங்களை எல்லாம் தயார் செய்துவிட்டு இரு தரப்பினரும் கையெழுத்தும் போட்டுவிட்டு தாக்கல் செய்வதற்கு கால அவகாசம் இருக்கிறது என்று எதாவது ஒரு அவசர காரணத்தினால் தள்ளி வைக்கலாம் என்று நினைக்கும்பொழுது இந்த நீண்ட இடைவெளியில் பத்திர பதிவு கட்டண உயர்வு, பத்திர பதிவில் புது புது சட்டங்கள், நிலங்கள் மற்றும் சொத்துக்கள் மீதான அரசின் புதிய விதிமுறைகள் போன்ற இராஜிய காரணங்களால் மேற்படி நபர்களின் உடல் சுகவீனம் விபத்து இறப்பு போன்ற எதிர்பாராத காரணங்களால் அந்த சொத்து பரிமாற்றம் மிகவும் சிக்கலுக்குள் ஆகிவிடும். எனவே பதிவுத்துறை இந்த கால அவகாசத்தை குறைக்க வேண்டும்.

10. சார்பதிவாளர் எதற்காக எல்லாம் பதிவை மறுக்கலாம்? தெரிய வேண்டிய 19 செய்திகள்?

1. நீங்கள் பத்திரத்தை பதிவு செய்வதற்காக தாக்கல் செய்யும்பொழுது சார்பதிவாளர் பத்திரத்தை பதிய மாட்டேன் என்று மறுத்துவிடுவாரோ என்ற உள்ளூர அச்சம் பொதுமக்களுக்கும், ஆவண எழுத்தருக்கும் எப்பொழுதும் இருந்து கொண்டே இருக்கும்.

2. போக்குவரத்து போலிசார் இரு சக்கர வாகனத்தை சாலையில் மறித்து எப்படி எதாவது ஒரு குறை சொல்வாரோ? அதேபோல சார்பதிவாளரும் பத்திரத்தைப் படித்து ஏதாவது குறை சொல்லி ஆவண எழுத்தர்களை ஒரு லேசான கிலியிலேயே வைத்திருப்பார்.

3. எனவே சார்பதிவாளர் பதிய வருகின்ற பத்திரங்களை எதை பதியாமல் மறுத்துவிடுவார், எதில் சிறு சிறு குறைகளை பார்ப்பார், எதில் மன நிறைவு அடையாமல் இருப்பார் என்பதை எல்லாம் ஓர் அளவுக்கு நாம் தெரிந்து கொள்ள வேண்டும்.

4. சட்ட விரோதமாகவும், ஒழுக்கக்கேடாகவும் உள்ள அனைத்து பத்திரங்களையும் சார்பதிவாளர் பதிவு செய்ய மறுக்கலாம்.

5. பதிவுக் கட்டணம் செலுத்தப்படவில்லை என்றால் பதிவு செய்ய மறுக்கலாம்.

6. பத்திரம் எழுதிக் கொடுத்தவர் மனநிலை சரியில்லாத வராகவோ, மைனராகவோ இருந்தால் அந்தப் பத்திரத்தையும் மறுக்கலாம்.

7. பத்திரம் எழுதிக் கொடுத்தவர் சார்பதிவாளர் முன்பு "நான் எழுதி கொடுக்கவில்லை" என்று சொன்னால்

சார்பதிவாளர் பத்திரம் பதிவு செய்ய மறுக்கலாம்.

8. சாட்சிகள் யாருமில்லை என்றாலும் பதிவினை மறுக்கலாம்.

9. பத்திரத்தில் சம்பந்தப்படாத எவரையேனும் பத்திரத்தில் சேர்த்தால் அந்த பத்திரத்தை பதிவு செய்ய மறுக்கலாம்.

10. பத்திரத்தில் சம்பந்தப்படாத வேறெதாவது சொத்தை பத்திரத்தில் சேர்த்தால் அதனையும் பதிவு செய்ய மறுக்கலாம்.

11. உயில்களைத் தவிர ஏனைய பத்திரங்களைக் கையெழுத் திடப்பட்ட நாளில் இருந்து நான்கு மாத காலத்திற்குள் பதிவாளரிடம் பதிவுக்கு சேர்க்கப்பட வேண்டும். அந்தக் காலக்கெடு முடிந்தால் சார்பதிவாளர் பதிவு செய்ய மறுக்கலாம்.

12. உயில்களை பொருத்தவரை உயில்தாரர் இறந்த தேதியில் இருந்து நான்கு மாத காலத்திற்குள் சார்பதிவாளரிடம் தாக்கல் செய்யவில்லை என்றால் அதன் பிறகு வருகின்ற பத்திரங்களை பதிவு செய்ய மறுக்கலாம்.

13. சொத்து விவரங்கள், தேதி போன்ற விவரங்கள் தெளிவாகக் குறிப்பிடபடவில்லை என்றாலும் மறுக்கலாம். சார்பதிவாளருக்கு புரியாத மொழியிலும், குழப்பங் களுடனும் இருந்தாலும் மறுக்கலாம்.

14. தற்பொழுது பத்திரம் பதியும்பொழுது அதற்கு முன் நிற்கின்ற தாய் பத்திரங்களின் மூல நகல்களை சமர்ப்பிக்கவில்லை என்றாலும் மறுக்கலாம்.

15. பத்திரம் பதிவதற்கு முன்பு வேறெதாவது நபர்களிடம் இருந்து ஆட்சேபனை கடிதங்கள், தடங்கல் மனுக்கள் வந்திருந்தாலும் பதிவை மறுக்கலாம்.

16. பதியப்போகும் சொத்தில் நீதிமன்ற வழக்கோ நீதிமன்ற தடை உத்தரவோ தெரிய வந்தால் பதிவை மறுக்கலாம்.

17. ஆள்மாறாட்டம் செய்து ஃபோர்ஜரி ஆவணங்களை தயாரித்து, தவறான ஆவணங்களை இணைத்து பதிவிற்கு சமர்ப்பித்தால் பதிவை மறுக்கலாம்.

18. ஒவ்வொரு பத்திரம் போடும்பொழுதும் பத்திரத்தை சார்பதிவாளர்கள் பதிவு செய்ய மறுத்து விடுவாரோ? என்று பயந்து பயந்து பத்திரம் போட்டு இருப்போம். பத்திரம் நடந்தால்தான் கமிஷன் என்ற பசி ஏக்கத்தோடு சார்பதிவாளரைப் பார்த்துக்கொண்டு இருந்து இருக்கிறேன்.

19. சார்பதிவாளர் பத்திரத்தைப் பதிய மறுக்கும்போது பதிவு மறுக்கப்படுகிறது என பதிவாளர் எழுதித் தரவேண்டும். அந்த பதிவு மறுத்தலை சார்பதிவாளர் புத்தகம் 2-ல் குறிப்பிட வேண்டும். மேலும் எவ்வித கட்டணமும் பெறாமல் மனுதாரருக்கு தாமதமின்றி மறுத்ததிற்கான காரணத்தை எழுதி தர வேண்டும்.

தெரிந்து கொள்ள வேண்டிய பாடம் :

கப்பல் கேட்பு ஒப்பந்தம் என்றால் என்ன?

கப்பல் பயணப்படும்போது கப்பலை இழுப்பதற்கு பயன்படும் கூலி ஒப்பந்தத்தைத் தவிர, கப்பலின் முக்கியமான பாகங்களை வாடகைக்கு விட்டு எழுதிக்கொடுக்கும் பத்திரம். சார்ட்டர் பார்ட்டி அல்லது கப்பல் கேள்வி ஒப்பந்தம் என்று சொல்லப்படும்.

11. பிற மொழிகளில் கிரைய பத்திரங்கள் தமிழகத்தில் எங்கெல்லாம் பதியப்படுகின்றன? 11 சுவாரஸ்ய தகவல்கள்!

1) தமிழ்நாட்டில் தமிழில் மட்டும்தான் கிரைய பத்திரங்கள் பதியப்படுகின்றன என்று பலர் நினைத்து கொண்டு இருக்கிறார்கள். ஆனால் பல மொழிகளில் கிரைய பத்திரங்கள் பதியப்படுகின்றன.

2) அனைத்து மாவட்டங்களிலும் உள்ள சார்பதிவு அலுவல கங்களில் தமிழ் மொழியில்தான் அதிகமாக கிரைய பத்திரங்கள் எழுதப்படுகின்றன.

3) அதேபோல தமிழகத்தில் உள்ள மாவட்டங்களிலும், அனைத்து சார்பதிவகங்களிலும் ஆங்கில (English) மொழியை பயன்படுத்தி தமிழுக்கு அடுத்தபடியாக நிறைய கிரைய பத்திரங்கள் பதியப்படுகின்றன.

4) தமிழகத்தின் வேலூர் மாவட்டத்திலுள்ள வேலூர், ஆம்பூர், திருப்பத்தூர், வாணியம்பாடி சார்பதிவகங்களில் கிரைய பத்திரங்கள் உருது மொழியில் இஸ்லாமி யர்களால் பதியப்படுகின்றன,

5) தமிழகத்தின் தர்மபுரி மாவட்டத்தில் தேன்கனிக் கோட்டை, ஓசூர், கோயம்புத்தூர் மாவட்டத்தில் குன்னூர், அவிநாசி, மேட்டுப்பாளையம் சார்பதிவகங்களில் ஈரோடு மாவட்டத்தில் நம்பியூர், புஞ்சை புளியம்பட்டி, தாளவாடி, சத்தியமங்கலம் ஆகிய சார்பதிவகங்களில் கன்னட மொழியில் நிறைய பத்திரங்கள் அந்தந்த பகுதியில் வாழும் கன்னட மக்களால் உருவாக்கப்படுகிறது.

6) ஊட்டி குன்னூர், மேட்டுப்பாளையத்தில் கன்னடம் கலந்த படுகா மொழி பத்திரங்கள் அப்பகுதியில் வாழும் படுகர் மக்களால் பயன்படுத்தப்படுகிறது.

7) தமிழகத்தின் கன்னியாகுமரி மாவட்டம் தக்கலை, மார்த்தாண்டம், குளச்சல், கோயம்புத்தூர் மாவட்டத்தில் ஊட்டி, குன்னூர், கூடலூர் ஆகிய சார்பதிவகங்களில் மலையாள மொழியில் நிறைய பத்திரங்கள் பதிவு செய்யப்படுகின்றன.

8) ஈரோடு மாவட்டத்திலுள்ள கோபிசெட்டிபாளையம், கவுந்தம்பாடி, நம்பியூர், புஞ்சை புளியம்பட்டி, சத்திய மங்கலம், தாளவாடி சார்பதிவகங்களிலும் கோயம்புத்தூர் மாவட்டத்தில் கோயம்புத்தூர், உடுமலைப்பேட்டை, பல்லடம், அவிநாசி, கிணத்துக்கடவு, சூலூர், தாராபுரம் ஆகிய பகுதிகளிலுள்ள சார்பதிவகங்களிலும் விருதுநகர் மாவட்டத்தில் ராஜபாளையம், சாத்தூர் சார்பதிவகங் களிலும், திண்டுக்கல் மாவட்டத்தில் பழனி, கொடைக் கானல் சார்பதிவகங்களிலும் தர்மபுரி மாவட்டத்தில் தேன்கனிக் கோட்டை, ராயக்கோட்டை, கிருஷ்ணகிரி, தர்மபுரி, ஓசூர் ஆகிய சார்பதிவகங்களிலும் வேலூர் மாவட்டத்தில் பள்ளிகொண்டா, ராமகிருஷ்ண ராஜு பேட்டை, வாணியம்பாடி, காட்பாடி, குடியாத்தம் ஆகிய சார்பதிவகங்களிலும் தெலுங்கு மொழியில் கிரைய பத்திரங்கள் பதியப்படுகின்றன.

9) தமிழ்நாட்டில் தமிழ், ஆங்கிலத்திற்கு அடுத்தபடியாக தெலுங்கு மொழியில்தான் பத்திரங்கள் பதியப் படுகின்றன. அதற்கு அடுத்து கன்னடம், மலையாளம், உருது என்று பதியப்படுகின்றன.

10) பொதுமக்கள் தாங்கள் பயன்படுத்துகின்ற மொழியில் பத்திரப்பதிவு செய்யலாம். ஆனால் அந்த மொழி சார்பதிவாளருக்கு தெரிந்து இருந்தால் அவர் மனநிறைவு அடைவார். மேற்படி பத்திரத்தின் மொழிபெயர்ப்பை தமிழிலோ, ஆங்கிலத்திலோ தயார் செய்து பதிவு செய்யும்

வேறு மொழி பத்திரத்துடன் இணைத்து சார்பதிவகத்தில் தாக்கல் செய்ய வேண்டும்.

11) வேறு மொழி பத்திரங்களின் அடிப்படையில் சொத்து வாங்குவது என்றால் அந்தந்த மொழியில் பரிட்சயம் உள்ள வல்லுநர்கள் கருத்தை பெற்று சொத்து வாங்கும் முடிவுகளை எடுக்க வேண்டும். குறிப்பாக செட்டில் மெண்ட் பத்திரம், பாகப்பிரிவினை பத்திரம், உயில் பத்திரம் போன்ற பத்திரங்களில் பிற மொழியில் எழுதி இருக்கின்ற சொத்தை பொறுத்து குடும்பத்திற்குள் உருவாக்கி கொள்கின்ற கண்டிஷன் ஷரத்துகளை ஒன்றுக்கு இரண்டு முறை தீரப் படித்து முடிவெடுக்க வேண்டும்.

தெரிந்து கொள்ள வேண்டிய பாடங்கள் :

எக்ஸ்ட்ராக்ட் என்பது என்ன?

• அரசு துறைகளில் இருக்கின்ற பதிவேடுகளில் இருந்து பொதுமக்களுக்காக எந்தவித கோர்ட் கட்டணமும் இல்லாமல் கொடுக்கப்படுகின்ற சான்று செய்யப்பட்ட ஆவணம்.

• மேற்படி எக்ஸ்ட்ராக்ட் டவுன் சர்வேயில் பட்டாக்களுக்கு பதிலாக மாநகர பகுதிகளில் டவுன் சர்வே எக்ஸ்ட்ராக்ட்டாக நில உடைமைதாரர்களுக்கு கொடுக்கப்படுகிறது.

• திருமணம் பிறப்பு, இறப்பு, ஞானஸ்தானம், விவாகரத்து, பிணங்களைப் புதைத்தல் போன்ற அரசின் பதிவேடுகளில் இருந்து பொதுமக்களுக்காக எடுக்கப்படும் நகலும் எக்ஸ்ட்ராக்ட் தான்.

12. பத்திரங்களில் கையெழுத்தும், கைரேகையும் தெரிந்து கொள்ள வேண்டிய 13 செய்திகள்!!

1) எல்லா கிரைய பத்திரங்களிலும் எழுதிக் கொடுப்பவர் எழுதி வாங்குபவர் ஆகிய இருவரில் கையெழுத்துகளும் கைரேகையும் பதியப்பட்டு இருப்பதை நாம் பார்த்திருக் கிறோம். அவற்றை எல்லாம் நடைமுறைபடுத்தும்பொழுது சிறுசிறு சிக்கல்கள் தோன்றும். அவற்றைப் பற்றி பின்வருவனவற்றில் காண்போம்.

2) பத்திரப்பதிவின்போது சார்பதிவாளர் அலுவலகங்களில் பத்திரத்திலும் அங்கு இருக்கின்ற பதிவேட்டிலும் கைரேகை எடுப்பார்கள். அதில் கருப்பு இங்கில் அழுக்கி ஆவணங்களில் ரேகை வைக்கும்பொழுது தெளிவில்லாமல் விழுந்துவிட்டது என்றால், ஒன்றும் பிரச்சனை இல்லை. அப்படி விழுந்துவிட்டதே என்று தவறாக நினைத்து, அதன்மேல் எதையும் அடித்து விடக்கூடாது. தவறாக கைரேகை போட்ட இடத்திற்கு பக்கத்திலேயே இன்னொரு ரேகை பதிவை பதிக்க வேண்டும்.

3) அதன் பிறகு சரியாக மற்றும் தவறாக போட்ட இரண்டு ரேகைகளுக்கு கீழே முதல் பதிப்பு, இரண்டாம் பதிப்பு என்று எழுதிட வேண்டும். இப்பொழுது ஆன்லைனில் பதிவு நடைபெறுவதால் ரேகையை இங்கில் எடுக்காமல் டிஜிட்டலில் எடுப்பதால், இது போன்ற பிரச்சனை இப்பொழுது இல்லை. இப்பொழுது எதாவது காரணங் களுக்காக மேனுவல் பதிவேடுகளில் கைரேகை வைத்தால் மேற்கண்டவாறு செய்ய வேண்டும்.

4) இதுபோல பதிவுக்கு செல்லாத பிற ஆவணங்களிலும் கைரேகை வைத்தால் மேற்சொன்னது போல முதல்

ரேகை தவறாக இருந்தால் இரண்டாவது ரேகை வைத்து முதல் பதிப்பு (first impression) மற்றும் இரண்டாவது பதிப்பு (second impression) என்று எழுத வேண்டும்.

5) அதே போல் பத்திரப்பதிவு நடக்கும்பொழுது இடது பெருவிரல் ரேகை காயம் ஏற்பட்டு தெளிவில்லாமல் இருந்தாலும் அல்லது இடது பெருவிரலே இல்லாமல் இருந்தாலும் அல்லது இடது பெருவிரல் ஆப்ரேஷன் செய்யப்பட்டு கட்டு போடப்பட்டு இருந்தால், இடது கையில் உள்ள ஏதாவது ஒரு விரலின் ரேகையை பதிவு செய்ய வேண்டும்.

6) இன்னும் சில கேஸ் வரும் விபத்துக்குள்ளாகி இடது கையில் உள்ள விரல்கள் ஐந்துமே சிதலமடைந்து இருந்தால் ஐந்து விரல்களில் எதாவது ஒன்றை கூட வைத்து ரேகை பதிய முடியாது. அப்படி இருக்கும் நிலையில்தான் அடுத்து வலதுகையில் இருக்கும் எதாவது ஒரு விரல் ரேகை பதிவு செய்ய வேண்டும்.

7) மேற்படி இரண்டு கைகளில் உள்ள பத்து விரல்களில் ஒரே ஒரு விரல் நன்றாக இருந்தாலும் அந்த விரலை பயன்படுத்தி ரேகை பதிக்கலாம். அதன்பிறகு என்ன செய்ய வேண்டும் என்றால் எந்த விரலின் ரேகை பதிவு செய்யப்பட்டதோ அந்த ரேகை இருக்கின்ற இடத்திற்கு கீழே இடது கை அல்லது வலது கை மேலும், இடது கையில் எந்த விரல் அல்லது வலது கையில் எந்த விரல் என்று குறிப்பு எழுத வேண்டும்.

8) பொதுவாக இடது கை கட்டை விரல் ரேகை பதிந்தால் அதற்கு கீழே (Left Thump Impression) L.T.I of (ரேகை பதிப்பவரின் பெயர்) போட வேண்டும். அதே போல எந்த விரலின் ரேகை என்பதை சிறு குறிப்பாக அந்த ரேகைக்கு கீழே எழுத வேண்டும்.

9) அடுத்ததாக 10 விரலும் சரி இல்லை தொழுநோய், பெருவியாதி, தொற்று வியாதி நோய் போன்ற நோய் களால் பாதிக்கப்பட்டவர்கள் கையெழுத்து, கைரேகை போட வேண்டிய சூழ்நிலையில் என்ன செய்ய வேண்டும் என்றால், ரேகையே தேவை இல்லை என்று விட்டு விடலாம். வேறு வழி இல்லை, அது போன்ற நேரத்தில் ரேகை பதிக்க முடியாததற்கான காரணங்களை தெளிவாக பத்திரத்தின் சரத்துகளில் எழுதியிருக்க வேண்டும். இது இங்க் மூலம் பதிக்கும் ரேகைக்கும் பொருந்தும் டிஜிட்டல் ரேகைக்கும் பொருந்தும்).

10) ஒரு சிலர் கிரையப் பத்திரங்களில் கையெழுத்துப் போடும் பொழுது தங்கள் அடையாள அட்டைகளிலும், அதற்கு முன் பத்திரங்களிலும் தமிழில் கையெழுத்து போட்டு இருப்பார்கள். அதன்பிறகு தாங்கள் படித்துவிட்டதாக உணர்ந்த பிறகு ஆங்கிலத்தில் தன்னுடைய கையெழுத்தை புதியதாக போட்டு பழகியிருப்பார்கள்.

11) அதே போல ஆரம்பத்தில் கையெழுத்தை ஆங்கிலத்தில் போட்டு பழகி இருப்பார்கள். பிறகு தமிழ் உணர்வு வந்து தமிழில் கையெழுத்தை மாற்றி இருப்பார்கள். ஒரு சிலர் அம்மா, மனைவி, காதலி பெயர்களை எல்லாம் கையெழுத்தில் சேர்த்திருப்பார்கள்.

12) இது போன்ற நேரத்தில் புதிய கையெழுத்தை போடும் பொழுது பழைய கையெழுத்தை பற்றியும் சரத்துகளில் சொல்லி "இதற்கு முன் அப்படி கையெழுத்து இடுவது வழக்கம்" அதனை நான் தற்போது மாற்றிவிட்டேன் என்று சிறிய குறிப்பை பத்திரத்தில் சேர்க்க வேண்டும்.

13) ஒரு சில பழைய நபர்கள் இருக்கிறார்கள் கையெழுத்து போட்டால் பத்திரதாளை பாதி நிரப்புவார்கள், அழுத்தி பேனா பிடித்து முத்திரைத்தாளை சேதமாக்குவார்கள்.

இதனால் பக்கத்தில் இருப்பவர்கள் திட்ட ஆரம்பித்து விடுவார்கள். அப்பொழுது அவர்கள் உண்மையாகவே வேர்த்து நடுங்கி கையெழுத்தை கூட ஒழுங்காக போட மாட்டார்கள். அது போன்ற நேரங்களில் கைரேகை வாங்கலாம். அப்பொழுது முதலில் கையெழுத்து இடுவது என் வழக்கம். கைநடுக்கம் காரணமாக தற்போது ரேகை பதிக்கிறேன் என்று குறிப்பிட வேண்டும்.

தெரிந்து கொள்ள வேண்டிய பாடங்கள் :

அந்தக்கால பத்திரங்களில் சொல்லப்படும் அளவுகள்

* பழைய பத்திரங்களில் வீசம் என்றும் அரைக்கால் என்றும் முக்கால் என்றும் வரும். அவற்றைப் பற்றி எளிமையாக பார்ப்போம்.

* அந்தக்காலங்களில் எண்ணிக்கைகளை 16 மடங்கில் தான் சொல்வார்கள். இப்பொழுது நாம் 10ன் மடங்கில் எண்ணிக்கைகளை வைத்துள்ளோம். இன்றைய ஒரு ரூபாய் என்பது 100 காசுகளாகவும், 1/2 ரூபாய் என்பது 50 காசுகளாகவும், 1/4 ரூபாய் என்பது 25 காசுகளாக வும் நாம் பிரித்திருந்தோம். ஆனால் அந்தக் காலங்களில் ஒரு ரூபாயை 16 அணாக்களாகத்தான் பிரித்திருந்தார்கள். அரை ரூபாயை எட்டணா என்றும், கால் ரூபாயை நாலணா என்றும் சொல்லி இருந்தார்கள்.

* இப்படி ஒரு பாகத்தை 16 பாகங்களாக்கி அவைகளில் ஒரு பாகம் என்று சொல்வது வீசம் (1/16) ஆகும். அதேப் போல் ஒரு குழி நிலத்தை 16 பாகங்களாக பிரித்து அதில் ஒரு பாகத்தை ஒரு வீசம் என்பார்கள். அதேபோல் ஒரு குழி நிலத்தை 8ஆக பிரித்து அதில் ஒரு பாகத்தை அரைக்கால் என்பார்கள்

13. எழுதி கொடுப்பவர் நில உரிமையாளரா என்று சார்பதிவாளர் விசாரிக்கலாமோ? அறிய வேண்டிய 9 செய்திகள்!!

1) சார்பதிவாளர்கள் கிரைய பத்திரத்தை பதிவுக்கு தாக்கல் செய்ய சமர்பிக்கும்பொழுது உண்மையான உரிமையாளர் தான் சொத்தை விற்கிறாரா? அவருக்கு முழு உரிமை அல்லது உரிமை கூறு இருக்கிறதா? தாய்பத்திரம் சரியாக இருக்கிறதா? ஒரிஜினல் பத்திரங்களெல்லாம் பார்வைக்கு சமர்ப்பிக்கப்பட்டிருக்கிறதா? EC-ல் வில்லங்கங்கள் சரியாக இருக்கின்றதா? என்றெல்லாம் சோதனை செய்து விட்டுதான் பத்திர பதிவிற்கு பதிவை தொடங்குகிறார்.

2) மேலும் எத்தனை பங்கு விற்பவருக்கு இருக்கிறது எத்தனை பங்கு விற்பவருக்கு இல்லை? என்று பாக பிரிவினைக்காக தாக்கல் செய்யப்பட்ட பத்திரங்களை அலசி ஆராய்கின்ற சார்பதிவாளரை பார்த்து இருக்கிறேன். ரியல் எஸ்டேட் ஏஜென்டுகளின் தலையில் உள்ள நுங்கை (மூளை) அந்த பதிவு முடிவதற்குள் சார்பதிவாளர் பிதுக்கி எடுத்துவிடுவர். சில நேரங்களில் பத்திர பதிவில் எந்த தடங்கலும் வரக்கூடாது என்பதற்காக சார்பதிவாளரை மகாகனம் பொருந்திய மகானாகவே ரியல் எஸ்டேட் ஏஜெண்டுகள் பார்ப்பார்கள்.

3) ஆனால் பத்திர பதிவு சட்டம் விற்பவருக்கு நில உரிமை இருக்கிறதா? என்பதை சோதிக்கும் உரிமையை சார்பதிவாளருக்கு கொடுக்கவில்லை. ஒருவர் பத்திரப் பதிவுக்கு தாக்கல் ஆகும் ஆவணத்தில் உள்ள சொத்தில் அவருக்கு முழு பங்கு அல்லது உரிமை அல்லது உரிமை பட்டம் இருக்கிறதா? என்று சார்பதிவாளர் மனநிறைவு அடைய வேண்டும் என்று அவசியம் இல்லை. அதை வைத்து பதிவை நிறுத்தக் கூடாது என்று சட்டமும்

நீதிமன்றத் தீர்ப்பும்கூட சொல்கிறது. நீதிமன்றத் தீர்ப்பின் விவரம் ஷேக் ரஹ்மத்துல்லாஹ் எதிர் ஷேக் சமயத்துல்லாஹ் காக்சி ஒன்று அம்பி எல் ஆர் 85 எபிபி)

4) ஏன் இப்படி சட்டம் சொல்கிறது? சார்பதிவாளர் நில உரிமை எல்லாம் கொஞ்சம் சரி பார்த்தால் அப்பாவி மக்கள் ரியல் எஸ்டேட்டினால் பாதிக்கப்படாமல் இருப்பார்களே. கஷ்டப்பட்டு சம்பாதிக்கின்ற பணத்தில் சொத்து வாங்குகிறோமே, அதனை பதியும்பொழுது சார்பதிவாளர் சரி பார்த்து சொன்னால் மக்களுக்கு மிக பயனாக தானே இருக்கும் என்று நீங்கள் கேட்பது எனக்கு புரிகிறது.

5) மேற்படி பதிவு சட்டம் நிலத்தில் மேல்வார உரிமை வைத்து இருந்த ஜமீன்கள், விளைச்சலுக்கு வரி கட்ட வேண்டாம் என்று மானியம் அனுபவித்த மேல்தட்டு இனாம்தாரர்கள், நிலத்தை உச்சவரம்பு இல்லாமல் வைத்து இருந்த பெரும்தனக்காரர்கள், பெண்களுக்கு சொத்துரிமை இல்லாத காலத்தில் அடிதட்டு மற்றும் நடுத்தர மக்களுக்கு போதுமான நில உரிமைகள் நில புலன்கள் இல்லாத காலத்தில் போடப்பட்ட பதிவு சட்டம் ஆகும்.

6) அந்த காலத்தில் பத்திர பதிவுக்கு வருபவர்கள் இப்பொழுது வருகிறது போல அடிதட்டு மற்றும் நடுத்தர மக்கள் அல்ல. அனைவரும் மிராசுகள், மிட்டாக்கள், பண்ணையார்கள் பல சொத்துக்களை பரிமாற்றங்கள் செய்கின்ற காலம். அப்பொழுது சார்பதிவாளர் அவர்களிடம் நில உரிமை இருக்கிறதா உரிமை கூறு இருக்கிறதா? என்றெல்லாம் கேட்டுக் கொண்டு இருக்க முடியாது. அது மட்டும் அல்லாமல் அந்த காலத்தின் நில உரிமை அதிக சிக்கல்கள் நிறைந்தது.

7) அப்படி சிக்கல்கள் நிறைந்த அந்த காலத்து நில உரிமை

(land tenure) எல்லாம் சார்பதிவாளருக்கு துல்லியமாக புரிய வாய்ப்பில்லை. அதனால் பதிவு நடவடிக்கையை மட்டும் செய்தால் போதும், சொத்தில் உரிமை இருக்கிறது, இல்லை என்பதை எல்லாம் நீதிமன்றம்தான் முடிவெடுக்க வேண்டும் என்று அந்த காலத்தில் சட்டம் போட்டு விட்டார்கள்.

8) ஆனால் இப்பொழுது காலம் மாறிவிட்டது, தலைமுறை மாறிவிட்டது, கல்வி பரவலாக்கப்பட்டுவிட்டது. ஜமீன்கள், மிட்டாக்கள், மிராசுகள், இனாம்தாரர்கள் உரிமைகள் எல்லாம் ஒழிக்கப்பட்டுவிட்டது. நில உச்சவரம்பு நில ஒப்படைகள் மூலம் அனைத்து தரப்பிற்கும் நிலங்கள் பகிரப்பட்டது. அனைத்து தரப்பினரும் உள்நாடு மற்றும் வெளிநாட்டில் சம்பாத்தியம் சம்பாதிக்க ஆரம்பித்து விட்டனர். அதனால் அனைத்து தரப்பு மக்களும் நிலங்கள் வாங்கி, விற்க ஆரம்பித்துவிட்டனர். ஆனால் அதற்கு ஏற்றார்போல் பழைய சட்டத்தை மேம்படுத்தாமல் (update) அப்படியேதான் இருக்கிறது. ஆக நாம் இன்னும் நூறாண்டுக்கு முந்தைய பழைய சிலபெஸ் சட்டத்தையே பயன்படுத்திக் கொண்டிருக்கிறோம் என்பதை நினைவில் கொள்ளுங்கள்.

9) ஆனால் சட்டத்தை மாற்றாமல் பதிவுத்துறை உத்தரவு களையும், சுற்றறிக்கைகளையும் போட்டு சார்பதிவாளரை நிர்வாகம் செய்து கொண்டு இருக்கிறது. விவரம் தெரிந்தவர்கள் நீதிமன்றம் சென்று பதிவுத்துறை உத்தரவு களை, சட்டத்தை காட்டி தடை பெற்று விடுகின்றனர் என்பதுதான் உண்மை. ஆக சார்பதிவாளருக்கு நில உரிமை இருக்கிறதா? என்றால் விசாரிக்க சட்டப்படி அதிகாரம் இல்லை.

14. காலாவதியாகிப் போன நகல் எழுத்தர்கள் பற்றி தெரிந்து கொள்ள வேண்டிய 12 விஷயங்கள்!

1) கணினி பயன்பாடும், கம்ப்யூட்டரின் வேகமும் இணையதளத்தின் வளர்ச்சியும் இன்று அசுர வேகத்தில் வளர்ந்து விட்டதால் காலாவதியாகிப்போன வேலைவாய்ப்புகளில் ஒன்றுதான் இந்த நகல் எழுத்தர் வேலை.

2) பத்திர அலுவலகத்திற்கு வெளியே ஆவண எழுத்தருக்கு பக்கத்தில் நகல் எழுத்தரும் அமர்ந்திருப்பதை பழைய ரியல் எஸ்டேட் ஏஜென்டுகள் 20 ஆண்டுகளுக்கு முன்பு பார்த்திருப்பீர்கள். இந்த தலைமுறையினருக்கு இப்படி ஒருத்தர் இருந்தார் என்பதே தெரியாது.

3) அந்தக் காலத்தில் கிரைய பத்திரங்களை முத்து முத்தான அழகான கையெழுத்துகளில் கிரைய ஷரத்துக்களை ஆவண எழுத்தர்கள் எழுதுவதுபோலவே, நகல் எழுத்தர்களும் எழுதுவார்கள். ஆனால் இவர்களுக்கு ஆவண எழுத்தருக்கான சட்ட நுணுக்க விவரங்கள் அவ்வளவாக தேவைப்படாது.

4) அந்தக் காலத்தில் நகல் எழுத்தர்களுக்கும், ஆவண எழுத்தர்களைப் போலவே பதிவுத்துறை தேர்வுகள் எல்லாம் நடத்தி, நகல் எழுத்தருக்கான லைசென்சை கொடுத்தார்கள். மேற்படி நகல் எழுத்தர்கள் என்ன பணி செய்தார்கள் என்றால்? நடமாடும் காப்பி மெசின் (copy machine) ஆக செயல்பட்டார்கள்.

5) கணினி பயன்பாடு இல்லாததற்கு முன்பு கிரைய பத்திரம் ஆவண எழுத்தர் மூலம் முத்திரைத்தாளில் டைப் செய்து அல்லது எழுதி விடுவார்கள் அந்த கிரையப் பத்திரத்தின் இன்னொரு பிரதி சார்பதிவக ஆவணத்தில் filing Copy

ஆக பாதுகாத்து வைப்பதற்கு அதனை அப்படியே பார்த்து எழுதி ஒரு நகலை சார்பதிவகத்தில் வைப்பதுதான் நகல் எழுத்தரின் வேலை.

6) பெரிய லெட்ஜர் சைஸில் நகல் சீட்டு என்று ஒன்று சார்பதிவகத்திற்கு வெளியே விற்பனைக்கு இருக்கும் அந்த நகல் சீட்டு A3 சைசில் இரண்டு தாள்களாக இருக்கும் சிறிய அட்டைப்போல் கெட்டியாக இருக்கும், சாதாரண தாள் போல இருக்காது. அதில் வரி வரியாக கோடு போட்டு இருக்கும்.

7) இப்படிபட்ட நகல் சீட்டில் கிரைய பத்திரத்தில் என்னவெல்லாம் எழுதி இருக்கிறதோ அதனை ஒரு வரி விடாமல் பார்த்து எழுதி அதனை கிரைய பத்திரம் பதிவுக்கு தாக்கல் செய்யும்போது இந்த நகல் சீட்டையும் சேர்த்து அந்தக் காலத்தில் பத்திரம் பதிவு செய்வதற்கு தாக்கல் செய்வார்கள்.

8) இந்த நகல் சீட்டுகளை எல்லாம் ஒன்றின் மேல் ஒன்று அடுக்கி பெரிய புத்தகமாக தைத்துவிடுவார்கள் அந்த புத்தகங்களில் இருந்துதான் எதிர்காலத்தில் ஆவணங் களின் (copy of the document) நகல் தேவைப்பட்டால், அதில் இருந்து பார்த்து எழுதி கொடுப்பார்கள். அந்த காலத்தில் ஜெராக்ஸ் மெசின் (xerox machine) இல்லாததால் கையாலேயே எழுதி ஒரு புதுப் பிரதியை மக்களுக்கு கொடுப்பார்கள் இந்த நகல் எழுத்தர்கள்.

9) இன்றும் சார்பதிவகங்களில் பழைய கிரையப் பத்திரங்களின் நகலை கேட்டு (Copy of the Document) விண்ணப்பித்தால், மேற்படி ஆவணத்தை நான் முன் சொன்ன நகல் ஷீட்டில் ஆன புத்தகத்தில் இருந்து ஜெராக்ஸ் (Xerox) எடுத்து கொடுப்பார்கள். அந்த பழைய

நகலில் கையால் எழுதியிருக்கின்ற ஷரத்துகள் ஒரு நகல் எழுத்தருடையது ஆகும்.

10) இப்பொழுது கணினிமயமாகிவிட்டதால், ஸ்கேனர் மற்றும் ஜெராக்ஸ் வந்துவிட்டதால் கையால் பார்த்து எழுதி நகல் எடுக்கின்ற நகல் எழுத்தரின் வேலையும் நகல் எழுத்தரின் தொழிலும் இந்த தலைமுறையினருக்கு தெரியாமலே போய்விட்டது.

11) நான் தொழில் ஆரம்பித்த காலங்களில் கணிணி மயமே ஆகாத Rural சார்பதிவகமான திருநெல்வேலி மாவட்டம் மூலக்கரைபட்டியில் சார்பதிவகத்தில் (copy of the document) விண்ணப்பித்த பொழுது சார்பதிவகத்தில் உள்ள ஆவணத்தை xerox போட்டு எடுத்து கொடுத்தார்.மேற்படி நகல் எழுத்தர்கள் எல்லாம் அதன் பிறகு ஆவண எழுத்தர்களாக மாறிவிட்டனர்.

12) ஆக சார்பதிவகத்தில் மக்களுடைய கிரயப் பத்திரங்களை ஒரு நகல் எழுதி அதனை சார்பதிவக பதிவேட்டில் வைக்கவும், எதிர்காலத்தில் மக்களுக்கு தேவைப்பட்டால், சார்பதிவக பதிவேட்டில் இருந்து பிரதி எடுக்க செய்கின்ற முக்கிய வேலையை நகல் எழுத்தர்கள் செய்து கொண்டு இருந்தார்கள். இப்பொழுது நகல் எழுத்தர்கள் கையால் எழுதியிருக்கின்ற நகல் பத்திரங்களை பார்ப்பவர்களுக்கு கையால் எழுதிய ஒரிஜினல் பத்திரமா நகல் எழுத்தர்கள் எழுதிய நகல் பத்திரங்களா? என்று இந்த தலைமுறை யினருக்கு வித்தியாசம் தெரியாது. அதற்காகவே நகல் எழுத்தர்கள் பற்றியும், நகல் பத்திரங்களை பற்றியும் தெரிந்து கொள்ள வேண்டும்.

15. பத்திர பதிவு செய்யாமலேயே எங்கெல்லாம் சொத்துரிமைகள் மாறுகிறது? தெரிய வேண்டிய 17 விஷயங்கள்!

1) ஒரு நபரிடம் இருந்து இன்னொரு நபருக்கு நிலம் சொத்துக்கள் கைமாறும் பொழுது கண்டிப்பாக பதிவு செய்ய வேண்டும் என்று பதிவுச் சட்டம் சொல்கிறது. ஆனால் சிறு சிறு இடங்களில் சொத்து சம்பந்தப்பட்ட பரிமாற்றங்கள் பதிவு செய்யாமலேயே கைமாறுகின்றன. அவையெல்லாம் பதிவுச் சட்டத்தில் இருந்து விலக்களிக்கப்பட்டது என்பதை நாம் தெரிந்து கொள்ள வேண்டும்.

2) வருவாய்த்துறையினர் ஏதாவது ஒரு கிராமத்தில் புதியதாக சர்வே செய்து நிலங்களை மக்களுக்கு செட்டில்மெண்டு செய்கிறார்கள் என்றால் மக்களுக்கு வருவாய்துறை சொத்தை ஒப்படைப்பதாக தான் அர்த்தம். இந்த பரிமாற்றத்தை பதிய தேவையில்லை.

3) செட்டில்மெண்டு மெகா சர்வேயின் பொழுதும், யூடிஆர் மெகா சர்வேயின் பொழுதும் தமிழகம் முழுவதும் நில உடைமைகள் அளக்கப்பட்டு அப்பொழுது அனுபவத்தில் இருப்பவர்களுக்கும், வாரிசு உரிமைகள் படியும் ஆவணங்களை பார்வையிட்டு கள ஆய்வு விசாரணை மேற்கொண்டு பொதுமக்கள் பெயருக்கு பட்டா நில உரிமை வழங்கபடுகிறது. அந்த சொத்து மாற்றங்களை எல்லாம் பதிய தேவையில்லை!!

4) அது போல இனி ஒரு நில தீர்வைக்கான மெகா சர்வே நடந்தாலும் அப்பொழுது நில உரிமை பட்டா வழங்கபட்டாலும் அதுவும் சொத்து பரிமாற்றம் தான். அந்த நில உரிமை மாற்றத்தை சார்பதிவகத்தில் வந்து

பயனாளி பதிய தேவை இல்லை என்று அரசு விதி விலக்கு அளித்துள்ளது.

5) நில சீர்திருத்தத்துறை, நில உச்சவரம்பு சட்டத்தில் உபரி நிலங்களைக் கைப்பற்றி நிலம் அற்றவர்களுக்கு அசைன்மெண்ட் பத்திரம் மூலமாக பத்திரங்களை ஒப்படைப்பார்கள். அந்த பத்திரங்களை பதிவுச் செய்ய தேவையில்லை.

6) அடுத்ததாக எப்பொழுதெல்லாம் கிராம வரைபடம், கிராம கணக்குகள் அந்தந்த தாலுக்காவில் தயாரிக்கும் பொழுது, அந்தந்த காலக்கட்டத்திற்கு ஏற்றவாறு வருவாய்த்துறை புதிய சட்டங்களுக்கு உட்பட்டு யாருக் காவது பட்டா (நில உரிமை) வழங்கினால் அதனை பதிவு அலுவலகத்தில் வந்து பதிய வேண்டும் என்ற தேவையில்லை

7) நிலத்தில் வருகின்ற பிற உரிமைகள் ஆன மரத்தில் இருந்து வருகின்ற மகசூல் உரிமை , நீர்நிலை மீதான உரிமை உட்பட வழி, வாய்க்கால் உரிமைகளை அரசு மக்களுக்கு ஒப்படைத்தால் அதனை எல்லாம் பத்திர அலுவலகத்தில் பதிய வேண்டும் என்ற அவசியமில்லை

8) அதேபோல பொது மக்களுக்கு வருவாய்த்துறையினர் இலவசமாக நிலங்களை வழங்கும், ஒப்படைப்பு செய்யும், நிலக்கொடை கொடுக்கும். அந்த உரிமை மாற்றங்களை எல்லாம் அரசு அதிகாரியோ அல்லது பயன்பெறும் பொதுமக்களோ நேரடியாக வந்து பத்திர அலுவலகத்தில் பதிந்து கொள்ள தேவை இல்லை.

9) மேற்சொன்ன விசயங்களுக்கெல்லாம் விலக்கு அளிக்க வில்லை என்றால், அரசின் ஒவ்வொரு மெகா சர்வேயின் பொழுதும் நில உரிமைகள் பெருமளவில் மாறும். அதனை எல்லாம் பதிவு செய்தல் வேண்டும் என்றால் பதிவுத்

துறைக்கு மிக அதிகப்படியான பணிச் சுமைகள்தான் ஆகும். மேலும் வருவாய்த்துறை கொடுக்கின்ற பட்டா ஒப்படைப்புகளில் நிறைய தவறுகளும், குழப்பங்களும் இருக்கிறது. அதனால் பட்டாவை இரத்து செய்கின்ற அதிகாரத்தையும் அவர்களே வைத்துள்ளார்கள்.

10) எதிர்காலத்தில் இவற்றையெல்லாம் பதிவு செய்ய வேண்டும் என்று சட்டம் வந்தால் நல்லது. ஏன்என்றால் பட்டா பெறுகின்ற பயனாளி, பதிவு அலுவகத்தில் தானாகவே வந்து பட்டாவை சார்பதிவகத்தில் பதிவு செய்துவிட்டால் பட்டாவிற்கும் பத்திரத்திற்கும் தனித்தனி லிங்க் தேடி அலைய வேண்டியதில்லை.

11) தனியார் நில உடைமையாளர் அரசுக்கு தர வேண்டிய வருவாய் / வரி / கடன் பாக்கிக்காக தனியார் சொத்தை ஜப்தி செய்து அதனை பொது ஏலத்தில் கொண்டு வந்து விற்பனை செய்வார்கள். அப்பொழுது ஏலத்தில் எடுத்தவர்களுக்கு ஒரு விற்பனைச் சான்று (Sale Certificate) அரசின் வருவாய்துறை வழங்கும் அந்த சான்று இந்த இடத்தில் பத்திரத்திற்கு இணையான உரிமை மாற்று ஆவணமாக இருக்கும்.

12) 1934ஆம் ஆண்டின் தமிழ்நாடு மாநில கூட்டுறவு நில அடமான வங்கிகள் சட்டப்படி வழங்கப்படும் விற்பனை சான்றை (sale certificate) கொடுக்கும்பொழுது அதனை பெற்றவருக்கு நில உரிமை மாறிவிடுகிறது. அதனை பதிய வேண்டிய தேவை இல்லை.

13) விவசாயிகள் கடன் சட்டம் 1884இன் மூலம் நிலத்தின் மீது கடன் வழங்கும் ஒவ்வொரு தொகையினையும் மற்றும் அதனை திருப்பி செலுத்தும்போதும், அடமானம் வைத்தவர், கடன் கொடுத்தவர் இருவரும் பதிவு அலுவலகத்தில் வந்து பதிய தேவையில்லை

14) 1813ஆம் ஆண்டு நில மேம்பாட்டுக் கடன்கள் சட்டத்தின்படி எந்தெந்த நிலத்திற்கு எல்லாம் கடன் வழங்குகிறார்களோ? அதற்கு இணைப்பிணையமாக கொடுக்கப்பட்டிருக்கின்றன. நிலங்களுக்கு அடமான பதிவு அல்லது வேறு ஏதாவது புரிந்துணர்வு ஒப்பந்தமும் பதிவு செய்யப்படாமலேயே பயனாளிக்கு, இடத்தின் பேரில் கடன் கொடுக்கலாம்.

15) அந்தக் கடன் கட்டவில்லை என்றால், அரசு அந்தப் பதிவு செய்யப்படாத ஆவணத்தை வைத்தே நிலத்தினை வாங்கிய கடனுக்கு ஈடாக எடுத்துக்கொள்ளலாம். கடன் பதிவு ஆகவில்லை என்பதால், அதனை ஜப்தி செய்ய முடியாது, என்றெல்லாம் மனப்பால் குடிக்கக் கூடாது

16) பூமிதான இயக்கம் திருத்தச்சட்டம் 1964இன் பூதான இயக்கம் வாரியம், ஏழை பயனாளிக்கு உறுதி செய்து இடம் ஒப்படைக்கும் நில உரிமை ஆவணத்தை பதிவு செய்ய வேண்டும் என்ற அவசியம் இல்லை

17) இப்படி பல நில உரிமை மாற்றங்கள் சார்பதிவகத்தில் பதியாமலும் நடக்கிறது என்று நினைவில் கொள்ள வேண்டும். இப்படி அரசு கொடுக்கும் ஏல விற்பனைச் சான்று, நீதிமன்றத்தில் கொடுக்கும் விற்பனைச் சான்று, வங்கிகள் கொடுக்கும் விற்பனைச் சான்று, அரசு கொடுக்கும் ஒப்படைப்பட்டா மற்றும் நிலக்கொடை ஆவணங்கள் எல்லாம் கட்டாயம் பயனாளிகள் மட்டும் நேரடியாக சார்பதிவத்தில் தோன்றி ஆவணங்களை தாக்கல் செய்து பதிந்து கொள்ளலாம் என்று, சட்டம் ஆக்கினால் சொத்து சம்பந்தமான அனைத்து முன் வரலாறுகளையும் சார்பதிவக ஈசியில் பார்த்துவிடலாம். மக்களுக்கும் குழப்பம் அல்லாத ஒரு சொத்து வாங்கும் முறை உருவாகும் என்பது என் கருத்து.

16) பதிவு அலுவலகத்தில் தோன்றாமலேயே பதிவு நடக்கும் பத்திரங்கள்! தெரிந்து கொள்ள வேண்டிய 10 செய்திகள்!!

1) தமிழ்நாட்டின் பத்திரப்பதிவு சட்டத்தில் சொத்துக்கள் கைமாறும்பொழுதோ அல்லது சொத்து சம்பந்தமாக வேறு ஏதாவது பரிவர்த்தனைகள் நடக்கும்பொழுதோ, வாங்குபவர் விற்பவர் இருவரும், சார்பதிவாளர் முன்பு தோன்றி பதிவு நடவடிக்கைகளில் ஈடுபட வேண்டும். ஆனால் சில சொத்துக்களை பதிவு செய்யும்பொழுது சார்பதிவகத்தில் தோன்றுவதிலிருந்து விலக்கு அளிக்கப்பட்டு இருக்கிறது.

2) ஒரு நிலத்தையோ, வீட்டையோ அரசாங்கத்திடமும், அரசாங்கம் சார்ந்த நிறுவனத்திடமும் விலை கொடுத்து வாங்கும்பொழுதும் அல்லது இலவசமாக பெரும் பொழுதும் அல்லது அரசின் தவணைத் திட்டங்களின் மூலமாக வாங்கும்பொழுது, அதனை பயனாளிக்கு எழுதி கொடுப்பதற்கு அரசாங்கத்தின் சார்பாக இருக்கும் அதிகாரிகள் சார்பதிவகத்தில் தோன்றி நேரடியாக பதிவு நடவடிக்கைகளில் ஈடுபட வேண்டும் என்ற அவசியமில்லை.

3) அவர்கள் கிரைய பத்திர ஆவணங்களை முழுவதுமாக தயார் செய்து அவர்களுடைய அரசு அலுவலகத்திலேயே முத்திரைத்தாள் அடங்கிய பத்திரத்தில் எழுதி, விற்பதற்காக கையெழுத்தும் போட்டுவிடுவார்கள். மேற்படி பத்திரத்தை சார்பதிவகத்தில் தாக்கல் செய்து பதிவதற்காக பயனாளி மட்டும் வந்தால் போதுமானது.

4) ஏன் பயனாளி மட்டும் வந்து பதிந்து கொள்ளலாம் என்றால், எழுதி கொடுக்கின்ற அரசாங்க அலுவலர்கள்

பொது மக்களுக்கு நிலத்தையோ, வீட்டையோ கிரையம் கொடுக்கும்பொழுது பதிவதற்காக பதிவகத்தில் வந்து காத்திருப்பது, அரசாங்கத்திற்கு நேரமும் பணமும் விரயமான ஒன்றாகும். தமிழ்நாடு வீட்டுவசதி வாரியம், குடிசைமாற்று வாரியம் போன்ற இடம் மற்றும் வீடுகள் விற்கும் அரசு நிறுவனங்கள் அதிகளவில் பயனாளிகளுக்கு இடங்களை / வீடுகளை கிரையம் செய்து கொடுக்கிறது. அந்த அதிகாரிகள் எழுதி கொடுப்பதற்காக தங்களுடைய பிற அலுவலக பணிகளை விட்டு விட்டு சார்பதிவக வாசலில் கூட்டத்தோடு கூட்டமாக நிற்க வேண்டி வரும். அப்படி ஒரு நிலைமை அரசு அதிகாரிகளுக்கு வரக்கூடாது. அதனால் அரசின் நேரம் வீணடிக்கப்படும்.

5) எனவே எந்தெந்த அரசு அதிகாரிகள் எல்லாம் சார்பதிவு அலுவலகத்திற்கு நேரடியாக வரத் தேவையில்லை என்று மாநில அரசின் அரசிதழில் அவர்கள் பதவி பொறுப்பை போட்டு ஒரு அறிக்கை வெளியிட்டுவிடுவார்கள். அந்த அறிக்கையினுடைய விவரம் அந்தந்த பதிவுத்துறை மாவட்டப் பதிவாளருக்கு முன்கூட்டியே அனுப்பி வைக்கப்பட்டு இருக்கும் அல்லது அவர்கள் அந்த அரசிதழை வாங்கி வைத்து இருப்பார்கள்.

6) அதேபோல பொது மக்களும் அரசுக்கு அல்லது அரசின் நிறுவனத்திற்கு தங்களுடைய சொத்தை தானமாக எழுதிக் கொடுக்கிறார்கள் என்றாலும், அல்லது எதற்காகவோ கிரையமாக எழுதிக் கொடுக்கிறார்கள் என்றாலும், எழுதி கொடுக்கும் மக்கள் மட்டும்தான் சார்பதிவகம் சென்று, சார்பதிவாளர் முன் தோன்றி எழுதி கொடுக்க வேண்டும். அந்த சொத்தை எழுதி வாங்கும் அரசு அதிகாரிகள் நேரடியாகச் சார்பதிவகத்திற்கு வந்து பதிவு நடவடிக்கைகளில் ஈடுபடத் தேவையில்லை.

ஃபோட்டோ எடுக்க சார்பதிவகத்தில் உட்காரத் தேவை இல்லை, கைரேகையும் வைக்கத் தேவையில்லை.

7) எனவே பதிவு அலுவலகத்தில் அரசுக்கு சொத்தை எழுதி கொடுக்கும்பொழுது அது சம்பந்தப்பட்ட அதிகாரிகளை தேடாதீர்கள். அவர்களுக்கு எல்லாம் சார்பதிவகத்தில் சார்பதிவாளர் முன் தோன்றுவதில் இருந்து விதிவிலக்கு அளிக்கப்பட்டு இருக்கிறது.

8) நாங்கள் எல்லாம் வீட்டுமனைப் பிரிவை டிடிசிபி அங்கீகாரம் பெறுவதற்கு மனைப்பிரிவை உருவாக்கப் படும்போது, அதிலுள்ள சாலையை வட்டார வளர்ச்சி அதிகாரிக்கு (BDO) தானப்பத்திரம் எழுதி ஒப்படைப் போம். அப்படி ஒப்படைக்கும்பொழுது எழுதி வாங்கும் அந்த வட்டார வளர்ச்சி அதிகாரி (BDO) நேரடியாக சார்பதிவகத்திற்கு வரமாட்டார். நாங்கள் மட்டும்தான் தானப் பத்திரத்தை பதிவுச் செய்து, அதனை வட்டார வளர்ச்சி அதிகாரியிடம் ஒப்படைப்போம்

9) தமிழ்நாடு வைப்பீட்டாளர்கள் 1997–இன் சட்டத்தின் கீழ் வழங்கப்படும் சான்றை பதிவு அலுவலகத்தில் பயனாளிகள் வந்து பதிய வேண்டும். இதற்கு அந்த வங்கியை சார்ந்த அதிகாரிகள் வந்து பதிவு நடவடிக் கைகள் ஈடுபட வேண்டும் என்று அவசியமில்லை.

10) 1908ஆம் ஆண்டில் உரிமையியல் நடைமுறைகள் சட்டத்தின்படி அசையா சொத்துக்களுக்கு விற்பனை சான்று (Sale Certificate) வழங்கும் நீதிமன்ற அலுவலர் பதிவதற்காக சார்பதிவு அலுவலகத்தில் வந்து தோன்ற வேண்டும் என்ற அவசியமில்லை. விற்பனை சான்று (sale certificate) வாங்கிய நபர் நேரடியாக சார்பதிவகத்தில் வந்து பதிந்து கொள்ளலாம். அரசின் நிறுவனங்களில் இருந்து நில கிரைய பத்திரங்களை பெறுகின்ற

பயனாளிகளும் வருவாய்த்துறை, வங்கித்துறை மற்றும் நீதிமன்றத்தில் பயனாளிகள் பெருகின்ற விற்பனைச் சான்றிதழ்களையும் பயனாளிகள் சார்பதிவகத்திற்கு சென்று பதிய வேண்டும் என்பதை மறந்துவிடுகின்றனர். பதிவு செய்யப்படாத கிரைய பத்திரத்தையும், விற்பனைச் சான்றையும் அரசு துறையிடமிருந்து பெற்றவுடன் கண்டிப்பாக பதிய வேண்டும்.

தெரிந்து கொள்ள வேண்டிய பாடங்கள் :

அந்தக்கால கிராம உத்தியோகஸ்தர்களை தெரிந்துக் கொள்வோம்.

- பழைய காலத்தில் கிராம நிர்வாகத்தை முன்சீப் என்பவரும், கர்ணம் என்பவரும் சேர்ந்து பார்ப்பார்கள்.

- முன்சீப் என்பவர் தற்போது கிராம தலைவர் என்பவர் போலவும், கர்ணம் என்பவர் சர்வேயர் போலவும் இருப்பார்கள். மேலும் தற்போதைய கிராம பஞ்சாயத்து தலைவரின் அதிகாரங்களை மேற்சொன்ன இருவரும் பகிர்ந்து வைத்திருப்பார்கள்.

- அந்தக் கால கிராம நிர்வாக அலுவலகம் வெறும் நிலவருவாய் வசூல் மட்டும் செய்யாமல் அந்தக் கிராமத்தின் சுகாதாரம், பாதுகாப்பு, கிராமக் காடுகள் பாதுகாப்பு, கால்நடை பாதுகாப்பு, சின்னச்சின்னக் குற்றங்களுக்கான நீதிவழங்கல் நடைமுறைகள் சேர்ந்தே செய்யப்பட்டது.

- முன்சீப், ஊர்க்கவுண்டர், தலைமை நாயுடு, பெட்டன்தாரர், பட்டேல், ரெட்டி, பெத்தகாபு, நாட்டாண்மைகாரர், பெரியதனக்காரர் இப்படி எல்லாம் அந்தக்கால கிராமத் தலைவரை அழைப்பார்கள்.

தொகுதி 8

அங்கீகாரம் சம்பந்தப்பட்ட கட்டுரைகள்

1. அங்கீகார அமைப்புகள் தெரிந்து கொள்ள வேண்டிய 22 செய்திகள்!

1) வீட்டுமனைகளுக்கு அங்கீகாரம் என்பது என்ன வென்றால்; ஒரு மனை பிரிவு இந்த ஊரோடு சேர்த்து கொள்ளப்பட்டிருக்கிறது என்று அர்த்தம்.

2) ஊரோடு சேர்ப்பது என்றால் என்ன? நீங்கள் வயற்காட்டிற்கு நடுவிலோ, ஒருமலை உச்சியிலோ, வீட்டைக் கட்டிவிட்டு, அங்கு எனக்கு குடிநீர், கரண்ட், ரோடு, தபால் எல்லாம் உங்களைத் தேடி வர வேண்டும் என எதிர்பார்த்து, இவற்றையெல்லாம் உருவாக்கி கொடுங்கள் என்று கேட்டால், ஊராட்சி நிர்வாகத்திற்கு எவ்வளவு அசௌகர்யமோ, அதுபோல, ஒவ்வொருவரும் அவரவர் இஷ்டத்திற்கு குடியிருப்பு மனைகளை கட்டிக் கொண்டால் ஊரே ஒழுங்கற்று போய்விடும்.

3) குடியிருப்பு வீடுகளை எங்கு கட்டக் கூடாது, எங்கு கட்ட வேண்டும் என்பதை, ஒழுங்குமுறைப்படுத்த நாட்டிற்கு ஒரு "அங்கீகார அமைப்பு" தேவைப்படுகிறது.

4) விமான நிலையம் அருகில் இவ்வளவு உயரம்தான் கட்ட அனுமதி, கடற்கரையில் இருந்து 500 மீட்டருக்கு தள்ளி தான் வீடுகட்டி இருக்க வேண்டும், இந்த பகுதியில்தான் தொழிற்சாலைகள் வர வேண்டும், இந்த பகுதியில் விவசாயங்கள் நடக்க வேண்டும், இந்த பகுதியில்தான் கல்விக்கூடங்கள் கட்டப்பட வேண்டும் என்று ஒவ்வொரு பகுதியையும் அது அதற்கு என்று ஒதுக்கி முன்கூட்டியே ஒரு மாஸ்டர் பிளானை உருவாக்கி வைத்து இருப்பார்கள் மேற்படி அங்கீகார அமைப்பினர்!

5) சென்னை மற்றும் சென்னையை சுற்றி சென்னையின் எதிர்காலம் கருதி சென்னை பெருநகர வளர்ச்சி குழுமம் (CMDA) என்ற ஒரு அங்கீகார அமைப்பு ஒரு மாஸ்டர் பிளானை உருவாக்கி அதன் எல்லைக்கு உட்பட்ட பகுதிகளில் வீட்டுமனைகள் மற்றும் கட்டிடங்களை நெறிபடுத்துகிறது.

6) மேலும் CMDA தனது மாஸ்டர் பிளானை இன்னும் விரித்து திருவள்ளூர், காஞ்சிபுரம், வேலூர் மாவட்டத்தில் உள்ள அரக்கோணம், நெமிலி தாலுக்காக்கள் வரை நீட்டிப்பதற்காக அடிப்படை திட்டப் பணிகளை செய்து வருகிறது.

7) அதேபோல் வேலூர், திருச்சி, கோயம்புத்தூர், ஈரோடு, சேலம், திருநெல்வேலி, தூத்துக்குடி, மதுரை, போன்ற இரண்டாம் பெரு நகரங்களையும் அதன் சுற்று வட்டாரத்தில் இருக்கும் பகுதிகளையும் இணைத்து LPA (Local Planning Authority) உள்ளூர் திட்ட குழுமம் என்ற அங்கீகார அமைப்பு மாஸ்டர்பிளானை உருவாக்கி அந்தந்த பகுதிகளை கட்டுப்படுத்துகிறது.

8) CMDA, LPA போன்ற அங்கீகார அமைப்புகளில் எல்லைக்குட்பட்ட நில பரப்புகளை தவிர்த்து மீதி இருக்கின்ற தமிழகத்தின் அனைத்து நிலப்பரப்புகளையும் அதில் உருவாக்கப்படும் மனைபிரிவுகளையும், கட்டிடங் களையும் ஒழுங்குபடுத்துவதற்காக DTCP (நகர ஊரமைப்பு இயக்ககம்) என்ற அமைப்பு செயல்படுகிறது.

9) LPA என்ற அமைப்பு DTCP–இன் கட்டுப்பாட்டில் இயங்குகின்ற ஒரு தனி அமைப்பாகும். மேற்படி LPA, இரண்டாம் பெரு நகரங்களை மட்டும் கவனித்துக் கொள்கிறார்கள். ஆனால் DTCP தமிழகத்தில் சிறு சிறு நகரங்களையும், கிராமங்களையும் கவனித்துக்

கொள்கிறார்கள். அடுத்ததாக CMDA சென்னை மாநகரத்தை மட்டும் கவனித்து கொள்கிறார்கள். இப்படி CMDA, LPA மற்றும் DTCP அங்கீகார அமைப்புகள் தமிழகத்தின் மனைபிரிவுகளை, கட்டிடங்களை எதிர்கால சந்ததியினர் நலனுக்காக முன்கூட்டியே திட்டமிட்டு நகரை நெறிப்படுத்துகின்றனர்.

10) கடந்த நாற்பது ஆண்டுகளாக மேற்படி மூன்று அங்கீகார அமைப்புகளின் கீழ் பல மனைபிரிவுகளும், கட்டிடங் களும் உருவானாலும் மேற்படி அங்கீகார அமைப்புகளின் அனுமதி இல்லாமல் தமிழகம் முழுவதும் பல்வேறு பஞ்சாயத்து அங்கீகார மனைகள், அன் அப்புரூவ்டு மனைகள், NOC பிளாட்டுகள் என பல்லாயிரக்கணக்கான மனை பிரிவுகள் தமிழகத்தில் உருவாக்கப்பட்டு சந்தை படுத்தப்பட்டு விற்பனை செய்யப்பட்டுள்ளன.

11) மேற்படி அன் அப்புரூவ்டு மனை பிரிவுகள் பல ரியல் எஸ்டேட் அதிபர்களை கோடிஸ்வரர்களாக்கியது. அன்-அப்ரூவ்டு மனைகள் எல்லாம் ரியல் எஸ்டேட் தொழில் முனைவர்களுக்கு பணம் கொழிக்கும் கற்பக விருட்சம் ஆகும். ஏனென்றால் டிடிசிபி அங்கீகாரத்தில் அதிக விதிமுறைகள், அதிக காலதாமதங்கள், அதிக பொது இடம் விடுதல், அரசு அதிகாரிகளின் அலட்சியங்கள் மற்றும் கையூட்டுகள் போன்ற செயல்பாடுகளால் அதிக செலவை உருவாக்குகிறது. அதனால் ரியல் எஸ்டேட் அதிபர்கள் அன்-அப்ரூவ்டு மனைகளையே பொது மக்களுக்கு வியாபாரத்திற்கு கொண்டு வந்தனர். மேலும் அரசும் அதற்கு எந்தவிதமான தடையோ முட்டுக்கட்டையோ போடவில்லை என்பதாலேயே புற்றீசல்கள் போல எங்கு பார்த்தாலும் அன்-அப்ரூவ்டு மனைகள் உருவாக்கப் பட்டுவிட்டன.

12) அடிமனை DTCP அங்கீகாரமாக இருந்து அது 2400 சதுர அடிக்குள் இருந்தால் அதில் கட்டப்படும் வீடுகளுக்கு பில்டிங் அப்ரூவல் பஞ்சாயத்து தலைவர் கொடுக்கலாம் என்று விதிகள் இருக்கின்றன. அந்த ஒரு விதியை வைத்து பஞ்சாயத்து அங்கீகாரம் என்று பெயரிட்டு மிக பெரிய அளவில் மனைப்பிரிவு ரியல்எஸ்டேட் சந்தை உருவாக்கப்பட்டது.

13) மேலும் கிராம பஞ்சாயத்தில் ஒரு மனைப்பிரிவிற்கு அங்கீகாரம் பெறுவதற்காக "தீர்மானம்" நிறைவேற்றி அதனுடைய நகலில் பஞ்சாயத்து தலைவர் அவர்களின் கையெழுத்தும், முத்திரையையும் போட்டு அங்கீகார ஆவணங்களாக பொதுமக்களிடையே வலம் வந்தன.

14) 2006–களில் மாவட்ட ஆட்சியர்கள் கிராம பஞ்சாயத்துகளில் இப்படி தீர்மானம் போடக்கூடாது என்று தடை செய்தனர். அப்படி இருந்தும் 2016 வரை கிராம பஞ்சாயத்து தலைவர்கள் பலமனைப் பிரிவுகளுக்கு மேற் சொன்னது போல் அங்கீகாரம் சான்று கொடுத்து கொண்டு இருந்தார்கள்.

15) மேற்படி அங்கீகாரமற்ற மனைகளை பத்திர பதிவு அலுவலகங்களிலும் எந்தவிதமான தடையோ ஆட்சேபனையோ தெரிவிக்காமல் தொடர்ந்து பத்திரங்கள் பதிந்து கொண்டு இருந்தார்கள்.

16) இப்படி முறையற்ற மனைப் பிரிவுகள் பெருகி கொண்டே போனால் பல ஒழுங்கற்ற வீட்டுமனை பிரிவுகள் உருவாகிவிடும் என்ற நோக்கத்தில் பஞ்சாயத்து அங்கீகார மனைகள், NOC மனைகள், அங்கீகாரமற்ற மனைகள் என்று சொல்லப்படுகின்ற அனைத்து மனைப் பிரிவுகளும், பத்திரப்பதிவுகள் செய்யக் கூடாது என சென்னை உயர்நீதிமன்றம் 2016–ல் ஒரு உத்தரவை

பிறப்பித்தது (எங்கள் ரியல் எஸ்டேட் தொழிலில் முன் அறிவிப்பு இல்லாமல் மண் அள்ளி போட்ட உத்தரவு).

17) நீதிமன்ற தடை உத்தரவுக்கு பிறகு அரசு அனைத்து அங்கீகாரமற்ற மனைப்பிரிவுகளை கணக்கெடுத்து வரன்முறைப்படுத்தி ஒழுங்குபடுத்த புதிய சட்ட விதிகளை உருவாக்கியது.

18) ஒரு தனிநபர் மேற்படி சட்ட விதிகளின்படி தான் வாங்கிய மனைகளை வரன்முறைப்படுத்துதல் மூலம் அங்கீகாரம் பெறுதல் வேண்டும் என்றும் மனை விற்பனையாளர்கள் தன்னிடம் விற்காமல் இருக்கவும் மீதி மனைகளை வரன்முறைபடுத்தி அங்கீகாரம் பெறுதல் வேண்டும் என்ற புதிய நடைமுறைகளை கொண்டு வந்தது.

19) இந்த வரன்முறைபடுத்துதல் என்ற அங்கீகாரம் வந்ததற்கு பிறகு ரியல்எஸ்டேட்காரர்களாகிய நாங்கள் மனைப் பிரிவு அங்கீகாரத்தை ரெகுலர் அப்ரூவல் (Regular Approval), ரெகுலேஷன் அப்ரூவல் (Regulation Approval) என இரண்டாக அங்கீகாரத்தை பிரித்துவிட்டோம்.

20) அதாவது புதியதாக ஒரு மனைப்பிரிவுக்கு அப்ரூவல் வாங்க வேண்டும் என்றால் அது ரெகுலர் அப்ரூவல் (Regular Approval) ஆகும். ஏற்கனவே இருக்கிற அன் அப்ரூவ்டு பஞ்சாயத்து அங்கீகார மனைப்பிரிவுகளை அப்ரூவல் பெற வேண்டுமென்றால் அதனை ரெகுலேஷன் அப்ரூவல் (Regulation Approval) என்போம்.

21) வரன்முறைபடுத்துதல், அங்கீகாரத்தை அனைத்து பஞ்சாயத்து அப்ரூவ்டு மனைகளும், NOC பிளாட்டுகளும், அன்-அப்ரூவ்டு மனைகளும், கட்டாயம் பெற வேண்டும் என்ற அரசு உத்தரவு வந்தவுடன் அனைத்து அங்கீகார அலுவலகங்களும் மிகவும்

சுறுசுறுப்பாகவும் அதிக வேலைப் பளு உள்ள அமைப்புகளாகவும் மாறிவிட்டன. DTCP அங்கீகார அமைப்பு மூன்று மாவட்டத்திற்கு ஒன்று என்று இருந்த நிலையில் இப்பொழுது மாவட்டத்திற்கு ஒன்றாக தனது நிர்வாக அமைப்பை மாற்ற ஆரம்பித்திருக்கிறார்கள். அப்படி இருந்தாலும் மலைப்போல் குவிந்துகிடக்கும் வரன்முறைப்படுத்துதல் அங்கீகார வேலைகள் முடிந்த பாடில்லை. இதேப் போன்ற நிலைமைதான் CMDA அங்கீகார அமைப்புக்கும், LPA அங்கீகார அமைப்புக்கும்.

22 இதற்கு முன்பெல்லாம் மனைகள் வாங்குபவர்கள் பத்திரத்தை பரிசோதிக்க சார்பதிவலகத்திற்கும் பட்டாவை பரிசோதிக்க வட்டாட்சியர் அலுவலகத்திற்கு செல்வார்கள். ஆனால் இந்த அங்கீகார அமைப்பை பற்றி கவலைப்படமாட்டார்கள். ஆனால் பழைய பஞ்சாயத்து அப்ரூவ்டு மனைகளை வரன்முறைபடுத்துதல் என்ற உத்தரவு வந்தவுடன் இப்பொழுது மனைகளை வாங்குவோர் அனைவரும் அங்கீகாரத்தை பரிசோதிக்க CMDA, LPA, DTCP அலுவலர்களுக்கு படையெடுத்து கொண்டிருக்கிறார்கள்.

மனதில் கொள்ள வேண்டிய பாடங்கள் :

CMDA, LPA, DTCP ஆகிய அங்கீகார அமைப்புகளிடம் அங்கீகாரம் வாங்கிய மனைகள் வாங்குவதுதான் புத்திசாலிதனம். இனி அங்கீகாரம் பெற்ற மனைகளை வாங்கும் பொழுது ரெகுலர் அப்ரூவ்டா அல்லது ரெகுலேஷன் அப்ரூவ்டா என்று பார்த்து வாங்க வேண்டும். ரெகுலர் அப்ரூவ்டு என்பது நேரடியாக கல்லூரிக்கு சென்று படிப்பது போன்று. ரெகுலேஷன் அப்ரூவ்டு என்பது அஞ்சல் வழி படிப்பது போன்று சந்தை மதிப்பினை பெறும்.

2. அங்கீகார அமைப்புகள் தமிழகம் – கர்நாடகம் ஒரு ஒப்பீடு! அறிய வேண்டிய 27 செய்திகள்!

1) 1980 வரை கர்நாடக மாநிலத்தின் பெங்களூர் பெரு நகரம் தமிழகத்தின் சென்னை பெருநகரத்தைவிட குறைந்த கட்டமைப்பு வசதிகளையே கொண்டிருந்தது. சாலைகள், மேம்பாலங்கள், கழிவுநீர் பாதைகள், விரிந்துக் கொண்டிருக்கும் நகர எல்லைகள் ஆகியவற்றில் சென்னை மாநகரைவிட பெங்களூர் மாநகரம் பின் தங்கிதான் இருந்தது.

2) 1980–களுக்கு பிறகு 2010 வரை சென்னையை விட பெங்களூரு மாநகரம் எல்லாவிதமான அடிப்படை கட்டமைப்புகளிலும் வேகமாக முன்னேறி தற்பொழுது சென்னை மாநகரம் பெங்களூரு மாநகரைவிட பின்னால் இருக்கிறது.

3) கர்நாடகத்தில் இருக்கும் அங்கீகார அமைப்புகள் மாநிலம் முழுவதற்குமான ஒரு மாஸ்டர்பிளானை உருவாக்கி விவசாயத்திற்கு பச்சை மண்டலம் (Green Zone) என்றும் குடியிருப்பு பகுதிகளுக்கு மஞ்சள் மண்டலம் (Yellow Zone) என்றும் வகைப்படுத்தியுள்ளது மட்டுமல்லாமல் பலவிதமான அங்கீகார அமைப்புகளை அந்தந்த பகுதி களுக்கு ஏற்றவாறு உருவாக்கி நகர மற்றும் பெருநகர வளர்ச்சியை ஒழுங்குப்படுத்தி கொண்டிருக்கின்றன.

4) 1990–களுக்கு பிறகு உலக நிறுவனங்கள் எல்லாம் பெங்களூர் மாநகரத்திற்கு வந்து இறங்கும்பொழுது இங்கு ஏற்கனவே உருவாக்கப்பட்டிருந்த எந்தெந்த கம்பெனிகள் எங்கெங்கு வர வேண்டும் என்ற மாஸ்டர் பிளானுக்கு ஏற்ப தங்களை நிலைநிறுத்திக் கொண்டனர். அதனால்தான் பெங்களூரு மாநகரம் இன்று

செ்ன்னையை விட பன்னாட்டு நகரமாக வேகமாக மாறிவிட்டது.

5) தமிழகத்தில் CMDA மற்றும் DTCP என இரண்டு அங்கீகார அமைப்புகள்தான் இருக்கின்றது. சென்னை மாநகர் மற்றும் அதைச் சுற்றி உள்ள பகுதிகளுக்கு CMDA (சென்னை பெருநகர வளர்ச்சி குழுமம்) என்ற அங்கீகார அமைப்பும், தமிழகத்தின் பிற மாநகரங்கள் மற்றும் அதை சுற்றி இருக்கின்ற பகுதிகளுக்கு DTCP (நகர் ஊரமைப்பு இயக்ககம்) என்ற அங்கீகார அமைப்பும் பொறுப்பெடுத்து செயல்படுகிறது.

6) இப்படி இரு அமைப்புகள் செயல்பட்டாலும் அவர்களால் தமிழகம் முழுவதற்குமான ஒரு முழுமையான மாஸ்டர் பிளானை உருவாக்க முடியாத நிலையில்தான் இருக்கிறார்கள்.

7) சென்னை மாநகரத்திற்கு மாஸ்டர்பிளான் CMDA உருவாக்கி வைத்திருக்கிறார்கள். சென்னையைத் தவிர திருச்சி, கோவை, மதுரை போன்ற இரண்டாம் நகரங்களில் அந்தந்த நகரத்தை சுற்றி மட்டும் ஒரு மாஸ்டர் பிளானை உருவாக்கி DTCP கீழ் உள்ள LPA (உள்ளூர் திட்ட குழுமம்) நிர்வகித்து வருகிறது. ஆக தமிழகத்தில் இருக்கும் அனைத்து பெரு நகரங்களுக்கும் அதனை சுற்றி உள்ள பகுதிகளுக்கும் எதிர்கால திட்டமிடுதலோடு எந்தெந்த பகுதியில் என்னென்ன வர வேண்டும் என்ற மாஸ்டர்பிளான் உருவாக்கப்பட்டிருக் கிறது. தமிழகத்தின் மீதி பகுதிகளான சிற்றூர்கள், பேரூர்கள், கிராமங்கள் உள்ளிட்ட பல பகுதிகள் மாஸ்டர் பிளான் இல்லாத நிலையில் இருக்கிறது.

8) CMDA–க்கு தலைமையகம் சென்னை எழும்பூரில் உள்ள தாளமுத்து நடராஜன் மாளிகையில் இயங்கி வருகிறது.

அதே போல் DTCP-க்கு தலைமையகம் சென்னை அண்ணா சாலையிலுள்ள செங்கல்வராயன் மாளிகையில் அமைந்துள்ளது.

9) எனக்கு ரொம்ப நாளாக ஒரு சந்தேகம் சென்னை மற்றும் அதனை சுற்றியுள்ள பகுதிகளுக்கு அத்தாரிட்டியாக CMDA என்ற அமைப்பு இயங்கி வருகிறது. அதனால் அதன் அலுவலகம் சென்னையில் இருக்கின்றது. சென்னை மற்றும் அதனை சுற்றியுள்ள பகுதிகளுக்கு தொடர்பே இல்லாத இரண்டாம் நகரங்களில் மற்றும் ஊர் பகுதிகளிலும் DTCP என்ற அமைப்பின் தலைமை அலுவலகம் ஏன் சென்னையில் செயல்படுகிறது என்று யாருக்காவது தெரிந்தால் சொல்லுங்கள்.

10) திருச்சி, கோவை, மதுரை போன்ற இரண்டாம் மாநகரங்களில் 10 ஏக்கர்களுக்குள் மனைப்பிரிவு அமைக்க வேண்டுமென்றால் அந்தந்த மாநகரங்களில் இருக்கின்ற DTCP அலுவலகங்களில் அனுமதி வாங்க வும், 10 ஏக்கருக்கு மேல் போகும்போது சென்னையில் இருக்கின்ற DTCP அலுவலகத்திற்கு போய் விண்ணப்பிக்க வேண்டிய நிலைமை இன்றளவும் இருக்கிறது. ஏறக்குறைய சென்னை DTCP சிறிய ஜமீன்களிடமிருந்து கிஸ்தி வாங்கும் தர்பார் போல் செயல்படுகிறது.

11) தமிழகத்தின் DTCP தமிழகம் முழுவதற்குமான ஒரே விதிமுறைகள் மற்றும் நடைமுறைகள் கொண்டுள்ளது. உதாரணமாக; கோவை மாநகரத்திற்கும் திருநெல்வேலி மாநகரத்திற்கும் மக்கள் தொகை, உள்கட்டமைப்பு வசதிகள், பூகோள அடிப்படையிலான நிலத்தில் உள்ள வேறுபாடுகள் என இரு நகரங்களுக்கு இடையே பல்வேறு வேறுபாடுகள் இருக்கின்றன.

12) மேலும் கோவையில் 1.5 செண்ட் நிலத்தின் மதிப்பு, திருநெல்வேலியில் 3 செண்ட் நிலத்தின் மதிப்புக்கு ஈடாகும். அந்தந்த பகுதியின் மார்கெட் மதிப்பிற்கு ஏற்ப அடிதட்டு மற்றும் நடுத்தர மக்களை கருத்தில் கொண்டு வீட்டுமனை பரப்புகளை DTCP நிர்ணயிக்க வேண்டும். ஆனால் DTCP விதிமுறையில் மனைப்பிரிவுகளை அமைக்கும்பொழுது குறைந்தது 30 அடிக்கு x 50 அடி = 1500 ச.அடி அளவில் மனைகள் இருக்க வேண்டும் என்று சொல்கிறது. அப்படியானால் கோவையில் வாழும் நடுத்தர மக்கள் மற்றும் பொருளாதாரத்தில் பின்தங்கிய மக்கள் தன்னிடம் இருக்கும் பணத்தில் 1.5 செண்ட்டில் (600 சதுரடி) மனைகள் வாங்கி வாழ்ந்து கொள்ளலாம் என்று நினைக்கும்பட்சத்தில் அவர்களுக்கான வாய்ப்பு இந்த DTCP விதிமுறையால் இல்லாமல் போகிறது.

13) DTCP அமைப்பு உருவான நாள் முதல் கடந்த சில ஆண்டுகள் வரை இதுதான் நிலைமை. ஆனால் தற்பொழுது இந்த விதிமுறைகளை தளர்த்தி இருக்கி றார்கள். இனி உருவாக்கப்படுகின்ற மனைப்பிரிவுகளில் 10% மட்டும் உதாரணமாக 3 ஏக்கர் என்றால் அதில் 30 செண்டில் 20 அடி x 30 அடி = 600 சதுரடி என்ற அளவில் பொருளாதாரத்தில் பின் தங்கியவர்களுக்கு மனைகள் அமைக்கலாம் என்று சொல்லியுள்ளது.

14) பொருளாதரத்தில் பின்தங்கியவருக்கு மனைப் பிரிவுகளில் 10% மனை என்பது எந்த அடிப்படையில் வைக்கப்பட்டது என்று எனக்கு இன்னும் புரியவில்லை.

15) வீடுகள் மற்றும் வீட்டுமனைகள் இல்லாதவர்கள் கடைசி காலம் வரை வாடகை வீட்டிலேயே கஷ்டப்படக் கூடாது என்று நகரங்களிலோ அல்லது புறநகரங்களிலோ ஒரு செண்டாவது வீட்டுமனை வாங்கி வீடு கட்டி குடியேறலாம்

என்று நினைப்பவர்கள் அதிகம் பேர்.

16) அதேப்போல வாடகை வீட்டிலேயே இருந்து வீட்டு ஒனர்களுடன் ஒரு தாழ்வு மனப்பான்மை மனநிலையி லேயே வாழ்ந்து நொந்து போவதை விரும்பாமல் ஒரு செண்டிலாவது ஒரு மனையை வாங்கி நகரத்திற்கு வெளியே குடியிருக்க வேண்டும் என்று நினைப்பவர்கள் ஏராளம். மேற்படி மக்களுக்கு எப்படி 10% EWS (ECONOMICALLY WEAKER SECTION) மனைகள் போதுமானதாக இருக்கும்.

17) வசதியுள்ள மக்கள் தங்களின் எதிர்கால தேவைக் காகவும் முதலீட்டிற்காகவும் நகரத்திற்கு வெளியே வீட்டுமனைகளை வாங்குகின்றனர் அவர்கள் தங்களிடம் இருக்கும் உபரி பணத்தை எங்கு முதலீடு செய்வது என்று நினைக்கின்றார்கள். அப்படிபட்ட நபர்களுக்காகவே 90% வீட்டுமனைகள் உருவாக்க வேண்டும் என்று எப்படி முடிவெடுத்தார்கள் என்று தெரியவில்லை.

18) எனக்கு தெரிந்த வரை அரசு அலுவலர்கள் மற்றும் DTCP அலுவலர்கள் அவர்களுடைய வாங்கும் சக்திக்கேற்ற வாறு வீட்டுமனைகள் தேவையென உணர்ந்து, மேசையிலேயே உட்கார்ந்து இதுபோன்று கொள்கைகளை வரையறுத்திருப்பார்கள் என்று நினைக்கிறேன்.

19) களத்திற்கு வந்து மக்களோடு மக்களாக வேலை செய்தால் மட்டுமே மக்களின் தேவையை உணரமுடியும். சென்னையை தவிர பிற மாநகரங்களில் EWS (Economi cally Weaker Section) மனைகளில் காலனிகாரர்கள் வந்து வாங்கினால் நாங்களெல்லாம் (ஊர் தெருகாரர்கள்) வாங்கமாட்டோம் என்று என்னைப் போன்ற பல ரியல் எஸ்டேட் தொழில் முனைவோர்களை வாடிக்கையாளர் களே கிலியூட்டி (பயமுறுத்தி) கொண்டிருக்கின்றனர்.

20) DTCP அமைப்பு ஒவ்வொரு நகரங்களுக்கு ஏற்றவாறு தனித்துவமாக (Customized) வேண்டும். அந்தந்த நகரங் களிலேயே எத்தனை ஏக்கர் என்றாலும் அங்கீகாரம் கொடுக்க கூடிய அலுவலகங்கள் அந்தந்த நகரங்களி லேயே இருக்க வேண்டும்.

21) உதாரணமாக கர்நாடக மாநிலத்தை எடுத்து கொண்டால் பெங்களூர், மங்களூர், மைசூர், சிக்மங்களூர் என அனைத்து நகரங்களுக்கும் தனித்தனி அங்கீகார அமைப்புகள் இருக்கின்றன. நகரம் மற்றும் புறநகரத்திற்கு தனித்துவமாக (Customized) மாஸ்டர் பிளான்கள் உருவாக்கி இருக்கின்றார்கள்.

22) கர்நாடக மாநிலத்தில் நகரங்கள் மற்றும் புறநகரங்கள் இல்லாத பகுதிகளுக்கு அதாவது கிராம பகுதிகளில் வீட்டுமனைகள் உருவாக்க வேண்டுமெனில் DTCP என்ற அமைப்பு அங்கு செயல்படுகிறது. தமிழகத்தின் பழைய பஞ்சாயத்து Approved போலத்தான் கர்நாடகத்தில் DTCP அப்ரூவ்டை பார்க்கிறார்கள்.

23) தமிழகத்தின் நகரங்கள், புறநகரங்கள் தவிர்த்து மீதி பகுதிகளுக்கு எல்லாம் மாஸ்டர் பிளான் இல்லாத நிலைமை இருக்கிறது. ஆனால் கர்நாடகம் முழுவதும் விவசாயத்திற்கு பச்சை மண்டலம் (Green Zone) என்றும் குடியிருப்புப் பகுதி மஞ்சள் மண்டலம் (Yellow Zone) என்றும் வகைப்படுத்தி மாஸ்டர்பிளானை தயாரித்து இருக்கின்றார்கள்.

24) பச்சை மண்டலம் (Green Zone)-ல் இருந்து மஞ்சள் மண்டலம் (Yellow Zone)-க்கு மாற்றி அமைக்கப்பட வேண்டுமென்றால் மாவட்ட துணை ஆணையர் (Deputy Commissioner of District) அனுமதியை பெற வேண்டும். இதனை நாங்கள் டிசி மாற்றம் (DC Conversion) என்று

சொல்வோம். ஆனால் தமிழகத்தில் மேற்படி நிலங்களை பற்றிய தெளிவான வரைமுறைகள் இல்லை என்பதே உண்மை.

25) கர்நாடகத்தில் இருக்கின்ற அங்கீகார அமைப்புகள்:

a) கர்நாடகத்தில் LDA (Lake Development Authority) ஏரிகளை சுற்றி குடியிப்புகள் அமைத்தால் இவர்களிடம் அனுமதி வாங்க வேண்டும்.

b) BIAAPA (Bangalore International Airport Area Planing Authority) இது பெங்களூர் பன்னாட்டு விமான நிலையத்தை சுற்றியுள்ள பகுதிகளுக்கு இவர்களிடம் அங்கீகாரம் வாங்க வேண்டும்.

c) BMRDA (Bengalore Metropolitan Region Development Authority) இது பெங்களூருக்கு வெளியே இருக்கின்ற புறநகர் மற்றும் இராமாநகரம் மாவட்டங்களுக்கு இவர்களிடம் அங்கீகாரம் வாங்க வேண்டும்.

d) BDA (Bengalore Development Authority) பெங்களூரு நகரத்திற்காக அங்கீகார அமைப்பு.

e) BMICATA (Bangalore, Mysore Infrastructure Corridor Area Authority) இது பெங்களூர் மற்றும் மைசூர் இடையிலான பகுதிகளுக்கு அங்கீகாரம் வழங்கும் அமைப்பாகும்.

f) MUDA (Mysore Urban Development Authority) மைசூர் நகருக்கானது, CUDA (Chikmagalur Urban Development Authority) சிக்மங்களூர் நகருக்கானது. இவை போன்ற அங்கீகார அமைப்புகள் கர்நாடகத்தில் இருக்கிற அந்தந்த மாநகரங்களுக்கு தனித்தனியாக செயல்படுகின்றன.

g) DTCP (Directorate of Town and Country Planning) மேற்கண்ட

அங்கீகார அமைப்புகள் இல்லாத இடங்களில் எல்லாம் இந்த அங்கீகார அமைப்பு செயல்படுகிறது.

26) இப்படி எல்லா பகுதிகளுக்கு ஏற்றவாறு தனித்துவமாக (Customized) அங்கீகார அமைப்புகள் கர்நாடகத்தில் செயல்பட்டு வருகிறது. இப்பொழுது உருவாகி வருகின்ற ஆந்திர மாநிலத்தின் அமராவதி தலைநகர் உருவாக்கம் நதிநீர் இணைப்பு என்று வேகமாக செயல்பட்டு கொண்டிருப்பதை பார்த்தால் வருகின்ற 10 ஆண்டுகளில் அமராவதி நகர் கூட சென்னை மாநகரிடம் போட்டி போட ஆரம்பித்துவிடும்.

27) சென்னையில் வசிக்கின்ற நாமோ இந்த மழை காலத்திற்கு முன்னாடியே சென்னையை விட்டு வெளியே வந்துவிடலாமா என்று யோசித்து கொண்டிருக்கிறோம்.

தெரிந்துக் கொள்ள வேண்டிய பாடங்கள் :

• அந்தக் கால கிராம நிர்வாகத்தில் கர்ணம் என்பவர் இன்றைய சர்வேயரையும், கிராம நிர்வாக அதிகாரியையும் கலந்த ஒரு பொறுப்புடன் இருப்பவர்.

• அவருக்கு கிராம வருவாய் கணக்கைப் பற்றிய விவரங்களும், சர்வே பற்றிய அறிவும் மிகத் தெளிவாக தெரியும்.

• இந்த கர்ணம் அவர்களை ஷான்போக், மேனன், பட்வாரி என்று பல்வேறு பெயர்களில் வேறுவேறு பகுதிகளில் அழைப்பார்கள்.

• கர்ணம் எப்பொழுதும் பெரிய தனக்காரருக்கு உதவியாக இருப்பார். ஆனால் பண விஷயங்களில் நேரடியாக தலையிட மாட்டார்.

3. ஒருமனை பிரிவிற்கு DTCP அங்கீகாரம் பெறுவது எப்படி? புதிய ரியல் எஸ்டேட்காரர்களுக்கு தெரிய வேண்டிய முக்கிய 36 செய்திகள்!

1. மனைப்பிரிவு அமைவிடத்தை பற்றிய விவரங்களை மற்றும் ஆவணங்களை எடுத்து கொண்டு உங்கள் பகுதியில் இருக்கும் DTCP அலுவலகம் சென்று DTCP அங்கீகாரம் மேற்படி இடத்திற்கு கிடைக்குமா, கிடைக்காதா? என்று DTCP அலுவலகத்தில் தோராய கருத்துரை வாங்க வேண்டும்.

2. அதாவது மேற்படி இடம் DTCP அங்கீகாரம் தடை செய்யப்பட்ட பகுதியில் வருகிறதா? DTCP-ன் LPA லிமிட்டிற்குள் வருகிறதா? அல்லது ரீஜினல் (Regional) லிமிட்டுக்குள் வருகிறதா? என்பது போன்ற கருத்துரைகள் வாங்க வேண்டும்.

3. "தடை செய்யபட்ட பகுதிகள்" என்பது மயானத்திற்கு மிக அருகில், நீர் நிலைக்கு மிக அருகில், மலை பகுதிகள், குவாரிகள், விமானநிலையங்கள், இரயில் நிலையங்கள் அருகில், பறவைகள் சரணாலயம், ரிசர்வ் காடுகள் போன்று ஒவ்வொரு DTCP மண்டலத்திலும் ஒவ்வொரு விதமாக தடை செய்யப்பட்ட பகுதிகள் புதியதாக இருக்க வாய்ப்பு இருக்கிறது.

4. அடுத்ததாக மனைப்பிரிவிற்கான இடம் பஞ்சாயத்து, வட்டார, மாவட்ட, மாநில, தேசிய சாலைகளுடன் ஒட்டி (Road Touch) வருகிறதா? என்று பார்க்க வேண்டும். அவ்வாறு (Road Touch) உடன் வந்தால் சிறப்பு, அவ்வாறு வரவில்லை என்றால், அரசு சாலைக்கும், உருவாக்க விருக்கும் மனைப்பிரிவிற்கும் இடைப்பட்ட தூரத்திற்கு 30 அடி சாலையை நாமே உருவாக்க வேண்டும்.

5. ஏற்கனவே அரசு சாலை இருந்தால் அது வருவாய்த்துறை FMB–ல் தனி உட்பிரிவு சர்வே எண் கொடுத்து புலப்படம் தனியாக வரைந்து காட்டப்பட்டு இருக்கும். அரசு சாலை உருவாகும் மனைப்பிரிவு ஒட்டி இல்லாத நிலையில் நாமே உருவாக்கும் சாலை உருவாகும் மனைப்பிரிவிற்கும், அங்கு இருக்கும் அரசு சாலைக்கும் இணைக்கபடும் தூரத்தை FMB-ல் தனியாக உட்பிரிவு செய்து வரைபடம் FMB-ல் கட் செய்ய வேண்டும்.

6. அடுத்து மனைப்பிரிவு உருவாகும் இடத்தின் FMB மற்றும் அதனை சுற்றி இருக்கிற புலப் படத்தின் FMB, டோபோ ஸ்கெட்ச், பட்டா, சிட்டா, அ–பதிவேடு அனைத்தும் VAO-ன் கையெழுத்து மற்றும் முத்திரையுடன் "உண்மை நகல்" என்று சான்று பெற்று மேற்படி ஆவணங்களின் நகல்களை பெற வேண்டும்.

7. அரசு வழக்கறிஞர் அல்லது அதற்கு இணையான வழக்கறிஞரிடம் மனைப்பிரிவு உருவாகும் இடத்தின் பத்திரங்களை கொடுத்து சட்டக் கருத்துரை அவருடைய லெட்டர் பேடில் வாங்க வேண்டும். பத்திர நகல்களின் அனைத்து பக்கங்களிலும் நோட்டரி வழக்கறிஞர்களின் கையெழுத்தும் பெற வேண்டும்.

8. நல்ல சிவில் என்ஜீனியரை வைத்து மனைப்பிரிவு FMB-களை கிளப் செய்து உத்தேச மனைபிரிவிற்கான வரைபடம் வரைந்து கொள்ள வேண்டும்.

9. VAO கையெழுத்திட்ட ஆவணங்கள், வழக்கறிஞர் கொடுத்த சட்ட கருத்துரை, நோட்டரி சான்று பெற்ற நிலத்தின் ஆவணங்கள், என்ஜினியரால் வரையப்பட்ட உத்தேச வரைபடம் ஆகியவற்றை இணைத்து DTCP அலுவலகத்திற்கு அங்கீகாரம் வேண்டி ஒரு மனு எழுதி சமர்பிக்க வேண்டும்.

10. மனு செய்த பிறகு வட்டார வளர்ச்சி அலுவலர் (BDO)-க்கும் மாவட்ட வேளாண்மை அலுவலகத்திற்கும் வட்டாட்சியருக்கும் தடையின்மைச் சான்று (NOC) கேட்டு டிடிசிபி அலுவலகம் (முன் அனுப்புவார்கள் (Forward). (முன் அனுப்பிய கடிதத்தின் பிரதி உங்களுக்கு வரும். அதனை எடுத்துக் கொண்டு மேற்படி அலுவலகங் களுக்கு சென்று பின்தொடரல் செய்தல் வேண்டும்.

11. தாசில்தார் அவர்களிடம் வாங்க வேண்டிய நான்கு தடையின்மைச் சான்றுகள் என்னவென்றால்;

அ) நில உச்சவரம்பு இல்லை என்கிற தடையின்மைச் சான்று (NOC).

ஆ) நில ஆர்ஜிதம் இல்லை என்கிற தடையின்மைச் சான்று (NOC).

இ) இதில் புறம்போக்கு நிலம் ஏதும் இல்லை என்கிற தடையின்மை சான்று (NOC).

ஈ) இதில் வருவாய்த்துறை சிக்கல்கள் தடை ஆணைகள் ஏதும் இல்லை என்கிற தடையின்மைச் சான்று (NOC).

12. மேற்படி சான்றுகளுக்காக தாசில்தார், துணைதாசில்தார் (D.T) வருவாய் ஆய்வாளர் (RI), கிராம நிர்வாக அலுவலர் (VAO), என்று படிநிலையாக இறங்கி ஒவ்வொரு அதிகாரியிடமும் கையெழுத்து வாங்கி மீண்டும் கிராம நிர்வாக அலுவலர் (VAO), வருவாய் ஆய்வாளர் (RI), துணைதாசில்தார் (DT), தாசில்தாரர் என படிநிலையாக ஏறி மீண்டும் கையெழுத்து வாங்கி NOC சான்று பெற வேண்டும்.

13. வேளாண்மை துறை அலுவலகத்தில் மனை பிரிவு உருவாக்கப்படும் இடம் கடந்த ஐந்து ஆண்டுகளாக பயிர் செய்யவில்லை என்ற சான்று வாங்க வேண்டும். இதற்காக மாவட்ட வேளாண்மை அலுவலர் அவர்களிடம்

மனு கொடுக்க வேண்டும். அவரிடம் இருந்து கீழ் அதிகாரியான ஒன்றிய வேளாண்மை அலுவலருக்கு நம்முடைய மனு போகும்.

14. வேளாண்மை அலுவலகத்தில் மேற்படி நிலத்தில் பயிர் செய்யப்பட்டதா? என்பதற்கான எந்த ஆவணமும் பராமரிப்பதும் இல்லை. ஆனால் உண்மையில் பயிர் பதிவேடு கிராம நிர்வாக அலுவலர் (VAO) மூலமாக வருவாய்துறைதான் பராமரித்து வருகிறது. (பயிர் பதிவேடு பராமரிக்காத வேளாண்துறையில் சான்று வாங்க சொல்வது அநியாயத்திற்கு மனுசனை சுத்த விடுவதற்குதான். பேசாமல் அதனையும் வருவாய்துறை NOC-ல் சேர்த்துவிடலாம்.)

15. ஒன்றிய வேளாண்மை அலுவலர் மேற்படி மனுவை வட்டாட்சியருக்கு முன் அனுப்புவார் (Fowrard). அவரிடம் இருந்து மண்டல துணை வட்டாட்சியருக்கு மனு போகும். அவரிடம் இருந்து வருவாய் ஆய்வாளருக்கு மனு போகும். அவரிடம் இருந்து கிராம அலுவலருக்கு மனு சென்று அவர் கிராம பயிர் பதிவேடு பார்த்து அறிக்கை அளிப்பார். மேற்படி அறிக்கை படிநிலையாக மேல் நோக்கி கிராம நிர்வாக அலுவலர் (VAO), வருவாய் ஆய்வாளர் (RI), துணைதாசில்தார் (DT), தாசில்தாருக்கு போகும்.

16. மேற்படி தாசில்தார் மனை பிரிவிற்கான இடத்தில் 5 ஆண்டுகள் பயிர் செய்யப்படவில்லை என்று சான்று கொடுத்ததும் அதனை நாம் வட்டார வேளாண்மை அலுவலரிடம் சமர்பிக்க வேண்டும். அவர் மாவட்ட வேளாண்மை அலுவலருக்கு முன்னனுப்பு (Forward) செய்து 5 ஆண்டுகள் பயிர் செய்யப்படவில்லை என்ற சான்று (Agri NOC) கையெழுத்தாகும்.

17. அடுத்ததாக வட்டார வளர்ச்சி அலுவலகம் / பேரூராட்சி

அலுவலகம் / நகராட்சி அலுவலகம் போன்ற உள்ளாட்சி அலுவலகம் எதாவது ஒன்றின் கீழ் நாம் உருவாக்கப் போகும் மனைபிரிவு வரும். அதன்படி மேற்சொன்ன ஏதாவது ஒரு அலுவலகத்தில் ஆம்? இல்லை? என்ற பல கேள்விகள் அடங்கிய படிவத்தை நிரப்பி உரிய அலுவலரிடம் கையெழுத்து பெற வேண்டும்.

18. மேற்கண்ட தாசில்தார் NOC, வேளாண்துறை NOC, ஊராட்சி ஒன்றிய அலுவலர் / பேரூராட்சி / நகராட்சியின் NOC ஆகியவற்றை DTCP அலுவலகத்தில் ஒப்படைத்த பிறகு அவர்கள் ரோடு அப்ரூவல் வரைபடத்தை நமக்கு கொடுப்பார்கள்.

19. ரோடு அப்ரூவல் என்பது உருவாக்கவிருக்கும் மனைப் பிரிவின் உள்ளே எப்படி சாலை போட வேண்டும் என்று ஒரு வரைபடத்தை தருவார்கள். அதில் சாலை மட்டுமே இருக்கும். மனைகளின் வரைபடம் இருக்காது. அதனை வைத்து நாம் தார் ரோடு அதில் போட வேண்டும்.

20. நமது மனைப்பிரிவில் போடும் ரோடு அரசின் ரோடுடன் இணைக்கின்ற இடத்தில் நெடுஞ்சாலை துறை (Highway Department)-இல் இருந்து ஒரு NOC வாங்க வேண்டும்.

21. அந்த NOC-க்காக அரசு ரோடுடன் நம் மனைப்பிரிவின் ரோடு இணைகின்ற இடத்தை மட்டும் என்ஜினியரை வைத்து ஒரு வரைபடம் வரைந்து மேற்படி இடத்தின் பதிவுத்துறையின் வழிகாட்டி மதிப்பு சான்று பெற்று கொண்டு நெடுஞ்சாலை துறை நிர்ணயிக்கிற கட்டு தொகையை கட்டி ரோடு இன்ஸ்பெக்டர் வழியாக நெடுஞ் சாலைத்துறை (NOC-க்கு மனு செய்தால்) வருடந்தோறும் ஒரு சிறு தொகை கட்ட வேண்டும் என்று சொல்லி NOC கொடுப்பார்கள்.

22. அதன் பிறகு தார் சாலை போட்டு புகைப்படம் எடுத்து DTCP அலுவலகத்தில் ஒப்படைக்க வேண்டும். அதன் பிறகுதான் மனைகள் அடங்கிய வரைபடம் கொடுப் பார்கள். அதனை வைத்து மனைகளை பிரித்து கற்கள் நட வேண்டும்.

23. அதன் பிறகு மேற்படி சாலையை (பூங்கா போன்ற பொது இடங்களையும்) அரசுக்கு தானபத்திரம் எழுதிக் கொடுக்க வேண்டும். உள்ளாட்சி துறைக்கு தேவையான பராமரிப்பு கட்டணம் கட்டி மேற்படி பணம் கட்டிய நகல்களை எல்லாம் அலுவலகத்தில் ஒப்படைத்தால் அவர்கள் டிடிசிபி அப்ரூவ்டு எண் கொடுப்பார்கள்.

24. மேற்படி மனைப்பிரிவிற்கு வீட்டுமனைக்கான வழிகாட்டி மதிப்பு பதிவுத்துறையில் நிர்ணயிக்கப்படாமல் இருந்தால் ஒரு கிரையப் பத்திரம் போட்டு வழிகாட்டி மதிப்பு நிர்ணயித்தலை சார்பதிவாளர், மாவட்ட பதிவாளரின் கேம்ப் கிளார்க், மாவட்ட பதிவாளர் மூலம் நிர்ணயம் (Fixation) செய்ய வேண்டும். இதன் பிறகுதான் உங்கள் டிடிசிபி மனைபிரிவு தயாராகிவிடும்.

25. இதே நடைமுறைதான் CMDA அப்ரூவ்டுக்கும் பொருந்தும். கொஞ்சம் சின்னசின்ன வேறுபாடுகள்தான் இருக்கும்.

26. ஒரு DTCP அப்ரூவ்டு வாங்குவதற்கு குறைந்தது 30 அரசு அலுவலர் டேபிள்களுக்கு உங்கள் கோப்புகள் நகர வேண்டி இருக்கிறது என்பதை கட்டாயம் உணர்ந்து கொள்ள வேண்டும்.

27. டிடிசிபி–யின் கூடுதல் இயக்குநர், மாவட்ட வேளாண்மை அலுவலர், வட்டார வேளாண்மை அலுவலர், வட்டாட்சியர், துணை வட்டாட்சியர், வருவாய் ஆய்வாளர், கிராம நிர்வாக அதிகாரி, சாலை ஆய்வாளர், ஹைவே

இயக்குநர், சார்பதிவாளர், உள்ளாட்சித்துறை அலுவலர் மற்றும் மாவட்ட பதிவாளர் போன்ற அனைவருக்கும் சைட் விசிட், கள ஆய்வு, உங்களது காரிலோ அல்லது அவர்களது வாகனத்திலோ கூட்டிச் செல்ல வேண்டி இருக்கும்.

28. தாசில்தார் NOC, உள்ளாட்சி NOC, வேளாண்துறை NOC, லீகல் ஒபினியன் மற்றும் ஹைவேஸ் NOC ஆகியவை களுக்கும் மற்றும் அனைத்து பத்திரங்களுக்கும் நோட்டரி பப்ளிக் சான்று வாங்க வேண்டியிருக்கும்.

29. குறைந்தது மூன்று முறையாவது பொறியாளரை வைத்து மனைப்பிரிவு பிளான் வரைபடத்தை மாற்ற வேண்டி இருக்கும்.

30. மேற்கண்ட அனைத்து வேலைகளையும் செய்ய திறமையான, ஆளுமையான ஏற்ற இறக்கங்களுடன் பேசக்கூடிய, அரசு அலுவலகங்களில் பொறுமையாக காத்திருக்க கூடிய வழக்கறிஞர், சர்வேயர், பொறியாளர் மற்றும் அனைத்து அரசு அலுவலர்களையும் ஒருங்கி ணைக்கின்ற ஒரு நல்ல நபர் தேவை.

31. இப்படி தலைமை பண்புள்ள ஒருவரால் குறைந்தது நூறு விசிட்டுகளாவது மேற்படி அலுவலகங்களுக்கு எல்லாம் அலைந்தால்தான் ஏழு, எட்டு மாதங்களுக்குள் உங்களுக்கு DTCP அப்ரூவல் கிடைக்கும். கொஞ்சம் மனிதர்களை கையாளும்திறன் இல்லையென்றால் அலைச்சல்கள் அதிகமாகும். நேரமும் விரயமாகும்.

32. DTCP அப்ரூவல் நடைமுறைகள் 1990களில் 2000களில் 2010களில் கூட இவ்வளவு கிடுக்கிபிடி பிடிக்கவில்லை. இப்பொழுதுதான் கண்ணில் விளக்கெண்ணெய் ஊற்றிக் கொண்டு ஏதாவது குறை கண்டுபிடித்து கொண்டிருக்

கிறார்கள். (அப்பொழுது தொழில் செய்தவர்கள் பாக்கியவான்கள்)

33. உங்களுக்கு DTCP அப்ரூவல் வாங்கி தருகிறேன். அந்த AD-க்கு நான் மச்சான் மாமன் என்று யார் சொன்னாலும் நான் ஆனை, பூனை என்னால் செய்து தர முடியும் என்று யார் சொன்னாலும் ஒன்றை தெரிந்து கொள்ளுங்கள் மேற்கண்ட விதிகள் மீறி யாரும் செய்ய வாய்ப்பில்லை.

34. DTCP அப்ரூவல் வாங்கி தரும் நடைமுறைகளை மறைத்து வைத்தே; புதியதாக ரியல் எஸ்டேட் தொழிலில் இறங்கியவர்கள் அனைவரையும் மற்றும் கொஞ்சம் பாசிட்டிவ் எண்ணங்கள் இருக்கின்ற ரியல் எஸ்டேட் அதிபர்களையும் நல்லதே நடக்கும். ஆல் இஸ் வெல் (All is well) என்று நம்புகின்ற ஆன்மீக ரியல் எஸ்டேட் அதிபர்களையும், அப்ரூவ்டுக்காக அலைந்து வேலை செய்ய நேரம் இல்லாத ரியல் எஸ்டேட் அதிபர்களையும் அப்ரூவ்டு வாங்கி தருகிறேன் என்று பல இடைதரகர்கள் மண்ணை கவ்வ வைத்து கொண்டே இருக்கின்றார்கள்.

35. அதனால் புதிதாய் தொழில் செய்ய வருகின்ற ரியல் எஸ்டேட் தொழில்முனைவர்கள் இடைத்தரகர்களால் பாதிக்கப்பட கூடாது என்ற எண்ணத்துடன் அனைத்து நடைமுறைகளையும் விரிவாக எழுதி இருக்கின்றேன்.

36. புதிதாய் DTCP மனைபிரிவு அமைத்து தொழில் செய்ய விரும்புகின்ற நண்பர்களுக்கு இது சம்மந்தமாக எப்படி நடைமுறை செலவுகளை குறைப்பது? எப்படி வேகமாக வேலைகளை முடிப்பது? போன்ற ஆலோசனைகள், வழிகாட்டுதல்கள் செய்து கொடுக்கின்றேன்.

4. அப்ரூவ்டு அற்ற மனைகளை வரன்முறையின் கீழ் DTCP அங்கீகாரம் பெறுவது எப்படி? தெரிந்து கொள்ள வேண்டிய 22 செய்திகள்!!

1. கடந்த 30 ஆண்டுகளாக விற்பனை செய்யப்பட்டு இருந்த பஞ்சாயத்து அங்கீகார மனைகள், NOC மனைகள், அன்அப்ரூவ்டு மனைகள் ஆகியவற்றையெல்லாம் சென்னை உயர்நீதிமன்றம் 2016–ஆம் ஆண்டு அக்டோபரில் பதிவு செய்யக்கூடாது என்று தடை செய்தது.

2. அதன் பிறகு 2017–ஆம் ஆண்டு வரை மேற்படி மனைபிரிவுகளின் மனைகளை வாங்கவோ விற்கவோ முடியாமல் பத்திரப்பதிவு அலுவலகங்களில் பதிவும் செய்ய முடியாமல் அப்படியே நிலுவையில் இருந்தது.

3. 2017–ஆம் ஆண்டில் இறுதியில் தமிழக அரசு ரியல்எஸ்டேட் தொழில் செய்பவர்கள் மற்றும் மேற்படி இடங்களில் மனை வாங்கியவர்களின் தொடர் கோரிக்கைகளை ஏற்று வரன்முறைப்படுத்துதல் என்ற அரசு உத்தரவை (அரசாணை எண்.78) போட்டது.

4. மேலும் அந்த அரசாணையின் சில முடிவுகள் கள நிலவரத்தோடு ஒத்துப் போகவில்லை வரன்முறை படுத்துதல் கட்டணமும் அதிகமாகவும் இருந்தது. அதனையும் மக்கள் மற்றும் ரியல்எஸ்டேட் தொழில் செய்பவர்களின் தொடர் கோரிக்கைகளை ஏற்று 78 அரசாணையில் திருத்தங்களை கொண்டு வந்தது.

5. வரன்முறைப்படுத்துதலுக்கான மனு தேதியை DTCP அலுவலகம் இதுவரை மூன்று முறை கெடு தேதி வைத்து மக்களின் மனுக்களை பெற்றுக் கொண்டது. அதன் பிறகு தமிழகம் முழுவதும் இன்னும் அதிக மனை

பிரிவுகள் வரன்முறைப்படுத்தப்படாமல் இருப்பதால் அவற்றை எல்லாம் வரன்முறைப்படுத்த மனு வாங்குகின்ற நடைமுறையை மீண்டும் ஆரம்பிக்க வேண்டும் என்பதே என்னுடைய கருத்து.

6. உங்களிடம் இருக்கும் மனைகளை இரண்டு முறைகளில் வரன்முறைப்படுத்தப்படுகிறது.

அ) புரோமொட்டர் வரன்முறைப்படுத்துதல்

ஆ) மக்கள் வரன்முறைப்படுத்துதல்

7. மனைப்பிரிவுகளை உருவாக்குபவர்கள் தன் வாடிக்கை யாளருக்கு விற்பனை செய்தது போக விற்பனையாகாமல் இருக்கும் மீதி மனைகளை வரன்முறை செய்தல் புரோமோட்டர் வரன்முறைப்படுத்துதல் ஆகும்.

8. மனைகளை வாங்கிய பொதுமக்கள் தங்கள் மனைகளை மட்டும் வரன்முறைபடுத்துதல் மக்கள் வரன்முறைப் படுத்துதல் வகையாகும்.

9. முதலில் மக்கள் மனைகள் வரன்முறைப்படுத்துதலை பார்ப்போம். DTCP அலுவலகம் சென்று உங்களது மனைகளுக்கு வரன்முறைப்படுத்துதல் அங்கீகாரம் கிடைக்குமா? அல்லது மேற்படி மனைகள் தற்காலிகமாக தடை செய்யப்பட்ட பகுதிகளில் வருகின்றதா? (மலை, நீர் நிலை போன்று) அதனால் தற்போது மனு செய்தால் வரன்முறைப்படுத்துதல் கிடைக்காது போன்ற நிலவரங்களை தெரிந்து கொள்ள வேண்டும்.

10. பிறகு ஆன்லைனில் www.tnlayouts.com என்கிற இணையதள லிங்கில் ஆன்லைன் அப்ளை செய்ய வேண்டும். மேற்படி லிங்கில் நான்கு ஆப்ஷன்கள் கொடுக்கப்பட்டிருக்கும்.

அ) தனி மனைக்கான DTCP உள்நுழைவு,

ஆ) முழுமனைப் பிரிவிற்கான DTCP அங்கீகார நுழைவு.

இ) தனி மனைக்கான CMDA உள்நுழைவு,

ஈ) முழுமனைப் பிரிவிற்கான CMDA உள்நுழைவு.

இதில் தங்களுக்கு தேவையான லிங்கில் சென்று அப்ளை செய்து கொள்ள வேண்டும். மேற்படி மனு செய்தலுக்கு ஒரு மனைக்கு ரூபாய் 500 ஆகும்.

11. Engineer வைத்து தங்கள் மனையை மட்டும் மனைபிரிவில் இருந்து தனித்துக் காட்டி வரைபடம் அம்மோனியா பிரிண்டில் தயார் செய்ய வேண்டும். மேற்படி வரைபடம் அரசின் சர்வே எண் புலப்படத்தோடு தீர்க்கமாக பொருந்த வேண்டும். இந்த வரைபடத்தை A3 அளவில் மூன்று புளுபிரிண்ட்கள் எடுக்க வேண்டும்.

12. மேற்கண்ட வரைபடம் மற்றும் நம்முடைய ஆவணம், மூல ஆவணம், சிட்டா, அடங்கல், பட்டா, புலப்படம் ஆகியவற்றில் நோட்டரி வழக்கறிஞர் கையொப்பம் பெற வேண்டும்.

13. மேற்படி மனைகளுக்கு தங்கள் பெயரில் பட்டா கட்டாயம் மாறி இருக்க வேண்டும். குறைந்தது கூட்டு பட்டாவிலாவது தங்கள் பெயர் இருக்க வேண்டும்.

14. மனை நஞ்சையில் இருந்து இதுவரை பட்டா பெயர் மாற்றம் செய்யாமல் இருந்தால் VAO வரன்முறை அங்கீகாரம் வாங்கிவந்தால் பட்டா தருகிறேன் என்று சொல்கிறார். பட்டா இல்லாமல் அங்கீகாரம் கொடுத்தால் சட்ட குழப்பங்கள் வரும். இது சென்னையை சுற்றியுள்ள பகுதிகளின் கள நிலவரம் (இதற்கு அரசு தெளிவான வழிகாட்டுதலை கொடுத்தால் நல்லது).

15. மேற்படி ஆவணங்கள் அனைத்தையும் வைத்து DTCP ஆபிஸில் மனு செய்ய வேண்டும். அவர்கள் அதனை சரி பார்த்து முத்திரையிட்டு உள்ளாட்சித்துறைக்கு அதாவது ஊராட்சி ஒன்றியம் / நகராட்சி / பேரூராட்சிக்கு முன் அனுப்புவதல் (Forward) செய்வார்கள்.

16. பிறகு உள்ளாட்சித்துறை அலுவலகத்தில் நம்முடைய மனுக்களை கொடுத்து, மனைக்கான வரன்முறை கட்டணத்தை செலுத்த வேண்டும்.

17. பிறகு அங்கிருந்து மீண்டும் DTCP அலுவலகத்திற்கு நம்முடைய மனுவை கொண்டு செல்ல வேண்டும். அங்கு நம்முடைய வரைபடத்தில் DTCP முத்திரையிட்டு அங்கீகார எண்ணும் வழங்குவார்கள்.

18. கோவை, திருப்பூர் பகுதிகளில் ஊராட்சி பேரூரராட்சி அலுவலகங்கள் பிட்நோட்டீஸ் கொடுத்து மனை வரன் முறைபடுத்த பஞ்சாயத்து ஆஃபீசுக்கு அழைக்கிறார்கள். மக்களும் தங்கள் மனைகளை வரன்முறைப்படுத்த ஆவணங்களை கொண்டு செல்கிறார்கள்.

19. அங்கு ஆன்லைனில் DTCP–ல் ரூ500 கட்டிய இரசீதை காட்டினால்போதும் பஞ்சாயத்திற்கான சதுரடி கட்டணத்தை வாங்கி கொண்டு பஞ்சாயத்து முத்திரை யிட்டு அனுப்பிவிடுகிறார்கள். மக்களும் வரன்முறை அப்ரூவ்டு முடிந்துவிட்டது என்று வீட்டிற்கு வந்து விடுகின்றனர்.

20. மேற்படி மனை DTCP-யில் தடை செய்யப்பட்ட பகுதியா? டிடிசிபியில் விசாரிப்பது இல்லை, பட்டா இருக்கிறதா? என்று பார்ப்பதும் இல்லை வரைபடங்கள் வரைவதும் இல்லை. DTCP அலுவலகமே அந்த மனுக்கள் செல்வதே இல்லை. (அந்த மக்கள் DTCP அப்ரூவ்டு வாங்காமல் மீண்டும் பஞ்சாயத்து அப்ரூவ்டு வாங்குறாங்க போல).

21. நீங்கள் ஒரு மனைப் பிரிவில் மனைகளை வாங்கியிருக்கி றீர்கள் என்றால் அதற்கு வரன்முறைப்படுத்துதல் அங்கீகாரம் வாங்க வேண்டும் என்று நினைக்கும் பொழுது உங்கள் மனைப்பிரிவின் ஒட்டு மொத்த பவுண்டிரி வரைபடமாக வரைந்து DTCP–யை "Frame Work" அங்கீகாரத்தை கொடுத்திருக்கிறார்களா? என்று பார்த்து கொள்ள வேண்டும்.

22. ஒரு புரோமோட்டர்க்கான வரன்முறைப்படுத்துதல்காக அவர்கள் மனு செய்யும் பொழுது "Frame Work" அப்ரூவலை அவர்கள் வாங்கிவிடுவார்கள். அதன் பிறகு தாங்கள் விற்காமல் வைத்திருக்கின்ற மனைகளுக்கு பணம் கட்டி அங்கீகாரம் வாங்கிவிடுவார்கள். தேவைப்படின் அரசுக்கு பொது இடங்கள் விட வேண்டும் என்றால் தாங்கள் விற்காமல் வைத்திருந்த மனைகளை பொது இடங்களாக அரசுக்கு எழுதி கொடுத்து வரன்முறைப்படுத்துதல் அங்கீகாரத்தை பெறுவார்கள்.

தெரிந்துக் கொள்ள வேண்டிய பாடங்கள் :

விற்பனைச் சான்று என்றால் என்ன?

- சிவில் நீதிமன்றம் அல்லது ரெவின்யூ நீதிமன்றம் அல்லது மாவட்ட ஆட்சியர் அல்லது பிற ரெவின்யூ உத்தியோகஸ்தர்கள் சொத்துக்களை ஏலம் விட்டு அந்த ஏலத்தில் சொத்துக்களை வாங்குபவர்களுக்கு கொடுக்கின்ற சான்றிதழ்தான் விற்பனைச் சான்றிதழ். (Sale Certificate)

- இந்த சான்றிதழை பெற்றவர்கள் பெற்ற நான்கு மாதத்திற்குள் சார்பதிவகத்தில் தாக்கல் செய்து பதிய வேண்டும்.

5. கால தாமதம் ஆகும் டிடிசிபி வரன்முறைப்படுத்துதல் அங்கீகாரம்! தெரிந்து கொள்ள வேண்டிய 13 செய்திகள்!!

1) DTCP வரன்முறைப்படுத்துதலுக்கு 7 இலட்சத்திற்கு மேல் ஆன்லைன் மூலம் விண்ணப்பங்கள் பெறப்பட்டு இருக்கிறது அதேப்போல் CMDA வரன்முறைப் படுத்துதலுக்கு 2 இலட்சத்திற்கு மேல் மனுக்கள் பெறப்பட்டுள்ளதாக தகவல்கள் தெரிவிக்கின்றன.

2) இன்னும் வரன்முறைப்படுத்துதலுக்கு மனு செய்யப் படாமல், அடுத்து எப்பொழுது DTCP–யின் ஆன்லைன் அப்ளிகேஷனை ஒப்பன் செய்வார்கள் என்று எதிர்பார்த்து வரன்முறைப்படுத்துதலுக்கு மனு செய்யலாம் என்று பல இலட்சம் பேர் காத்து இருக்கின்றார்கள்.

3) ஏற்கனவே மனு செய்யபட்ட வரன்முறைபடுத்துதலில் ஒரு இலட்சத்திற்கும் குறைவாகதான் DTCP வரன்முறை படுத்தி இருக்கிறது. அதுவும் லேஅவுட் பிரமோட்டர் களின் வரன்முறைப்படுத்துதல் தான் அதிக அளவில் செய்து முடித்து இருக்கிறார்கள். (அனைத்திற்கும் புரொமோட்டர்களின் நஜீர் தான் காரணம்)

4) பல பொதுமக்கள் வரன்முறைப்படுத்துதல் மனுக்கள் அதிகாரிகளை நேரடியாக சந்தித்தால் மட்டுமே நடக்கிறது. அதற்கு காரணமும் நஜீர்தான் என்பதை புரிந்து கொள்வீர்கள்.

5) இயல்பாகவே சராசரியாக மூன்று மாவட்டத்திற்கு ஒரு டிடிசிபி அலுவலகம் தான் தமிழகத்தில் இருக்கிறது. அந்த ஒவ்வொரு அலுவலகத்திற்கும் குறைவான ஊழியர்கள் தான் இருக்கிறார்கள். அதில் சராசரியான வேலைகளையே கும்பகர்ண தூக்கம் போட்டு காலம்

தாழ்த்துவார்கள் நம் அரசு அதிகாரிகள். ஆனால் வரன்முறைப்படுத்துதல் அரசாணை வந்தபிறகு மலைப் போல் மனுக்கள் குவிந்துவிட்டால், அவர்கள் இன்னும் எவ்வளவு காலம்கடத்துவார்கள் என்பது அனைவருக்கும் தெரிந்த ஒன்றுதான்.

6) கடந்த 20 ஆண்டுகளாக நடைமுறையில் இருந்த பஞ்சாயத்து அங்கீகார மனைப்பிரிவுகளை மற்றும் மனை களை வரன்முறைப்படுத்த ஆறு மாதத்திற்குள் மனு செய்ய வேண்டும் என்று கட்டாயப்படுத்தியது ஏன் என்று புரியவில்லை. மேலும் மனு செய்வதற்கான கெடு தேதியை தள்ளி தள்ளி வைத்து தண்ட கட்டணத்தையும் சேர்த்து வசூல் செய்வது எதற்கு என்று புரியவில்லை. மனுவை மட்டும் வேக வேகமாக வாங்க தெரிந்த DTCP துறைக்கு வாங்கிய மனுக்களின் வேலைகளை மிகவும் மெதுவாக செய்கிறார்கள்.

7) காலதாமதமான மனுவுக்கெல்லாம் ஏற்கெனவே 10 சதவீதம், 25 சதவீதம், 50 சதவீதம் என்று தண்ட கட்டணம் வசூல் செய்துவிட்டு தற்போது காலதாமதம் பல மாதங்களாக அரசால் நடக்கின்றன. அரசு எந்திரத்தின் தாமதத்தால் மக்களின் திருமணம் வீடு கட்டுதல் போன்ற செலவுக்கு மனையை விற்க முடியாமல் காத்து இருக்கின்றனர்.

8) ஏற்கெனவே பல இலட்சம் மனுக்கள் நிலுவையில் இருக்கின்றன. இன்னும் பல இலட்சம் மனுக்கள் மனு செய்யாமல் இருக்கின்றன. எப்படி பார்த்தாலும் பல்லாயிரம் கோடிக்கு வருமானம் DTCP–யில் CMDA– கும் எதிர்காலத்தில் இருக்கின்றது.

9) எனவே DTCP அலுவலகமும் வட்டம் தோறும் அல்லது கோட்டம் தோறுமாவது ஒரு DTCP அலுவலகத்தை

திறந்து நிறைய அதிகாரிகளை நியமித்து வரன்முறைப் படுத்துதல் அங்கீகாரமும் அதன் பிறகு எதிர்காலத்தில் வரும் புதிய ரெகுலர் அங்கீகாரமும் என தொடர்ந்து பணிகளை செய்யலாம்.

10) தாலுகா ஆபிஸ் பத்திர ஆபிஸ் போல அப்ரூவ்டு ஆபிஸ் என்று ஒன்று இருக்கின்றது. மனைகளை வாங்குகின்ற மக்களுக்கு மனதில் பதிந்துவிடும் அதன் பிறகு DTCP அலுவலகம் மக்களின் வருகையால் செழிப்பாக இருக்கும்.

11) இதுவரை வரன்முறைக்கு மனு செய்யாமல் இருக்கின்ற மனைபிரிவுகளுக்கு மனைகளுக்கு ஆன்லைனில் மனு செய்ய மீண்டும் ஏற்பாடு செய்யுமாறு வேண்டுகிறோம். கால அவகாசம் எல்லாம் நிர்ணயிக்காமல் பட்டா மாறுதலுக்கு எப்படி மனு செய்யப்படுகிறதோ? அதேபோல நடைமுறையை கடைபிடித்தால் பொதுமக்கள் அனைவரும் பயன்பெறுவர்.

12) அன்–அப்ரூவ்டு மனைகளை வைத்திருப்பவர்கள் வந்து வரன்முறைப்படுத்தினால்தான் பதிவு என்று சொல்லி விட்டாலே அனைவரும் தங்களுக்கு தேவைப்படும் நேரத்தில் வரன்முறைப்படுத்தி கொள்வார்கள்.

13) 1998–இல் போடப்பட்ட நகர்புற நில உச்சவரம்பு வரன்முறைபடுத்துதலே இன்னும் 20 ஆண்டுகளாக வரன்முறைப்படுத்தி கொண்டு இருக்கின்றனர். அதுவும் இன்னும் முடிந்தபாடில்லை. ஆக இதுதான் அரசு எந்திரத்தின் performance என்பதனை நாம் புரிந்து கொள்ள வேண்டும்.

6. விளைநிலத்தை விளை நிலங்கள் இல்லை என்று சான்று வாங்குவது எப்படி? அறிய வேண்டிய 19 செய்திகள்!!

1) தமிழ்நாட்டில் இருக்கும் அனைத்து நிலங்களும் விளைச்சல் நிலங்கள் தான். அதனை நன்செய், புன்செய், தரிசு என்று விளைகின்ற பொருட்களுக்கேற்ப பிரித்து வைத்து இருந்தார்கள்.

2) நன்செய் என்றால் பொதுவாக (Rice Field) நெல் விளையும் பூமியை சொல்லுவார்கள். புன்செய் என்றால் (millet grain field) சிறுதானிய விளையும் பூமி, (Waste Land) தரிசு என்றால் எதுவும் விளையாமல் போட்டு வைத்திருக்கின்ற பூமி. இப்படிதான் நில வகையை பிரித்தார்கள் ஆங்கிலேய வருவாய்த்துறையினர்.

3) அவர்கள் இப்படி மூன்றாக தரம் பிரித்து, அதற்கேற்றவாறு வரி விதித்தனர். ஆனால் அன்று நன்செய் அதிக மதிப்பு, புன்செய் அதைவிட குறைவான மதிப்பு, தரிசு மதிப்பற்றது என்று நிர்ணயிக்கப்பட்டது.

4) ஆனால் தொழில் புரட்சி மற்றும் தகவல் புரட்சி என்று மாறுபட்ட இன்றைய உலகத்தில் தரிசு நிலங்கள் பெறு நிறுவனங்களுக்கு தொழில்கூடங்கள், பள்ளிகூடங்கள், கல்வி நிறுவனங்கள், கல்லூரிகள் என்று வந்துவிடவே பக்கத்தில் இருந்த புன்செய் நிலங்கள், வீட்டு மனைகள், சிறிய குடியிருப்புகள் என்று உருமாறிவிட்டது. இன்னும் நகரமயமாகும்பொழுது, புன்செய் நிலத்தில் இருக்கின்ற நன்செய் நிலங்களும் தொழில் கூடங்களாகவும், குடியிருப்புகளாகவும் மாறிவிட்டதை பார்க்கலாம்.

5) நாட்டின் விவசாயத்தையும், விவசாயிகளையும் காப்பாற்ற நன்செய் நிலத்தை மட்டும் அக்ரிகல்ச்சுரல் நிலம் என்று

அரசு சொல்கிறது. உண்மையில் புன்செய் நிலமும், தரிசு நிலமும் பயிர் செய்தால் அதுவும் அக்ரிகல்ச்சர் நிலம் தான். ஆனால் அந்த நிலங்களில் வீட்டு மனைகளை, வியாபார தலங்களை, தொழில் கூடங்களை உருவாக்கினால் விளைநிலம் இல்லை என்ற சான்று வாங்க தேவை இல்லை என்று அரசின் கொள்கைகள் சொல்கிறது (எப்படித்தான் இப்படி யோசித்து கொள்கை திட்டங்களை வரையறுக்கிறார்களோ).

6) ஏற்கனவே இருக்கின்ற நன்செய் நிலங்களை அரசின் பார்வையில் அக்ரிகல்ச்சர் நிலம் என்று சொல்கிறார்கள். அந்த அக்ரிகல்சர் நிலமும் DTCP மற்றும் CMDA மாஸ்டர் பிளானுக்குள் இருந்தால் அந்த மாஸ்டர் பிளானில் தொழில் மண்டலம் (Industrial zone), கல்வி மண்டலம் (Educational Zone), குடியிருப்பு மண்டலம் (Residential zone) என்று பிரித்து வைத்து இருப்பார்கள். அந்த மாஸ்டர் பிளானுக்குள் நன்செய் நிலமோ, புன்செய் நிலமோ, தரிசோ எல்லா நிலமும் அடங்கி விடும்.

7) இந்த மாஸ்டர் பிளான்களை சென்னை, மதுரை, கோவை, திருச்சி, திருநெல்வேலி மாநகராட்சி மற்றும் அதனை சுற்றியுள்ள கிராமங்களில் உருவாக்கி இருப்பார்கள். இதுமட்டும் இல்லாமல் எல்லா மாவட்டங்களில் உள்ள நகராட்சி பேரூராட்சிகளிலும் குறைந்தபட்சம் ஒரு மாஸ்டர்பிளானை உருவாக்கி வைத்திருப்பார்கள்.

8) இதன்படி தமிழ்நாட்டை நாம் இரண்டாக பிரிக்கலாம். ஒன்று மாஸ்டர் பிளான் உள்ள ஏரியா (Planned Area), இரண்டு மாஸ்டர்பிளான் இல்லாத ஏரியா (Non planned area).

9) "நாம் விளைநிலம் அல்ல" என்ற சான்று வாங்க மூன்று அடிப்படை தகுதிகள் வேண்டும். ஒன்று அந்த இடம்

மாஸ்டர்பிளான் இல்லாத ஏரியாவில் (Non planned area) இருக்க வேண்டும். அடுத்து அந்த நிலம் நன்செய் நிலமாக இருக்க வேண்டும். அதற்கடுத்து அந்த நன்செய் நிலம் ஐந்தாண்டுகளுக்கு மேல் எந்தவித விவசாயமும் நடக்காமல் இருந்திருக்க வேண்டும்.

10) சரி யாருக்கு இந்த "விளைநிலம் அல்ல" என்ற சான்று தேவைப்படும் என்றால், DTCP அங்கீகாரம் வாங்க வேண்டிய கல்வி நிறுவனங்கள், தொழில் நிறுவனங்கள், வீட்டுமனை குடியிருப்புகள், வீட்டுமனை மற்றும் வீட்டுமனை பிரிவுகளுக்கு தேவைப்படும், அதுவும் மேற்படி நிறுவனங்கள் எல்லாம் நன்செய் நிலம் வைத்து கொண்டு இருந்தால்தான் இந்த "விளைநிலம் அல்ல" என்ற மாற்றுதல் சான்று (conversion) தேவைப்படுகிறது.

11) அரசு எந்திரத்தில் போராடி இந்த சான்றை வாங்குவது என்பதும் கொஞ்சம் சாதாரண காரியம் இல்லை. முதலில் இந்த சான்றை கொடுக்க வேண்டியவர் மாவட்ட ஆட்சியர். அதற்கு தடையின்மை சான்று வழங்க வேண்டியவர் வேளாண்மை துறையின் மாவட்ட இயக்குநர். மேற்படி இரு நபர்களும் நேரடியாக களத்திற்கு வரமாட்டார்கள்.

12) வட்டார வேளாண்மை அலுவலர், வட்டாட்சியர், மண்டல துணை வட்டாட்சியர், வருவாய் ஆய்வாளர், கிராம நிர்வாக அதிகாரி வரை எல்லாபடியும் ஏறி இறங்கினால் தான், மேற்படி நபர்களை எல்லாம் அழைத்து கொண்டு போய் சைட் விசிட் செய்தால்தான் இந்த சான்றை பெற முடியும்.

13) மாற்றுதல் (Conversion) கேட்கும் நிலத்தில் பயிர் இருந்ததா, இல்லையா? என்பதை கணக்கெடுக்கும் ஆவணம் பயிர் பதிவேடு ஆகும். அந்த பதிவேடு

கிராமத்தில் கிராம நிர்வாக அதிகாரி (VAO) பராமரிக்கிறார். மேலும் அவர் கிராம கணக்கில் பயிர் பதிவேட்டை ஐந்து ஆண்டுகள்தான் பாரமாரிப்பார்.

14) ஐந்து ஆண்டுகளுக்கு பிறகு ஒரு புதிய கணக்கை ஆரம்பிப்பார்கள் எனவே ஐந்தாண்டுகள் தான் நன்செய் நிலத்தில் பயிர்கள் விளைந்ததா? இல்லையா? என்று சரிபார்த்து சான்று வாங்க முடியும். கிராம நிர்வாக அதிகாரி (VAO) ஆண்டுதோறும் எந்தெந்த சர்வே எண்ணில் என்னென்ன விளைகிறது என்று அடங்கலில் ஏற்றி தொகுத்து வைத்திருப்பார். அதனை அடிப்படையாக வைத்துத்தான் நமக்கான சான்றை வாங்க முடியும்.

15) இங்கு எனது கருத்தாக ஒரு விஷயம் சொல்ல வேண்டும் பயிர் பதிவேடு கணக்கெல்லாம், நிலப் பதிவேடு கணக்கெல்லாம் கிராம நிர்வாக அதிகாரி (VAO)யிடம் இருக்கிறது வெறும் உரக் கணக்கு விதை கணக்கு வைத்து இருக்கும் வேளாண்மை துறையினரிடமும் அதுவும் வட்டார வேளாண்மை, மாவட்ட வேளாண்மை இயக்குநரிடமும் விளை நிலம் இல்லை என்று சான்று வாங்குவது தேவையில்லாத அலைச்சல்.

16) வட்டார, மாவட்ட வேளாண்மை அலுவலகங்களில் தேவை இல்லாத பண செலவழிப்பு செய்ய வேண்டும். உர மூட்டைகள் வேறு வாங்கி கொள்ள சொல்வார்கள். (புன்னகையுடன் படியுங்கள்)

17) இந்த சான்று மாவட்ட ஆட்சியர் தான் வழங்க வேண்டும் என்பதால் வட்டாட்சியர், வருவாய் ஆய்வாளர், கிராம நிர்வாக அதிகாரி (VAO) மூலம் விசாரித்தாலே போதுமானது என்பது என்னுடைய கருத்து.

18) மேலும் நிலத்தின் வழிகாட்டி மதிப்பில் இருந்து மூன்று சதவீதம் அரசுக்கு கட்ட வேண்டும் மனு கட்டணமாக ரூபாய் 1000 கட்ட வேண்டும். இந்த செலவுகள் மட்டும் தான் ஆகும், வேறு செலவுகள் ஆகாது என்பதை நீங்கள் கட்டாயம் நம்ப வேண்டும்.

19) பொறுமையாக தொடர்ந்து மேற்சொன்ன அரசு அலுவலகங்களை பின்தொடர்ந்தால் ஆறு மாதத்தில் இருந்து ஒராண்டுக்குள் மேற்படி "விளைநிலம் அல்ல" என்ற மாற்றுதல் (கன்வெர்சன்) சான்றிதழை வாங்கிவிடலாம்.

தெரிந்துக் கொள்ள வேண்டிய பாடங்கள் :

சர்வ சுதந்திர உரிமையை மாற்ற முடியுமா?

* ஒருவர் தன்னுடைய சொத்தை தன்னுடைய வாரிசு களுக்கு செட்டில்மெண்ட் மூலமாக அல்லது பிற பத்திரங்களின் மூலமாக எழுதிக்கொடுக்கும் பொழுது அதில் தானாதி வினிமய விக்கிரயங்களுக்கு உரித்ததாய் புத்திர பௌத்திர பாரம்பரியமாய் சர்வ சுதந்திரமாய் ஆண்டனுபவித்துக் கொள்ள வேண்டியது என்று பூராப் பாத்யதையையும் எழுதிக் கொடுத்துவிட்ட பிறகு சொத்து சர்வ சுதந்திரமாய் எழுதி வாங்குபவரிடம் சென்று சேர்ந்துவிடுகிறது.

* அதன் பிறகு அந்த சர்வ சுதந்திர உரிமையை ரத்து செய்து வெறும் ஆயுள் வரை அனுபவிக்க வேண்டும் என்றோ, விற்கக் கூடாது என்றோ அல்லது வேறு எந்தவிதமான கண்டிஷனோ போட்டு மாற்றம் செய்து புதிய பத்திரம் போட முடியாது. (சொத்து மாற்றுச்சட்டம் 11)

<u>தொகுதி 9</u>

நீதிமன்றம் தொடர்பான கட்டுரைகள்

1. அடித்தட்டு மற்றும் நடுத்தர மக்கள் சொத்து பிரச்சனைகளில் ஏன் நீதிமன்றம் செல்ல வேண்டாம்? 16 காரணங்கள்!

1) நீதிமன்றங்களில் சிவில் (CIVIL) வழக்குகள் தலைமுறை தாண்டியும் காலம் தாழ்த்தப்படுகிறது.

2) முத்திரைத்தாள் செலவுகள், தேவைப்படின் காவல்துறை செலவுகள், பிறமுட்டு வழிச்செலவுகள் அதிகமாவதால் தங்களுடைய சேமிப்பு பணத்தை இழக்கின்றனர்.

3) சேமிப்பு பணத்தை இழப்பதாலும், உரிய நேரத்தில் கிடைக்காத நீதியினாலும் அடையும் பெரும் மன உளைச்சலும், நிம்மதியின்மையும், பாதுகாப்பற்ற உணர்வும் பெற்று தவிக்கின்றனர்.

4) கடன் வாங்கி அதிக தொகை செலவு செய்து நீதிமன்றத்தில் நீதியைப் பெற்றாலும் எதிர் மனுதாரர் அப்பீலின் மூலமாக பெற்ற நீதியை நடைமுறைப்படுத்த விடாமல் செய்துவிடுகிறார்.

5) சொத்து வழக்குகளில் செட்டிங்காக (SETTING) கிரிமினல் வழக்குகள் காவல் நிலையத்தில் போடப்பட்டு அதிலிருந்து வெளிவருவதற்கு ஆயிரக்கணக்கில் செலவு செய்ய வேண்டியிருக்கிறது.

6) நீதிமன்றங்களில் போதுமான நீதிபதிகள் இல்லாததாலும், வழக்கறிஞர்கள் தொடர் வேலை நிறுத்த போராட்டங்களி னாலும், ஏற்கனவே மலைபோல் தேங்கி கிடக்கின்ற வழக்குகள் போன்ற காரணங்களாலும், அநியாயத்திற்கு வழக்குகள் இழுத்தடிக்கப்படுகின்றன.

7) தாமதிக்கப்பட்ட நீதி உண்மையில் மறுக்கப்பட்ட நீதியாகும். அந்த மறுக்கப்பட்ட நீதியை நீதிமன்றம் தொடர்ந்து வழங்கி கொண்டிருக்கிறது.

8) வழக்குகள் அதிகபட்ச தாமதத்திற்குப் பிறகு வழக்கறிஞர்களாலேயே சமாதானப்படுத்தப்பட்டு, அவை முடித்து வைக்கப்படுகின்றது. அதற்கு இவ்வளவு செலவு செய்து சமாதானம் செய்வதற்குப் பதிலாக வழக்கு போடுவதற்கு முன்பே சமாதானத்தில் ஈடுபட்டிருக்கலாம்.

9) நிலப் பிரச்சனைகளில் உண்மையிலேயே தவறு செய்த வர்கள் தண்டனையில் இருந்தும், குற்றச்சாட்டுகளில் இருந்தும் தப்பிக்க தவறு செய்வர்கள், முதலிலேயே நீதிமன்றத்திற்கு சென்று வழக்கினை தாக்கல் செய்து விட்டால், அவர்கள் கால காலத்திற்கும் காலம் தாழ்த்தி கொண்டு இருக்கலாம் என்ற அருமையான வாய்ப்பு தவறு செய்தவர்களுக்குக் கிடைக்கிறது.

10) வருவாய்த்துறை ஆவணங்களில் தவறான தகவல்களை கொடுத்து, தங்களுடைய ஆவணங்களை மாற்றிய உண்மையான குற்றவாளிகள் புத்திசாலித்தனமாக முன்கூட்டியே வழக்கினை தாக்கல் செய்துவிட்டால், உண்மையாக பாதிக்கப்பட்டவர் வருவாய்துறை ஆவணத்தை மாற்ற முடியாமல் தடுத்து நிறுத்தும் வாய்ப்பை தவறு செய்தவர்கள் அதிகம் பயன்படுத்திக் கொள்கிறார்கள்.

11) நீதிமன்ற கட்டணங்கள் ஒவ்வொரு வழக்கிற்கும் எவ்வளவு என்று வெளிப்படையாக சொல்லுவது இல்லை. பதிவுத்துறையில் எப்படி முத்திரைத்தாள் கட்டணங்கள் ஒவ்வொரு பதிவிற்கும் எவ்வளவு சதவீதம் என்று எழுதி சார்பதிவகத்தில் அறிவிப்பு பலகையில் போட்டிருப் பார்கள். அதேபோல நீதிமன்றத்திலும் வெளிப்படையாக

எந்த அறிவிப்பு பலகையும் இல்லாததால் வழக்கறிஞர்கள் மற்றும் இடைதரகர்கள் நீதிமன்றத்திற்கு ஆகின்ற கட்டணம் என்று சொல்லி அதிகமாக வசூலிக்கின்றனர். எந்த வழக்கறிஞர்களும் கோர்ட்டு ஃபீஸ் (Court Fees) தனியாகவும், புரொஃபெஷனல் ஃபீஸ் தனியாகவும் மக்களிடம் பிரித்து காட்டுவதில்லை.

12) நான் நீதிமன்றமே செல்ல வேண்டாம் என்று சொல்ல வில்லை, அடித்தட்டு மக்கள், நடுத்தர மக்கள் நீதிமன்றம், வழக்கறிஞர்கள், இடைத்தரகர்களுக்கு செலவு செய்துவிட்டு நீதியும் கிடைக்காமல் இருப்பதைத்தான் தவிர்க்கச் சொல்கிறேன்.

13) அதுவே வங்கிகளில் கோடிக்கணக்கில் கடன் வாங்கி விட்டு அந்த கடனைக் கட்டாமல் புதிய பிரச்சனைகளை உருவாக்கி அதனை மத்தியஸ்த்தம் (ARBITRATION) போட்டு அதற்கென்று HALL வாடகை கொடுத்து, ஓய்வு பெற்ற நீதிபதி மற்றும் வழக்கறிஞர்களுக்கு ஒரு நாளுக்கு இவ்வளவு சம்பளம் என்று கொடுத்து, வழக்குகளை தாராளமாக காலம் இழுத்து நடத்தலாம். அதனால் கடன் கட்டாமல் காலத்தை தள்ளுவதற்கும் வட்டியை குறைப்பதற்கும், பிரச்சனையை தாமதப்படுத்துவதற்கும், நீதிமன்றத்தை காரணம் காட்டி பயன்படுத்திக் கொள்ளலாம்.

14) எனவே ஒருவருக்கு பல கோடி இலாபம் வரும்பொழுது சில இலட்சம் நீதிமன்றங்களுக்கு செலவு செய்யலாம். அது புத்திசாலிதனமானது. அதுவே சேமிப்பு பணத்தை நீதிமன்ற நடவடிக்கைக்காக முழுவதுமாக இழந்து அல்லல்படும் நடுத்தர மற்றும் அடித்தட்டு மக்களுக்குப் பண நஷ்டம்! மேலும் அது முட்டாள்தனமாகும்!

15) குறைந்த செலவில் அல்லது இலவசமாக நீதி

வழங்கப்படும் என்று இயங்கும் தாலுக்கா, மாவட்ட, மாநில, தேசிய இலவச சட்ட உதவி மையங்கள், இலவச சமரச மையங்கள், அடித்தட்டு மற்றும் நடுத்தர மக்களுக்கு மிகவும் பயனுள்ளவை ஆகும். பெரும்பாலும் வழக்கறிஞர்கள் மற்றும் இடைதரகர்கள் இதனை பரிந்துரைப்பதில்லை. புத்திசாலி மக்கள் இதனை பயன்படுத்தி கொள்வது மிகவும் நல்லது.

16. நான், நீதிமன்றத்தை அவமதிக்கிறேன் என்று யாரும் கம்பு சுத்தாதீர்கள். நிலம் சம்மந்தப்பட்ட வழக்குகளுக்கு மட்டும்தான் நான் மேற்கண்டவற்றை சொல்கிறேன். அதுவும் பணத்திற்காக துன்பப்படும் அடித்தட்டு மற்றும் நடுத்தர மக்களை தான் முடிந்த அளவு தவிர்க்கச் சொல்லுகிறேன்.

தெரிந்துக் கொள்ள வேண்டிய பாடங்கள் :

தாய் பத்திரம் யாருக்கு?

- சொத்தில் ஒரு பகுதியை மட்டும் ஒருவர் விற்றால் சொத்து விற்றவரே அதனுடைய தாய் பத்திரங்களின் ஒரிஜினல்களை வைத்துக் கொள்ள பாத்யதை இருக்கிறது.

- அதேப் போல் சொத்து வாங்குபவர் நகல்களையோ, அதனுடைய டூப்ளிகேட்டுகளையோ வைத்துக் கொள்ளலாம். ஆனால் அவருக்கு எப்பொழுது ஒரிஜினல் தேவைப்பட்டாலும் விற்றவர் அதனை கொடுப்பதற்கும், காட்டுவதற்கும் வாங்கியவருக்கு பூரண உரிமை இருக்கிறது.

2. எந்தெந்த கோர்ட்டில் என்னென்ன வழக்கு விசாரிக்கிறார்கள்? தெரிந்து கொள்ள வேண்டிய 20 தகவல்கள்!

1) நிலம் சம்பந்தபட்ட சிக்கல்கள் பிரச்சனைகள் வரும்பொழுது கோர்ட்டுக்கு போக வேண்டிய சூழல் ஏற்படும் பொழுது வழக்கறிஞர்கள் சிட்டி சிவில் கோர்ட், சப்-கோர்ட், முன்சிப் கோர்ட், மேஜிஸ்ட்ரேட் கோர்ட், ஹைகோர்ட் என்று பேசி கொள்ளும்போது என்னை போல ரியல் எஸ்டேட் ஏஜெண்டுகள் மற்றும் சாதாரண பொதுமக்களுக்கு எந்த எந்த கோர்ட் எது எதற்கு என்று தெரியாததால் அந்த நேரத்தில் வக்கீல்களுக்குள் பேசிக்கொள்ளும் பொழுது நாம் மலங்க மலங்க விழித்து கொண்டு அவர்கள் வாயையபார்த்து கொண்டு நிற்போம்.

2) இன்று தமிழ்நாடு–பாண்டிச்சேரி பார்கவுன்சில் தலைவராக இருக்கும் அமல் அண்ணன் சிவில் வழக்குகள் பார்க்கும் நல்ல திறமையான வழக்கறிஞர். திரு.அன்பழகன் அவர்கள் அவரின் சொந்த ஊரான தேவகோட்டை அருகில் நெல் வயல் கிராமத்திற்கு ஒரு குடும்ப நிகழ்ச்சிக்காக என்னை அழைத்து சென்றார். அப்பொழுது ஒரு இரவு முழுவதும் அவரிடம் எந்த எந்த கோர்ட் என்ன என்ன செய்கிறது என்று கேட்டு தெரிந்து கொண்டேன். அவரும் பொறுமையாக பாடம் எடுத்தார். அதனை அப்பொழுது ஒரு 40 பக்க நோட்டு வாங்கி குறித்துக் கொண்டேன். அதன் பிறகு தான் நீதிமன்றம் இயங்கும் முறை பற்றி எனக்கு ஒரு தெளிவு கிடைத்தது

3) இப்பொழுதும் நிறைய பேர் என்னை போல வழக்கறிஞர் முன்னால் மலங்க மலங்க விழிப்பதை நான் பார்க்கிறேன். அதனால் இந்த கட்டுரை சாமனிய மக்களுக்கு புரியும்படி எழுதுகிறேன் இந்த நேரத்தில் வழக்கறிஞர் அன்பழகன்

அவர்களுக்கு என்னுடைய நன்றியை தெரிவித்து கொள்கிறேன்

4) நீதிமன்றங்கள் மேல்நிலை நீதிமன்றங்கள், கீழ்நிலை நீதிமன்றங்கள் என்று இரண்டாக பிரிக்கலாம். இது ஆங்கிலோ இந்திய படிநிலை முறை என்று சொல்வார்கள்.

5) கீழ்நிலை நீதிமன்றங்கள் மூன்று நிலையாக பிரிக்கப்படுகின்றது அ) முதல்நிலை நீதிமன்றங்கள் ஆ)இரண்டாம் நிலை நீதிமன்றங்கள் இ) மூன்றாம் நிலை நீதிமன்றங்கள் ஆகும்

6) முதல் நிலை நீதிமன்றத்தில் கிரிமினல் வழக்குகளை விசாரிக்க மேஜிஸ்ட்ரேட் கோர்ட் (Magistrate Court) என்றும் சிவில் வழக்குகளை விசாரிக்க முன்சீப் கோர்ட் (Munsif Court) என்றும் சொல்லுவார்கள்.

7) இரண்டாவது நிலையில் சிவில் வழக்குகள் எல்லாவற்றையும் சார்பு நிலை நீதிமன்றம் (sub court) விசாரணை செய்யும். கொலை அல்லாத குற்றவியல் வழக்குகளையும் விசாரிக்கும். அடுத்து முதல் நிலை நீதிமன்றங்களுக்கு மேல்முறையீட்டு நீதிமன்றமாகவும் இது விளங்கும்.

8) மூன்றாம் நிலை நீதிமன்றம் மாவட்ட நீதிமன்றம் (District Court)ஆகும். இவை கடுமையான குற்றவியல் வழக்குகளை அமர்வு (Sessions court) விசாரிக்கும். இரண்டாம் நிலை நீதிமன்றங்களின் மேல்முறையீடுகளை விசாரிக்கும் நீதிமன்றங்களாக இருக்கிறது. முக்கியமான சிவில் வழக்குகளையும் மாவட்ட நீதிமன்றம் விசாரிக்கின்றது

9) மேலே சொன்ன மூன்று படிநிலைகளுக்கு மேலே

உயர்நீதிமன்றமும் அதற்கு மேலே உச்சநீதி மன்றமும் இருக்கிறது.

10) மாவட்ட நீதிமன்றங்களின் தீர்ப்புகளையும், இரண்டாம் நிலை நீதிமன்றங்களின் ஒரு சில தீர்ப்புகளையும், மேல்முறையீடுகளையும் உயர்நீதிமன்றம் விசாரிக்கலாம்.

11) மேலும் ஒருவரது அடிப்படை உரிமைகள் பாதிக்கப்பட்டால் (அ) அரசு எந்திரத்தால் பாதிக்கப்பட்டால் நீதிபேராணை கேட்டால் (writ petition) அதனை விசாரித்து வழங்குவது போன்ற வேலைகளை உயர்நீதிமன்றம் செய்யும்

12) இது இல்லாமல் சிவில் வழக்குகளுக்கு தனித்தனியாக நிறைய தீர்ப்பாயங்களும், கிரிமினல் வழக்குகளுக்கு, மிக குறைவான தீர்ப்பாயங்களும் இருக்கின்றன.

13) இராணுவ தீர்ப்பாயம், அரசு ஊழியர்களின் ஊழல் குற்றசாட்டுகளை விசாரிக்கும் தீர்ப்பாயம் போன்றவை கிரிமினல் குற்றங்களுக்கான தீர்ப்பாயங்களாக சொல்லலாம்.

14) மக்களிடம் மிகவும் அதிகமாக சிவில் வழக்குகள் இருப்பதால் அதற்கு துறை வாரியாக தீர்ப்பாயங்களை பிரித்து கொடுத்து விசாரிக்க வைத்து விட்டனர்.

15) தொழிலாளர் பிரச்சனைகளை பொறுத்தவரை தொழிலாளர் விபத்துக்கு, தொழிலாளர் ஊதியத்திற்கு, தொழிலாளர் நலத்திற்கு, தொழிலாளர் தகராறுகளுக்கு என தனித்தனி தீர்ப்பாயம் இருக்கிறது.

16) கூட்டுறவு துறைக்கு தனி தீர்ப்பாயமும் நில அளவை துறைக்கு தனி தீர்ப்பாயமும், நில சீர்திருத்தத்திற்கு தனி தீர்ப்பாயமும், சுரங்கம் பிரச்சனைகளுக்கு தனி தீர்ப்பாயமும், நீர்பாசனத்தற்கு தனி தீர்ப்பாயமும், அகதிகளுக்கு தனியாகவும், செய்தித்தாளுக்கு, தேர்தல்

முறைகேடுகளுக்கு பேடண்ட் உரிமைகளுக்கு தனித்தனி தீர்ப்பாயங்களும் இருக்கின்றன.

17) தீர்ப்பாயங்களிலே நான் அதிகமாக பயணித்தது நில அளவை தீர்ப்பாயமும், வீட்டு வாடகை தீர்ப்பாயமும், குடும்ப கோர்ட் தீர்ப்பாயமும் தான். மேலும் உண்மையிலே இதில்தான் அதிக வழக்குகளும் இருக்கிறது.

18) இது இல்லாமல் நுகர்வோர் கோர்ட் என்று ஒன்று இருக்கிறது. அவை மாவட்ட அளவில், மாநில அளவில் தேசிய அளவில் இருக்கிறது.

19) மாவட்ட சமரச மையம் ஒவ்வொரு மாவட்ட நீதிமன்ற வளாகத்திற்குள்ளும் இருக்கிறது. வாதி, பிரதிவாதி இரு தரப்பினரும் வழக்கை இழுத்துக்கொண்டு போகாமல் காலம் கடந்தாமல் இருப்பதற்கு, பேசி தீர்ப்பதற்கு இந்த சமரச மையங்கள் பயன்படுகின்றன.

20) மேலும் உச்சநீதி மன்றம், உயர்நீதி மன்றம், மாவட்ட நீதிமன்றங்களில் இலவச சட்ட உதவி மையங்கள் இயங்குகின்றன.

தெரிந்துக் கொள்ள வேண்டிய பாடங்கள் :

◆ ஒரு சொத்தை ஒருவர் விற்கிறார் என்றால் அந்த நிலத்தையோ, அதன் மேல் இருக்கின்ற வீட்டையோ மட்டுமல்லாமல் அதனுடன் இருக்கின்ற மரம், செடி, கொடி வகைகள், பூமியோடு சேர்ந்துள்ள சுவர், கட்டிடம், கட்டிடத்தில் பதிக்கப்பட்டுள்ள (fixture) பொருட்கள், கட்டிடத்தோடு இணைக்கப்பட்டிருக் கின்ற (fittings) கதவு, ஜன்னல், பூட்டு சாவி முதலிய அனைத்து ஈஸ்ட்மெண்ட் பாத்யதைகளும் உள்ளடக்கியதுதான் அந்த விற்பனையாகும்.

3. வாங்க போகும் சொத்து நீதிமன்ற வழக்கில் இருக்கிறதா என்று எப்படி கண்டுபிடிப்பது? பற்றிய 17 செய்திகள்!!

1) நீதிமன்றத்தில் வழக்கில் இருக்கும் சொத்தை வாங்குவோர் பலர் இருக்கிறார்கள். வாங்கி முடித்துவிட்டு கோர்ட்டுக்கும், வக்கீல் ஆபிஸுக்கும் அலைந்து, சம்பாதித்தப் பணத்தை வீணாக்கிக் கொண்டு இருப்பதைப் பார்த்து இருக்கிறேன்.

2) சொத்தை வாங்குவதற்கு முன்கூட்டியே நீதிமன்றத்தில் வழக்குகள் இருக்கிறதா? என்று முன்கூட்டியே கொஞ்சம் அலசி ஆராய்ந்தால் எதிர்காலத்தில் சிக்கல்கள் வராமல் தவிர்க்கலாம்.

3) நிறைய சொத்துக்கள் அண்ணன் தம்பி பிரச்சனை, அக்காவுக்கு, தங்கைக்குப் பங்கு கொடுக்கவில்லை என்று, பாகப்பிரிவினை வழக்குகள் நடக்கும். பெரும்பாலும் இவை பூர்வீக அல்லது தந்தை வழி தாய் வழி சொத்தானால் அவை கண்டிப்பாக வாரிசுரிமை பிரச்சனை இருக்கின்ற சொத்தாக இருக்கும்.

4) அப்படி இருக்கும்பட்சத்தில் விற்பவரிடம் (seller) நீங்கள் முதல்கட்ட சந்திப்பிலேயே வாயைத் திறந்து கேட்டுவிட வேண்டும். சகோதர, சகோதரிகள் "வழக்கு ஏதாவது போட்டு இருக்கிறார்களா?" என்று, அதற்கு விற்பவர் வழக்கு உண்டு அல்லது இல்லை என்று நேரடியாகவும் தெளிவாகவும் சொல்வார். அல்லது பதிலில் கொஞ்சம் பிசிரடிக்கும். அதனை வைத்தே வழக்கு ஏதேனும் இருக்கலாம் என்று ஒரளவு நாம் புரிந்து கொள்ள முடியும்.

5) சில இடங்களில் விற்பவர் காரியக்காரராக இருப்பதை உணர்ந்தால், விற்பவரின் துணைவியாரிடம்

சாதுரியமாகப் பேச்சுக் கொடுத்து தகவல்களைப் பெற வேண்டும். பெரும்பாலும் மனைவிமார்கள் கணவரின் சொத்துப் பிரச்சனையில், கணவரின் சகோதர, சகோதரி களை உணர்ச்சிவசப்பட்டு எதிர்மறையாக பொங்குவார்கள். அதில் அவர்களுக்கு தெரியாமலேயே துப்பு கொடுக்க ஆரம்பித்துவிடுவார்கள்.

6) டபுள் டாக்குமெண்ட், போலி ஆவணம் போன்றவற்றின் மூலமாக நீதிமன்றத்தில் விளம்புகை பரிகார வழக்குகள் ஏதாவது பதிவாகி இருந்தால், அந்த இடத்தில் வழக்கு இருக்கிறது என்று பெயர் பலகை நடப்பட்டு இருக்கும்.

7) அடுத்து வழக்கு இருக்கும் இடத்தில் வேலி போடுதல், வேலி அகற்றுதல், குடிசை அகற்றுதல் என்று தொடர் சச்சரவால், அக்கம்பக்கம் எல்லாம் அந்த இடம் "வழக்கு உள்ள இடம்" என்று, பிரபலமாகியிருக்கும்.

8) வழித் தகராறு, வேலித் தகராறு, பக்கத்து நிலத்துகாரர் ஆக்கிரமிப்பு போன்ற சொத்து தாவா வழக்குகள் இருந்தால், விற்பனை செய்யும் இடத்திற்குச் சென்றாலே, பக்கத்தில் நிலச்சிக்கலை ஏற்படுத்திய எதிர்த்தரப்பு, கண்டிப்பாக உங்களைச் சந்தித்து சொத்தில் நீதிமன்ற வழக்கு இருக்கிறது என்று சொல்லிவிடுவர்.

9) அல்லது அதே ஊரில் பெரிய மனுஷன் என்று இரண்டு மூன்று பேர் சுற்றிக் கொண்டிருப்பார்கள். அவர்களுடைய ஆளுமையை நிலைநாட்ட, நிலம் வாங்கும் உங்களை தொடர்பு ஏற்படுத்தி கொள்வதற்காக வாங்கப்போகும் சொத்தில் வழக்கு இருக்கிறது என்று சொல்லி விடுவர்கள்.

10) சொத்தை விற்பவர், மனைவி இல்லாமல் பிரிந்து இருக்கிறார்கள் அல்லது விவாகரத்து வழக்கு இருக்கிறது என்று, நீங்கள் பிறர் மூலமோ அல்லது

விற்பவரின் மூலமோ தெரிந்து கொண்டால், ஜீவனாம்ச உரிமைக்காக சொத்து நீதிமன்றத்தில் அட்டாச் செய்யபட்டுள்ளதா என்று விசாரிக்க வேண்டும். பல இடங்களில் ஜீவனாம்சமாக, சொத்து, விவாகரத்து தொடுக்கும் மனைவிக்குப் போகக்கூடாது என்பதற்காக தான் சொத்துக்கள் விற்பனைக்கு வருகிறது.

11) பல ஜீவனாம்ச வழக்குகளில் சொத்து அட்டாச் ஆகாமல் இருக்கலாம். ஆனால் கணவனின் சொத்தை நீதி மன்றத்தில் அட்டாச் செய்ய, சொத்து விவரத்தை, சொத்து சம்பந்தப்பட்ட ஆவணத்தை, விவாகரத்து கேட்கும் மனைவிகள் தேடிக் கொண்டு இருக்கிறார்கள் என்பதை மறந்துவிடாதீர்கள்.

12) நானே பலருக்கு இந்த வேலையைச் செய்துகொடுத்து இருக்கிறேன். வெறும் வீட்டு முகவரியை வைத்து வேறு எந்தத் துப்பும் இல்லாமல் சொத்தினுடைய ஆவணத்தின் நகலை சவாலாக எடுத்துக் கொடுத்து இருக்கிறேன். எனவே விற்பவர் விவாகரத்து சிக்கலில் இருக்கிறார்கள் என்று தெரிந்தால் ஜீவனாம்சத்தில் சொத்து அட்டாச் செய்தாலும், அட்டாச் செய்யாமல் இருந்தாலும் கவனமாக இருப்பது நல்லது.

13) மேற்படி நீதிமன்றத்தில் இருக்கும் வழக்குகளை, அதன் நீதிமன்ற உத்தரவுகளை, சார்பதிவகத்தில் 1–வது புத்தகத்தில் மக்களே தானாக முன்வந்து பதிய வேண்டும். தற்பொழுது அந்த விழிப்புணர்வு அதிகமாகி வருகிறது ஆனால் இதற்கு முன்னால் நிறைய பேர் தானாக முன்வந்து பதியாததால் EC-யை பார்த்துவிட்டு வழக்கு ஏதும் இல்லை என்று நம்பி சொத்தை வாங்கியவர்கள் பிறகு அவஸ்தைபடுகின்றனர்.

14) எனவே இனி சொத்தை வாங்கும்பொழுது, நீதிமன்ற

சம்மந்தமாக ஏதாவது பதிந்து இருக்கிறார்களா? என்று EC-ல் பார்த்து உறுதி செய்து கொள்ளலாம். மேலும் தனிநபர் அடமானக்கடன், பிறவங்கிக் கடன் EC-ல் பிரதிபலிக்கும். அப்படி இருந்தால் வழக்குகள் ஏதாவது இருக்கிறதா? என்று ஆராய்ந்து பார்க்க வேண்டும் .

15) விற்பனைக்கு வரும் சொத்து பத்திரங்களில் ஒரிஜினல் பிரதியை நன்கு ஆராய்ந்து பார்த்தால், நீதிமன்ற முத்திரை ஏதாவது பத்திரத்தில் பதிந்து இருக்கும். அதனைப் பார்த்தாலே பத்திரம் கொஞ்சநாள் கோர்ட்டுக்குள்ளே இருந்து இருக்கிறது என்பதை உணர்ந்து கொண்டு, அது சம்பந்தமாக விசாரித்து உண்மைகளைத் தெரிந்து கொள்ள வேண்டும்.

16) சொத்து பத்திரத்தின் நகலைப் (Xerox copy)-யை பார்த்து எப்பொழுதும் சொத்தை வாங்குகின்ற முடிவை எடுத்து விடாதீர்கள். பத்திரத்தின் பின்பக்கம் பெரும்பாலும் ஜெராக்ஸ் எடுக்கமாட்டார்கள் அந்தப் பக்கத்தில், நீதிமன்ற முத்திரை இருந்தாலும் இருக்கும் அல்லது நீதிமன்ற முத்திரையை மறைத்து ஜெராக்ஸில் முத்திரை இல்லாமல் எடுத்துவிடுவார்கள்.

17) எனவே பத்திரங்களை நன்கு ஆராய்தல், EC-யைக் கூர்ந்து பரிசோதித்தல், விற்பவரிடம் சாதுரியமாக விசாரித்தல், சொத்து இருக்கும் இடத்தில் தொடர் கள ஆய்வு செய்தல் என்று செயல்பட்டு, வாங்கப்போகும் சொத்து நீதிமன்றத்தில் வழக்கில் இருக்கிறதா? என்று தெரிந்து கொள்ளலாம்.

தொகுதி 10

வருவாய்த்துறை ஆவணங்கள் பற்றிய கட்டுரைகள்

1. கண்டிப்பாக தெரிந்து கொள்ள வேண்டிய 8 வகை பட்டாக்கள்! தெரிந்து கொள்ள வேண்டிய 39 செய்திகள்!

1) ஒருவரிடம் நிலம் உரிமையாகி இருக்கின்றது என்றால், இரண்டு ஆவணங்கள் முக்கியமாக இருத்தல் வேண்டும். ஒன்று பத்திரம், இன்னொன்று பட்டா. பத்திரம் – பதிவுத் துறை சார்ந்த ஆவணம், பட்டா – வருவாய்த்துறை சார்ந்த ஆவணமாகும்.

2) சொத்தை வாங்கும்பொழுது பத்திரமும் அதனுடைய தாய் பத்திரங்களும் அதனுடைய லிங்குகள் சரியாக இருத்தல் வேண்டும். லிங்குகள் என்றால் ஒரு பத்திரத்திற்கும், இன்னொரு பத்திரத்திற்கும் இருக்கிற இணைப்பாகும். ஒரு பத்திரத்திலிருந்து இன்னொரு பத்திரத்திற்கு உள்ள இணைப்பு எந்தவித சட்ட தடங்கல்களும், சட்ட சிக்கல்களும் இல்லாமல் இருக்க வேண்டும். பெரும் பாலும் வழக்கறிஞர்கள் மற்றும் பொது மக்கள் பத்திரங் களில் இருக்கின்ற லிங்குகள் சரியாக இருக்கிறதா? என்று அக்கரை எடுத்துக் கொள்கிறார்கள். ஆனால் பட்டாவும், பட்டாவுக்கு முந்தய பட்டாவும், அதனுடைய லிங்குகளும், பட்டாவில் இருக்கின்ற விதிகளை விதி மீறாமல் இருக்க வேண்டும் என்பதை பற்றிய கவனங்கள் வழக்கறிஞர்களுக்கும் மற்றும் பொது மக்களுக்கும் பெருமளவு இருப்பதில்லை. அதனால் தமிழகம் முழுவதும் பல இடங்களில் பத்திரம் இருக்கிறது, ஆனால் பட்டா இல்லை அல்லது விதி மீறியதால் பட்டா இரத்து செய்திருக்கிறார்கள் என்று மக்கள் பதங்குலைவதை பார்க்கலாம்.

3) எனவே பட்டாவை பற்றி அதிக அளவில் புரிதலும், தெளிவும் மக்களுக்கு வேண்டும். அதனால் இந்த கட்டுரை எழுதுகிறேன்.

4) 1802-ஆம் ஆண்டுக்கு முன்பு வரை இந்தியாவில் யாருக்குமே இப்பொழுது இருப்பதுபோல் நிரந்தரமான பட்டா கிடையாது. அப்பொழுது எல்லாம் மூன்று ஆண்டுக்கு ஒரு முறை, ஐந்து ஆண்டுக்கு ஒரு முறை புதுப்பிக்கக் கூடிய நிரந்தமாகவும், வாரிசுரிமையாகவும் வைத்துக் கொள்ள முடியாத, எப்பொழுது வேண்டு மானாலும் இரத்து செய்யக்கூடிய, இராஜினாமா செய்ய கூடிய, ஐப்தி செய்யக்கூடிய நில உரிமை ஆவணத்தை வைத்திருந்தார்கள். அதற்கு "பட்டா முச்சாலிகா" என்று பெயர்.

5) 1802-ஆம் ஆண்டுக்கு பிறகுதான், லார்டுகாரன்வாலிஸ் ஆட்சி காலத்தில் நிரந்தர அனுபோக உரிமை பட்டா பொதுமக்களுக்கு வழங்கப்பட்டது. இதனை கால இடைவெளிதோறும் புதுப்பிக்க தேவை இல்லை. வாரிசுரிமை பாத்யமாக மகன் மற்றும் பேரன்கள் வரை நிரந்தரமாக அந்த நில உரிமையை வைத்துக் கொள்ளலாம் என்ற சாஸ்வத செட்டில்மெண்ட் செய்யப் பட்டது. இதனைதான் ஆங்கிலத்தில் பெர்மனென்ட் செட்டில்மெண்ட் என்று சொல்வார்கள்.

6) பட்டா என்ற வார்த்தை ஒரு பாரசீக வார்த்தையாகும். அதற்கு அர்த்தம் ஆவணம் என்று பொருள் ஆகும். முச்சலிகை என்பதும் பாரசீக வார்த்தையாகும். அதற்கு ஒப்பந்தம் என்று பொருளாகும். செட்டில்மெண்ட் என்பதற்கு ஒப்பந்தம் இறுதிபடுத்தப்பட்டது என்று பொருளாகும். ஆக 1802-ஆம் ஆண்டுக்கு முன்பு வரை பட்டா முச்சலிகா அதாவது ஒப்பந்த ஆவணமாக

இருந்தது 1802-ஆம் ஆண்டுக்கு பிறகு "பட்டா செட்டில் மெண்ட்" இறுதிபடுத்தப்பட்ட ஆவணமாக மாறியது.

7) சாஸ்வத செட்டில்மெண்டுக்கு பிறகுதான் ஒவ்வொரு மனிதருக்கும் நிரந்தர அனுபோக உரிமை ஆக்கப்பட்ட தினால், பட்டா மிக முக்கியத்துவம் வாய்ந்த ஆவணமாக வார்த்தையாக மக்களிடம் பதிந்துவிட்டது. இதுதான் பட்டா வந்த கதை.

8) சரி தற்போதைய கதைக்கு வருவோம். பட்டா என்பது நில உரிமை ஆவணம்! அதில் தற்பொழுது யார் பெயரில் இருக்கிறதோ? அவரே தற்போதைய உரிமையாளர் அல்லது பட்டா பெயர் மாற்றம் செய்யாமல் இருந்தால் முந்தைய உரிமையாளர் பெயரே இருக்கும்.

9) பட்டா ஆவணத்தில் மாநிலம், மாவட்டம், வட்டம், கிராமம், நிலத்தின் சர்வே எண், என்ன வகையான நிலம், வரி தொகை எவ்வளவு, இடத்தின் விஸ்தீரணம், உரிமை யாளர் பெயர் மற்றும் அவரின் தந்தை பெயர் இருக்கும்.

10) கூடுதலாக ஏதாவது நிலத்தைப் பற்றி குறிப்பும் தேவைப்படின் அந்த குறிப்பு இருக்கும். அடுத்ததாக முக்கியமாக அறிந்து கொள்ள வேண்டிய பட்டாக்களின் வகைகளை கீழே பார்க்கலாம்!!

11) மேனுவலாக, கண்டபடி இருந்த நில உரிமை ஆவணங்களை முறைப்படுத்தி சர்வேக்கள் செய்து, அனைத்து கிராமத்து நிலங்களுக்கும் சென்று நத்தம் நிலங்கள் தவிர, நேரடி கள விசாரணைச் செய்து (வீட்டில் உள்ள ஆவணங்களை, புத்தகங்களை எல்லாம் தேவை யுள்ளது, தேவையற்றது என பிரித்து, நம்முடையது, பிறருடையது என ஒழுங்குப்படுத்தும் வேலை செய்வது போல்) மிகப்பெரிய அளவில் 1981 முதல் 1989 வரை

தமிழகம் முழுவதுமாய் யு.டி.ஆர் பட்டாவை [Updating Data Registry] கம்ப்யூட்டரில் ஏற்றினார்கள்.

12) மேற்படி மேனுவல் ஆவணங்கள் கணினிமயமானது முதல் இப்பொழுது வரை இதனைதான் பட்டா ஆவணமாக பயன்படுத்தி வருகிறோம். மேலும் இதனைத் தான் தமிழ்நிலம் இணையதளம் என்ற ஆன்லைனிலும் ஏற்றப்பட்டு பார்த்துக் கொண்டிருக்கிறோம்.

13) இப்பொழுது நடக்கும் சொத்து பரிவர்த்தனைகளுக்கான பட்டா பெயர் மாற்றங்கள், சர்வே எண் உட்பிரிவுகள் பெரும்பாலும் இந்த பட்டாவில்தான் நடக்கிறது. பட்டாவில் பெயரை சேர்த்தல், பட்டாவில் பெயரை மாற்றுதல், பட்டாவில் சர்வே எண் உட்பிரிவு செய்தல் போன்ற வேலைகளுக்கு இன்னும் பலர் அரசு எந்திரத்துடன் போராடி வருகின்றனர்.

14) இன்னும் பலர், பட்டாவில் தந்தை பெயர் பிழை, தன் பெயர் பிழை, சர்வே எண் பிழை, அளவு பிழை என்று அதனை திருத்துவதற்கும் அலைந்து கொண்டு இருக்கிறார்கள். இன்னும் நிறைய இளம் தலைமுறையினர் தன் பூட்டன், தாத்தா, பங்காளி, அப்பா பெயரில் இருக்கும் பட்டாவை மாற்றாமல் நிலுவையில் வைத்து இருக்கிறார்கள். இவர்கள் பட்டாவை கிராம கணக்கரிடம் கொண்டு சென்றால்தான் பல நிதர்சனங்கள் புரியும்.

15) யு.டி.ஆர் பட்டாவுக்கு முன்பு 1971 முதல் 1980 வரை நில உடைமை மேம்பாட்டு திட்டத்தின் பெயரில் பட்டா பாஸ் புத்தகம் என்று மக்கள் வைத்திருக்கும் நிலங்களை, அதன் விவரங்களை, பட்டா பாஸ் புத்தகத்தில் ஏற்றி ஏறக்குறைய "வங்கிக் கணக்கு புத்தகம்" போல் அனைத்து மக்களுக்கும் கொடுத்திருந்தனர்.

16) கணினி மயம் ஆன பிறகு மேற்படி பட்டா பாஸ் புத்தகங்கள் ஒழிக்கப்பட்டு கம்ப்யூட்டர் ரெக்கார்டுகளாக மாறிவிட்டது. ஆக, தற்பொழுது யூ.டி.ஆர் பட்டா கணக்கு கொஞ்சகாலம் மேனுவல் பாஸ் புத்தகங்களாகவும், கொஞ்சகாலம் கம்ப்யூட்டர் ஆவணங்களாகவும் இருக்கிறது. தற்பொழுது ஆன்லைன் ஆவணங் களாகவும் இருக்கிறது என்பதை புரிந்து கொள்ளுதல் வேண்டும்.

17) யூ.டி.ஆர் பட்டாவில் நத்தம் நிலத்தை தவிர மீதி இருக்கின்ற நன்செய், புன்செய், தரிசு போன்ற நிலங்களை எல்லாம் சர்வே செய்து அளந்தார்கள். அப்பொழுது நத்தம் நிலங்களை நிலவரி திட்டத்தின் கீழ் சர்வே செய்யாமல் வெறும் நத்தம் நிலத்தின் சுற்றளவை மட்டும் அளந்து விட்டு சென்றுவிட்டார்கள். நத்தம் என்பது பொது மக்களுக்கு குடியிருப்பு தேவைக்காக வெள்ளைக்காரன் காலத்திலேயே நத்தம் புறம்போக்காக வகைப்படுத்தப்பட்டு ஒதுக்கப்பட்டது.

18) பெரும்பாலும் நத்தம் நிலம் பழைய ஊர்களிலேயே அமைந்து இருக்கும். அந்த நத்தம் நிலத்திற்கு 1990–ஆம் ஆண்டு முதல் 1996–ஆம் ஆண்டு வரை நிலவரி திட்ட சர்வே செய்து அங்கு இருக்கும் மக்களுக்கு பட்டா கொடுத்தார்கள். அந்த பட்டாவினை இரண்டு படிநிலையாக கொடுத்தார்கள். முதல் படிநிலைக்குப் பெயர் நத்தம் நிலவரித்திட்ட தோராய்ப் பட்டா, இரண்டாம் படிநிலைக்குப் பெயர் நத்தம் நிலவரித்திட்ட தூயபட்டா ஆகும்.

19) தோராயப்பட்டா என்பது நத்தம் நிலத்தில் உள்ள வீடுகள், தெருக்கள், பொது இடங்கள் என பிரித்து அதற்கென்று வரைபடம் உருவாக்கி, புதிய சர்வே உட்பிரிவு எண்களை

கொடுத்து அதில் குடி இருக்கின்ற மக்களுக்கு நிரந்தரமாக அனுபவித்து கொள்ள பட்டா கொடுத்தனர். அதற்குத்தான் நத்தம் நிலவரித்திட்ட பட்டா என்று சொல்வார்கள்.

20) நத்தம் நிலவரித்திட்ட பட்டாவில் பிழைகள், தவறுகள் இருக்கலாம். அதில் ஏதாவது சிக்கல்களும் இருக்கலாம். பெயர் பிழைகளும், அளவு பிழைகளும் இருக்கலாம். இவற்றை எல்லாம் மக்கள் தெரிவித்தால் அதனை திருத்துவதற்கு கால அவகாசம் கொடுத்து, கொடுக்கும் பட்டா "தோராயப்பட்டா" இது ஒரு தற்காலிகமான பட்டா!

21) அதன் பிறகு முழுமையான விவரங்களை எல்லாம் பெற்று அந்த நிலத்திலோ அல்லது பட்டாவிலோ, அளவுகளிலோ ஏதாவது தவறு இருந்தால் அந்தத் தவறுகளை எல்லாம் களைந்து மக்களுக்கு ஒப்படைப்பது நத்தம் நிலவரி திட்ட தூயப்பட்டா ஆகும்.

22) அதாவது கல்யாணப் பெண் மேக்கப்புக்கு முன், மேக்கப்புக்கு பின் என்பதில் இருக்கும் வித்தியாசம்தான், தோராய பட்டாவுக்கும் தூய பட்டாவுக்கும் உள்ள வித்தி யாசம். பெரும்பாலும் இரண்டு பட்டாவும் மேனுவலாகவே இருக்கும். பட்டா ஆவணத்தின் பின்புறம் நிலத்துண்டின் வரைபடம் அளவுகளுடன் வரையப்பட்டு இருக்கும்.

23) ஒரு சிலர் தோராயப் பட்டா அரசிடம் இருந்து பெற்றவுடன் பட்டா வாங்கியதும் "பட்டா வாங்கிவிட்டோம்" என்ற சந்தோஷத்தில் இருந்துவிடுவார்கள். ஆனால் அதில் அளவு பிழைகள் இருக்கின்றனவா? பெயர் பிழைகள் இருக்கின்றனவா? என அனைத்தையும் சரி பார்க்க வேண்டும். மேலும் பட்டாவில் இருப்பதைப்போல நிலத்திலும் அதே அளவு இருக்கின்றதா? என்று ஒப்புமைப்படுத்தி சரி பார்த்து கொள்ள வேண்டும்.

24) ஏனென்றால் நத்தம் நிலத்தில் இதுவரை இவ்வளவு இடம், "நீ அனுபவிக்கிறாய்" என்று இதற்கு முன்பு நடந்த சர்வேகளில் ஆவணப்படுத்தவில்லை. இதுதான் முதன் முதல் சர்வே என்பதால் தோராய் பட்டா வழங்கும் பொழுதே நீங்கள் அனுபவிக்கும் இடம் சரியான அளவில் ஆவணப்படுத்தப்பட்டு இருக்கிறதா? என்று சரி பார்த்துக் கொள்ள வேண்டும்.

25) அரசு நத்தம் புறம்போக்கு நிலத்திற்கு மக்களுக்காக பட்டா வழங்குகிறது என்று நீங்கள் நினைக்க வேண்டாம். மக்களுக்கு பட்டா வழங்குவதற்காக நிலவரி திட்ட சர்வே செய்வது அரசுக்கு முதன்மையான காரணமல்ல. நிலவரித் திட்ட சர்வே செய்வது வரி விதிக்காமல் நீங்கள் அனுபவிக்கும் நிலத்தை வரி விதிப்பிற்குள் கொண்டு வரவும், சாலை குளம், பாதை மற்றும் பொது இடங்களை ஆவணப்படுத்தி எதிர்காலத்தில் புதிய ஆக்கிரமிப்புகள் ஆகாதவண்ணம் தடுக்கவும் நத்தம் நிலவரி திட்டத்தினை செயல்படுத்துகிறார்கள். அப்படி செயல்படுத்தும்பொழுது துணை தயாரிப்பாக (By Product) மக்களுக்கு பட்டா வழங்கப்படுகிறது.

26) எனவே மக்களுக்கு பட்டா கொடுப்பதில் அரசு எந்திரத்தில் ஏகப்பட்ட தப்புகளும், தவறுகளும் இருக்கிறது. எனவே தோராய் பட்டா வாங்கிய கையோடு தூய பட்டாவை வாங்கிவிட வேண்டும். சரி தோராயப்பட்டா கொடுக்கும்பொழுதும், தூய பட்டா கொடுக்கும்பொழுதும் "எங்கள் தந்தையார் நத்தம் பட்டா பிழைகளை கவனிக்காமல் விட்டுவிட்டார். இப்பொழுதுதான் இதனை பார்க்கிறோம்" என்று நீங்கள் சொல்வீர்களானால், உடனடியாக மாவட்ட வருவாய் அலுவலரிடம் திருத்த மனு செய்ய வேண்டும்.

27) அடுத்ததாக ஆதி திராவிடர் நலன் தனி தாசில்தார் அவர்கள் வீட்டு மனைகள் இல்லாத பழங்குடியினர் மற்றும் ஆதி திராவிட மக்களுக்கு கிராமத்தில் உபரியாக இருக்கும் புறம்போக்கு நிலங்களை மனைகளாக பிரித்து அம்மக்களுக்கு பகிர்ந்தளிப்பார்கள். மேலும் மத்திய மாநில அரசு ஆதி திராவிட நலனுக்காக நிதி ஒதுக்கும் பட்சத்தில் வேறு தனி நபரிடம் உள்ள நிலத்தை "கிரய பேரப் பேச்சு மூலம்" ஆதிதிராவிடர் நலத்துறை கிரயம் வாங்கி, அதனை பழங்குடி மற்றும் ஆதிதிராவிடர் மக்களுக்கு மனைகளாக பிரித்து ஒப்படைக்கும்.

28) அப்படி ஒப்படை செய்யும்பொழுது, கொடுக்கப்படும் பட்டாவை ஏ.டி பட்டா என்று சொல்வார்கள். மேலும் வட்டாட்சியர் அலுவலகத்தில் உள்ள "டி பதிவேட்டில்" வைத்து இதனை பராமரித்தால் "டி கார்டு பட்டா" என்றும் சொல்வார்கள். பெரும்பாலும் இந்த பட்டாக்கள் அச்சடிக்கப்பட்ட தாள்களாகவே இருக்கும். அதில் ஒப்படை பெறும் பயனாளியின் பெயர், முகவரி, சொத்து விவரம் எழுதுகின்ற இடங்களில் எல்லாம் கோடிட்ட இடங்களாகவே இருக்கும். அதில் பேனாவால் வட்டாட்சியர் அவர்கள் சொத்து விவரத்தை எழுதி கொடுத்திருப்பார்கள்.

29) பெரும்பாலும் ஏ.டி பட்டா ஆவணத்தில் பட்டா பெறுபவரின் புகைப்படத்தை ஒட்டி அதன்மேல் தனி வட்டாட்சியர் பச்சை மையினால் கையெழுத்திட்டு இருப்பார். அதிக அளவில் ஏ.டி பட்டாவின் பயனாளி களாக பெண்கள்தான் இருப்பார்கள்.

30) இந்த பட்டாவில் பலவிதமான கண்டிசன்கள் இடம்பெற்று இருக்கும். முக்கியமாக மேற்படி இடத்தை பெறும் பயனாளி வேறு யாருக்கும் பத்தாண்டுகளுக்கோ அல்லது

இருபது ஆண்டுகளுக்கோ விற்கக் கூடாது. அதன் பிறகு விற்றாலும் பழங்குடியினர் மற்றும் ஆதி திராவிட மக்களுக்கே விற்க வேண்டும். இந்த விதிகளை மீறி மாற்று சமூகத்தினர் வாங்கினால் RDO-விடம் யாராவது புகார் கொடுத்தால் RDO விசாரித்து அரசுக்கு திரும்ப எடுத்துக் கொள்ளலாம்.

31) மேலே சொன்னதெல்லாம் வீட்டுமனைக்காக. இதே தன்மையில் பயிர் செய்ய நிலமற்ற ஆதிதிராவிடர் மற்றும் பழங்குடியின மக்களுக்கு 50 செண்டில் இருந்து இரண்டு ஏக்கர் வரை விவசாய நிலங்களை ஏ.டி பட்டாவாக அரசு ஒப்படைக்கும். இந்த நிலங்களுக்கும் மேலே சொன்ன அனைத்து கன்டிசன்களும் பொருந்தும்.

32) வீட்டுமனைகள், விவசாய நிலங்கள் ஆகியவற்றை; அரசு நிலமற்ற மக்களுக்கு முன்னாள் ராணுவ வீரர்களுக்கு, பிற்படுத்தப்பட்ட ஏழை மக்களுக்கு, தாழ்த்தப்பட்ட மற்றும் பழங்குடி மக்களுக்கு, நலிந்த பிரிவினர்களுக்கு, திருநங்கைகள் மற்றும் குருவிகாரர்கள் போன்றவர் களுக்கு அரசு வீட்டுமனை நிலங்களையோ அல்லது விவசாய நிலங்களையோ இலவசமாக வழங்கும். அப்பொழுது அரசு மக்களுக்கு கொடுக்கும் ஆவணம் தான் "ஒப்படைப்பட்டா" ஆகும். இந்த ஒப்படைப் பட்டாவிலும் குறிப்பிட்ட ஆண்டுகளுக்கு விற்க கூடாது, அதன் பிறகுதான் RDO அனுமதி பெற்று விற்க வேண்டும் என்பது போல சில கண்டிசன்கள் இருக்கும். வீட்டுமனை ஒப்படைப்பட்டாவாக இருந்தால் உடனே வீடு கட்ட வேண்டும் என்ற கண்டிசனும் சேர்ந்து இருக்கும். இதனை "அனுபந்தபட்டா என்றும், நமுனாபட்டா" என்றும் "D-படிவ பட்டா" என்றும் சொல்லுவார்கள். மேற்படி ஒப்படைப்பட்டா எல்லாம் யூடிஆர் கிராம கணக்கில் பெரும்பாலும் ஏறி இருக்காது. அப்படி ஏறாமல்

இருக்கின்ற இடத்தில் "ஒப்படைப்பட்டா"வை மட்டும் நம்பி சொத்து வாங்குதல் கூடாது.

33) டவுன் சர்வே லேண்ட் ரெகார்ட் (TOWN SURVEY LAND RECORD) என்பதன் சுருக்கம் தான் TSLR பட்டா ஆகும். இது தமிழகம் முழுவதும் உள்ள கிராமங்களை தவிர்த்து பேரூராட்சி, நகராட்சி மற்றும் மாநகராட்சி பகுதிகளில் மக்களுக்கு கொடுக்கப்படும் பட்டாவாகும். கிராமங்களில் கொடுக்கின்ற பட்டாவை யூடிஆர் பட்டா என்று நாம் சொல்கிறோம். அந்த பட்டாவில் நஞ்சை, புஞ்சை, மானாவாரி என்று நில வரிகள் பிரிக்கப்பட்டு, அதற்கு ஏற்றவாறு தீர்வைகள் விதிக்கப்பட்டிருக்கும். ஆனால் TSLR பட்டாவில் யூடிஆர் பட்டா போன்ற நடைமுறைகள் எல்லாம் இருக்காது. யூடிஆர் சர்வேவை விட டி.எஸ்.எல்.ஆர் சர்வே அதிக துல்லியமாக இருக்கும். மக்களுக்கு கொடுக்கப்படுகின்ற TSLR ஆவணத்தை EXTRACT என்று சொல்லுவார்கள். ஆக TSLR EXTRACT என்பது சர்வே சட்டத்தின்படி பட்டா அல்ல, பட்டாவுக்கு இணையான ஒரு ஆவணமாகும்.

34) கிராமப் பகுதிகளில் இருக்கும் யூடிஆர் பட்டாவிற்கும் நகர பகுதிகளில் இருக்கும் டி.எஸ்.எல்.ஆர் பட்டாவிற்கும், இருக்கும் முக்கியமான வித்தியாசம் என்னவென்றால், நகர பகுதிகளில் ஒவ்வொரு சதுர அடியும் மதிப்புமிக்கது. அதனால் அளவு பிழைகள் மிகமிகக் குறைந்தே இருக்கும். ஆனால் கிராம பகுதி யூடிஆர் சர்வேகளில் ஒரு ஏக்கருக்கு 5 சென்ட் வரை கூடுதலாகவோ குறைவாகவோ இருக்கலாம். இதுபோல டவுன் சர்வேகளில் கூடுதலாகவோ குறைவாகவோ விட முடியாது. அதனால் அதிக துல்லியமும், எச்சரிக்கை உணர்வுடனும் நகர பகுதிகளில் சர்வேக்கள் செய்யப்படுகிறது.

35) கிராம கணக்கில் 2ம் நம்பர் புக்கில் "C" பதிவேட்டில் கொடுக்கும் பட்டா "2C பட்டா" ஆகும். ஆனால் பேச்சு வழக்கில் "தூசி பட்டா" என்று அழைக்கப்படுகிறது. அரசு நிலத்தின் மேல் இருக்கின்ற புளிய மரங்கள், பனை மரங்கள், கனி தரும் மரங்கள் போன்ற மரங்களை அனுபவிக்க, பராமரித்துக் கொள்ள மரங்களின் காய், கனி, தண்டு, பால் போன்றவைகளுக்கெல்லாம் உரிமை அளித்து கொடுக்கப்படும் பட்டா 2C பட்டா ஆகும். இதனை "மரப்பட்டா" என்றும் சொல்வார்கள். (உம்.) பனை ஏறும் தொழில் செய்பவர்களுக்கு இந்த மரப்பட்டா கொடுப்பார்கள். அதேப்போல ஊரில் இருக்கின்ற அரசு புறம்போக்கில் உள்ள புளிய மரங்களை ஆதரவற்ற கைம்பெண்கள், கணவனால் கைவிடப்பட்டவர்களுக்கு இந்த 2C பட்டா வழங்குவார்கள்.

36) இப்படி புளிய மரங்களை மட்டும் அனுபவித்து கொள்ள பட்டா வாங்கிய மக்கள் இருபது முப்பது ஆண்டுகள் கழித்து புளிய மரங்களை எடுத்து விட்டு அங்கு வீடு கட்டிக் கொண்டிருக்கிறார்கள். இந்த வீட்டை விற்கவோ, வாங்கவோ போகும்பொழுது தூசி பட்டா மட்டும் இருக்கிறது என்பார்கள். எனவே மேற்படி சொத்துக்களை எல்லாம் வாங்கினால் வீடும் இல்லாமல், அந்த மரமும் இல்லாமல் தெருவில் தான் நிற்க வேண்டியிருக்கும்.

37) அடுத்ததாக நாம் தனிப்பட்டா மற்றும் கூட்டுப் பட்டாவை பார்ப்போம். கூட்டுப்பட்டாவில் நிலத்தின் அளவு, சர்வே எண், உட்பிரிவு, FMB சப்–டிவிஷன் தனித்தனியாக யார் யாருக்கு எவ்வளவு பரப்பு என்று குறிப்பிட்டு இருக்காது, உதாரணமாக (ஒரு பெரிய கேக்கை யார் யாருக்கு எத்தனை துண்டு, எந்தப் பக்கம் என்று சொல்லாமல்) நான்கு மகன்களிடம் கொடுத்து நீங்களே பிரித்து

கொள்ளுங்கள் என்று சொல்வதுபோல்தான். நிலத்தில் 4 பேரோ, 3 பேரோ, 2 பேரோ அல்லது பல பேரோ ஒவ்வொரு மூலையில் நின்று அனுபவிப்பார்கள். அப்படி அனுபவிப்பவர்கள் பெயர்கள் எல்லாம் ஒரே பட்டாவில், ஒன்றின் கீழ் ஒன்றாக அவர்கள் பெயர் இருக்கும். ஆனால் சர்வே எண், உட்பிரிவு, அளவு, FMB வரைபடம் சூர் செய்தல் போன்றவை செய்யப்பட்டு இருக்காது.

38) தனி பட்டா என்பது தனி நபர் ஒருவர் பெயரில் இருக்கும். மேற்படி நிலத்தின் சர்வே எண்கள் தனியாக சப்–டிவிசன் செய்யப்பட்டு இருக்கும். பேச்சு வழக்கில் பட்டா உடைந்து இந்த நபர் பெயருக்கு மாறி இருக்கிறது என்று நாங்கள் சொல்வோம். புல எண் வரைபடத்திலும் இவருடைய நிலத்துக்கு வரைபடம் சூர் செய்யப்பட்டு, உட்பிரிவு வரைபடம் வரையப்பட்டு இருக்கும். தனி பட்டாவில் பெயர், நில அளவு, புல எண் உட்பிரிவு, FMB சப்–டிவிஷன் ஆகியவற்றில் 100% தெளிவாக இருக்கும். பட்டாவே இல்லாமல் இருப்பதற்கு கூட்டுப்பட்டா சிறந்தது. கூட்டுப் பட்டாவைவிட தனிப்பட்டா சிறந்தது.

39) யூ.டிஆர் பட்டா, நத்தம் நிலவரித்திட்ட தோராயப்பட்டா மற்றும் தூரயப் பட்டா, ஏ.டி. கண்டிஷன் பட்டா, நில ஒப்படைப்பட்டா, TSLR பட்டா, தூரசிப் பட்டா ஆகிய ஆறு பட்டாவும் யாருக்கு எத்தன்மையில் வழங்கப்படுகிறது என பிரித்து வகைப்படுத்தி இருக்கிறேன். கூட்டுப்பட்டா மற்றும் தனிப்பட்டா என்பது ஆவணத்தின் தன்மையை பொறுத்து வகைப்படுத்தியிருக்கிறேன் என்பதை புரிந்து கொள்ளுங்கள்.

2. நில சீர்திருத்தத்துறையின் "F-பட்டா" அறிந்து கொள்ள வேண்டிய 14 சங்கதிகள்!

1) தமிழ்நாடு அரசு 1970–களில் நில உச்ச வரம்பு சட்டத்தை தீவிரமாக நடைமுறைப்படுத்தி பெரிய பெரிய நிலக் கிழார்கள், பண்ணையார்கள், நிலச்சுவான்தார்கள் போன்றோர்களிடம் இருக்கின்ற உச்ச வரம்பிற்கு மேற்பட்ட மிகை நிலங்களை அரசு புறம்போக்காக அறிவித்தது.

2) மேற்படி புறம்போக்கு நிலங்களை நிலமற்ற விவசாய கொத்தடிமைகள், விவசாய கூலிகள், நலிந்த பிரிவினர் ஐம்பது சென்ட்டுக்கும் கீழாக நிலம் வைத்திருந்த மக்கள் தங்க நகை தடை சட்டத்தால் பாதிக்கப்பட்ட ஆச்சாரிகள், பர்மா அகதிகள் போன்ற மக்களுக்கு ½ ஏக்கர் முதல் 2 ஏக்கர் வரை பிரித்து நில சீர்திருத்தத்துறை கொடுக்கும்.

3) அப்படி நிலங்களை கொடுக்கும்பொழுது மக்களிடம் வழங்கும் ஆவணத்தின் பெயர்தான் "F–பட்டா" ஆகும். மேற்படி F–பட்டாவை F-பத்திரம் என்றுதான் உண்மையில் சொல்ல வேண்டும். உண்மையில் நில உச்சவரம்பு சட்டத்தின் மூலமாக நிலங்களை கையகப்படுத்தி நில மற்ற மக்களுக்கு பிரித்து கொடுக்கின்ற நில சீர்திருத்தத்துறை பத்திரம் மட்டுமே மக்களுக்கு கொடுக்க முடியும். பட்டா வருவாய் துறையினரால்தான் கொடுக்க முடியும்.

4) ஆனால் நில சீர்திருத்தத்துறை கொடுக்கின்ற பத்திரத்தை முத்திரைத்தாள் இல்லாமல் பத்திரம் போல் இல்லாமல் இருப்பதால் அதனை மக்கள் என்றும் F–பட்டா என்ற சொல்லால் வழங்கி வருகிறார்கள்.

5) பூமிதான போர்டு (BOOTHAN BOARD), ஹவுசிங் போர்டு (HOUSING BOARD), ஸ்லம் போர்டு (SLUM BOARD)

போன்றவைகள் மக்களுக்கு இலவசமாகவோ அல்லது குறைந்த விலைக்கோ நிலங்களை கொடுத்தால் அவை பத்திரங்கள் மூலமாகவே கொடுக்கும். அதேப்போல நில சீர்த்திருத்தத்துறையும் "F-Deed" என்ற பத்திரத்தின் மூலமாகவே மக்களுக்கு ஒப்படைத்தது.

6) மேற்படி F-Deed பத்திரத்தை வாங்கிய மக்கள் சார்– பதிவகம் சென்று தாங்களே தாக்கல் செய்து பதிந்து கொள்ளலாம். ஆனால் அந்த நேரத்தில் நிலத்தை பெற்ற மக்கள் அதனை பதியாமல் விட்டுவிட்டார்கள். அதற்கு அந்த காலத்தில் பட்டா என்று பொய் சொல்லியே மக்களிடம் கொடுத்துவிட்டார்கள்.

7) பாண்டிச்சேரி மாநிலத்தில் நில சீர்த்திருத்தத்தினால் கொடுக்கப்பட்ட அனைத்து "F" பத்திரங்களையும் அப்பொழுதே அனைத்து மக்களும் சார்பதிவகத்தில் பதிந்துவிட்டனர். அது என்ன "F" பத்திரம் "F" பத்திரம் என்று சொல்கிறீர்களே; பத்திரம் என்றால் கட்டாயம் பதிய வேண்டுமல்லவா? தமிழ்நாட்டில் ஏன் பதியவில்லை என்று கேட்கிறீர்களா?

8) தமிழ் நாட்டிலும் பாண்டிச்சேரியிலும் கொடுக்கப்பட்ட F பத்திரம் என்பது எந்தவித முத்திரைத்தாளும் இல்லாத அச்சடிக்கப்பட்ட சரத்துக்களளான காகிதம் ஆகும்.

9) தமிழகத்தில் F ஃபார்ம் என்று எழுதி ஒப்படைத்தார்கள். அதிலுள்ள சரத்துக்கள் பத்திரங்களில் உள்ள சரத்துக்கள் போல இருக்காது. பாண்டிச்சேரியில் கொடுக்கப்பட்ட ஆவணத்தில் ஒப்படைப்பு பத்திரம் என்று எழுதியிருக்கும். அதிலுள்ள சரத்துக்கள் கிரய பத்திரத்தில் எழுதுகின்ற சரத்துகள் போலவே இருக்கும்.

10) 1909 பதிவு சட்டத்தில் வருவாய்த்துறையினர் நிலங்களை செட்டில்மென்ட் மூலமாக ஒப்படை செய்யும்பொழுது

சார்பதிவகத்தில் பதிய தேவையில்லை என்று விலக்களிக்கப்பட்டிருக்கிறது. ஆனால் இந்த விலக்கு நில சீர்த்திருத்தத்துறைக்கு பொருந்தாது. அதனால் அவர்கள் பட்டா என்ற ஆவணத்தை கொடுத்து ஒப்படைக்கவில்லை .

11) அவர்கள் நிலங்களை ஒப்படைக்கும்பொழுது பத்திரத்தை தான் ஆவணமாக கொடுத்தார்கள். ஆனால் மக்களிடம் சொல்லும்பொழுது பட்டா என்று சொல்லி சார்பதிவத்தில் பதியவிடாமல் மக்களை மழுங்கடித்துவிட்டார்கள்.

12) அதனால் மக்களும் தங்களுடைய பத்திரங்களை "F" பட்டா என்று நினைத்து பதியாமல் விட்டுவிட்டார்கள்.

13) அதனால் நில சீர்த்திருத்தத்துறையின் மூலம் நிலம் பெற்ற மக்களின் பெயர்கள் பத்திர அலுவலகத்திலும் இல்லாமல் வருவாய்த்துறை சிட்டா கணக்கிலும் இல்லாமல் நில சீர்த்திருத்தத்துறையின் உச்ச வரம்பால் பாதிக்கப்பட்ட நிலக்கிழார்களின் பெயர்களே இன்று வரை வருவாய்த் துறை கணக்கில் தொடர்கிறது.

14) நில சீர்த்திருத்தத்துறையின் நோக்கம் அதிகமாக நிலம் வைத்திருப்போர்களிடமிருந்து நிலங்களை கைப்பற்றி நிலமற்ற மக்களுக்கு கொடுப்பதாகும். 'ஆபரேஷன் வெற்றி நோயாளி இறந்துவிட்டார்' என்பது போல 'நில சீர்த்திருத்தம் வெற்றி பயனாளி யாரும் இல்லை' என்று நிறைவடையாத வேலையாக இருக்கிறது.

தெரிந்துக் கொள்ள வேண்டிய பாடங்கள் :

காரணமின்றி சார்பதிவாளரால் பதிவுக்கு மறுக்கப்பட்ட பத்திரத்தை ஆட்சேபித்து மாவட்ட பதிவாளரிடம் அப்பீல் செய்து பதிவு செய்வதற்கு எழுதி கொடுப்பவர் எழுதி வாங்குபவருக்கு உரிமை உண்டு.

3. பட்டாவிற்கு துணையான 4 ஆவணங்கள் தெரிந்து கொள்ள வேண்டிய 23 செய்திகள்!!

1) நிலத்திற்கு "பட்டா" என்ற வருவாய்த்துறை ஆவணம் தவிர அதனுடன் கீழ்க்கண்ட நான்கு ஆவணங்கள் மிக முக்கியமானவை. அவை பட்டாவை உறுதி செய்யவும், வேறு ஏதாவது வில்லங்கங்கள் இருக்கின்றதா? என்று பரிசோதித்து நிலங்களை வாங்குவதற்கு மிகவும் உதவி யாக இருக்கும். மேற்படி 4 ஆவணங்களை பற்றி சரியான புரிதல்கள் இன்றுவரை பொதுமக்களுக்கில்லை. அதனை இந்த கட்டுரை தீர்க்கும் என நினைக்கிறேன்.

2) முதலில் தெரிந்து கொள்ள வேண்டியது "சிட்டா" ஆகும். சிட்டா என்பது கிராம நிர்வாக அலுவலகத்தில் இருக்கின்ற ஒரு பதிவேடு (கிராம கணக்கு எண் 10). இதில் யார்யாருக்கு எல்லாம் "பட்டா" கொடுக்கப்பட்டு இருக்கிறதோ? அவர்களுடைய விவரங்கள் எல்லாம் தொகுக்கப்பட்டு இருக்கும்.

3) உதாரணமாக, பள்ளிக்கூட ரேங்க் கார்டு மாணவர் களுக்கு கொடுக்கப்பட்டு இருக்கும். அது வெளியே சுற்றி வரும் ஆவணம். அதுபோல் பட்டாவை வைத்து கொள்ளுங்கள். பள்ளிக்கூட லெட்ஜரில் அனைத்து மாணவர்களின் மதிப்பெண்கள் தொகுத்து ஒரு பேரேடு இருக்கும். அதுபோலத்தான் இந்த சிட்டா பதிவேடு!

4) பட்டா வெளியில் சுற்றி வருவதால் போலியாக அச்சடிப்பு, நகல், கலர் ஜெராக்ஸ், மூலம் பட்டாக்கள் தயார் செய்து விடலாம். அதேப்போல் பட்டாவில் இருக்கின்ற அளவு களின் மாற்றங்களையும், பட்டாதாரரின் பெயர்களையும், அவர்களுடைய தந்தையார் பெயர்களையும் தில்லு முல்லு செய்து அப்பாவி மக்களை ரியல் எஸ்டேட் மாஃபியாக்கள் ஏமாற்ற நிறைய வாய்ப்பு இருக்கிறது.

5) எனவே உங்கள் கைக்கு வரும் பட்டாவை கிராம கணக்கில் இருக்கும் சிட்டா பதிவேட்டில் ஒப்பிட்டு சரி பார்த்துக் கொள்வதற்காகத்தான் சிட்டா பதிவேடு இருக்கிறது. அதாவது வெளியில் மக்கள் கைகளில் சுற்றி வரும் பட்டாவை சிட்டா கட்டுப்படுத்துகிறது. தற்பொழுது பட்டாக்கள் அனைத்தும் (நத்தம் பட்டாவை தவிர) ஆன்லைனில் பார்கோடுடன் வருவதால் பட்டாவை உறுதி செய்து கொள்ள முடிகிறது.

6) மேலும், சிட்டாவும் தற்பொழுது தமிழ்நிலம் இணைய தளத்தில் ஆன்லைனில் கிடைக்கிறது. கிரைய பத்திரம் எப்படி ஒரிஜினலா? என்று சோதித்து பார்க்க ஆன்லைனில் EC போட்டு பார்க்கிறோமோ! அதேபோன்று பட்டா ஒரிஜினலா? என்று சோதிக்க, ஆன்லைனில் சிட்டாவையும் பார்க்க வேண்டும்.

7) இரண்டாவதாக அடங்கல் என்பதை பற்றி பார்ப்போம். அடங்கலை சிட்டாவுடன் தொடர்புபடுத்தியே பலர் புரிந்துக் கொண்டுள்ளனர். ஆனால் சிட்டாவிற்கும் அடங்கலுக்கும் சம்பந்தம் இல்லை. கிராம கணக்கில் அடங்கல் என்பது ஒரு பதிவேடாகும். (கணக்கு எண் 2)

8) கிராமத்தில் இருக்கின்ற எல்லா நிலங்களின் மேல் இருக்கின்ற பயிர்கள், செடிகள், மரங்கள் என்னென்ன வென்றும், அதை யார் யார் பயிரிடுகின்றார்கள் என்றும், யார் அனுபவிக்கிறார்கள் என்றும், பட்டாதார் யார்? சாகுபடிகாரர் யார்? என்ற விவரங்களை எல்லாம் ஆண்டுதோறும் எழுதி வைத்து இருப்பார்கள்.

9) உதாரணமாக இடத்தின் பட்டா "A" என்ற நபர் பெயரில் இருக்கிறது என்று வைத்து கொள்வோம்; அவர் வெளியூரில் இருக்கிறார். ஆனால் அதில் "B" என்பவர் பயிர் செய்கிறார் என்றால், அந்த ஆண்டு அடங்கலில் "B"

என்ற நபருடைய பெயர்தான் இருக்கும். நிலம் வாங்கும்பொழுது அடங்கலை பார்ப்பதால் வேறு நபர் அதை பயன்படுத்திக் கொண்டிருக்கிறாரா? என்று தெரிந்து கொள்ள முடியும்.

10) அடங்கல் ஆவணத்தை வைத்துதான் நிலவள வங்கி, வேளாண்மை கூட்டுறவு வங்கி மற்றும் பிற வங்கிகளில் விவசாயக் கடன், விவசாய நகைக்கடன், உரக்கடன் மற்றும் மானியங்கள் வழங்குகின்றனர். (பட்டாவைப் பார்த்து அல்ல அடங்கலைப் பார்த்துதான் முடிவெடுக்கின்றனர்).

11) அரசு புறம்போக்கு நிலங்களில் யார் பயிர் செய்தாலும் அடங்கலில் பயிர் செய்பவர் பெயரை கிராம நிர்வாக அதிகாரி குறித்து வருவர். எதிர்காலத்தில் அனுபவத்தின் அடிப்படையில் அரசிடம் நில ஒப்படை கேட்கும்பொழுது நிலங்களை அனுபவிப்பதற்கு ஆவணமாகக்கூட இந்த அடங்கலை பயன்படுத்திக் கொள்ளலாம்.

12) மூன்றாவதாக அ–பதிவேடு பற்றி பார்போம். ஒரு கிராமத்தின் முழு விஷயங்களையும் அதன் தன்மை களையும் தெரிந்து கொள்ள பயன்படும் பதிவேடு அ–பதிவேடு ஆகும். ஆங்கிலத்தில் "A Register" என்று சொல்லுவார்கள். இது கிராமகணக்கில் 1–வது பதிவேடு ஆகும்.

13) அ–பதிவேடு ஆண்டுதோறுமோ அல்லது அடிக்கடியோ மாற்றக் கூடிய ஆவணம் இல்லை, ஒரு நீண்டகால பதிவேடு. இந்த ரெஜிஸ்டர் இரட்டைபடியாக ஒன்று கிராம நிர்வாக அலுவலகத்திலும், இன்னொன்று தாசில்தார் அலுவலகத்திலும் இருக்கும்.

14) பெரும்பாலும் கிராமத்தை ஒட்டு மொத்தமாக எப்பொழுது நில அளவை செய்கிறார்களோ? அல்லது கிராமத்தின்

ஏதாவது ஒரு பகுதியை ரீ–சர்வே செய்தார்கள் என்றால், அப்பொழுது மட்டுமே அ–பதிவேடு திருத்தப்படும் அல்லது மாற்றப்படும்.

15) இப்பொழுது தமிழகத்தில் இருக்கிற அ–பதிவேடு 1980 முதல் 1987–ஆம் ஆண்டு வரை நிலங்களை நில அளவை செய்து, புதிய சர்வே எண் கொடுத்து, நில வகைகளை வகைப்படுத்தி, நில உடைமையாளர்களின் பெயர்களை பட்டியலிட்டு, மேலே சொன்ன அனைத் தையும் தொகுத்து ஒவ்வொரு வருவாய் கிராமத்திற்கும் அ–பதிவேட்டை உருவாக்கினார்கள்.

16) இப்பொழுது நீங்கள் நிலம் வாங்கப் போனால் 1980 முதல் 1987 வரை சர்வே செய்யப்பட்ட காலத்தில் நிலத்தை அனுபவித்த உரிமையாளர் பெயர்தான், அ–பதிவேட்டில் இருக்கும். அன்று முதல் இன்று வரை அதில் எந்த மாற்றமும் இல்லை.

17) அதனை வைத்துதான் தற்போது நீங்கள் சொத்து வாங்க போகும் தற்போதைய உரிமையாளருக்கும் அ–பதிவேட்டில் இருக்கும் உரிமையாளரின் பெயருக்கும் இடையே இணைப்பு (Link) ஆவணங்கள் சரியாக இருக்கிறதா? என்பதை தெரிந்து கொள்ள முடியும். இதன் மூலம் எதிர்காலத்தில் வாங்க போகும் நிலத்தின் சட்ட சிக்கல் ஏதாவது இருந்தால் முன்கூட்டியே தவிர்க்கலாம். அந்த அ–பதிவேட்டில் 13 கட்டத்தில் இருக்கும் பதிவு செய்யப்பட்ட கைபற்றுதாரர் நில உரிமையாளர் பெயர் வரும். அதனை நாம் சொத்து வாங்கும்பொழுது பார்க்க வேண்டும்.

18) நான்காவதாக, நாம் பார்க்க இருப்பது புலப்படம் ஆகும். "FMB" (FIELD MEASUREMENT BOOK) என்பது புலப்பட புத்தகம் ஆகும். ஒரு கிராமத்தில் உள்ள அனைத்து

நிலங்களையும் சர்வே எண் வாரியாக நில அளவை துறையினரால் வரையப்பட்டு அதனை புத்தகமாகப் போட்டு வைத்திருப்பார்கள். அந்த புத்தகத்தில் ஒவ்வொரு பக்கத்திற்கும் ஒரு சர்வே எண்ணின் வரைபடம் அச்சடிக்கப்பட்டு இருக்கும் .

19) நீங்கள் வாங்கப் போகும் நிலத்தின் சர்வே எண்களின் புலப்பட நகல் நிச்சயம் உங்களிடம் இருக்க வேண்டும். இப்படம் நீங்கள் வாங்கும் இடத்தை அளவு சரியாக இருக்கின்றதா? என்று அளந்து பார்க்கும்பொழுதும், பக்கத்து நிலத்துக்காரருடன் ஏதாவது பவுண்டரி சிக்கல்கள் வரும்பொழுதும், மேற்படி நிலத்தில் சர்வே கற்கள் காணாமல் போகின்றபொழுதும் FMB மிக முக்கியமாக பயன்படும்.

20) உதாரணமாக ஒரு நிலத்தின் சர்வே எண் 10 என்று வைத்துக் கொள்வோம், அதனுடைய பரப்பு நான்கு ஏக்கர் என்று வைத்துக் கொள்வோம், அதில் தலா ஒரு ஏக்கர் வீதம் நான்கு பேருக்கு இருந்தால், அது உட்பிரிவு செய்யப்படும்பொழுது, அதற்கு 10/1, 10/2,10/3, 10/4, என்று உட்பிரிவு சர்வே எண்கள் கொடுத்திருப்பார்கள். அந்த நிலத்தில் நான்கு உரிமையாளர்களும் எப்படி பிரிந்து நிற்கிறார்களோ அதேபோல் புலப்படத்திலும் கூர் செய்து வரையப்பட்டு இருக்கும்.

21) மேலும் 10/1–இல் ஒரு ஏக்காரில் வீட்டுமனைகள் போட்டு விற்பனை செய்தால் ஒருவருக்கு ஒரு கிரவுண்டு வீதம் பதினைந்து பேருக்கு வீட்டுமனைகள் வரும். அந்த பதினைந்து பேரும் பட்டா மாற்றுவதற்கு மனு செய்யும்பொழுது, சர்வேயர் மேலும் கூர் செய்து 10/1A1, 10/1A2, 10/1A3, 10/1A4, 10/1A5, என்று வரிசையாக 10/1A15 என்று உட்பிரிவுகள் செய்து, FMB-யிலும்

அதுபோல உட்பிரிவு செய்து வரைந்து இருப்பார். எனவே நாம் விலை மதிப்புள்ள வீடு மற்றும் மனைகளை வாங்கும் பொழுது நிச்சயம் நம் மனையின் வரைபடமும், சர்வே எண்ணும் புலப்படத்தில் இருக்கிறதா? என்று பார்த்து வாங்க வேண்டும்!

22) புலப்படத்தை நன்கு ஆய்வு செய்யாமல் சொத்துக்கள் வாங்குகின்ற பலர், எதிர்காலத்தில் "சர்வே பிழை" என்ற நிலச் சிக்கல்களில் மாட்டிக் கொள்கிறார்கள். அரசின் சர்வே துறையும் புலப்படத்தையும் அதனின் அளவு களையும், வடிவங்களையும் தவறாகத்தான் வரைந்து வைத்திருக்கிறார்கள். சர்வே என்பது மிக சரியாக இருக்குமென்று நம்பிவிடாதீர்கள்.

23) நம்முடைய சொத்து மேற்சொன்ன சர்வே பிழையில் உட்கார்ந்துவிடக் கூடாது. சொத்துக்கள் வாங்கும் பொழுது இதைப் பற்றி யாரும் பெரிய அளவில் அலட்டி கொள்வது இல்லை. எதிகாலத்தில் கட்டடங்கள் கட்டப் படும்பொழுதுதான், இவை பெரிய பிரச்சனையாக வந்து நிற்கும். எனவே நிலம் வாங்கும்பொழுது FMB-யையும் முக்கிய ஆவணமாக எடுத்துக் கொள்ள வேண்டும்.

மனதில் கொள்ள வேண்டிய பாடங்கள் :

1. தற்போது அ–பதிவேடு, சிட்டா, புலப்படம் ஆன்லைனில் கிடைக்கிறது. அடங்கல் ஆவணம் மட்டும் ஆன்லைனில் கிடைக்காது.

2. பட்டாவோடு, சிட்டா, புலப்படத்தின் அளவுகளை ஒப்பிட்டுப் பார்த்தால், அளவு பிழைகள் இருப்பதை தெரிந்து கொள்ளலாம்.

3. பட்டாவோடு கணக்கு 2ல் உள்ள அடங்கலைப் பார்த்தால் யார் சாகுபடி செய்கிறார்கள்? என்று பார்க்கலாம்.

4. நடைமுறையில் இல்லாத ஆனால் இப்பொழுதும் தேவைப்படுகிற யுடிஆருக்கு முந்தைய 8 ஆவணங்கள்!

1)   ஓ.எஸ்.எல்.ஆர் (OSLR) ஆவணம்:

ஓ.எஸ்.எல்.ஆர் (OSLR) ஆவணம் (Old settlement land record) ஓல்டு செட்டில்மெண்டு லேண்டு ரெக்கார்டு என்பதன் சுருக்க சொல் தான் OSLR ஆகும். பிரிட்டிஷ் வருவாய்த்துறையினர் 1802ஆம் ஆண்டு சாஸ்வத செட்டில்மெண்ட் அறிய வைத்த பிறகும் 1820–ஆம் ஆண்டில் ரயத்துவாரி செட்டில்மெண்ட் அமுல் செய்தப் பிறகு இந்தியா முழுவதும் சர்வே செய்து மக்களுக்கு நிலங்கள் செட்டில்மெண்ட் செய்யப்பட்டது. தமிழகத்தில் 1860 முதல் 1875–ஆம் ஆண்டு வரை சாஸ்வத மற்றும் ரயத்துவாரி செட்டில்மெண்ட் தமிழகம் முழுவதும் செய்யப்பட்டது. அதில் இனாம்தாரர்கள் உரிமை, ஜமீன்தாரர்கள் உரிமை, ஜாகீர்தாரர்கள் உரிமை, ஸ்தோத்திரியதாரர்கள் உரிமை, குத்தகைதாரர்கள் உரிமை, குடியானவர்களின் குடிவார உரிமை, அடிமைகளின் கூலி பங்கு உரிமை என அடுக்கு வாரியாக ஒரு நிலத்தில் உரிமை இருந்தது.

மேற்படி OSLR–ல் அனைத்து உரிமையாளரின் பெயரும் இடம் பெற்றிருக்கும். பிரிட்டிஷ் வருவாய்த்துறையின் கட்டுப்பாட்டில் வருகின்ற ரயத்துவாரின் செட்டில் மெண்டுகளில் திரிகோணவியல் அடிப்படையில் சர்வே செய்யப்பட்டு சர்வே எண்கள் வழங்கப்பட்டிருக்கும். பிரிட்டிஷ் வருவாய் துறையினர் நேரடியாக கட்டுப்பாட்டில் இருக்கின்ற ஜமீன்தாரர், இனாம்தாரர், கிராமங்களில் சில இடங்களில் திரிகோணவியல் அடிப்படையில் சர்வே செய்யப்பட்டு சர்வே எண்கள் கொடுக்கப்பட்டிருக்கும்.

பல கிராமங்களில் திரிகோணவியல் சர்வே செய்யப்படாமல் பழைய பைமாஷ் எண்களே கொடுக்கப் பட்டிருக்கும். ஆக இந்த ஆவணத்தில் பழைய சர்வே நம்பரையும் பழைய பைமாஷ் நம்பரையும் தெரிந்துக் கொள்ளலாம். ஜமீன்கள் அல்லாத மக்கள் எல்லாம் இந்த OSLR காலத்தில் ஒருவருக்கு நன்றி சொல்ல வேண்டும். அந்த பெருமகனின் பெயர் சர்தாமஸ்மன்றோ. இவர்தான் ஜமீன்தாரர்கள் தமிழக கிராமங்கள் முழுவதையும் தங்கள் கட்டுப்பாட்டில் கொண்டு வருவதற்கு முயற்சித்த பொழுது இலண்டன் வரை போராடி ரயத்துவாரி செட்டில் மெண்டை அறிமுகப்படுத்தி குடியானவர்களுக்கு நிலத்தை ஒப்படைத்திருக்கிறார்.

2)   **எஸ்.எல்.ஆர் (SLR) ஆவணம் :**

எஸ்.எல்.ஆர் (SLR) ஆவணம் (Settlement land record) செட்டில்மெண்டு லேண்டு ரெக்கார்டு என்பதன் சுருக்கச் சொல்தான் SLR ஆகும். ஒரு செட்டில்மெண்ட் காலம் என்பது முப்பது ஆண்டுகள். அதன் பிறகு மீண்டும் சர்வே செய்யப்பட்டு நிலத்தில் நடந்த மாற்றங்களை நில உரிமைகளில் நடந்த மாற்றங்களை எல்லாம் அப்டேட் செய்வதற்காக தமிழகத்தின் கவர்னராக சர் சார்லஸ் ட்ரில்லியண் என்பவர் இருந்தார். அவர் நிறைய இனாம்தாரர்களை பென்ஷன் கொடுத்து ஓரம் கட்டினார். சில ஜமீன் கிராமங்களை ஒடித்து ரயத்துவாரின் செட்டில்மெண்ட் ஆக்கினார். ஆதாரம் இல்லாத இனாம்தாரர்களுக்கு அன்பளிப்பு (GRAND) கொடுத்து வெளியேற்றினார். ஜமீன்தாரர்கள் கொடுத்த புதிய இனாம்களை இரத்து செய்தார். இப்படி பல்வேறு நில சீர்திருத்தங்களை செய்து அதனை எல்லாம் புதிய செட்டில்மெண்டில் பதிவேற்றினார். இதிலும் புதிய கிராமங்களுக்கு திரிகோணவியல் அடிப்படையில் சர்வே

செய்யப்பட்டு சர்வே எண்கள் கொடுக்கப்பட்டிருக்கும். மேலும் பழைய OSLR மற்றும் இந்த SLR ஆவணங்களில் நில அளவைகளில் அலகுகள் பிரிட்டிஷ் இம்பீரியல் சிஸ்த்தில் இருக்கும் அதாவது ஏக்கர், செண்ட் கணக்கு பரப்புகளும், லிங்க்ஸ் மற்றும் அடி கணக்கு களில் நீள தூர அளவுகள் இருக்கும். OSLR-ல் 1871–ஆம் ஆண்டு செட்டில்மெண்ட் சர்வே நடந்திருந்தால் 30 ஆண்டு கழித்து 1901ம் ஆண்டு அல்லது அதன் பிறகு இந்த புதிய செட்டில்மெண்ட் நடந்திருக்கும் என்பதை நம் உள்ளுணர்வு அடிப்படையில் புரிந்து கொள்ள வேண்டும். இதேப்போல் ஒவ்வொரு கிராமத்திற்கும் வேறுவேறு ஆண்டுகளில் செட்டில்மெண்ட் நடந்திருக்கும். இந்த SLR ஆவணத்தை பைசலாதி ரிஜிஸ்டர் என்றும் சொல்லுவார்கள்.

3) **ஆர்.எஸ்.எல்.ஆர் (RSLR) :**

ஆர்.எஸ்.எல்.ஆர் (RSLR) (Re-settlement land record) ரீ–செட்டில்மெண்டு லேண்ட் ரிக்கார்டு என்பதன் சுருக்கம் ஆகும். முந்தைய SLR-ல் நில உரிமை முறையில் ஜமீன், இனாம் நிலங்கள் என்ற மேல்வாரி நில உரிமை முறை இருந்திருக்கும். 1947–இல் இருந்து 1960 வரை படிப்படியாக ஜமீன், மிட்டா, மிராசு இனாம்தாரர் (நிலவரி கட்டாமல் சொத்தை அனுபவிக்கும் இராணுவ படைவீரர்கள், கோயில் பிராமணர்கள்) ஆகிய முறைகள் ஒழிக்கப்பட்டது. அதன் பிறகு குடிவார உரிமையில் உள்ளவர்கள், பட்டாதாரர்கள் ஆனார்கள். இதுபோல பெரிய மாற்றங்கள் நடந்த கிராமங்களில் மீண்டும் ரீ–சர்வே நடந்தது. இதிலும் நில உரிமையாளர் யார்? என்ன வகையான நிலம்? என்றெல்லாம் வகைப்படுத்தப் பட்டிருக்கும். இதில் பரப்பளவுகள் நீள அளவுகள்

பிரிட்டிஷ் இம்பீரியல் சிஸ்டத்தில் அதாவது ஏக்கர் சென்ட்டு அளவுகளில் இருக்கும்.

4) **செட்டில்மெண்ட் புலப்படம்:**

நாம் தற்பொழுது பயன்படுத்துகிற புலப்படம் யுடிஆர் புலப்படம் ஆகும். அதில் அளவுகள் எல்லாம் மீட்டர் என்ற மெட்ரிக் அளவுகளில் இருக்கும். ஆனால் செட்டில் மெண்டு ரிக்கார்டு புலப்படத்தில் லிங்க் மற்றும் செயின் அளவுகளில் இருக்கும். அதாவது பிரிட்டிஷ் இம்பீரியல் சிஸ்டத்தில் இருக்கும். இப்பொழுது நமது நிலங்களில் அளவு பிழைகள், சர்வே சிக்கல்கள், எல்லை பிரச்சனைகள் வரும்பொழுது நமக்கு இந்த செட்டில் மெண்டு கால புலப்படம் தேவை. மேலும் எப்பொழுது உங்களின் பார்வைக்கு புலப்படம் வந்தாலும் அதனுடைய அலகுகள் மீட்டரில் இருக்கின்றதா? லிங்கில் இருக்கின்றதா? என்று பார்க்க வேண்டும். புலப்படத்தின் கீழே அதனுடைய அலகு விவரம் கட்டாயம் போட்டு இருப்பார்கள். இதனை வைத்துதான் கையில் இருக்கின்ற புலப்படம் யுடிஆர் காலத்தினுடையதா? செட்டில்மெண்ட் காலத்தினுடையதா? என்ற வேறுபாடு களை கண்டுபிடிக்க வேண்டும்.

5) **தாசில்தார் செட்டில்மெண்ட் ரிக்கார்டு:**

பெரும்பாலும் இனாம் நிலங்களில் (கோவில் பிராமணர்கள், முதலியார்களின் மேல்வார உரிமை) குடிவார உரிமையில் இருந்தவர்களுக்கு அரசு அந்த நிலத்தை ஒரு தொகை வாங்கிவிட்டு அவர்களிடமே ஒப்படைத்தது. இது பெரும்பாலும் 1970–களில் நடந்தது. அப்பொழுது தாசில்தார் ஒரு ஆவணம் கொடுப்பார். அதுதான் தாசில்தார் செட்டில்மெண்டு ரிக்கார்டு. அதற்காக கொடுக்கப்படும் தொகை நியாய வார தொகை என்று சொல்வார்கள். தற்பொழுது இனாம் சிக்கல்கள்

இந்து சமய அறநிலையத் துறையினரால் தூசி தட்டி எடுக்கப்பட்டு மக்கள் பலர் பாதிக்கப்பட்டுக் கொண்டிருக் கிறார்கள். அதற்கு இந்த ரெக்கார்டு உதவும்.

6) பி–ரெஜிஸ்டர் ரிக்கார்டு (B- REGISTER RECORD):

செட்டில்மெண்டு காலத்தில் பயன்படுத்தப்பட்ட இந்த ரெக்கார்டு யுடிஆர் காலத்தில் ஓரம் கட்டப்பட்டுவிட்டது. தற்பொழுது பயன்படுத்தி கொண்டிருக்கின்ற "A" ரெஜிஸ்டரில் நிலவரி கட்டுபவர்களின் பெயர் பட்டியல் இருக்கும். அதேப்போல் செட்டில்மெண்ட் காலத்தில் இருக்கின்ற "A" ரெஜிஸ்டரில் நிலவரி கட்டுபவர்களின் பெயர் இருக்கும். அப்பொழுது "B" ரெஜிஸ்டர் என்ற பதிவேடும் பயன்படுத்தப்பட்டது. அதில் நிலவரி கட்ட வேண்டாம் என்று சலுகை பெற்ற இனாம் நில பயனாளிகளின் (முதலியார்கள், பிராமணர்கள் மற்றும் கோவில்கள்) பெயர் இருக்கும். தற்பொழுது இனாம் நில சம்பந்தமாக பல்வேறு உரிமை சிக்கல்கள் எழுகின்றன. பல்வேறு உரிமை பிரச்சனை வழக்குகளில் இன்றும் நீதிமன்றங்களில் நிரூபிக்க இந்த ஆவணங்கள் தேவைப்படுகிறது .

7) B–1 ரெஜிஸ்டர் ரிக்கார்டு (B-1 REGISTER RECORD):

B-1 – பதிவேடு, இந்த பதிவேட்டில் தேவதாசிகளுக்குக் கொடுக்கப்பட்ட இனாம் விவரங்கள், அந்த தேவதாசிகளிடம் இருந்து கோவிலுக்கு மாற்றபட்ட இனங்கள், ஜமீன் சமயக் கொடைகள், அறக்கொடைகள், கிராம பணிக்கொடைகள் மற்றும் பலவிதமான கொடைகள் பற்றிய தகவல்கள் இருக்கும். நமக்கு ஏதோ ஒரு காரணங்களுக்காக தேவைப்படும் பட்சத்தில் தகவல் பெறும் உரிமை சட்டத்தின் கீழ் இந்த B-1 பதிவேட்டு ஆவணங்களின் நகலை வாங்கலாம்.

8)   பிரெஞ்சு கதாஸ்தர் ரிக்கார்டு:

தமிழ்நாடு ஆங்கிலேயர் கட்டுபாட்டில் இருந்தது. ஆனால் காரைக்கால் மற்றும் பாண்டிச்சேரி பகுதிகள் பிரெஞ்சு கட்டுபாட்டில் இருந்தது. பாண்டிச்சேரியில் 1920-களில் நிலவரித் திட்ட சர்வே செய்து நில ஆவணங்களை உருவாக்கினார்கள். அந்த சர்வே முறைக்கு "கதாஸ்டரல் சர்வே" முறை என்று பெயர். அதனால் அதனை கதாஸ்ட்ரல் ரிக்கார்டு என்று சொல்வார்கள். பிரெஞ்சு இந்தியாவான பாண்டிச்சேரியில், பிரிட்டிஷ் இந்தியாவில் இருக்கின்றது போன்ற செட்டில்மெண்டு ரிக்கார்டுகள் கிடையாது. ஏனென்றால் அங்கு தமிழகத்தை போன்று ஜமீன்களும் இல்லை, பெரிய இனாம்தாரர்களும் இல்லை. நிலத்தின் மேல்வார உரிமை முழுவதும் பிரெஞ்சு கவர்னர் கட்டுப்பாட்டில்தான் இருந்தது. இன்றும் பாண்டிச்சேரியில் நில சிக்கல்கள் ஏதேனும் வந்தால் அதனை கதாஸ்டரல் ஆவணத்தோடு பொறுத்தி பார்க்கிறார்கள். ஆனால் இதுபோன்ற நடைமுறை செட்டில்மெண்ட் ரெக்கார்டுடன் பொறுத்தி பார்ப்பதை தமிழகம் கடைபிடிக்கவில்லை. அப்படி நடைமுறைக்கு கொண்டு வந்தால் தமிழகத்தில் பலருக்கு டைட்டில் உட்காராது. மேலும் கதாஸ்டரல் ஆவணம் 1920களிலேயே மெட்ரிக் அளவுகளில் உள்ளது. தமிழகத்தில் 1980-களுக்கு பிறகுதான் மெட்ரிக் அளவுகள் கடைப்பிடிக்கப்பட்டது. ஏனெனில் மெட்ரிக் அளவு முறையை பிரெஞ்சுகாரர்கள்தான் கண்டுபிடித்தார்கள். இவைதான் தாங்கள் கட்டாயம் தெரிந்து கொள்ள வேண்டிய யுடிஆருக்கு முந்தைய எட்டு வருவாய்த்துறை ஆவணங்கள் ஆகும்.

5. செட்டில்மெண்ட், கதாஸ்ட்ரல், யுடிஆர் ஆவணங்களுக்கிடையே உள்ள வேறுபாடுகள் தெரிந்து கொள்ள வேண்டிய 22 செய்திகள்!!

1) தமிழ்நாட்டின் நில வருவாய் ஆவணங்களை பொறுத்த வரை அதனை இரண்டு பெரும் பிரிவுகளாக பிரிக்கலாம்.

   அ) செட்டில்மெண்ட் கால ஆவணங்கள்.

   ஆ) நில உடைமை மேம்பாட்டு திட்ட கால ஆவணங்கள்.

2) பாண்டிச்சேரியை பொறுத்தவரை நில வருவாய் ஆவணங் களை மூன்றாக பிரிக்கலாம்.

   அ) கதாஸ்ட்ரல் ஆவணங்கள்

   ஆ) செட்டில் மெண்ட் ஆவணங்கள்

   இ) யுடிஆர் ஆவணங்கள்

3) தற்பொழுது நாம் தமிழ்நாடு பாண்டிச்சேரியில் பயன்படுத்தி கொண்டு இருக்கும். பட்டா, சிட்டா, அ—பதிவேடு, புலப்படம் என அனைத்தும் நில உடைமை மேம்பாட்டுத் திட்ட ஆவணங்கள் அதாவது யுடிஆர் ஆவணங்கள் ஆகும்.

4) பாண்டிச்சேரியில் 1970—களில் தான் பிரெஞ்சுக்காரர்கள் வெளியேறிய பிறகும், அங்கு இருக்கும் மக்களுக்கு நிலங்கள் செட்டில்மெண்டு செய்யப்பட்டது. ஆக தமிழகத்தில் நடந்த செட்டில்மெண்டுகள் 1860—களில், பாண்டிச்சேரியில் நடந்த செட்டில்மெண்டுகள் 1960களில் நடந்திருக்கிறது. கிட்டத்தட்ட 100 ஆண்டுகள் இடை வெளியில் நடந்திருக்கிறது என்பதை புரிந்து கொள்ளுதல் வேண்டும்.

5) ஒரு நிலம் வாங்கும்பொழுது இப்பொழுதெல்லாம் யுடிஆர்

ஆவணங்கள் மட்டும் பார்த்தால் போதாது. பட்டா சரியாக இருக்கிறது, அ-பதிவேடு சரியாக இருந்தது என்று சொத்து வாங்கினால், திடீரென்று அது கோவில் சொத்து, இது அறநிலையச் சொத்து, இது வஃக்பு சொத்து, இது பஞ்சமி நிலம், இது நில உச்சவரம்பு, இது பூமிதான நில சிக்கல் மற்றும் குடிவார உரிமை, குத்தகை உரிமை பாத்யதை இருக்கிறது என்ற புதுப்புது பிரச்சனைகள் எல்லாம் வர ஆரம்பித்துவிடும்.

6) அதனால் தமிழ்நாட்டில் செட்டில்மெண்டு ஆவணங் களையும், பாண்டிச்சேரியில் கதாஸ்ட்ரல் மற்றும் செட்டில் மெண்டு ஆவணங்களையும் ஆழமாக பார்த்தப் பிறகு சொத்து வாங்க வேண்டிய கட்டாயம் இப்பொழுது நிலவுகிறது.

7) வழக்கறிஞர் நண்பர்கள் பலர் யுடிஆர் ஆவணங்களை மட்டும் பார்த்துவிட்டு லீகல் ஒப்பீனியன் கொடுத்து விடுகின்றனர். இதனை படிக்கின்ற வழக்கறிஞர்கள் இனி செட்டில்மெண்ட் ஆவணங்களையும் கதாஸ்ட்ரல் ஆவணங்களையும் தங்களுடைய செக்லிஸ்டில் சேர்த்து கொள்ளும்படி வேண்டுகிறேன்.

8) சரி செட்டில்மெண்ட் ஆவணங்களுக்கும், கதாஸ்டரல் ஆவணங்களுக்கும், யுடிஆர் ஆவணங்களுக்கும் என்ன வித்தியாசம் என்று கேட்கிறீர்களா? அதுவும் நிறைய பேருக்கு தெளிவாக தெரியாது. ஆனால் மிகப்பெரிய வேறுபாடுகள் இருக்கிறது.

9) தமிழகத்தில் செட்டில்மெண்ட் ஆவணங்களில், பாண்டிச் சேரியில் கதாஸ்ட்ரல் ஆவணங்களிலும் இருந்த நிலத்தின் மீது உரிமை என்பதைவிட, விளைச்சலில் இருந்து வருகின்ற நில வரியின் உரிமை என்று தனிப்பட்ட நில உரிமை முறை (Land Tenure) இருந்தது.

10) அதாவது நிலமே வைத்து இருக்க கூட உரிமை இல்லாத அடிமைகள், பண்ணையாட்கள், படி வேலை செய்பவர்கள் எஜமானர் வயலிலும், வீட்டிலும் வேலை செய்யலாம். அதற்கு கூலியாக விளைச்சலில் இருந்து சில கோட்டை தானியங்களை பெற்று கொள்வார்கள்.

11) நிலத்தில் குத்தகை எடுத்து பயிர் செய்யும் உரிமை மட்டும் வைத்துள்ள குத்தகைதாரர்கள், விளைச்சலில் ஒரு பகுதியை வைத்து கொண்டு பெரும் பகுதியை நிலத்தின் பட்டாதாரருக்கு கொடுப்பார்கள்.

12) நிலத்தின் பட்டாதாரர் தான் வாங்கிய விளைச்சலை வெள்ளிப் பணமாக (வராகன்கள்) மாற்றி ஜமீன்கள் அல்லது இனாம்தாரர்களுக்கு (பெரும்பாலும் பிராமணர்கள், முதலியார்கள்) அல்லது கோவில்களுக்கு தருவார்கள்.

13) ஜமீன்கள் அதிலிருந்து ஒரு பகுதியை பகோடா என்ற தங்க நாணயங்களாக மாற்றி அரசுக்கு கொடுப்பார்கள். இனாம்தாரர்களுக்கு பிரிட்டிஷ் அரசு, வரி விலக்கு அளித்திருப்பதால் அதனை தங்க பகோடாவாக மாற்றி தாங்களே வைத்து கொள்வார்கள். (இனாம்தாரர் மற்றும் இனாம் நிலங்களை பற்றி பல தவறான தகவல்கள் ஆன்லைனில் சுற்றுகிறது அதனை நம்பிட வேண்டாம்).

14) இப்படி ஒரு துண்டு நிலத்தில் அடிமை முறை உரிமை, குத்தகை உரிமை, குடிவார பட்டா உரிமை, மேல்வார பட்டா ஜமீன் உரிமை, மேல்வார இனாம் உரிமை, இறையாண்மை அரசு என்று நில உரிமை இருந்தது. இந்த முறையில் உருவாக்கபட்ட ஆவணங்களை நாம் செட்டில் ஆவணங்கள் என்றும், இந்த காலத்தில் செய்யப்பட்ட சர்வேயினை செட்டில்மெண்ட் சர்வே என்றும் சொல்லுவோம்.

15) பாண்டிச்சேரியில் இருந்த நில உரிமைமுறை, தரைப்படி மானியம் பெற்ற அடிமைகள், பண்ணையாட்கள், படி வேலை செய்பவர்கள் இவர்களுக்கு நிலத்தினை வைத்திருக்க உரிமை கிடையாது. அதன் பிறகு நிலத்தினை வைத்திருக்க உரிமை பெற்ற பட்டாதாரர்கள் அதற்கு மேல் பிரஞ்சு அரசாங்கம் என்று மூன்று படிநிலையை பிரெஞ்சு இந்திய நில உரிமை (Land Tenure) கொண்டிருந்தது.

16) பிரெஞ்சு இந்திய அரசாங்கம் தனது நிலப்பகுதிகளை கொம்யூன்களாக பிரித்து (ஆங்கிலேய இந்திய மாவட்ட ஆட்சியர் அதிகாரத்தை ஒத்தது). ஒவ்வொரு கொம்யூன் களுக்கும், ஒவ்வொரு அமல்தாரர்களை நியமித்தது. அமல்தாரர்கள் கிராமங்களுக்கே சென்று பத்து நாட்கள் தங்கி இருந்து, அரசுக்கான விளைச்சலின் பங்குகளை பெற்றுக் கொள்வார்கள். எந்த கிராமத்தில் அமல்தாரர் இருக்கிறாரோ? அங்கு பிரஞ்சு அரசின் கொடி ஏற்றப்பட்டிருக்கும். இப்படி ஒவ்வொரு கிராமமும் பிரஞ்சு அரசாங்கம் நேரடியாகச் சென்று நில வரியைப் பெற்றுக் கொண்டது.

17) பிரஞ்சு அரசாங்கம் பாண்டிச்சேரியில் நில வருவாய் வசூலை அதிகப்படுத்த (RICE FIELD, MILLET FIELD, VACCENT LAND) என்று தர வாரியாக பிரித்து கதாஸ்டரல் சர்வே செய்து கதாஸ்டரல் ஆவணங்கள் உருவாக்கப்பட்டன.

18) தமிழகத்தில் செட்டில்மெண்டு சர்வேயில் நில அளவை அலகுகள் எல்லாம் பிரிட்டிஷ் இம்பீரியல் சிஸ்டத்தில் இருந்தது. பாண்டிச்சேரியில் கதாஸ்டரல் சர்வேயில் மெட்ரிக் சிஸ்டத்தில் இருந்தது. தமிழகத்தில் யூடிஆரின் பொழுது நில அளவை அலகுகள் அனைத்தும் மெட்ரிக்

சிஸ்டத்திற்கு மாற்றப்பட்டது. பாண்டிச்சேரியில் கதாஸ்டரல் காலத்தில் இருந்த மெட்ரிக் சிஸ்டம் இன்று வரை தொடர்கிறது. ஆனால் ஆங்கில வார்த்தைகளுக்கு பதிலாக பிரெஞ்சு வார்த்தை பயன்படுத்தப்படுகிறது. உதாரணமாக; ஆங்கில வார்த்தையில் 1 சதுர மீட்டர் என்று பயன்படுத்துவதை பிரெஞ்சுகாரர்கள் 1 செந்தியேர் (CENTIARE) என்று பயன்படுத்துகிறார்கள்.

19) அன்னை இந்திரா காந்தி அவர்களின் சுய முயற்சியாலும் தமிழகத்தில் காமராஜர், கலைஞர் அவர்களின் முயற்சி யாலும் ஜமீன் ஒழிப்பு, இனாம் ஒழிப்பு, நில உச்ச வரம்பு என்ற பல்வேறு சீர்த்திருத்தங்களை கொண்டு வந்து அடுக்கு முறை நில உரிமைகளை தகர்த்து அரசு மற்றும் நிலத்தில் உழுதோர் என இரண்டு உரிமைகளை கொண்டு வந்தார்கள்.

20) அதன் பிறகுதான், நில சீர்திருத்தத்துறை என்று தனியாகவும், நில நிர்வாகத்துறை என்று தனியாகவும் இயங்கியது. மேலும் அரசுக்கும், குடியானவருக்கும் இடையே எந்தவிதமான ஜமீன், மிட்டா, மிராசு, இனாம் போன்ற மிடில் மேன்கள் (MIDDLE MAN) இல்லாத நிலை ஏற்பட்டது.

21) அதன் பிறகு, அடித்தட்டு மற்றும் நடுத்தர மக்களுக்கு நிலங்கள் உரிமையாக்கப்பட்டு நிலங்கள் பகிர்ந்தளிக்கப் பட்டு, நில உடைமை மேம்பாட்டுத் திட்டம் கொண்டு வரப்பட்டது. அதுதான் UDR பட்டா பாஸ் புத்தகமாக அனைவருக்கும் கொடுக்கப்பட்டது.

22) தற்பொழுது UDR ஆவணங்கள் தமிழகத்தில் தமிழ்நிலம் இணையத்திலும், பாண்டிச்சேரி செட்டில்மெண்ட் ஆவணங்கள் நிலமகள் என்ற இணையதளத்திலும் இருக்கிறது.

6. கிராம நிர்வாக அலுவலகம் பற்றி தெரிந்து கொள்ள வேண்டிய 27 சங்கதிகள்!

1) தமிழக மக்களைப் பொறுத்தவரை நிலம் சம்பந்தப்பட்ட ஆவணங்கள் என்றாலே பத்திரப்பதிவு அலுவலகம் அல்லது வட்டாட்சியர் அலுவலகத்தைத்தான் நினைக்கிறார்கள். ஆனால் நிலம் சம்பந்தப்பட்ட ஆவணங்கள் என்றாலே முதலில் ஒருவருக்கு நினைவுக்கு வர வேண்டியது கிராம நிர்வாக அலுவலகம் ஆகும்.

2) இரண்டாயிரம் ஆண்டுகாலமாக பல மன்னர்களின் ராஜ்ஜியங்களாலும், இஸ்லாமிய, விஜயநகர பேரரசு களாலும், ஆங்கிலேய மற்றும் பிரஞ்சு ஏகாதிபத்தியத் தாலும் நமது தமிழகத்தின் நிலங்கள் ஆளப்பட்டு இருந்திருக்கிறது. மேற்படி அனைத்து அரசுகளும் அவர்களின் நில நிர்வாகமும், வருவாய் நிர்வாகமும் கிராமங்களையே அஸ்திவாரமாக கொண்டிருந்தன.

3) தமிழகத்தின் நில நிர்வாக அதிகார மையங்களாக இருந்த தாசில், அமல்தார் கச்சேரி, ஜில்லா, பர்கானா, சர்கார், சௌபா போன்ற எல்லா பரிபாலன நிர்வாகமும் கிராமத்தின் மேலேதான் கட்டமைக்கப்பட்டிருக்கிறது.

4) கிபி 1802–ஆம் ஆண்டில் சாசுவத செட்டில்மெண்டு காரன்வாலிஸ் பிரபு அவர்களால் உருவாக்கப்பட்ட பிறகுதான், இரயத்துகளுக்கு விவசாய நிலத்திற்கான நிரந்தர அனுபோகப் பட்டா கொடுக்கப்பட்டது. மேலும் 1802–க்கு முன்பு இருந்த வருவாய் அலுவலர்களான மஜீம்தார், தேஷ்பாண்டே, பாளையக்காரர், குத்தகைகாரர் போன்ற பதவிகள் எல்லாம் ஒழிக்கப்பட்டு தென் இந்தியாவில் கர்ணம் என்றும், வட இந்தியாவில் பட்வாரி

என்றும் கிராம வருவாய் அலுவலரை மட்டும் வைத்துக் கொண்டு நில நிர்வாகத்தை நிர்வாகம் செய்தார்கள்.

5) அதன் பிறகு 1802–ஆம் ஆண்டு முதல் 1971–ஆம் ஆண்டு வரை சுமார் 170 வருடங்கள் கர்ணம் மூலமாக மட்டுமே தமிழகத்தில் கிராம கணக்கு நடைமுறைகள் இருந்தது. அதன் பிறகு 1970–களுக்கு பிறகு நில உடைமை மேம்பாட்டு திட்டம் நடைமுறைபடுத்தப்பட்டு கர்ணம் என்ற பதவியை எடுத்து விட்டு அதற்கு பதிலாக கிராம நிர்வாக அதிகாரியை நியமித்து கிராமங்களை நிர்வாகம் செய்து வருகின்றார்கள்.

6) அப்படி நிர்வாகம் செய்து வரும் கிராம நிர்வாகத்தில் 22 வகையான கிராம கணக்குகளும் அதனுள் பத்திற்கும் மேற்பட்ட துணை கணக்குகளும் இருக்கிறது. இந்த 22 கிராம கணக்குகள் நில உடைமை மேம்பாட்டு திட்டத்தின் போது உருவாக்கப்படவில்லை. அதற்கு முன்பு இருந்த கர்ணம் கிராம கணக்கும், இந்த கர்ணம் கிராம கணக்கிற்கு முன்பு அதாவது 1800–களுக்கு முன்பு மஜும்தார், தேஷ்பாண்டே, குத்தகைக்காரர்கள், பாளையகாரர்கள் காலத்தில் இருந்த கிராம கணக்குகள் என அனைத்தையும் உள்வாங்கி ஒன்றிலிருந்து ஒன்று கிளைத்து இன்று நாம் பயன்படுத்துகிற கிராம கணக்குகள் உருவாகியிருக்கிறது.

7) கிராம கணக்கு முதன்முதலில் உருவாக்கப்பட்டதே விளைபொருட்களுக்கு வரி வாங்குவதற்குத்தான். அதனால் மேற்படி கிராம கணக்குகளில் காபி, டீ, ரப்பர், பருத்தி நெல், பருப்பு வகைகள், எண்ணெய் வித்துக்கள், கரும்பு, வாழை போன்ற என்னென்ன பயிர் வகைகள் கிராமத்தில் விளைகிறது என்ற கணக்கு விவரங்களை பதிவதற்காக கிராம கணக்கில், பதிவேடு இருக்கிறது என்பதை தெரிந்து கொள்ள வேண்டும்.

8) அடுத்து கிராமத்தின் நீர்பாசன ஆதாரவிவரங்கள் உதாரணமாக: பொதுபணித்துறை கட்டுப்பாட்டில் உள்ளவைகளான செம்பரபாக்கம் ஏரி, கீழ்கொள்ளிடம் அணைகட்டு திட்டம், பெரியாறு திட்டம், சேத்தியாதோப்பு அணைக்கட்டு திட்டம் போன்றவற்றின் விவரங்களும் அதன் வருவாய் கணக்குகளும் கிராமத்தில் உள்ள அரசு மற்றும் தனியார் கிணறுகள், கல்கட்டு கிணறுகள், ஆழ் துளை கிணறுகள் போன்றவற்றின் விவரங்களும் கிராம கணக்கில் பராமரிக்கபடுகின்றன.

9) செங்கல் தயாரிக்க உதவும் களிமண், சிவப்பு கப்பிக்கல், சுண்ணாம்புகல், சிலேட்டுகல், மாக்கல், படிகாரம், கல்நார் போன்ற கனிமங்களை பற்றியும் இரும்புத்தாது, மேங்கனீஸ் தாது, மேக்னசைட் தாது, குரோமியம், வெள்ளீயம், மைகா போன்ற உலோக தாதுக்களையும் ஏன் தங்கம், பவளம் போன்றவை இருந்தாலும் அவற்றை பற்றிய விவரங்களெல்லாம் கிராம கணக்கில் பராமரிக்கப் படுகின்றன.

10) நிலவரி பாக்கிகள், நிலவரி கணக்குகள், அபராதங்கள், கடன் தொகை வசூல், நிலவரி வசூல், பசலிபாக்கி, விட்டுக் கொடுத்த கழிவுத்தொகை போன்ற விவரங்களை கிராம கணக்கில் பராமரிக்கபடுகிறது.

11) கிராமத்தின் பிறப்பு இறப்பு கணக்குகள், கால்நடைகள் மற்றும் கால்நடை வியாதிகள், மரங்கள் தோப்புகள் கணக்குகள், பைத்தியகாரர்கள், கைவிடப்பட்ட அனாதைகள் போன்றவர்களின் விவரங்கள்கூட கிராம நிர்வாகத்தில் பராமரிக்கப்படுகிறது என்பதை தெரிந்து கொள்ள வேண்டும்.

12) இவை அல்லாமல் கிராமங்களில் உள்ள நன்செய், புன்செய், தரிசு, புறம்போக்கு போன்றவற்றின்

கணக்குகள் அவற்றின் பரப்பு, மண் வயனம், அதன் உரிமையாளர்கள், சாகுபடி செய்பவர்கள் போன்ற விவரங்கள் எல்லாம் கிராம கணக்கில் பராமரிக்கப்பட்டு வந்தது.

13) 1972 முதல் 1985—ஆம் ஆண்டு காலக்கட்டங்களில் தமிழகத்தில் நிலங்கள் எல்லாம் யார் யார் கையில் இருக்கிறதோ? அதனை எல்லாம் விரிவாக தொகுத்து நில உடைமை மேம்பட்டுத் திட்ட ஆவணமாக உருவாக்கி அதனை (UPDATING DATA REGISTRY) என்ற யூடிஆர் திட்டத்தின் கீழ் நிலங்களை வகைப்படுத்தி தமிழகம் முழுவதும் நில அளவை துறையினரால் சர்வே செய்யப் பட்டு ஆவணப்படுத்தப்பட்ட வரைபடங்கள் அ—பதிவேட்டு கணக்குகள் இன்னும் பிற கிராம கணக்குகள் தற்போது இருக்கின்ற கிராம நிர்வாக அதிகாரி அலுவலர் மூலம் பாரமரித்து வருகிறார்கள்.

14) உதாரணமாக; வங்கிகள் கணினிமயமாக்கப்பட்ட பொழுது அதற்கு முன் இருந்த வங்கி கணக்குகள் எல்லாம் சரி பார்த்து அதனை இறுதி மற்றும் சரியான தகவல்களை கம்ப்யூட்டரில் ஏற்றி வைப்பார்கள். அதன் பிறகு வருகின்ற எல்லா வங்கி அலுவலக வேலைகளும் மேற்படி கணினி ஆவணத்தை அடிப்படையாக கொண்டு செய்வார்கள்.

15) அதேபோல்தான் நில உடைமை மேம்பாட்டுத் திட்டத்திற்கு முன்பு இருகின்ற அனைத்து ஆவணங்களையும் ஒழுங்குப்படுத்தி சீர் செய்து அதனை இறுதி ஆவணமாக அதாவது, யு.டி.ஆர் நில உடைமை மேம்பாட்டுத்திட்ட ஆவணமாக உருவாக்கி அதனை அடிப்படையாக வைத்து அனைத்து கிராம நிர்வாக அலுவலகம் செயல்பட்டுக் கொண்டிருக்கின்றன.

16) மேற்படி கிராம நிர்வாக அலுவலகங்களில் கிராம கணக்குகள் 22 இருக்கிறது. இதனை 28 லெட்ஜராக பிரித்து இருக்கிறார்கள். இந்த 28 லெட்ஜரும் தெரிந்தால் ஒட்டு மொத்த தமிழகத்தின் நில நிர்வாகம் பற்றி புரிந்துவிடும். அந்த 22 கணக்குகளின் விவரம் பின்வருமாறு :

வ.எண்.1. கிராம கணக்கு எண். அ. பதிவேடு.

வ.எண்.2. கிராம கணக்கு எண்.1 (சாகுபடி பற்றியது)

வ.எண்.3. கிராம கணக்கு எண் 1A (அறுவடை பற்றியது)

வ.எண்.4. கிராம கணக்கு எண் 2 (அடங்கல் பற்றியது)

வ.எண்.5. கிராம கணக்கு எண் 2C (மரங்களை பற்றியது)

வ.எண்.6. கிராம கணக்கு எண் 2D (பாசன வசதிகளை பற்றியது)

வ.எண்.7. கிராம கணக்கு எண் 2F (கிராம தரிசு நிலங்களை பற்றியது)

வ.எண்.8. கிராம கணக்கு எண் 3 (பட்டா பற்றியது)

வ.எண்.9. கிராம கணக்கு எண் 3A (பட்டா மாறுதல் பற்றியது)

வ.எண்.10. கிராம கணக்கு எண் 4 (நிலக்கழிவுகள் பற்றியது)

வ.எண்.11. கிராம கணக்கு எண் 5 (நிலவரி பற்றியது)

வ.எண்.12. கிராம கணக்கு எண் 6 (தண்ணீர் தீர்வை பற்றியது)

வ.எண்.13. கிராம கணக்கு எண் 7 (நில ஆக்கிரமிப்பு பற்றியது)

வ.எண்.14. கிராம கணக்கு எண் 8 (நீர்பாசன நிலங்களில் கிடைக்கக் கூடிய மொத்த வருவாய் பற்றியது)

வ.எண்.15. கிராம கணக்கு எண் 9 (நீர்பாசனம் பற்றியது)

வ.எண்.16. கிராம கணக்கு எண் 10 (சிட்டா பற்றியது)

வ.எண்.17. கிராம கணக்கு எண் 11 (பட்டா வடிவம் பற்றியது)

வ.எண்.18. கிராம கணக்கு எண் 12 (நில தொகை பற்றியது)

வ.எண்.19. கிராம கணக்கு எண் 13 (தினசரி வசூல் பற்றியது)

வ.எண்.20. கிராம கணக்கு எண் 14 (அபராதத் தொகை பற்றியது)

வ.எண்.21. கிராம கணக்கு எண் 15 (அரசு கருவூல பணம் செலுத்தும் விபரம் பற்றியது)

வ.எண்.22. கிராம கணக்கு எண் 16 (நிலுவைத் தொகை பற்றியது)

வ.எண்.23. கிராம கணக்கு எண் 17 (துண்டத்தொகை பற்றியது)

வ.எண்.24. கிராம கணக்கு எண் 18 (ரசீது சம்பந்தப்பட்டது)

வ.எண்.25. கிராம கணக்கு எண் 19 (பிறப்பு இறப்பு சம்பந்தப்பட்டது)

வ.எண்.26. கிராம கணக்கு எண் 20 (மலை பற்றிய விவரம்)

வ.எண்.27. கிராம கணக்கு எண் 21 (கால்நடை பற்றியது)

வ.எண்.28 கிராம கணக்கு எண் 22 (கூட்டு பட்டா பற்றியது)

17) மேற்ண்ட 28 லெட்ஜரை சிலவற்றை கணினிமயமாக்கிய பிறகு பராமரிக்க வேண்டாம் என்று அரசு அறிவித்துள்ளது. அவை பின்வருமாறு :

18) கணக்குஎண் 1 – சாகுபடி (Cultivation) பற்றிய மாதாந்திர பதிவேடு (Monthly Register) அடங்கல் பதிவேட்டினை கணினிமயமான உடன் இக்கணக்கை நீக்கலாம்

19) கணக்கு எண் 1A – சாகுபடி செய்யப்பட்ட பயிர்களின் பரப்பையும், விளைச்சல் மதிப்பையும் பற்றிய சுருக்கமான விவரப் பட்டியலின் அடங்கல் பதிவேட்டை கணினிமயமான உடன் இக்கணக்கை நீக்கலாம்.

20) கணக்கு எண் 2D – கிராமத்தில் சில பாய்ச்சல் ஆதாரங்களின் கீழ் பாய்ச்சப்பட்டப் பரப்பில் விவரங்களை காட்டும் விவரப்பட்டியலின் இக்கணக்கு விவரங்கள் கணக்கு எண் 2D-லும் அ-பதிவேட்டில் சேகரிக்கப் படுவதினால் நீக்கலாம்.

21) கணக்கு எண் 2F – கிராமத்தில் பல்வேறு வகை நில வகுப்புகளின் பரப்புகளை காண்பிக்கும் விவரப் பட்டியலில் இக்கணக்கு விவரங்கள் கணக்கு எண் 2F-லும் அ-பதிவேட்டில் சேகரிக்கப்படுவதினால் நீக்கலாம்.

22) கணக்கு எண் 4 – அனைத்து வகை அரசிறைக் கழிவுகளைக் காட்டும் விவரப்பட்டியல். இத்தகைய அரசிறை கழிவுகள் தற்சமயம் கிராமங்களில் செய்யப்படுவதில்லை என்பதால் அதனை நீக்கலாம்.

23) கணக்கு எண் 8A – ரோமன் லெட்டர் I, ரோமன் லெட்டர் II மற்றும் ரோமன் லெட்டர் III ஆம் வகுப்பு நீர்ப்பாய்ச்சல் ஆதாரங்களின் கீழ் நீர்ப்பாய்ச்சப்பட்ட நிலங்களைக் காண்பிக்கும் விவரப்படி. இக்கணக்கு அ-பதிவேட்டில் காணப்படுவதால் இதனை நீக்கலாம்.

24) 10C மற்றும் 10D – வருவாய்ப் பதிவுகளை மாற்றுவதற்காக (Transfer of Registry) கிராம நிர்வாக அலுவலரால் சமர்ப்பிக்கப்பட்டு வரும் துணைப்பதிவேடு (Subsidiary Register) கிராம கணக்கில் இதன் விவரம் பெறப்படுவதால் இவை நீக்கப்படுகின்றன.

25) 22 – பல வகை மதிப்புள்ள கைப்பற்றுகளின் எண்ணிக் கையைக் காட்டும் விவரப்பட்டியல். இக்கணக்கு, கணக்கு எண் 10(1)ல் சேர்த்துப் பேணுவதற்கு ஆணையிடப்பட்டதால் நீக்கப்படுகிறன.

26) இந்த கிராம கணக்கில் இருக்கின்ற 28 பதிவேடுகளும்

கணினி மையம் ஆவதற்கு முன்பு பராமரிக்கப்பட்ட கணக்குகள் ஆகும். கணினி காலத்திற்கு பிறகு மேலே சொன்ன சில பதிவேடுகள் விடப்பட்டிருக்கிறது. இதற்கு முன்பு அதாவது கர்ணம் மற்றும் பெருந்தனக்காரர் கிராம நிர்வாக முறையில் தொற்று நோய் ஒழிப்பு, கால்நடை பராமரிப்பு, வெள்ளம், புயல் போன்ற பேரிடர்கள் நிர்வாகம் போன்ற அனைத்திற்கும் கிராம நிர்வாக அலுவலகத்தில் பதியப்பட்டது.

27) இப்போது இருக்கின்ற கிராம நிர்வாக அதிகாரிகள் கம்ப்யூட்டர், இணையதளம், மொபைல் போன் வசதி என பல வந்தும் கணக்குகளை உடனுக்குடன் ஏற்றி வைப்பதில்லை. ஆனால் 1960-களுக்கு முன்பு இருந்த கர்ணம் 50-க்கு மேற்பட்ட பதிவேடுகளை முறையாக கணக்கில் ஏற்றி இருக்கிறார்கள்.

மனதில் கொள்ள வேண்டிய பாடங்கள் :

1. சொத்துச் சிக்கல்கள், சொத்துகளின் வழக்குகள், சர்வே அளவு சிக்கல்கள் என்று இருக்கும்போது, அதனை சரி செய்வதற்கு கிராம கணக்குகளே தரவுகளாக இருக்கின்றன.

2. ஆலைகள், பெரும்பண்ணைகள் அமைக்க விரும்புபவர்களுக்கு அனைத்து கிராம கணக்குகளின் விவரங்களையும் தெரிந்துக் கொண்டப் பிறகு நிலங்களை வாங்குவது நல்லது.

தொகுதி 11
பத்திர ஆவணங்கள் மற்றும் கிரையப் பத்திர மாதிரிகள் பற்றிய கட்டுரைகள்!

A. புல்லட் புரூஃப் கிரையப் பத்திரங்கள் எழுதுவது எப்படி? தெரிந்து கொள்ள வேண்டிய 19 விஷயங்கள்!

1) புல்லட் புரூஃப் என்றால் குண்டு துளைக்காத என்று அர்த்தம். அதேப்போல் எந்தவித சட்ட குண்டுகளும் நம்முடைய கிரையப் பத்திரங்களை செல்லாது அல்லது பாதி செல்லாது அல்லது போலி என்று உடைத்துவிடக் கூடாது. அப்படி உடைக்க முடியாத பத்திரத்தைத்தான் நான் புல்லட் புரூஃப் பத்திரம் என்று பெயர் வைத்துள்ளேன்.

2) ஒரு நிலத்தை ஒரு நபரிடமிருந்து விலை கொடுத்து வாங்கி உங்கள் பெயருக்கு மாற்றி கொள்வதற்கு போடப்படும் ஆவணம்தான் கிரையப் பத்திரம் ஆகும்.

3) மேற்படி கிரையப் பத்திரம் முத்திரைதாள்களிலோ அல்லது வெறும் தாளிலோ எழுதப்பட்டு சார்பதிவகத்தில் சாட்சிகள் முன்னிலையில் பதியப்படுவதுதான் கிரையப்பத்திர பதிவு ஆகும்.

4) எழுதிக் கொடுப்பவரின் பெயரும் மற்றும் இன்சியலும், அவரின் அடையாள அட்டை, பட்டா, மின்இணைப்பு, முன் பத்திரம் மற்றும் இதர ஆவணங்களில் உள்ளதுபோலவே பத்திரத்தில் எழுதப்பட்டுள்ளதா? என பார்க்க வேண்டும்.

5) எழுதி கொடுப்பவர், ஏற்கனவே முன் வாங்கிய கிரையப் பத்திரத்தில் உள்ள அவரின் முகவரியும், தற்போது இருக்கும் முகவரியும் ஒன்றா? என்று சரி பார்க்க வேண்டும். இரண்டும் வெவ்வேறு முகவரி என்றால்

இரண்டு முகவரியும் இப்போது எழுதுகிற கிரையப் பத்திரத்தில் காட்ட வேண்டும்.

6) கிரயம் எழுதி வாங்குபவரும் தன்னுடைய பெயர், இன்சியல், முகவரி ஆகியவை அடையாள அட்டையுடன் பொருந்தும்படி பிழையில்லாமல் இருக்கிறதா? என்று பார்க்க வேண்டும்.

7) அவர் வேறு நபரிடம் கிரையம் வாங்கி இருக்கலாம். அவருடைய பெற்றோர்கள் மற்றும் குடும்பத்தாரிடம் இருந்து செட்டில்மெண்ட், பாகப்பிரிவினை, விடுதலைப் பத்திரம் மூலம் சொத்து வாங்கி இருக்கலாம்.

8) உயில், தானம் மூலம் கிடைத்து இருக்கலாம். பொது ஏலம், நீதிமன்றத் தீர்ப்புகள் மூலம் கிடைத்து இருக்கலாம்.

9) பூர்வீகமாக பட்டாப்படி பாத்தியப்பட்டு வந்து இருக்கலாம். அதனை கிரையம் எழுதி கொடுப்பவர் தெளிவாக ஆவண எண் விவரத்துடன் மேற்படி சொத்து எனக்கு எப்படி கிடைத்தது என்று சொல்லி இருக்க வேண்டும்.

10) கிரையம் எழுதிக் கொடுப்பவருக்கு, யார் மூலம் சொத்து வந்தது? என எழுதுவது மட்டும் இல்லாமல் அவருக்கு முன் கிரையம் பெற்றவருக்கு யார் மூலம் சொத்து வந்தது என்று நதிமூலம், ரிஷிமூலம், பார்த்து அனைத்து லிங்க் டாக்குமென்டையும் வரலாறாக தற்போதைய கிரைய பத்திரத்தில் எழுதுவது மிகச் சிறப்பானது ஆகும். எதிர்காலத்தில் வங்கிக் கடன் போகும்பொழுது டைட்டில் சரியாக இருக்கிறது என்று ஒரே பத்திரத்தில் பார்த்துவிட முடியும். அதன் மூலம் உங்கள் மீது அதிக நம்பத்தன்மை ஏற்படும்.

11) கிரையம் நிச்சயித்த உண்மைத் தொகை எழுத வாய்ப்பு இருந்தால் தெளிவாக எழுதுங்கள் (அல்லது) வழிகாட்டி

மதிப்பு தொகை எழுதினாலும் எழுதுங்கள். எவ்வளவு பணம் அக்ரிமெண்ட் போடும்போது கொடுக்கப்பட்டது? எவ்வளவு பணம் காசோலையாக கொடுக்கப்பட்டது? எவ்வளவு பணம் வங்கி கணக்கில் கட்டப்பட்டது? எவ்வளவு பணம் ரொக்கமாக கொடுக்கப்படுகிறது? என தெளிவாக குறிப்பிட வேண்டும்.

12) கிரையம் எழுதிக் கொடுப்பவர், எழுதி வாங்குபவருக்கு பின்வரும் உறுதிமொழிகளைக் கட்டாயம் கொடுத்து இருக்க வேண்டும். தானம், அடமானம், முன் கிரையம், முன் அக்ரிமெண்ட், உயில், செட்டில்மெண்ட், கோர்ட் அல்லது கொலாட்ரல் செக்யூரிட்டி, ரெவின்யூ அட்டாச்மெண்ட், வாரிசு பின் தொடர்ச்சி, மைனர் வியாஜ்ஜியங்கள், சர்சார்ஜ், டிரஸ்ட், பதிவுப் பெறாத பத்திரங்கள் மூலம் எழுதும் பாத்தியக் கோரல்கள், சொத்து ஜப்தி, சொத்து ஜாமீன், பைசலுக்காக சர்க்கார் கடன்கள், வங்கிக் கடன்கள், தனியார் கடன்கள், சொத்து சம்மந்தமான வாரிசு உரிமை, சிவில் மற்றும் கிரிமினல் வழக்குகள், சர்க்கார் நில ஆர்ஜிதம், நிலக்கட்டுப்பாடு, அரசு நில எடுப்பு முன்மொழிவு நோட்டீஸ், நில உச்சவரம்பு கட்டுப்பாடு, பத்திரப்பதிவு சட்டம் 47(A) சட்டத்தின் கீழ் சொத்து இல்லை, இதில் சொல்லாத பிற வில்லங்கங்கள் இல்லை போன்ற உறுதிமொழிகளை வில்லங்கம் இல்லை என்று கண்டிப்பாக உறுதி அளித்து இருக்க வேண்டும்.

13) சர்க்கார் வரி வகையறாக்கள், மின் இணைப்பு வசதி கட்டணமும், குடிநீர் விநியோகக் கட்டணமும் உள்ளாட்சி அமைப்பின் சொத்து வரியும், அர்பன் நிலவரி முழுவதும் கட்டியாயிற்று. சொத்துச் சம்பந்தமான அசல் நகல் ஆவணங்களை ஒப்படைத்துவிட்டேன். எவையெல்லாம்

அசல் எனவும், எவையெல்லாம் நகல் ஆவணங்கள் என்பதை விரிவாக புரியும்படி எழுத வேண்டும். எதிர்காலத்தில் பிழை இருந்தால், திருத்தல் பத்திரமும் அல்லது வேறு ஏதாவது பத்திரங்களும் இந்த சொத்து பற்றி எழுதி கொடுக்கச் சொன்னால் கைமாறு எதிர்பார்க்காமல் எழுதிக் கொடுக்கின்றேன் என்று கிரையப் பத்திரத்தில் உறுதி அளித்து இருக்க வேண்டும்.

14) சொத்து விவரத்தில் மிக தெளிவாக மாவட்டம், வட்டம், வருவாய் கிராமம், கிராமம், புலஎண், உட்பட அனைத்தையும் தெளிவாக குறிப்பிட்டு இருக்க வேண்டும். தெருவோ, கதவு எண்ணோ இருந்தால் நிச்சயம் குறிப்பிட்டு இருக்க வேண்டும். மின்இணைப்பு இருந்தால் மின்இணைப்பு எண், நிலத்தின் பட்டா எண், புதிய சர்வேஎண், பழைய சர்வே எண், பட்டாபடி சர்வே எண் தெளிவாக எழுதி இருக்க வேண்டும்.

15) இடத்தின் அளவு நாட்டு வழக்கு முறையிலும், பிரிட்டிஷ் அளவு முறையிலும், மெட்ரிக் அளவு முறையிலும் எழுதி இருக்க வேண்டும். மெட்ரிக் அளவு முறையில் எழுதி இருந்தால் பட்டா மாற்றத்திற்கு உதவியாக இருக்கும்.

16) கிரைய சொத்தைச் சுற்றி இருக்கும் நான்கு பக்கங்களில் இருக்கின்ற எல்லைச் சொத்துக்களை நீள, அகல அளவுகளுடன் சிறுபிழைகூட இல்லாமல் அடையாளப் படுத்தி தெளிவுடன் குறிப்பிட்டு இருக்க வேண்டும்.

17) பத்திரத்தின் எல்லா பக்கங்களிலும் எழுதி கொடுப்பவர் கையொப்பமிட்டு இருக்கிறார்களா? என்று சோதனையிட வேண்டும். எழுதி கொடுப்பவர் தரப்பின் சாட்சிகள், பெயர் மற்றும் முகவரியுடன் கையொப்பமிட்டு இருக்கிறார்களா? என்று சரி பார்க்க வேண்டும்.

18) தேவையான பட்டா, வரைபடம், அடையாள அட்டை நகல்கள் பத்திரத்துடன் இணைக்கப்பட்டு அதில் எழுதி கொடுப்பவர் கையொப்பமிட்டு இருக்கிறார்களா? என்று பார்க்க வேண்டும்.

19) முத்திரைத்தாள்கள் சரியாக வாங்கி இருக்கின்றோமா? பதிவுக் கட்டணம் DD சரியாக எடுத்துள்ளதா? ஆவண எழுத்தர் அல்லது வக்கீல், ஆவணம் தயாரித்தவர் என்று கையொப்பம் இட்டு இருக்கிறார்களா? என்று பார்க்க வேண்டும்.

மனதில் கொள்ள வேண்டிய பாடங்கள் :

1. கிரைய பத்திரங்கள் எழுதும்போது, எழுதி கொடுக்கும் நபரிடமிருந்து எதிர்காலத்தில் வில்லங்கமிருந்தால் சொந்த செலவில் தீர்த்துக் கொடுக்கிறேன் என்ற ஷரத்தை விரிவாக எழுத வேண்டும்.

2. ஷரத்துகளில் முந்தைய ஆவண எண்கள் குறிப்பிடும்போது பிழைகள் இல்லாமல் இருத்தல் அவசியம்.

3. ஒரு சொத்துக்கு இரண்டு முகம். ஒன்று ஆவணப் பாத்யதை, மற்றொன்று அனுபவப் பாத்யதை. எனவே ஆவணம் மூலம், ஆவணப் பாத்யதை மாறி விடுகிறது. ஆனால் அனுபவப் பாத்யதை பத்திர ஷரத்தில் ஸ்வாதீனத்தை அல்லது அனுபோகத்தை உங்களிடம் இன்றே ஒப்படைத்துவிட்டேன் என்று எழுதும்போது தான் அனுபவ உரிமை மாறுகிறது. எனவே ஸ்வாதீன ஷரத்தை கண்டிப்பாக எழுத வேண்டும்.

A1. இந்த புத்தகத்தில் வருகின்ற பத்திரங்களின் மாதிரிகள் பற்றிய கவனத்தில் கொள்ள வேண்டியவை.

1) இந்த புத்தகத்தில் வருகின்ற அனைத்து மாதிரிகளும் 1960ஆம் ஆண்டுகளுக்கு முன்பு இருந்த பத்திரங்களில் இருந்து தொகுத்துக்கொடுத்த விஷயமாகும். அந்த கால பத்திரங்களில் அனைத்து ஷரத்துகளும் தெளிவாக, விரிவாக, ஆழமான வசனங்களுடன் இருப்பதால், அதனை இந்தத் தலைமுறையினருக்கு கொண்டு சேர்ப்பதற்காக மேற்படி மாதிரிகளை பயன்படுத்தி இருக்கிறேன்.

2) அந்தக் காலத்தில் எந்தவித நகல் (xerox) எடுக்கும் எந்திரம், கணினி, ஸ்கேனர் போன்ற தொழில்நுட்ப வசதிகள் இல்லாததால் பத்திரங்களை எழுதும்போது, கையாலேயே பொறுமையாக, அவசரகதியில் இல்லாமல், சிறப்பான பத்திரங்களை உருவாக்கியுள்ளார்கள். அதனால் அதனை இங்கு மாதிரிகளாக தொகுத்துள்ளேன்.

3) இப்பொழுது வருகின்ற கிரையப் பத்திரங்கள் எல்லாம் ஆன்லைன் யுகத்தில் அவசரகதியில் மேம்போக்காக ஷரத்துகளை எழுதுவதால் நிறைய சட்டக் குழப்பங்களும், பிரச்சனைகளும் வருவதால் தற்போது உலவுகின்ற பத்திரங்களை மாதிரிகளாக பயன்படுத்தவில்லை.

4) கடந்த 17 ஆண்டுகளில் இலட்சத்திற்கு மேல் பத்திரங் களை பார்த்தும், படித்தும், தொட்டும் உணர்ந்துள்ளேன். ஷரத்துக்களை கவிதைகளைப்போல ரசித்து படித்துள்ளேன். எனவே மிகச் சிறப்பான ஷரத்துகள் அடங்கிய மாதிரிகள் தான் இந்தப் புத்தகத்தில் வைத்துள்ளேன்.

A2. கிரையப் பத்திரம் மாதிரி

.... ஆம் டிசம்பர் மாதம் 20 ஆம் தேதி சேலம் ஜில்லா, சேலம் தாலுகா, அரும்பாடி கிராமத்திலிருக்கும் பிராம்மண ஜாதி வர்த்தக ஜீவனம் ஆதனூர் பெரியசாமி ஐயர் குமார் ரங்கநாத ஐயர் ஆகிய உங்களுக்கு மேற்படி ஜில்லா, மேற்படி தாலுகா, மேற்படி ஊர், மேற்படி ஜாதி, மேற்படி ஜீவனம் ராமசாமி ஐயர் குமார் கிருஷ்ணசாமி ஐயர் எழுதிக் கொடுத்த சுத்த விக்கிரயப் பத்திரம் என்னவென்றால்; அடியில் விவரிக்கப்பட்டுள்ள சொத்து எனக்கு பிதுரார்ஜிதமாய் பாத்தியதைப்பட்டது;

அல்லது

அடியில் கண்ட சொத்தை நான் சுப்புச் செட்டி என்பவரிடமிருந்து ... ரூ.9000–க்கு (எழுத்தால் ஒன்பதாயிரம் மட்டும்) கிரையம் பெற்றுக் .... சார்பதிவகத்தில் .... ஆவண எண்ணாக பதியப்பெற்று, அதுமுதல் இன்று வரை ஆண்டுக்கொண்டு அனுபவித்து வருகிறேன்.

அடியில் கண்ட சொத்தை நீங்கள் ரூ.10000–க்கு (எழுத்தால் பத்தாயிரம் மட்டும்) என்னிடம் கிரையம் பேசி நானும் அதற்கு ஒப்புக் கொண்டு உங்களிடமிருந்து ரூ.10000–மும் (எழுத்தால் பத்தாயிரம் மட்டும்) ரொக்கமாகப் பெற்றுக் கொண்டு விட்டபடியால்,

அல்லது

ரூ.5000/– (எழுத்தால் ஐந்தாயிரம் மட்டும்) ஏற்கனவே உங்களிடமிருந்து ரொக்கமாகப் பெற்றுக் கொண்டு விட்டப்படியாலும், சப்– ரிஜிஸ்டிரார் அவர்கள் முன்னிலையில் ரூ.5000/– (எழுத்தால் ஐயாயிரம் மட்டும்) இன்று தேதியில் உங்களிடமிருந்து பெற்றுக் கொள்வதாக ஒப்புக் கொண்ட வகையிலும், எனக்குக் கிரயத் தொகையாகிய ரூ.10000–மும் (எழுத்தால் பத்தாயிரம் மட்டும்) பற்றாகிவிட்டபடியால்;

அடியிற்கண்ட சொத்தை உங்களுக்கு சகல சுதந்திரத்துடன் ஆண்டு அனுபவிக்கும்படி சுத்தக் கிரையம் செய்து சுவாதீனமும் செய்து கொடுத்து விட்டேன். இன்று முதல் இந்தச் சொத்தை தாங்களே நிராசேபனையாய் சர்வ வில்லங்க சுத்தியுடன் வம்ச பாரம்பரியமாய் கொதுவை கிரையம், தானம் பாத்தியங்களுக்கு யோக்கியதையாய் சர்வ சுதந்திரத்துடன் ஆண்டு அனுபவித்துக் கொள்ளவும்,

அடியிற் கண்ட சொத்தில் எவ்விதமான வில்லங்கமும் இல்லை. அப்படி எதாவது இருந்து அதனால் தங்களுக்கு நஷ்டம் ஏற்படின், அவ்விதம் ஏற்படும் சகல கஷ்டங்களுக்கும், நஷ்டங்களுக்கும் நானும் என்னுடைய வாரிசுகளும் ஐவாப்தாரியாக இருந்து தீர்த்துக்

கொடுப்போமாகவும், இனி அடியிற் கண்ட சொத்தில் எனக்கும் என் வாரிசுகளுக்கும் எந்தவிதமான பாத்தியமும் சுதந்திரமும் கிடையாது.

அடியிற்கண்ட சொத்திற்கு உண்டான வரி முதலியவற்றை நாளது வரை நானே செலுத்தித் தீர்த்துவிட்டேன், இனிமேல் ஏற்படும் வரி முதலியவற்றை நீங்களே செலுத்தி அனுபவித்துக் கொள்ளவும். இந்தப்படி என் முழு மனச் சம்மதத்துடன் எழுதிக் கொடுத்த சுத்தக் கிரையப் பத்திரம்.

சொத்து விவரம்   ....

சாட்சிகள்   ஒப்பம்:

மனதில் கொள்ள வேண்டிய பாடங்கள் :

அந்தக் கால பத்திரங்களில் அக்கு அல்லது ஹக்கு என்ற வார்த்தையை கண்டிப்பாக பயன்படுத்துவார்கள். அதற்கு அர்த்தம் என்னவென்றால், உணர்ச்சி ரீதியான பாத்யதை என்ற பொருளைக் தரும். அதாவது அண்ணன் தம்பி இரண்டு பேர் ஒரு வீட்டில் வசிக்கிறார்கள். அந்த வீடு அண்ணன் பேரில் இருக்கும். ஆனால் அதனை வாங்குவதற்காக தம்பியும் பணம் கொடுத்திருப்பார். ஆனால் தம்பி பெயர் லீகலாக எந்த ஆவணங்களிலும் வராது. இதுபோன்ற நேரத்தில் அந்த சொத்தில், அந்த தம்பிக்கும் உணர்ச்சி ரீதியிலான பாத்யதை உண்டு என்று சண்டைக்கு வருவார். இதுபோல, சகோதரிகளுக்கு இடையில், தாய் தந்தையர்களுக்கு இடையில், மகன், மகள்களுக்கிடையில், மனைவி மற்றும் வைப்பு மாதர்களுக்கிடையில் பல்வேறுவிதமான உணர்ச்சி ரீதியான பாத்யதை இருக்கும். இதனை ஒரே வார்த்தையில் அக்கு (அ) ஹக்கு என்று அந்த காலப் பத்திரங்களில் சொல்வார்கள். இன்றும்கூட **"அக்கறுத்து விடு"** என்று தென்மாவட்டங்களில் வார்த்தைகள் புழங்குகிறது. இப்பொழுது வருகின்ற பத்திரங்களில் வார்த்தையை யாரும் பெரும்பாலும் பயன்படுத்தவில்லை. இனி பயன்படுத்தினால் பத்திரம் மிகச் சிறப்பாக இருக்கும்.

A3. கிரையப் பத்திரம் [மற்றொரு மாதிரி]

.... ஆம் வருஷம் டிசம்பர் மாதம் 27ஆம் தேதி சேலம் ஜில்லா, சேலம் தாலுகா, பாலூர் கிராமத்தில் இருக்கும் விவசாய ஜீவனம் ராஜாக் கவுண்டர் குமாரர் கிருஷ்ணக் கவுண்டராகிய நான் மேற்படி ஜில்லா, மேற்படி தாலுகா, மேற்படி கிராமம் மேற்படி தொழில் சுப்பராயச் செட்டியார் மகன் வேணு செட்டியாராகிய உங்களுக்கு எழுதிக் கொடுத்த சுத்த விக்கிரையப் பத்திரம் என்னவென்றால்;

கீழே சொத்து விவரத்தில் உள்ள, நிலம் அதிலுள்ள கட்டிடம் முதலியவற்றுடன் .... ஆம் வருஷம், சோலைக் கவுண்டர் மூலமாக நான் கிரயம் பெற்று .... சார்–பதிவகத்தில், ... ஆவண எண்ணாகப் பதியப்பெற்று அதுமுதல் இன்றுவரை சர்வ சுதந்திரங்களுடன் என்னால் இதுவரை அனுபவித்து வரப்பட்டிருக்கிறது.

தற்சமயம் எனக்கு ஏற்பட்டிருக்கும் பல தேவைகளை முன்னிட்டும், குடும்பத்தில் விவாகம் செய்ய வேண்டிய இருப்பதை முன்னிட்டும் ஏற்கனவே மேற்படி நிலத்தை ரங்கசாமிக் கவுண்டர் என்பவருக்கு ரூ.500/–க்கு (எழுத்தால் ஐநூறு மட்டும்) கொதுவை வைத்து மேற்படி கொதுவைக்கு நாளது தேதி வரை வட்டி செலுத்தியது போக, அசல் மட்டும் ரூ.500/–க்கு (எழுத்தால் ஐநூறு மட்டும்) செலுத்தப்படாமல் பாக்கி இருப்பதைச் செலுத்த வேண்டிய நிர்ப்பந்தம் ஏற்பட்டிருப்பதன் காரணமாகவும், அடியில் கண்ட நிலத்தை உங்களுக்கு ரூ.3000/–க்கு (எழுத்தால் மூவாயிரம் மட்டும்) கீழே கையொப்பமிட்டு சாட்சிகளின் முன்னிலையில் கிரையம் தொகை பெற்றுக் கொண்ட விவரம்.

1.   மேற்படி ரங்கசாமி கவுண்டருக்கு தர வேண்டிய ரூ.500 (எழுத்தால் ஐநூறு மட்டும்) கொதுவைக் கடனை தாங்களே கட்டித் தீர்த்துக் கொள்ளும்படி சொன்ன வகையில் எனக்கு பற்றானது.

சில்லறைக் கைமாற்று கடன் தீர்க்க உங்களிடம் ரொக்கமாகப் ஏற்கெனவே பெற்றுக் கொண்டது ரூ.1500/–(எழுத்தால் ஆயிரத்து ஐநூறு மட்டும்).

பத்திரம் ரிஜிஸ்டர் ஆகும் காலத்தில் சப்–ரிஜிஸ்திரார் அவர்கள் முன்னிலையில் தங்களிடமிருந்து ரூ.1000/– (எழுத்தால் ஆயிரம் மட்டும்) பெற்றுக் கொள்வதாக ஒப்புக்கொண்ட வகையில் எனக்கு பற்றானது ரூ.3000/– (எழுத்தால் மூவாயிரம் மட்டும்).

ஆக மேற்கண்ட மூன்று வகைகளிலும் எனக்குக் கிரையத்

தொகையாகிய ரூ.3000-மும் (எழுத்தால் மூவாயிரம் மட்டும்) பற்றாகிவிட்டபடியால் அடியில்கண்ட சொத்தை தங்களுக்கு விக்கிரயம் செய்து கொடுத்து, சுவாதீனமும் செய்து கொடுத்துவிட்டேன். இது முதல் நீங்களே மேற்படி சொத்தை சர்வ சுதந்திர பாத்தியங்களுடன் தானாதி வினிமிய விக்கிரயங்களுக்கு யோக்கியமாய் பரம்பரையாய் ஆண்டு அனுபவித்துக் கொள்ளவும்.

இனிமேல் இந்த சொத்தில் எனக்காவது, என் வாரிசுகளுக்காவது எந்தவிதமான பத்தியமும் சுதந்திரமும் ஹக்கும் கிடையாது.

மேலே கூறப்பட்ட கொதுவைக் கடனைத் தவிர இந்தச் சொத்தின் பேரில் யாதொரு வில்லங்கமும் இல்லை. அப்படி எதாவது இருந்து அதனால் தங்களுக்கு எந்தவிதமான கஷ்ட நஷ்டங்கள் ஏற்பட்டாலும் அவற்றிற்கு, நானும் என் வாரிசுகளும் ஜவாப்தாரியாக இருந்து தீர்த்துக் கொடுக்கிறோம்.

இதற்கு உண்டான வரி முதலியவற்றை நாளது தேதி வரை நானே செலுத்திவிட்டேன். இனி ஏற்படும் வரி கந்தாயம் முதலியவற்றை நீங்களே கட்டி அனுபவித்துக் கொள்ளவும். இந்தப்படிக்கு சர்வ வில்லங்க சுத்தியாய் எழுதி கொடுத்த சுத்த விக்கிரயப் பத்திரம் சரி.

சொத்து விவரம்

....

சாட்சிகள்:   ஒப்பம்:

மனதில் கொள்ளவேண்டிய பாடங்கள் :

ஒரு கிரையப் பத்திரத்தில் பணப்பற்று விவரம் எழுதும் போது உண்மையாக பணம் எப்படிக் கொடுக்கப்பட்டதோ, அதனை விரிவாகப் பிரித்து எழுத வேண்டும். ஏற்கெனவே வாங்கியிருக்கின்ற கடன்களை கிரையத் தொகையில் கழித்தால் அந்தக் கடனுக்கான ப்ரோநோட்டு எண் மற்றும் தேதியைக்கூட விவரமாக குறிப்பிட வேண்டும். கிரையத் தொகை பூராவையும் சொத்து விற்பவர் பெற்றுக்கொண்டால் தான் கிரையம் முழுமையாக முடியும் என்பதை மனதில் கொள்ள வேண்டும்.

A4. கிரைய பத்திரம் வேறொரு மாதிரி

.... வருஷம் .... மாதம் .... தேதி, சுமார் ....
வயதுள்ளவரும், நிலச்சுவான்தாரரும், வியாபாரம் செய்து வருபவரும் ஸி.டி
ராமசாமியின் குமாரருமான டி.ஆர்.நாராயணசாமி (1) மேற்படி
டி.ஆர்.நாராயணசாமியின் குமாரரும் சுமார்...................
வயதுடையவருமான ஆர்.என்.கோவிந்தசாமி (2) சுமார்...........
வயதுடையவரும் மைனர் குமாரருமான தற்போது .... பள்ளிக்கூடத்தில்
மாணாக்கராயிருப்பவரும், மேற்படி என்.ஜி.குமார் (3) (இவரின் கர்த்தா
இவருடைய தகப்பனாரான ஆர்.என்.கோவிந்தசாமி என்பவர்) மேற்கூறிய
எல்லோரும் HUF-ஆக வசிக்கிறவர்கள். இவர்கள் எல்லோரும் விற்பனை
செய்பவர்கள்.

இப்பதம் இந்த சாசனத்தில் எவ்விடத்தில் வந்தாலும், இவரையும்
இவரது வாரிசுதாரர்களையும் சொத்து பரிபாலிப்பவர்களையும் குறிக்கும்).

.... வசிப்பவரும், சுமார் .... வயதுடையவரும் வியாபாரத்
தொழில் செய்பவரும், ... அவர்களின் குமாரர் எம்.நாகராஜன்
என்பவர், பின்னால், இவர் வாங்குபவர் என்று அழைக்கப்படுவர்.

இப்பதம் இந்த சாசனத்தில் எவ்விடத்தில் வந்தாலும், இவரையும்
இவரது வாரிசுதாரர்களையும் சொத்து பரிபாலிப்பவர்களையும் குறிக்கும்).

மேற்கூறிய விற்பனை செய்பவர்கள், வாங்குவருக்கு எழுதிக்
கொடுத்த கிரயப் பத்திரம் என்னவென்றால்,

மேற்படி டி.ஆர்.நாராயணசாமி இந்து அவிபக்த கூட்டுக்
குடும்பத்தின் தலைவர். இக்குடும்பம் மேற்படி டி.ஆர்.நாராயணசாமியையும்,
அவருடைய குமாரர் ஆர்.என்.கோவிந்தசாமியையும், பேரன் என்.ஜி.
குமாரையும் உட்கொண்டது. இப்போது வாங்குபவரின் வாங்கும்
சொத்தானது, விற்பவரின் அவிபக்த குடும்பத்தின் பொதுச் சொத்தாகும்.
குடும்பத்துக்குச் சொந்தமானதும், ஏராளமானதுமான சொத்துக்களைப்
பரமரிப்பதற்குப் பணம் தேவைப்பட்டாலும், குடும்பத்தின் மானேஜர் என்ற
ஹோதாவில் அவருடைய குமாரரான மேற்படி, கோவிந்தசாமியை மேல்
படிப்புக்கு இங்கிலாந்துக்கு அனுப்பக் கடன் வாங்க வேண்டியிருந்ததாலும்,
இவர்கள் செய்துவரும் லேவாதேவி வியாபாரத்துக்கும் மற்றும் சில
குடும்பச் செலவுகளும் பணம் தேவைப்பட்டதாலும், மேற்படி
காரணங்களுக்காகவும், மேற்படி நாராயணசாமி டி.வைத்யநாதன்
என்பவரிடமிருந்து .... தேதியில் .... ப்ரோ நோட்டின்பேரில்

.... ரூபாய் கடன் வாங்கியிருந்ததாலும், நாளது தேதி வரையில் இக்கடன் தீர்க்கப்படாததாலும், மேற்படி கடனை தீர்க்க விற்பனை செய்பவர்கள் விரும்புவதாலும், மேற்படி நாராயணசாமி வாங்குபவரோடு செய்து கொண்ட ஒப்பந்தப்படி .... ரூபாய்க்கு .... தேதியில் கீழே ஷெட்யூலில் முழுமையாக விவரிக்கப்பட்டுள்ள .... சர்வே நெ. கொண்ட வீட்டையும், மனையையும் விற்றுவிடுவதாகவும், அதற்கு முன்பனமாக ரூ. .... வாங்கியிருந்தாலும், மேற்படி சொத்தானது, எவ்வித வில்லங்கங்களுக்கும் உட்பட்டதில்லை என்றும், அதன்பேரில் எந்தவிதமான கோர்ட் நடவடிக்கைகளும் கிடையாதென்றும், செலுத்தப்பட வேண்டிய எல்லா வரிகளும் பாக்கிகளும் செலுத்தப்பட்டுவிட்டதென்றும், விற்பனை செய்பவர்களைத் தவிர மற்ற எவருக்கும் கிரையச் சொத்தின் மேல் எவ்வித பாத்யதையும் இல்லை என்றும் விற்பனை செய்பவர்கள் உறுதி கூறுவதைச் சார்ந்து இச்சாஸனம் கூறுவதாவது:

1. .... தேதியுள்ள மேற்கூறிய ஒப்பந்தத்தின்படி விற்பனை செய்பவர்களுக்கு இந்தச் சொத்தின் மொத்த விலையான ரூ...... (எழுத்தால் ரூ.............) அடியில் கண்ட பிரகாரம் கொடுக்கப்பட்டது.

   (a) வாங்குபவரால் மேற்படி நாராயணசாமிக்கு முன் பணமாக .... அன்று செலுத்தப்பட்ட தொகை ரூ.......

   (b) மேற்படி நாராயணசாமி டி.வைதியநாதனிடம் பட்டிருந்த ப்ரோநோட்டு கடனுக்காக ரூபாய் .... வாங்கியவர் .... தேதி அன்று அவருக்கு நேரிட்ட செலுத்திய தொகை ரூ .... (எழுத்தால் ரூ.............).

   (c) சப்ரிஜிஸ்ட்ரார் முன்னிலையில் வாங்குபவர் நாராயணசாமியிடம், அவருக்காகவும் மற்றும் விற்பனை செய்பவர்களுக்காகவும் செலுத்திய ரூ. ...... (எழுத்தால் ரூ.............) மேற்படி தொகை பத்திரம் ரெஜிஸ்டர் செய்யும்போது கொடுக்கப்பட்டது.

   ஆகவே, மேற்படி சொத்தாகிய வீடும், மனையும் (அடியில் கண்ட ஷெட்யூலில் விவரித்திருக்கிறபடி) வாங்குபவருக்கு பூரணமாய் விற்றுவிடுகிறார்கள். மேலும் மனை, வீட்டுக்குள் அடங்கிய மதில் சுவர்கள், கிணறுகள், எலெக்ட்ரிக் பிட்டிங்குகள், கட்டுக்கோப்புகள் ஆகிய எல்லாவற்றையும் மேற்படி சொத்தின்மேல் இதுமட்டில் விற்பனை செய்பவர்களுக்கு இருந்த சகலவித உரிமைகளையும் வாங்குபவருக்குப் பரிபூரணமாய் அவரே ஆண்டனுபவித்துக் கொள்ள விற்பனை செய்பவர்கள் விட்டுவிடுகிறார்கள்.

2. மேற்படி சொத்தின் பேரில் அடமானம், சார்ஜ், ஜீவனாம்ச உரிமை முதலிய எவ்வித கலன்களும் இல்லையென்றும், வாங்குபருக்கு விற்பனை செய்பவர்கள் உறுதி கூறுகிறார்கள். இந்தச் சொத்தைக் குறித்து யாதொரு உயில் சாசனமும் கிடையாது. மேலும் மேற்படி சொத்தை விற்பதற்கு, விற்பனை செய்பவர்களுக்கு அனைத்து உரிமைகளும் இருக்கிறது என்றும், தங்களைத் தவிர வேறு யாருக்கும் விற்கப்படும் சொத்தைக் குறித்து எவ்வித ஹக்கு பாத்யதை கிடையாது என்றும், மேற்படி யார்கள் தெரிந்தோ தெரியாமலோ மேற்படி சொத்தின் பேரில் எவ்வித வில்லங்களையும் எற்படுத்தவில்லை என்றும் உறுதி கூறுகிறார்கள்.

3. விற்பனை செய்பவர்கள் வாங்கியவருக்கு இன்று மேற்படி சொத்தை காலியான நிலையில் ஒப்படைத்துவிட்டிருக்கிறார்கள்.

4. மேற்படி சொத்துக்குரிய எல்லாப் பத்திரங்களையும் மேற்படி வைத்தியநாதனுக்கு எழுதிக் கொடுத்த பிராமிசரி நோட்டையும், வாங்குபவருக்கு விற்பனை செய்பவர்கள் கொடுத்து விட்டிருக்கிறார்கள்.

5. மேலும் விற்பனை செய்பவர்கள் வாங்குபவருக்குக் கொடுக்கும் உறுதிமொழியாவது மேற்படி சொத்தின்பேரில் இருக்கும் குறைகளினால், வாங்குபவர் அடையக்கூடிய நஷ்டங்களுக்கும், மேற்படி சொத்தின் பேரில் சட்டப் பிரகாரம் யாதொரு வரும் பாத்யதை கொண்டாடுவதில்லை என்றும், வேறு எதாவது வரி பாக்கிகள் செலுத்தப்பட வேண்டியிருந்தால், அவற்றையும் வாங்குபவருக்கு ஒருவித நஷ்டமும் வராதபடி ஈடு செய்வதாக ஒப்புக்கொள்கிறார்கள்.

6. வாங்குபவருக்குச் சொத்தின் முழு உரிமையும் சேரும்படி இன்னும் ஏதாவது செய்ய வேண்டியிருந்தால் வாங்குபவரின் செலவில் செய்து கொடுக்க விற்பனை செய்பவர்கள் ஒப்புக் கொள்கிறார்கள்.

7. வாங்குபவர் இனிமேல் அந்த சொத்தை சகல உரிமைகளுடன் ஆண்டனுபவிக்கலாம் என்றும், விற்பனை செய்பவர்களிடமிருந்தோ அல்லது அவர் சொத்தில் உரிமை கொண்டடுபவர்களிடமிருந்தோ, எவ்விதத் தடங்கலும் இன்றி அனுபவிக்கலாம் என்றும் உறுதி கூறுகிறார்கள்.

செட்யூல்

.... ரிஜிஸ்ட்ரேஷன் டிஸ்டிரிக்ட் .... சப்-ரிஜிஸ்டிரேஷன் டிஸ்டிரிக்ட் .... கிராமத்தில் .... தெருவில் உள்ளதும், நெ ......

கதவிலக்கம் உள்ளதுமான (சர்வே நம்பர்....) வீடும், மனையும் இதற்கு ஜக்குபந்தி வடக்கில் .... கிழக்கில் .... தெற்கில் .... மேற்கில் ...., ... நீளமும் .... அகலமும் உள்ளதும், மொத்தம் ...... சதுர அடிபரப்புக் கொண்டதுமான வீட்டுமனை, கிணறுகள், மதில் சுவர்கள் மற்றும் அதனுள் அடங்கிய எல்லாமும் அதிலுள்ள ஈஸ்ட்மெண்ட் உரிமைகளும் கிரையத்திற்கு உட்பட்டது. மேற்படி சொத்து பஞ்சாயத்து போர்டு, முனிசிபாலிட்டி, கார்பரேசன் எல்லைக்குப்பட்டது.

மேற்படி விற்பனை செய்பவர்களால் .... தேதியில் கீழ்க்கண்ட சாட்சிகளின் முன்னிலையில் கையெழுத்திடப்பட்டு கொடுக்கப்பட்டது.

ஒப்பம்

(குமாருக்குத் (மைனருக்காக) தகப்பனாரும்
அவிபக்தக் குடும்பத்தின் கர்த்தாவும்)

சாட்சிகள்

1.   2.

மனதில் கொள்ள வேண்டிய பாடங்கள் :

இந்துக் குடும்பத்தில் தனிக் குடும்பம், கூட்டுக் குடும்பம் என்று இரண்டு வகை இருக்கிறது. இயக்குநர் கே.பாலச்சந்தரின் பாமா விஜயம் படத்தை பார்த்தவர்களுக்கு இந்துக் கூட்டுக் குடும்பத்தைப் பற்றி ஓரளவுக்குப் புரியும். இந்தத் தலைமுறையினருக்கு இன்னும் விவரம் புரியவில்லை என்றால், You Tube-ல் அந்தப் படத்தைப் பார்க்கலாம். அதில் நடிகர் பாலையா அவர்கள் குடும்பத்தின் கர்த்தாவாக இருப்பார். அதாவது ஒரு கூட்டுக் குடும்பம் ஒரு கம்பெனி போன்று இயங்கும். அதிலுள்ள அங்கத்தினர் ஒவ்வொருவரும் பங்குதாரர்கள். ஆனால் சொத்தை விற்கும்போது கையெழுத்துப் போடவேண்டியது, அந்தக் குடும்பத்தின் மேனேஜர், கர்த்தா என்ற முறையில் அந்தக் குடும்பத் தலைவர். அந்தக் குடும்பத் தலைவர் கையெழுத்து போட்டாலே அனைத்து பங்குதாரர்களும் கையெழுத்துப் போட்டதற்கு சமம்.

A5. சுத்தக் கிரைய சாஸனம்
(மற்றொரு மாதிரி)

2001–ஆம் வருஷம் பிப்ரவரி மாதம் 15–ஆம் தேதி நாகப்பட்டணம் தாலுகா ஆடியக்கமங்கலம் கிராமம், அக்ரஹாரம் தெருவில் வசிக்கும் பிராமண ஜாதி சூர்யநாராயண வாத்தியார் குமார், மிராசுதார் ஏ. ராமப்ப வாத்தியார் (பின்னால் விற்பனை செய்பவர் என்று அழைக்கப்படுபவர்).

நன்னிலம் தாலுகா, கோவில் கன்னப்பூர் கிராமம், ஆண்டிமடம் தெருவில் வசிக்கும் வேளாள ஜாதி குப்புசாமி பிள்ளை அவர்களின் குமார் கே.குமாரசுவாமி பிள்ளை (பின்னால் விலைக்கு வாங்குபவர் என்று அழைக்கப்படுபவர்).

இவர்களில் மேற்படி ராமப்ப வாத்தியார் மேற்படி கே.குமாரசுவாமி பிள்ளைக்கு எழுதிக் கொடுத்த சுத்த கிரைய சாஸனம் என்னவென்றால்;

மேற்படி விற்பனை செய்பவராகிய ஏ.ராமப்ப வாத்தியார் ஆகிய நான் அடியில் கண்ட ஸ்தாவரச் சொத்துக்கள் பூராவுக்கும் உரிமையாளன் அவை என்னுடைய பிதுரார்ஜித சொத்துக்கள். என் வசத்திலும் என் அனுபோகத்திலும் இருந்து வருகின்றன. குடும்பத் தேவைக்காகவும், குடும்பச் செலவுகளுக்காகவும் நான் கடன்பட்டிருக்கிறேன்.

மேற்படி கடன்களைப் பைசல் செய்வதற்காக கீழே விவரிக்கப்பட்டுள்ள சொத்துக்களை உமக்கு ரூ.20,000–க்கு (ரூபாய் இருபதாயிரம்) இதன் மூலம் விற்க சம்மதிக்கிறேன் இந்த விற்பனை விஷயமாக நமக்குள் பேச்சு வார்த்தை நடந்த போது நீர் எனக்கு முன்பணமாக ரூ.2,000 (ரூபாய் இரண்டாயிரம்) கொடுத்திருக்கிறீர். இன்றைய தினம் நான் ரிஜிஸ்திரார் முன்னிலையில் ரூ.18,000 (ரூபாய் பதினெட்டாயிரம் மாத்திரம்) பெற்றுக் கொண்டேன்.

இப்படியாக விற்பனைத் தொகையாகிய ரூ.20000–ஐயும் நான் பூராவும் அடைத்துவிட்டபடியால், கீழ்கண்ட சொத்துக்களை உங்களுக்கு விற்று, உங்கள் அனுபோகத்துக்கு விட்டுவிட்டேன்.

இன்று முதல் நீங்கள் புத்திர பௌத்திர பாரம்பரியமாய், தானாகிய வினிமய விக்ரயங்களுக்கு உரித்தாய் பூரண உரிமை பெற்று அனுபவித்துக் கொள்ள வேண்டியது. இன்று முதல் எனக்கோ, என் வாரிசுதாரர்களுக்கோ இந்தச் சொத்துக்களின் மேல் எவ்வித உரிமையுமில்லை. மேலும் இந்தச் சொத்துக்களின் மீது யாதொரு வில்லங்கமும் இல்லை என்றும் உறுதி கூறுகிறேன். இந்தத் தேதிக்குப் பிறகு இந்தச் சொத்துக்களின் மேல்

யாரவது உரிமை கொண்டாடினாலும் அல்லது அதற்கு முன் யாதொரு வில்லங்கங்கள் இருப்பதாக ஏற்பாட்டாலும் அவற்றை என் சொந்த பணத்தைக் கொண்டு தீர்த்துக் கொடுக்கிறேன். அப்படிச் செய்யத் தவறினால் நீர் என்னுடைய இதர சொத்துக்களின் மேல் நடவடிக்கை எடுக்கலாம்.

சொத்து விவரம்:

நாகப்பட்டணம் ரிஜிஸ்ட்ரேஷன் டிஸ்ட்ரிக்ட் நன்னிலம் சப்–டிஸ்டிரிக்டைச் சேர்ந்த கண்டர மாணிக்கம் கிராமத்தில் கவர்மென்டு ரீ சர்வே நெம்பர் 151–1 நஞ்சை 6 ஏக்கர் 45 செண்டுகள் ரீ சர்வே நெம்பர் 151–2 நஞ்சை 1 ஏக்கர் 10 செண்டுகள். இந்த 2 சர்வே நெம்பர்களின் முழு பாகமும் ரீசர்வே 153–ல் நஞ்சை 2 ஏக்கர் 10 செண்டில் பொதுவில் 6–ல் 1 பாகமும் சொத்துக்கள் நன்னிலம் பஞ்சாயத்து எல்லைக்குள் அடங்கியவை.

ஏ. ராமப்ப வாத்தியார்

சாட்சிகள்

1.   2.

மனதில் கொள்ள வேண்டிய பாடங்கள் :

சுத்தக் கிரையம் என்றால் என்ன? கிரையம் என்றால் சில நேரங்களில் ஷரத்துகளில் சில கண்டிஷன்கள் இருக்கும். அதாவது இந்த சொத்தை உனக்கு கிரையம் கொடுக்கிறேன், இன்னும் 5 ஆண்டுகளுக்குள் நான் பணம் கொடுத்தப் பிறகு திருப்பி எனக்கு கிரையம் எழுதிக் தருவாயாக, என்ற கண்டிஷனும் அல்லது இன்று நான் உனக்கு கொடுக்கின்ற கிரையச் சொத்து எதிர்காலத்தில் நீ விற்கவேண்டி இருந்தால் அதனை எனக்கோ, என் வாரிசுகளுக்கோ தான் விற்க வேண்டும் என்ற கண்டிஷன்கள் இருக்கும். இன்னும் சில பத்திரங்களில் விற்கவேண்டி இருந்தால் வெஜிட்டேரியன் களுக்குத்தான் விற்க வேண்டும் என்பதுபோல் கண்டிஷன் இருக்கும். எந்தவித கண்டிஷனும் இல்லாமல் கிரையப் பத்திரம் இருந்தால் அதற்கு சுத்த கிரையம் என்று பெயர்.

A6. கிரைய சாஸனம்
(இன்னொரு மாதிரி)

.... வருஷம் .... மாதம்........... ஆம் தேதி செங்கல்பட்டு டிஸ்ட்ரிக்ட் மதுராந்தகம் சப் டிஸ்ட்ரிக்ட் நெ....... கிராமத்திலிருக்கும் .... ஜாதி.......... மதம்.......... ஜீவனம் .... குமாரர் .... வயதுள்ள .... அவர்கள் மேற்படி டிஸ்ட்ரிக்ட் மதுராந்தகம், சப்–டிஸ்ட்ரிக்ட் கஸ்பா மதுராந்தகம், ... வீதியிலிருக்கும் மேற்படி ஜாதி, மேற்படி மதம், மேற்படி .... ஜீவனம், ... குமாரர் .... வயதுள்ள .... அவர்களுக்கு எழுதிக் கொடுத்த நஞ்சை நில விக்கிரையப் பத்திரம் என்னவென்றால்;

மேற்படி சப்–டிஸ்ரிக்ட் மேற்படி 187–ஆம் நெ..... கிராமத்தில் நஞ்சை சர்வே 179ல் .... என்பவருக்கு, சுத்த போக்கியம் வைத்திருக்கும் .... ஏக்கர் போக கீழாண்டை பக்கத்தில் ஏக்கர் 0–44 சென்ட் விஸ்தீரணமுள்ள நிலத்தை நாளது தேதில் ரூ........க்கு (எழுத்தால் ரூ..........) கிரையம் நிச்சயித்து, கிரையத்தொகை பூராவும் அடியில் கண்டிருக்கிறபடி நான் உங்களிடம் பெற்றுக் கொண்டபடியால்;

இது முதல் மேற்படி நிலத்தை நீங்களே கைப்பற்றி புத்திர பௌத்திர பாரம்பரியமாய் தானாகி வினிமிய விக்ரியங்களுக்கு யோக்யமாய் ஆண்டு அனுபவித்துக் கொள்ள வேண்டியது. இனிமேல் மேலே குறிப்பிட்ட நிலத்தின் மீது எனக்காவது, என் வாரிசுகளுக்காவது எவ்வித பாத்ய சம்பந்தமில்லை. மேற்படி சொத்தின் மீது வில்லங்கம் எதுவும் கிடையாதென்றும் உறுதி கூறுகிறேன்.

கிரையத் தொகை பெற்றுக் கொண்டதற்கு விவரம்:

நாளது தேதியில் .... அவர்களுக்கு வட்டி கொடுக்க வேண்டியதற்காக உங்களிடம் வாங்கிய ரூ .... (எழுத்தால் ரூ..........) மேற்படி கிரய நிலத்தின் பேரில் .... அவர்களிடத்தில் சுத்த போக்கியம் வைத்து நான் வாங்கியிருக்கும் ரூ........... (எழுத்தால் ரூ..........)நீங்களே கொடுத்து பைசல் செய்யும்படி, உங்களிடத்தில் நிறுத்திய ரூ..... (எழுத்தால் ரூ..........) மேலும் இன்றைய தேதியில் சப்–ரிஜிஸ்ட்ரார் முன்னிலையில் வாங்கிய கிரையத் தொகை ரூ. .... (எழுத்தால் ரூ..........) ஆக இந்த அயிட்டங்களுக்கும் சேர்த்து ரூ...... (எழுத்தால் ரூ..........) பூரா கிரையத் தொகையும் எனக்குச் சேர்ந்துவிட்டது. இதன்படி நான் சம்மதித்து எழுதிக் கொடுத்த நஞ்சை நில விக்கிரையப் பத்திரம்.

கிரையச் சொத்து மதுராந்தகம் பஞ்சாயத்து எல்லைக்குட்பட்டது

சாட்சிகள்:   ஒப்பம் :

A7. கிரைய பத்திரம்
(இது வேறுவகை மாதிரி)

2001 ஆம் அக்டோபர் மாதம் 14 தேதி தென் ஆற்காடு ஜில்லா, செஞ்சி தாலுகா, ... புரத்திலிருந்து தற்காலம் கஸ்பா விழுப்புரம், ... தெருவிலிருக்கும் ..... குமாரர்கள், ... வயதுள்ள, ... ஜாதி .... வியாபாரம் .... அவர்கள் (1) மேற்படி ஜாதி, ... வயதுள்ள, மேற்படி ஜீவனம் .... அவர்கள் (2) .... ஜாதி, ... ஜீவனம் .... வியாபாரம், ... வயதுள்ள .... அவர்கள் (3).

இவர்களுக்கு சென்னை, தியாகராய நகர் .... ரோடிலிருக்கும், ... குமாரர், ... ஜாதி, ... உத்தியோகம், ... அவர்களின் குமாரர்கள், ... ஜாதி ...... வியாபாரம் .... வயதுள்ள, ... அவர்கள் (1) மேற்படி ஜாதி, ... வியாபாரம், ... வயதுள்ள, ... அவர்கள் (2) மேற்படி ஜாதி .... வியாபாரம் ..... வயதுள்ள, ... அவர்கள் (3), மேற்படி ஜாதி, ... வியாபாரம், ... வயதுள்ள, ... அவர்கள் (4) ஆகியோர் எழுதிக் கொடுத்த சுத்த விக்கிரையப் பத்திரம்.

எங்களுக்குப் பூர்வீக பாத்யமாய் நாங்கள் எங்கள் சொந்த அனுபவத்திலிருந்து அனுபவித்து வரும் இதனடியில் கண்ட களைக்கட்டு தாரசு மெத்தை தட்டோடு வீட்டுமனையை, நாங்கள் தங்களுக்கு ரூ.80,000/-க்கு (எழுத்தால் ரூபாய் எண்பதாயிரம்) கிரையம் பேசி முடிவு செய்து தொகை பெற்றுக் கொண்ட விவரம்.

ஏற்கெனவே .... அவர்கள் மூலம் அட்வான்ஸாக ரொக்கம் பெற்றுக்கொண்ட ரூ.10,000 (எழுத்தால் ரூபாய் பத்தாயிரம்), எங்கள் குடும்பச் செலவுக்காக சப்–ரிஜிஸ்திரார் அவர்கள் முன்னிலையில் பெற்றுக் கொண்டவகையில் ரூ.70,000 (எழுத்தால் ரூபாய் எழுபதாயிரம்) ஆக மொத்தம் ரூ.80,000 (எழுத்தால் ரூபாய் எண்பதாயிரம்).

இந்த கிரையத் தொகைக்கு இதனடியில் கண்ட சொத்தை தங்களுக்குக் கிரையம் செய்து கொடுத்துவிட்டப்படியால் இன்று முதல் தாங்கள் தனாதி வினிமய விக்கிரையங்களுக்கு யோக்கியமாய் சர்வ சுதந்திரமாய் ஆண்டு அனுபவித்துக் கொள்ளவும்.

இந்தச் சொத்தின் பேரில் எந்த வில்லங்கமும் இல்லை என்று உறுதி கூறுகிறோம். அப்படியிருந்தால் எங்கள் செலவில், எங்கள் இதர ஆஸ்திகளைக் கொண்டு தீர்த்து உங்கள் நஷ்டத்திற்கு உத்திரவாதம் செய்வதாக சம்மதித்து எழுதிக் கொடுத்த விக்கிரையப் பத்திரம்.

சொத்து விவரம்

கடலூர், ரி.டி.விழுப்புரம், சப்–ரிடி கஸ்பா விழுப்புரம், ... வீதியில், வீதிக்குத் தெற்கு .... வீட்டிற்கும் .... தோட்டத்திற்கும் மேற்கு, ... வீட்டிற்கும் .... தோட்டத்திற்கும் கிழக்கு, ... வீட்டின் தோட்டத்திற்கு வடக்கு, இதன் மத்தியில் கிழக்கு மேற்காக ஜாதி அடி தெருப்பக்கம் 28 தெற்கு வடக்காக ஜாதி அடி 641–க்கு மேல், தென்புறம் கிழக்கு மேற்காக ஜாதி அடி 24, தென் வடல் ஜாதி அடி 123.

இந்த அடியுள்ள மனையும் இதில் கட்டியுள்ள கல்கட்டு தாரசு மெத்தைத் தட்டோடு வீடும், சகல கட்டட வகையும், தோட்ட பக்கம் உள்ள கட்டடமும், கட்டத்துடன் பொருத்தியுள்ள கதவு, நிலைக்கால் சன்னல், சகல மர இரும்புச் சாமான் வகை, தோட்டம், கிணறு, மாவடை, மரவடை உள்படவும், வீட்டின் மேல்புறம் மதில் சுவர், வடபுறம் மதில் சுவர், தோட்டப் பக்கம் மேல்புறம் தென்புறம் மதில் சுவர் உள்படவும், மேற்படி வீட்டில் ஃபிட்டிங் செய்துள்ள எலெக்ட்ரிக் லைட்டுகள் உள்படவும் கிரையம்.

மேற்படி சொத்து விழுப்புரம் முனிசிபல் எல்லையில் .... வது வார்டில் உள்ளது. கதவு எண் ...... வரி விதிப்பு எண் .... தற்காலம் கதவு எண் ...... இதற்குப் புஞ்சை சர்வே எண் .... 0–16ல் ஆக்குபந்திக்குள் 07 தீர்வை பைசா 19ல் இந்த சொத்து கிரையம்.

எண். 66 பட்டா மேற்படி எலெக்ட்ரிக் ஃபிட்டிங் சம்பந்தமாய் செலுத்தியுள்ள டெபாசிட் தொகையை நாங்கள் வாபஸ் பெற்றுக் கொள்ள வேண்டியது. தாங்கள் அதற்காகப் புது சர்வீஸ் பெற்றுக்கொள்ள வேண்டியது.

சாட்சிகள்:   (ஒப்பம்)

மனதில் கொள்ள வேண்டிய பாடங்கள் :

இப்புத்தகத்தில் கொடுக்கப்பட்டிருக்கும் மாதிரிப் பத்திரங்களைப் பார்த்து யாரும் 'ஈ அடிச்சான் காப்பி அடிக்காமல்' சொத்துக்கேற்றவாறு, சொத்தின் தன்மைக்கேற்றவாறு, காலத்திற்கேற்றவாறு, வட்டார வழக்கிற்கேற்றவாறு பத்திர ஷரத்துக்களை தனித்தன்மையுடன் எழுத வேண்டுகிறேன்.

A8. நஷ்ட ஈட்டுடன் கூடிய கிரையப் பத்திர மாதிரி

1979-ஆம் வருஷம் ஆகஸ்டு மாதம் பத்தாம் தேதி தஞ்சாவூர் ஜில்லா, கும்பகோணம் தாலுகா, கும்பகோணம் டவுனில் வசிக்கும் வெங்கட்ராம அய்யர் குமாரர் மிராசுதாரர் நீலகண்ட ஐயர் அவர்களுக்கு கும்பகோணம் தாலுகா சுவாமிமலை டவுனிலிருக்கும் ராமசாமி முதலியார் குமாரர் மிராசுதாரர் கிருஷ்ணசாமி முதலியார் எழுதக் கொடுத்த கிரைய சாஸனம்.

கீழே சொத்து விவரத்தில் கண்ட "AB" செட்யூல் சொத்துக்கள் எனக்குப் பிதுரார்ஜிதமானதும் என் சுவாதீன அனுபோகத்திலும் உள்ளது. அவைகளில் "A" செட்யூல் சொத்துக்களை இன்று உமக்கு ரூ.10,000-க்கு (எழுத்தால் ரூபாய் பத்தாயிரம் மட்டும்) சுத்தக் கிரையம் செய்து, கிரையத் தொகை ரூபாய் 10000/-மும் (எழுத்தால் ரூபாய் பத்தாயிரம் மட்டும்) நான் இன்று தங்களிடமிருந்து ரொக்கமாகப் பெற்றுக் கொண்டேன்.

மேற்படி "A" செட்யூலில் கண்ட சொத்துக்களை உம்மிடத்தில் சுவாதீனம் செய்துவிட்டேன். இன்று முதல் நீங்கள் மேற்படி சொத்துக்களை சர்வ சுதந்திரமாய் தானாதி வினிமய விக்கிரயங்களுக்கு யோக்கியமாய் புத்திர பௌத்திர பாரம்பரியமாய் ஆண்டு அனுபவித்துக் கொள்ளவும். அவைகளின் பேரில் இனி எனக்காவது, என் பின்னிட்ட வாரிசுகளுக்காவது யாதொரு பாத்யமும் கிடையாது. இந்த சொத்துக்களின் பேரில் அடமானம் போக்கியம், தானம் முதலிய யாதொரு விதமான வில்லங்கமும் கிடையாது. அப்படி எதாவது இருந்து அதனால் உங்களுக்கு எதாவது நஷ்டம் உண்டானால், நீர் என் பேரிலும், அடியில் "B" செட்யூலில் கண்ட என் இதர சொத்துக்கள் பேரிலும் வழக்குத் தொடர்ந்து, தங்களுக்கு ஏற்படும் நஷ்டங்களுக்கும், பரிகாரம் ஏற்படும் நஷ்டங்களுக்கும், கோர்ட்டு செலவுகளுக்கும் பரிகாரம் தேடிக் கொள்ளலாம். "B" செட்யூலில் சொத்து மதிப்பு ரூபாய் 5,000/- (எழுத்தால் ரூபாய் ஐயாயிரம் மட்டும்)இந்தப்படிக்கு நான் சம்மதித்தது எழுதிக் கொடுத்த கிரயப் பத்திரம்.

சொத்து விவரம்

"A" செட்யூல் கிரையம் செய்யப்பட்ட சொத்துக்கள்

நாகப்பட்டினம் ரிஜிஸ்திரேசன் டிஸ்ட்ரிக்ட், நன்னிலம் சப்-டிஸ்ட்ரிக்ட், கண்டரமாணிக்கம் கிராமத்தில், புஞ்சை சர்வே நெம்பர் 168-2 விஸ்தீரணம், 1 ஏக்கர் 26 சென்டுகளுக்குத் தீர்வை ரூ.4/-. இந்தச் சொத்து நன்னிலம் பஞ்சாயத்து எல்லக்குள் அடக்கியது.

"B" செட்யூல் ஜாமீன் காட்டப்பட்ட ரூ.5,000 மதிப்புள்ள சொத்துக்கள்

நாகப்பட்டினம் ரிஜிஸ்திரேசன் டிஸ்ட்ரிக்ட், நன்னிலம் சப்–டிஸ்ட்ரிக்ட், கண்டரமாணிக்கம் கிராமத்தில், சர்க்கார் புஞ்சை சர்வே நெம்பர் 234–6, விஸ்தீரணம் 2, ஏக்கர் 40 சென்டுகளுக்குத் தீர்வை ரூ.1–50 காசு. இந்தச் சொத்து நன்னிலம் பஞ்சாயத்து எல்லைக்குள் அடக்கியது.

சாட்சிகள்   ஒப்பம்:

1.   2.

மனதில் கொள்ள வேண்டிய பாடங்கள் :

எல்லா கிரையப் பத்திரத்தில் சொத்தில் எந்த வில்லங்கமும் இல்லை. அப்படி இருந்தால் நானே என் சொந்த செலவில் முன்னின்று தீர்த்துக் கொடுக்கிறேன் என்று ஜாமின் ஷரத்தை எழுதியிருப்பார்கள். இன்னும் சில பத்திரங்களில் வில்லங்கம் எதுவும் இல்லை. அப்படியிருந்தால் என்னுடைய பிற ஆஸ்தி, சொத்துக்களை வைத்து தீர்த்துக் கொடுக்கிறேன் என்று சொத்து ஜாமீன் கொடுப்பார்கள். ஆனால், கிரையமாகும் சொத்தை உண்மையிலேயே, ஏதாவது பிரச்சனைகள் இருக்கும்பட்சத்தில், அதாவது அவருடைய கிரையப் பத்திரங்கள், மூலப்பத்திரங்கள் அனைத்தும் பேரிடர் வெள்ளத்தில் போய்விட்டது என்று உங்களுக்குத் தெரியும். இருந்தாலும் அந்தப் பத்திரத்தால் எதாவது வில்லங்கம் வரும் என்று நினைத்தால், அவரிடம் இருக்கும் இன்னொரு சொத்தை ஜாமீனாகக் காட்டி பொறுப்பேற்றுக் கொள்ளுமாறு கிரையப் பத்திரத்தையே ஜாமீன் கிரையப் பத்திரமாக மாற்றுவதுதான் நஷ்டாஈட்டுடன் கூடிய கிரையப் பத்திரம். இதை ஆங்கிலத்தில் Sale with Indemnity என்று சொல்வார்கள். தற்பொழுது போடும் கிரையப் பத்திரங்களை எதாவது வில்லங்கங்கள் இருக்கும் என்று உணர்ந்தால் தனியாக Indemnity ஜாமீன் பத்திரம் பதிவு செய்தோ அல்லது பதிவு செய்யாமலே வாங்கிக் கொள்வது மிகவும் நல்லது.

A9. தன் வீட்டை ஒட்டியிருக்கும் காலி மனையை விற்கும் கிரையப் பத்திரம் மாதிரி!

1) இன்னாருக்கு இன்னார் எழுதிக் கொடுக்கும் கிரையப் பத்திரமாவது......

2) ..... தேதியில் ஏற்பட்ட .... சப்ரிஜிஸ்டிரார் ஆபீசு .... தஸ்தாவேஜு எண் ..... தேதியில் .... பத்திரம் மூலமாக .... (இன்னார்) இடமிருந்து நான் சுத்த விக்கிரையம் பெற்று (செட்டில்மென்ட், பாகப்பிரிவினை, உயில் மூலம் அடைந்து) அது முதல் எனக்கு மட்டுமே சொந்தமாய், என் சுவாதீன அனுபோகத்திலிருக்கும் (...... ஊர், ... தெரு, ... கதவு எண் உள்ள) வீட்டு மனையில் கீழ்க்கண்ட ஷெடியூலில் பின்பாகத்தை மட்டும் தெருவுக்குப் போகும் சந்து வழியுடன் அதன் பேரில் உள்ள அடமானத்தை தீர்ப்பதற்கு நான் உங்களுக்கு ரூ....... க்கு (எழுத்தால் ரூபாய் .... மட்டும்) சுத்த விக்கிரையம் செய்து கொடுக்க ஒப்புக் கொண்டேன்.

3) அதை அனுசரித்து அடியில் கண்ட பணப்பற்று விவரப்படி நான் உங்களிடமிருந்து கிரையத் தொகை ரூ......../– (எழுத்தால் ரூபாய் .... மட்டும்) பூராவாய் பெற்றுக் கொண்டு கீழ்க்கண்ட ஷெடியூலில் கண்டுள்ளதும், இத்துடன் இணைத்திருக்கும் பிளானில் சிவப்பு நிறத்தில் காண்பிக்கப்பட்டிருப்பதுமான, வீட்டுமனை பாகத்தை தெருவுக்குப் போகும் சந்து வழியுடன், நான் இதனால் உங்களுக்கு சர்வ வில்லங்க சுத்தியாய் விக்கிரையம் செய்து கொடுத்திருக்கிறேன்.

4) மேற்கண்டபடி, நான் விக்கிரையம் செய்திருக்கும். வீடுமனை பாகத்தை அதைச் சேர்ந்த சந்து வழியுடன், இன்று உங்கள் சுவாதீனம் செய்துவிட்டேனாகையால், இனி நீங்களே அதை, அதிலுள்ள பதிபொருட்கள், இணைப்பொருட்கள், ஈஸ்ட்மென்ட் பாத்யதைகள் மற்றும் சொத்தை சேர்ந்த சகல உரிமைகளுடனும் வசதிகளுடனும் சர்வ சுதத்திரமாய் எல்லா வகை மாற்றங்களுக்கு உரித்தாய் ஆண்டு அனுபவித்துக் கொள்ளவும்.

5) நான் கிரையம் செய்யாத என் முன் பாகத்தில், இப்பொழுது தண்ணீர் குழாயும், மின்சார வசதி மீட்டரும், தண்ணீர் பாய்ச்சும் கக்கூஸும், தெருவுக்குப் போகும் சாக்கடையும் இருக்கிறது. இன்று முதல் ...... மாதம் வரை நீங்கள் அவைகளை உபயோகித்துக் கொள்ள நான்

சம்மதிக்கிறேன். அதற்குள் உங்கள் பாகத்தில் அவைகளை நீங்கள் தனியாக போட்டுக் கொள்ள வேண்டியது. கிரைய பாகத்தை பிரிக்கும் சந்து சுவரை, நான் அதில் ஒரு வழி மட்டும் வைத்து இப்பொழுதே எழுப்பிக் கொள்ளக்கடவேன். அப்படி நான் எழுப்பும் சுவர் எனக்கு சொந்தமாகும். அனுமதி தவணை முடிந்ததும், என் முன் பாகத்தில் உள்ள தண்ணீர் குழாய், மின்சார வசதி அளவு பார்க்கும் மீட்டரும், தண்ணீர் பாய்ச்சும் கக்கூஸும் நீங்கள் வராதபடி சந்து சுவர் வழியையும் என் பாகம் வரும் சாக்கடையையும் நான் அடைத்துவிட எனக்கு பாத்யத்தை உண்டு.

6) இந்த வாங்கிய சொத்துக்கு நாளது தேதி வரை செலுத்த வேண்டிய சொத்து வரி அர்பன் நிலவரி முதலிய பாக்கிகள் ஒன்றும் கிடையாது. அவைகளுக்காக நீங்கள் எதாவது கட்ட வேண்டி ஏற்பட்டால் அதையும் நான் உங்களுக்கு கட்டிக் கொடுக்க சம்மதிக்கிறேன்.

7) விக்கிரையத் தொகையிலிருந்து ..... தேதி.......... அடமானத்தை தீர்க்க உங்களிடம் நிறுத்தியிருக்கும் தொகையை அடமானம் பெற்றவருக்கு செலுத்தி, அடமான தீர்ப்பு குறிப்பு ரிஜிஸ்டர் செய்து கொண்டு, பத்திரங்களை வாபஸ் பெற்று, அடமான பத்திரத்தை மட்டும் நீங்கள் எடுத்துக் கொண்டு மற்ற பத்திரங்களை என்னிடம் கொடுத்துவிட வேண்டியது.

8) நீங்கள் இதனால் கிரையம் பெற்றிருக்கும் வீடுமனை பாகத்திற்கு தனி கதவு எண்ணும், உங்கள் பெயரில் பட்டாவும் பெறுவதற்கு நான் தேவையான கையெழுத்து செய்து உங்களுக்கு உதவி செய்ய சம்மதிக்கிறேன்.

இந்த படிக்கு நான் சம்மதித்து எழுதிக் கொடுத்த வீட்டுமனை பாக விக்கிரையப் பத்திரம்.

பணப்பற்று விவரம்

....

ஷெட்டியூலில் (சொத்து விவரம்)

....

சாட்சிகள் :   கிரையம் செய்பவர்

A10. நீதிமன்ற உத்தரவுப்படி அடிமனை விக்கிரையப் பத்திரம் மாதிரி

1) .... தேதி ...... இன்னார் இன்னாருக்கு எழுதிக் கொடுப்பது என்னவென்றால் ....

2) உங்களுக்கு சொந்தமான .... ஜில்லா, ... தாலுகா, ... ஊர், ... தெரு, ... கதவு எண் உள்ள மேல் கூரை வீடானது, எனக்கு சொந்தமான கீழ்க்கண்ட ஷெட்யூலில் அடி மனையில் இருக்கிறது. அந்த அடிமனைக்கு நீங்கள் எப்பொழுதும் பிரதி மாதம் எனக்கு வாடகை செலுத்திக் கொண்டு வருகிறீர்கள். மதராஸ் நகர குடக்கூலிக்கார பாதுகாப்பு சட்டப்படி என் அடி மனையை விக்கிரையம் பெற உங்களுக்கு நீதிமன்ற உத்தரவுப்படி பாத்யதை இருக்கிறது.

2) மேற்படி என் அடி மனையை காலி செய்யும்படி நான் உங்கள் பேரில் தொடர்ந்து மதராஸ் சிட்டி சிவில் கோர்ட்டு ஓ.எஸ். எண் ..... வியாஜ்ஜியத்தில் என் அடி மனையை மதிப்பிட்டு மனை ஒன்றுக்கு ரூ......... ஆக அதன் அளவுக்கு கூடுதலாகும் தொகை ரூ....../– (எழுத்தால் ரூபாய் .... மட்டும்) ஆக அதன் அளவுக்கு கூடுதலாகும் தொகை ரூ......./– (எழுத்தால் ரூபாய் .... மட்டும்) இதை நீங்கள் எனக்கு கொடுத்து என் அடி மனையை கிரையம் பெற்றுக் கொள்ளும்படியும், அந்த தொகையை மாதம் ஒன்றுக்கு ரூ...../–ஆக கட்டும்படியும் .... தேதியில் நீதிமன்றத்தில் உத்திரவாயிற்று.

3) அதன்படி கிரையத் தொகை பூராவையும் வட்டி சேர்த்து அடியில் கண்ட பணப்பற்று விவரப்படி, நீங்கள் கட்டி நான் பெற்றுக் கொண்டு விட்டபடியால் கீழ்க்கண்ட ஷெட்யூலில் என் அடிமனையை நான் இதனால் உங்களுக்கு சர்வ வில்லங்க சுத்தியாய் கிரையம் செய்து கொடுத்துவிட்டேன். ஆகையால் இன்று முதல் என் குடக்கூலிக் காரராக இல்லாமல் நீங்களே அடி மனைக்கு சொந்தக்காரராய் அதை எல்லாவகை மாற்றங்களும் செய்ய உரித்தாய் சர்வ சுதந்திரமாய் ஆண்டு அனுபவித்துக் கொள்ளவும்.

4) இந்த விக்கிரைய அடி மனை எனக்கு மட்டுமே சொந்தமான தென்றும், அதன் பேரில் இப்பொழுது எவ்வித அடமானமாவது சார்ஜ், ஜப்தி, வழக்கு, வியாஜ்ஜியம், உயில், ட்ரஸ்ட் முதலிய எவ்வித

வில்லங்கமும் கிடையாதென்றும் உறுதியாய் சொல்லுகிறேன். அப்படி ஏதேனும் ஏற்பட்டால், நானே முன்னின்று என் சொந்த செலவில் அதை தீர்த்துக் கொடுத்தும், அதனால் உங்களுக்கு உண்டாகும் நஷ்டங்களை கட்டிக் கொடுத்தும் ஈடு செய்ய சம்மதிக்கிறேன்.

5) இந்த விக்கிரைய அடிமனைக்கு இப்பொழுது கட்ட வேண்டிய வரி பாக்கிகள் ஒன்றும் கிடையாது. அவைகளுக்காக நீங்கள் ஏதாவது கட்ட வேண்டி ஏற்பட்டால், அதையும் நான் உங்களுக்கு கட்டிக் கொடுக்க சம்மதிக்கிறேன்.

6) இந்த விக்கிரைய அடிமனைக்கு உங்கள் பெயருக்கு பட்டா மாற்றிக் கொள்ளவும், கார்பரேஷனில் உங்கள் பெயரை சொந்தக்காரர் என்று பதிவு செய்து கொள்ளவும், நான் தேவையான இடத்தில் கையெழுத்திட்டு உங்களுக்கு உதவி செய்ய சம்மதிக்கிறேன்.

இந்தப்படிக்கு நான் சம்மதித்து எழுதிக் கொடுத்த அடிமனை சுத்த விக்கிரையப் பத்திரம்

பணப்பற்று விவரம்

••••••••••••

செடியூலில் (சொத்து விவரம்)

••••••••••••

சாட்சிகள் :   கிரையம் செய்பவர்

மனதில் கொள்ள வேண்டிய பாடங்கள் :

கிரையப் பத்திரம் எழுதும்போது சொத்துக்கள் நீதிமன்றம் மூலமாக தீர்ப்பாகியிருந்தால் அதனுடைய வழக்கு எண், அதிலிருக்கின்ற உத்தரவு மற்றும் டிகிரி உட்பட அனைத்து தேதிகளையும், எண்களையும் தவறில்லாமல் எழுதி தனி ஷரத்தாக வரலாற்றைச் சொல்ல வேண்டும். இதுபோன்று சொல்லப்படும் பத்திரங்களை பணப்பற்று விவர ஷரத்தை சொத்து விவரத்திற்கு மேலே கொண்டுவந்துவிட்டால், பத்திரம் சிக்கலில்லாமல் எளிமையாகப் புரியும்.

A11. அடமானம் பெற்றவர் நேரடியாக வேறு நபருக்கு கிரையம் செய்யும் கிரையப் பத்திர மாதிரி!

1)   .... தேதி...... இன்னார் இன்னாருக்கு எழுதிக் கொடுப்பது;

2)   .... தேதியில் .... சப்–ரிஜிஸ்டிரார் ஆபீஸ் டாக்குமென்ட் எண் ... மூலமாக கீழ் ஷெட்யூலில் கண்ட சொத்தை ..... ஜில்லா, ... தாலுகா, ... ஊர், ... தெரு, ... கதவு எண் ..... சதுரஅடி உள்ள வீட்டு மனையை, அதன் சொந்தக்காரரான ...... இன்னார் அவர்கள் என்னிடம் ஈடுகாட்டி அடமானம் வைத்து ரூ...../– (எழுத்தால் ரூபாய் .... மட்டும்) கடன் வாங்கினார். அந்த கடனை ஒப்புக்கொண்டபடி திருப்பிக் கொடுக்காததால் அவருக்கு நான் சட்டப்படி நோட்டீஸ் கொடுத்து கடனை கேட்டும் அவர் திருப்பிக் கொடுக்கவில்லை.

2)   ஆகையால் மேற்படி அடமான வாசகப்படி அடமான சொத்தை விற்பனை செய்ய எனக்குள்ள அதிகாரத்தை கொண்டு .... என்ற ஏல கம்பெனி மூலமாக நான் ஏலம் போட்டதில் நீங்கள் .... தேதியில் ரூ.../–க்கு (எழுத்தால் ரூபாய் .... மட்டும்) ஏலத்தில் எடுத்து ஏலத்தொகை பூராவையும் ஏல நிபந்தனைபடி கட்டிவிட்டீர்கள்.

3)   மேற்கண்டபடி பூரா ஏல தொகையும் ஏல கம்பெனி மூலமாக எனக்கு சேர்ந்துவிட்டபடியால், நான் ஏலம் போட்ட கீழ் ஷெட்யூலில் கண்ட வீடுமனையை நான் இதனால் உங்களுக்கு விக்கிரையம் செய்து கொடுத்திருக்கிறேன். ஆகையால் நீங்களே மேற்படி சொத்தை உங்கள் சுவாதீனம் செய்து கொண்டு மேற்படி என் அடமான பாத்யதையின்றி ஆண்டு அனுபவித்துக் கொள்ளவும். அதைச் சேர்ந்த பத்திரங்களையும் என் அடமானப் பத்திரத்தையும் நான் உங்களிடம் இன்று கொடுத்துவிட்டேன்.

4)   என் அடமான பத்திரப்படி அடமான சொத்தை ஏலம் போட எனக்கு அதிகாரம் இருக்கிறது என்றும், சட்டப்படி நோட்டீஸ் கொடுத்து ஏலம் போட்டிருக்கிறேன் என்றும், உறுதியாய் சொல்லுகிறேன். இந்த உறுதி மொழியால் தவறுதல் இருந்து உங்களுக்கு நஷ்டம் ஏற்பட்டால் அதை நான் கட்டிக் கொடுக்க சம்மதிக்கிறேன். இந்தப்படிக்கு நான் எழுதிக் கொடுத்த விக்கிரையப் பத்திரம்.

பணப்பற்று விவரம் ....
ஷெட்யூலில் (சொத்து விவரம்) ....

சாட்சிகள் :   கிரையம் செய்பவர்

A12. ஈரெட்டுக் கிரையம் மாதிரி!
(எதிர்நடை கிரையம்)

ஈரெட்டுக் கிரைய நிபந்தனை அடங்கிய ஒத்தி சாசனம்.

........ம் வருஷம் ...... மாதம் .... தேதி வேலூர் தாலுகா, சத்துவாச் சேரி கிராமத்தில் வசிக்கும், பயிர் ஜீவனம் குருநாதக் கவுண்டர் குமாரரான ராமஸ்வாமிக் கவுண்டர் வேலூர் கஸ்பாவில் வசிக்கும், வியாபார ஜீவனம், தாமோதர முதலியார் குமாரரான விநாயக முதலியாருக்கு எழுதிக் கொடுத்த ஈரெட்டுக் கிரைய சாசனம் என்னவென்றால்;

என்னுடைய மகனின் திருமணத்தை நடத்த வேண்டியிருப்பதை முன்னிட்டு எனக்கு அவசரமாகப் பணம் தேவையாக இருப்பதால், கீழே சொத்து விபரத்தில் விவரிக்கப்பட்டிருப்பதும், எனக்குச் சொந்தமானதும், என்னுடைய சுவாதீனத்திலும், அனுபோகத்திலும் இருந்து வருவதுமான சொத்துக்களை நான் தங்களுக்கு (ஈரெட்டுக்) கிரையம் செய்துவிட்டேன். இந்த விவகாரத்தில் பிரதிப் பிரயோஜனத்தை முன்னிட்டு நாளது தேதியில் நான் தங்களிடமிருந்து ரொக்கமாக ரூ.3000 (ரூபாய் மூவாயிரம்) பெற்றுக் கொண்டுவிட்டபடியால், அந்த சொத்துக்களை நாளது தேதியில் தங்கள் சுவாதீனத்திற்கு ஒப்படைத்துவிட்டேன். இந்த சொத்துக்கள் ஏற்கனவே யாதொரு வில்லங்கத்திற்கும் உள்ளானதல்ல. அப்படி ஏதேனும் வில்லங்கமிருந்தால், அதை என் சொந்தச் செலவில் தீர்த்துக் கொடுப்ப தற்குக் கட்டுப்படுவதாக இதனால் நான் தங்களுக்கு உறுதி கூறுகிறேன்.

நான் நாளது தேதியில் தங்களிடமிருந்து பெற்றுக் கொண்ட கிரையத் தொகையானது மேற்படி ரூ.3000 (எழுத்தால் மூவாயிரம் மட்டும்) த்தையும் 5 வருஷங்களுக்குள் தங்களுக்குத் திருப்பித் தரும் பட்சத்தில், தாங்கள் அத்தொகையைப் பெற்றுக் கொண்டு கீழே விவரித்துள்ள சொத்துக்களை என் சொந்தச் செலவில் எனக்கு மறு கிரைய சாசனம் செய்து கொடுக்க வேண்டியது. மேலே குறிப்பிடபபட்ட காலவரையரைக்குள் நான் மேற்படி தொகையைச் செலுத்தத் தவறினால், இந்த சொத்துக்களைத் தாங்களே தொடர்ந்து புத்திர பௌத்திராதி பாரம்பரியமாய் தானாதிவினிமய விக்கிரயங்களுக்கு அருகதையாய் ஆண்டு அனுபவித்துக் கொள்ள வேண்டியது. மேலே கூறப்பட்ட அந்த காலவரைக்குப்பின் மேற்படி சொத்துக்களை கிரையம் பெற்றுக்கொள்ள எனக்கு எந்தவித பாத்யதையும் கிடையாது.

சொத்து விபரம்

சாட்சிகள்: 1. 2.   (ஒப்பம்)

B. பவர் ஆப் அட்டார்னியை பற்றி தெரிந்துகொள்ள வேண்டிய 28 விஷயங்கள்!

1) தன்னுடைய வேலையை வேறு ஒருவரை கொண்டு செய்து முடிப்பது அல்லது செய்வதற்கு கொடுக்கும் அதிகார பத்திரமே பவர் ஆஃப் அட்டார்னி ஆகும்.

2) தனக்கு பணிச்சுமை அதிகமாக இருந்தாலும், அல்லது அந்த வேலையை செய்ய நேரமின்மையாக இருந்தாலும், மேற்படி வேலைகளை செய்வதற்கு பவர் ஆஃப் அட்டார்னியாக ஒன்று அல்லது ஒன்றுக்கு மேற்பட்ட ஏஜென்டை வைத்து கொள்ளலாம்.

3) பவர் பத்திரங்களில் இரண்டு வகை. ஒன்று ஸ்பெஷல் பவர் ஆஃப் அட்டார்னி. இன்னொன்று ஜெனரல் பவர் ஆஃப் அட்டார்னி ஆகும்.

4) ஸ்பெஷல் பவர் ஆஃப் அட்டார்னி என்பது ஒரே ஒரு வேலையை மட்டும் செய்வதற்காகக் கொடுக்கும் பவர் பத்திரம் ஆகும்.

5) ஜெனரல் பவர் ஆஃப் அட்டார்னி என்பது ஒன்றுக்கு மேற்பட்ட வேலையை செய்வதற்கு கொடுக்கப்படும் பவர் பத்திரம் ஆகும்.

6) நீதிமன்றத்தில் வழக்கு தொடர மனுதாரர் தனக்கு பதிலாக வேறு ஒரு நபரை ஏஜென்டாக நியமித்து பவர் கொடுப்பது, வெளிநாட்டில் இருக்கும் ஒரு நபர் தனக்கு பதிலாக சொத்தை வாங்குவதற்கு மட்டும் ஒரு ஏஜென்டை நியமித்து பவர் கொடுப்பது போன்றவை ஸ்பெஷல் பவர் ஆப் அட்டார்னி.

7) நீதிமன்றத்தில் வழக்கு போடுவதற்கு போடும் ஸ்பெஷல் பவர் பத்திரம் என்பது ஒரே ஒரு வழக்குக்காகத் தான்

தொடர்பாக பல வேலைகள் செய்ய வேண்டி இருந்தாலும், அது ஒரு வேலையின் தொடர் வேலை என்பதால் அதுவும் ஒரு தனி வேலைதான்.

8) ஜெனரல் பவர் ஆஃப் அட்டார்னி, உதாரணமாக; சொத்தை நிர்வகிக்க வரி செலுத்தி வர, அடமானம் வைத்துக் கொள்ள, அடமான பத்திரம் எழுதி கொடுக்க, வாடகை & லீசுக்கு விட, கட்டிடம் கட்ட, அப்ரூவல் வாங்க, வாடகை வசூல் செய்ய, வாடகைதாரரை காலி செய்ய, கோர்ட்டில் வழக்கு தொடர, வக்கீல் நியமிக்க, மற்ற இதர அரசு அலுவலகங்களுக்கு சொத்து சம்பந்தமான வேலைகளை செய்ய என அனைத்து வேலைகளுக்கும் பவர் கொடுத்து ஏஜெண்ட் வைத்து கொள்ளுதல் ஜெனரல் பவர் ஆப் அட்டார்னி ஆகும்.

9) ஜெனரல் பவர் ஆஃப் அட்டார்னியில் ஒரே ஒரு ஏஜெண்டை மட்டும் நியமிப்பார்கள். சிலர் ஒன்றுக்கு மேற்பட்ட ஏஜெண்ட்களை நியமிக்கலாம். அதற்கு ஆட்சேபனை ஏதும் இல்லை.

10) நியமிக்கப்படும் ஏஜெண்ட்கள் சேர்ந்தே கையெழுத்து இட வேண்டுமா? அல்லது தனித்தனியாக கையெழுத்திட்டு வேலைகளை செய்ய வேண்டுமா? என்று தெளிவாக குறிப்பிட்டு இருக்க வேண்டும்.

11) எதுவுமே குறிப்பிடாமல் இரண்டு நபருக்கு பவர் கொடுத்தால் இரண்டு பேருமே சேர்ந்தே அந்த வேலையை செய்து முடிக்க வேண்டிய கட்டாயம் இருக்கும். ஆவணங்களில் இரு நபருமே கையெழுத்து இட வேண்டிய நிலை இருக்கும்.

12) ஒருவரை ஏஜென்டாக நியமித்து அவரை நீக்கவும் செய்யலாம். அதற்கு தனியாக பவர் ரத்து பத்திரம் ஒன்று எழுதி பத்திர அலுவலகத்தில் பதிய வேண்டும்.

13) ஒரு ஏஜென்டை நியமித்து அவரை நீக்கும் வரை அந்த ஏஜென்ட் செய்த எல்லா வேலைகளும் பவர் கொடுத்தவரை கட்டுப்படுத்தும். ஏஜென்ட் செய்த வேலைகள் எல்லாம் சட்டப்படி பவர் கொடுத்தவர் செய்த வேலைகளாகவே கருதப்பட வேண்டும்.

14) ஒரு ஏஜென்டை நியமித்துவிட்டு, அந்த ஏஜென்டை நீக்காமல் பவர் எழுதி கொடுத்தவர் இறந்துவிட்டாலோ, மனநிலை பாதிக்கப்பட்டலோ, அந்த பவர் பத்திரம் செல்லாததாகிவிடும்.

15) ஒரு பவர் பத்திரத்தில் எழுதி கொடுப்பவர், எழுதி வாங்குபவரிடமிருந்து எந்த பணமும் வாங்கவில்லை என்ற உறுதிமொழியும் எழுதி இருக்க வேண்டும். பவர் பத்திரத்தில் பணப்பரிமாற்றம் நடைபெறுதல் காட்டக்கூடாது. பணப்பரிமாற்றம் நடைபெற்றதை காட்டினால் அதற்கு ஏற்ற முத்திரைத்தாள் & பதிவுக் கட்டணம் கட்ட வேண்டும்.

16) ஸ்பெஷல் பவர் ஆஃப் அட்டார்னி பத்திரம் சொத்து கிரையம் சம்பந்தம் இல்லாத வேலைகளுக்கு அதிகாரம் கொடுக்கலாம். அதனை பத்திர அலுவலகத்தில் பதிவும் செய்யலாம் அல்லது நோட்டரி பப்ளிக் வழக்கறிஞரிடம் அத்தாட்சி பெற்று பவர் எழுதி கொடுக்கலாம்.

17) ஜெனரல் பவர் ஆஃப் அட்டார்னிக்கு சொத்து கிரையம் செய்யும் அதிகாரம் நிச்சயம் இருக்கும். எனவே பத்திரப்பதிவு அலுவலகத்தில்தான் கட்டாயம் பதிய வேண்டும். ஸ்பெஷல் பவர் பத்திரத்திலும் சொத்துரிமை மாறுதல் உரிமை அளிக்கப்படுமானால் கட்டாயம் பதிவு செய்ய வேண்டும்.

18) ஜெனரல் பவர் ஆஃப் அட்டார்னி எழுதி கொடுப்பவர் எழுதி கொடுத்த தேதியில் இருந்து 30 நாட்கள்

வரைதான் எழுதி கொடுத்தவர் உயிருடன் உள்ளார் என்று பதிவு அலுவலகம் ஒத்து கொள்ளும். (பவர் எழுதி கொடுத்தவர் ஒரு வாரத்தில் இறந்துவிட்டார் என்றால், 30 நாட்கள் மருத்துவ சான்றிதழ் வைத்து பதியலாம். ஆனால் சட்டப்படி இந்தப் பதிவு நீதிமன்றத்தில் செல்லாது).

19) அதற்கு பிறகு ஒவ்வொரு 30 நாட்களுக்கும், எழுதி வாங்கிய ஏஜென்ட் ஏதாவது காரியம் செய்ய வேண்டும் என்றால் பவர் எழுதி கொடுத்தவர் உயிருடன் உள்ளார் என்று அரசு மருத்துவரிடம் இருந்து லைப் சர்டிபிகேட் வாங்கி பதிவு அலுவலகத்தில் கொடுக்க வேண்டும்.

20) சொத்துக்களை பவர் ஹோல்டரிடம் இருந்து வாங்கும்போது கொஞ்சம் அதிகம் கவனம் செலுத்த வேண்டும்.

21) ஸ்பெஷல் பவர் ரூ.20 பொதுபவர் ரூ.100, பணம் வாங்கிய பவர் & கொடுத்த தொகைக்கு 4% என முத்திரைத்தாள் வாங்க வேண்டும்.

22) சொத்தின் விற்பனை இல்லாத பவர் பத்திரத்திற்கு பதிவு கட்டணம் ரூ. 150. சொத்தின் விற்பனை உள்ள பவருக்கு பதிவு கட்டணம் ரூ.10,000. பணம் வாங்கி கொண்டு எழுதி கொடுத்த பவர் பத்திரத்திற்கு கொடுத்த தொகையில் 1% பதிவு கட்டணம் ஆகும்.

23) முத்திரைத்தாள் செலவுகளை மிச்சம் செய்வதற்காக பணம் வாங்கி கொண்டு, பவர் பத்திரத்தில் பணம் வாங்கவில்லை என்று எழுதி கொள்வது நடைமுறை வழக்கம். அப்பொழுது பணப்பற்று ரசீது தனியாக ஒரு பத்திரத்தின் மூலம் எழுதி கொள்வர்.

24) பவர் பத்திரம் மற்றும் பணப்பற்று ரசீதும் ஒரே தேதியிலோ

அல்லது அதற்கு மறுநாளோ இருந்தால் சட்டம் அதனை கிரையம் என்றே கருதுகிறது. பணம் பெற்றவர் பின்னாளில் பவர் பத்திரத்தை ரத்து செய்ய முடியாது. அதனை ரத்து செய்யும் அதிகாரம் குறைவாக உள்ளது என நீதிமன்ற தீர்ப்புகள் பல உள்ளன.

25) பவர் எழுதிக் கொடுக்கும் நபர், நல்ல நபர்களை ஏஜென்ட்டாக வைக்கவில்லை என்றால், பவர் கொடுக்கும் நபர் பெயரில் பணமோ (அ) நிலமோ மோசடி செய்ய வாய்ப்பு இருக்கிறது. அதனால் பவர் கொடுத்தவரும் அலைகழிக்கப்படுவார்கள்.

26) பவர் எழுதி வாங்குபவர் பவர் பத்திரத்தை ரத்து செய்ய முடியாத பவர் பத்திரம் (Irrevocable power of Attorney) என்று ஷரத்து எழுதியிருந்தாலும், பத்திரத்தின் மேல் தலைப்பு எழுதியிருந்தாலும், நிச்சயம் அதனை ரத்து செய்யலாம். பத்திரத்தில் ரத்து செய்ய முடியாது என்ற எழுதுவதெல்லாம் செல்லாது.

27) அதுவே கைமாறு பெற்று பவர் பத்திரத்தை யாராவது எழுதிக் கொடுத்திருந்தால், நீதிமன்றம் நாடி தான் அதனை ரத்து செய்ய வேண்டும். கைமாறு பெற்றதனால் நீதிமன்றம் விற்பனையாகக்கூட கருதும்.

28) பவர் கொடுப்பவர்கள், பவர் வாங்குபவர்களிடம் தனியாக ஒரு இன்டிமிட்டி (ஜாமீன்) பத்திரம் எழுதிக்கொள்வது நல்லது. பவர் வாங்கியவர் சட்ட விரோதக் காரியங்களை அந்த பவர் பத்திரம் மூலம் செய்தால், அதற்கு பவர் வாங்கியவரே பொறுப்பு என்று ஜாமீன் பத்திரம் எழுதிக்கொள்ள வேண்டும். ஆனால் இதனை எந்த வழக்கறிஞரும், எந்த ஆவண எழுத்தரும் பவர் கொடுப்பவருக்கு அறிவுறுத்துவதில்லை.

B1. சிறப்பு அதிகாரப் பத்திர மாதிரி

...... தேதி.... இன்னாருக்கு.... இன்னார்.... எழுதி கொடுப்பது;

எனக்கு சொந்தமான கீழ்க்கண்ட ஷெட்யூலில் வீட்டு மனை (நஞ்சை புஞ்சை நிலம்) (மேல் கூரை வீடு அடி நில லீஸ் ஹோல்டு பாத்யதை கூடிய) சொத்தை எனக்கே நீங்களே இடம் ....ல் இருக்கும் .... இன்னார் .... குமாரர் .... இன்னார்க்கு ரூ..../–க்கு சுத்தவிக்கிரையம் செய்து (அடமானம் வைத்து ரூ100/–க்கு மாதம் 1–க்கு வட்டி ரூ.../– ஆக சேர்த்து கேட்கும்போது (...... வருடங்களுக்குள்) திருப்பிக் கொடுக்க ஒப்புக் கொண்டு) அதற்கு பத்திரம் எழுதி அதில் எனக்காக என்று சொல்லி நீங்களே கையெழுத்து செய்து அதை சரியான சப்–ரிஜிஸ்டிரார் ஆஃபீசில் தாக்கல் செய்து, அந்த பத்திர வாசகப்படி தொகை பெற்றுக் கொண்டு குறிப்புகளிலும் பட்டா மாற்றுதல் மனுவிலும் விண்ணப்பங் களிலும் வாக்கு மூலங்களிலும் மற்றும் தேவையான என்டார்ஸ்மென்டுகளிலும் கையெழுத்து செய்து கிரையத்தை ரிஜிஸ்டர் செய்து கொடுக்க, நான் இதனால் உங்களுக்கு அதிகாரம் கொடுத்திருக்கிறேன்.

சொத்து விவரம்

....

சாட்சிகள்

1)

2)

(முதல்வர் கையெழுத்து செய்ததனால்)

மனதில் கொள்ள வேண்டிய பாடங்கள் :

1. பொது அதிகார பத்திரத்தில் சொத்து இருந்தால் பவர் பத்திரம் ரத்து செய்யப்பட்டிருக்கிறதா? இல்லையா? என்பதை ஊர்ஜிதப்படுத்திக் கொண்டு வாங்க வேண்டும்.

2. சொத்தை கிரையம் வாங்குவதற்காக முத்திரைத்தாள் செலவை மிச்சப்படுத்துவதற்காக பவர் பத்திரம் போடுகிறார்கள். அதை தவிர்ப்பது மிகவும் நல்லது.

B2. சிறப்பு அதிகாரப் பத்திர இன்னொரு மாதிரி
(தாக்கல் பவர்)

1) எனக்கு சொந்தமான கீழ்க்கண்ட ஷெட்யூலில் சொத்தை ...... தேதி ....ல் இருக்கும் இன்னார் .... குமாரர் இன்னாருக்கு ரூ ...../– க்கு நான் கிரையம் செய்து அதற்கு பத்திரம் எழுதி நான் அதில் கையெழுத்து செய்த விக்கிரையத்தை சப்–ரிஜிஸ்டிரார் ஆபீசில் தாக்கல் செய்து ரிஜிஸ்டர் செய்து கொடுக்க என்னால் முடியாமல் இருப்பதால், அதனை செய்ய நான் உங்களை என் ஏஜென்டாக நியமித்திருக்கிறேன். நான் கையெழுத்து செய்துள்ள பத்திரத்தை சரியான சப்–ரிஜிஸ்டிரார் ஆபீசில் நீங்கள் தாக்கல் செய்து நான் கையெழுத்து செய்யாதிருப்பதை ஒப்புக்கொண்டு பத்திர வாசகப்படி தொகையையும் பெற்றுக் கொண்டு குறிப்புகளிலும், பட்டா மனுவிலும் விண்ணப்பங்களிலும் வாக்குமூலங்களிலும் மற்றும் தேவையானதிலும் என்டார்ஸ்மென்டிலும் கையெழுத்து செய்து பத்திரத்தை ரிஜிஸ்டர் செய்து கொடுக்க நான் இதனால் உங்களுக்கு அதிகாரம் கொடுத்திருக்கிறேன்.

2) மேற்படி கண்டபடி நீங்கள் செய்யும் காரியத்தை நானே நேரில் இருந்து செய்ததாக ஒப்புக் கொள்வேனாகவும்.

சொத்து விவரம்

....

சாட்சிகள் :

இப்படிக்கு
அதிகாரம் கொடுப்பவர்

B3. பொது அதிகார பத்திர மாதிரி
(பொது வக்காலத்து நாமா)

நாகப்பட்டினம் தாலுகா கோயில் கண்ணப்பூர் கிராமத்தில் வசிக்கும் மிராசுதாரும் சூரியப்பிரகாசம் குமாரருமான எஸ்.சச்சிதானந்தம் ஆகிய நான் ஏராளமான ஸ்தாவர, ஐங்கம சொத்துக்களுடன் சுமார் ரூ.20,000– க்கு நிலுவைகள் வரவேண்டியிருப்பதாலும், சிங்கப்பூரிலிருக்கும் என்னுடைய குமாரத்தியின் விவகாரங்களைக் கவனிக்க நான் இந்தியாவிலிருந்து அங்கே போக வேண்டிய அவசியம் ஏற்பட்டிருப்பதாலும், மேற்படி கோயில் கண்ணபூர் கிராமத்தில் வசிப்பவரும் என்னுடைய தூர பந்துவுமான மாணிக்கம் குமாரர் ஸ்ரீசிவபுராணம் அவர்களை என்னுடைய மேற்படி சொத்துக்களைப் பற்றிய விவகாரங்களைக் கவனிப்பதற்கும் நிலுவைகளை வசூல் செய்வதற்கும் வேண்டிய சகல அதிகாரங்களையும் கொடுத்து என்னுடைய ஜெனரல் பவர் ஆப் அட்டர்னி ஏஜெண்ட் ஆக நியமித்திருக்கிறேன்.

மேற்படி யார் என்னுடைய ஸ்தாவரச் சொத்துக்களளான நிலங்களைக் குத்தகைக்குப் பயிர் செய்வதற்கும், வாரத்துக்கு விடுவதற்கும், என்னுடைய சௌகரிய நலன், லாபம் ஆகியவைகளை உத்தேசித்து மேற்படி சொத்துக்களையோ, அவற்றின் பாகத்தையோ விற்பதற்கும் பரிவர்த்தனை செய்வதற்கும் வேறு புதுச் சொத்துக்களை வாங்குவதற்கும் தற்காலிகமாக கடன் தேவையானால் ரூ.1,000 (எழுத்தால் ரூ ஆயிரம் மட்டும்) மேற்படாமல் வாங்குவதற்கும்,

சொத்து சம்பந்தமாகவும், பண நிலுவை வசூலுக்காகவும் சட்ட நடவடிக்கைகளை எடுக்க வேண்டியிருந்தால், அதற்காகச் சட்ட நிபுணர்களை நியமிக்கவும், சிவில் கிரிமினல் ரெவென்யூ கோர்ட்டுகளில் தாவாக்கள் செய்வதற்கும் ராஜி செய்ய வேண்டியிருந்தால் அதற்காகக் கையெழுத்திடுவதற்கும் தாவா செய்யப்பட்டவர்களிடமிருந்து தொகைகளைப் பெற்றுக் கொள்ளவும் கோர்ட்டுகளிலிருந்து பணங்களை வாங்கிக் கொள்ளவும் நியாயமாகத் தள்ளுபடி செய்ய வேண்டியிருந்தால் அதைச் செய்யவும், அதாவது மேற்சொன்ன சொத்துக்களைப் பராமரிப்பதற்கும் நிலுவைகளை வசூல் செய்வதற்கும் அவருக்குப் பூரண அதிகாரம் கொடுக்கப்பட்டிருக்கிறது.

எப்படி என் செய்கைகளுக்கு நான் கட்டுப்படுவேனோ, அதே மாதிரி என் சொத்துக்களை நிர்வாகம் செய்யும் விசயத்தில் அவர் மேற்கொள்ளும் எல்லா நடவடிக்கைகளும் என்னைக் கட்டுப்படுத்துவதாகும். இந்த

அதிகாரமானது இருசாராராலும் 6 மாத நோட்டீசில் ரத்து செய்யக் கூடியதாகும். மேற்படி எஜெண்டுகளுடைய சம்மதத்தைப் பெற்று அவருக்கு மாதம் ரூபாய் 100– (எழுத்தால் ரூபாய் .... மட்டும்) அவருடைய ஊதியமாக நிர்ணயம் செய்கிறேன். அந்த தொகையை அவர் எனக்குச் சொந்தமான சொத்துக்களிலிருந்து பிரதி மாதம் முதல் தேதியன்று எடுத்துக் கொள்ளலாம்.

மேற்படி ஏஜெண்டானவர் சரிவர கணக்குகளை வைத்துக் கொள்ள வேண்டும். அதனுடைய சாரம்சச் சுருக்கங்களைப் பிரதி மாதமும் எனக்கு அனுப்புவதாக ஒப்புக் கொண்டிருக்கிறார். மேற்குறித்த அதிகாரங்களுக்கு அதிகமாக அவர் நடந்து கொண்டாலும், தவறான வழியில் நடத்தினாலும், துஷ்பிரயோகம் செய்தாலும், பத்திரத்தில் கண்டிருக்கும் அதிகாரங்கள் ரத்து செய்யப்பட்டு அவர் மேல் சிவில் கிரிமினல் நடவடிக்கைகள் எடுத்துக் கொள்ளவும், இன்னும் அவரிடமிருந்து வர வேண்டியவைகளை வசூலிக்கவும் நேரிடலாம்.

மேற்கூரியவற்றிற்காக நான்... வருஷம்... மாதம்... தேதி...... கீழே கையொப்பமிடுகிறேன்.

மனதில் கொள்ள வேண்டிய பாடங்கள் :

தற்பொழுது தமிழகம் முழுவதும் பத்திரப் பதிவுத்துறையில் உலவும் பொது அதிகாரப்பத்திரத்தின் மாதிரிகள் பதிவுத்துறை இணையதளத்தில் வெளியிட்டுள்ள பொது அதிகாரப் பத்திர மாதிரிகள் மேலே இருக்கின்ற மாதிரிகள் போல் தெளிவானதாக, விரிவானதாக, ஆழமானதாக இல்லை. இரண்டே இரண்டு விஷயங்கள்தான் பொது அதிகாரப் பத்திரத்தில் பதிவுத் துறை அதிகாரிகள் பார்க்கிறார். கேட்கும்பொழுது கணக்கு காட்ட வேண்டும், கைமாறு எதுவும் வாங்கவில்லை என்ற ஷரத்து பவர் கொடுப்பவர் சொல்லியிருக்க வேண்டும். அதனைத் தவிர வேறு ஷரத்துகளை பெரும்பாலும் சார்பதிவாளர் கவனிப்பது இல்லை. ஆனால் உண்மையில் பவர் எழுதிக்கொடுப்பவர் பவர் எழுதி வாங்குபவருக்கும் உண்மையான Intention–னை கவனிக்க வேண்டும்.

B4. பொது அதிகாரப் பத்திரம்
மற்றொரு மாதிரி

இதனால் சகலமானவர்களுக்கும் தெரிவிப்பது என்னவென்றால்; தற்சமயம் திருப்பாப்புலியூரில் இருப்பவரும் திருவாரூரில் ரிஜிஸ்டார் அக்கௌன்டன்ட் அண்ட் ஆடிட்டர் உத்தியோகம் வகிப்பவரும் பி.வராஹாச்சியார் ஸ்வீகாரக் குமாரருமான ஹிந்து பிராம்மண ஜாதி, வி. ராமாஸ்வாமி என்ற நான் மெஸர்ஸ், ஸாம் அன்ட் கோ மானேஜரும் விழுப்புரம் சந்தானகோபலபுரம் அக்ரஹாரம் 292 நெ. வீட்டில் வசிப்பவரும் சுமார் 30 வயதுடையவருமான ஹிந்து பிராமண ஜாதி வைஷ்ணவ மதம் ஸ்ரீநிவாஸ வரதாச்சாரியார் குமார் எஸ். கோபாலன் பி.ஏ. என்பவரை என்னுடைய அட்டர்னியாக நியமித்து அடியில் காணப்பட்ட எல்லா விவகாரங்களிலும் தகுந்த நடவடிக்கைகள் எடுக்க அனுமதித்திருக்கிறேன்

1) எனக்குச் சொந்தமான மிஸர்ஸ் ஷாம் அண்ட் கோ., உள்பட என் வியாபாரம் அனைத்தையும் நடத்தும் பொறுப்பை ஏற்று மேற்படி வியாபாரத்தை நடத்தும் வகையில் அவருக்கு யுக்தம் எனத் தோன்றுவதும், என் வியாபாரத்துக்கு அனுகூலமாய் இருப்பதுமான சகல நடவடிக்கைகளை எடுத்துக் கொள்ளவும்.

2) கைக்கடன்கள் மூலமாகவோ, புரோநோட்டுகள் மூலமாகவோ, அடமானக் கடன்களின் மூலமாகவோ, ஆடிட் பீஸ் மூலமாகவோ எனக்கு பாக்கி நிற்கிற தொகைகளை வசூலிப்பதற்கும், என் வியாபாரத்துக்குச் சேர வேண்டிய நிலுவைகளை வசூலிப்பதற்கும் மேற்படி அட்டர்னியானவர் யுக்தானுசாரம்போல எடுக்க வேண்டிய எல்லா சட்ட நடவடிக்கைகளை எடுத்து கொள்ளவும்.

3. எனக்காக வியாஜ்ஜியங்கள் அல்லது அப்பீல் வியாஜ்ஜியங்கள் சிவில் ரெவர்யூ அல்லது கிரிமினல் கோர்ட்டுகளில் ஆஜராகவும் மற்றும் எல்லா ரிஜிஸ்ட்ரேஷன் ஆபீஸ்களிலும் கவர்ன்மெண்ட் அல்லது ஸ்தல ஸ்தாபன ஆபீஸ்களிலும் போய் ஆஜராகி எடுக்க வேண்டிய நடவடிக்கைகளையும் எடுத்துக் கொள்ளவும்.

4) எல்லாப் பிராதுகள் எழுத்து மூலம் கொடுக்கப்பட்ட வாக்குமூலங்கள் பிரமாணப் பத்திரங்கள் பாத்தியதைகளைப் பற்றிய விண்ணப்பங்கள் ஆட்சேபனைகள் மற்றுமுள்ள சகலவித விண்ணப்பங்கள் மனுக்கள் ஆகியவற்றில் கையெழுத்துச் செய்யவும் தகுந்த கோர்ட்டுகளிலோ ஆபீஸ்களிலோ தாக்கல் செய்யவும்.

5) எனக்காக எந்தக் கோர்ட்டிலும் அரசாங்க ஆபீஸ்களிலும் ஆஜராகி எந்த நியாயவாதிகளையும் நியமிக்கவும் அவர்களை ரத்து செய்ய வேண்டுமென்று என்னுடைய அட்டர்னி கருதினால் அம்மாதிரி செய்யவும்.

6) பத்திரங்களைத் தாக்கல் செய்யவும், வாபஸ் பெறவும், தொகை களைப் பாங்கில் போடவும், எடுக்கவும், வசூலான பணங்களுக்கு ரசீது தரவும், கோர்ட் பீஸ் கட்டணங்கள், ஸ்டாம்புக் கட்டணங்கள் ஆகியவற்றைத் திருப்பி வாங்கவும், என் கணக்கிற்கு ஆகியவற்றைத் திருப்பி வாங்கவும் என் கணக்கிற்கு எந்த நபராவது கோர்ட்டில் கட்டியிருந்தால் அந்தப் பணத்தை வாபஸ் வாங்கவும்.

7) எந்த டிக்ரியையும் நிறைவேற்றவும், என் பட்சத்தில் இருக்கும்படியான எந்த டிகிரியையும் நிறைவேற்றும் போது கோர்ட் ஏலத்தில் வரும் சொத்துகளை டிக்ரி தொகைக்கு மேற்படாமல் விலைக்கு வாங்கவும், என்னுடைய டிகிரிகளை நிறைவேற்றினதால் வந்த சொத்துக்களையும், கோர்ட் ஏலத்தில் வாங்கின சொத்துக்களையும் எனக்காகச் சுவாதீனப்படுத்திக் கொள்ளவும்,

8) எனக்கு வர வேண்டிய எல்லாக் கடன்களையும் நிலுவைகளையும் வசூலிக்கவும் அவற்றிகாக ரசீதுகள் கொடுக்கவும்

9) வியாஜியங்களை ராஜி செய்யவோ குறைவாகக் கொடுத்துக் கணக்குகள் தீர்க்கவோ வாபஸ் பெறவோ செய்யவும், மூன்றாவது நபரிடம் இருந்து வர வேண்டிய வைகளை என் அட்டர்னியின் யுக்தானுசரம் ராஜி செய்தோ குறைத்துக் கொண்டு பைசல் செய்தோ வாங்கிக் கொள்ளவும்.

10) எனக்கு வர வேண்டியதும் எனக்குச் சொந்தமானதுமான சொத்துக்களைப் பாதுகாக்க எனக்காக எந்தவிதமான தாவாக்கள் செய்யவும்.

11) என் ஸ்தாவரச் சொத்துக்களைக் குத்தகைக்கு விடவும் அதன் மேல் வர வேண்டிய தொகைகளை வசூல் செய்ய,

12) கோர்ட்டுகளுக்கும் ஆபீஸ்களுக்கும் பத்திர நகல்களுக்கு மனு செய்து கொள்ளவும் எந்த பொது ரெகார்டையும் பார்வையிட மனு செய்யவும்,

13) எந்தக் கோர்டிலிருந்தும் எனக்கெதிராக வரும் எந்த சம்மன்களையும் நோட்டீஸ்களையும் மற்ற உத்தரவு களையும் பெற்றுக் கொள்வதற்கும்,

14) எனக்காக என் பேரில் எந்த ரிஜிஸ்ட்ரார் ஆபீசிலும் என்னால் கையெழுத்திடப்பட்ட நில சம்பந்தமான அல்லது வேறுவிதமான எந்த பத்திரத்தையும் தாக்கல் செய்யவும், நான் கையெழுத்திட்ட, பாத்திரம் எனது அட்டர்னியாலேயோ அல்லது வேறெந்த நபராலேயோ தாக்கல் செய்யப்பட்டதாக இருந்தாலும், ரிஜிஸ்டிரேஷன் செய்யும் தருணத்தில் என்னால் கையெழுத்திடப்பட்டது என்று உறுதி கூறி ஒப்புக் கொள்ளவும்,

15) அவ்வப்போது நிலங்களை வாங்கவோ குத்தகைக்கு விடவோ, அதற்காக எடுக்கப்பட வேண்டிய சகல நடவடிக்கைகளை எடுக்கவும்,

16) என் உத்தரவின் பேரிலும் சம்மதத்தின் பேரிலும் தகுந்த காரணங்களுக்குட்பட்டு என் சொத்துக்களின் எந்தப் பாகத்தையாவது விற்பதற்கும் அதற்குண்டான கிரயத்தை வாங்கிக் கொள்வதற்கும் ரசீதுகள் கொடுப்பதற்கும் விற்பனை பத்திரங்களோ அல்லது வேறு எவ்விதப் பத்திரங்களோ எழுதி ரிஜிஸ்டர் செய்து விற்பனையைப் பூர்த்தி செய்வதற்கும்,

17) மேற்சொன்னவற்றிகாக எந்தெந்த பத்திரங்கள் தயாரிக்க வேண்டுமோ தயாரித்துக் கையெழுத்து போடவும்,

18) மேலும் யுக்தம் என்று தோன்றுகிற சகல விவகாரங் களையும் செய்வதற்கும்,

19) மேற்சொன்னவற்றிற்காக, எந்த புரோ நோட்டுகளையும் எழுதுவதற்கும் வாங்கிக் கொள்வதற்கும் கையெழுத்து இட்டு மாற்றுவதற்கும் அவருக்கு அதிகாரமுண்டு.

ஆனால் மேற்சொன்ன அதிகாரங்களை என் சொத்தை ஈடு காட்டி அடமானம் வைத்துக் கடன் வாங்க உபயோகப்படுத்தக் கூடாது. மேலும் மேற்படி அட்டார்னியானவர் சரிவர வரவு செலவுக் கணக்குகளைத் தயார் செய்து எப்போது கேட்ட போதிலும் கணக்குகளை ஒப்புவிக்க வேண்டும். சட்ட விரோதமற்ற எந்த காரியங்களையும் என் அட்டார்னி செய்வதை நானே செய்த மாதிரி ஒப்புக் கொள்வதுடன் அவற்றை நான் ஊர்ஜிதம் செய்வேனென்று இதன் மூலம் உறுதி கூறுகிறேன்.

மேற்கூறியவற்றிற்காக .... வருஷம் ஆகஸ்டு மாதம் 13—ஆம் தேதி நான் இந்த பத்திரத்தில் கையெழுத்திடுகிறேன்.

சாட்சிகள் : 1.   2.

C. உயில்சொத்தா?
கவனிக்க வேண்டிய 35 செய்திகள்!

1) ஒருவர் தன் வாழ்நாளுக்குப் பின்னர் அவரின் சொத்துக்களை, உயில் மூலம் அவர் விரும்பும் நபருக்கு எழுதிக் கொடுக்கலாம்.

2) இந்து & கிறிஸ்துவ மதத்தில் உயில் எழுதுவதைச் சட்டம் அனுமதிக்கிறது.

3) முகமதிய சட்டத்தில் ஒருவரின் வாரிசுகளுக்கு சொத்தில் பங்கு இல்லாமல் செய்யும்படி உயில் எழுத முடியாது. சொத்தை வைத்து இருப்பவர் அந்த சொத்தில் 3—ல் ஒரு பங்கு சொத்துக்கு உயில் எழுதி வைக்கலாம். ஆனால் அதற்கும் வாரிசுகள் சம்மதம் தெரிவிக்க வேண்டும். இதனால் பொதுவாக முகமதியர்கள் உயில் எழுத முடியாது என்றே கொள்ள வேண்டும் என்று நான் சொல்லி வருகிறேன்..

4) உயில் எழுதி வைத்தவரின் ஆயுட்காலத்திற்குப் பின்னர் தான் அமலுக்கு வரும். உயிலை எழுதியவர் உயிருடன் இருந்தால், அந்த உயில் அவர் இறக்கும் வரை நடைமுறைக்கு வராது.

5) ஒருவர் ஒரே ஒரு உயிலைத்தான் எழுதி வைக்க முடியும். அடுத்தடுத்து உயில் எழுதி வைத்தாலும், இறுதியாக எழுதி வைத்த உயில்தான் செல்லும். மற்ற உயில்கள் செல்லாது போய்விடும்.

6) உயில்களின் எல்லா பக்கத்திலும் உயில் எழுதுபவர் கையெழுத்து போட்டு இருக்க வேண்டும். கடைசிப் பக்கத்தில் உயில் எழுதுபவர் கையெழுத்திற்கு கீழே கண்டிப்பாக இரண்டு சாட்சிகள் கையெழுத்துப் போட வேண்டும்.

7) இரண்டு சாட்சிகளும் அந்த உயிலை எழுதியவர், போடும் அவரின் கையெழுத்தை நேரில் பார்த்தவர்களாக இருக்க வேண்டும். ஒரே நேரத்தில் உயிலை எழுதியவரும், சாட்சிகளும் உயிலில் கையெழுத்துப் போட்டு இருக்க வேண்டும்.

8) சாட்சிகள் நாணயமில்லாதவராக, பிறழ்ந்து சாட்சி சொல்பவராக இருக்கக் கூடாது. உண்மையான, பொதுவான நபராக, உயில் எழுதும் நபரைவிட மிகவும் வயதில் இளையவராக இருத்தல் நல்லது.

9) சாட்சிகள் நிரந்தர விலாசத்தில் இல்லாதவராக, தூர தேசம் செல்பவராக தேர்ந்தெடுக்கக் கூடாது. எதிர்காலத்தில் அவர்கள்தான் உயிலை உறுதி செய்பவர்கள் அவர்களை தேர்வு செய்யும்போது அதிக கவனம் வேண்டும்.

10) உயிலின் சாட்சியாக இருப்பவர் உயிலின் பலனை அடைபவராக இருக்கக் கூடாது. அப்படி இருந்தால் உயில் நிச்சயம் செல்லாது.

11) உயில் மகளுக்கு எழுதப்பட்டால், சாட்சியாக மகன்களை போட கூடாது. அப்போது மகன் ஒத்துக் கொண்டாலும், உயில் எழுதியவர் இறந்த பிறகு அவர் பிறழ்ந்துவிட வாய்ப்பு இருக்கிறது. சாட்சிகள் இரத்த உறவு இல்லாதவராக இருக்க வேண்டும்.

12) உயில்கள் பதிவு அலுவலகத்தில் பதிவு செய்ய வேண்டும் என்று கட்டாயம் இல்லை. அப்படி பதிவு செய்தால் அதனுடைய உண்மைத் தன்மை வலுப்பெறும்.

13) இரண்டு பேர் சேர்ந்து கூட்டாக எழுதும் உயிலுக்கு ஜாயிண்ட் உயில் (Joint Will) என்று பெயர். கணவரும் மனைவியும் கூட்டாக வாங்கியச் சொத்தை கூட்டாக

ஒரே உயில் எழுதியாருக்காவது கொடுத்தால் அது (Joint Will) ஜாயின்ட் உயில்.

14) கணவரின் சொத்து மனைவிக்கும், மனைவியின் சொத்து கணவருக்கும் போய் சேரும் என்று உயிலில் கணவன் மனைவி இருவரும் எழுதி கொண்டால் அது (Mutual will) மியூச்சுவல் உயில் ஆகும்.

15) மியூச்சுவல் உயில், ஜாயின்ட் உயில் என்று எழுதுவது எதிர்காலத்தில் மிகவும் குழப்பங்களை உருவாக்கும். ஒருவர் இறந்து மற்றவர் இறக்காமல் இருக்கும்பொழுது மேற்படி உயிலை ஏதோ காரணங்களுக்காக அவர்கள் ரத்து செய்ய வாய்ப்புகள் இருக்கின்றன.

16) உயில் எழுதும்போது தனித்தனியே உயில் எழுதி கொள்வது சிறந்தது. கூட்டாக எழுதுவது அன்பிற்கும், பாசத்திற்கும் நன்றாக இருக்கும். நடைமுறைக்கு அதிக சிக்கல்களை உருவாக்கிவிடும்.

17) உயில்களில் எக்சிகியூட்டர்களை அதாவது நிறைவேற்று பவர்களை நியமித்து இருப்பர், அதாவது உயில் எழுதுபவர் இறந்த பின் இந்த உயிலில் சொல்லப்பட்டுள்ள விஷயங்களை எப்படி பிரித்துக் கொடுப்பது என்று ஒரு பொதுவான நபரை அந்த உயிலிலேயே அதை எழுதி வைத்தவர் நியமித்து வைத்துவிட்டுப்போய் இருப்பர். அவரைத்தான் எக்சிகியூட்டர் (செயல்படுத்துபவர் – Executor) என்பர்.

18) எக்சிகியூட்டர்தான் அந்த உயிலுக்கு அதிகாரி, இறந்தவர்களின் வாரிசுகள் அதில் தலையிட முடியாது. உயிலில் ஒரு எக்சிகியூட்டரோ அல்லது இரண்டுக்கு மேற்பட்டவர்களோ இருக்கலாம்.

19) ஒரு எக்சிகியூட்டர் தன் வேலையைச் செய்ய விருப்பம்

இல்லாமல் இருந்தாலும், மறுத்துவிட்டாலும், இறந்துவிட்டாலும் மற்ற எக்சிகியூட்டர்கள் இருந்து அந்த வேலையைக் கூட்டாகவும், தனித்தனியாகவும் செய்வர். அவை மேற்படி உயிலில் தெளிவாக சொல்லி இருக்க வேண்டும்.

20) எக்சிகியூட்டர் இல்லாமலும் உயில்களை எழுதலாம். அது உயில் எழுதுபவர் விருப்பத்தை பொறுத்தது.

21) எக்சிகியூட்டர் நீதிமன்றத்தில் மனு செய்ய வேண்டும். எக்சிகியூட்டர் நியமிக்கப்படாத உயில்களில் இறந்தவரின் வாரிசுகளில் யாராவது ஒருவர் மனு செய்ய வேண்டும்.

22) சொத்துக்கள் வாங்கும்போது உயில் எழுதிவிட்டுப் போன சொத்துக்களா? உயில் எழுதாமல் விட்டுப்போன சொத்துக்களா? என கவனித்து வாங்க வேண்டும்.

23) உயிலை, கையிலோ, டைப்ரைட்டிங்கிலோ (தட்டச்சு), கம்ப்யூட்டரிலோ டைப் செய்து அனைத்து விளக்கங்களும் கொடுத்து தெளிவாக எழுத வேண்டும்.

24) தானம் செட்டில்மெண்டுக்கு பதில் உயிலையும், உயிலுக்கு பதிலாக செட்டில்மெண்டையும் போட்டு பலர் உப்புமா கிண்டுவது போல் பத்திரத்தைக் கிண்டி வைத்து இருப்பர். மேலும் ஜாயிண்ட் மற்றும் மியூச்சுவல் உயில் சொத்துக்களையும், சென்னை சிட்டி லிமிட்டுக்குள் இருந்து புரேபேட் ஆகாத உயில் சொத்துக்களையும், வாங்கும்போது விவரம் தெரிந்தவர்கள் துணைக் கொண்டு வாங்க வேண்டும்.

25) உயிலை மைனர்கூட எழுதி பதிவு செய்ய முடியும். உயிலை இரகசியமாக எழுதி முத்திரையிட்ட உரையில் வைத்து, மாவட்ட பதிவாளர் அலுவலகத்தில் உள்ள பாதுகாப்பு பெட்டகத்தில் வைக்க முடியும்.

26) உயிலை இந்தியாவில் எங்கு வேண்டுமோனாலும் பதியலாம்.

27) நீதிமன்றத்தில் அதிகம் தள்ளுபடி செய்யப்படும் ஆவணமும் உயில்தான்.

28) படுத்த படுக்கையில் கிடக்கும் நோயாளியிடம் ஆஸ்பத்திரியில் எழுதுவது நீதிமன்றத்தில் பெரும்பாலும் தள்ளுபடி செய்யப்படுகிறது.

29) எழுதப் படிக்க தெரியாதவரிடம் எழுதி வாங்கப்படும் உயிலும், தமிழ் மட்டும் தெரிந்தவரிடம் ஆங்கிலத்தில் உயில் எழுதி இருந்தாலும் நீதிமன்றத்தில் நிரூபிப்பது கஷ்டம்.

30) மிகவும் வயதானவர், சுயநினைவு தவறியவர்கள் எழுதி வாங்கப்படும் உயில்கள், வயதானவர்களை பராமரிக்கிறேன் என்று வயதானவர்களை கடத்திக் கொண்டு கட்டாயப்படுத்தி எழுதி வாங்கும் உயில்கள் தள்ளுபடி செய்யப்படுகின்றன.

31) சென்னையில் உள்ள சொத்துக்களின் உயில் பத்திர அலுவகத்தில் பதிவுச் செய்யப்பட்டு இருந்தாலும் அதனை சென்னை உயர்நீதி மன்றத்தில் அதன் மெய்த்தன்மையை [Probate] நிரூபிக்க வேண்டும்.

32) கிறிஸ்துவ மதத்தினார் உயில் சொத்துக்களைக் கட்டாயம் Probate (மெய்த்தன்மையை) நிரூபிக்க செய்ய வேண்டும்.

33) உயில் வழி சொத்துக்களை வாங்கும்போது அவை இறுதியான உயிலா? என்று ஆராய்ந்து வாங்க வேண்டும். (என் தொழில் அனுபவத்தில் பல சிக்கல்களை இது போன்ற சொத்துக்களால் சந்தித்து உள்ளேன்).

34) தமிழகத்தின் பிற பகுதிகளுக்கு மெய்த்தன்மை

நிரூபணம் தேவையில்லை என்ற நிலையே இருக்கிறது. அதனால் உயிலை செட்டில்மெண்ட் பத்திரம் போல பாவித்து தன்னுடைய வாரிசுகளுக்கு சொத்துக்களைப் பிரித்து கொடுக்கிறார்கள்.

35) சென்னை மற்றும் கொல்கத்தாவில் 1947–க்கு முன்பு வெள்ளையர்கள் உயில் எழுதி வைக்கும் பழக்கத்தை அவர்களுடைய கலாச்சாரமாக கொண்டதினால், அப்பொழுது மெய்த்தன்மை நிரூபணம் சட்டம் இயற்றப்பட்டுள்ளது. அதுதான் இன்று வரை தொடர்கிறது. இன்றும் சென்னையில் பல ஆங்கிலோ இந்தியர்கள் தங்கள் சொத்துக்களை பதிவு செய்யப்படாத உயில்களாகத்தான் எழுதி வைக்கின்றனர்.

மனதில் கொள்ள வேண்டிய பாடங்கள் :

1. கிரையப் பத்திரம் எழுதும்போது எழுதிக்கொடுப்பவர்கள் வாரிசு முறைப்படி எழுதிக்கொடுப்பார்களேயானால் அந்த சொத்து அவர்களின் தந்தையையோ, தாத்தாவையோ, அம்மாவையோ, பாட்டியையோ சார்ந்தது என்றால், அவர்களை பத்திர ஷரத்தில் குறிப்பிட்டு எந்தவித உயிலும் இல்லாமல் இறந்துவிட்டார்கள் (Died Intestate) என்ற வார்த்தையை கட்டாயம் சேர்க்க வேண்டும்.

2. எப்பொழுது உயில் எழுதினாலும் அந்த உயில் ஷரத்தில், அதிகமான சொத்துக்கள் இருந்தால் அளவுப் பிழைகளோ அல்லது சில சொத்துக்களை மறந்தபடி எழுதாமல் விடுவது சகஜம். எனவே அந்த நேரத்தில் பத்திரம் எழுதுபவர்கள் உயில் பத்திரத்தின் இறுதியில் இதில் அளவுப் பிழையாக மீதியிருக்கின்ற சொத்துக் களும் மறதிப்பிழையில் விடுப்பட்ட சொத்துக்களும் இன்னாருக்கு சேரும் என்று தெளிவாக ஒரு ஷரத்தை எழுதுவது மிகப் பயனுள்ளது.

C1. உயில் மாதிரி

மகளுக்கும், பேரனுக்கும் கொடுத்தல்

.... வருஷம் ... மாதம் .... தேதியில் .... ல் இருக்கின்ற இன்னார் குமாரர், இன்னார் ஆகிய நான் திரி கரண சுத்தியாயும் நல்ல நினைவுடனும் என் சுயவிருப்பத்துடனும், முழு மனதுடனும் எழுதி வைக்கும் உயில் சாஸனமாவது என்னவென்றால்:–

1) எனக்கு இப்பொழுது ... (இத்தனை) .... வயதாகிறது இனி நான் வெகு காலம் ஜீவித்திருக்க முடியாதாகையால் நான் நல்ல தேகஸ்திதியில் இருக்கும் போதே நான் இறந்த பிறகு நான் சொத்துக்களை யார் அடைய வேண்டும் என்பது பற்றி இந்த உயில் எழுதி வைக்கிறேன்

2) எனக்கு இப்பொழுது இருக்கும் சொத்துகளாவது:–

   i) ஊர் தெரு கதவு எண் உள்ள வீட்டு மனை

   ii) பாங்கியில் இருக்கும் தொகை

   iii) அடமானங்களில் வர வேண்டியவை இவை கீழ் "எ" "பி" "சி" செடியூலில்களில் முறையே குறிக்கப்பட்டு உள்ளன.

3) எனக்கு ஆண் சந்ததிகள் கிடையாது எனக்கு இருப்பது .... இன்ன பெயருள்ள ஒரு மகளும் .... இன்ன பெயருள்ள அவள் மகனும் தான்

4) என் ஜீவதசைக்கு பிறகு மேற்படி என் மகள் இன்னார் கீழ் "பி" "சி" ஷெட்டியூலில் கண்ட சொத்துக்களை சர்வ சுதந்திரமாய் அடைய வேண்டியது "எ" ஷெட்டியூலில் சொத்தை என் மகள் கைப்பற்றி அதை கிரையம், தானம், அடமானம், முதலிய எந்த வகை பராதீனத்திற்கும் உட்படுத்தாமால் வாடகைகளை வசூல் செய்து எடுத்துக் கொண்டு வரி கட்டி ஆண்டு அனுபவித்து வர வேண்டியது அவள் அனுபவிக்கும் பாத்யதை முடிந்த பிறகு அவள் குமாரனும் என் பேரனுமான (இன்னார்) அதை சர்வ சுதந்திரமாய் எல்லா வகை மாற்றங்களும் செய்ய உரித்தாய் அடைய வேண்டியது எனக்குள்ள மற்ற சொத்துக்களையும் மேற்படி என் பேரனே அடைய வேண்டியது.

5) இதில் கண்ட யாவும் என் ஜீவதசைக்குப் பிறகு அமுலுக்கு வர வேண்டியது என் ஜீவதசையில் இதை மாற்றவும், ரத்து செய்யவும் எனக்கு அதிகாரம் உண்டு.

6) மேற்படி என் மகளையே இதற்கு உயில் நிறைவேற்றாளராக நியமித்திருக்கிறேன்.

7) இதற்கு முன் நான் உயில் ஒன்றும் எழுதி வைக்கவில்லை இதுவே என் கடைசி உயில் ..... (தேதி) .....ல் ..... சப்ரிஜிஸ்டிரார் ஆபீசு புஸ்தகம் 3 வால்யும் .. (பைல்).... பக்கங்கள் .....ல் ஒரு உயில் தஸ்தாவேஜ் எண்.... ஆக பதிவு செய்து வைத்திருக்கிறேன் அதை இதனால் ரத்து செய்து விடுகிறேன். (ஏற்கனவே ... தேதி... யில் ... எண் தஸ்தாவேஜாக .... சப்ரிஜிஸ்டிரார் ஆபீசில் நான் பதிவு செய்து வைத்திருக்கும் உயில் என்னுடைய மற்றொரு சொத்தைப் பற்றிய தாகையால் அதை நான் இதனால் ரத்து செய்யவில்லை). இந்தபடிக்கு என் மனப்பூர்வமாக நான் எழுதி வைத்த உயில் சாஸனம்.

"எ" ஷெட்யூல்   ....

"பி" ஷெட்யூல்   ....

"சி" ஷெட்யூல்   ....

சாட்சிகள் :   உயில் எழுதியவர்

மனதில் கொள்ள வேண்டிய பாடங்கள் :

1) 1925 வாரிசு சட்டம் பிரிவு 67 உயிலின்படி சொத்து அடையும் நபரோ அவர் மனைவியோ (அ) கணவரோ சாட்சி கையெழுத்து செய்யக் கூடாது. அப்படி செய்தால் சாட்சி செல்லும் சொத்து வராது.

2) உயிலின் மூலம் உரிமையடையும் நபர், அதை எழுதியவர் உயிருடன் இருக்கையில் உயிலை ரிஜிஸ்தர் செய்வதற்காக ஆஜர் செய்ய முடியாது.

3) ஒரு நபரால் எழுதப்பட்ட உயில் பதிவு செய்யப்படாமல் இருந்து உயில்தாரர் இறந்துவிட்டால், இந்திய பதிவுச் சட்டம் 41(2)ம் பிரிவின் கீழ் அதனை கட்டாயம் பதிவு செய்ய முடியும். ஆனால் இதனை பெருமளவான மக்கள் செய்வதில்லை. உயில்தாரர் வாழும்போதே பதிவு செய்ய வேண்டும் என்று தவறான நம்பிக்கையால் பதியாமல் விட்டுவிடுகின்றனர்.

C2. உயில் கடவுளுக்கு கொடுத்தல்
(மாதிரி)

..... வருஷம் .... மாதம் ..... தேதி .....ல் இருக்கும் காலஞ் சென்ற பாரியாள் (இன்னார்) என்கிற நான் திரிகரண சுத்தியும் நல்ல நினைவுடனும் என் மனப் பூர்வமாய் எழுதி வைத்த உயில் சாஸனம் என்னவென்றால்:–

1) எனக்கு இப்பொழுது .... வயது ஆகிறது. எனக்கு ஆண் பெண் சந்ததிகள் ஒன்றும் கிடையாது என் கணவர் ..... (இத்தனை)... வருஷங்களுக்கு முன் கீழ் ஷெட்யூலில் கண்ட வீட்டுமனையை மட்டும் வைத்து விட்டு இறந்துவிட்டார். அது எனக்கு மட்டுமே சொந்தமாகி என் சுவாதீன அனுபோகத்தில் இருந்து வருகிறது. அதில் என்னைத் தவிர வேற யாருக்கும் சந்த பாத்தியதை கிடையாது. அதன் வருமானத்தைக் கொண்டு நான் இப்பொழுது என்னை சவரக்ஷனை செய்து கொண்டு வருகிறேன். அந்த சொத்தின் பேரில் இப்பொழுது எவ்வித அடமானமாவது வேறு எவ்வித கலனாவது கிடையாது.

2) நான் குடியிருந்து வரும் திருவில்லிக்கேணி என்கிற புண்ய ஸ்தலத்தில் கம்பீர தோற்றத்துடன் தோன்றி ஞான ஒளி வீசி வரும் முதற் பொருளும் என்றும் பொருளுமாய் விளங்கும் பார்த்தசாரதி கடவுள் என் ஜீவதசைக்குப் பிறகு சொத்தை சாஸ்வதமாயும் சர்வ சுதந்திரமாயும் அடைய வேண்டியது அவர் கோயில் கொண்டிருக்கும் தேவஸ்தனத்தின் டிரஸ்டிகள் மேற்படி சொத்தை என் ஜீவதசைக்கு பிறகு கைப்பற்றி அதன் பூரா வருமானத்தையும் கடவுள் பணிகளுக்கே செலவு செய்து கொண்டு வர வேண்டியது.

3) இதில் கண்ட யாவும் என் ஜீவதசைக்குப் பிறகு அமுலுக்கு வர வேண்டியது இதை மாற்றவும், ரத்து செய்யவும் எனக்கு அதிகாரம் உண்டு. ஆனால் அப்படி எதுவும் நான் செய்ய மாட்டேன். இப்படிக்கு என் மனப்பூர்வமாய் எழுதி வைத்த உயில் சாஸனம்

ஷெட்யூலில் சொத்து விவரம்

....

சாட்சிகள்   உயில் எழுதியவர்

C3. உயிலில் கார்டியனை நியமித்தல் மாதிரி

WILL APPOITING GUARDIAN

.... வருஷம் .... மாதம் .... தேதி ....ல் இருக்கும் காலஞ் சென்ற பாரியாள் (இன்னார்) என்கிற நான் திரிகரண சுத்தியும் நல்ல நினைவுடனும் என் மனப் பூர்வமாய் எழுதி வைத்த உயில் சாஸனம் என்னவென்றால்:–

1) எனக்கு ..... இன்னார் .... என்கிற ஒரே குமாரன் இருக்கிறான். அவனுக்கு இப்பொழுது 10 வயதாகிறது. அவனுக்கு அவர் தாயார் கொடுத்த கீழ் ஷெட்யூலில் கண்ட வீட்டுமனை ஒன்று மட்டும் இருக்கிறது. அவன் தாயார் இறந்தது முதல் மேற்படி சொத்தில் வரும் வாடகைகளை வசூல் செய்து வரிகட்டி கார்டியனாக அவனை சவரக்ஷனை செய்து வருகிறேன். என் உடல் நிலை சரியாக இல்லாததால் என் ஜீவதசைக்குப் பிறகு அவன் சொத்தை பரிபாலித்து வர ஒரு ஏற்பட்டு செய்ய வேண்டியதை இருக்கிறது.

ஆகையால் என் இளைய சகோதரன் என்பவனை மேற்படி என் மைனர் குமாரனுக்கும் அவன் சொத்துக்கும் கார்டியனாக இதனால் நியமித்திருக்கிறேன். என் ஜீவதசைக்குப் பிறகு மேற்படி என் சகோதரன் மேற்படி சொத்தை கைப்பற்றி வாடகைகளை வசூல் செய்து கொண்டு வரி கட்டி என் குமாரனுக்கு படிப்பு முதலியது சொல்லி வைத்து அவனை சவரக்ஷனை செய்து காப்பாற்றி வர வேண்டியது அவன் மேஜரானவுடன் மேற்படி சொத்தை என் சகோதரன் அவனிடம் ஒப்புவித்துவிட வேண்டியது.

2) இதில் கண்ட யாவும் என் ஜீவதசைக்குப் பிறகு அமுலுக்கு வர வேண்டியது இதை மாற்றவும் ரத்து செய்யவும் எனக்கு அதிகாரம் உண்டு.

இந்தப் படிக்கு நான் எழுதி வைத்த உயில் சாஸனம்.

ஷெட்யூலில் சொத்து விவரம்

....

சாட்சிகள்   உயில் எழுதியவர்

C4. உயில் அனுபந்தம் மாதிரி

CODICIL

குற்றாலம் டவுன் மஹாதானத் தெருவில் வசிக்கும் பரமசிவ அய்யர் .... தேதியில் பிறப்பித்த உயில் சாஸனத்துக்கு அதன் பாகமாய எடுத்துக் கொள்ளப்பட வேண்டிய உயில் அனுபந்தம் (Codicil) என்னவென்றால்;

தென் பிராந்திய ரயில்வே, தஞ்சாவூர் திருச்சிராப்பள்ளி சந்திப்புகளுக்கு இடையிலுள்ள, திருவரம்பூரில் இருக்கும் அனுமார் கோவிலுக்குத் தரிசனம் செய்ய வரும் யாத்திரிகர்களில் 3 பேருக்குத் தேசாந்திரியாக போஜனம் செய்விக்க எனது கடைசி மூன்று குமாரர்களுக்கு வீட்டிலிருக்கும் சொத்தில் 6 மனையிலிருந்து வரும் வருமானத்தைக் கொண்டு செலவிட வேண்டும் என்று சாஸனம் செய்கிறேன். அதற்குத் தர்மகர்த்தாவாக என்னுடைய முதல் குமாரரை நியமிக்கிறேன். தேசாந்திரிச் செலவுகள் போக மீதியிருந்தால் அதை என் கடைசி மூன்று பிள்ளைகளும் சமமாக அடைய வேண்டியது. ராமஸ்வாமி அய்யர் காலத்துக்குப் பிறகு, அடுத்த குமாரன் தர்மகர்த்தாவாக ஆக வேண்டியது. இந்த பிரைவேட் டிரஸ்ட் சொத்தைப் பரிபாலிப்பதனால் யாருக்கும் தலையிடவோ, தர்மகர்த்தாவைக் கணக்குக் கேட்கவோ அல்லது தர்ம சொத்தைப் பற்றி வேறு எந்த கேள்விகளேனும் கேட்கவோ உரிமை கிடையாது. என் குமாரர்களின் மேல் எனக்கு நம்பிக்கை உண்டாதலினால், யாருடைய தலையீடில்லாமல் மேற்படி தர்ம சொத்தைப் பரிபாலித்து வருவார்களென்று நான் நம்புகிறேன். இது என் ஆயுளுக்குப் பின் அமுலுக்கு வர வேண்டியது. இதை மாற்றவும் ரத்து செய்யவும் எனக்கு அதிகாரமுண்டு. மேற்கூறியதற்கிணங்க 02.07.1980 மேற்படி பரமசிவ அய்யராகிய நான் கையொப்பமிடுகிறேன்.

ஒப்பம்

மரண சாஸனம் அனுபந்தமும் எழுதிய மேற்படி பரமசிவ அய்யரால் எங்கள் முன்னிலையில் கையெழுத்திடப்பட்டது.

சாட்சிகள்

1.

2.

D. கிரைய ஒப்பந்தத்தைப் பற்றி கவனம் செலுத்த வேண்டிய 10 விஷயங்கள்!

1) இரண்டு நபர்களுக்கு இடையே ஒரு பொருள் விற்பனை செய்யும்போதோ, வாடகை பெறும்போதோ, சேவை பெறும் போதோ, அதில் உள்ள கண்டிசன்களுக்கு சாட்சிகள் முன்னிலையில் ஒத்துக் கொண்டு ஒருவருக்கொருவர் ஒப்புதல் அளித்து எழுதிக் கொள்ளும் பத்திரம் ஒப்பந்தப் பத்திரம் ஆகும்.

2) கிரைய ஒப்பந்தப் பத்திரம், வீட்டு வாடகை ஒப்பந்தப் பத்திரம், வீடு கட்டும் ஒப்பந்தப் பத்திரம், வியாபார ஒப்பந்தப் பத்திரம் என பலவகை இருக்கிறது.

3) மனை, வீடு வாங்கும்போது, ப்ரோமோட்டர், அல்லது பில்டர் பெரும்பாலும் அவர்களின் லெட்டர் பேடில் அக்ரிமெண்ட் எழுதினால் செல்லாது. கண்டிப்பாக ரூ.20க்காவது முத்திரைத்தாளில் ஒப்பந்தம் போட்டு இருக்க வேண்டும்.

4) நில கிரைய ஒப்பந்தங்களை 2012ஆம் ஆண்டு முதல் கண்டிப்பாக பதிவு செய்ய வேண்டும் என்று நீதிமன்றம் சொல்லிவிட்டது. வெறுமனே பதிவு செய்யாமல் போகும் அக்ரிமெண்டுகள் சிக்கல் வந்தால் நீதிமன்ற படியேறி நியாயம் பெற முடியாது.

5) கிரைய ஒப்பந்தம் போட்டுவிட்டு அதை பதிவும் செய்துவிட்டு 3 ஆண்டுகள் வரை கிரையம் செய்யப்பட வில்லை என்றால், அந்த கிரைய ஒப்பந்தம் தானாகவே காலாவதி ஆகிவிடும்.

6) கிரைய பத்திரம் பெரும்பாலும் சொத்து வாங்குபவர்தான் தயார் செய்ய வேண்டும். விழிப்பாக எழுதப்பட வேண்டும். அக்ரிமெண்ட் போடும்போது வாங்கும் தகுதி உள்ளவரா?

என்று தீர ஆராய்ந்து அக்ரிமெண்ட் போட வேண்டும். இல்லை என்றால் கொஞ்சம் பணம் கொடுத்துவிட்டு காலத்தை இழுத்துவிடுவார்கள் என்பதை நினைவில் வைக்க வேண்டும்.

7) வாங்குபவருக்கோ அல்லது அவர் குறிப்பிடும் மற்றவருக்கோ சொத்தை விற்க அனுமதிக்கலாம் என்ற விவரங்கள் அக்ரிமெண்ட்டில் எழுதினால் மட்டுமே பிறருக்கு கைமாற்ற வாங்குபவருக்கு உரிமை இருக்கிறது.

8) சொத்தை, விற்பவர், சொத்தை வாங்குபவர் சொத்து தொடர்பான முழு தகவல்களும் ஒப்பந்தத்தில் இருக்க வேண்டும்.

9) சொத்தில் எந்த வில்லங்களும் இல்லை என்பதை அக்ரிமெண்ட்டில் உறுதி செய்ய வேண்டும். அப்படி ஏதாவது வில்லங்கம் இருந்தால் அதனை அக்ரிமெண்ட்டில் குறிப்பிடுவது நல்லது.

10) கிரைய சொத்திற்கு மதிப்பிட்டு இருக்கும், தொகை எண்ணாலும், எழுத்தாலும் எழுதப்பட்டு இருக்க வேண்டும். இருவரும் அந்த தொகைக்கு முழு சம்மதம் தெரிவித்து இருக்க வேண்டும்.

மனதில் கொள்ள வேண்டிய பாடங்கள் :

ஒரு சொத்தை வாங்குவதற்கு முன் போடப்படும் கிரைய ஒப்பந்த பத்திரத்தில்தான் அனைத்தும் அடங்கி இருக்கிறது. அதில் உள்ள எல்லா ஷரத்துக்களையும் தீர்க்கமாக படித்துவிட்டுத்தான் ஒப்பந்தத்தில் நுழைதல் வேண்டும்.

D1. வீடு வாங்குவதற்காக செய்து கொள்ளப்படும் அக்ரிமென்ட் (ஒப்பந்தம்)

.... ஆம் வருஷம் மாதம்....தேதி சென்னை தியாகராயர் சரோஜினித் தெரு 114 ஆம் நெம்பர் வீட்டில் வசிப்பவரும் ஹிந்து தாபல் இலாகா வேலையிலிருந்து விலகி ஓய்வு பெற்றிருப்பவரும் சபாபதி என்பவரின் குமாரருமான எல்.நாராயணன் (1) மேற்படி சென்னை தியாகராய நகர் சரோஜினித் தெரு 25ஆம் நெம்பர் வீட்டில் வசிப்பவரும், ஹிந்து திரைப்படங்களை விநியோகிக்கும் பிரதிநிதியுமான வேதநாயகம் குமாரர் ஆர். ஆறுமுகம் என்பவர் (2) ஆக இந்த இருவரும் இனிமேல் விற்பனைதாரர்கள்.

(விற்பனைதாரர்கள் என்ற சொல் இந்த அக்ரிமென்ட்டில் எந்த பாகத்தில் காணப்பட்டாலும் அதற்கு மேற்படி விற்பனைதாரர்களின் வாரிசுகள், சந்ததியார்கள், சொத்துக்களைப் பராமரிப்பவர்கள், சட்டப்படி உரிமை பெற்றவர்கள், உரிமை மாற்றப்பட்டவர்கள் ஆகியவர்கள் யாவரையும் குறிப்பிடுவதாக அர்த்தமாகும்).

சென்னை தியாகராயநகர் ரங்கநாதன் தெரு 80ஆம் நெம்பர் வீட்டில் வசிக்கும், ஹிந்து வரதாச்சாரியார் குமாரர் டி.கிருஷ்ணசாமி என்பவர் சொத்தை கிரையத்துக்கு வாங்குபவர்.

(அதாவது இனிமேல் வாங்குபவர் என்ற சொல் அக்ரிமென்ட்டில் எந்த பாகத்தில் காணப்பட்டாலும் அதற்கு மேற்படி வாங்குபவர்களின் வாரிசுகள், சந்ததியார்கள், சொத்துக்களைப் பராமரிப்பவர்கள், சட்டப்படி உரிமை பெற்றவர்கள், உரிமை மாற்றப்பட்டவர்கள் ஆகியவர்கள் யாவரையும் குறிப்பிடுவதாக அர்த்தமாகும்).

மேற்படி விற்பனைதாரர்களும், எம்.என்.சபாபதி என்பவரும், மேற்படியாளர்களுக்குச் சொந்தமானதும், அவர்களுடைய அனுபோகத்தில் இருந்தும் அடியில்கண்ட ஷெட்யூலில் விவரித்திருப்பதுமான, சென்னை தியாகராயநகர், சரோஜினித் தெரு, 114ஆம் நெம்பர் வீட்டையும், மனையையும் சகலவிதமான வில்லங்கங்களையும் நீக்கி ரூ33,00,000/- க்கு (எழுத்தால் முப்பத்து மூன்று லட்சம் மட்டும்) விக்கிரையம் செய்துவிட ஒப்புக் கொண்டிருக்கிறபடியாலும், மேற்படி விற்பனைதாரர்கள், மேற்படி எம்.என்.சபாபதி என்பவரிடம் இருந்த இந்த விக்கிரையத்துக்கு ஒப்புதலை பூர்த்தி ஆகும்போது, மேற்படி எம்.என்.சபாபதி என்பவரும் சேர்ந்து கையெழுத்திடவும் ஒப்புக் கொண்டிருக்கிறபடியாலும், மேற்படி டி.கிருஷ்ணசாமி என்பவர் மேற்படி சொத்தை வாங்கி கொள்வதாக ஒப்புக்

கொண்டிருக்கிறபடியாலும்;

இப்போது இந்தச் சட்டபூர்வமான ஒப்பந்தத்தில் அடியில் கண்ட ஷரத்துக்கள் உள்ளடக்கியிருக்கின்றன.

விற்பனைதாரர்களும், வாங்குபவரும் ஒப்புக்கொண்டபடி அடியில் கண்ட சொத்து விவரத்தில் விவரிக்கப்பட்டிருக்கும் சென்னை தியாகராயநகர், சரோஜினி தெரு, 114ஆம் நெம்பர் வீட்டை யாதொரு வில்லங்கமுமில்லாமல் ரூ33,00,000/–க்கு (எழுத்தால் முப்பத்து மூன்று லட்சம் மட்டும்) வாங்குவதாக வாங்குபவர் ஒத்துக் கொண்டிருக்கிறார்.

1. அதற்காக வாங்குபவர் இன்றைய தினம் ரூ10,000,00/– (எழுத்தால் பத்து லட்சம் மட்டும்) முன் பணமாக கொடுத்திருக்கிறார். இந்த விக்கிரையம் முடியும்பொழுது, இந்த ரூ10,000,00–மும் (எழுத்தால் பத்து லட்சம் மட்டும்) விக்கிரையத் தொகையில் ஒரு பாகமாகச் சரிக்கட்டுதல் செய்யப்படும். எந்தக் காரணத்தினாலாவது மேற்படி விற்பனை பூர்த்தியாகாமல் இருந்தால், விற்பனைதாரர்கள் வாங்குபவருக்கு மேற்படி இந்த ரூ10,000,00/–யும் (எழுத்தால் பத்து லட்சம் மட்டும்) திருப்பிச் செலுத்திவிட வேண்டும். அதுமட்டில் விற்பனைக்கு கொண்டுவரப்பட அடியிற் கண்ட சொத்தானது இதற்கு ஈடாக இருக்கும்.

2) மேற்படி சொத்தின் உரிமை பற்றிய விவரங்களை வாங்கு பவரின் சட்ட ஆலோசகர் ஒப்புக்கொள்ள வேண்டும். அவரது அபிப்பிராயங்கள் தான் இறுதியானவை.

3) ..... முதல் .... வரையிலும் .... முதல் நாளது தேதி வரையிலும் மேற்படி சொத்தின் வில்லங்க சான்றிதழை விற்பனைதாரர்கள் அவர்கள் செலவில் வாங்கிக் கொடுப்பதுடன் விற்பனை பூர்த்தியாகும் வரை அந்த வீட்டுக்குச் செலுத்தப்பட வேண்டிய சொத்து வரி, நிலவரி இன்னும் செலுத்தப்பட வேண்டிய இதர தொகைகளையும் செலுத்திவிட்டு ரசீதுகள் காண்பிக்க வேண்டும்.

4. எம்.என்.சபாபதி என்பவரிடமிருந்து இம்மாதிரி விக்கிரையம் செய்ய ஒப்புக் கொண்டதற்கு ஓர் ஒப்புதல் கடிதம் உடனடியாக வாங்கித் தருவதற்கு ஏற்பாடு செய்வதுடன் கிரைய சாசனத்தை பூர்த்தி செய்து நிறைவேற்றம் செய்யும் தருணத்தில் மேற்படி விற்பனை தாரர்களுடன் இருந்து பூர்த்தி செய்து தருவதற்கு வேண்டிய ஏற்பாடு செய்யவும் விற்பனைதாரர்கள் ஒப்புக்கொள்கிறார்கள்.

5. வாங்குபவர் இந்த விற்பனைக்காக ஏற்படும் எல்லாச் செலவுகளையும்

பத்திர ஸ்டாம்புகள், ரெஜிஸ்ட்ரேஷன் கட்டணம், எழுத்துக் கூலி முதலிய செலவுகளையும் ஏற்றுக் கொள்ள வேண்டும். வில்லங்க சான்றிதழ் வாங்குவதற்கும் ஏற்படும் செலவுகளை மாத்திரம் விற்பனைதாரர்கள் ஏற்றுக் கொள்ள வேண்டும்.

6. விற்பனைதாரர்கள் மேற்படி சொத்தை இந்த விற்பனை பூர்த்தி செய்யும் தருணத்தில் காலியான நிலையில் வாங்குபவரின் சுவாதீனத்திற்கு ஒப்படைக்க வேண்டும்.

7. வாங்குபவர் பெயருக்கோ அல்லது அவர் குறிப்பிடும் நபர் அல்லது நபர்கள் பெயரில் இந்தக் கிரைய சாசனம் எழுதப்படுவதற்கு விற்பனைதாரர்கள் யாதொரு ஆட்சேபனையும் தெரிவிக்கக்கூடாது.

8. இந்த சொத்தின் பேரில் இந்திய போஸ்டல் அன்ட் ஆர்.எம்.எஸ் கூட்டுறவு சொசைடி கொடுத்திருக்கும் அடமானக் கடன் தவிர வேறு எந்தக் கடனும் கிடையாதென்று விற்பனைதாரர்கள் உறுதி கூறுகிறார்கள். மேலும் மேற்படி வாங்குபவரைத் தவிர்த்து வேறு எந்த நபருடனும் மேற்படி சொத்தை விற்பதற்கு யாதொரு அக்ரிமேண்டும் கிடையாதென்றும் உறுதி கூறுகிறார்கள்.

9. கிரைய சாசனம் வாங்குபவரின் சட்ட ஆலோசகரால் தகுந்த ஷரத்துக்களுடன் எழுதப்பட வேண்டும்.

10. வாங்குபவர் விற்பனைத் தொகையான ரூ.33,00,000/—லிருந்து வீட்டின் மேல் ஏற்பட்டிருக்கும் அடமானக் கடன் இந்திய போஸ்டல் அன்ட் ஆர்.எம்.எஸ். கோவாப்ரேடிவ் இன்சூரன்ஸ் சொசைடி சார்ஜ் ரூ.3/—க்குச் செலுத்திப் பைசல் செய்தது போக உள்ள மிச்சத்திலிருந்து முன்னால் கூறப்பட்டு நாளது தேதியில் வாங்குபவரால் செலுத்தப்பட்டிருக்கும் அட்வான்ஸ் தொகையாகிய ரூ.1,00,000/— ஐயும் கழித்துக் கொண்டு மிகுதி தொகை கிரய சாசனம் ரிஜிஸ்தராகும் தினத்தில் வாங்குபவரால் விற்பனைதாரர்களுக்குச் செலுத்தப்பட வேண்டும்.

11. நாளது தேதியிலிருந்து 2 மாதங்களுக்குள் மேற்படி விற்பனை ரிஜிஸ்ட்ரேஷன் முதலானவைகள் பூர்த்தியாக வேண்டும். விற்பனைதாரர்கள் மேலே குறிப்பிட்ட காலத்துக்குள் பத்திரம் எழுதி ரிஜிஸ்தர் செய்து தந்துவிட வேண்டும். தவறினால் வாங்குபவரின் சித்தப்படி முன் பாணமாகிய ரூ1,00,000ஐயும் திருப்பிக் கொடுத்துவிட வேண்டியதல்லாமல் ஒப்பந்தத்தை நிறைவேற்றதற்காக எடுக்கப்படும் எந்த நடவடிக்கைகளுக்கும் உட்பட வேண்டும்.

12. குறிப்பிட்ட காலத்துக்குள் வாங்குபவர் இந்த விவாகரத்தை முடிக்காவிட்டால் விற்பனைதாரர்கள் உசிதப்படி அவர் கட்டிய முன் பணத்தை இழந்து விடுவதோடல்லாமல் ஒப்பந்தத்தை நிறைவேற்றுவதற்காக எடுக்கப்படும் எந்த நடவடிக்கைகளுக்கும் உட்பட வேண்டும்.

சொத்து விவரம்

சென்னை தியாகராயநகர் சரோஜினித் தெருவில் பைமாஷ் நெம்பர் 1923-ம் டி.எஸ். நெம்பெர்கள் 6051, 6052, 6053-ம் சர்வே நெம்பர் 156/1 பாகம் 156/2 பாகம் கொண்டதும் பழைய முனிசிபல் நெம்பர் 11, புதிய நெம்பர் 11-ஆம் ஆன, வீடு, மனை இதற்கு ஜெக்பந்தி வடக்கில் சரோஜினித் தெரு கிழக்கில் ராமன் வீடு, தெற்கில் வள்ளியின் வீடு, மேற்கில் .... வீடும், வீடு மனையின் பரப்பு 15625 சதுர அடி இது மதராஸ் தெற்கு ரிஜிஸ்ட்ரேஷன் டிஸ்ட்ரிக்ட் தியாகராயர் நகர் சப்-டிஸ்ட்ரிக்டைச் சேர்ந்தது.

மேற்சொன்னவைகளை ஒப்புக்கொண்டு விற்பனைதாரர்களும், வாங்குபவரும் ... வருஷம் ... மாதம்... தேதியில் ... கையொப்பம் இடுகிறார்கள்.

விற்பனைதாரர் ஒப்பம்

வாங்குபவர் ஒப்பம்

சாட்சிகள்:

1.   2.

மனதில் கொள்ள வேண்டிய பாடங்கள் :

ஒரு கிரைய ஒப்பந்தத்தை இருதரப்பினரும் சுமூகமாக பேசி முடிவு செய்து விருப்பப்பட்டு, ரத்துசெய்துக் கொள்ளலாம். அதுபோல, இராஜ்ஜிய ரீதியிலான தடையோ, பேரிடர் விபத்து, உயிரிழப்பு போன்ற தெய்வாதீனமான தடையோ இருந்தால் அந்த அக்கிரீமெண்டின் காலதாமதத்தை காலதாமதமாக கொள்ளத் தேவையில்லை.

D2. மறு விக்கிரைய ஒப்பந்தப் பத்திரம் மாதிரி

(AGREEMENT FOR RE-SALE)

...... ஆம் வருஷம் ஏப்ரல் மாதம் 11–ஆம் தேதி சேலம் ஜில்லா கஸ்பா சேலம் டவுன் செவ்வாய்ப்பேட்டையில் வசிக்கும் நன்னய்யர் குமாரர், பாங்கர் கிருஷ்ணன் மேற்படி ஜில்லா மேற்படி கஸ்பா சேலம் டவுன் அம்மாப்பேட்டையில் வசிக்கும் நெசவு ஜீவனம், காளிசெட்டி குமாரர் சௌடப்பன் பேருக்கு எழுதிக் கொடுத்து மறு விக்கிரய ஒப்பந்தப் பத்திரம் என்னவென்றால்;

அடியில் சொத்து விவரத்தில் குறிப்பிட்டுள்ள சொத்துக்களை ரூ2000–க்கு நீர் எனக்குக் கிரயம் செய்து கொடுத்துருப்பதாலும் மேலும் இதற்காக என் பேருக்கு தேதியிட்ட ஒரு கிரையப் பத்திரம் எழுதிக் கொடுத்து அது சேலம் 3–வது ஜாயிண்ட் சப் ரிஜிஸ்டிரர் ஆபிசில் 1–வது புத்தகத்தில் 1979ஆம் வருசத்தில் 3842–ஆம் நெம்பர் தஸ்தாவேஜுவாக ரிஜிஸ்தர் செய்யப்படிருப்பதாலும், நாளது தேதி முதல் மூன்று வருஷத் தவணைக்குள் நீர் மேற்படி ரூ.2000 ஐயும் எனக்கு திருப்பிச் தந்து விடும் பட்சத்தில் இந்த சொத்துக்களை உமக்கு மறு விக்கிரயம் செய்து கொடுத்துவிட வேண்டுமென்று கேட்டுக்கொண்டதாலும் நம்மிடையே கீழ்க்கண்டவாறு இதனால் ஒப்பந்தம் செய்து கொள்ளப்படுகிறது

(1) நாளது தேதியில் முதல் மூன்று வருசக் கெடுவிற்குள் கிரயத் தொகையான ரூ.2000 நீர் எனக்கு திருப்பிச் தந்து விட வேண்டியது பிறகு உமது பேருக்கு நான் ஒரு கிரயப் பத்திரம் எழுதிக் கொடுத்து சொத்துக்களைத் திரும்பவும் உம்முடைய சுவாதீனத்திருக்கு ஒப்படைத்துவிட வேண்டியது.

(2) மேலே கூறப்பட்ட கெடுவுக்குள் மேற்படி தொகையை செலுத்த தவறும்பட்சத்தில் இந்த ஒப்பந்தம் செல்லுபடியாகாததாகிவிடும்.

சாட்சிகள்:

1.

2

D3. விக்கிரைய ஒப்பந்தம் மாதிரி

(AGREEMENT FOR SALE)

..... தேதி .... இன்னாருக்கு ...... இன்னார் எழுதிக்கொடுப்பது (இதை விஸ்தரித்து எழுதக் கொள்ளவும்).

1. எனக்கு சொந்தமான கீழ் ஷெட்டியூலில் கண்ட .... ஊர், ... தெரு, ... கதவு எண் .... ல் உள்ள வீட்டு மனை (...... ஜில்லா, ... தாலுகா, ... கிராமத்தில் உள்ள நஞ்சை, புஞ்சை நிலம்) சொத்தை நான் இதனால் உங்களுக்கு ரூ.   /– (எழுத்தால் ரூபாய் .... மட்டும்) வில்லங்க சுத்தியாய் விக்கிரையம் செய்து கொள்ள ஒப்புக் கொண்டிருக்கிறேன். இதற்கு நீங்களும் சம்மதித்து இதில் கையெழுத்து செய்திருக்கிறீர்கள்.

2. இந்த ஒப்பந்தத்திற்கு முன் பணமாக (அச்சாரமாக) ரூ.   /– (எழுத்தால் ரூபாய் .... மட்டும்) இதில் கையெழுத்து செய்ததும் (இது பதிவாகும்போது உதவி பதிவாளர் முன்னிலையில்) நான் உங்களிடமிருந்து பெற்றுக் கொண்டிருக்கிறேன்.

3. இன்று முதல் .... நாளைக்குள் மேற்படி சொத்தை சேர்ந்த பத்திரங்களை நான் உங்களுக்கு காண்பித்து என்னுடைய தனிப்பட்ட சொந்த பாத்யதையை உங்களுக்கு நான் நிரூபிக்க சம்மதிக்கிறேன். .... நாளைக்குள் நீங்கள் கேட்கும் வருடங்களுக்கு வில்லங்க சான்றிதழ் என் செலவில் வாங்கிக் கொடுத்து வில்லங்கத்தைப் பற்றிய விவரத்தையும் நிரூபிக்க சம்மதிக்கிறேன்.

4. பத்திரங்கள் சரியா இல்லை என்று உங்களுக்கு தோன்றினால் நீங்கள் இன்று கொடுத்திருக்கும் முன் பணத்தை (அச்சாரத்தை) வாபஸ் செய்துவிடுகிறேன்.

5. பத்திரங்கள் சரிவர இருப்பதாக உங்களுக்கு தோன்றினால் இன்று முதல் .... மாதத்திற்குள் உங்கள் செலவில் நீங்கள் விக்கிரையத்தை முடித்துக் கொள்ள வேண்டியது. இந்த தவணை இந்த ஒப்பந்தத்தின் முக்கிய நிபந்தனையாகும்.

6. விக்கிரையப் பத்திரம் பதிவாகும் (ரிஜிஸ்டராகும்) போது விக்கிரையத் தொகையிலிருந்து மேற்படி முன் பணம் (அச்சாரம்) அடமான பாக்கி, சொத்துவரி, அர்பன் நிலவரி, அடிநில குடக்கூலி, மின்சார வசதி இவைகளின் பாக்கி, குடக்கூலிக்காரர்கள் முன்பணம், மைனர்

கிரையதாரர் பாக பிடிப்பு மற்றும் மேற்படி சொத்தை சேர்ந்த சகல பாக்கிகளும், பிடிப்புகளும் போக மிகுதி கிரையத் தொகையை உதவி பதிவாளர் (சப்–ரிஜிஸ்டிரார்) அவர்கள் முன்னிலையில் நான் உங்களிடமிருந்து பெற்றுக் கொள்ளுகிறேன்.

7. அதே சமயத்தில் விக்கிரைய சொத்தை பூராவாய் காலி செய்து (குடக்கூலிக்காரர்களை உங்களுக்கு மாற்றுதல் செய்து கொள்ளும்படி தெரிவித்து) கிரைய சொத்தை உங்களிடம் ஒப்புவித்து விடுகிறேன்.

8. கிரைய பத்திரத்தை உங்கள் பெயருக்கோ அல்லது நீங்கள் நியமிக்கும் நபர் பெயருக்கோ ரிஜிஸ்டர் செய்து கொடுக்க சம்மதிக்கிறேன்.

9. மேற்கண்டபடி விக்கிரையத்தை நீங்கள் முடித்து கொள்ள தவறினால் இன்று என்னிடம் கொடுத்திருக்கும் முன் பணத்தை (அச்சாரத்தை) நீங்கள் இழந்துவிட வேண்டியது. நான் மேற்கண்டபடி கிரையத்தை முடித்துக் கொடுகக தவறினால் நீங்கள் கோர்ட்டு மூலம் விக்கிரையம் பெறவும் அல்லது உங்கள் இஷ்டம் போல் முன் பணத்துடன் ரூ.   /– (எழுத்தால் ரூபாய் .... மட்டும்) நஷ்டத்திற்காக சேர்த்து என்னிடமிருந்து நீங்கள் வசூல் செய்து கொள்ளவும் நான் சம்மதிக்கிறேன்.

இந்தப்படிக்கு நான் சம்மதித்து எழுதிக்கொடுத்த கிரைய ஒப்பந்தம்.

ஷெட்டியூல் (சொத்து விவரம்)

....

கிரையம் செய்பவர்

கிரையம் பெறுபவர்

மேற்கண்டபடி கிரையம் பெற நானும் ஒப்புக் கொண்டேன்.

சாட்சிகள்

1.

2.

E. கண்டிப்பாக தெரிந்து கொள்ள வேண்டிய பிழைத்திருத்தல் பத்திரத்தின் 20 தகவல்கள்!

1) பத்திரத்தில் ஏற்படும் எழுத்து மற்றும் வார்த்தைப் பிழைகள் சரி செய்யவே பிழைத்திருத்தல் பத்திரம் பதியப்படுகிறது. அதனைச் சரிப்படுத்தும் ஆவணம் அல்லது சீர்திருத்தல் [Rectification Deed] ஆவணம் என்றும் சொல்லுவர்.

2) கிரையம், செட்டில்மெண்ட், பாகப்பிரிவினை, உயில் சாஸனம், பவர்பத்திரம் அடமானம், விடுதலை, அக்ரிமெண்ட் போன்ற அனைத்து ஆவணங்களையும் பிழைத்திருத்தல் பத்திரம் போடலாம்.

3) சாதாரணப் பிழைத்திருத்தல் பத்திரம், உரிமை மாறக் கூடிய பிழைத்திருத்தல் பத்திரம் என இரண்டு வகை பிழைத்திருத்தல் இருக்கின்றன.

4) திசைகள், ஊர்ப்பெயர், தன்னுடைய பெயர் என யாருக்கும் எந்தவித பெரிய மாற்றங்கள் இல்லாமல் தனக்கு மட்டுமே பிரச்சனையாகவே உள்ள பிழைகள் சாதாரணப் பிழைகள்.

5) பட்டாவையும், பத்திரத்தையும் காணும்போது; பட்டாவில் உள்ள பெயரும், பத்திரத்தில் உள்ள பெயரும் நேராக இல்லையென்றால் சொத்தை வாங்க பலர் தயங்குவர். அதனால் சாதாரணப் பிழைத்திருத்தல் பத்திரம் போடப்படுகிறது.

6) ஜெக்குப் பந்தியில் இன்னார் வீட்டுக்கு வடக்கே என எழுதுவதை இன்னார் வீட்டுக்கு கிழக்கே என எழுதுவது, பட்டா எண்ணைப் பத்திரத்தில் தவறாகக் குறிப்பிடுவது, சர்வே எண்ணை தவறாகக் குறிப்பிடுவது, முன்புள்ள

பத்திரங்களின் எண்களை தற்போது எழுதும்போதும் தவறாக எழுதுவது, இன்சியல், தந்தை பெயர் தவறாக எழுதிவிடுவது. கதவு எண்கள், ஊர் பெயர், தன் பெயர் ஆகியவற்றைத் தவறாக எழுதுவது.

7) கிரையப் பத்திரத்தில் வரைபடம் விடுபட்டுவிடுவது, மின்இணைப்பு எண் மாற்றி எழுதிவிட்டால், தெருப் பெயர் மாறிபோய் இருந்தால், திசைகள், எல்லைகள், தவறுதல்கள் எல்லாம், சாதாரணப் பிழைத்திருத்தல் பத்திரம் மூலம் திருத்திவிடலாம். இந்த பத்திரத்தில் உரிமைகளில் எந்தவித மாற்றமும் நடக்காது என்பதை தெரிந்து கொள்ளவும்.

8) உரிமை மாறும் பிழைத்திருத்தலில் 2 ஏக்கர் 1 சென்ட் என்பதை 1 ஏக்கர் 2 சென்ட் என்று எழுதிவிடுவது. ஆனால் 2 ஏக்கர் 1 சென்ட்டுக்கு பணம் கொடுத்து இருப்பார்கள். ஆனால் இந்தப் பிழையால் பட்டா மாறுவது தடையாகிவிடும். இதனைத் திருத்துவதற்கு உரிமை மாறும் பிழைத்திருத்தல் பத்திரம் போட வேண்டும்.

9) மேற்படி பிழைத்திருத்தல் பத்திரம் எழுதும்போது சரியான அளவினை குறிப்பிட்டு அதற்கு உண்டான அன்றைய சந்தை மதிப்பை [மார்க்கெட் மதிப்பு] வைத்து அதற்குண்டான கட்டணம் செலுத்தினால்தான் இந்த உரிமை மாறும் பிழைத்திருத்தல் பத்திரம் போட முடியும்.

10) குறைவான சதுரஅடி நிலத்தை அதிக சதுர அடியாக எழுதினால் அதனை தற்பொழுது திருத்தம் செய்யும்போது ஏற்கனவே சார்பதிவகத்தில் கட்டிய முத்திரைத்தாளின் தொகையை திரும்பிப் பெற்று கொள்ள முடியாது.

11) சொத்து விற்ற நபர் பிழைத்திருத்தல் போட வேண்டிய சமயத்தில் உயிருடன் இல்லை என்றால் அவருடைய

வாரிசுகளை வைத்துப் பிழைத்திருத்தல் பத்திரம் போடலாம்.

12) விற்ற நபருக்கு, வாரிசுகள் இல்லை என்றால் இரண்டாம் வாரிசுகள், மூன்றாம் வாரிசுகள் மூலம், பிழைத்திருத்தல் போடலாம். அதற்கும் வழி இல்லை என்றால் நீதிமன்றம்தான் நாட வேண்டும்.

13) சொத்தை விற்ற நபர் உயிருடன் இருக்கிறார், பிழைத்திருத்தல் போட வர மறுக்கிறார் என்றாலும், நீதிமன்றம் நாடி அதனைத் தீர்க்க வேண்டும்.

14) சர்வே எண், விஸ்தீரணம், நீள அகல அளவுகள் என அனைத்துமே பிழையாக இருந்தால் பிழைதிருத்தம் பத்திரத்திற்குப் பதிலாக புதிய கிரய பத்திரம் போட வேண்டி இருக்கும்.

15) சில ஆவணங்களில் ஏற்படும் சிறுசிறு தவறுகளை, உதாரணமாக – சர்வேஎண், மனைஎண், இனிசியல் தவறுகளை பத்திர பதிவு செய்துவிட்ட பிறகு கண்டுப்பிடித்தால் அதனை அமிலம் வைத்தோ ஒயிட்னர் போட்டோ நீங்களே திருத்திவிடுவது முற்றிலும் தவறு.

16) மனைஎண் 10–ஐ மனை எண் 11 என்று தவறாக டைப் ஆகி இருந்தால், தாங்கள் பத்திர பதிவுக்கு பிறகு பத்திரத்தில் 10 என்று பேனாவில் போட்டாலும் பதிவு அலுவலக பராமரிப்பு ஆவணங்களில் 11 என்றே இருக்கும்.

17) இது போன்ற திருத்தம் சட்ட விரோத திருத்தமே இதனால் எந்தவித உரிமை மாற்றமும் வராது. எனவே நிச்சயம் பிழைதிருத்தல் பத்திரம் போட வேண்டும்.

18) ஆவணங்களில் எழுதப்பட்ட ஷரத்துக்களில் சில வார்த்தைகள் அடிக்கப்பட்டு மாற்றப்பட்டு இருப்பின்

அடித்தல், திருத்தல், வரி பிழைக்கு நேராகவோ, குறுக்காகவோ இரண்டு நபர்களும் சான்று கையொப்பம் இட வேண்டும்.

20) சொத்து விபரம், சர்வே எண்ணில், வரி பிழை ஏற்படுத்தி திருத்தி இருந்து அட்டஸ்டேஷன் வாங்காமல் இருந்தால் அந்த பதிவு நீதிமன்றம் செல்லாது என்றே தீர்ப்பளித்து இருக்கிறது.

மனதில் கொள்ள வேண்டிய பாடங்கள் :

1. பத்திரம் பதிவு செய்துவிட்ட பிறகு அதில் தன் கையால் சிறுசிறு எழுத்துப் பிழைகளைத் திருத்துவது குற்றச் செயல் ஆகும்.

2. பிழைத்திருத்தம் சாதாரண பிழைத்திருத்தம், சொத்து உரிமை மாறும் பிழைத்திருத்தம் என இரண்டு உள்ளன.

3. பிழைத்திருத்தல் பத்திரத்தில் யாதொரு பாத்யதையும் உண்டாக்காமல், பாத்யதையை மாற்றாமலும், பாத்யதையை நீக்காமலும் இருந்தால் அது சாதாரண பிழைத்திருத்தல் பத்திரம்.

4. பிழைத்திருத்தல் பத்திரத்தில் ஒரு பாத்யதையை உண்டாக்கினால், மாற்றினால், நீக்கினால் அது சொத்துரிமை மாறக்கூடிய பிழைத்திருத்தல் பத்திரம்.

5. பிழைத்திருத்தல் பத்திரத்தை நடைமுறையில் பல இடங்களில் சீர்திருத்தல் பத்திரங்கள் என்று சொல்கிறார்கள்.

E1. யாதொருவிதமான பாத்யதையும் உண்டாகாத திருத்தல் பத்திரம் மாதிரி

(சாதாரண பிழைத்திருத்தல் பத்திரம்)

..... ஆம் வருடம் ஜூலை மாதம் 15-ஆம் தேதி வடாற்காடு ஜில்லா, ஆற்காடு டவுனில் இருக்கும் அப்துல்கபூர் சாயபு குமாரர் வர்த்தக ஜீவனம் அப்துல் காதர் சாயிபு அவர்களுக்கு மேற்படி ஜில்லா, வாலாஜா தாலுகா மேல் விஷாரம் கிராமத்தில் வசிக்கும் அப்துல்ரசீத் சாயிபு குமாரர் வர்த்தக ஜீவனம் அப்துல் ரஷாக் சாயிபு எழுதிக் கொடுத்த திருத்தல் பத்திரம் என்னவென்றால்;

நான் உம்முடைய பெயருக்கு 1980-ஆம் ஜூலை மாதம் 3-ஆம் தேதி ரூ.5000 அடியிற் கண்ட சொத்துக்களை ஈடு காண்பித்து ஓர் அடமானப் பத்திரம் எழுதிக் கொடுத்து அந்தப் பத்திரம் ஆற்காடு சப்-ரிஜிஸ்டரார் அலுவலகத்தில் 1980-ஆம் வருஷத்திய 368ஆம் நம்பர் பத்திரமாக ரிஜிஸ்டர் செய்யப்படிருக்கிறது அந்த அடமானப் பத்திரத்தில் அடமானம் கொடுப்பவராகிய அப்துல் காதர் சாயபுவின் இருப்பிடம் கை தவறுதலாக ஆற்காடு என்பதற்குப் பதிலாக விஷாரம் என்பது எழுதி ரிஜிஸ்டர் ஆகிவிட்டது. ஆகையால் இந்தப் பத்திரம் மூலம் மேற்படி பிழையைத் திருத்தப்படுகிறது. மேற்படி அடமானப் பத்திரத்தில் ஹை சாயபுவினுடைய இருப்பிடம் விஷாரம் என்று கண்டிருப்பதை ஆற்காடு என்று திருத்தி வாசிக்கவும்.

சொத்து விவரம்

....

சாட்சிகள் :

1.   2.

மனதில் கொள்ள வேண்டிய பாடம் :

பத்திரம் எழுதும் போதே எதிர்காலத்தில் பிழைத்திருத்தல் பத்திரம் போடக்கூடாது என்று உறுதியாக நினைத்து எந்தவித தவறும் இல்லாமல் ஒன்றிற்கு மூன்று முறை பிழைதிருத்தம் பார்த்து நிதானமாக சமநிலை மனதுடன் பத்திரங்களை தயாரித்தல் வேண்டும்.

E2. புதியதாய் பாத்யதையை உண்டாக்கும் திருத்தல் பத்திரம் மாதிரி!

உரிமை மாறும் பிழைத்திருத்தல் பத்திரம்!

.... ஆம் ஆகஸ்டு மாதம் 5 ஆம் தேதி தென்னார்காடு ஜில்லா கள்ளக்குறிச்சி தாலுகா, கள்ளக்குறிச்சி டவுன், ஈஸ்வரன் கோயில் தெரு, நெ.15 ஆம் வீட்டில் வசிக்கும் கேசவலு குமாரர் வர்த்தக ஜீவனம் சுதர்சனம் அவர்களுக்கு மேற்படி ஜில்லா மேற்படி தாலுகா கள்ளக்குறிச்சி டவுன் பெருமாள் கோவில் வீதி நெ.5 வீட்டில் வசிக்கும் ராம்சிங் குமாரர் தையல் வேலை ஜீவனமுள்ள கிருஷ்ணசிங் எழுதிக் கொடுத்த திருத்தல் பத்திரம் என்னவென்றால்;

நான் 1980 ஆம் வருடம் ஜூலை மாதம் 15 ஆம் தேதியில் எனக்குச் சொந்தமான தண்டரை கிராமத்தில் 2 ஏக்கர் 35 செண்டு புஞ்சை நிலங்களை ரூபாய் ஐநூறு பெற்றுக் கொண்டு உமக்கு ஒரு கிரையப் பத்திரம் எழுதிக் கொடுத்து மேற்படி பத்திரம் கள்ளக்குறிச்சி சப்– ரிஜிஸ்டிரார் ஆபீஸில் 1980 ஆம் வருஷத்திய 3649 நம்பர் பத்திரமாக ரிஜிஸ்டர் செய்து கொடுத்திருக்கிறேன். மேற்படி கிரையப் பத்திரத்தில் கை பிசகாக சர்வே நெ.158/2 விஸ்தீரணம் 2 ஏக்கர் 30 செண்டு என்று எழுதப்பட்டுவிட்டது.

ஆனால் உமக்கு நான் கிரையம் கொடுப்பதாக ஒப்புக் கொண்டதும், உண்மையில் உமக்குக் கிரையம் செய்ததும் உம் சுவாதீனத்தில் நான் இந்த கிரயப் பத்திர முன்னிலையில் விடப்பட்டதுமான சர்வே நெம்பர் 157/2 விஸ்தீரணம் 2 ஏக்கர் 35 செண்டு தான். ஆகையால் இந்த சீர்திருத்தல் பத்திரம் மூலம் மேற்படி கிரையப் பத்திரத்தில் கண்ட சொத்து விவரத்தைக் கீழ்கண்டவாறு திருத்திக் கொள்ளவும். இந்த சீர்திருத்தல் பத்திரம் எழுதித்தரும் பொருட்டு நான் உம்மிடமிருந்து பிரதிப் பிரயோசனமாக ரூ.25 பெற்றுக் கொண்டேன்.

சொத்து விவரம்

சிதம்பரம் ரிஜிஸ்டிரேஷன் டிஸ்ட்ரிக்ட் கள்ளக்குறிச்சி சப்– டிஸ்ட்ரிக்டுக்கு உட்பட்ட தண்டரை கிராமத்திய சர்க்கார் புஞ்சை சர்வே நெம்பர் 157/2 விஸ்தீரணம் 2 ஏக்கர் 35 செண்டுக்குத் தீர்வை ரூ1.00.

சாட்சிகள்:

1.   2.

E3. சாதாரண பிழைத்திருத்தல் பத்திரம் இன்னொரு மாதிரி!

தேதி .... இன்னாருக்கு இன்னார் ..... எழுதிக் கொடுப்பது

1. .... தேதியில் ஏற்பட்ட .... சப் ரிஜிஸ்டிரார் ஆபீஸ் புத்தகம் 1 வால்யூம் (பைல்) .... பக்கங்கள் ....ல் பதிவாயிருக்கும் தஸ்தாவேஜு நெ. .... மூலமாக கீழ் ஷெட்யூலில் கண்ட சொத்தை நான் உங்களுக்கு கிரையம் செய்து கொடுத்திருக்கும் பத்திரத்தில் அதன் ஷெட்யூல் சொத்து விவரத்தில் கண்டுள்ள ரீ சர்வே எண் .... தவறுதலாக இருக்கிறதென்றும் இந்த தவறுதலை திருத்திக் கொள்ள வேண்டுமென்றும், உங்கள் பட்டா மனுவின் பேரில் தாசில்தார் அவர்கள் தெரியப்படுத்தியிருப்பதால் நீங்கள் கேட்டுக் கொண்டதின் பேரில் இந்த திருத்தல் பத்திரம் எழுதிக் கொடுக்கலானேன்.

2. மேற்கண்டபடி நான் எழுதிக் கொடுத்திருக்கும் கிரையப் பத்திரத்தில் .... பக்கத்தில் ...... வரியில் ஷெட்யூல் விவரத்தில் "ரீ சர்வே எண் ....." என்று தவறுதலாக கண்டு இருப்பதை "ரீ சர்வே எண் ...." என்று இதனால் திருத்திக் கொடுத்திருக்கிறேன். இனி மேற்படி கிரயத்தில் கண்ட சொத்தின் ரீ சர்வே எண்ணை திருத்தியபடி படித்துக் கொள்ளவும்.

இந்தப்படிக்கு நான் சம்மதித்து எழுதிக் கொடுத்த திருத்தல் பத்திரம்.

ஷெட்யூல் (சொத்து விவரம்)
திருத்தியபடி
....

சாட்சிகள்   எழுதி கொடுப்பவர்

1.   2.

மனதில் கொள்ள வேண்டிய பாடம் :

பழையப் பத்திரங்களில் இன்னாருக்கு இன்னார் எழுதி கொடுத்த ஸ்வாதீன அடமானக் கடன் என்ற கடன் பத்திரத்தை அப்படியே அரிதி சுத்த விக்கிரைய பத்திரம் என்று திருத்தல் பத்திரம் போடுகின்ற மொழி ஆளுமை இருந்தது.

F. பாகப் பிரிவினையின்போது தெரிந்து கொள்ள வேண்டிய 12 விஷயங்கள்!

1) சரிசமமாக பிரித்து கொள்கிறோம் என்று பல பங்குகளாகப் பிரித்து கொண்டு, ஒருவருக்கு மட்டும் அதில் மதிப்பு குறைவானதாக சொத்து கிடைத்தால், அந்த பாகப்பிரிவினையை எதிர்த்து கோர்ட்டுக்கு சென்று அந்த பாகப்பிரிவினை செல்லாது என்றும், நியாயமாக பிரிக்கவில்லை என்று டிகிரி வாங்கலாம்.

2) எல்லோருக்கும் சமமாக பங்கு பிரிக்க வேண்டும் என்று அவசியமில்லை. ஒருவருக்கு கூடுதலாக, ஒருவருக்கு குறைவாக இருக்கலாம். ஆனால் அதற்கு சரியான விளக்கம் பாகப்பிரிவினை பத்திரத்தில் இருக்க வேண்டும்.

3) பிரிக்க முடிந்த சொத்தை சுலபமாக பாகம் பிரித்துக் கொள்ளலாம். பிரிக்க முடியாததை பிரித்தால், மிக சிறிய பங்காகிவிடும் என்று கருதினால் அதனை, (Not Divisible by Metes and Bounds) அதாவது, நீள அகலத்துடன் பிரிக்க முடியாத சொத்து என்று சொல்லப்படுகிறது.

4) பிரிக்க முடியாத சொத்தை யாராவது ஒருவர் விட்டுக் கொடுத்துவிட்டு அதற்கேற்ற பணத்தை பெற்று கொண்டு விடுதலை பத்திரம் எழுதிக் கொடுத்து சொத்தில் இருந்து வெளியேறலாம். [இப்பொழுது பாகப் பிரிவினை பத்திரம் தேவையில்லை.]

5) பிரிக்க முடியாத சொத்தை, யாரும் யாருக்கும் விட்டுக் கொடுக்க மனம் இல்லை, பகையில் அனைவரும் சிக்கிக் கொண்டு சொத்து எனக்கு வேண்டுமென்று சொன்னால், அந்த சொத்தை பொது ஏலத்திற்குதான் கொண்டு வர வேண்டும். அதில் வரும் தொகையை அனைவரும் பிரித்துக் கொள்ள வேண்டும்.

6) பாகம் பிரிக்கும் சொத்துக்களில் இருக்கும் கடன்களை, ஒருவர் மட்டும் மீட்டு இருந்தால், அதற்கான பணத்தை பெற அவருக்கு உரிமை உண்டு.

7) மேற்படிச் சொத்துக்களில் மற்ற பாகஸ்தர்களின் சம்மதத்தோடு அதில் ஒரு மாடியோ, சுற்றுச் சுவரோ கட்டி இருந்தால் அதற்கான பணத்தை பெறலாம்.

8) மற்ற பாகஸ்தரர்கள் முதலில் ஒப்புக் கொண்டுவிட்டு பிறகு ஒப்புக் கொள்ளவில்லை என்றாலும், அதற்கு பங்கு கேட்பதும் முடியாத காரியம்.

9) பாகப்பிரிவினையில் எப்போதும் மூத்தவர்கள்தான் விட்டு கொடுக்க வேண்டும்.

10) இளையவர்களும் விட்டுக் கொடுக்கலாம். ஆனால் முன்னோர் மரபு "வலுத்தவர்கள் விட்டு கொடுக்க வேண்டும் என்பதே"! அதனால் வயதில் பெரியவர் களையே விட்டு கொடுக்க சொல்லி இருக்கின்றனர்.

11) சொத்தைப் பங்கிடும்போது கீழ் மேலாகவோ அல்லது தென்வடக்காகவோ பங்கிடலாம். அவ்வாறு பங்கிடும் போது கீழ் மேலிருந்தால் கிழக்கு ஓரத்தின் முதல் பங்கு கடைகுட்டி எடுத்துக் கொள்ள வேண்டும்.

12) அதற்கு அடுத்தவர் அதற்கு அடுத்த பங்கு, இப்படியாக மேற்கு கடைசி பங்கு மூத்தவர் எடுத்துக் கொள்ளலாம். இதேபோல் வடக்கிலிருந்து பிரிக்கும்போது வடக்கின் முதல் பாகம் கடைசித் தம்பிக்கும், தெற்கின் இறுதி பங்கு மூத்தவருக்கும் கிடைக்கும். இளையவன் அதிக சலுகை பெற்றால் எதிர்காலத்தில் மூத்தவர்கள் வயதாகும் போது இளையவன் தோள் கொடுப்பான் என்று இந்த மரபு கடைபிடிக்கப்படுகிறது.

F1. பாகப் பிரிவினையில் பணத்தை வீணாக்காமல் இருக்க 11 வழிமுறைகள்!

1) சகோதர, சகோதரிகளிடையே இணக்கமும், அன்பும் இல்லாத இடத்தில் பாகப்பிரிவினையில், அதிக அளவு செலவுகள் ஆகும். மூத்தவர் இறுக்கி பிடித்தால் இளையவரும் இறுக்கிப் பிடிப்பார் என்ற உண்மையை உணர்தல் வேண்டும்.

2) பங்குகளில் சச்சரவு இல்லாமல் பிரிக்க வேண்டும். எப்போதும் குடும்பத்தினருக்குள்ளேயே பேசி முடிக்க வேண்டும். யாருக்கு என்ன பங்கு? என்று வெளி நபரையோ, நாட்டாமையையோ, பெரிய மனிதர்களையோ அறவே தவிர்க்க வேண்டும்.

3) பங்கு பிரிப்பதில் முரண்பாடுகள் அதிகம் இருந்தாலும் நிச்சயம் நீதிமன்றம் நாடக் கூடாது. பேசித் தீர்க்க வேண்டும். மிகமிக கடைசி வாய்ப்பாக கோர்ட்டை தீர்வாக நினைக்க வேண்டும்.

4) நீதிமன்றத்திற்கு செல்லும் நிலையில், பெரிய மனிதர்களை வைத்து பேச்சு வார்த்தையை நடத்தலாம்.

5) சகோதரர், சகோதரிகளிடையே பேச்சுவார்த்தை இல்லாத நிலையில் பாகம் கேட்டு வக்கீல் நோட்டீஸ் அனுப்பக் கூடாது. முடிந்தவரை நேரில் சந்தித்து பேச வேண்டும். முடியவில்லை என்றால் நீங்களே கைப்பட பாகம் கேட்டு சகோதரர் சகோதரிகளுக்கு கடிதம் எழுதலாம்.

6) பாகப் பிரிவினை வேலையைச் செய்ய செலவு யார் செய்வது? என தள்ளி போட்டால், நாள் தள்ளத்தள்ள செலவுதான் கூடுமே தவிர நிச்சயம் செலவு குறையாது.

7) "பூனைக்கு யாராவது மணி கட்ட வேண்டும்" என்ற எண்ணத்தில் யாராவது ஒரு சகோதரர் அல்லது சகோதரி

முன் முயற்சி எடுக்க வேண்டும். அனைத்து சகோதரி சகோதரர்களும் ஒவ்வொரு ஊரில், ஒவ்வொரு வேலையில் இருந்தாலும், இவர்களை ஒருங்கிணைக்க ஒருவர் முன்முயற்சி எடுக்க வேண்டும்.

8) பெரும்பாலும், குடும்ப நல்லது கெட்டதுகளில் கூடும் போது இந்த பாகப்பிரிவினைகளை முடித்துவிட வேண்டும். பாகப்பிரிவினைக்கு என்று ஒரு தனி சந்திப்பு என்பது வீணான செலவு ஆகும்.

9) நிலவரித் திட்ட சர்வே நடக்கும்போதோ, ஜமாபந்தியின் போதோ எளிதாக வருவாய் துறையின் ஆவணங்களில், அனைத்து பாகஸ்தாரர்களின் பெயரை சேர்த்துவிடலாம். செலவு மிக குறைவு.

10) பெரும்பாலும் விவசாய நிலங்களைக் கூர் சீட்டு போட்டு கொள்ளலாம். தனிப் பட்டாவை அதன் மூலம் மாற்றி கொள்ளலாம்.

11) நகர சொத்துக்களுக்கு மற்றும் அதிக மதிப்பு உள்ள சொத்துக்களுக்கு மட்டும், பாகப்பிரிவினை பத்திரம் போட்டு கொள்ளலாம்.

மனதில் கொள்ள வேண்டிய பாடம் :

பாகப்பிரிவினைப் பத்திரத்தில் அனைத்து சொத்துக் களையும் மறக்காமல் காட்டிவிட வேண்டும். ஏதாவது மறந்திருப்போம் என்று தோன்றினால் அதனைப் பற்றி தெளிவாக ஷரத்தில் எழுதிக்கொள்ள வேண்டும். பாகச் சொத்துக்கள் ஒதுக்கப்பட்ட ஷரத்துக்கள் முடிந்த பிறகு நமக்குள் அசையா சொத்துக்கள் ஹக்கு அறுக்கப்பட்டது. இனி சுப மங்கள சூதக பாத்யதை மட்டுமே என்று எழுத வேண்டும்.

F2. தெரிந்துக் கொள்ள வேண்டிய 3 வகையான பாகப்பிரிவினை பத்திரங்கள்!

1.   ஒரே குடும்பத்தினர் பாகபிரிவினை பத்திரம் :

"ஒரே குடும்ப உறுப்பினர்கள்"என்பது 'தாத்தா, பாட்டி, (தந்தை வழி தாய் வழி, இரண்டும்தான்), தந்தை, தாய், மகன், வளர்ப்பு மகன், மகள், வளர்ப்பு மகள், பேரன், பேத்தி, சகோதரன், சகோதரி" ஆகிய இந்த உறவுக்குள் மட்டுமே இருக்க வேண்டும். இதைத்தாண்டி, பெரியப்பா, சித்தப்பா, அவர்களின் மகன், மகள், அண்ணி, மைத்துனன் போன்றவர்கள் இரத்த உறவாக இருந்தாலும், அவர்கள் குடும்ப உறுப்பினர்கள் என்ற இந்த விளக்கத்துக்குள் வர மாட்டார்கள்) என்று பத்திரப் பதிவு அலுவலகம் சொல்கிறது.

பாகம் பிரித்துக் கொள்ளும் சொத்தானது,

1.   பூர்வீகச் சொத்தாக இருந்தாலும்,

2.   நம் தகப்பனார், தாயார் மூலம் கிடைக்கும் சொத்தாக இருந்தாலும்,

3.   பெற்றோர்கள் இறந்த பின், நமக்கு வாரிசு முறைப்படி கிடைக்கும் சொத்தாக இருந்தாலும் மேற்படி பூர்வீக சொத்தைப் பிரித்துக் கொள்பவர்கள் அனைவரும் "ஒரே குடும்ப உறுப்பினர்களாக" (Settlement Deed) இருக்க வேண்டும்.

ஒரே குடும்ப உறுப்பினர்களாக இருந்தால், அவரவர் பாகச் சொத்தின் மதிப்புக்கு 1% ஸ்டாம்ப் கட்டணமும், 1% பதிவுக் கட்டணமும் செலுத்த வேண்டும்; அதிலும் சலுகையாக, ஸ்டாம்ப் கட்டணம் மிக அதிகபட்சமாக ரூ.25,000/–ம், பதிவுக் கட்டணம் மிக அதிகபட்சமாக

ரூ.4,000/– செலுத்தினால் போதும் என்று, இந்திய முத்திரைச் சட்டத்தில் (தமிழ்நாடு திருத்தல் சட்டத்தில்) சொல்லப்பட்டு உள்ளது.

அதாவது சொத்தின் மதிப்பு ரூ.25 லட்சம் வரை 1% ஸ்டாம்பு கட்டணம் என்றும், சொத்தின் மதிப்பை அந்த ரூ.25 லட்சத்தை தாண்டிவிட்டால், அது எவ்வளவு அதிகமான மதிப்பாக இருந்தாலும், அதிகபட்ச ஸ்டாம்ப் கட்டணமாக ரூ.25,000/– செலுத்தினால் போதும்.

மேலும் இந்த கட்டணத்தை பிரித்துக் கொள்ளும் ஒவ்வொரு பங்கின் மதிப்புக்கும் செலுத்தி இருக்க வேண்டும். இவ்வாறான ஸ்டாம்ப் கட்டணம் அல்லாமல், பதிவுக் கட்டணமாக அதிகபட்சமாக ரூ.4,000/– ஒவ்வொரு பங்குக்கும் செலுத்த வேண்டும்.

2. குடும்ப உறுப்பினர் அல்லாத பாகப்பிரிவினை பத்திரம்

குடும்ப உறுப்பினர் அல்லாதவர்களுக்குள் நடக்கும் பாகப்பிரிவினை. இதில், உறவே இல்லாத இரண்டு நபர்கள் சொத்தை வாங்கி வைத்திருந்தால், அவர்கள் இந்த இரண்டாம் வகைப்படி பாகம் பிரித்துக் கொள்ளலாம்.

குடும்ப உறுப்பினர் அல்லாத வேறு உறவினர்கள் கூட்டாக ஒரு சொத்தை வாங்கி இருந்தாலும், அல்லது வாரிசு முறையில் அடைந்திருந்தாலும் அவர்களும் இதன்படி பாகம் பிரித்துக் கொள்ளலாம். இதில், சொத்தை இரண்டாகவோ, அல்லது பல பங்குகளாகவோ பிரித்துக் கொள்வர். இந்தமுறை பாகப் பிரிவினைப்படி, ஸ்டாம்ப் கட்டணம் சற்று வித்தியாசமாக இருக்கும்.

இதில் எது பெரிய பங்காக இருக்கிறதோ அதை விட்டுவிட்டு, மற்ற சிறிய பங்குகளின் மொத்த மதிப்பை

கணக்கெடுத்து அந்த தொகைக்கு 4% வீதம் (அதாவது பிரிந்த சொத்துக்களின் பங்கு மதிப்பு ரூபாய் ஒரு லட்சமாக இருந்தால் ஸ்டாம்ப் கட்டணம் ரூ.4,000/– என்றும், மதிப்பு இரண்டு லட்சமாக இருந்தால் ஸ்டாம்ப் கட்டணம் ரூ.8,000/– என்றும் செலுத்த வேண்டும்.)

பின்னர் பதிவுக் கட்டணமாக இதேபோல பிரிந்த பங்குகளின் (பெரிய பங்கு தவிர மற்ற சிறிய பங்குகளை பிரிந்த பங்குகள் எனப்படும்) மதிப்புக்கு 1% வீதம் பதிவுக் கட்டணமும் செலுத்த வேண்டும்.

3. கூர்சீட்டு (வாய்மொழிபாகப் பிரிவினை பத்திரம்)

விவசாய நிலங்களை பாகம் செய்து கொள்ளும்போது, வாய்மொழியாகவே பேசி அவரவர் பங்கு நிலத்தை பாகமாகப் பிரித்துக் கொள்ளலாம். நம் குடும்ப பெரியவர்கள் முன்னிலையிலும் பேசிக் கொள்ளலாம். அதை பத்திரத்தில் எழுதிக் கொள்ள வேண்டிய அவசியம் இல்லை.

அவ்வாறு பங்குப் பிரித்தபடியே பட்டாவை மாற்றிக் கொண்டால் போதுமானது. வாய்மொழிபாகப் பிரிவினை என்பது "சொத்து மாறுதல்" என்ற கணக்கில் வராது. எனவே இந்திய பதிவுச் சட்டப்படி அதை பத்திரமாக எழுதிப் பதிவு செய்து கொள்ள வேண்டிய அவசியம் இல்லை என இந்திய சுப்ரீம் கோர்ட் பல வழக்குகளில் குறிப்பிட்டுள்ளது.

இருந்தபோதிலும், நாம் அவரவர் ஞாபகத்துக்காக அதை ஒரு சீட்டில் (பேப்பரில் எழுதி) அதில் சம்மந்தப்பட்டவர்கள் கையெழுத்தையும் பெற்று ஒவ்வொருவரும் ஒரு காப்பியை வைத்துக் கொள்ளலாம். இதையே "வாய்மொழி பாகப் பிரிவினை" என்றும் "கூர்சீட்டு" (அதாவது சூர் போட்டுக் கொண்ட கணக்குச் சீட்டு) என்றும் சொல்கிறோம். அதை பத்திரப்பதிவு அலுவலகத்தில் பதிவு செய்து கொள்ள வேண்டிய

அவசியம் இல்லை. ஏனென்றால், அந்த சூர்சீட்டில் இன்றைய தேதியில் சொத்துக்களை பிரித்துக் கொண்டதாக எழுதிக் கொள்ளமாட்டோம்.

அதற்குப் பதிலாக, பங்குதாரர்கள் ஏற்கனவே வாய்மொழியாக சொத்தை முன்னரே பிரித்துக் கொண்டதாகவும், அதை இன்று ஒரு ஞாபகச் சீட்டாக எழுதிக் கொண்டோம் என்றுதான் அதில் எழுதி இருக்க வேண்டும்.

ஆனால், இன்றே சொத்துக்களைப் பாகமாகப் பிரித்து எடுத்துக் கொண்டுள்ளோம் என்று எழுதி இருந்தால், அது சொத்தின் மீது பரிமாற்றம் நடைபெற்றதாகக் கருதி, அதை பதிவு செய்ய வேண்டிய கட்டாயமும் ஏற்பட்டுவிடும்.

மனதில் கொள்ள வேண்டிய பாடங்கள் :

1. பாகப்பிரிவினை சொத்தை வாங்க போகிறீர்கள் என்றால், சொத்து விற்பவருக்கு, அவருக்கு சரியான முறையில் சரியான அளவில் பங்கு வந்து இருக்கிறதா? என்று பார்க்க வேண்டும். எதிர்காலத்தில் அவரின் பங்காளிகள் பாகப்பிரிவினையை எதிர்த்து வழக்கு போடுவது சொத்து வாங்குபவருக்கு சிக்கலை உருவாக்கும்.

2. விளைநிலங்களை சூர்சீட்டு வழியாக பாகப்பிரிவினை செய்தால் முன்கூட்டியே பிரித்துவிட்டோம். தற்பொழுது ஆவணப்படுத்துதலுக்காக இந்த சூர்சீட்டை எழுதுகிறோம் என்று குறிப்பிட வேண்டும்.

3. பாகப்பிரிவினைகளில் சகோதரர்களிடம் விட்டு கொடுத்தல் இருக்க வேண்டும். சண்டை, வழக்கு எதிர்மறை எண்ணங்கள் எல்லாம் சொத்துக்களை கரைத்துக் கொண்டே இருக்கும். 4 பாகப்பிரிவினைச் சாஸனம் மாதிரி.

F3. பாகப்பிரிவினை பத்திரம் உருவாக்கும்போது கவனிக்க வேண்டிய விஷயங்கள்!

1) ஒரே சொத்தை பல நபர்கள் பிரித்துக் கொண்டால் மொத்த சொத்துக்கும் பிளான் வரைந்து அதில் ஒவ்வொருவர் எடுத்துக்கொள்ளும் பாகத்தை வெவ்வேறு வர்ணமிட்டு காண்பித்து, தனித்தனி ஷெட்யூலில் எழுத வேண்டும்.

2) ஒரு பாகத்திலேயே குழாய், சாக்கடை, மின்சார மீட்டர் இருந்தால் மற்ற பாகஸ்தர்கள் தங்கள் பாகத்தில் அவைகளை போட்டுக் கொள்ள வேண்டிய கால தவணையையும், பிரிவினை சுவர் எங்கெங்கேயும் அதை யார் செலவிலும் போட்டுக் கொள்ள வேண்டும் என்பதையும் எந்தெந்த எல்லை சுவர் கல் யார் யாருக்கு சொந்தமாகும் என்பதையும் குறித்து எழுதிக் கொள்ள வேண்டும்.

3) ஒருவர் பாகம் பின்னால் இருக்கும் பாகமானால் அதிலிருந்து தெருவுக்குப் போகவிட்டிருக்கும் சந்து வழியை அளவுகளுடன் பிளானில் காண்பித்து ஷெட்யூலில் குறித்துக் கொள்ளவும்.

4) பாகத் தொகை பின்னால் கொடுப்பதனால் கொடுக்கும் போது ரசீது ரிஜிஸ்டர் செய்து கொள்ளவும். பாகப் பிரிவினை பத்திரம் ரிஜிஸ்டராகும் போதே அதை கொடுத்து விட்டால் பத்திரத்தில் அதை எழுதி விடவும்.

5) ஒரே சொத்தை பலர் பிரித்துக் கொண்டால், அதை சேர்ந்த பழைய பத்திரங்களை யார் வைத்துக் கொள்ள வேண்டும் என்பதையும், வைத்துக் கொள்பவர் மற்ற நபர்களுக்கு வேண்டியபோது காண்பிக்க வேண்டும் என்பதையும் எழுதிக் கொள்ளவும்.

F4. புரிந்து கொள்ள வேண்டிய முகமதிய பாகப்பிரிவினை சட்டம்!

1) இந்து வாரிசுரிமை சட்டமோ, கிறிஸ்தவ வாரிசுரிமை சட்டமோ மிகவும் சிக்கலானது அல்ல. ஆனால் இஸ்லாமிய வாரிசுரிமை சட்டம் புரிந்து கொள்வதற்கு சற்று சிரமமாக இருக்கும். ஆனால் ஆழமாக வேரூன்றி படித்துவிட்டால் இவ்வளவுதான் இந்தச்சட்டம் என்று தோன்றிவிடும்.

2. இஸ்லாமிய வாரிசுரிமை சட்டத்தின்படி பாகப்பிரிவினை பத்திரம் மூலமாக யாராவது உரிமையாளர்கள் உங்களிடம் சொத்துக்களை விற்க வந்தால் நிச்சயமாக நல்ல இஸ்லாமிய சட்டம் தெரிந்த, இஸ்லாமிய வழக்கறிஞரிடமே கொடுத்து சட்டக் கருத்து பார்ப்பது பாதுகாப்பானது.

3. இந்துக்களுக்கும், கிறிஸ்தவர்களுக்கும் மகன், மகள், பேரன் என்று கீழ்நோக்கி செல்லும் உறவுகளுக்கு சொத்துக்கள் பாகப் பிரிவினையாக பிரியும். ஆனால் இஸ்லாமியர்களுக்கு கீழ்நோக்கிய வாரிசுகளுக்கும் பங்கு போகும், மேல்நோக்கி செல்லும் உறவினர்களான தந்தை, பாட்டனார், பாட்டி போன்றவர்களுக்கும், பக்கவாட்டில் இருக்கின்ற உறவினர்களான சகோதரிகள், சகோதரர்கள், இன்னொரு கணவரின் சகோதரர்கள், இன்னொரு மனைவியின் சகோதரிகள் என்று கிளை விட்டு வாரிசு பங்கு போகும்.

4. முகமதிய விதிகளின்படி வாரிசுகள் 3 வகைப்படுவர். (1) Sharers (பாகஸ்தர்கள்) (2) Residuaries (மிகுதியை அடைபவர்கள்) (3) Distant Kindred (தூர உறவினர்கள்).

5. ஒரு இறந்த முகமதியரின் சொத்து அவருடைய

உத்தரகிரியை செலவுகள், கடன்கள், உயிலில் அடங்கிய சொத்து இவை போக மிகுதியிருப்பவை பட்டியலில் கண்டபடி அவர் வாரிசுகளை சேரும்.

6. முதலில் பாகஸ்தர்களுக்கு அவரவருக்கு உரிய பாகத்தை கொடுக்க வேண்டும். பாகஸ்தர்கள் இல்லாவிட்டாலும், பாகஸ்தர்கள் தொகை போக மிச்சம் இருந்தாலும் அது "மிகுதியை அடைகிறவர்"களை சேரும். அவர்களும் இல்லாவிட்டால் "தூர உறவினர்"களை சேரும்.

7. பாகஸ்தர்கள் இருந்து "மிகுதியை அடைகிறவர்கள்" இல்லாவிட்டால் மிச்சமுள்ள பாகமும் பாகஸ்தர்களுக்கே அவர்கள் பங்குப்படி சேரும். பாகஸ்தர்களின் மொத்த பாகம் 1க்கு அதிகமானால் அவகைளை 1 ஆகும்படி சராசரி குறைத்துவிட வேண்டும்.

8. **மிகுதியை அடைபவர்கள்** – மகன், மகன் இல்லாவிட்டால், மகனின் மகன், மகனின் மகனும் இல்லாவிட்டால் தகப்பனார், தகப்பனாரும் இல்லாவிட்டால் பாட்டனார், பாட்டனாரும் இல்லாவிட்டால் சகோதரர், சகோதரரும் இல்லாவிட்டால் சகோதரி.

9. சகோதரியும் இல்லாவிட்டால் மணவழி இல்லாத சகோதரர், மணவழி இல்லாத சகோதரர் இல்லாவிட்டால் மணவழி இல்லாத சகோதரி, மணவழி இல்லாத சகோதரியும் இல்லாவிட்டால் சகோதரனின் மகன், சகோதரனின் மகனின் மகன் இப்படி போய்கொண்டே இருக்கும்.

10. **தூர உறவினர்கள்** – பாகஸ்தர்களும், மிகுதியை அடைபவர்களும் இல்லாவிட்டால் தூர உறவினர்களுக்கு பங்கு வந்து சேரும். கீழ் பரம்பரை வரிசைக் கிரமமாக (இல்லாவிட்டால்) மேல் பரம்பரை வரிசைக் கிரமமாக

(இல்லாவிட்டால்) தகப்பனார் தாயாரின் கீழ் பரம்பரை வரிசை கிரமமாக (இல்லாவிட்டால்) பாட்டனார் பாட்டியாரின் கீழ் பரம்பரை வரிசை கிரமமாக பங்கு வந்து சேரும்.

11. எனக்கு புரிந்தவரை எளிமையாக இஸ்லாமிய வாரிசுரிமை பங்குகளை பின்வருவனவற்றில் அட்டவணைப் படுத்தியுள்ளேன்.

	பாகஸ்தர்கள்	எப்படியானால் வாரிசு ஆவர்	பாக விகிதம்
1	மகள்	மகன் இல்லாவிட்டால்	1/2
2	ஒன்றுக்கு மேல் மகள்கள் இருந்தால்	மகன் இல்லாவிட்டால்	2/3
3	மகள்	மகனோ அல்லது மகன்களோ இருந்தால்	(Residuaries) ஆக ஒவ்வொரு மகளுக்கும் ஒரு பாகமாகவும், ஒவ்வொரு மகனுக்கும் 2 பாகமாகவும்
4	மனைவி, மனைவிகள்	குழந்தை அல்லது மகனின் குழந்தை கீழ்வரிசையில் இருக்கின்ற எத்தனை பேரன்களானாலும்	1/8
5	மனைவி, மனைவிகள்	குழந்தைகள் பேரன்கள் இல்லாவிட்டால்...	1/4
6	கணவர்	குழந்தை (அ) மகனின் குழந்தை எத்தனை பேரன்களானாலும்	1/4

7	தாயார்	மேற்படி குழந்தை பேரன், சகோதர, சகோதரிகள் இருந்தால்	**1/6**
8	தாயார்	குழந்தை இல்லாவிட்டாலும், ஒரு சகோதர சகோதரிளுக்கு மேல் இல்லாவிட்டாலும்	**1/4**
9	தாயார்	கணவர் அல்லது மனைவியின் தகப்பனால் இருந்தால், மனைவி அல்லது கணவர் பாகம் போக மீகுதியில்	**1/3**
10	தகப்பனார்	மேற்படி குழந்தை அல்லது மகனின் குழந்தை பேரன்கள் எத்தனை இருந்தாலும் அல்லது இல்லாவிட்டாலும்	(Residuaries) **1/4**
11	சகோதரி	குழந்தை பேரன் எத்தனை பேர் ஆனாலும் தகப்பனார் சகோதரர் பாட்டனார் இல்லாவிட்டால்	**1/2**

12	ஒன்றுக்கு மேல் சகோதரிகள் இருந்தால்	குழந்தை பேரன் எத்தனை பேர் ஆனாலும் தகப்பனார் சகோதரர் பாட்டனார் இல்லாவிட்டால்	2/3
13	ஒன்றுக்கு மேல் சகோதரிகள் இருந்தால்	சகோதரர்கள் இருந்தால் அவர்கள் பங்கு தவிர	2/3
14	மகனின் மகள் அல்லது எத்தனை கீழ் வரிசையானாலும்	மகன், மகள், மகனின் மகன், மகனின் மகள் இல்லாவிட்டால்	1/2
15	மகனின் மகள் ஒன்றுக்கு மேல் எத்தனை கீழ் வரிசையானாலும்	மகன், மகள், மகனின் மகன், மகனின் மகள் இல்லாவிட்டால்	2/3
16	மகனின் மகள்	மகன், மகள், மகனின் மகன் இல்லாவிட்டால்	1/2
18	ஒன்றுக்கு மேல் மகனின் மகள் இருந்தால்	மகன், மகள், மகனின் மகன் இல்லாவிட்டால்	2/3
18	மகனின் மகள்	மகனின் மகன் (Residuaries) ஆக இருந்தால்	2/3
19	மகனின் மகனின் மகள்	மகன், மகள், மகனின் மகன், மகனின் மகள், மகனின் மகளின் மகன் இல்லாவிட்டால்	1/2

20	மகனின் மகனின் மகள் ஒன்றுக்கு மேல் எத்தனை கீழ் வரிசையானாலும்	மகன், மகள், மகனின் மகன், மகனின் மகள், மகனின் மகளின் மகன் இல்லாவிட்டால்	2/3
21	மகனின் மகனின் மகள் ஒன்றுக்கு மேல் எத்தனை கீழ் வரிசையானாலும்	ஒரே மகள் இருந்தால், மகளின் மகள் எத்தனை பேரானாலும் மகன், மகனின் மகன் இல்லாவிட்டால்	1/4
22	ஒன்றுக்கு மேல் மகனின், மகனின் மகள்	மகனின் மகன் இருந்தால் அவனுடன் (Residuaries) ஆக	1/4
23	தாயாரின் வேறு கணவர் மூலம் உள்ள சகோதரர்	மகனின் குழந்தை எத்தனை கீழ் வரிசையானாலும், தகப்பனார் பாட்டனார் இல்லாவிட்டாலும்	1/4
24	தாயாரின் வேறு கணவர் மூலம் உள்ள சகோதரி	மகனின் குழந்தை எத்தனை கீழ் வரிசையானாலும், தகப்பனார் பாட்டனார் இல்லாவிட்டாலும் மகனின் மகன் (Residuaries) ஆக இருந்தால்	1/4
25	தாயாரின் வேறு கணவர் மூலம் ஒன்றிற்கு மேற்பட்ட சகோதரிகள் இருந்தால்	மகனின் குழந்தை எத்தனை கீழ் வரிசையானாலும், தகப்பனார் பாட்டனார் இல்லாவிட்டாலும்	1/3

26	மணவழி இல்லாத சகோதரி	மகனின் குழந்தை எத்தனை கீழ்வரிசையானாலும் தகப்பனார், பாட்டனார், மணவழி இல்லாத சகோதரர் இல்லாவிட்டால்	1/2
27	மணவழி இல்லாத சகோதரி ஒன்றிற்கு மேல் இருந்தால்	மகனின் குழந்தை எத்தனை கீழ்வரிசையானாலும் தகப்பனார், பாட்டனார், மணவழி இல்லாத சகோதரர் இல்லாவிட்டால்	2/3
28	மணவழி இல்லாத சகோதரி	மணவழி இல்லாத சகோதரர் இருந்தால்	(Residuaries) 2/3
29	மணவழி இல்லாத சகோதரி	ஒரே ஒரு சகோதரி மட்டும் இருந்தால் பாகஸ்தராக	1/6
30	பாட்டனார்	குழந்தை, மகனின் குழந்தை, பேரன் இருந்தால்	1/6
31	பாட்டியார்	தாய்வழியானால் தாயார், தகப்பனார் வழியானால் தாயார் இல்லாவிட்டால்	1/6

F5. இந்து பாகப்பிரிவினைக்கான வாரிசுரிமை சட்டங்கள்!
தெரிந்து கொள்ள வேண்டிய 22 செய்திகள்!!

1. இந்து மதத்தில் இருக்கின்ற வாரிசுரிமை சட்டம் முஸ்லீம் மத வாரிசுரிமை சட்டத்தை விட எளிமையானதுதான். இருந்தாலும், பாகப்பிரிவினையில் இந்துமத பெண்ணுக்கு உரிமை இருக்கிறதா? உரிமை இல்லையா? என்ற சச்சரவு தொடர்ந்து வந்துக்கொண்டே இருக்கும்.

2. எனவே வாரிசுரிமையில் இந்து பெண்ணினுடைய நிலைமையை ஒரு சிறிய மன வரைபடமாக சொல்லுகிறேன். 1913–க்கு முன்பு வரை இந்தியாவில் இருக்கின்ற எந்த மதப் பெண்ணுக்கும் அசையா சொத்து வைத்துக்கொள்ளவே உரிமை இல்லை. (தேவதாசிகளைத் தவிர) இஸ்லாமிய மற்றும் கிறிஸ்தவ மத இந்திய பெண்களுக்கு அவரவர்கள் மத உரிமைப்படி அசையா சொத்துக்களில் வாரிசுரிமை கொடுக்கப் பட்டது.

3. 1927ல் இறந்த கணவனின் விதவை மனைவிக்கு ஜீவனாம்சமாக அசையா சொத்தான நிலங்களைக் கொடுக்கலாம். ஆனால் அதனை அவர்கள் விற்கவோ நீண்டகால அடமானம் போடவோ முடியாது. அதாவது ஆயுள் பரியந்த உரிமை மட்டுமே வைத்திருந்தார்கள்.

4. அவர்கள் வாழுங்காலம் மட்டும் அனுபவித்துவிட்டு சொத்தை தங்களுடைய ஆண் மகன்களுக்கு கொடுத்துவிட்டுச் செல்ல வேண்டும் என்ற அளவில் உரிமை இருந்தது.

5. 1935களில் இந்து பெண்கள் சர்வ சுதந்திரமாக விற்கவோ, அடமானம் செய்யும் உரிமையுடன்

சொத்துக்களை வைத்துக் கொள்ளலாம். ஆனால் அந்த சொத்து அவர்கள் வாங்கியதாக இருக்க வேண்டும். அல்லது தந்தையோ அண்ணனோ அன்பளிப்பாக கொடுத்தாக இருக்க வேண்டும். இதற்கு ஸ்திரீ தனம் என்று சொல்வார்கள்.

6. இந்த ஸ்திரீ தனத்தைத் தான் நம் ஆட்கள் இன்று வரை சீதனம், சீதனம் என்று அன்பளிப்பு கொண்டுவரச் சொல்லி பெண்ணிடம் கேட்டுக் கொண்டிருக்கிறார்கள். மேற்படி பெண் சொத்து வாரிசுரிமைப்படி பெண் வாரிசுகளுக்கே செல்லும்.

7. இப்படி ஸ்திரீ தனமாகப் பெற்ற நிலங்களை இன்றும் மஞ்சக்காணி, பொன்காணி என்று பேச்சுவழக்கில் சொல்வதை கேட்டிருக்கிறோம். இந்தச் சொத்தைப் பொறுத்தவரை 1935—ல் இருந்து 1955க்குள் எந்த ஆண்களும் வாரிசுரிமைப்படி அடைய உரிமையில்லை.

8. அது பெண் சொத்து. பெண்களுக்குத் தான் உரிமை. கவனமாக வாங்க வேண்டும் என்றெல்லாம் பழைய ஆட்கள் பேசுவதை நான் கேட்டிருக்கிறேன். 1955க்குப் பிறகு பெண்களுக்கு தந்தையின் சொத்தில் வாரிசுரிமை வந்தது. அதற்கு முன்பு வரை இறந்த தந்தையிடமிருந்து வாரிசுரிமையாக பெண்ணுக்கு சொத்து வந்ததில்லை.

9. 1989ல் பெண்ணுக்கு தன்னுடைய தாத்தா சொத்தில் இருந்து, அதாவது பூர்வீக சொத்திலிருந்து வாரிசுரிமை வந்தது. இப்படி படிநிலையாக பெண்களுக்கு சொத்துரிமை வந்தால் எந்தெந்த காலக்கட்டத்தில் பாகப்பிரிவினை நடந்திருக்கிறதோ, அந்த காலக் கட்டத்தில் பெண்களுக்கான சொத்துரிமையின் நிலை என்ன? என்பதை தெரிந்துக் கொண்டு அந்தச் சொத்தை வாங்குதல் வேண்டும்.

10. இந்துக் குடும்பத்தை பொறுத்தவரை இன்னும் பல்வேறு நுணுக்கமான வேறுபாடுகள் இருக்கிறது. பிண்டா குடும்பம், சபிண்டா குடும்பம் என்று இந்துக்களை பிரிக் கிறார்கள். அதாவது அத்தை பெண்ணை திருமணம் செய்வது ஒருவகை குடும்பம், திருமணம் செய்யக் கூடாது என்பது மற்றொரு வகை குடும்பம்.

11. தமிழகத்தைப் பொறுத்தவரை அனைத்து சாதி இந்துக் குடும்பங்களும் அத்தைப் பெண்ணை திருமணம் செய்கின்றவர்களாகத்தான் இருக்கிறார்கள். ஆனால் வெளிமாநிலத்தில் இருந்து இங்கு வந்து சொத்து வாங்கி இங்கேயே செட்டிலாகி, அவர்கள் சொத்து விற்கும்போது இந்த நுணுக்கமான வேறுபாடுகளைக் கவனித்து, அவர்கள் எந்தவகையான குடும்பம் என்பதைப் பார்த்து அதற்கேற்றாற் போல் வாரிசுரிமை, பாகப்பிரிவினை சட்டங்களை பார்க்க வேண்டும்.

12. பெரும்பாலும் இந்தியாவில் இருக்கின்ற இந்து குடும்பங்களை மித்தா சாரா குடும்பம் என்றும், தயா பாகா குடும்பம் என்றும் சொல்கிறார்கள். தயா பாகா குடும்பம் என்பது வடஇந்தியாவில்தான் பெருமளவில் இருக்கிறது. அவர்கள் தங்களின் சொத்துக்களை குடும்பத்தின் தலைவர்தான் நிர்வகிப்பதும், விற்பதுமான உரிமையைக் கொண்டிருக்கிறார்.

13. தமிழகத்தில் அபிபக்த மிக்தா சாரா குடும்பம்தான் அதிகமாக இருக்கிறது. பழைய பாகப்பிரிவினை பத்திரங் களில் அபிபக்த இந்துக் குடும்பம் என்று அறிவித்துக் கொண்டுதான் பாகப்பிரிவினை செய்துக் கொள்வதை பார்க்கலாம். இந்த அபிபக்தக் குடும்பத்தில் சொத்துக் களை விற்க அனைத்து பாகஸ்தர்களும் கையெழுத்திட வேண்டும் என்பதை நினைவில் கொள்ள வேண்டும்.

14. இதுமட்டுமில்லாமல் இந்துக் கூட்டுக் குடும்பம் (HUF), கோபர்ஸ்னரி குடும்பம் போன்று வணிக நிறுவனங்களாக குடும்பங்கள் இருக்கிறது. அதில் மேனேஜர், கர்த்தா போன்றவர்கள் சொத்துக்களை விற்கும்போது கையெழுத்திடுவார்கள்.

15. இப்படி இந்துக் குடும்பத்தில் பல்வேறுவிதமான நுண்மான் நுழைப்புல செய்திகள் இருக்கிறது. தமிழகத்தில் நாம் பெருமளவில் பயன்படுத்திக் கொண்டிருக்கும் மித்தாசாரா அபிபக்தக் குடும்பத்தின் வாரிசுரிமைச் சட்டத்தின் விவரங்களை பின்வருவன வற்றில் கொடுத்துள்ளேன்.

16. இந்து வாரிசுரிமை முறை : ஒரு இந்து ஆண் நபர் உயில் செய்யாது இறந்துவிட்டால் அவர் சொத்து அடியில் கண்ட அவர் வாரிசுகளையே சேரும்.

    a. முதலில் பின்வரும் 17வது பாராவில் 1வது வகுப்பில் உள்ள உறவினர்கள் அனைவருக்கும் போய் சேரும்.

    b. 1வது வகுப்பில் உள்ள உறவினர்கள் யாரும் இல்லை என்றால் இரண்டாவது வகுப்பில் உள்ள உறவினர்களுக்குப் போய் சேரும்.

    c. இரண்டாவது வகுப்பில் உள்ள உறவினர்கள் யாரும் இல்லை என்றால், மூன்றாவதாக தந்தை வழி உறவினர்களுக்குச் போய் சேரும்.

    d. தந்தை வழி உறவினர்கள் யாரும் இல்லையென்றால், ஆண் வழி உறவு இல்லாத பெண்வழி உறவுகளுக்குப் போய் சேரும்

17. 1வது வகுப்பு வாரிசுகள் யார் யார் என்று பார்ப்போம். மகன், மகள், விதவை, தாயார், இறந்த மகனின் மகன், இறந்த மகனின் மகள், இறந்த மகளின் மகன், இறந்த

மகளின் மகள், இறந்த மகனின் விதவை, இறந்த மகனின் இறந்த மகனின் மகன், இறந்த மகனின் இறந்த மகனின் மகள், இறந்த மகனின் இறந்த மகனின் விதவை. மேற்படி அனைவரும் ஒரு ஆண் எந்தவித உயிலும் இல்லாமல் இறந்துவிட்டால் அவரது சொத்துக்களை சமபங்காக அடைவார்கள்.

18. மேற்படி 1வது வகுப்பு வாரிசுகளில் விதவை மற்றும் விதவைகள் இருந்தால் அவர்கள் அனைவரும் மொத்தமாக ஒரே பங்கை அடைவார்கள்.

19. உயிருடன் இருக்கும் மகன்களும், மகள்களும், தாயாரும் தனித்தனியே தலா ஒரு பங்கு அடைவார்கள். ஒவ்வொரு இறந்த மகனின் வாரிசுகளும் (பேரன், பேத்திகள்), ஒவ்வொரு இறந்த மகளின் வாரிசுகளும் (பேரன் பேத்திகள்) அவரவர்களுக்குள் உயிருடன் உள்ள மகன் மற்றும் மகள் போல ஒரு பங்கு அடைவார்கள்.

20. இறந்த மகனின் (பேரன்) வாரிசுகளுக்குள் விதவை அல்லது விதவைகள், உயிருடன் உள்ள மகன்கள், மகள்களுடன் சமமாக அடைவார்கள். அதேபோல் இறந்த மகனின் வாரிசுகளும் அடைவார்கள். மேற்சொன்னவை எல்லாம் இந்து வாரிசுரிமை சட்டம் 10ல் இருக்கிறது.

21. இந்து வாரிசுரிமை சட்டத்தில் 2வது வகுப்பு வாரிசுகளைப் பார்ப்போம்.

   a. தகப்பனார் 2வது வாரிசாக வருவார். அவர் இல்லாவிட்டால்

   b. மகனின் மகள், மகளின் மகள், அதற்கடுத்த தலைமுறை பேரன் பேத்தி, சகோதரன், சகோதரி இவர்கள் சமமாக அடைவார்கள்.

   c. மேலே சொன்னவர்கள் இல்லை என்றால், மகளின்

மகன், அதற்கடுத்த பேரன், பேத்தி, மகளின் மகள், அதற்கடுத்த பேத்தி, பேரன் சமமாக சொத்தினை அடைவார்கள்.

d. மேலே சொன்னவர்களும் இல்லை என்றால், சகோதரனின் மகன், சகோதரியின் மகன், சகோதரனின் மகள், சகோதரியின் மகள் ஆகியோர்கள் அடைவார்கள்.

e. மேலே சென்னவர்களும் இல்லையென்றால், தகப்பனாரின் தகப்பனார், தகப்பனாரின் தாயார் சமமாக அடைவார்கள். அவர்கள் இல்லாவிட்டால் தகப்பனாரின் விதவை, சகோதரனின் விதவை அடைவார்கள். அவர்களும் இல்லாவிட்டால் தகப்பனாரின் சகோதரர், தகப்பனாரின் சகோதரி சமமாக அடைவார்கள்.

f. அவர்களும் இல்லாவிட்டால் தாயாரின் தகப்பனார், தாயாரின் தாயார் அடைவார்கள். அவர்களும் இல்லாவிட்டால் தாயாரின் சகோதரர், தாயாரின் சகோதரி அடைவார்கள். மேலே சொன்ன விவரமெல்லாம் இந்து வாரிசுச்சட்டம் 8, 9, 11ல் இருக்கிறது என்பதை நினைவில் கொள்ளுங்கள்.

22. இதுவரை ஒரு ஆண் உயிலில்லாமல் இறந்தால் வாரிசுரிமைப்படி முதல் வகுப்பு வாரிசுகளுக்கு சேரும். அவர்கள் இல்லாமல் இருந்தால் 2வது வகுப்பு வாரிசுகளுக்கு சேரும் என்று விரிவாகப் பார்த்தோம். இப்பொழுது ஒரு பெண் உயிலில்லாமல் தன் சொத்துக் களை விட்டு இறந்துவிட்டால், எப்படிப் வாரிசுகளுக்குப் போய் சேரும் என்பதை பின்வருவனவற்றில் பார்க்கலாம்.

a. அவளுடைய சொத்து, அவளுடைய மகன், மகள் களுக்கு சேரும். மகன், மகள்களில் யாராவது

இறந்திருந்தால், அவர்களின் குழந்தைகளுக்கு வந்து சேரும். மேலும், கணவனுக்கும் வந்து சேரும். மேற் சொன்ன அனைவரும் ஒரு பெண்ணின் முதல்நிலை வாரிசுகளாவார்.

b. மேலே சொன்ன யாரும் இல்லை என்றால், கணவரின் இன்னொரு மனைவிக்கான வாரிசுகள் அல்லது கணவரின் தத்தெடுத்த வாரிசுகளுக்கு வந்து சேரும்.

c. கணவர் சார்ந்த வாரிகள் யாரும் இல்லையென்றால், அந்தப் பெண்ணின் தாயார், தகப்பனாருக்கு சொத்து சென்று சேரும்.

d. அந்தத் தாயாரும், தகப்பனாரும் இல்லையென்றால், தகப்பனாருடைய வாரிசுகளுக்கு அந்தச் சொத்து சென்றுச் சேரும்.

e. மேலே சொன்ன தகப்பனாருடைய வாரிசுகள் இல்லை என்றால், தாயாருடைய வாரிசுகளுக்கு சென்று சேரும். இவைகள் இந்து வாரிசுச் சட்டம் 15,16ல் சொல்கிறது.

f. சொத்து வைத்துள்ள பெண்ணுக்கு அந்த சொத்து தன்னுடைய கணவர் மூலமாக அல்லது தன்னுடைய மாமனார் மூலமாக வாரிசு முறையில் சொத்து அடைந்திருந்தால் அது அந்த பெண்ணுடைய மகன்கள், மகள்கள் மற்றும் மகன்கள் மகள்கள் ஜீவதிசை அடைந்திருந்தால் அவர்களுடைய வாரிசுகளுக்கு சென்று சேரும்.

g. மேலே சொன்னவர்கள் இல்லையென்றால், கணவருடைய வாரிசுகள், அதாவது கணவருடைய இன்னொரு மனைவி மற்றும் அவர்களுடைய வாரிசுகளுக்குச் சென்று சேரும்.

F6. கிறிஸ்துவ பாகப்பிரிவினைக்கான வாரிசுரிமை சட்டங்கள்! தெரிந்து கொள்ள வேண்டிய 11 செய்திகள்!!

1) இந்தியாவில் பிறந்திருந்த வேறு நாட்டின் கலப்பில்லாத ஆசிய கண்டத்தின் தோற்றத்தோடு கிறிஸ்துவ மதத்தில் இருப்பவர்கள் இந்திய கிறிஸ்துவர்களாக இந்திய சட்டம் ஏற்றுக்கொள்கிறது.

2) ஆக ஆங்கிலோ இந்தியர்கள், பிரெஞ்சு இந்தியர்கள், பிரெஞ்சு இந்திய ரெனேசான்கள், வெளிநாட்டில் இருந்து இங்கு வந்து தங்கி திருமணம் செய்துக்கொண்ட கிறிஸ்துவர்கள் ஆகியோர்கள் இந்திய கிறிஸ்துவ வாரிசுரிமை சட்டத்திற்குள் வராமல் இருப்பார்கள்.

3) ரோமன் கத்தோலிக், சிரியன் கத்தோலிக், ப்ராட்டஸ்டன்டு போன்ற பல்வேறு உட்பிரிவுகள் அதில் இருக்கிறது. அதில், எந்த உட்பிரிவை கடைப்பிடித்து வாழ்ந்தாலும் அவர்கள் இந்த வாரிசுரிமை சட்டத்தின் கீழ் வந்துவிடுவார்கள்.

4) வேறு மதத்தில் இருந்து கிறிஸ்துவ மதத்திற்கு மாறிய இந்தியர்கள் தன்னுடைய தாத்தா பூட்டன் காலத்தில் இருந்து மதம் மாறி அதன்படி வாழ்ந்து கொண்டிருக்கும் அனைவருமே இந்த சட்டத்தின் கீழ் வருவார்கள்.

5) கிறிஸ்துவ மதத்தில் பூர்வீகச் சொத்து, தனிச் சொத்து, கூட்டுக் குடும்பச் சொத்து போன்றவைகள் எல்லாம் கிடையாது. எல்லாச் சொத்தும் பொதுவாக ஒரே சொத்து தான்.

6) வாரிசுரிமைக்காக கிறிஸ்துவ குழந்தைகளை தத்தெடுக்க முடியாது. அப்படி எடுக்க வேண்டும்

என்றால் நீதிமன்றத்தில் கட்டாயம் அனுமதி வாங்க வேண்டும். அதேப்போல் வளர்ப்புத் தாயை, தாயாக இந்தச் சட்டம் ஏற்றுக்கொள்வதில்லை.

7) ஒரு கிறிஸ்துவ மகனின் இறப்பிற்குப் பிறகு அவருடைய மனைவி, மற்றும் குழந்தைகள், பாகம் பெறுவதற்கு உரிமையாகிறார்கள். அதன் பிறகே தாய், தந்தை, சகோதரன், சகோதரி என அனைவருக்கும் பாக உரிமை வந்துவிடுகிறது.

8) கிறிஸ்துவ தந்தை ஒருவர் தனது சொத்து குறித்து யாருக்கும் உயில் எழுதி வைக்காமல், இரண்டு மகன்களை மட்டும் வைத்து இறந்துவிட்டால், சொத்து சரிசமமாக பிரியும்.

9) இறந்து போன கணவருக்கு மனைவியும், குழந்தைகளும் மட்டுமிருந்தால் மனைவிக்கு 3ல் ஒரு பங்கும், குழந்தைகளுக்கு 3ல் 2 பங்கும் பிரிக்கப்பட வேண்டும்.

10) இறந்து போன கணவருக்கு குழந்தைகள் இல்லை என்றால், மனைவிக்கு அரை பங்கும், அவரின் தாய் தந்தையர் மற்றும் அவர்கள் இல்லாவிட்டால் அவர்களின் இரத்த வழி உறவுகளுக்கு சரிசமமாக பிரியும்.

11) இப்படி கிறிஸ்தவ சட்டம் ஒருவகையாக வாரிசுரிமையில் அவரவர்களின் பங்கை தீர்மானிக்கிறது. மேற்படி சட்டம் பைபிளில் இருக்கும் வாரிசுரிமை சட்டத்தை லேசாக வளைத்து இந்தியர்களுக்கு ஏற்றாற் போல் வடிவமைத்திருக்கிறார்கள். ஆங்கிலோ இந்தியர்கள் போன்றோருக்கு பைபிளில் சொல்லியதைப் போல் வாரிசுரிமை வரும் என்பதை நினைவில் கொள்க.

F7. பாகப்பிரிவினை பத்திரம் மாதிரி!
இந்து கூட்டுக் குடும்பம் பிரிதல்

...... வருடம் ..... மாதம் .... தேதி ......ல் .... இருக்கும் (இன்னார்) குமாரர் (இன்னார்) (1) ...... முகவரியில் வசிக்கும் இன்னார் குமாரர் இன்னார் (2) ..... முகவரியில் வசிக்கும் இன்னார் குமாரர் இன்னார் (3) ..... முகவரியில் வசிக்கும் இன்னார் குமாரர் இன்னார் (4) ..... முகவரியில் வசிக்கும் இன்னார் குமாரர் இன்னார் (5) ஆக நாங்கள் ஐவரும் சேர்ந்து செய்துக் கொண்ட பாகப் பிரிவினை பத்திரமாவது என்னவென்றால்;

நம்மில் 1வது நபர் மற்ற நபர்களின் தகப்பனார். நாம் எல்லோரும் இப்பொழுது ஒரே இந்து கூட்டுக் குடும்பமாக இருந்து வருகிறோம். நம்மில் 1வது நபருக்கு அதிக வயதாகிவிட்டபடியால, அவர் ஜீவதிசைக்குப் பிறகு நம் குடும்பத்தில் சண்டை சச்சரவுகள் இல்லாமல் இருக்கும் பொருட்டு இப்பொழுதே நம் குடும்ப சொத்துக்களை பிரித்து கொள்வது நலம் என்று தோன்றியதால் இந்த பாகப்பிரிவினை செய்து கொள்ளலானோம்.

நம்மில் 1வது நபருக்கும் அவர் சகோதரர்களுக்கும் ஏற்பட்ட பிரிவினை பத்திரப்படி நமக்கு பிதுரார்ஜிதமாய் பாத்யப்பட்ட வீடு மனை கீழ் "ஏ" ஷெட்யூலில் குறிக்கப்பட்டிருக்கிறது. இதன் மதிப்பு ரூ.12,000/–. நாம் எல்லோரும் சேர்ந்து கஷ்டப்பட்டு சம்பாதித்த சொத்துக்கள் கீழ் "பி", "சி", "டி" ஷெட்யூல்களில் குறிக்கப்பட்டுள்ளன. அவைகளின் மதிப்பு முறையே ரூ.8000/–, ரூ.6000/–, ரூ.4000/– ஆக சொத்துக்களின் மொத்த மதிப்பு ரூ.30,000/– (கால மதிப்பு எதுவோ அதை குறித்துக் கொள்ளவும்).

நாம் பொதுவில் கொடுக்க வேண்டிய கடன் "எ" ஷெட்யூல் சொத்தின் பேரில் ஏற்பட்டுள்ள அடமானக் கடன் கீழ் "இ" ஷெட்யூலில் குறிக்கப்பட்டிருக்கிறது. இதில் இப்பொழுது பாக்கி செலுத்த வேண்டி இருப்பது ரூ.6000/–.

இந்த கடன் போன நாம் பிரித்துக் கொள்ள வேண்டிய சொத்துகளின் மொத்த மதிப்பு ரூ.24,000/–. இதில் நாம் 2,3,4,5 நபர்கள் ஒவ்வொருவரும் அடைய வேண்டிய பாகத்தின் மதிப்பு ரூ.6000/–.

நம்மில் 1வது நபருக்கு அதிக தள்ளாமையாகிவிட்டபடியாலும், அவர் குமாரர்களான நம்மில் மற்ற நபர்கள் அவரை சரிவர காப்பாற்றி வருவதாலும் அவர் தனக்கு பாகம் வேண்டியதில்லை என்று சொன்னதின்

பேரில் நம்மில் மற்ற நபர்கள் மேற்படி சொத்துக்களின் மொத்த மதிப்பில் ஒவ்வொரு பாகஸ்தரும் அடைய வேண்டிய சொத்து மதிப்பு ரூ.6000/– (ரூபாய் ஆறாயிரம்).

நம்மில் 2,3,4,5 நபர்கள் பாகித்துக் கொண்ட விவரமாவது :

(i)   நம்மில் 2வது நபராகிய நான் என் பாகத்திற்கு ரூ.12,000/– மதிப்புள்ள கீழ் "எ" ஷெட்யூலில் கண்ட சொத்தை சர்வ சுதந்திரமாய் அடைந்து அதன் பேரில் உள்ள அடமானக்கடன் ரூ.60000–த்தை நான் கட்டிக் கொள்ளக்கடவேன். இப்படியாக நம்மில் 2வது நபர் ஆகிய நான் அடைந்த பாக மதிப்பு ரூ.6000/–

(ii)   நம்மில் 3வது நபராகிய நான் என் பாகத்திற்கு ரூ.8,000/– மதிப்புள்ள கீழ் "பி" ஷெட்யூலில் கண்ட சொத்தை சர்வ சுதந்திரமாய் அடைந்து நம்மில் 5வது நபருக்கு ரூ.2000/– கொடுத்துவிட வேண்டியது. அதன்படி 3வது நபராகிய நான் 5வது நபருக்கு இன்று ரூ.2000/– செலுத்திவிட்டபடியால் நம்மில் 3வது நபர் ஆகிய நான் அடைந்த பாக மதிப்பு ரூ.6000/–

(iii)   நம்மில் 4வது நபராகிய நான் ரூ.6000/– மதிப்புள்ள கீழ் "சி" ஷெட்யூலில் கண்ட சொத்தை என் பாகத்திற்கு சர்வ சுதந்திரமாய் அடைந்து கொண்ட படியால் 4வது நபரான என்பாக மதிப்பும் ரூ.6000/–

(iv)   நம்மில் 5வது நபராகிய நான் ரூ.4000/– மதிப்புள்ள கீழ் "டி" ஷெட்யூலில் கண்ட சொத்தையும் நம்மில் 3வது நபர் கொடுத்த ரூ.2000/–த்தையும் சர்வ சுதந்திரமாய் அடைந்து கொண்டபடியால் 5வது நபரான நான் அடைந்த பாகத்தின் மதிப்பு ரூ.6000/–.

(v)   மேற்கண்டபடி நாம் அடைந்த சொத்துக்களை நாம் தனித்தனியே நம் சுவாதீனம் செய்து கொண்டோம். அவைகளை நாம் தனித்தனியே சொந்தமாய் எல்லா வகை மாற்றங்களும் செய்ய உரித்தாய் ஆண்டு அனுபவித்துக் கொள்ளக் கடவோம்.

(vi)   மேற்கொண்டு நாம் பிரித்துக் கொள்ள வேண்டிய

சொத்துக்களாவது கடன்களாவது ஒன்றும் கிடையாது. நம்மில் யாராவது தனிமையில் கடன் பட்டிருந்தால் அதை அவரே தீர்த்துக் கொள்ள வேண்டியது. இனி நமக்குள் சுப மங்கள சூதக பாத்யமே தவிர தனருண பாத்யதை ஒன்றும் கிடையாது.

(vii)   இதனால் நாம் தனித்தனியே அடைந்த சொத்துக்கு கார்ப்பொரேஷனில் சொந்தக்காரர் என்று பதிவு செய்து கொள்ளவும், பட்டா மாற்றிக் கொள்ளவும் நம்மில் மற்ற நபர்கள் தேவையான கையெழுத்து செய்து உதவி செய்ய சம்மதிக்கிறோம்.

(viii)   நாம் இதனால் அடைந்த சொத்தைச் சேர்ந்த பத்திரங்களையும் நாம் பிரித்து எடுத்துக் கொண்டுவிட்டோம். இந்த பாகப்பிரிவினை அசல் பத்திரம் நம்மில் 2வது நபரிடம் இருக்க வேண்டியது. மற்ற நபர்கள் டியூப்ளிகேட் அல்லது நகல் வைத்துக் கொள்ள வேண்டியது.

இந்தப்படிக்கு நாம் மனப்பூர்வமாய் சம்மதித்து செய்து கொண்ட பாகப்பிரிவினை பத்திரம்.

"எ" ஷெட்யூல் (சொத்து விவரம்)

....

"பி" ஷெட்யூல் (சொத்து விவரம்)

....

"சி" ஷெட்யூல் (சொத்து விவரம்)

....

"டி" ஷெட்யூல் (சொத்து விவரம்)

....

"ஈ" ஷெட்யூல் (சொத்து விவரம்)

....

சாட்சிகள்   பாகித்துக் கொள்பவர்கள்

F8. பாகப்பிரிவினைச் சாஸனம்
இன்னொரு மாதிரி

...... ஆம் வருஷம் .... மாதம்.... தேதி.... சென்னை, தங்கசாலை வீதி, 1055 எண்ணுள்ள வீட்டில் வசிக்கும் ஹிந்து, நிலச்சுவான்தார், வியாபர ஜீவனம், தியாகராய ரெட்டியார் குமாரர் டி.கோவிந்தராஜன் 1, ஹிந்து நிலச்சுவான்தார் வியாபர ஜீவனம் மேற்படி தியாகராய ரெட்டியார் குமாரர் கிருஷ்ணசுவாமி 2, ஹிந்து நிலச் சுவான்தார் தபால் இலாகாவில் குமாஸ்தாவாக வேலை பார்க்கும் மேற்படி தியாகராய ரெட்டியார் குமாரர் குமாரசுவாமி 3, சென்னை, தென் பிராந்திய ரெயில்வேயில் குமாஸ்தாவாக வேலை பார்க்கும் மேற்படி தியாகராய ரெட்டியார் குமாரர் பாலசுந்தரம் 4 ஆகிய இந்த நான்கு சகோதரர்களும் ஏகோபித்து ஏற்பாடு செய்து எழுதிக் கொண்ட பாகப் பிரிவினை சாஸனம்.

மேற்சொன்ன நால்வரும் ஹிந்து அவிபக்த குடும்பத்தினராயிருந்து வந்தமையாலும், அதற்கு மேற்படி 1வது நபர் குடும்பத்தின் மேனேஜராக இருந்தபடியாலும் மேற்படி குடும்பத்தினருக்கு அடியில் கண்ட செட்யூலில் விவரித்திருக்கும் ஸ்தாவரச் சொத்துக்கள் உள்ளமையாலும் மேற்படி நால்வரும் ஒரே குடும்பமாக இனி இருப்பதற்குப் பிரியப்பட்டவில்லையாதலாலும் தங்களுக்குள்ளே குடும்பத்திலிருந்த பொது ஜங்கமச் சொத்துக்களாகிய பித்தளை வெள்ளிப் பாத்திரங்கள் தட்டு முட்டுச் சாமான்களை ஏற்கனவே பிரித்துக் கொண்டு விட்டமையாலும் இப்போது ஸ்தாவரச் சொத்துக்களையும் நியாயமாகப் பங்கிட்டுக் கொள்ள விரும்புவதாலும் ஷெட்யூலில் கண்ட ஸ்தாவரச் சொத்துக்களின் மொத்த மதிப்பு ரூ.60000 ஆகையாலும் ஆகவே ஒவ்வொரு நபருக்கும் அதில் 4 –ல் 1 பாகம் அதாவது ரூ 15000 மதிப்புள்ளது நியாயமாகச் சேர வேண்டியிருந்தாலும் இந்தப் பாகப் பிரிவினைப் பத்திரத்தின் மூலம் தெரிவிப்பது என்னவென்றால் மேற்குறித்த பிரகாரம் மேற்படி ஒவ்வொரு வருக்கு ரூ.15000 மதிப்புள்ள சொத்து பிரித்து வைக்கப்பட்டிருக்கிறது குடும்பத்திற்கு எந்தக் கடனும் கிடையாது.

இதில் 1–வது நபர் தன் பாகத்திற்கு செட்யூலில் 1–வது ஐட்டத்தில் கண்ட ரூ.2,20,000 மதிப்புள்ள சொத்துக்களை அடைவதென்றும் பங்குகள் எல்லோருக்கும் ஒரே மதிப்புடையதாக வருவதற்கு வேண்டியதென்றும், அதுமட்டில் 1–வது நபர் அடைந்துள்ள சொத்தில் ரூ.7000 மதிப்புள்ள சொத்துக்கு 2–வது நபருக்கு

உரிமையிருக்கின்றதென்றும், 2—வது நபர் செட்யூலில் கண்ட 2—வது ஐட்டத்தில் உள்ள ரூ.7000—ஐயும் 1வது நபரிடமிருந்து பெற்றுக்கொள்ள வேண்டியதென்றும் 3—வது நபர் செட்யூலில் 3—வது ஐட்டத்தில் கண்ட ரூ.18000 மதிப்புள்ள சொத்தை அடைவதென்றும் பங்குகள் எல்லோருக்கும் ஒரே மதிப்புடையதாக வருவதற்கு 4—வது நபருக்கு உரிமையிருக்கின்றதென்றும் 4—வது நபர் ஷெட்யூலில் 4—வது ஐட்டத்தில் கண்ட ரூ12000 மதிப்புள்ள சொத்தை அடைவதென்றும் மீதி ரூ3000 ஐயும் 3—வது நபரிடமிருந்து பெற்றுக் கொள்ள வேண்டுமென்றும் ஏற்பாடாகியிருக்கிறது.

இனிமேல் ஒவ்வொரு நபரும் தனக்கு இதன் மூலம் சேர்ந்துள்ள பங்குச் சொத்தை யாதொரு தடையுமில்லாமல் சர்வசுதந்திரத்துடன் அனுபவிக்கலாம் என்றும் ஒப்புக் கொள்கிறார்கள். அவரவர்களுக்கு வந்துள்ள சொத்துகளுக்கு அவரவர்கள் தனிப்பட்டா முதலியவை மாற்றிக் கொள்ள வேண்டியது. இன்று முதல் நாம் பாகம் பிரிந்த சகோதர்கள். இனி நமக்குள் அர்த்தார்த்த சம்பந்தம் கிடையாது.

<h3 style="text-align:center">ஷெட்யூல்</h3>

1. சென்னை பார்க் டவுன் சர்வே நெ...., புது சர்வே நெ... உடையதும் தங்கசாலைத் தெரு 205 நெம்பர் வீடும் மனையும் இதற்கு ஜக்பந்தி ... க்கு வடக்கு... கிழக்கு.... மேற்கு.. தெற்கு சுமார் ... சதுர அடி பரப்புள்ள மனையும் வீடும் மதராஸ் வடக்கு ரிஜிஸ்ட்ரேசன் டிஸ்ட்ரிக்ட் செளகார்ப் பேட்டை, சப்—டிஸ்ட்ரிக்ட் எல்லைக்குள் அடங்கியது.

2. சென்னையில் ஆர்.எஸ். நெ. கொண்ட வீடும் மனையும்

3. சென்னையில் ஆர்.எஸ். நெ. கொண்ட வீடும் மனையும்

4. சென்னையில் ஆர்.எஸ். நெ. கொண்ட வீடும் மனையும்

மேற்கூறியவைகளை ஒத்துக் கொண்டு மேற்படி 4 நபர்களும் நாளது தேதியில் கீழ்க்கண்ட சாட்சிகள் முன்னிலையில் கையெழுத்திடுகிறார்கள்.

சாட்சிகள்:

1.

2.

F9. குடும்பத்தினர் அல்லாத இரண்டு பேருக்குச் சொந்தமான சொத்தின் பாகப்பிரிவினை பத்திரம்!
(வேறொரு மாதிரி)

19... வருஷம் ....மாதம்........ தேதி, செங்கல்பட்டு ஜில்லா சைதாப்பேட்டை தாலுகா தாம்பரத்தில் 6-வது நம்பர் கோவிந்தன் தெருவில் வசிக்கும் ஹிந்து வியாபர ஜீவனம் பெருமாள் குமார் கோவிந்தசாமி சென்னை சைதாப்பேட்டை 17-வது நெம்பர் ராஜா வீதியில் வசிக்கும் ஹிந்து நிலச் சுவான்தார் நாராயணன் குமார் ஏ.என்.ராமன்

மேற்சொன்ன நபர்கள் இருவரும் செங்கல்பட்டு ஜில்லா சைதாப்பேட்டை தாலுகா வேளச்சேரி கிராமத்தில் சுமார் 8 ஏக்கர் 24 சென்ட் பரப்புள்ள புஞ்சை நிலம், சர்வே எண்கள் 310/2,312/1,312/3, 312/4, இவருக்குள் அடங்கியதும், 24.11.1965 தேதியுள்ள பத்திரத்தின் மூலம் கனேஷ்மல் சவுக்கார் என்பவரிடமிருந்து ரூ.1750-க்கு கிரைய விலையில் பாதி பங்கை ஒவ்வொருவரும் போட்டு வாங்கியபடியாலும்;

மேற்படி சொத்திலிருந்து வரும் பலன்களை இரண்டு நபர்களும் செலவைக் கழித்து பிறகு சம பாகமாய் அனுபவித்து வந்தபடியாலும், மேற்கொண்டும் இனி சொத்தைப் பொதுவாய் இருவரும் நியாயமாய் ஒவ்வொருவருவருக்கும் சேர வேண்டிய பாதிப் பங்கை எடுத்துக் கொண்டு தனியாய் அனுபவித்துக் கொள்வதென்றும்;

மேற்படி சொத்தை இரு சமபகமாகப் பிரித்து விநாயகர் கோவிலில் திருவுளச் சீட்டுப் போட்டுப் பங்கிட்டு கொண்டதில் அடியில் செட்யூலில் ஏ–யில் கண்டிருப்பது 1-வது நபருக்கும் ஷெட்யூலில் பி–யில் கண்டிருப்பது 2-வது நபருக்கும் விழுந்தமையாலும்;

இந்தப் பத்திரத்தின் மூலம் ஒப்புக் கொள்வது என்னவென்றால் 1–வது நபர் தனக்குச் சொந்தமாக ஷெட்யூலில் ஏ–யில் விவரிக்கப்பட்டுள்ள சொத்தைப் பூரணமாய் எடுத்துக் கொள்வதென்றும்;

2–வது நபர் தனக்குச் சொந்தமாக ஷெட்யூலில் பி–யில் விவரித்திருக்கும் சொத்தைப் பூரணமாய் எடுத்துக் கொள்வதேன்றும் ஷெட்யூலில் பி–யில் கண்டிருக்கும் சொத்தின் உரிமையை 1-வது நபர் விட்டுக்கொடுப்பதென்றும், அதே பிரகாரம் ஷெட்யூலில் ஏ–யில் இருக்கும் சொத்தின் உரிமையை 2-வது நபர் விட்டுக் கொடுப்பதென்றும் சம்மதித்திருக்கிறார்கள்.

ஒவ்வொரு நபரும் தனக்கு வந்த சொத்தின் பூரண உரிமையையும் மற்றவருடைய குறுக்கீடு இல்லாமல் சுதந்திரமாக அனுப்பி வைப்பதென்றும் அவரவர்களுக்கு வந்த பாகத்தைத் தனித்தனியாய்ப் பட்டா மாற்றுதல் முதலியவை செய்து கொள்வதென்றும் ஒப்புக் கொள்கிறார்கள்.

பாகப்பிரிவினையின் அசல் பத்திரமும் சொத்தின் பத்திரங்களும் 1—வது நபரிடத்தில் இருப்பதென்றும் 2-வது நபருக்கு அவசியமாகத் தேவைப்படும்போது அவற்றை அவர் பார்வைக்குக் கொடுப்பதென்றும் ஒப்புக்கொள்கிறார்கள்.

ஷெட்யூல் (ஏ)

1—வது நபரான கோவிந்தசாமிக்கு வந்த பாகம் தென் சென்னை ரிஜிஸ்ட்ரேசன் டிஸ்ட்ரிக்ட் சைதாப்பேட்டை ரிஜிஸ்ட்ரேஷன் சப்டிஸ்ட்ரிக்ட் அதிகார எல்லைக்குள் அடங்கிய செங்கல்பட்டு ஜில்லா சைதாப்பேட்டை தாலுகா வேளச்சேரி கிராமத்தின் புஞ்சை சர்வே எண் 310—2 சுமார் 1 ஏக்கர் 26 செண்டும் சர்வே 312—1 சுமார் 3 ஏக்கர் 20 செண்டும் பரப்புள்ள 900 ரூபாய் மதிப்புள்ள சொத்து.

செட்யூலில் (பி)

2—வது நபரான ஏ.என். ராமனுக்கு வந்த பாகம் தென் சென்னை ரிஜிஸ்ட்ரேஷன் டிஸ்ட்ரிக்ட் சைதாபேட்டை ரிஜிஸ்ட்ரேஷன் சப் டிஸ்ட்ரிக்ட் அதிகார எல்லைக்குள் அடங்கிய செங்கல்பட்டு ஜில்லா சைதாப்பேட்டை தாலுகா வேளச்சேரி கிராமத்தில் புஞ்சை சர்வே எண் 314 சுமார் 2 ஏக்கர் 28 செண்டும் சர்வே நெம்பர் 312—2 சுமார் 1 ஏக்கர் 50 செண்டும் பரப்புள்ள 900 ரூபாய் மதிப்புள்ள சொத்து.

மேற்கூறியதற்கிணங்க மேற்படி இரு நபர்களும் நாளது தேதியில் இதில் கையெழுத்திடுகிறார்கள்.

1—வது நபரால் ஒப்பம்

2—வது நபரால் ஒப்பம்

சாட்சிகள்

1.

2.

G. விடுதலைப் பத்திரம் பற்றி புரிந்து கொள்ள வேண்டிய 15 செய்திகள்!

1) ஒரு நபருக்கு பாத்தியப்பட வேண்டிய சொத்தைத் தனக்கு வேண்டாம் என அதற்கு பாத்தியப்பட போகும் இன்னொரு உரிமையுள்ள நபருக்கு விட்டுக் கொடுப்பதே விடுதலைப் பத்திரம் ஆகும்.

2) குறைந்த அளவு நிலம், 10க்கும் மேற்பட்ட வாரிசுகள் அல்லது சொத்தை நீள அகலத்துடன் பிரித்துக் கொள்ள முடியாது. அப்படிப் பிரித்தாலும் யாருக்கும் பயன் இல்லை என்பது போன்ற நிலையில்தான் மேற்படிச் சொத்தை பாத்தியப்பட்ட ஒருவருக்கு விட்டுக் கொடுப்பதற்கு விடுதலைப் பத்திரம் எழுதுகின்றனர்.

3) வெளிநாட்டிலோ, வெளியூரிலோ, வெளி மாநிலத்திலோ முழுவதுமாக செட்டில் ஆகிவிட்டார்கள் தங்கள் பங்கு சொத்தை அனுபவிக்க முடியாது என்று கருதி அங்கு அனுபவிக்கும் சகோதர சகோதரிக்கு விடுதலைப் பத்திரம் எழுதிக் கொடுக்கின்றனர்.

4) என் அனுபவத்தில் பெண்கள்தான் தன் சகோதரர்களுக்கு அதிக அளவு விடுதலைப் பத்திரம் எழுதிக் கொடுக்கின்றனர். பெண்களைச் சொத்துரிமையில் இருந்து வெளியேற்றவே இந்தப் பத்திரங்கள் நடக்கின்றன.

5) சொத்தை விட்டுக் கொடுப்பவர்கள் பெரும்பாலும், சொத்து வாங்குபவரிடம் பிரதிபலன் பெற்று கொள்கிறார்கள்.

6) விடுதலைப் பத்திரம், குடும்பத்திற்குள் செய்யும் விடுதலைப் பத்திரம், குடும்பம் அல்லாதார் செய்யும் விடுதலைப் பத்திரம் என இரண்டு வகை ஆகும்.

7) இரத்த உறவு இல்லாத இரு நபர் பொதுச்சுவர், பொது வாய்க்கால், பொதுப் பாதை, பொது கிணறு, பொதுச் சொத்து என எல்லாவற்றிற்கும் அனுபவிக்கும் உரிமையை விட்டுவிட எண்ணி மற்றொருவருக்கு விட்டு விடுவது குடும்பமல்லாதவர் விடுதலைப் பத்திரம் ஆகும்.

8) குத்தகைதாரர், தன்னுடைய குத்தகை உரிமையை குத்தகை விட்டவரிடம் ஏதாவது ஒரு தொகை வாங்கிக் கொண்டு விட்டுக் கொடுத்தாலும் அதற்குக் குடும்பமல்லாதவர் விடுதலைப் பத்திரம் ஆகும்.

9) விடுதலைப் பத்திரம் (குடும்பத்திற்குள்) என்றால் சொத்தின் வழிகாட்டி மதிப்புக்கு 1% முத்திரைத்தாள் வாங்க வேண்டும். அதிகபட்ச சலுகையாக ரூ.25,000 மட்டும் முத்திரைத்தாள் வாங்க வேண்டும். அதாவது 10 கோடி வழிகாட்டி மதிப்பு வந்த சொத்தானால் 1% என்றால் 10 இலட்சம் முத்திரைத்தாள் வாங்க வேண்டியது இல்லை, அதிகபட்ச தொகையான 25,000–க்கு முத்திரைத்தாள் வாங்கினால் போதும்.

10) பதிவுக்கட்டணம் சொத்தின் மதிப்பில் 1% அதிகபட்சம் Rs.4000 விடுதலைப் பத்திரத்தை ரத்து செய்யவோ மாற்றி எழுதவோ முடியாது. எழுதினால் எழுதியதுதான். இரு தரப்பினரும் சம்மதித்து நீதிமன்றம் மூலம் வேண்டுமோனால் மாற்றி எழுதலாம்.

11) பிறத்தியாருக்கான [குடும்ப உறுப்பினர் அல்லாதவர்] விடுதலைப் பத்திரம் என்றால் கிரையத்திற்கு ஆகும் முத்திரைத்தாளை விட அதிகம் கொடுக்க வேண்டி இருப்பதால் பிறத்தியார் விடுதலைப் பத்திரம் போடுவதற்குப் பதில் கிரையப் பத்திரம் எழுதிக் கொடுத்துவிட்டு வெளியேறுகின்றனர்.

12) விடுதலைப் பத்திரம் பிறத்தியாருக்கு சொத்தின் மதிப்பின்படி முத்திரைத்தாள் 8% பதிவு கட்டணம் குத்தகையில் இருந்து வெளியேற்றும்போது கைமாறும் சொத்தின்படி 1% மதிப்புக்கு முத்திரை தீர்வை கட்டி பிறத்தியார் விடுதலைப் பத்திரம் எழுதலாம்.

13) விடுதலைப் பத்திரத்தை கூட்டாகவோ அல்லது தனித் தனியாகவோ எழுதலாம்.

14) விடுதலைப் பத்திரத்திற்கும் பூரண சம்மதம், எழுதிக் கொடுப்பவர் கொடுக்க வேண்டும்.

15) விடுதலைப் பத்திரத்தை எழுதிக் கொடுப்பவர் – Releasor, எழுதி வாங்குபவர் - Releasee - விடுதலைப்பத்திரம்–Release Deed.

மனதில் கொள்ள வேண்டிய பாடங்கள் :

1. சொத்தின் கூட்டு உரிமை உடைய பங்குதாரர்கள் (அ) உரிமையாளர்களிடமே ஏற்படுத்தி கொள்ளும் ஆவணம் விடுதலைப்பத்திரம்.

2. சக உரிமையாளர் (அ) பங்குதாரர் தனது உரிமை (அ) பங்கினை விடுதலைச் செய்து தருவதே விடுதலை பத்திரம் ஆகும்.

3. விடுதலை கொடுக்கும் நபர் தன்னுடைய உரிமையை விட்டுக் கொடுத்ததற்காக கண்டிப்பாக பிரதி பிரயோசனம் பெற்றிருக்க வேண்டும். எனவே பத்திரத்தில் கைமாறு பெற்றுக் கொண்டேன், பிரதி பிரயோசனம் பெற்றுக் கொண்டேன் என்று எழுதியிருக்க வேண்டும்.

G1. பாக உரிமை விடுதலைச் சாஸனம் மாதிரி

(RELEASE OF PARTITION RIGHTS)

1980ஆம் வருஷம் மே மாதம் 17—ஆம் தேதி வட ஆற்காடு ஜில்லா குடியாத்தம் தாலுகா வேட்டுவானம் கிராமத்தில் வசிக்கும் தையல் ஜீவனம் குமார்சிங் குமாரர் மதன்சிங் மேற்படி ஜில்லா மேற்படி தாலுகா மேற்படி கிராமத்தில் வசிக்கும் விவசாய ஜீவனம் மேற்படி குமார்சிங் குமாரர் கிரிஷ்ணசிங் பேருக்கு எழுதிக் கொடுத்த பாக உரிமை விதலைச் சாஸனம் என்னவென்றால்;

குமார்சிங் என்பவருடைய குமாரர்களான நாம் இருவரும் சகோதரர்கள் ஆனதாலும், மேற்படி குமார்சிங் என்பவர் கீழே செட்யூலில் கண்டிருக்கிற 2 ஏக்கரா நஞ்சை நிலத்தை மாத்திரம் பிதுரார்ஜிதச் சொத்தாக நம்மிருவருக்கும் வைத்துவிட்டுக் காலமாகிவிட்டபடியாயலும் இந்தச் சொத்தானது நம் இருவருக்கும் போதுமானதாக இருக்காது என்ற காரணத்தாலும்.

நான் தையல் வேலை மூலம் சம்பாதித்துக் கொள்வதாலும் மதன்சிங் என்று சொல்லப்படுகிற நான் கீழே சொத்து விவரத்தில் இன்னும் பூரணமாக விவரிக்கப்படிருக்கிற நம்முடைய பிதுராஜிதச் சொத்துக்கின் பேரில் எனக்குண்டான பாக உரிமையால் ஏற்படும் சகலவிதமான பாத்தியதைகளையும் விட்டுக் கொடுப்பதற்கு உன்னிடமிருந்து இன்றைய தேதியில் ரொக்கமாக ரூ.200 (எழுத்தால் ரூபாய் இருநூறு மட்டும்) பெற்றுக் கொண்டு உன் பேருக்கு விடுதலை செய்திருக்கிறேன்.

பூரா சொத்துக்களும் ரூ.400 (எழுத்தால் ரூபாய் நானூறு மட்டும்) பெருமானது இனிமேல் எனக்கோ, என்னுடைய வாரிசுகளுக்கோ இந்தச் சொத்துக்களின் பேரில் யாதொருவிதமான பாத்யதையும் கிடையாது. நீயும் உன் வாரிசுகளும் அவைகளைப் பராதீனம் செய்வதற்குப் பூரண உரிமையுடன் ஆண்டு அனுபவித்து வருவீர்களாக.

சொத்து விவரம் ....

சாட்சிகள்:

1.

2.

G2. கருதப்படும் பாக உரிமை விடுதலை பத்திரம் மாதிரி

RELEASE OF ALLEGED PARTITION RIGHT

தேதி ..... இன்னார் இன்னாருக்கு.... எழுதிக் கொடுப்பது

1) நான் உங்கள் இளைய சகோதரன். நம் இருவருக்கும் பொதுவாய் நாம் பிரித்துக் கொள்ளக்கூடிய பிதுரார்ஜித சொத்தோ, சுயார்ஜித சொத்தோ ஒன்றும் கிடையாது. நீங்கள் கடை வைத்து சுயார்ஜிதமாய் சம்பாதித்த தொகையைக் கொண்டு கீழ் ஷெட்யூலில் உள்ள சொத்தை வாங்கி ஆண்டு அனுபவித்து வருகிறீர்கள். அதில் எனக்கு எந்தவித பாத்தியதையும் கிடையாது.

2) மேற்படி உங்கள் கடையில் கூலி பெற்று வேலை செய்து வருகிறேன். ஆனால் நான் உங்கள் சகோதரன் என்பதால் உங்கள் சொத்தில் பாகம் உண்டென கருதப்படுகிறது. இது உண்மை இல்லையானாலும், சந்தேகத்தை நிவர்த்தி செய்ய நீங்கள் என்னை ரிலீஸ் பத்திரம் ரெஜிஸ்டர் செய்து கொடுக்கும்படி கேட்டதற்கு ரூ..../– (எழுத்தால் ரூபாய் .... மட்டும்) கொடுத்தல் அப்படி செய்து கொடுப்பதாக நான் ஒப்புக் கொண்டேன்.

3) அதன்படி இந்த ரிலீஸ் பத்திரத்தில் நான் கையெழுத்து செய்ததும் நீங்கள் எனக்கு ரூ.../– (எழுத்தால் ரூபாய் .... மட்டும்) கொடுத்துவிட்டீர்கள்.

4) ஆகையால் கீழ் ஷெட்யூலில் கண்ட உங்கள் சொத்தில் எனக்கு எவ்வித பாத்தியதையும் இல்லாவிட்டாலும், இருப்பதாக கருதப்படுவதால் சந்தேகத்தை நிவர்த்தி செய்ய அதில் எனக்கு உண்டென கருதப்படும் பாக பாத்தியத்தை, நான் இதனால் உங்களுக்கு ரிலீஸ் செய்து கொடுத்துவிட்டேன். இந்தபடிக்கு நான் சம்மதித்து எழுதிக் கொடுத்த ரிலீஸ் பத்திரம்.

சொத்து விவரம்

சாட்சிகள்:

1)   2)

G3. சொத்து ஜீவனாம்ச உரிமை விடுதலை சாஸனம் மாதிரி

(RELEASE OF MAINTENANCE RIGHTS)

1980–ஆம் வருஷம் பிரவரி 7ஆம் தேதி தென்னாற்காடு ஜில்லா கஸ்பா பண்ருட்டி அக்கிரகார வீதியில் வசிக்கும் கோபாலன் பாரியாள் ருக்மணி அம்மாள் மேற்படி ஜில்லா விழுப்புரம் தாலுகா காவனூர் கிராமத்தில் வசிக்கும் கிருஷ்ண சுவாமி குமார் கோபாலன் மிராசுதாரர் பேருக்கு எழுதிக் கொடுத்த சொத்து ஜீவனாம்ச உரிமை விடுதலைச் சாஸனம் என்னவென்றால்;

நீங்கள் கோபாலன் என்று மேலே கூறப்பட்டுள்ள என் கணவரும் ஹிந்து அவிபக்த குடும்பத்தைச் சேர்ந்தவர் ஆவீர். நாம் இருவரும் திருமணம் செய்து கடந்த எட்டு ஆண்டுகளாக இல்லறம் செய்து இருவருக்கும் கருத்து வேறுபாடாகிவிட்டதால், நீதிமன்றம் மூலம் பிரிந்துவிட்டோம். மேலும் நீதிமன்றத்தில் எனக்கு மாத ஜீவனாம்சமாக ரூபாய் 1000/– (எழுத்தால் ரூபாய் ஆயிரம் மட்டும்) கொடுக்கும்படி நீதிமன்றம் உத்தரவிட்டிருக்கிறது. (நீதிமன்ற உத்தரவு எண்.....).

தற்பொழுது நான் காவனூர் கிராமத்தில் வசித்து வருவது எனக்குச் சிரமமாகத் தோன்றுவதாலும், பண்ருட்டியில் வசிக்கும் என் உடன்பிறந்தவருடன் இனி இருந்து வருவது எனத் தீர்மானித்துவிட்டேன்.

நாளது வரை உங்களுக்கு என் ஆயுட்காலத்தில் ஜீவானம்சத்திற்கு என நான் மாதந்தோறும் ரூ.1000/– (எழுத்தால் ரூபாய் ஆயிரம் மட்டும்) என்று கடந்த ஆறு மாதங்களாக பெற்றுக்கொண்டேன். இருந்தாலும் இனி இப்படி மாதந்தோறும் உங்களிடமிருந்து பெற்றுக்கொள்வது மன சங்கடத்தை விளைவிப்பதால், என்னுடைய ஜீவனாம்ச உரிமை பாத்யதைக்காக மொத்தமாக ரூபாய் 1,00,000/– (எழுத்தால் ரூபாய் ஒரு லட்சம் மட்டும்) கீழ்க்கண்ட சாட்சிகளின் முன்னிலையில் இன்றைய தேதியில் ரொக்கமாகப் பெற்றுக் கொண்டு என்னுடைய ஜீவனாம்ச உரிமை பாத்யதையை விடுதலை செய்துவிடுகிறேன். இனி எனக்கு உங்களிடம் எந்தவிதமான பாத்யதையும் கிடையாது. மேலும் உங்களிடமிருந்து என்னுடைய சவரட்சணைக்காக எந்தவித தொகையும் கொடுக்கும்படி கோர மாட்டேன்.

சாட்சிகள்:   ஒப்பம்

G4. அடமான பாத்தியதை விடுதலை மாதிரி

RELEASE OF MORTGAGE RIGHT

தேதி..... இன்னாருக்கு .... இன்னார் செலுத்திக் கொடுப்பது

..... தேதியில் ஏற்பட்டு.... சப்ரிஜிஸ்டிரார் ஆபிசில் ..... எண் தஸ்தவேஜாக பதிவாயிருக்கும் பத்திர மூலமாக கீழ் ஷெட்யூலில் கண்ட சொத்தையும் உங்களுடைய இதர சொத்துக்களையும் சேர்த்து நீங்கள் என்னிடம் ஈடு கட்டி அடமானம் வைத்து ரூ..../– (எழுத்தால் ரூபாய் .... மட்டும்) கடன் வாங்கியிருக்கிறீர்கள் அந்த அடமான சொத்துக்களில் கீழ் செடியூலில் கண்ட சொத்தை மட்டும் அந்த அடமனத்திலிருந்து விடுதலை செய்து கொடுக்கும்படி நீங்கள் என்னை கேட்டதின் பேரில் அதில் எனக்கு சேர வேண்டிய அசல் ரூ..../– (எழுத்தால் ரூபாய் .... மட்டும்) வட்டி பாக்கி ரூ..../– (எழுத்தால் ரூபாய் .... மட்டும்) இவைகளுக்கு பகுதி வரவு வைத்துக்கொள்ள ரூ..../– (எழுத்தால் ரூபாய் .... மட்டும்) எனக்கு கொடுத்தல் நான் விடுதலை செய்வதாக ஒப்புக் கொண்டேன்

இதை அனுசரித்து அடியில் கண்ட பணப்பற்று விவரப்படி (இந்த பத்திரம் ரிஜிஸ்டிரராகும் போது உதவி பதிவாளர் முன்னிலையில்) நீங்கள் எனக்கு ரூ..../– (எழுத்தால் ரூபாய் .... மட்டும்) செலுத்தி நான் பெற்றுக் கொண்டு விட்டபடியால் என் அடமானத்திலிருந்து கீழ் ஷெட்யூலில் கண்ட சொத்தை மட்டும் நான் இதனால் உங்களுக்கு விடுதலை செய்து கொடுத்து விட்டேன்.

ஆகையால் கீழ்கண்ட சொத்தின் பேரில் இனி எனக்கு அடமான பாத்யதை ஒன்றும் கிடையாது அடமானத்தில், மேற்கொண்டு எனக்கு சேர வேண்டிய பாக்கிகளை, அதில் அடங்கிய இதர சொத்துக்களிலிருந்து நான் வசூல் செய்து கொள்ள கடவேன்.

இதனால் விடுதலை செய்த சொத்தை சேர்ந்த பத்திரங்களை மட்டும் இன்று உங்களிடம் திருப்பிக் கொடுத்து விட்டேன். இந்தப்படிக்கு நான் சம்மதித்து எழுதிக் கொடுத்த அடமான பாத்யதை விடுதலை ரிலீஸ்பத்திரம்

பணப்பத்து விவரம் ....

செடியூலில் சொத்து விவரம் ....

சாட்சிகள்:

G5. பட்டா (பாத்யதை) விடுதலை பத்திரம்

(RELEASE OF PATTA RIGHTS)

1980ஆம் வருஷம் ஜனவரி மாதம் 5ஆம் தேதி மதுரை தெற்கு மாசி வீதியில் வசிக்கும் விவசாய ஜீவனம் கிருஷ்ண சுவாமித் தேவர் குமாரர் ராமசாமித் தேவர் மேற்படி மதுரை தெற்கு ஆவணி மூல வீதியில் வசிக்கும் வீரபத்திரன் குமாரர் கிருஷ்ணன் பேருக்கு எழுதி கொடுத்த பட்டா விடுதலை பத்திரம் என்னவென்றால்;

மேல கிருஷ்ணன் என்று சொல்லப்படுகிற நீர் என்னிடமிருந்து மதுரை 4–வது ஜாயின்ட் சப் ரிஜிஸ்டிரார் ஆபிசில் 1–வது புத்தகம் பகுதி 989, 282 முதல் 284 பக்கங்கள் வரை 1978ஆம் வருஷத்திய 1848 நம்பர் பத்திரமாக ரிஜிஸ்தர் ஆகியிருக்கிற 1–3–1978 தேதியிட்ட விக்கிரையப் பத்திரத்தின்படி கீழே சொத்து விவரத்தில் பரிபூர்ணமாக விவரிக்கப்பட்டிருக்கிற நிலங்களைக் கிரயத்துக்கு வாங்கியிருக்கும் படியாலும்.

அவ்விதம் கிரையமான தேதியிலிருந்து அந்த நிலங்களைப் பூரணமாக ஸ்வாதீனம் செய்து கொண்டு அனுபவித்து வருகிறபடியாலும், நிலங்களின் பட்டா மாத்திரம் என் பெயரிலேயே இருந்து வருவதாலும், நீர் கோரியபடி மேற்பட்டவை உம்முடைய பேரில் மாற்றும் வண்ணமும் இந்த சொத்தின் பேரில் எனக்குள்ள பட்டா பாத்தியதைய விடுதலை செய்வதற்காகவும் தங்களிடமிருந்து இந்த வியாபாரத்தின் பிரதியாக ரூ.100 (எழுத்தால் ரூபாய் நூறு மட்டும்) பெற்றுக் கொண்டு ரெவென்யூ இலாகாவைச் சேர்ந்த பதிவுகளில் என் பேரிலுள்ள முதற் கொண்டு விடுதலை செய்கிறேன்.

ரெவென்யூ பதிவுகளை உங்கள் பேருக்கு மாற்றுவதற்கு நாளது தேதியில் ஒரு விண்ணப்பத்தில் கையெழுத்திட்டுக் கொடுத்திருக்கிறேன். நிலங்கள் ஏற்கனவே தங்களுடைய சுவாதீனத்திலும் அனுபோகத்திலும் இருந்து வருகின்றன. இனி இந்தச் சொத்துக்களின் பேரில் எனக்கோ அல்லது என் வாரிசுதாரர்களுக்கோ யாதொருவிதமான பாத்தியதையும் கிடையாது.

சொத்து விவரம்

சாட்சிகள்:

1.   2.

G6. இன்டெம்னிடி விடுதலை பத்திரம்

(RELEASE OF INDEMNITY RIGHTS)

...... தேதி ..... இன்னாருக்கு இன்னார் ..... எழுதிக் கொடுப்பது

.... தேதியில் ஏற்பட்ட ...... சப் ரிஜிஸ்டிரார் ஆபீஸ் .... எண் ஆவணம் மூலமாக உங்களுடைய வீடு மனை நஞ்சை புஞ்சை நிலத்தை (விவரம் குறிக்கவும்) உங்களில் 1வது நபர் தனக்காகவும் உங்களில் 2, 3 நபர்களுக்கு கார்டியன் முறையும் சேர்ந்து எனக்கு கிரையம் செய்து கொடுத்தீர்கள்.

மேற்கண்ட கிரையப் தொகை பூராவையும் உங்களில் 2, 3 நபர்கள் பாகம் உள்பட உங்கள் 1வது நபர் பெற்றுக் கொண்டு அதற்கு கீழ ஷெட்யூலில் கண்ட சொத்தை கிரையப் பத்திரத்தில் "பி" ஷெட்யூலாக காண்பித்து எனக்கு இன்டெம்னிட்டியாக கொடுத்தீர்கள்.

உங்களில் 2, 3 நபர்கள் இப்பொழுது மேஜராகி மேற்கண்ட கிரைய சொத்தைக் குறித்து எனக்கு ரிலீஸ் பத்தரம் ரிஜிஸ்டர் செய்து கொடுத்துவிட்ட படியால் கீழ் ஷெட்யூலில் கண்ட சொத்தின் பேரில் எனக்கு நீங்கள் கொடுத்த இன்டெம்னிடி பாத்யதையை நான் இதனால் உங்களுக்கு ரிலீஸ் செய்து கொடுத்துவிட்டேன். இனி கீழ் ஷெட்யூலில் கண்ட சொத்தில் எனக்கு இன்டெம்னிட்டி பாத்யதை எதுவும் கிடையாது.

இந்தப்படிக்கு நான் சம்மதித்து எழுதிக் கொடுத்த இன்டெம்னிட்டி என்கிற நஷ்டஈடு விடுதலை பத்திரம்.

ஷெட்யூல் (சொத்துவிவரம்)

....

சாட்சிகள் :

1.   2.

தெரிந்து கொள்ள வேண்டிய பாடம் :
தடங்கல் இல்லாமல் 20 ஆண்டுகளுக்கு மேலாக ஈஸ்ட்மெண்ட் பாத்யத்தை அனுபவித்திருந்தால் அது அவர்களுக்கு நிரந்தர உரிமையாகிறது. ஈஸ்ட்மெண்ட் சட்டம் 15.

G7. ஆயுள் பாத்யதை விடுதலை பத்திரம்

(RELEASE OF LIFE INTEREST)

...... தேதி ..... இன்னாருக்கு இன்னார் ...... எழுதிக் கொடுப்பது.

எனக்கு சொந்தமாயிருந்த கீழ் ஷெட்யூலில் கண்ட சொத்தை நான் எவ்வித பராதீனமும் செய்யாமல் என் ஜீவதசை வரை அனுபவித்து வரக்கடவேன் என்றும், என் ஜீவதசைக்குப் பிறகு என் குமாரத்தியும், என் மருமகனுமான நீங்கள் இருவர்களும் என்னைப் போலவே எவ்வித பாராதீனமும் செய்யாமல் அனுபவித்து வரவேண்டியதென்றும், உங்கள் இருவர்களுடைய ஜீவதசைக்குப் பிறகு உங்களுடைய ஆண் பெண் சந்ததிகள் மேற்படி சொத்தை சர்வ சுதந்திரமாய் அடைய வேண்டியதென்றும் சொல்லி ஒரு செட்டில்மெண்ட் பத்திரம் எழுதி அதை ..... சப்ரிஜிஸ்டிரார் ஆபீசில் ...... எண் ஆவணங்களாக நான் ரிஜிஸ்டர் செய்து வைத்திருக்கிறேன்.

எனக்கு இப்பொழுது தள்ளாமையாகி விட்டபடியாலும் உங்கள் பேரில் எனக்குள்ள இயல்பான அன்பினாலும் பிரியத்தாலும் மேற்படி சொத்தில் இப்பொழுது எனக்குள்ள ஆயுள் வரை அனுபவிக்கும் பாத்யதையை எனக்குப் பின் அடைய போகும் உங்களுக்கு நான் இதனால் சரண் செய்து மேற்படி சொத்தை இன்று உங்கள் சுவாதீனம் செய்துவிட்டேன்.

ஆகையால் இன்று முதற்கொண்டே மேற்படி செட்டில்மெண்ட் பத்திரப்படி நீங்கள் மேற்படி சொத்தை என் முன் ஆயுள் பாத்யதையின்றி அனுபவித்துக் கொள்ளவும், இனி மேற்படி சொத்தில் எனக்கு எவ்வித பாத்யதையும் கிடையாது. இதில் எவ்வித கலனுமில்லை.

இந்தப்படிக்கு நான் சம்மதித்து எழுதிக் கொடுத்த ஆயுள் பாத்யதை விடுதலைப் பத்திரம்.

ஷெட்யூல் (சொத்துவிவரம்)

....

சாட்சிகள்

1.   2.

G8. மைனர் மேஜரானவுடன் கார்டியனை விடுதலை செய்யும் பத்திரம்!

(RELEASE OF GUARDIAN AFTER MAJORITY)

...... தேதி ...... இன்னாருக்கு இன்னார் ..... எழுதிக் கொடுப்பது.

என் தகப்பனார் காலஞ் சென்ற ...... இன்னார் ..... ஒரு உயில் எழுதி அதை .... சப்ரிஜிஸ்டிரார் ஆபீசில் புத்தகம் 3ல் ...... எண் ஆவணமாக ரிஜிஸ்டர் செய்து வைத்தார். அப்பொழுது நான் மைனராக இருந்தபடியால் அதில் உங்களை எனக்கு கார்டியனாக நியமித்து என் சொத்தை நீங்கள் பரிபாலித்தும், என்னை சவரக்ஷணை செய்தும் படிப்பு முதலியது சொல்லி வைத்தும் என்னை காப்பாற்றி வர வேண்டுமென்றும்,

நான் மேஜரானவுடன் மேற்படி சொத்தை நீங்கள் என்னிடம் ஒப்புவித்துவிட வேண்டுமென்றும் கண்டிருக்கிறது. அதன்படி நீங்கள் செய்து வந்து இப்பொழுது நான் மேஜராகிவிட்டபடியால் மேற்படி சொத்தை நீங்கள் இன்று என்னிடம் ஒப்புவித்து என் சுவாதீனம் செய்துவிட்டீர்கள். இனி உங்களிடமிருந்து எனக்கு சேர வேண்டியது ஒன்றும் கிடையாது. ஆகையால் எனக்கு கார்டியன் என்ற முறையிலிருந்து நான் உங்களை இதனால் விடுதலை (ரிலீஸ்) செய்துவிட்டேன்.

சாட்சிகள்   விடுதலை செய்பவர்

மனதில் கொள்ள வேண்டிய பாடம் :

ஜங்கம சொத்து ஸ்தாவர சொத்து என்றால் என்ன?

அந்தக்கால பத்திரங்களில் நீதிமன்ற ஆவணங்களில், வருவாய்த் துறை ஆவணங்களில் ஜங்கம, ஸ்தாவர போன்ற சமஸ்கிருத வார்த்தைகள் வருவதை நாம் பார்க்கலாம். ஜங்கம சொத்து என்றால் தங்கம், வெள்ளி, பித்தளைப் பாத்திரங்கள், மரச்சாமான்கள், ரொக்கப் பணம் போன்ற அசையும் சொத்துக்களை குறிக்கும். ஸ்தாவர சொத்து என்றால் அசையா சொத்தான நிலத்தைக் குறிக்கும்.

H. செட்டில்மென்ட் பத்திரம் பற்றி தெரிந்து கொள்ள வேண்டிய 21 விஷயங்கள்!!

1) செட்டில்மென்ட் பத்திரம் என்பதும் குடும்ப ஏற்பாட்டு பத்திரம் என்பதும் ஒன்றுதான்.

2) ஒருவர் தனக்கு சொந்தமான சொத்துக்களை குடும்பத்தில் உள்ள தன் உறவுகளுக்கு தன் வாழ்நாள் காலத்திலேயே பிரித்து கொடுக்கும் பத்திரம் செட்டில் மெண்ட் பத்திரம் (அ) தான செட்டில்மெண்ட் பத்திரம் ஆகும்.

3) மேற்படி செட்டில்மெண்ட் பத்திரம் குடும்ப உறவினருக்கு மட்டும்தான் போட முடியும். தந்தை, தாய், கணவன், மனைவி, மகன், மகள், பேரன், பேத்தி, அண்ணன், தம்பி, அக்காள், தங்கை ஆகியோர் மட்டும் உறுப்பினர்களாக பத்திர அலுவலகம் ஏற்று கொள்கிறது.

4) குடும்ப உறுப்பினர் இல்லாதவருக்கு கொடுக்க நினைத்தால் அதற்கு "தானப்பத்திரம்" (Gift Deed) போட வேண்டும்.   இறந்த பிறகு செட்டில் செய்ய வேண்டும் என்று நினைத்தால் உயில் எழுத வேண்டும்.

5) செட்டில்மெண்ட் பத்திரம் கொடுத்துவிட்டு பிறகு மனம் வருத்தப்பட்டு செட்டில்மெண்டை ரத்து செய்கின்றனர். இப்படி ரத்து செய்வது சட்டப்படி செல்லாது என நீதிமன்ற தீர்ப்புகள் உள்ளன.

6) பத்திரப்பதிவு அலுவலகத்தில் செட்டில்மென்ட் பத்திரத்தை கடந்த 50 ஆண்டுகளாக ரத்து செய்கின்ற "செட்டில்மெண்ட் ரத்து பத்திரம்" போடுகின்றனர். தொடர்ந்து நீதிமன்ற உத்தரவுகள் இரத்து செய்யும் செட்டில்மெண்ட் பத்திரங்களுக்கு எதிராக வந்து

இருக்கிறது. எனவே தற்போது சில இடங்களில் செட்டில்மெண்ட் பத்திரத்தை இரத்து செய்வதில்லை. சில இடங்களில் செட்டில்மெண்ட் பத்திரத்தை இரத்து செய்கின்றனர்.

7) இரத்து செய்யும் செட்டில்மெண்ட் பத்திரங்கள் நீதிமன்றத்திற்கு போகும்பொழுது நீதிமன்றம் இரத்தை செல்லாது என்று அறிவிக்கின்றது.

8) விற்ற சொத்தை எப்படி திரும்ப வாங்க முடியாதோ அதேபோல் தானம் செய்த சொத்தைத் திரும்ப வாங்க முடியாது.

9) கண்டிசன் செட்டில்மெண்ட் பத்திரம் என்று ஒன்று இருக்கிறது. எழுதி வைப்பவர் தன் வாழ்நாளுக்குப் பிறகுதான் சில சொத்துக்கள் தன் உறவுகளுக்கு போக வேண்டும் என்று உயிலைப் போல் எழுதி வைப்பர்.

10) தனித்தனியாக குடும்பத்தினர் வாழ்ந்தாலும் சொத்து பொதுவில் இருந்தால் அது கூட்டு குடும்பச் சொத்து, அதேபோல் அக்காலத்தில் எல்லா சகோதரர்களும் ஒரே வீட்டில் வாழ்ந்து ஒரு தலைவரின் கீழ் அனைவரும் செயல்படுவர். அது பழைய இந்து கூட்டு குடும்ப சொத்துக்கள் எனலாம்.

11) மேற்படி கூட்டுக் குடும்பச் சொத்தை தன் மகன்களுக்கு பிரித்துக் கொடுப்பதுதான் குடும்ப ஏற்பாட்டு பத்திரம். இப்பொழுது கூட்டுக் குடும்பம் அரிதாகிவிட்டாலும், தனி குடும்பத்தில் தன் மகனுக்கு, மகளுக்கு சொத்துக்களை செட்டில்மெண்ட் செய்கின்றனர். அவையும் குடும்ப ஏற்பாட்டுப் பத்திரம் ஆகும்.

12) செட்டில்மெண்ட் எழுதி கொடுத்தவர், மேஜராகவும், நல்ல மனநிலைமையிலும், யாருடைய கட்டாயமோ, மிரட்டலோ

இல்லை என்று தெரிந்திருந்தால்தான் அந்த செட்டில்மெண்ட் செல்லும்.

13) In Present (இன்ப்ரசண்டி செட்டில்மெண்ட்) என்பது செட்டில்மெண்ட் பத்திரம் செய்தவுடன் சுவாதீனத்தைக் கொடுப்பது இது மிக நல்ல செட்டில்மெண்ட் ஆகும்.

14) சில செட்டில்மெண்ட் சுவாதீனம் அடைவதற்கு சில கண்டிசன்கள் போட்டிருப்பர். அதாவது எழுதி கொடுத்தவர் காலத்திற்கு பிறகுதான் சுவாதீனம் என்று இருக்கும்.

15) சுவாதீனம் கிடைக்காத செட்டில்மெண்ட்டுகளை எளிதாக இரத்து செய்ய எழுதி கொடுப்பவருக்கு அதிக வாய்ப்புகள் சட்டத்தில் உள்ளன. [ஏனெனில் அது உயில் கணக்கில் வரும்] அதனால் எழுதி வாங்குபவர் சுவாதீனத்துடன் எழுதி வாங்குவதுதான் சிறந்தது.

16) செட்டில்மெண்ட் சொத்தின் மதிப்பில் 1% முத்திரைத்தாளும் அதிகபட்ச வரம்பு ரூ.25,000 என்றும் தற்போதைக்கு அரசு நிர்ணயித்துள்ளது.

17) செட்டில்மெண்ட் பத்திரத்தை படித்துப் பார்த்தாலே இதனை இரத்து செய்ய வாய்ப்பு உண்டா? இல்லையா? என்று சொத்துக்களை வாங்குபவர் நிச்சயம் தெரிந்திருக்க வேண்டும். உயில்போல செட்டில்மெண்ட் எழுதுவது சிக்கல், கண்டிசனுடன் செட்டில்மெண்ட் எழுதுவதும் தலைவலி. அதனை நம்பி மேற்படிச் சொத்தை கிரயம் வாங்கக் கூடாது.

18) செட்டில்மெண்ட் வாங்கியவரிடம் சொத்தை வாங்கும் போது அவருடைய சகோதர சகோதரிகளுக்கு அதில் சம்மதம் இருக்கிறதா? என்று கள ஆய்வு மேற்கொள்ள வேண்டும்.

19) செட்டில்மெண்ட் எழுதிக் கொடுத்தவர் உயிருடன் உள்ளார் என்றால் அவரிடம் நேரிடையாகச் சென்று விசாரணை செய்வது நல்லது.

20) செட்டில்மெண்ட் பத்திரத்தை கேன்சல் செய்ய முடியாது என நீதிமன்றம் சொன்னாலும், அது சம்பந்தப்பட்ட பல வழக்குகள், மற்றும் சச்சரவுகள் இன்னும் இதில் இருந்து கொண்டே இருப்பதை சொத்து வாங்குபவர் நினைவில் கொண்டு சொத்தை வாங்க வேண்டும்.

21) வயதான காலத்தில் செட்டில்மெண்ட் எழுதி கொடுப்பவர் தனக்கென்று ஒரு பிடிப்பை வைத்து கொண்டு மீதி சொத்தை எழுதி கொடுத்தாலும், மேற்படிச் சொத்தை அனுபவம் உள்ளவர்களின் ஆலோசனைப் பெற்றே சொத்துக்களை வாங்க வேண்டும்.

மனதில் கொள்ள வேண்டிய பாடங்கள் :

1. செட்டில்மெண்டில் இருக்கும் பத்திர சொத்தை வாங்கும்போது அவை சுய சம்பாத்திய சொத்தா (அ) பூர்வீகச் சொத்தா? வாரிசுரிமை சிக்கல்கள் எழ வாய்ப்பு இருக்கிறதா? என்று பார்க்க வேண்டும்.

2. செட்டில்மெண்ட் முழுமையாக கொடுக்கப்பட்டு உள்ளதா? அல்லது கண்டிஷன்களுடன் கொடுக்கப்பட்டுள்ளதா? என்று கட்டாயம் பார்க்க வேண்டும். கண்டிஷன் சொத்துக்களைக் கிரயம் வாங்குவது சட்ட சிக்கல்களை ஏற்படுத்தும்.

H1. செட்டில்மென்ட் சாஸனம் மாதிரி
(SETTLEMENT DEED)
(ஆஸ்தியை வேறொருவருக்கு கொடுத்துவிடுதல்)

.....ம் வருஷம் அக்டோபர் மாதம் ...... தேதி, மதுராந்தகம், தெருவில் வசிக்கும், சுமார் 70 வயதுள்ளவரும், ஹிந்து ஸ்ரீ ... மனைவியுமான (பின்னால் செட்லார் என்று அழைக்கப்படுபவர்.

இந்த சாஸனத்தில் இந்தச் சொல் எங்கு வந்தபோதிலும் மேற்சொன்ன ....யும் அவரது வாரிசுதாரர்கள் மரண சாஸன ஷரத்துக்களை நிறைவேற்ற அதிகாரம் கொண்டவர்கள். சொத்தை நிர்வகிப்பவர்கள் சொத்துரிமை மாற்றப் பெற்றவர்கள் ஆகிய இவர்களையும் குறிக்கும். 1

மேற்படி மதுராந்தகம் ... தெருவில் வசிக்கும் சுமார் 50 வதுள்ளவரும் ஹிந்து ஸ்ரீ ...... மனைவியுமான (பின்னால் செட்லி என்று அழைக்கப்படுபவர். இந்த சாஸனத்தில் இந்தச் சொல் எங்கு வந்த போதிலும் மேற்சொன்ன அம்மாளையும் அவரது வாரிசுதாரர்கள் மரண சாஸன ஷரத்துக்களை நிறைவேற்ற அதிகாரம் கொண்டவர்கள், சொத்தை நிர்வகிப்பவர்கள், சொத்துரிமை மாற்றப் பெற்றவர்கள் ஆகிய இவர்களையும் குறிக்கும். 2

மேற்படி இரு சாராருக்கிடையே ஏற்படுத்திக் கொண்ட செட்டில்மெண்ட் சாஸனம் என்னவென்றால்;

மேற்படி செட்லார் கீழே செட்யூலில் கண்டுள்ள சொத்தை ....ம் வருஷம் பிப்ரவரி மாதம் 25–தேதி ஸ்ரீ அஹோபில மடம் ஜீயரிடமிருந்து சுத்தக் கிரய சாஸனம் (மதுராந்தகம் சப்–ரிஜிஸ்டர் ஆபீசில் ரிஜிஸ்டர் செய்யப்பட்ட ....ம் வருஷத்திய டாக்குமெண்ட் நம்பராக பதிவாகி தற்பொழுது அதை பூரணமாக ஆண்டனுபவித்து வருவதாலும்;

மேற்படி செட்லி மேற்படி செட்லாருக்கு மகளானபடியால் ஷரத்துகள் என்னவென்றால் இயற்கையான அன்பினாலும் பாசத்தினாலும் மேற்கூறிய செட்லார் கீழே செட்யூலில் கண்ட சொத்தை மாற்ற விரும்புவதாலும்;

இந்தச் சட்டபூர்வமான செட்டில்மென்ட் சாஸனத்தில் கண்டுள்ள ஷரத்துகள் என்னவென்றால்; மேற்கூறிய காரணங்களினாலும், செட்லி செட்லாருக்கு மகளானபடியாலும், செட்லியின் பேரிலிருக்கும்

இயற்கையான அன்பினாலும், பாசத்தினாலும் கீழே ஷெட்யூலில் கண்ட ரூ.5000 மதிப்புள்ள சொத்து பூராவையும் முழு விவரமும் அறிந்து தன் சுயபுத்தியுடனும் செட்லி பேருக்கு மாற்றி பூரா ஸ்வாதீனமும் கொடுத்துவிட்டார்.

மேற்படி செட்லார் இதன் மூலம் அறிவிப்பது என்னவென்றால்; கீழே ஷெட்யூலில் கண்ட சொத்துக்குத் தானே பூரண உரிமையாளர் என்றும் வேறு எந்த நபர் அல்லது நபர்களுக்கும் அதில் எந்தவித உரிமையுமில்லையென்றும், அந்தச் சொத்தை மாற்ற தனக்கு மட்டுமே உரிமை உண்டென்று கூறிகிறார்.

மேலே கண்டுள்ள தேதியிலிருந்து கீழே செட்யூலில் கண்டு உள்ள சொத்தின் மீதுள்ள வரி முதலியவைகளுக்கும் அந்தச் சொத்துக்காக ஏற்படும் இதர மாராமத்து முதலிய செலவுகளுக்கும் மேற்படி ஷெட்யூலில் மட்டுமே பொறுப்பாளியாவார்.

மேலும் மேற்கண்ட தேதியிலிருந்து செட்லாருக்கோ, அவரது ஏனைய வாரிசுகளுக்கோ அல்லது அவரிடமிருந்து அதிகாரம் பெற்றதாகக் கூறிக்கொள்ளும் வேறு எந்த நபர்களுக்கோ கீழ்க்கண்ட சொத்தில் யாதொரு உரிமையும் கிடையாதென்றும், மேற்படி செட்லாருக்கு இந்த செட்டில்மென்ட் சாசனத்தை மாற்றியமைக்கவும் உரிமை கிடையாதென்றும் உறுதி கூறுகிறார். இவைகளை முன்னிட்டு மேற்கண்ட தேதியில் மேற்படியார் கையெழுத்திடுகிறார்.

ஷெட்யூல்

சாட்சிகள்:

தெரிந்து கொள்ள வேண்டிய செய்திகள் :

அசையாத சொத்தை செட்டில்மெண்ட் பத்திரம் மூலம், தான் விரும்பிய குடும்பத்தினருக்கு கொடுக்க விரும்பினால், கண்டிப்பாக இரண்டு சாட்சிகள் முன்னிலையில் பத்திரம் பதிய வேண்டும்.

அசையும் சொத்தை சாட்சிகள் இல்லாமல் தாம் விருப்பப்பட்டவர்களுக்கு ஒரு பதிவு செய்யாத பத்திரம் மூலம் எழுதிக் கொடுக்கலாம்.

H2. செட்டில்மெண்ட் சாஸனம்
(மற்றொரு மாதிரி)

..... வருஷம் மார்ச் மாதம் 6ஆம் தேதி சென்னை தியாகராயநகர் ராமசாமித் தெரு 8ஆம் நெம்பரில் வசிக்கும் சுமார் 30 வயதுள்ளவரும், ஹிந்து வரதாச்சாரியார் குமாரரும் கிருஷ்ணன் கம்பெனி உரிமையாளருமான வி. கிருஷ்ண ஸ்வாமி (பின்னால் பராதீனப்படுதுபவர்) (settler) என்று அழைக்கப்படுபவர்.

இந்தச் சாஸனத்தில் இந்தச் சொல் எங்கு வந்தபோதிலும் மேற்சொன்ன வி.கிருஷ்ணஸ்வாமி ஐயரையும், அவரது வாரிசுதாரர்கள், மரணசாஸன ஷரத்துக்களை நிறைவேற்ற அதிகாரம் கொண்டவர்கள். சொத்தை நிர்வகிப்பவர்கள் சொத்துரிமை மாற்றப் பெற்றவர்கள் ஆகிய இவர்களையும் குறிக்கும்).

மேற்படி சென்னை தியாகராயநகர், ராமசாமித் தெரு 8ஆம் நெம்பரில் வசிக்கும் ஹிந்து வைஷ்ணவ மதம் மேற்படி வி.கிருஷ்ணஸ்வாமி குமாரர்களான சுமார் 25 வயதுள்ள ஸி.ராமன் சுமார் 22 வயதுள்ள ஸி.கோபாலன் ஆகிய இவர்களும் (பின்னால் பராதீனப்படுத்தப்படும் சொத்துக்கு உரிமையாளராகிறவர்கள் (settlees) என்று அழைக்கப் படுபவர்).

இந்தச் சாசனத்தில் இந்த சொல் எங்கு வந்தபோதிலும் மேற்சொன்ன ஸி.ராமன், ஸி. கோபாலன் ஆகிய இருவரையும் அவர்களின் சந்ததியார்கள், சொத்தை நிர்வகிப்பவர்கள், சொத்துரிமை மாற்றப் பெற்றவர்கள் ஆகியோரையும் குறிக்கும்).

ஆகிய இரு சாராருக்கிடையே ஏற்படுத்திக் கொண்ட செட்டில்மெண்ட் சாஸனம் என்னவென்றால்;

ஏறக்குறைய ....ஆம் வருசத்தில் பாராதீனப்படுத்துபவர் தன்னிடமிருந்து சொந்தப் பணத்தை கொண்டு கிருஷ்ணன் கம்பெனி என்ற பெயரில் புத்தக வியாபாரம் ஆரம்பித்தார். பராதீனப்படுத்தி சொத்துக்கு உரிமையாளராகிறவர்கள், கிருஷ்ணன் கம்பெனியில் வேலை செய்வதாலும், அவர்களுள் முதலாமவர் தற்போதும் அக்கம்பெனியின் காரியதரிசியாய் இருப்பதாலும், ஆகவே தொழிலை நடத்தக்கூடிய திறமையும் பழக்கமும் மேற்படியார்களுக்கு இருப்பதாலும் பாராதீன சொத்துக்கு உரிமையாளாகிறார்.

பாராதீனப்படுத்துபவரின் குமாரர்களானபடியால், அவர்கள் பேரில்

இயற்கையாய் உள்ள அன்பினால் மேற்படி பராதீனப்படுத்துபவர் கிருஷ்ணன் கம்பெனி தொழிலை பராதீனச் சொத்துக்கு உரிமையாளராகிறவர்களுக்கு மாற்றிவிட விரும்புகிறார்.

இந்தச் சட்டபூர்வமான பத்திரத்தில் கண்டுள்ள ஷரத்துக்கள் மேற்கூறிய காரணங்களினாலும் பராதீனப்படுத்துபவரின் குமாரர்களாகையாலும், அவர்கள் பேரிலிருக்கும் அன்பினாலும் பாசத்தினாலும் இதன் மூலம் பராதீனப்படுத்துபவர் சென்னை தியாகராயநகர் 8, ராமசாமித் தெருவில் அவர் நடத்திவரும் புஸ்தகப் பிரகார வியாபாரக் கம்பெனியான கிருஷ்ணன் கம்பெனி பூராவையும் பராதீனச் சொத்து உரிமையாளராகிறவர்களுக்கு மாற்றிவிடுகிறார். மேலும் மேற்படி கம்பெனியின் வியாபர சாமான்கள் பூராவும், மேஜை, நாற்காலி போன்ற தட்டுமுட்டுச் சாமான்களும் வர வேண்டிய நிலுவைகளும் ஆஸ்திப் பொறுப்புக்களும் மேலும் கம்பெனிக்குச் சொந்தமான பிரசார மோட்டார் வேன் எம்.எஸ். வொய் 9822–ம் மோட்டார் கார் எம்.எஸ்.எஸ்.0156 (எல்லாம் சேர்ந்த மொத்த மதிப்பு ரூ.....) மாற்றப்பட்டிருக்கின்றன.

பராதீனப்படுத்துபவர் இதன் மூலம் தெரிவிப்பது என்னவென்றால், மேற்படி வியாபரத்தின் பூரண உரிமையாளர் தானேயென்றும் அதை அவரே அபிவிருத்தி செய்திருப்பதாலும் வேறு எந்த நபர் அல்லது நபர்களுக்கு அதில் எவ்வித உரிமையும் இல்லாததாலும் பராதீனச் சொத்தை உரிமையாளராகிறவர்களுக்கு மாற்ற முழு உரிமையும் உண்டென்றும் உறுதி கூறுகிறார்.

ஆகவே பராதீனச் சொத்துக்கு உரிமையாளராகிறவர்கள் வியாபாரத்தைத் தங்களுக்குள் கூட்டாகவோ அல்லது வேறு எந்த வகையிலோ அவர்கள் உக்தனுசாரம் செய்து கொள்ளலால் என்று, ஒவ்வொருவருக்கும் அதில் பாதி உரிமை உண்டென்றும் தெரிவிக்கிறார். மேலும் மேற்படியாளர்கள் தங்கள் சௌகரியத்துக்குத் தகுந்தபடி வருமான வரி அபீஸ், கமர்ஷியல் டாக்ஸ் ஆபீஸ் மற்றும் இதர கவர்ன்மெண்ட் ஆபீஸ்களுடன் மேல் நடவடிக்கை எடுத்துக் கொள்ளலாம் என்றும் இன்று முதல் பராதீனப்படுத்துபவருக்கோ மேற்படி கம்பெனியில் யாதொரு உரிமையும் கிடையாதென்று பராதீனப்படுத்துபவர் உறுதி கூறுகிறார். இவர்களை முன்னிட்டு நாளது தேதியில் மேற்படியாளர் கையெழுத்திடுகிறார்.

சாட்சிகள்:

1.   2.

H3. செட்டில்மென்ட் சாஸனம்
(SETTLEMENT DEED)
(வேறொரு மாதிரி)

.... ஆம் வருஷம் டிசம்பர் மாதம் 10ம் தேதி சேலம் ஜில்லா கிருஷ்ணகிரி டவுனில் வசிக்கும், பயிர் ஜீவனம், குப்பா மந்திரி குமாரர் அய்யாக்கண்ணு மந்திரி, மேற்படி ஜில்லா, மேற்படி காஸ்பா கிருஷ்ணகிரி டவுனில் வசிக்கும், கோபால மந்திரி குமாரத்தி கிருஷ்ணவேணி அம்மாளுக்கு எழுதிக் கொடுத்த செட்டில்மென்ட் சாசனம் என்னவென்றால்;

உன்னை எனக்குத் திருமணம் செய்ய நிச்சயித்து, நம்முடைய திருமணம் சென்ற மாதம் முதலில் நடந்ததாலும், உன் பெற்றோர்கள் உன் பேரில் ஏதாவது கொஞ்சம் நிலபுலன்கள் எழுதி வைக்கப்பட வேண்டுமென்று விரும்புவதாலும்,

நான் நாளது தேதியில் ரூ.25,000 (ரூபாய் இருபத்தையாயிரம் மட்டும்) பெருமானமுள்ளதும், கீழே சொத்து விவரத்தில் கண்டுள்ளதுமான சொத்துக்களை உன் பேருக்கு எழுதி வைக்கிறேன்.

நீ அதைப் பராதீனப்படுத்துவதற்கு எந்தவித பாத்யதையும் இல்லாமல் உன் ஆயுட்காலத்துக்கும் அதிலிருந்து வரும் மகசூலை மட்டும் அனுபவித்து வரலாம்.

உனது ஆயுட்காலத்துக்குப் பின் திரும்பவும் அந்தச் சொத்துக்கள் எனக்கே சொந்தமாகிவிடும். நீ இறப்பதற்கு முன்னால் நான் இறந்துவிடும்பட்சத்தில் உன் ஆயுட்காலத்திற்கு பிறகு அந்தச் சொத்துக்கள் என் வாரிசுகளுக்குச் சேர்ந்துவிடும்.

சொத்து விவரம்

சாட்சிகள்:

1.   2.

தெரிந்து கொள்ள வேண்டிய செய்திகள் :

அசையும் சொத்தை ஒருவரிடம் அடமானம் வைக்கும்போது எந்தவித சாட்சியும் தேவையில்லை.

H4. தான சாஸனம் மாதிரி

(GIFT DEED)

.... ஆம் வருஷம் ஜூன் மாதம் 15ஆம் தேதி வட ஆற்காடு ஜில்லா, வாலாஜா தாலுகா, நந்தியாலம் கிராமத்தில் வசிக்கும் பயிர் ஜீவனம், கிருஷ்ணப்பிள்ளை குமாரர் ராமகிருஷ்ணன், மேற்படி ஜில்லா, மேற்படி தாலுகா மேல்விஷாரம் கிராமத்தில் வசிக்கும் கிருஷ்ணசுவாமிப் பிள்ளை பாரியாள் சுசீலா அம்மாளுக்கு எழுதிக் கொடுத்த தான சாஸனம் என்னவென்றால்;

நீ என்னுடைய உடன்பிறந்தவளுடைய குமாரத்தியானபடியாலும், எனக்குக் குழந்தைகள் இல்லாதபடியாலும், எனக்கு வயதாகிவிட்ட படியாலும் இந்த வயதான காலத்தில் நீ எனக்கு உணவளித்து என்னை சம்ரஷித்து வருகிறபடியாலும், என்னுடைய மற்ற உறவினர்கள் என்னுடைய ஆயுட்காலத்துக்கு பின் உனக்கு உதவி புரியமாட்டார்கள் என்று நான் எண்ணுவதாலும், உன் பேரில் இருக்கும் அன்பினாலும் பாசத்தினாலும் நாளது தேதியில் ரூ.3,50,000 (ரூபாய் மூன்றுலட்சத்து ஐம்பதாயிரம் மட்டும்) பெருமானமுள்ளதுமான அதில் செட்யூலில் விவரிக்கப் பட்டிருக்கிற சொத்துக்களை நாளது தேதியில் உனக்குத் தானமாக அளிக்கிறேன்.

நீ, நான் இறக்கும்வரை என்னைத் தொடர்ந்து சம்ரஷித்து வருவதுடன், நான் இறந்தபின் என்னுடைய உத்திரக்கிரியைகளையும் செய்ய வேண்டியது. கீழே குறிப்பிட்டுள்ள சொத்துக்களை என்னுடைய சுயார்ஜிதமானதும் என்னுடைய பரிபூரண சுவாதீனத்திலும் அனுபோகத்திலும் இருந்து வருவதாகும். அந்தச் சொத்துக்களை நாளது தேதியில் உன்னிடம் ஒப்படைத்துவிட்டேன். அவைகளைப் பராதீனப்படுத்தப் பூரண உரிமைகளுடன் நீ அச்சொத்துகளை ஆண்டு அனுபவித்து வர வேண்டியது.

என்னுடைய வாரிசுகளுக்கு இந்தச் சொத்துகளின் பேரில் யாதொரு பாத்தியத்தையும் கிடையாது. நான் இந்த தான சாஸனத்தை நீ என் சகோதரியின் மகள் என்பதால் உண்டான அன்பினாலும், அபிமானத் தாலும் என்னுடைய முழுச் சம்மதத்தின் பேரிலும், இஷ்டத்தின் பேரிலும் பிறருடைய உந்துதலுக்காகவோ, நிர்பந்தத்திற்காகவோ அல்லாமல் எழுதிக் கொடுக்கிறேன்.

சொத்து விவரம்

சாட்சிகள் :1.   2.

H5. நிபந்தனையுடன் செட்டில்மெண்ட் மாதிரி
CONDITIONAL SETTLEMENT

தேதி..... இன்னாருக்கு இன்னார்...... எழுதிக் கொடுப்பது

..... தேதியில் ஏற்பட்ட .... சப்ரிஜிஸ்டிரார் ஆபீசு தஸ்தாவேஜி நெ....... மூலமாக கீழ் ஷெட்யூலில் கண்ட சொத்தை நான் அடைந்தது முதல் அது எனக்கு மட்டுமே சொந்தமாய் என் சுவாதீன அனுபோகத்தில் இருந்து வருகிறது. அதில் இப்பொழுது என்னைத் தவிர வேறே யாருக்கும் சொந்த பாத்யதை கிடையாது.

நீ எனக்கு குமாரனானபடியாலும் உன் பேரில் எனக்குள்ள இயல்பான அன்பினாலும், பிரியத்தாலும் சொத்தை கீழ்க்கண்ட நிபந்தனைகளுக்கு உட்படுத்தி நான் உனக்கு இதனால் செட்டில்மெண்ட் செய்து கொடுத்திருக்கிறேன்.

மேற்படி நிபந்தனைகளாவது (i) எனக்கு தள்ளமையாகி விட்ட படியால் என் ஜீவதசை வரை நீ என்னுடன் இருந்து என்னை சவரக்ஷனை செய்து காப்பாற்றி வர வேண்டியது (ii) என் குமாரத்தியும் உன் சகோதரியுமான (இன்னாருக்கு) இன்று முதல் (இத்தனை) மாதத்திற்குள் நீ கல்யாணம் செய்து வைக்க வேண்டியது (iii) என் ஜீவதசை வரையில் மேற்படி சொத்தில் ஒரு அறையில் மட்டும் நான் இருந்து வரக்கடவேன். (iv) என் ஜீவதசை வரையில் மேற்படி சொத்தை நீ எவ்வித பராதீனமும் செய்யக் கூடாது. இந்த நிபந்தனைகளுக்கு உட்படுத்தி இன்றே மேற்படி சொத்தை நான் உன் சுவாதீனம் செய்திருக்கிறேன். இன்று முதல் நீ அதில் குடியிருந்து கொண்டும், வாடகைகளை வசூல் செய்து எடுத்துக் கொண்டும், அனுபவித்து வர வேண்டியது என் ஜீவதசைக்குப் பிறகு நீ அதை சர்வ சுதந்திரமாய் எல்லா வகை மாற்றங்களும் செய்ய உரித்தாய் நிபந்தனைகள் படி நடந்து அடைய வேண்டியது. இதில் எவ்வித கடனுமில்லை. அப்படி ஏதேனும் ஏற்பட்டால் நானே முன்னின்று என் சொந்த செலவில் அதை தீர்த்துக் கொடுக்க கடவேன். இந்த செட்டில்மெண்ட் சொத்தின் மதிப்பு ரூ...../– (ரூபாய் .... மட்டும்).

இந்தப்படிக்கு நான் சம்மதித்து எழுதிக் கொடுத்த செட்டில்மெண்ட் பத்திரம். செட்டில்மெண்ட் பெறுபவராகிய நானும் ஒப்புக் கொண்டு இதில் கையெழுத்து செய்திருக்கிறேன்.

ஷெட்யூலில் சொத்து விவரம்

சாட்சிகள் :

H6. ஆயுள் பாத்யதையுடன் செட்டில்மெண்ட் மாதிரி
SETTLEMENT WITH LIFE INTEREST

தேதி..... இன்னாருக்கு இன்னார்...... எழுதிக் கொடுப்பது.

நீ என் மகளானபடியால் உன் பேரிலுள்ள இயல்பான அன்பினாலும், விசுவாசத்தாலும் உன் கல்யாண காலத்தில் உனக்கு ஒரு ஆதரவு சித்து வைப்பதாக சொன்ன என் வாக்குறுதியை அனுசரித்து, மேற்படி சொத்தை கீழ்கண்டபடி உனக்கு செட்டில்மெண்ட் செய்து கொடுத்து அதை இன்று உன் சுவாதீனம் செய்திருக்கிறேன்.

இன்று முதல் மேற்படி சொத்தில் வரும் வாடகைகளை நீயே வசூல் செய்து வரிகள் கட்டி, ரிப்பேர் செய்து மிகுதியுள்ளதை சர்வ சுதந்திரமாய் எடுத்துக் கொள்ள வேண்டியது.

உனக்கு ஆயுள் வரை அனுபவிக்கும் பாத்தியதை மட்டும் கொடுத்திருப்பதால், மேற்படி சொத்தை நீ விற்கவோ, அடமானம் வைக்கவோ, வேறு எந்தவிதமான பராதீனம் செய்யவோ உனக்கு அதிகாரம் கிடையாது.

உன் ஆயுள் வரை நீ அனுபவிக்கும் பாத்யதை முடிந்த பிறகு, உன் ஆண் பெண் சந்ததிகள் மேற்படி சொத்தை கைப்பற்றி அதை சர்வசுதந்திரமாய் எல்லா வகை மாற்றங்களும் செய்ய உரியதாய் ஆண்டு அனுபவித்துக் கொள்ள வேண்டியது.

இந்த செட்டில்மெண்ட் சொத்தின் பேரில் இப்பொழுது எவ்வித கடனும் கிடையாது. ஏதாவது இருந்தால் நானே அதை தீர்த்துக் கொடுக்க கடவேன்.   இந்தப்படிக்கு நான் எழுதிக் கொடுத்த செட்டில்மெண்ட் பத்திரம்.

ஷெட்யூலில் சொத்து விவரம்

சாட்சிகள்:

1.

2.

H7. பல ஆயுள் பாத்யதைக்கு பிறகு மாற்றம் மாதிரி
SETTLEMENT AFTER MANY LIFE INTERESTS

தேதி..... இன்னாருக்கு இன்னார்...... எழுதிக் கொடுப்பது

நீ என் பாரியாளான படியால் உன் பேரில் எனக்குள்ள இயல்பான அன்பினாலும் பிரித்தலும் என் ஜீவ தசையிலேயே உனக்கு ஒரு ஆதரவு செய்து வைக்க இந்த செட்டில்மெண்ட் செய்யலோனேன்.

என் ஜீவதசை வரையில் நான் மேற்படி சொத்தை எவ்வித பராதீனமும் செய்யாமல் அதில் குடியிருந்து கொண்டும் வாடகைகளை வசூல் செய்து ஐத்துக் கொண்டும் வரிகள் கட்டி தேவையான ரிபேர் செய்து ஆண்டு அனுபவித்து வரக்கடவேன். மேற்படி சொத்தை கிரையம், தானம், அடமானம் மற்றும் எந்த வகை மற்றமும் செய்ய எனக்கு பாத்யதை கிடையாது.

மேற்கண்டபடி என் ஜீவதசை வரை நான் அனுபவிக்கும் பாத்யதை முடிந்த பிறகு நீ மேற்படி சொத்தை கைப்பற்றி என்னைப் போலவே எந்த வகை பராதீனமும் செய்ய பாத்யதை இல்லாமல் அதில் குடியிருந்து கொண்டும் வடகைகளை வசூல் செய்து எடுத்துக் கொண்டு ஆண்டு அனுபவித்து வர வேண்டியது.

இப்படியாக உன் ஜீவதசை வரை நீ அனுபவிக்கும் பாத்யதை முடிந்த பிறகு நம்முடைய ஒரே குமாரன் (இன்னார்) மேற்படி சொத்தை கைப்பற்றி வாடகைகளை வசூல் செய்து எடுத்துக் கொண்டு மேற்படி சொத்தை எவ்வித பராதீனமும் செய்யாமல் ஆண்டு அனுபவித்து வர வேண்டியது ஆனால் அவன் மகள் கல்யாணத்திற்கு ரூ..../–க்கு அதிகப்படாமல் மேற்படி சொத்தின் பேரில் கடன் வாங்கி அதை முடித்து வைக்க அவனுக்கு பாத்யதை உண்டு. இது தவிர வேறு எந்த வகை பராதீனமும் செய்ய அவனுக்கு பாத்யதை கிடையாது. அவன் ஜீவதசைக்குப் பிறகு அவன் ஆண் பெண் சந்ததிகள் மேற்படி சொத்தை சர்வ சுதந்திரமாய் எல்லாவகை மாற்றங்களும் செய்ய உரித்தாய் அடைய வேண்டியது.

இந்த சொத்தின் பேரில் இப்பொழுது எவ்வித கடனுமில்லை. ஏதாவது இருந்தால் நானே அதை தீர்த்து விடக் கடவேன். இந்த செட்டில்மெண்ட் சொத்தின் மதிப்பு ரூ..../– இந்தபடிக்கு நான் எழுதிக் கொடுத்த செட்டில்மெண்ட் பத்திரம்.

ஷெட்யூலில் சொத்து விவரம்

சாட்சிகள் :

H8. அனுபவிக்கும் பாத்யதை
செட்டில்மெண்ட் மாதிரி
SETTLEMENT OF ENJOYMENT RIGHT

தேதி..... இன்னாருக்கு இன்னார்...... எழுதிக் கொடுப்பது

நீங்கள் என் தாயாரானபடியால் உங்கள் பேரில் எனக்குள்ள இயல்பான அன்பினாலும் விசுவாசத்தினாலும் உங்கள் ஜீவதசை வரை நீங்கள் குடியிருந்து கொண்டும் வாடகைக்கு விட்டும் ஜீவித்து வர மேற்படி சொத்தை நான் இதனால் உங்களுக்கு செட்டில்மெண்ட் செய்து கொடுத்திருக்கிறேன்.

அதை நீங்கள் எவ்வித பாராதீனமும் செய்யாமல், வரிகளை கட்டி வாடகைகளை வசூல் செய்து எடுத்துக் கொண்டு அனுபவித்து வரவேண்டியது.

என் தாயார் என்ற காரணத்தால் தான் உங்களுக்கு அனுபவிக்கும் பாத்யதை மட்டும் கொடுத்திருப்பதால், அந்த பாத்யதையை நீங்கள் வேறு யாருக்கும் மாற்றுதல் செய்யக்கூடாது.

உங்கள் ஜீவதசைக்குப் பிறகு மேற்படி சொத்து எனக்கே சேர்ந்தாகி என் சுவாதீனம் செய்து கொள்ள கடவேன்.

இந்த செட்டில்மெண்ட் சொத்தின் மதிப்பு ரூ....../– (ரூபாய் .... மட்டும்). இந்தபடிக்கு நான் சம்மதித்து எழுதிக் கொடுத்த செட்டில்மெண்ட் பத்திரம்.

ஷெட்யூலில் சொத்து விவரம்

சாட்சிகள் :

தெரிந்து கொள்ள வேண்டிய செய்திகள் :

ஒரு நபர் தான் வாழும் காலத்திலேயே ஒருவருக்கு சொத்தை கொடுக்க விரும்பினால், அதற்கு எழுத வேண்டிய பத்திரம் பிறத்தியாருக்கு என்றால் தானம், குடும்பத்தினருக்கு என்றால் செட்டில்மெண்ட். அதுவே தன்னுடைய வாழ்நாளுக்குப் பிறகு சொத்தை கொடுக்க வேண்டுமென்றால் உயில் சாஸனம் அல்லது கொடிசில் ஆகும்.

I. இரத்து பத்திரம் தெரிந்து கொள்ள வேண்டிய 20 செய்திகள்!
(Cancellation Deed)

1) ஒரு பத்திரத்தை உருவாக்குகிறோம். அந்த பத்திரம் தேவையில்லை என்று உணரும்பட்சத்தில் அதனை வேண்டாம் என்று ஒரு பத்திரம் எழுதி இரத்து செய்வதை இரத்து பத்திரம் (cancelation deed) என்கிறோம்.

2) எந்த சொத்து வாங்கினாலும் இரத்து பத்திரம் அந்த சொத்தினுடைய ஆவணங்களில் இருந்தால் கவனமாக ஆய்வு செய்ய வேண்டும். சட்ட குழப்பங்கள் சட்ட தடைகள் இருக்க வாய்ப்புகள் இருக்கின்றன.

3) பொதுவாக ஆவணங்களை இரத்து செய்யக்கூடிய ஆவணம் இரத்து செய்ய முடியாத ஆவணம் என இரண்டாக பிரிக்கலாம்.

4) இரத்து செய்ய முடியாத ஆவணங்களை போலியாகவோ மோசடியாகவோ தவறான ஆவணங்களை வைத்து தாக்கல் செய்யபட்டு இருந்தால் உரிமை இல்லாதவர்கள் எழுதி கொடுத்து இருந்தால் அதனை நீதிமன்றம் மூலமாக அணுகி இரத்து செய்யலாம்.

5) இரத்து செய்ய கூடிய பத்திரங்கள்:

a) கிரைய ஒப்பந்த பத்திரம்

b) பொது அதிகாரம் மற்றும் சிறப்பு அதிகார பத்திரம்

c) உயில் பத்திரம்

6) கிரைய ஒப்பந்தம் சார்பதிவகத்தில் பதிவு செய்யபட்டு இருக்கிறது. ஒப்பந்தத்தில் சொல்லப்பட்டுள்ள விதிகள் படி நடக்காவிட்டாலும் சொன்ன கெடு தேதியில் கிரையம்

முடிக்காததாலும் மேற்படி கிரைய ஒப்பந்தத்தை இருவரும் சேர்ந்து சார்பதிவகத்தில் இரத்து பத்திரம் எழுதி இரத்து செய்யலாம்.

7) பொது அதிகார பத்திரமோ, சிறப்பு அதிகார பத்திரமோ எழுதி கொடுத்தவர் எப்பொழுது வேண்டுமானாலும் அதிகாரத்தை ரத்து பத்திரம் எழுதி ரத்து செய்ய உரிமை உண்டு!

8) பொது அதிகார பத்திரத்தில் இரத்து செய்ய முடியாத பவர்பத்திரம் என்று எழுதிவிட்டாலும் (irrevocable power of attorney) அதனை ரத்து செய்யலாம். இரத்து செய்ய முடியாது என்று பத்திரத்தில் எழுதுவதால் அதனை ரத்து செய்யமுடியாது என்பது அல்ல எழுதி வாங்குபவர் மற்றும் எழுதி கொடுப்பவரின் மன நம்பிக்கைகாக மட்டுமே இரத்து செய்யமுடியாது (irrevocable) என்ற வாரத்தை பயன்படுத்தப்படுகிறது.

9) உண்மை நிலவரத்தில் பணம் கைமாறு எதனையும் பெறாமல் இருந்தால்தான் அது பொது அதிகாரம் பத்திரம். அதனை இரத்து செய்யலாம். ஆனால் சொத்தை கிரையத்திற்காக கைமாறு பெற்றுக் கொண்டு பதிவு செய்யாத கிரையம் எழுதி கொண்டு சார்பதிவகத்தில் பொது அதிகாரம் எழுதி கொடுப்பவர்கள் இருக்கிறார்கள்.

10) கைமாறு பெற்று கொண்டு கைமாறு பெறவில்லை என்று பவர் பத்திரம் எழுதி பதிந்து விட்டு அதனை இரத்து செய்ய நினைக்கின்றவர்கள் இருக்கிறார்கள். பதிவு துறை அந்த பவர் பத்திரத்தை இரத்து செய்துவிடும். ஆனால் நீதிமன்றத்தில் கைமாறு பெற்றது நிரூபிக்கபட்டால் இரத்து பத்திரம் கேன்சல் ஆகிவிடும் என்பதை நினைவில் கொள்க.

11) உயில் பத்திரம் எழுதி பதிவு செய்து விட்டால் அதற்கு பிறகு அதனை இரத்து பத்திரம் எழுதி இரத்து செய்துவிட்டு புதிய உயில் எழுதலாம். எவ்வளவு உயில் வேண்டுமானலும் ஒருவர் எழுதலாம் எவ்வளவு தடவை வேண்டுமானாலும் இரத்து பத்திரம் எழுதி ரத்து செய்யலாம்.

12) கிரையப் பத்திரத்தை எழுதிவிட்டு அதனை இரத்து செய்ததை (Cancellation of Sale Deed) நான் நிறைய பார்த்து இருக்கிறேன். சார்பதிவகத்திலும் இந்த இரத்து பத்திரத்தை பதிந்து இருப்பார்கள் ஈசியிலும் இரத்து பத்திரத்தின் Entry காட்டி இருக்கும்.

13) மிக மிக அதிகமாக தான செட்டில்மெண்டு பத்திரத்தை கண்டிசனுடன் கூடிய செட்டில்மெண்டு கண்டிசன் இல்லாத செட்டில்மெண்டு இரண்டையும் இரத்து பத்திரம் எழுதி இரத்து செய்ததையும் பார்த்து இருக்கிறேன். ஈசியிலும் இரத்து பத்திரம் என்டரி வரும்

14) ரியல் எஸ்டேட் தொழிலுக்கு வந்த புதிதில் கிரய பத்திரம் செட்டில்மெண்டு பத்திரம் எல்லாம் இரத்து செய்யலாம் என்று நம்பி இருந்தேன்.நாளாக நாளாக நீதிமன்ற வழக்குகளின் தீர்ப்பில் செட்டில்மெண்டு இரத்து செல்லாது என்ற டிகிரியை பார்க்க ஆரம்பித்தேன்.

15) அப்பொழுதான் தெரிந்தது பதிவு துறைக்கும்   ரத்து பத்திரத்தை பொருத்தவரை பதிவுதுறையும் நீதிதுறையும் ஒரே நேர்கோட்டு புரிதலில் இல்லை என்று.

16) பல தீர்ப்புகள் செட்டில்மெண்டு பத்திரம் ரத்து செல்லாது என்று நீதிமன்றம் கொடுத்தாலும் பதிவுதுறை செட்டில்மெண்டு பத்திரம் ரத்து பத்திரத்தை தொடர்ந்து செய்து கொண்டு இருந்தது.

17) சமீபத்தில்தான் பதிவுத்துறை செட்டில்மெண்டு பத்திரங்களை இரத்து செய்வதில்லை. ஆனாலும் இன்று வரை பலர் தங்கள் சொத்துக்களில் செட்டில்மெண்ட் இரத்து பத்திரத்தை தாய் பத்திரங்களில் ஒன்றாக வைத்து கொண்டுதான் இருக்கிறார்கள்.

18) கிரையப்பத்திரம், செட்டில்மெண்டு பத்திரம், பாகப் பிரிவினை பத்திரம், விடுதலை பத்திரம், பரிவர்த்தனை பத்திரம் என எந்த பத்திரங்களையும் இரத்து பத்திரம் எழுதி அதனை சார்பதிவகத்தில் பதிந்து மேற்படி பத்திரங்கள் இரத்து செய்யப்பட்டன என்று சொன்னால் நம்பாதீர்கள்.

19) அதுவே ஆள்மாறாட்டம் செய்த கிரயபத்திரம், தவறான ஆவணங்கள் தாக்கல் செய்து உருவாக்கபட்ட பத்திரங்கள், பங்குதாரர்களில் ஒருவருக்கு மட்டும் அநீதியாக பாகம் கிடைத்த பாகப்பிரிவினை பத்திரம், மோசடி பத்திரங்கள், சட்டத்திற்கு புறம்பான பத்திரங்கள் என பதிவு செய்யபட்ட அனைத்து பத்திரங்களையும் நீதிமன்றத்தில் வழக்காடிதான் இரத்து செய்யமுடியும்.

20) ஆரம்ப கால கட்டங்களில் பத்திர பதிவுகள் நீதிமன்ற பதிவாளர் முன்புதான் நடந்தது. பிறகு பத்திரப்பதிவு துறையை பிரித்து தனியாக இயங்க வைத்தது. அப்பொழுது நீதிமன்றம் பதிவுதுறைக்கு பதிவு செய்யும் அதிகாரம் மட்டும்தான் கொடுத்து இருக்கிறது. சட்டத்திற்கு புறம்பான பத்திரங்களை இரத்து செய்யும் அதிகாரம் இன்னும் நீதிமன்றம்தான் வைத்து இருக்கிறது என்று புரிந்து கொள்ளல் வேண்டும்.

I-1. கிரைய ஒப்பந்தம் இரத்து செய்தல் மாதிரி

CANCELLATION OF SALE AGREEMENT

தேதி..... இன்னாருக்கு இன்னார்...... எழுதிக் கொடுப்பது

உங்களுக்கு சொந்தமான கீழ் ஷெட்யூலில் கண்ட சொத்தை நீங்கள் எனக்கு ரூ..../- சுத்தக் கிரையம் செய்து கொடுக்க ஒப்புக் கொண்டு அதற்கு கிரைய ஒப்பந்தம் எழுதி அதை .... சப்ரிஜிஸ்டிரார் ஆபிசில் ..... நெ. தஸ்தாவேஜாக ரிஜிஸ்டர் செய்து கொடுத்திருக்கிறீர்கள்.

அதில் நீங்கள் ஒப்புக் கொண்டபடி கிரய சொத்தை காலி செய்து கொடுக்க முடியாமல் இருக்கிறது என்று நீங்கள் சொல்வதால் நான் கொடுத்த அட்வான்சு ரூ..../- ஆக சேர்த்து என்னிடம் திருப்பிக் கொடுத்து விட்டால் கிரய ஒப்பந்தத்தை ரத்து செய்து கொடுக்க நான் ஒப்புக் கொண்டேன்.

அதன்படி அட்வான்சை வட்டியுடன் நீங்கள் என்னிடம் பூரவாய் இன்று திருப்பிக் கொடுத்துவிட்டபடியால் மேற்படி கிரைய ஒப்பந்தத்தை நான் இதனால் ரத்து செய்து கொடுத்து விட்டேன்.

நீங்களும் இந்த கிரைய ஒப்பந்தத்தை ரத்து செய்ய சம்மதித்து இதில் கையெழுத்து செய்திருக்கிறீர்கள்.

இந்தப்படிக்கு நாம் இருவரும் சேர்ந்து செய்து கொண்ட ரத்து பத்திரம்

ஷெட்யூலில் சொத்து விவரம்

ஒப்பம்

சாட்சிகள் :

1.

2.

ஆவண கட்டண பற்று சீட்டுகள் ஆரம்ப தேதியில் இருந்து 3 ஆண்டுகள் பிறகு அலுவலகத்தில் இருந்து நீக்க வேண்டும்.

I-2. உயில் இரத்து பத்திரம் மாதிரி
(WILL CANCELLATION DEED)

2020ஆம் வருடம் அக்டோபர் மாதம் 14ஆம் நாள். பாண்டிச்சேரி மாநிலம் நெட்டப்பாக்கம் கொம்யூன், சிவராந்தகம் கிராமம், கணபதி முதல் தெரு பணிரெண்டாம் நம்பர் வீட்டில் வசிக்கின்ற தெய்வாதின வேதாச்சலம் முதலியார் அவர்களின் குமாரன் 60 வயதுள்ள மருதாசலம் முதலியார் ஆகிய நான் எழுதும் உயில் இரத்து பத்திரம் என்னவென்றால்

கடந்த 20.06.2019 ஆம் ஆண்டு பாண்டிச்சேரி சார்பதிவகத்தில் புத்தகம் மூன்று 13/2019 ஆவண எண்ணாக நான் என்னுடைய மகன் ஜெகதீசனுக்கு உயில் எழுதி வைத்து பதிவு செய்திருந்தேன்.

மேற்படி உயிலில் என்னுடைய மகனுக்கு மட்டும் இருக்கின்ற சொத்துக்களை உயிர் சாசனம் எழுதி வைத்தேன். ஆனால் தற்பொழுது என்னுடைய மகள் யோகாம்பிகாவுக்கும் என்னுடைய சொத்துக்களை ஏதாவது ஏற்பாடு செய்ய வேண்டும் என்று கருதுவதால், மேற்படி உயிலை இரத்து செய்து விட்டு புதிய உயில் எனது மகனுக்கும், மகளுக்கும் சேர்த்து எழுதுவதாக இருக்கிறேன். அதனால் மேற்படி உயிலை நான் இரத்து செய்கிறேன்.

இந்த உயில் இரத்து பத்திரம் யாருடைய கட்டாயத்தாலும் நான் எழுதவில்லை என்னுடைய சுய விருப்பத்துடனும் முழுமனதுடனும் தீர யோசித்து இந்த உயிலை இரத்து செய்கின்ற முடிவை எடுத்திருக்கிறேன்.

இந்த படிக்கு நான் எழுதும் உயில் இரத்து பத்திரம் ஆகும். மேற்படி உயில் இனி செல்லாது.

பதிவு துறையில் எழுதிய குறிப்புகள், கடிதங்கள் எழுதிய தேதியில் இருந்து 30 ஆண்டுகளுக்கு பிறகுதான் அலுவலகத்தில் இருந்து நீக்க வேண்டும்.

I-3. பொது அதிகார இரத்துப் பத்திரம்
மாதிரி

2014ஆம் ஆண்டு ஜூலை மாதம் 25ஆம் நாள் விழுப்புரம் மாவட்டம் சின்ன சேலம் வட்டம் இராயப்பனூர் கிராமக் காட்டுக்கொட்டாயில் வசிக்கும் கண்ணன் மனைவி மலர்க்கொடி ஆகிய உங்களுக்கு,

விழுப்புரம் மாவட்டம் சின்ன சேலம் வட்டம் இராயப்பனூர் (ம) செல்லியம்பாளையம் கிராமத்தில் புதுக்காலணியில் வசிக்கும் முத்துசாமி குமாரர் சுப்ரமணியன் (அடையாளம் குறித்து ஆதார் எண் அட்டை எண் – ....) (அலைபேசி எண் – ....),

ஆகிய நான் சம்மதித்து எழுதி கொடுத்த பொது அதிகார இரத்துப் பத்திரம் யாதெனில்,

...... தேதியன்று சொத்து விவரத்தில் கண்ட சொத்திற்கு பொது அதிகாரம் எழுதிக் கொடுத்து ...... சார் பதிவகத்தில் ..... ஆவண எண்ணாக பதிந்து கொடுத்திருந்தேன்.

தற்பொழுது சொத்து விவரத்தில் இருக்கின்ற சொத்துக்களை நானே பராமரிக்க எண்ணுவதாலும், என்னுடைய நேரடி கட்டுப்பாட்டில் நிலங்களை நிர்வாகம் செய்ய எண்ணுவதாலும், என்னுடைய வெளியூர் வேலைகள் எல்லாம் முடிந்துவிட்டதாலும், மேற்படி பொது அதிகாரப் பத்திரத்தை இரத்து செய்கிறேன். மேலும் நீங்கள் அதிகார முகவராக இருந்தபோது, எனக்காக செய்த வேலைகளின் அனைத்து கணக்கு வழக்குகளையும் வாங்கிவிட்டேன்.

நான் பவர் கொடுத்தக் காலத்தில் நீங்கள் செய்த வேலைகளை எல்லாம், நானும் ஏற்றுக் கொண்டேன். அதில் எந்தவித மனச்சங்கடமும் எனக்கில்லை. இனி உங்களுக்கும் எனக்கும் சொத்துக்கும் எந்தவித பாத்யதையும் இல்லை.

சொத்து விவரம்

....

ஒப்பம்

சாட்சிகள்

1.   2.

J. சம்மத பத்திரம் தெரிந்து கொள்ள வேண்டிய 9 விஷயங்கள்!
(Ratification Deed)

1) சம்மத பத்திரத்தை ஒப்புதல் பத்திரம் என்றும் ஆங்கிலத்தில் concern deed என்றும் Ratification Deed என்றும் சொல்வார்கள்.

2) ஒரு பங்கு பிரிக்கபடாத கூட்டு சொத்தை வாரிசுதாரர்கள் அனைவரும் சேர்ந்து விற்பனை செய்து விடுகின்றனர். அப்பொழுது ஒரு வாரிசுதார் மட்டும் கையெழுத்து போடாமல் விடுபட்டுவிட்டது.

3) உதாரணமாக, பெண் வாரிசுகளிலோ ஒருவர் சிறு வயதிலேயே குடும்பத்திற்கு பிடிக்காதவர்களிடம் அல்லது சாதி மாறியோ திருமணம் செய்து கொண்டு வேறு ஊரில் செட்டில் ஆகிவிடுவர்.

4) சில வாரிசுகள் சின்ன வயதிலேயே ஊரை விட்டு வீட்டை விட்டு ஓடி விடுவார்கள் சிலர் காணாமல் போய்விடுவார்கள், அல்லது சில வாரிசுகள் இரண்டாவது மனைவிக்கு பிறந்தவராக இருந்து முதல் மனைவி மக்களோடு ஒட்டாமலே இருப்பவர்களும் இருப்பார்கள்.

5) ஈகோவினால் சண்டையிட்டு கொண்டு பங்கு கிடைக்க கூடாது என்று தனக்கு பிடிக்காத வாரிசுகளை மறைப்பவர்களும் உண்டு. இப்படி பல வகையில் விலகி போனவர்கள். விலக்கப்பட்டவர்கள் ஆகியோருக்கு சொத்தில் உரிமை கூறு உரிமை பங்கு அல்லது ஏதாவது வழி, நீர்பாய்ச்சல் போன்ற பாத்தியதை இருந்தால் அவரிடம் வாங்க வேண்டிய பத்திரம் சம்மந்த பத்திரம்.

6) பத்திரத்தில் என்ன ஷரத்து இருக்கும் என்றால் சம்மத பத்திரம் எழுதி வாங்கும் நபர் ஏற்கனவே சொத்து

விவரத்தில் உள்ள இந்த வருடம் இந்த மாதம் இந்த தேதி கிரயம் பெற்றுள்ளார். அதனுடைய ஆவண எண் இது.

7) இந்த ஆவணத்தில் உள்ள சொத்து விவரத்தில் எனக்கு பாத்தியதை இருக்கிறது அன்று தேதியில் நடந்த கிரையத்தின்போது நான் கையெழுத்து போடவில்லை. அதனால் இன்று அந்த கிரையத்தை ஒப்பு கொள்கிறேன், என்று சம்மதம் கொடுப்பதே சம்மத பத்திரத்தின் தன்மை ஆகும்.

8) கூட்டு சொத்தோ நிறைய வாரிசுகள் இருக்கும் சொத்தோ எது நீங்கள் வாங்க வேண்டும் என்றாலும் எதிர்காலத்தில் சம்மத பத்திரம் போட கூடாது. அது நமக்கு தேவையற்ற செலவு அலைச்சல் என்று உணர்ந்து சொத்தின் வாரிசுகளை ஆராய்தல் வேண்டும்.

9) ஆங்கிலத்தில் Ratification Deed என்று சம்மத பத்திரத்தை சொல்வார்கள். திருத்த பத்திரத்தை Rectification Deed என்று சொல்வார்கள். என்னை போல ஆளுங்களுக்கு Rectification-க்கும் Ratification-க்கும் வித்தியாசம் கொஞ்சம் லேட்டாகத்தான் புரியும்.

இதனை படிக்கும் நம்ம அலைவரிசை ஆட்கள் எல்லாம் rectification-க்கும் ratification-க்கும் அர்த்தம் புரிந்து கொள்ளுங்கள்.

J-1. சம்மதப் பத்திரம் மாதிரி
(DEED OF CONSENT)

.... ஆம் வருஷம் ஜூன் மாதம் 5ஆம் தேதி தென்னாற்காடு ஜில்லா, விழுப்புரம் தாலுகா, பொய்கைப்பாக்கம் கிராமத்தில் வசிக்கும் குப்பன் மகன் பயிர் ஜீவனம் ராமசாமிக்கு, மேற்படி ஜில்லா, மேற்படி தாலுகா மேற்படி பொய்கைப்பாக்கம் கிராமத்திலுள்ள, முருகன் குமாரன் பயிர் ஜீவனம் முனியன் எழுதிக் கொடுத்த சம்மதிப்பத்திரம் என்னவென்றால்;

1978ஆம் நவம்பர் மாதம் 5ஆம் தேதி என் தகப்பனார் முருகன் என்பவர் தங்கள் பேருக்கு ரூ.5000 (ரூபாய் ஐயாயிரம் மட்டும்) பெற்றுக் கொண்டு ஐட்டத்தில் கண்ட சொத்துகளைக் கிரையம் செய்து பத்திரம் எழுதிக் கொடுத்து மேற்படி கிரையப் பத்திரம் விழுப்புரம் சப்–ரிஜிஸ்டிரார் ஆபீஸில் 1978–ஆம் வருஷத்திய 4284 நம்பராக ரிஜிஸ்டர் செய்யப்பட்டிருக்கிறது.

இந்தக் கிரையப் பத்திரம் எழுதிய காலத்தில் நான் மலேயா தேசத்தில் இருந்தேன். எங்கள் குடும்பத்தின் தலைவர் என்ற முறையில் தகப்பனார் தங்களுக்கு மேற்படி கிரையம் செய்திருக்கிறார். நானும் அந்தச் சொத்துக்கு ஓர் உரிமையாளர்.

ஆகையால் நீர் கோரியபடி இந்தப் பத்திரம் மூலம் நான் மேற்கூறிய கிரையப் பத்திரத்தை (1978–ஆம் வருஷத்திய 4284 நம்பர் பத்திரத்தை) ஒப்புக் கொண்டு இந்த சம்மதப்பத்திரம் எழுதிக் கொடுத்திருக்கிறேன்.

நீர் மேற்படி கிரையப் பத்திரத்தில் கண்ட ஷரத்துக்கள்படி கீழ்க்கண்ட சொத்துக்களை ஆண்டு அனுபவிப்பதில் எனக்கு யாதொரு ஆட்சேபனையும் இல்லை.

சொத்து விவரம்

சாட்சிகள் :

1.

2.

K. பரிவர்த்தனை பத்திரம் புரிந்து கொள்ள வேண்டிய 9 செய்திகள்!!
(Deed of Exchange)

1) கிரையப் பத்திரம் கேள்விப்பட்டு இருக்கிறோம். அது என்ன பரிவர்த்தனை பத்திரம் என்கிறீர்களா? கிரையப் பத்திரத்தில் இடத்தைக் கொடுக்கும்போது கைமாறாகப் பணத்தைப் பெறுவோம். ஆனால் பரிவர்த்தனை பத்திரத்தில் கைமாறாக வேறு ஒரு இடத்தைப் பெறுவோம்.

2) கிரையம் என்பது பணம் மூலம் மாற்றும் முறை பரிவர்த்தனை என்பது நிலம் மூலம் மாற்றும் முறை. சரி இந்த மாதிரி நிலம் மூலம் மாற்றும்முறை எங்கெல்லாம் நடக்கிறது என்பதைப் பார்ப்போம்.

3) உங்கள் நிலத்திற்குப் பக்கத்தில் ஒட்டியுள்ள நிலம் விற்பனைக்கு வருகிறது. நிலத்தை விற்பனை செய்பவருக்கு உங்களுடைய வேறு ஒரு இடத்தில் இருக்கும் நிலம் தேவைப்படுகிறது. அந்த மாதிரி நேரத்தில் சொத்தை பரிமாறி கொள்வது பரிவர்த்தனை பத்திரம் (Deed of Exchange) ஆகும்.

4) இன்னொரு உதாரணம், கிராமங்களில் இரண்டு பங்காளிகள் பட்டா படி, புலப்பட புரிதல்படி சர்வே எண் 12/1 ஒரு நபருக்கும், 12/2 ஒரு நபருக்கும் உரிமை. ஆனால் அனுபவப்படி மாற்றி அனுபவிக்கின்றனர்.

5) அதாவது சர்வே எண் 12/1 உரிமையாளர் சர்வே எண் 12/2–ஐ அனுபவிக்கிறார். சர்வே எண் 12/2 உரிமையாளர் சர்வே எண் 12/1–ஐ அனுபவிக்கிறார். சரி பட்டாப் படி இடத்தை மாற்றிக் கொள்ள வேண்டியது தானே என்று

நீங்கள் கேட்கலாம். அவர்கள் அவரவர்களுக்கான பங்கைதான் அனுபவிக்கிறார்கள்.

6) யூடிஆர் பட்டா செய்தபோது நடந்த பல தவறுகளில் இதுபோலப் பட்டாவை, உரிமையாளரை மாற்றிப் போட்டுவிட்டுப் போய்விட்டார்கள். இப்பொழுது அனுபவத்தையும், பட்டாவையும் நேர்க்கோட்டில் கொண்டு வர பரிவர்த்தனை பத்திரம் போட்டுக் கொள்கிறார்கள்.

7) பாகப்பிரிவினையில் இரு சகோதரர்களுக்கும் நன்செய் கிணறு உரிமையுடன் 5 ஏக்கரில் சரி பாதியும், புன்செய் கிணறுடன் 8 ஏக்கரில் சரி பாதியாக பாகப்பிரிவினை செய்துவிட்டார்கள், அனுபவித்து வருகிறார்கள்.

8) இரு சகோதரர்களுடைய வீட்டம்மாக்கள் சும்மா இருக்கமாட்டார்கள். கிணற்றடியில் சண்டை பிடித்துக் கொண்டே இருப்பார்கள். அப்பொழுது சகோதரர்கள் இருவரும், நீ நன்செய் நிலத்தில் நின்னுக்கோ நான் புன்செய் நிலத்துல நின்னுக்குறேன்னு சொல்லிக்குவாங்க.

9) அது மாதிரி நேரத்துலேயும் ஒருத்தர் பங்கை, இன்னொருத்தர் பரிவர்த்தனை செய்து கொள்வார்கள். பரிவர்த்தனைக்கு, கிரையத்திற்கு என்ன முத்திரை தீர்வையோ அதே முத்திரை தீர்வைதான். அதில் எந்த சலுகையும் இல்லை.

K1. பரிவர்த்தனை பத்திரம் மாதிரி

(DEED OF EXCHANGE)

.... ஆம் வருஷம் .... மாதம் .... தேதி செங்கற்பட்டு டிஸ்ட்ரிக்ட், மதுராந்தகம் சப்டிஸ்ட்ரிக்ட் காஸ்பா மதுராந்தகம் ...... வீதியிலிருக்கும்..... ஜாதி ..... மதம் ..... ஜீவனம் .... குமாரர் ...... 1. ஆகிய மேற்படி மதம் மேற்படி ஜீவனம் .... குமாரர்.... 2. ஆகிய நாம் இருவரும் ஏகோபித்து எழுதிக்கொண்ட பரிவர்த்தனைப் பத்திரம் என்னவென்றால் நம் இருவருக்கும் அடியில் ஷெட்யூலில் விவரித்தவாறு சொத்துக்கள் இருக்கின்றன. நம் இருவருடைய சௌகரியங்களையும் உத்தேசித்து அடியில்கண்டவாறு பரிவர்த்தனை செய்துகொண்டோம்.

நம்மில் 1–வது நபருக்கு சொந்தமான "A" செட்யூலில் கண்ட ரூ.90000 மதிப்புள்ள மதுராந்தகம் காஸ்பாவில்... வீதியிலுள்ள மெத்தை வீட்டு தட்டோடு கட்டுகோப்பு வீட்டை 2 லக்கமிட்டவர் அடைய வேண்டியதென்றும், 2 லக்கமிட்டவருக்குச் சொந்தமான "B" செட்யூலில் கண்ட ரூ 90000 மதிப்புள்ள முறபாக்கம் நிலங்களை 1–வது நபர்... அடைய வேண்டியதென்றும்,

இந்தப் பத்திர முன்னிலைக்கு நாம் இருவரும் சம்மதித்து ஏகோபித்து பரிவர்த்தனை செய்துகொண்டபடியால் அடியில் சொத்து விவரத்தில் எழுதியிருக்கிற "A" செட்யூலில் கண்டுள்ள மதுராந்தகம் கஸ்பாவிலுள்ள சொத்துக்களை 2–வது நபர்.... புத்திர பௌத்திர பாரம்பரியமாய் தானாதி வினிமிய விக்கிரியங்களுக்கு உரித்ததாய் ஆண்டு அனுபவித்துக் கொள்ள வேண்டியது.

சொத்து விவரத்தில் "B" செட்யூலில் கண்டுள்ள சொத்துக்களை 1– வது நபர் ..... புத்திர பௌத்திரன் பாரம்பரியமாய் தானாதி வினிமிய விக்கிரியங்களுக்கு உரித்தாய் ஆண்டு அனுபவித்துக் கொள்ள வேண்டியது. இந்தப்படி நாமிருவரும் ஏகோபித்து சம்மதித்து எழுதிக் கொண்ட பரிவர்த்தனை சாஸனம்.

சொத்து விவரம் "A" செட்யூல்

செங்கல்பட்டு டிஸ்டிரிக்ட் மதுராந்தகம் சப்டிஸ்ட்ரிக்ட் காஸ்பா மதுராந்தகம்... வீதியில் விதிக்கு தெற்கு ... முதலியாருடைய வீட்டுக்கு வடக்கு ... அவர்களுடைய வீட்டுக்கு மேற்கு ... கடைக்கு கிழக்கு இதன் மத்தியில் சர்வே... ல் கிழக்கு மேற்கு ஜாதி அடி முன்பக்கத்தில் கிழக்கு

மேற்கு ஜாதி அடியின்... நஞ்சை நெ .... 140. இந்தச் சொத்து மதுராந்தகம் பஞ்சாயத்து எல்லைக்குட்பட்டது

"B" செட்யூல்

...... டிஸ்ட்ரிக்ட், ... சப் டிஸ்ட்ரிக்ட்லுள்ள ..... தாலுகாவைச் சேர்ந்த முறப்பாக்கம் கிராமத்தில் சர்வே நெ .... இது... பஞ்சாயத்து எல்லைக்குட்பட்டது முறப்பாக்கம் கிராமத்தில் சர்வே எண்.

சாட்சிகள்:   ஒப்பம்

1.   2.

தெரிந்துக் கொள்ள வேண்டிய செய்திகள் :

- ஒரு வழக்கில் சம்பந்தப்பட்ட சொத்தோ (உ.ம்) விவாகரத்து வழக்கில் அட்டாச்மெண்டாக காட்டப் பட்ட சொத்தோ, அது சம்பந்தப்பட்ட உத்தரவு மற்றும் டிகிரிகளை கண்டிப்பாக புத்தகம் 1ல் பதிய வேண்டும்.

- அடமானம் வைத்துவிட்டு, அடமானத் தொகையை அடைத்துவிடுகிறார்கள். இருந்தாலும் அடமான ரசீது போடாமல் பலர் இருந்துவிடுகிறார்கள். ஏனென்றால் அடமானம் வாங்குபவர் சண்டைப் போட்டு தன்னுடைய தொகையை திருப்பி வாங்கும்பொழுது அல்லது கொஞ்சம் கொஞ்சமாக சண்டைப்போட்டு அடமானத் தொகையைக் கொடுப்பதால் அடமானதாரரை அழைத்து பதிவு அலுவலகத்தில் ரசீது போடுவதற்கு தயங்கி நின்றுவிடுகிறார்கள். இதுபோன்று செய்யவே கூடாது. அடமானத் தொகை முடிந்தால் கண்டிப்பாக அடமானதாரரை பதிவு அலுவலகத் திற்கு சார்–பதிவாளர் மூலம் அழைப்பானை கொடுத்தாவது பதிய வேண்டும்.

L. ஜாமீன் கடன் பத்திரம்
தெரிந்து கொள்ள வேண்டிய 8 செய்திகள்!
(Deed of Indemnity)

1) ஒரு சொத்தை வாங்கும்போது அதன் கிரையப் பத்திரத்தை நாம் எழுதுகிறோம். அந்தக் கிரையப்பத்திரம் உண்மையில் ஒப்பந்தச் சட்டம் சொத்து பரிமாற்றச் சட்டம் வாரிசு உரிமைசட்டம், உயில் சட்டம் போன்ற பல சட்டங்களை இணைத்து எழுதப்படுகின்ற ஷரத்துகள் எல்லாம் கிரையப் பத்திரத்தில் உள்ளது.

2) ஜாமீன் கடன் பத்திரம் என்பதும் ஒரு கிரையப் பத்திரத்தில் இறுதியாக நாம் எழுதுகிறோம். என்னவென்றால் இந்த சொத்தில் எதிர்காலத்தில் ஏதாவது வில்லகங்கள் வந்தால் நானே முன்னின்று தீர்த்துவைக்கிறேன் என்ற உறுதி மொழியை சொத்தை விற்பவர் கொடுக்கின்றார். அதுதான் ஜாமீன் கொடுக்கும் முறை இந்த ஜாமீன் கொடுக்கும் முறையை நாம் பொதுவாக கிரயப்பத்திற்குள்ளேயே எழுதிவிடுகிறோம்.

3) இருந்தாலும் நீங்கள் வாங்கப்போகின்ற சொத்தில் ஆவணங்கள் வெள்ளத்தில் அடித்துச்செல்லப்பட்டது. தீவிபத்தில் கருகிவிட்டது உண்மையிலேயே தொலைந்து விட்டது என்று சொன்னால் அவர் உண்மையைத்தான் சொல்கிறார், நம்பும் பட்சத்தில் மேற்படி சொத்தை நீங்கள் கிரையம் வாங்குகிறீர்கள் ஒரு அச்சம் வருகிறது.

4) அப்படி நீங்கள் நம்பி வாங்கினாலும் உங்களுக்கு ஒரு சட்ட பாதுகாப்பு, சட்ட அந்தஸ்த்து உள்ள ஆவணம் வேண்டும் என்று நினைக்கும் பட்சத்தில் நாம் (Deed of Indemnity) போட்டுக் கொள்ளலாம்.

5) இந்த ஜாமீன் கடன் பத்திரத்தில் மேற்படி சொத்தை நான் இந்த தேதியில் இந்த ஆவண எண்ணாக உங்களிடம் இருந்து கிரையம் பெறுகிறேன். எதிர்காலத்தில் இந்த சொத்தில் ஏதாவது வில்லகங்களோ, உரிமைப் பிரச்சனை களோ, உரிமைக் கூறுகளோ வந்தால் என் சொந்த செலவில் தீர்த்துக் கொடுக்கிறேன். அப்படி இல்லை என்றால் அதற்கான இழப்பீட்டுத் தொகையை நான் பொறுப்பேற்கிறேன் என்று எழுதிக் கொள்ள வேண்டும்.

6) இன்றைய கள நிலவரத்தில் ஒரு சொத்தை ஒருவர் கிரையம் கொடுக்கும்போது கிரையப்பத்திரத்திற்கு பதிலாக முத்திரைத்தாள் செலவை குறைப்பதற்காக பொது அதிகார பத்திரம் எழுதிக்கொள்வார்கள்.

7) பொது அதிகாரப் பத்திரத்தில் பொது அதிகாரம் எழுதி கொடுப்பவர் கைமாறு எதுவும் பணபரிமாற்றம் எதுவும் நடைபெறவில்லை என்று எழுதிக்கொடுப்பார்கள். பொது அதிகாரம் எழுதிக் கொடுப்பவர் உண்மையில் கைமாறு பெற்றிருப்பார். அதற்குத் தனியாக பணப்பற்று ரசீதும் பதிவு செய்யாமல் எழுதிக் கொள்வார்கள். இப்பொழுது பொது அதிகாரம் எழுதி கொடுப்பவருக்கு பொது அதிகாரம் எழுதி வாங்கியவர் சட்டவிரோதமாக தன் சொத்தை ஏதாவது செய்துவிட்டால், சொத்திற்காக வரியை ஏமாற்றுதல் சொத்தை இரண்டு பேருக்கு விற்றுவிடுதல் அல்லது ஒருவரிடம் அடமானம் போட்டும் வேறு ஒருவரிடம் விற்றுவிடுவதும் போன்ற நுண்மான் நுழைபுலம் தவறுகளை அதிகார முகவர் என்ற முறையில் இவர் செய்துவிட்டால், அதிகாரம் எழுதிக் கொடுத்தவர், அதாவது முதல்வர் (Principle), சட்ட ரீதியாக குற்றவாளி யாகிறார். இது போன்ற விஷயங்களை தவிர்பதற்கு பொது அதிகாரம் கொடுத்தவர் வாங்கியவரிடம் ஜாமீன் கடன் பத்திரம் போட்டுக் கொள்ளலாம்.

L1. ஜாமீன் ஈட்டுக் கிரயம் மாதிரி

(SALE WITH INDEMNITY)

.... ஆம் டிசம்பர் மாதம் 27–ஆம் தேதிக்குச் சரியான ரௌத்திரி மார்கழி 12–ஆம் தேதி சேலம் ஜில்லா டவுன், மரவாடி பேட்டையிலிருக்கும் கந்தசாமி செட்டியார் மகன் வியாபர ஜீவனம் கே.வெங்கடாசலம் அவர்களுக்கு ஜில்லா டவுன் அம்மா பேட்டையிலிருக்கும் ரங்கய்யர் குமார் வியாபர ஜீவனம் கிருஷ்ணய்யர் தனக்காவும் தன் மைனர் குமாரன் 10 வயதுள்ள ராஜாராமுக்கு கார்டியனாகவும் எழுதிக் கொடுத்த ஜாமீன் ஈட்டு விக்கிரையப் பத்திரம் என்னவென்றால் இப்பவும் எங்களுக்குப் பாத்யப்பட்ட அடியில் கண்ட சொத்தைத் தங்களுக்கு ரூ.10000க்கு கிரையம் பேசி கிரையத் தொகையாகிய ரூ.10000மும் ரொக்கமாகத் தங்களிடம் ஏற்கனவே பெற்றுக் கொண்டு விட்டோம்.

இது முதல் கீழே A ஷெட்யூலில் விவரிக்கப்பட்டிருக்கும் சொத்தை நாங்கள் தங்களுக்காகக் கிரையம் செய்து கொடுத்துவிட்டபடியால் A ஷெட்யூலில் சொத்தை நீங்களே சர்வ சுதந்திர பாத்தியங்களுடன் ஆண்டு அனுபவித்துக் கொள்ளவும் அதில் எவ்விதமான வில்லங்கமும் இல்லை.

பின்னால் எதாவது ஒரு சமயம் மைனர் குமார் மூலமாகவாவது வேறு வில்லங்கங்கள் காரணமாகவாவது ஏதாவது தகராறுகள் வருமோ என்று நீங்கள் சந்தேகித்து அதற்கு ஜாமீனாக ¾ ஒரு சொத்தைக் காண்பிக்கும்படி கேட்டுக் கொண்டபடியால் நானும் அதற்கு ஒப்புக் கொண்டு பின்னால் B ஷெட்யூலில் விவரிக்கப்பட்டிருக்கும் ரூ.5000 மதிப்புள்ள சொத்தை இன்று முதல் 10 வருட காலத்திருக்கு A ஷெட்யூல் சொத்திற்கு ஜாமீனாக இருக்கும்படி இந்தக் கிரைய பத்திரம் தங்களுக்கு எழுதிக் கொடுத்திருக்கிறேன்.

ஷெட்யூலில் A கிரையச் சொத்தில் பின்னிட்டு ஏதாவது தகராறுகள் அல்லது வில்லங்கங்கள் ஏற்பட்டால் நாங்களும் எங்கள் வாரிசுகளும் B செட்யூலில் ஜாமீன் சொத்தும் ஜாவாப்தாரியாக இருக்க வேண்டியது. இந்தப்படி எங்கள் சம்மதியில் எழுதி வைத்த ஜாமீன் ஈட்டுக் கிரையப் பத்திரம் சரி.

ஒப்பம் A

B

சாட்சிகள்: 1.   2.

L2. மைனர் தொகைக்கு இண்டமிநிட்டி மாதிரி

INDEMINITY FOR MINOR SHARE

தேதி..... இன்னாருக்கு இன்னார்...... எழுதிக் கொடுப்பது.

நீங்கள் உங்களுக்கு சொந்தமான .... (சொத்து விவரம்) .... வீடுமனை (புஞ்சை நஞ்சை நிலம்) கூடிய சொத்தை ... தேதியில் .... சப்ரிஜிஸ்டிரார் ஆபீஸ் டாக்குமெண்ட் நெ. .... மூலமாக .... இன்னார் .... இடம் ஈடுகட்டி அடமானம் வைத்து ரூ..../– (ரூபாய் .... மட்டும்) கடன் கொடுத்தவர் இறந்துவிட்டபடியால்,

அந்த அடமான தொகை அவர் வாரிசுகளான பாரியாள் எங்களில் 1– வது நபருக்கும் ...... குமாரன் எங்களில் 2–வது நபருக்கு .... குமாரத்தி மைனர் சுமார் .... வயதுள்ள (இன்னார்)க்கும் சேர வேண்டியதாய் இருக்கிறது.

அதை பூராவாய் மைனரின் பாகத்தையும் சேர்த்து எங்களிடம் செலுத்தும்படி நாங்கள் கேட்டதற்கு மைனர் பாகத்தொகைக்கு இன்டெம்னிடி கொடுத்தால் கொடுப்பதாக ஒப்புக் கொண்டீர்கள்.

அதன்படி அடமான பூரபாக்கி தொகையில் மைனர் பாகத்தை அவர் தாயாரும் கார்டியனுமான எங்களில் 1வது நபரிடம் நீங்கள் செலுத்தி விட்டபடியால் மைனர் பாகத் தொகை ரூ..../–க்கு (ரூபாய் .... மட்டும்) கீழ் செடியூலில் கண்ட சொத்தில் எங்களுக்குள்ள பாக பாத்யதையை நாங்கள் இதனால் உங்களுக்கு இன்டெமினிடியாக (நஷ்ட ஈடாக) கொடுத்திருக்கிறோம்.

மைனர் பாகத் தொகையை எங்களில் 1–வது நபரிடம் செலுத்தியதை ஆஷேபித்து தாவா ஏற்பட்டால் அதனால் உண்டாகக் கூடிய நஷ்டத்தை நீங்கள் எங்களிடமிருந்து கீழ்கண்ட இன்டெம்னிடி சொத்திலிருந்தும் சிலவுடன் வசூல் செய்து கொள்ளவும் இந்த இன்டெம்னிடி சொத்தின் பேரில் இப்பொழுது எவ்வித கலனும் கிடையாது.

இந்தப்படிக்கு நாங்கள் சம்மதித்து எழுதிக் கொடுத்த நஷ்டஈடு உறுதி பத்திரம்

ஷெட்யூலில் சொத்து விவரம்

சாட்சிகள் :

L3. பத்திரம் காணமல் போனதுக்கு
இன்டிமிநிட்டி மாதிரி
INDEMINITY FOR LOSS OF DOCUMENT

..... தேதியில் ஏற்பட்ட .... சப்ரிஜிஸ்டிரார் ஆபிசு டாகுமென்ட் நெ..... மூலமாக உங்களுடைய ... (சொத்து விவரம்) ... வீட்டு மனையை நீங்கள் என்னிடம் ஈடுகட்டி அடமானம் வைத்து ரூ.../– (ரூபாய் .... மட்டும்) கடன் வாங்கி இருக்கிறீர்கள்.

அந்தக் கடனை திருப்பிக் கொடுப்பதாக சொல்லி பத்திரங்களை நீங்கள் எண்ணை வாபஸ் செய்யும்படி கேட்டீர்கள். நீங்கள் எனக்கு எழுதிக் கொடுத்த அடமான பத்திரம் காணாமல் போய்விட்டபடியால், அதை திருப்பிக் கொடுக்க முடியாமல் இருக்கிறது. இதை அறிந்து நஷ்ட ஈடு ரிஜிஸ்டர் செய்து கொடுத்தால் அடமானத் தொகையை கொடுப்பதாக நீங்கள் சொன்னீர்கள்.

அதன்படி இந்த இன்டெம்னிடி பத்திரம் ரிஜிஸ்தராகும்போது சப்ரிஜிஸ்டிரார் அவர்கள் முன்னிலையில் மேற்படி அடமான பாக்கி தொகை ரூ.../– (ரூபாய் .... மட்டும்) இதை நீங்கள் என்னிடம் செலுத்திவிட்ட படியால் எனக்கு சொந்தமான கீழ் ஷெட்யூலில் கண்ட சொத்தை மேற்படி தொகைக்கு இதனால் உங்களுக்கு இன்டெம்னிடியாக கொடுத்திருக்கிறேன்.

உங்கள் அடமானப் பத்திரத்தை நான் திருப்பிக் கொடுக்காததால் உங்களுக்கு ஏதாவது நஷ்டம் ஏற்பட்டால் அதை இந்த இன்டெம்னிடி சொத்தின் பேரிலும் என் பேரிலும் தொடர்ந்து வசூல் செய்து கொள்ளவும்.

அடமானப் பத்திரம் தவிர மற்ற பத்திரங்களை உங்களிடம் கொடுத்து விட்டேன் அடமானப் பத்திரம் அகப்பட்டால் அதை உங்களிடம் கொடுத்து விடுகிறேன்.

மேற்படி அடமான தொகைக்கு ..... வருஷங்களுக்கு இந்த இன்டெம்னிடி அமுலில் இருக்க வேண்டியது.

இந்தப்படிக்கு நான் எழுதிக் கொடுத்த இன்டெம்னிடி நஷ்ட ஈடு பத்திரம்.

ஷெட்யூலில் சொத்து விவரம்

சாட்சிகள் :

1.   2.

M. தெரிந்து கொள்ள வேண்டிய கட்டுமான ஒப்பந்தம் (Construction Agreement) 24 விஷயங்கள்!

1) சென்னை, திருச்சி, கோவை, மதுரை போன்ற தமிழகத்தின் பெருநகரங்களில் அடுக்குமாடி கட்டிடங் களில் வீடுகள் வாங்குவது சகஜமாகிவிட்டது என்பதை நாம் அறிவோம். அந்த வீடுகள் கட்டி முடித்த பிறகு யாரும் வாங்குவதில்லை.

2) மேற்படி அடுக்குமாடி வீடுகளை கட்டிகொண்டிருக்கும் போதே கட்டுமானவர்கள் (Builders) அதனை சந்தைப் படுத்த ஆரம்பித்துவிடுகின்றனர். மக்களும் மேற்படி சொத்தை வாங்கும்போது கட்டி முடிப்பதற்கு முன்பே அதற்கு பணம் கொடுக்க ஆரம்பித்துவிடுகின்றனர்.

3) அந்த நேரத்தில் Builders-க்கும் அடுக்குமாடி குடியிருப்பில் வீடு வாங்குபவர்களுக்கும் இடையே கட்டப் படும் வீடு சம்பந்தமாகி ஒரு ஒப்பந்தம் போடப்படுகிறது. அந்த ஆவணத்தில் என்னென்ன ஷரத்துகள் எல்லாம் இருக்க வேண்டும் என்பதனைப் பார்போம்.

4) மேற்படி கட்டுமான அக்ரிமென்டை 2012–க்கு முன்பு கட்டிட அக்ரிமென்டுகளை பதிவு செய்ய வேண்டும் என்ற அவசியம் இல்லை.

5) ஒரு ஆவணத்தை பதிவு செய்ய வேண்டும் என்றால் கண்டிப்பாக அசையா சொத்து கைமாறுதல் நடந்திருக்க வேண்டும். ஆனால் கட்டுமான ஒப்பந்தத்தில் அந்த நேரத்தில் எந்தவித சொத்து பரிமாற்றமும் நடக்கவில்லை. அதனால் 2012–க்கு முன்பு பதிவு செய்யாமலேயே கட்டிட ஒப்பந்தங்களை கட்டுமானர்கள் (Builders) போட்டுக் கொண்டிருந்தார்கள்.

6) கட்டுமானர்கள் (Builders) வீடு வாங்குபவர்களிடம் பணம்

வாங்கிவிட்டு குறிப்பிட்ட நேரத்தில் கட்டி கொடுக் காமலும் அல்லது கட்டாமலேயே இருந்து விடுவதால் பொதுமக்கள் அதிகமாக பாதிக்கப்படுகின்றனர்.

7) எனது தந்தையார், அடுக்குமாடி கட்டிக்கொடுக்கும் தேவ் அப்பார்ட்மென்ட்டில் கட்டிட மேஸ்திரியாக இருந்ததினால் வீடு வாங்குபவர்களுக்கும் Builders-க்கும் இடையே நடக்கின்ற விவாதங்களை கட்டப்படுகின்ற site-ல் இருந்தே சிறுவயதிலிருந்தே நான் பார்த்திருக்கின்றேன்.

8) இப்படி பதிவு செய்யாத கட்டுமான ஒப்பந்தங்களால் மக்கள் அலைகழிக்கப்படுவதையும், பாதிக்கப் படுவதையும் தடுப்பதற்காக பதிவுத்துறை கட்டுமான ஒப்பந்தங்களை கட்டாயம் பதிய வேண்டும் என்று உத்தரவிட்டுள்ளது.

9) ஒரு சதவீதம் முத்திரைத்தாளும் ஒரு சதவீதம் பதிவு கட்டணமும், அரசுக்கு செலுத்த வேண்டும் என பதிவுத்துறை உத்தரவிட்டுள்ளது. பதிவு செய்யப்படாமல் கட்டுமான ஒப்பந்தங்கள் இருக்குமானால் அந்த ஒப்பந்தத்தில் உள்ள ஏதாவது ஷரத்துக்கள் நிறைவேற்றபடாமல் போனால் அடுக்குமாடி வீடு வாங்குபவர், நீதிமன்றம் சென்று வழக்குத் தொடுக்க இயலாது என்பதனை கட்டாயம் தெரிந்து கொள்ள வேண்டும்.

10) சில Builders-கள் Construction Agreement-ஐ பதியத் தேவை இல்லை என்று பிரச்சாரம் செய்வார்களானால், நீங்கள் அதனை நம்பாமல் உங்கள் செலவிலாவது கட்டுமான ஒப்பந்தத்தை கட்டாயம் பதிந்து கொள்ள வேண்டும். கட்டுமான ஒப்பந்தத்தில் எழுதிக்கொடுக்கின்ற Builder-ம் அல்லது அவரின் முகவரும், அடுத்து வாங்குபவரின் முகவரிகள் தெளிவாக இருக்க வேண்டும்.

11. கட்டிடம் கட்டப்போகும் சொத்திற்கும் கட்டுமானருக்கும் உண்டான Joint venture ஒப்பந்தங்களும் அல்லது Builders-ன் சொந்த சொத்தாக இருந்தால் அவருடைய பத்திரங்களின் விவரங்களையும் தெளிவாக குறிப்பிட வேண்டும்.

12. அடுக்குமாடி வீடு வாங்குபவர் கட்டுமானரிடம் பேசிய கிரையத்தொகையில் முன்தொகை கொடுத்த தேதியில் இருந்து ஒரு மாதமோ (அ) 50 நாளோ கழித்து கொடுக்க வேண்டிய தொகை Foundation Stage-க்கு பிறகு கொடுக்க வேண்டிய தொகை, First Floor Slab-க்கு பிறகு கொடுக்க வேண்டிய தொகை, இரண்டு, மூன்று, நான்கு Floor Slab-க்கு பிறகு கொடுக்க வேண்டிய தொகை, Brick Work, Plastering-க்கு பிறகு கொடுக்க வேண்டிய தொகை, Hand Over-ன் போது கொடுக்க வேண்டிய தொகை எனத் கிரையத்தொகையை படிப்படியாக கொடுப்பதாக அக்ரிமென்ட்டில் குறிப்பிட்டிருக்க வேண்டும்.

13. அடுக்குமாடி குடியிருப்பு வீடு வாங்குபவர் தான் கட்ட வேண்டிய தொகையை தாமதமாக கட்டும் பட்சத்தில் அதை தண்டத் தொகையாக வட்டி ஏதும் போடப் பட்டிருக்கிறதா? என்று கவனிக்க வேண்டும்.

14. அடுக்குமாடி குடியிருப்பு வீடு வாங்குபவர் அக்ரிமென்ட் போட்டுவிட்ட பிறகு பணத்தை கட்டவில்லை என்றால் ஒதுக்கப்பட்ட வீட்டை வேறு யாருக்காவது கைமாற்றி விடுவதற்கு வாங்குபவருக்கு உரிமை உண்டா? அல்லது Builders-க்கு உரிமை உண்டா என்று தெளிவுபடுத்தி இருக்க வேண்டும். இதுத்தவிர அரசின் கட்டிட அனுமதி மின்வாரியத்தின் கழிவுநீர் வாரியத்தின் மற்றும் பிற அரசுத்துறைகளில் அனுமதியெல்லாம் முறையாக வாங்கி இருக்கின்றார்களா? என்பதனை அக்ரிமென்ட்டில் குறிப்பிட (Mention) வேண்டும்.

15. Builders எவ்வளவு காலத்திற்கு கட்டிக்கொடுக்கின்றார். உதாரணமாக 18 மாதங்கள் என்றால் அதிலிருந்து Grace Period 3 மாதங்களா? 6 மாதங்களா? என்று கட்டாயம் பார்க்க வேண்டும்.

16. "கட்டித் தருகிறேன்" என்று உறுதியிட்ட காலம் முதல் அதன்பிறகு கொடுக்கப்பட்டிருக்கும் Grace Period காலம் அனைத்தும் முடிந்த பிறகு அதிலிருந்து இன்னும் 3 அல்லது 4 மாதங்கள் கழிந்த பிறகு தான் தாமதாகும் ஒவ்வொரு மாதத்திற்கும் சதுர அடி ரூபாய் 5 அல்லது சதுர அடி ரூபாய் 10 என்று தண்டத்தொகை தருவதாக உறுதியளிப்பார்கள். அந்த ஷரத்துக்களை கட்டாயம் அக்கறை எடுத்து கவனிக்க வேண்டும்.

17. இதுத்தவிர Plot Owner Associations, EB deposit charge, Building Maintenance, Road மற்றும் பொதுவழி பூங்கா போன்றவற்றைப் பற்றியெல்லாம் Builders-க்கும் Plot வாங்குபவருக்குமான புரிதல் உணர்வுகளைப் பற்றி அக்ரிமென்டில் குறிப்பிட்டிருக்க வேண்டும்.

18. கட்டுமான சொத்து விவரத்தின் ஒப்பந்தத்தில் ஷெட்யூல் A, B, C, D, E என ஐந்தும் கண்டிப்பாக குறிப்பிட்டிருக்க வேண்டும்.

19. ஷெட்யூல் A என்பது ஒட்டுமொத்த அடுக்குமாடி குடியிறுப்புகள் கட்டப்படும் நிலத்தின் பரப்பு மற்றும் அதனுடைய சொத்து விவரம்.

20. ஷெட்யூல் B என்பது சென்னை மாநகராட்சிக்கோ அல்லது CMDA-க்கோ DTCP-க்கோ கொடுக்கப்பட்ட OSR அதாவது Open Space Reservation பற்றிய பரப்பளவு மற்றும் அதனுடைய விவரம்.

21. ஷெட்யூல் C என்பது கட்டிடம் கட்டப்போகும் மற்றும்

விற்கப்படும் பரப்பளவு ஆகும். அதாவது ஷெட்யூல் A வில் இருந்து ஷெட்யூலை கழித்தால் கிடைப்பது ஷெட்யூல் B ஆகும்.

22. ஷெட்யூல் D என்பது அடுக்குமாடி வீடு வாங்கப்போகும் வீட்டின் எண் எத்தனாவது மாடி? எவ்வளவு பரப்பு? எவ்வளவு Car Parking என்பதனைப் பற்றிய விவரம் ஆகும்.

23. ஷெட்யூல் E என்பது கட்டித் தரப்போகும் வீட்டின் Specification-கள் தெளிவாக குறிப்பிட்டிருக்க வேண்டும். Struchure-ஐப் பற்றிய விவரம் Wall Finishing பற்றிய விவரம் Flooring பற்றிய விவரம், Kitchen பற்றிய விவரம், பால்கனிப் பற்றிய விவரம், எலெக்ட்ரிகள் Fittings பற்றிய விவரம், Entrence door, Bed room door, Windows பற்றிய விவரம் Rain Water Harvesting, CCTV, Power Back up Generator, Lift போன்றவற்றைப் பற்றிய விவரங்கள் Multipurpose Hall, Indoor games, Jagging and Walking Track, in the OSR area, Land Scape Garden, Association room போன்ற எல்லா வசதிகளையும் ஒன்றுகூடவிடாமல் ஷெட்யூல் E-ல் Specfication ஆக குறிப்பிட வேண்டும்.

24. கட்டுமான ஆவணத்தை முதலில் வாங்குபவரும் Builder-ம் எழுதி பதிவு செய்த பிறகுதான், வீடு வாங்குபவருக்கு தேவையான Undivided Share-ஐ கிரையம் எழுதி பதிவு செய்ய முடியும் என்பதை நினைவில் கொள்க.

M1. வீடு கட்டுபவர்களும், கட்டுமான ஒப்பந்தக்காரர்களும், போட்டுக்கொள்ளும் வீடு கட்டும் ஒப்பந்த மாதிரி!

.... ஆம் ஆண்டு, ... மாதம் .... ம் தேதி (........ வருடம், ... மாதம், ... தேதி, ... கிழமை), (....../......./20..) .... மாவட்டம் .... தாலுக்கா,.......... மன்ற எல்லைக்குள் அமைந்துள்ள ".............. நகரில்", மனை எண் ...., கதவிலக்கம் .... என்ற முகவரியில் வசிப்பவரும் .... அவர்களின் .... மாகிய .... 1 (ஒன்றாம் நபர் – அதாவது உத்தேச கட்டட கட்டுமானத்தின் உரிமையாளர்), அவர்களும்,

—————— மாவட்டம் ——————— தாலுக்கா ——————(மாநகராட்சி / நகராட்சி/ பஞ்சாயத்து) மன்ற எல்லைக்குள் அமைந்துள்ள ——————————— நகரில், மனை எண்———புல எண் ———————, ——————————— தெரு என்கிற வசிப்பிட முகவரியில் வசித்து வருபவரும், கட்டட பொறியியல் ஆலோசகர் மற்றும் கட்டட கட்டுமான ஒப்பந்தகாரரும், ————— அவர்களின் மகனுமாகிய கட்டட பொறியாளர் ——————————— (இரண்டாம் நபர் கட்டட கட்டுமானத்தின் ஒப்பந்தகாரர்), ஆகிய நாம் இருவரும் இணைந்து ஏற்படுத்தி கொண்ட ஒப்பந்தம் யாதெனில்,

நம்மில் ஒன்றாம் நபராகிய ——————————— அவர்களுக்கு சொந்தமாக ஷெட்யூல் "A"–ல் இருக்கின்ற மேற்கூறிய விவரங்களுடன் கூடிய அந்த காலிமனையில் இத்துடன் இணைக்கப்பட்டுள்ள இணைப்பு (1) வரைபட அமைவு மற்றும் அளவுகளுக்கேற்ப ஒரு குடியிருப்பு கட்டடத்தை, நம்மில் ஒன்றாம் நபர் , கட்ட உத்தேசித்துள்ளார்.

——————————— அந்த கட்டட கட்டுமானத்தை நம்மில் இரண்டாம் நபராகிய ——————————— அவர்கள், இத்துடன் இணைக்கப்பட்டுள்ள வரைபட அமைவு மற்றும் அளவுகளுக்கு ஏற்பவும்,

கீழ்க்கண்ட நிபந்தனைகளுக்குட்பட்டும், முழுத்தொகை ஒப்பந்த அடிப்படையில் (LUMP SUM CONTRACT BASIS) ரூ. ———————/- (——————————————————————— மட்டும்) பெற்றுக் கொண்டு கட்டிக் கொடுக்க சம்மதித்துள்ளார்.

இந்த தொகைக்கு ஒன்றாம் நபர், அவரின் முழு சம்மதத்தினை, தெளிவான சிந்தனையோடு, ஒப்புக் கொண்டுள்ளார்.

1. வரைப்படத்தில் சிவப்பு நிறத்தில் கோடிடப்பட்டு குறிப்பிட்டு காட்டப்பட்டுள்ள பகுதி கட்டுமானம் மட்டுமே இந்த கட்டட கட்டுமான ஒப்பந்தத்திற்கு உட்பட்டதாகும்.

2. அதாவது உத்தேச பிரதான கட்டடத்தின் அஸ்திவாரம், தரைதள கட்டுமானம், போர்டிகோ, வீட்டின் உள்பக்கம் வரும் மாடிப்படி, மேல்தள பகுதி கட்டுமானம், இரண்டாம் மேல் தளத்தின் திறந்த வெளிப்பரப்பிற்கு கட்டப்படும் சுற்றுக்கட்டுசுவர் (Parapet Wall '0' - 41/2" wide) வீட்டின் பின்புறம் (கொல்லைப்புறம்) அமையப்பெறும் படிக்கட்டு வேலை ஆகியவை மட்டுமே இந்த கட்டட கட்டுமான ஒப்பந்தத்திற்கு உட்பட்டதாகும்.

ஒப்பந்த ஷரத்துக்களும் நிபந்தனைகளும் :

1. கட்டட பணிகளுக்கு உபயோகப்படுத்தப்படும் தண்ணீரை ஏற்பாடு செய்து தர வேண்டிய பொறுப்பும், செலவும் கட்டட உரிமையாளராகிய ஒன்றாம் நபரையே சாரும்.

2. கட்டட பணிகளுக்கு தேவைப்படும் தற்காலிக மின் இணைப்பினை பெற்றுத் தர வேண்டிய பொறுப்பும் செலவும் ஒன்றாம் நபரையே சாரும்.

அ). ஆசாரி (தச்சு வேலை), எலக்ட்ரீசியன், பிளம்பர், அலுமினியம் வேலைபாடுகள், இரும்பு கம்பி நறுக்குதல் ஆகியோர் பயன்படுத்தும் எலக்ரிகல் டிரில் மற்றும் ஏனைய மின்சாரத்தில் இயங்கும் கருவிகளுக்கான மின்சார கட்டணம்,

ஆ) தள வேலைப்பாடுகளான மொஸைக், மார்பிள், கிரேனைட், செராமிக், டைல்ஸ் போன்ற வேலைகளுக்கும் ஆகும் மின்சாரக்கட்டணம்.

இ) வாட்ச்மேன் ஷெட் பல்பு, ரூஃப் சிலாபு காங்கிரீட் போட்ட பின்பு கட்டடத்தின் உள்ளே எரியும் பல்பு மற்றும் அவசர தேவைக்கு கட்டுமான பணிகள் இரவு நேரங்களில் செய்ய நேர்ந்தால் அதற்காக ஆகும் மின்சாரம் கட்டணம்.

ஈ) கிணறு அல்லது போர் குழாயிலிருந்து நீர் இறைத்து கியூரிங் செய்ய ஆகும் மின்சார கட்டணம்.

3. கட்டடம் கட்டுவதற்கு தேவையான செங்கல், மணல், சிமெண்ட், வெவ்வேறு அளவுள்ள கருங்கல் ஜல்லி, வெவ்வேறு அளவுள்ள கம்பி, நிலை மற்றும் ஜன்னல் உருப்படிகள்– செய்வதற்கு தேவையான மரம் மற்றும் ஒப்பந்தத்தில் குறிப்பிட்டுள்ள, ஏனைய கட்டுமான பொருட்கள்

அனைத்தையும், கட்டடத்தின் வளாச்சிக்கேற்ப தேவையின் பொழுது இரண்டாம் நபராகிய ஒப்பந்தகார் அவருடைய செலவிலும் பொறுப்பிலும் வாங்கி கொள்ள வேண்டும்.

அ)   கட்டட கட்டுமானத்திற்கு தேவைப்படும் கட்டுமானப் பொருட்களை அவற்றின் தேவை கருதி சற்று குறைவாகவோ, மிகுதியாகவோ இரண்டாம் நபர் அவ்வப்பொழுது கட்டுமான பணியிடத்துக்கு கொண்டு வரலாம்.

அவ்வாறு கொண்டுவரும் கட்டுமானப் பொருட்களில் (மணல், செங்கல், 1 1/2 ஜல்லி, 3/4 ஜல்லி, சிமெண்ட், செங்கல் ஜல்லி, கம்பி, மரசட்டங்கள், டைல்ஸ் வகையராக்கள், மின்சார ஒயர்கள், பிளம்பிங் மற்றும் சேனிட்டரி லைன் வேலை வைப்புகள் மற்றும் பிட்டிங்குகள், அனைத்து வகையான பெயின்ட் சாமான்கள், போன்ற இதர அனைத்து கட்டுமானம் சார்ந்த பொருட்களும்) மீதமிருக்கும் பொருட்களை இரண்டாம் நபர் அவரது தேவைக்கு ஏற்ப பகுதியாகவோ அல்லது முழுவதுமாகவோ எடுத்து செல்லலாம். இது விஷயத்தில் இரண்டாம் நபர் ஒன்றாம் நபரிடம் கருத்து கூறவோ, ஆலோசிக்கவோ தேவையில்லை.

ஒப்பந்த கட்டட கட்டுமானப் பணிகள் அனைத்தும் நிறைவடைந்த பிறகு இரண்டாம் நபர் கட்டுமான பணியில் உள்ள குப்பைகளை முழுவதுமாக அப்புறப்படுத்தி கொடுத்து விட வேண்டும். உத்தேச கட்டுமான மனை ஸ்தலத்திற்கு அருகில் ஏதேனும் கட்டுமானப் பொருட்களை இருப்பு வைத்திருந்தால் அவற்றை முழுவதுமாக அப்புறப்படுத்தி விட்டு பிறகுதான் உத்தேச கட்டடத்தினை ஒன்றாம் நபர் வசம் ஒப்படைக்க வேண்டும்.

4.   கட்டட வேலைக்கு தேவைப்படும் தொழிலாளர்கள் அனைவரையும் இரண்டாம் நபராகிய ஒப்பந்தக்காரரே ஏற்பாடு செய்து கொள்ள வேண்டும்.

5.   கட்டட வேலை செய்வதற்கு தேவையான கருவிகள், செண்டிரிங் சாமான்கள், சாரம் கட்டுவதற்கு தேவையான மரங்கள், பலகை மற்றும் கயிறு முதலானவற்றை இரண்டாம் நபரை ஏற்பாடு செய்து கொள்ள வேண்டும்.

6.   கட்டடத்தை பூமியில் அளவுபடி வருவதல், ரசமட்டத்திற்கு சுத்தமாக கட்டுதல் முதலியவற்றை ஒன்றாம் நபரின் விருப்பப்படி இரண்டாம் நபர் அவருடைய செலவிலும், பொறுப்பிலும் செய்து கொள்ள வேண்டும்.

7.   இரண்டாம் நபர் அவரிடம் கொடுக்கப்பட்டிருக்கும் கட்டட வேலையை விரிவான தர நிர்ணயிங்களுக்கு உட்பட்டு செய்ய வேண்டும். முதலாம் நபரால் அப்படி ஏதேனும் தவறுகளோ அல்லது தரக்குறைவோ சுட்டிகாட்டப்பட்டால் அவற்றை இரண்டாம் நபர் அவ்வப்பொழுது நல்ல முறையில் சரி செய்து கொடுக்க வேண்டும்.

8.   கட்டடத்திற்கு வாங்கும் கட்டுமான பொருட்களாகிய சிமெண்ட், மணல், செங்கல், கருங்கல் ஜல்லி, இரும்பு, மரம் மற்றும் ஏனைய கட்டுமான பொருட்களை இரண்டாம் நபர் தம் சொந்த பொறுப்பில் வைத்து கொண்டு கட்டடத்திற்கு தேவைப்படும்பொழுது உபயோகித்து கொள்ள வேண்டும். அவ்வாறு வைத்திருக்கும்பொழுது ஏதும் சேதாரம் ஏற்பட்டால் அதற்கு முழு பொறுப்பும் இரண்டாம் நபரே ஏற்றுக்கொள்ள வேண்டும்.

9.   கட்டட கட்டுமான வேலை நடைபெறும் சமயத்தில் தொழிலாளர்களுக்கு ஏற்படும் விபத்துகளுக்கும், உடமைகளுக்கும் ஏற்படும் சேதாரங்களுக்கும், இரண்டாம் நபராகிய ஒப்பந்தக்காரரே பொறுப்பாவார்.

10. கட்டட பணிகளுக்காக அமைக்கும் தற்காலிக வாட்ச்மேன் ஷெட்டை நிறுவும் செலவு மற்றும் வாட்ச்மேனுக்கு கொடுக்கும் சம்பளம் ஆகியவை ஒன்றாம் நபராகிய வீட்டின் உரிமையாளரையே சாரும்.

பணப்பற்று விவரமும் அதன் ஷரத்துக்களும் :

கட்டட கட்டுமான வேலைகளுக்கான முன்பணம் மற்றும் ஒவ்வொரு வகை வேலை பூர்த்தியானதும், ஒன்றாம் நபர் ஒப்பந்தகாரராகிய இரண்டாம் நபருக்கு கீழ்கண்ட விபரப்படி பணம் கொடுக்க வேண்டும்.

I)   முன்பணம் மற்றும் முதல் தவணை ரூ..........

(ரூபாய் .... மட்டும் தரைதளம்– (Ground Floor)

Stage-1: (பணம் பெற்றுக்கொண்ட பின் ஒப்பந்தகாரர் செய்து முடிக்க வேண்டிய பணிகள்)

1.   பிரதான கட்டடம் மற்றும் போர்டிகோ ஆகியவற்றின் மையக்கோட்டினை பூமியில் வருவுதல் மற்றும் ஆர்.சி.சி காலம் அமையும் இடங்களை வருவுதல்.

2.   காலம் குழிக்கான விடுவு வெட்டுதல், மற்றும் 1 1/2” ஜல்லி காங்கிரீட் அமைத்தல்.

3. ஆர்.சி.சி பில்லர் வேலைகள்–காலம் மேட், புட்டிங் மற்றும் கிரேடு பீம் கீழ்மட்டம் வரை காலம் ஸ்டெம் ஆகிய பகுதிகளுக்கு (கம்பிகட்டும் வேலைகள் முடிந்தவுடன்) 1:11/2:3 என்கிற முறையில் ஆர்.சி.சி காங்கிரீட் அமைத்தல் காலம் சைஸ், பயன்படுத்தப்படும் கம்பி மற்றும் அது சம்பந்தமான ஏனைய விபரங்களுக்கு தனியாக இணைக்கப்பட்டுள்ள (இந்த ஒப்பந்தத்தின் ஒரு ஆவணமாக) வரைபடத்தை படிக்கவும்.

4. கிரேடு பீழுக்கு விடுவு பறித்து செங்கல் சுவர் பாத்தியமைத்து, பீழுக்கான கம்பி கட்டி ஆர்.சி.சி காங்கிரீட் அமைத்தல்.

5. போர்டிக்கோவுக்கான ஒற்றை காலத்தை (தனி காலம்) மட்டும் பிரதான கட்டிடத்தின் ரூ.:ப் சிலாபு கீழ்மட்டம் வரை உயர்த்தி காங்கிரீட் அமைத்தல்.

6. கிரேடு பீழுக்கு மேல் பேஸ்மெண்ட் மட்டம் வரை 0'–9" அகல சுவர் கட்டுதல்.

7. பேஸ்மெண்ட் மட்டம் வரை கட்டடத்திற்குள்–விடுவு பறித்ததில் மீதமிருக்கும் மண் மற்றும் அரளை தூள் மண் நிரப்புதல்.

8. பேஸ்மெண்ட்டிற்குள் நிரப்பிய மண்ணை தண்ணீர் விட்டு குழைத்து, இறுகச்செய்தல்.

அ) ஆர்.சி.சி பில்லர் (காலம்), விடுவில் அமைக்கப்பட்ட 11/2" ஜல்லி P.C.C காங்கிரீட் பேஸ் மட்டத்திலிருந்து தற்பொழுதுள்ள நில மட்டம் (அதாவது கிரேடு பீழுக்கு கீழ்மட்டம் வரையில்) மட்டுமே.

ஆ) கிரேடு பீழுக்கு மேலே 0'–9" அகலமுள்ள பிரதான சுவர் அமைக்கப்படும்.

9. கட்டடத்தில் பொருத்தப்படும் (மரத்தினால் செய்யப்படவேண்டிய) நிலை & ஜன்னல் அருகால் மற்றும் நிலை & ஜன்னல் கதவு ஆகியவைகளுக்கு தேவையான மர சைஸ் மற்றும் பலகைகளை வாங்கி இழைத்து நிலை மற்றும் ஜன்னல் உருப்படிகளை தயார் செய்து வைத்தல்.

10. கட்டட கட்டுமான பணிகளுக்கு தேவையான ஆர்.சி.சி காலம், கிரேடு பீம், (நி.தி மற்றும் தி.தி ஆகிய கட்டுமானங்களில் வரும்) சில் சிலாபு, லிண்டல் மட்ட வேலைகள், மாடிபடி மற்றும் ரூஃப் சிலாபு (S.F–ல் வரும் மாடிபடி) ஸ்டோகேஸ் ஹெட்ரூம், கப்போர்டு சிலாபு, அடுப்பு பேடை சிலாபு, வலை கட்டு வேலைகள் ஆகிய அனைத்து

ஆர்.சி.சி பணிகளுக்கும் தேவைப்படும், வெவ்வேறு பருமன் கொண்ட கம்பி வகைகள், அனைத்தையும் கொள்முதல் செய்து வைத்தல்.

இரண்டாம் தவணை பணப்பற்று விவரமும் அதன் ஷரத்துக்களும் :

இரண்டாம் தவணை ரூ............

(ரூபாய்... மட்டும்).

தரை தளம்– (Ground Floor)

Stage - II (பணம் பெற்றுக்கொண்ட பின் ஒப்பந்தகாரர் செய்து முடிக்க வேண்டிய வேலைகள்)

1. நிலை அருகால்கள் அனைத்தையும் தயார் செய்து வைத்தல்.

2. ஜன்னல்கள் அருகால் செய்வதற்கு தேவையான கிரில் தயார் செய்து – அருகால் வேலைகள் அனைத்தையும் செய்து முடித்தல்.

3. பேஸ்மெண்ட் மட்டத்திற்கு மேலே லிண்டல் மட்டம் வரை (நிலை அருகால் மேல் மட்டம் வரை) 0'–9" & 0'–41/2" அகலமுள்ள சுவர்கள் (செங்கல் / பிளை ஆஷ்) கட்டுதல்.

4. ஜன்னல், வெண்டிலேட்டர் மற்றும் ஜன்னல் மட்டத்தில் வரும் கப்போர்டு சிலாபுகள் ஆகியவற்றின் கீழ்மட்டத்தில் "சில் சிலாபு" அமைத்தல்.

5. பேஸ்மெண்ட்டிற்குள் குழைத்துவிட்ட, விடுவு மற்றும் பொடி கிராவல் மண்ணிற்கு மேலே ஆற்று மணல் நிரப்பி அதனை தண்ணீர் விட்டு இருக்கமாக்கி பின்பு அதன் மேல், தள வேலைப்பாட்டிற்கான 11/2 ஜல்லி (கருங்கல் ஜல்லி) P.C.C. காங்கிரீட் அமைத்தல் 1:5:10.

6. கட்ட நிலை மேல் மட்டத்தில் ஆர்.சி.சி பீம்கள், (தேவைப்படும் இடங்களுக்கு மட்டும்) கண்டினியுவஸ் லிண்டல், லாஃப்ட்கள் மற்றும் சன்சேடுகள் ஆகியவற்றிற்கு கம்பி கட்டி, பார்ம் வொர்க் செய்து. ஆர்.சி.சி (1:2:4) முறையில் காங்கிரீட் அமைத்தல்.

7. கண்டினியுவஸ் லிண்டல் மற்றும் பீம் ஆகியவற்றிற்கு மேலே ரூஃப் சிலாபு கீழ் மட்டம் வரை 0'–9" & 0' 41/2" அகலமுள்ள செங்கல் சுவர் (செங்கல்/ பிளை ஆஷி) கட்டுதல்.

8. மாடிப்படி வருவி, முதல் ஃபிளையிட் வெயிஸ்ட் சிலாபு மற்றும் மிட் லேண்டிங்கிற்கான ஆர்.சி.சி காங்கிரீட் அமைத்து அதன் மேல் செங்கல் வைத்து படி கட்டுதல்.

9. தரை தளத்திற்கான (பிரதான கட்டடம் மற்றும் போர்டிகோ) கூரை ஒட்டு வேலை (GROUND FLOOR ROOF SLAB) மற்றும் மாடிப்படி இரண்டாவது ஃபிளைட்டிற்கான காங்கிரீட் வேலைகள் நிறைவு செய்யப்படும் (ஃபார்ம் வொர்க் செண்டரிங்   அமைத்தல் , கம்பி கட்டுதல், ஆர்.சி.சி (1:2:4) காங்கிரீட் அமைத்தல்.

I) ரூஃப் சிலாபு காங்கிரீட் அமைக்கும்பொழுது கன்சீல்டு ஒயரிங் வேலைகளுக்கு தேவையான கிரே பீ.வி.சி (ISI பிராண்டு) பைப்புகள் காங்கிரீட்டிற்குள் புதைந்து வருமாறு அமைக்கப்படும்.

II) ரூஃப் சிலாபு அமைக்கும் பணிகள் நிறைவடைந்தவுடன் அதன் மேலே சிமெண்ட் கலவையில் பாத்திகட்டி, அதில் மறுநாள் தண்ணீர் நிரப்பி, கியூரிங் செய்யப்படும். 10 நாட்களுக்கு தண்ணீர் நிரப்பப்படும். அதன் பிறகு 18–ம் நாள் ஃபார்ம் வொர்க் வேலை (முட்டு, ஷீட், ரன்னர்) ஆகியவைகள் பிரித்து அகற்றப்படும்.

III) கப்போர்டு, வார்டுரோபு, ரேக்ஸ் மற்றும் கிச்சன் மேடை ஆகியவற்றிற்கு தேவையான ஆர்.சி.சி சிலாபுகள் தயார் செய்து கியூரிங் செய்யப்படும்.

மூன்றாம் தவணை பணப்பற்று விவரமும் அதன் ஷரத்துக்களும் :

மூன்றாம் தவணை

ரூ. .... (ரூபாய் .... மட்டும்)

தரை தளம் மற்றும் முதல் மேல்தளம் வேலைகள் (Ground Floor Works & First Floor Works)

Stage - III (பணம் பெற்றுக்கொண்ட பின் ஒப்பந்தக்காரர் செய்து முடிக்க வேண்டிய வேலைகள்),

1) இரண்டாம் தவணை வேலைகளில் (தரை தள வேலைகளில்) குறிப்பிட்டுள்ள உட்பிரிவு 3,4,6,6(8), 7 மற்றும் 8 ஆகியவைகளை, முதல் மேல்தளத்திற்கும் செய்யப்படும்.

1a) முதல்தள திறந்த வெளிபரப்பு (வரைபடத்தில் காட்டியுள்ளபடி) பேரபட் சுவர் 0'–9" (2'–6" உயரம்) கட்டப்படும்.

2) மேலும் தரைத்தள வேலைகளில் – கன்சீல்டு ஒயரிங் எலக்ட்ரிகல் வேலைகளில் சுவற்றில் காடி எடுத்து பைப்பு, ஜங்சன் பாக்ஸ் மற்றும் சுவிட்சு பெட்டிகள் ஆகியவை பொறுத்தப்படும்.

3) நிலைகள், ஜன்னல்கள் மற்றும் வெண்டிலேட்டாகள் ஆகியவற்றின் அருகால்கள் பொறுத்தப்படும்.

4) முதல் மேல்தள கட்டுமான கூரை ஒட்டு வேலையில் (ROOF SLAB) கியூரிங் முடிவடைந்து 18ம் நாள் ஃபார்ம் வொர்க் மற்றும் பலகைகளை பிரித்து அப்புறப்படுத்திய உடன், ஸ்டோர்கேஸ் ஹெட்ரூம் வேலைக்கான சுவர்கட்டு வேலை மற்றும் ரூஃப் சிலாபு வேலை ஆகியவை நிறைவு செய்யப்படும்.

5) முதல் மேல் தளத்தில் கண்சீல்டு ஒயரிங் வேலைகள் 2 ம் உட்பிரிவில் குறிப்பிட்டது போல் செய்து முடிக்கப்படும்.

6) முதல் மேல்தள கட்டுமானத்திற்கான நிலைகள், ஜன்னல்கள் மற்றும் வெண்டிலேட்டர்களுக்கான அருகால்கள் பொறுத்தப்படும்.

7) மாடிப்படி ஹெட்ரூமின் ஃபார்ம் வொர்க, ரூஃப் சிலாபு காங்கீரிட் அமைத்ததற்கு மறுநாளிலிருந்து 11 ம் நாள் அகற்றப்படும்.

8) இரண்டாவது மேல் தளத்தில் சுற்றுக்கட்டு சுவர் (பேரபெட் சுவர்) 0' – 41/2" அகலத்தில் வரைப்படத்தில் குறிப்பிட்டுள்ளது போல் கட்டப்படும். (உயரம் 2'–6') (கட்டடத்தின் வெளி விளிம்பில் மட்டும் கட்டப்படும்).

9) தரைத்தளம் மற்றும் முதல் மேல் தளத்திற்கான கப்போர்டு மற்றும் வார்டு ரோபு ஆகியவைகளை கட்டுதல், தரைத்தளத்தில் அடுப்பு மேடைக்கான சப்போர்ட் பில்லர் மற்றும் பாட்டம் சிலாபு செட்டிங் செய்தல்.

நான்காம் தவணை பணப்பற்று விவரமும் அதன் ஷரத்துக்களும் :

நான்காம் தவணை

ரூ. .... (ரூபாய் .... மட்டும்)

(தரைத்தளம், முதல்தளம் மற்றும் இரண்டாம் தளம் ஆகியவற்றில் நடைபெறும் வேலைகள்) (Ground Floor Works & Second Floor Works)

Stage -iv (பணம் பெற்றுக்கொண்ட பின் ஒப்பந்தக்காரர் செய்து முடிக்க வேண்டிய பணிகள்)

1. பிளம்பிங் வேலைகளுக்கு (கன்சீல்டு லைன் மட்டும்) சுவற்றில் காடி எடுத்து பைப் மற்றும் இணைப்பான்கள் பொருத்தப்படும்.

2. மாடிப்படி, ஹெட்ரூம், முதல் மேல்தளம், தரைதளம், இவற்றிற்கான

சீலிங் பரப்பு, உள்சுவர் பரப்பு மற்றும் வெளிபுற சுவர் பரப்பு ஆகிய பூச்சி வேலைகள் நிறைவு செய்யப்படும்.

3. முதல் மேல்தளம் மற்றும் இரண்டாம் மேல்தளம் ஆகியவற்றின் திறந்த வெளி பரப்புகளுக்கு வெதரிங் கோரஸ் காங்கிரிட் அமைத்து அதன் மேல் தட்டு ஓட (பிரஸ்ஸிடு டைல்ஸ்) பதித்து தரப்படும்.

4. முதல் மேல்தளம் மற்றும் தரைத்தளத்திற்கான எலக்ட்ரிகல் ஒயரிங் வேலைகள், சுவிட்ச் மற்றும் ஃபிட்டிங் அடாப்டாகள் ஆகியவை நிறைவு செய்யப்படும்.

5. தச்சு பணிகள்:– நிலை மற்றும் ஜன்னல் அருகால்களில் அவற்றிற்கான கதவுகளை முடுக்கி, தாழ்ப்பாள், காற்றுக் கொக்கி மற்றும் மேக்னட் போன்ற ஃபிட்டிங்குகள் முடுக்கி தச்சு பணிகள் நிறைவு செய்தல்.

6. மேல்நிலை தண்ணீர் தொட்டியினை அமைத்து போர்வெல்லில் இருந்து அதற்கு நீரேற்றும் பிளம்பிங் லைன் வேலை மற்றும் மேல்நிலை தண்ணீர் தொட்டியில் இருந்து கட்டடத்திற்கு வரும் டெலிவரி லைன் பிளம்பிங் வேலைகள் அனைத்தையும் நிறைவு செய்தல்.

7. சுவர் பூச்சி, மர வேலைபாடுகள் மற்றும் கிரில் வேலைபாடுகள் ஆகியவற்றிற்கு முதல் கோட் பெயிண்டிங் வேலைகள் நிறைவு செய்தல்.

8. டைல்ஸ் வேலை:

அ. கிச்சன் சுவர் டைல்ஸ்

ஆ. டாய்லெட்டுகளில் சுவர் மற்றும் தள டைல்ஸ்:

இ. வீட்டின் தள டைல்ஸ் மற்றும் மாடிப்படி டைல்ஸ் வேலை

ஈ. வீட்டின் முன்படி மற்றும் போர்டிகோவிற்கான டைல்ஸ் வேலைகள் ஆகியவை நிறைவு செய்யப்படும்.

9. இராண்டாவது கோட் பெயிண்டிங் வேலைகள் முடிந்து கட்டடம் மற்றும் மனையை சுத்தப்படுத்தி கொடுக்கப்படும்.

ஐந்தாம் தவணை பணப்பற்று விவரமும் அதன் ஷரத்துக்களும் :

10) ஐந்தாவது மற்றும் கடைசி தவணை ரூ. ....

அனைத்து விதமான கட்டடப் பணிகளும் நிறைவுற்று முற்றிலும்

குடியிருப்பு பயன்பாட்டிற்கு உகந்ததாக கட்டடத்தை ஒப்படைக்கும்பொழுது ஒன்றாம் நபர் இராண்டாம் நபருக்கு கொடுக்க வேண்டியது.

கூடுதல் ரூ ....
(ரூபாய் .... மட்டும்)

11) கட்டிட முகப்பு தோற்ற வேலைபாடுகள் (Front Elevation) மற்றும் ஒப்பந்தத்தில் குறிப்பிடாத இதர வேலைகளின் (Extra Works) செலவு மேற்குரிய தொகையில் சேர்க்கப்படவில்லை. அவ்வவ்பொழுது விகிதாசாரபடி இரண்டாம் நபர் பெற்றுக் கொள்ளும் பணத்திற்கு வருவாய் அஞ்சலிட்டு கையொப்பமிட்ட இரசீதினை ஒன்றாம் நபருக்கு கொடுக்க வேண்டும்.

12) கட்டிடத்தை முன் பணம் பெற்றுக்கொண்ட தேதியிலிருந்து ------ –மாதங்களில் கட்டி முடிக்க இரண்டாம் நபர் ஒப்புக் கொண்டுள்ளார். கட்டுமான பொருட்கள் கிடைப்பதில் திடீர் தட்டுப்பாடு ஏற்படுதல், முன்னறிவிப்பில்லாமல் அதிக நாட்களுக்கு நடக்கும் லாரி, வேன் ஸ்டிரைக், தொழிலாளர் வேலை நிறுத்தம், வானிலை மாற்றங்களால்நீண்ட நாட்களுக்கு பெய்யும் கடும் மழை, மின்விநியோக தடை போன்ற மேற்கூரிய தவிர்க்க இயலாத காரணங்களால் ஏற்படும் கால தாமதத்தை ஆராய்ந்து இருவரும் கலந்து பேசி காலக்கெடுவை எழுத்து மூலம் நீட்டித்துக் கொள்ளலாம்.

13) கட்டடம் வளர்ந்துவரும்பொழுது (ஒன்றாம் மற்றும் இரண்டாம் நபர் ஆகிய இருவராலும் ஒப்புக் கொள்ளப்பட்ட) வரை படத்திற்கும் மதிப்பீட்டிற்கும் மாறுதலாக ஒன்றாம் நபர் ஏதேனும் மாற்றம் செய்ய விரும்பினால் அதனால் ஏற்படும் கூடுதல் செலவை ஒன்றாம் நபர் ஏற்றுக் கொள்ள வேண்டும்.

14) ரூ ..../- (ரூபாய்.. .... மட்டும்) மதிப்பீட்டில், இத்துடன் இணைக்கப்பட்டிருக்கும் வரைபடத்தில் காட்டியிருப்பதுபோல், கட்டடத்தை நல்லமுறையில் கட்டி முடிக்க உறுதிக்கொண்டு நாம் இருவரும் தெளிவான சிந்தனையோடும், நல்ல மனோராசியுடனும், நம்பிக்கையுடனும் சம்மதித்து இந்த ஒப்பந்த பத்திரத்தில் கையொப்பம் இட்டுள்ளோம்.

ஒப்பந்தத்தில் குறிப்பிடாத இதர கூடுதல் வேலைகள் :

1. காலி மனையை சுத்தப்படுத்தி தரையை மட்டமாக சமன்படுத்தி தரவேண்டிய பொறுப்பும் செலவும் ஒன்றாம் நபரையே சாரும்.

2. போர்வெல் (அ) கிணறு (அ) உள்ளாட்சி நிர்வாக தண்ணீர் விநியோகம் இவை சம்பந்தமாக அனைத்து பணிகளும் இந்த ஒப்பந்தத்தில் சேராதது. இவற்றை ஏற்பாடு செய்ய வேண்டிய பொறுப்பு மற்றும் செலவு ஆகியவை உத்தேச கட்டட உரிமையாளராகிய ஒன்றாம் நபரையே சாரும்.

3. உள்ளாட்சி அமைப்புகளில் கட்டட வரைபட மற்றும் திட்ட அனுமதி பெறுவது மற்றும் அவை சார்ந்த அனைத்து செயல்களுக்கும் உத்தேச கட்டட உரிமையாளராகிய ஒன்றாம் நபரே பொறுப்பாவார்.

(a) வருவாய் நிர்வாக அலுவலகப் பணிகள், கூட்டுப்பட்டா, சிட்டா, அடங்கல் கணக்கு, "A" பதிவு நகல், டோபா ஸ்கெட்ச், FMB ஸ்கெட்ச் போன்றவை ஒன்றாம் நபர் அவர்தம் செலவில் செய்து கொள்ள வேண்டும்.

4. TANGEDCO – மின்சார அலுவலகத்தினை அணுகி கட்டட மின்இணைப்பு பெறுதல், மின் உபயோக கட்டணம் செலுத்துதல், வணிக விகிதாசாரத்திலிருந்து வீட்டு உபயோக விகிதாசாரத்திற்கு மாற்றிக் கொள்ளுதல் (Tariff Change) மின்சார மீட்டரை இடம்மாற்றி அமைத்தல் (Shifting of Meter) போன்ற செயல்பாடுகளை ஒன்றாம் நபர் அவர் தம் பொறுப்பிலும் செலவிலும் செய்துகொள்ள வேண்டும்.

    ஒன்றாம் நபர் விரும்பினால் இந்த செயல்பாடுகளுக்கான கோரிக்கை மனு தயார் செய்தல், விண்ணப்பங்களை பூர்த்தி செய்தல் மற்றும் ஆய்வறிக்கை படிவம் பூர்த்தி செய்வது ஆகியவற்றில் இரண்டாம் நபர் ஆலோசனை உதவிகள் செய்வார்.

5. உள்ளாட்சி குடிநீர் இணைப்பு பெறுவதற்கு (தஞ்சாவூர் நகராட்சியிலிருந்து) உரிய அனைத்து செயல்பாடுகளையும் ஒன்றாம் நபர் அவர் தம் பொறுப்பிலும் செலவிலும் செய்து கொள்ள வேண்டும்.

6. கட்டட கட்டுமான ஒப்பந்தத்தில் அங்கம் வகிக்காத பிற பணிகள்.

a) வீட்டு எல்லைப்பகுதியை தீர்மானிக்கும் பாதுகாப்பு மதிற்சுவர் (காம்பவுண்ட் சுவர்)

b) வீட்டை சுற்றி அமைக்கப்படும் பிளாட்பார வேலைகள் (Plinth Protection)

c) வீட்டின் முகப்பு தோற்ற வேலைகள்

d) வீட்டின் முன்பக்க காம்பவுண்டுக்கு கேட்களுக்கு வெளிப்புறம் அமைக்கப்படும் பிளாட்பாரம்.

e) Bathroom, Washing Machine & Kitchen Sink– ஆகியவற்றிலிருந்து வெளியேரும் உபயோக கழிவுநீரினை பாதுகாப்பாக வெளியேற்றுவதற்கான சோக் பிட்கள் (உறிஞ்சு குழாய்கள்)

f) செப்டிக் டேங்க் மற்றும் அதற்கான சோக் பிட்

g) வீட்டின் தாய்நிலை மற்றும் பின்புறம் (கொல்லப்புற) நிலை ஆகியவற்றிற்கான பாதுகாப்பு கிரில் கேட்டுகள்.

h) துணி கொடி கிளாம்பு ஆங்கில் செட்டப்.

i) மொட்டை மாடி பந்தல் வளையம்.

j) ஊள்ளாட்சி குடிநீரை தேக்கி வைக்க அன்டர்கிரவுண்ட் சம்ப்,

k) ஓவர் ஹெட் வாட்டர் டேங்க்

l) துணி துவைக்கும் கல் மேடை

m) அம்மி மேடை மற்றும் ஆட்டுகல் கட்டை

n) துளசி மாடம்

o) போர்வெல் குழாய்க்கு பாதுகாப்பு தொட்டி

p) மின்சார வேலைகளில் மற்றும் பிளம்பிங் வேலைகளில் ஒப்பந்தக்காரர் செய்து கொள்ள ஒப்புக் கொண்டுள்ள (அட்டவணை வடிவில் இணைக்கப்பட்டுள்ள) பணிகளை தவிர கூடுதலாக ஏதேனும் பணி செய்ய விரும்பினால்...

q) சோலார் ஹீட்டர் மற்றும் சோலார் பேனல்கள் நிறுவ விரும்பினால்

r) ஆசாரி வேலைகளில் ஒப்பந்தக்காரர் குறிப்பிட்டுள்ளதை தவிர டிசைன் மாற்றம் கூடுதல் விலையுள்ள தாழ்ப்பாள் ஃபிட்டிங்குகள் பொருத்த விரும்பினால் அதற்கு ஏற்படும் கூடுதல் செலவு.

மேலே கண்ட உட்பிரிவினில் எந்த ஒரு கட்டட சம்பந்தப்பட்ட பணிகளையும் ஒன்றாம் நபர் செய்ய விரும்பினால் அதனை இரண்டாம் நபருடன் கலந்து பேசி அதற்கான தொகையினை உறுதி செய்த பின் அந்த விவரங்களை ஒப்பந்தத்தில் இணைப்பாக சேர்த்துக்கொண்டு

செயல்படுத்தலாம். இந்தப்படிக்கு ஒன்று, இரண்டு பார்ட்டிகள் செய்து கொண்ட கட்டிடம் கட்டும் ஒப்பந்தம் ஆகும்.

ஷெட்யூல் "A"

காலிமனை அமைவிட முகவரி மற்றும் விவரங்கள்

மாவட்டம் : –––––––––––––––

தாலுக்கா : –––––––––––––––

உள்ளாட்சி நிர்வாக அமைப்பு : –––––––––––– (மாநகராட்சி / நகராட்சி / பஞ்சாயத்து)

(வட்டம்/ வருவாய் கிராமம்) : –––––––––––––––

மனை எண் : –––––––––––––––

புல எண் : –––––––––––––––

மனையின் நான்கெல்லை அளவு மற்றும் பரப்பளவு : காலி மனை கிரய பத்திர நிழற்பட நகலின் – சொத்து விபரத்தில் கண்டுள்ளபடி

ஒன்றாம் நபர் ஒப்பம்   இரண்டாம் நபர் ஒப்பம்

சாட்சிகள்:

1.

2.

கட்டிட ஒப்பந்தத்தோடு இணைக்க வேண்டிய இணைப்புகள்-I
(Annexure - I) :

உள்ளாட்சி அமைப்பில் (மாநகராட்சி / நகராட்சி / பஞ்சாயத்து) கட்டட வரைபட ஒப்புதல்மற்றும்திட்ட அனுமதி பெறுதல் மேலும் அது சம்மந்தமாக நகராட்சி அலுவலகத்தில் நேரில் சென்று கவனிக்க வேண்டிய அனைத்து பணிகளும் ஒன்றாம் நபர் அவர் தம் பொறுப்பிலும் செலவிலும் செய்து கொள்ள வேண்டும்.

கட்டடத்தின் அஸ்திவாரம்– தரை தளம் மற்றும் முதல் மேல் தளம் ஆகிய இரண்டு தளங்களுக்கு மட்டும்கூடிய தாங்கு திறனை கணக்கிட்டு (Strut Column) ஸ்டரட்காலம் முறையில் அமைக்கப்படுகிறது. (R.C.C Column - தூண்கள்) அஸ்திவார தூண்கள் அமைக்கப்படும் இடங்கள் வரைபடத்தில் (தனிவரைபடம்) குறிப்பிடப்பட்டுள்ளது.

Strut Column - 18 நம்பர் (0'-9" x 0'-9") முழுநீள (உயர) காலம் போர்டிகோவிற்கு – 1 நம்பர் (1'-0" x 0'-9") காலம் சைஸ் (ரீயின் ஃபோர்ஸ்மெண்ட் கம்பிகளின் விவரம்), கிரேடு பீம் சைஸ், சில்சிலாபு, கண்டினியுவஸ்லிண்டல் அளவுகள், லிண்டல் மட்டத்தில்வரும் இதர

பீம்களின்அளவுகள், லாஃப்ட், சன்சேடேகள், ரூஃப் மட்டத்தில் வரும் பீம்கள், மாடிப்படி மற்றும் ரூஃப் சிலாபு ஆகியவற்றிற்கான விபரங்கள் (Structural Drawing Sheet -ல் கண்டுள்ளபடி)

1.   கட்டட கட்டுமான ஒப்பந்த காலம்: .... மாதம்

2.   வாட்ச்மேன் ஷெட் செலவு (பகுதி பணம்), டெம்ரவரி E.B. கனெக்ஷன் செலவு ஒன்றாம் நபர் செய்ய வேண்டும்.

3.   சிமெண்ட் : ISI   பிராண்டு சிமெண்ட்

4.   கம்பி : Fe 500 (ISI – தரம்)

5.   மணல் : சுவர் கட்டு வேலை மற்றும் கான்கிரிட் வேலைக்கு பெருமணலும், பூச்சு வேலைகளுக்கு அதே மணல் நன்கு சலித்தும் பூசப்படும்.

6.   செங்கல் : பிளை ஆஷ்கல்

7.   ஜல்லி : 11/2" சைஸ் ஜல்லி (கருங்கல்ஜல்லி)
           : 3/4" (தனி 3/4') ஜல்லி (கருங்கல்ஜல்லி)
           கப்போர்டு சிலாபுகள், வார்டு ரோடு சிலாபு
           வலைகட்டு மெத்தும் வேலை
           ஆகியவற்றிற்கு அவுல்ஜல்லி (சிப்ஸ்
           கருங்கல்தூள் ஜல்லி) பயன்படுத்தப்படும்.

8. கலவை விகிதம்

சுவர்கட்டு வேலை   சிமெண்ட்: மணல்: ஜல்லி

0'–9" அகல சுவர்   1 : 7

0'–41/2 அகல சுவர் 1 : 6

கப்போர்டு சிலாபுகள் மற்றும்
வலைகட்டு வேலைகளுக்கு   1 : 3

9.   காங்கிரீட்கலவை விகிதம்
அஸ்திவார காலம் வேலைகளுக்கு (ஸ்ட்ரட்காலம்வேலைகளுக்கு) மற்றும்
போர்டிகோ காலம் வேலைக்கு   1 : 1½ : 3

கிரேடு பீம், சில்சிலாபு, கண்டினியுவஸ்
லிண்டல், லாஃப்ட், சன்சேடு, லிண்டல்
மட்டத்தில் வரும் பீம்கள், மாடிப்படி
வெயிஸ்ட் சிலாபு மற்றும் ரூஃப் சிலாபு
ஆகியவைகளுக்கு   1 : 2 : 4

P.C.C (1½" ஜல்லி காங்கிரீட்)   1 : 5 : 10

இவற்றில் காலம் வேலை (மேட் & புட்டிங்), கிரேடு பீம் மற்றும் ரூஃப், சிலாபு ஆகிய வேலைகளுக்கு மட்டும் மிக்சிங் மெஷின் மூலம் காங்கிரிட் கலந்து அமைக்கப்படும். ஏனைய சில்சிலாபு, லிண்டல், லாஃப்ட், சன்சேடுகள், (நி.தி & தி.தி) ஆகிய கான்கிரிட்டுகள் கை கலவை மூலம் அமைக்கப்படும். சன்சேடுகள் மற்றும் லாஃப்டுகள் அமையப்பெறும் இடங்கள் வரைபடத்தில் உள்ளபடி. டாய்லெட்வெண்டிலேட்டர்களுக்கு சன்சேடு கிடையாது.

டாய்லெட், லெட்ரீன், பாத்ரூம், கிச்சன் மற்றும் வாஷ்பேஷன் ஆகியவற்றிற்கு வரும் கண்சீல்டு லைன் வேலைகள் முழுவதும் CPVC பைப், CPVC Joiners- செய்யப்படும். வீட்டின்

வெளிப்புறம் வரும் பிளம்பிங் லைன் வேலைகள், ஒப்பன்லைன் வேலை முறையில், சேடில் கிளாம்பு வைத்து அமைத்து கொடுக்கப்படும்.

வீட்டின் வெளிப்புறம் இரண்டு டேப் பாயிண்டுகள் மட்டும் ஒப்பந்தகாரர் செலவில் பொருத்தி கொடுக்கப்படும்.

கார்டனிங் பயன்பாட்டிற்கோ அல்லது வேறு பயன்பாடுகளுக்கோ கூடுதல் டேப் பாயிண்டுகள் தேவைப்பட்டால் ஒன்றாம் நபர் அவர் செலவில் செய்து கொள்ள வேண்டும். உள்ளாட்சி வினியோக தண்ணீர் இணைப்பு பெற்றிருந்தால் அதிலிருந்து வேறு எங்காவது இணைப்பு லைன் வேலை செய்ய தேவையிருப்பின் அதற்காகும் அனைத்து செலவுகளும் ஒன்றாம் நபர் அவர் தம் செலவில் செய்து கொள்ள வேண்டும்.

10)   பூச்சு வேலைகள்:–

சீலிங் பரப்புகள் முதலில் 1:3 (சிமெண்ட்– மணல்) என்கிற விகிதத்தில் கலவை நன்றாக குழைத்து வாரி அடித்து, அதன்மேல்1:5 என்கிற கலவை விகிதத்தில் உதிரி கலவை கொடுத்து பூசப்படும். ஸ்பான்ச் பினிஷிங் செய்யப்படும்.

உள்சுவர்பரப்புகள் 1 : 5 – கரனை தேய்ப்பு முறையில் நைஸ் ஃபினிஷிங் செய்தல்.

வெளிப்புற சுவர்பரப்புகள்: 1:5 – ஸ்பான்ச் ஃபினிஷிங் முறையில் ஃபினிஷிங் செய்தல்.

11)   கப்போர்டு வேலைகள் :

பெட்ரூம், ஹால் ஆகியவற்றில் வரும் கப்போர்டு வேலைகள் மற்றும் அடுப்பு மேடை சிலாபு ஆகியன 6 mm TMT கம்பியில் 0'-6" x 0'-6" கிரிடு (GRID வடிவில் கம்பி கட்டி, அவுல் ஜல்லி (சிப்ஸ் ஜல்லி) மற்றும் சிமெண்ட் கலந்து 1:3:2½ (சி:ம:ஜ) என்கிற விகிதத்தில் காங்கிரீட் அமைத்து கேஸ்டிங் செய்து தரப்படும்.

சமையலறையில் உள்ள கப்போர்டு மட்டும் டபுள் சைடு பாலிஷீடு கடப்பா சிலாபினால் அமைக்கப்படும்.

12)   மின்சார வேலைப்பாடுகள்:–

Three Phase Wiring (மும்முனை மின் இணைப்பிற்கேற்ப)

மெயின் சுவிட்சு – சர்க்கியூட்போர்டு (டிஸ்ட்ரிபியூஷன்போர்டு)

சாக்கியூட்போர்டு – சுவிட்சு போர்டு

சுவிட்சு போர்டு – கண்ட்ரோல் பாயிண்ட்டுகள் ஆகியவைகளுக்கு மட்டும் செய்யப்படும் கன்சீல்டு ஓயரிங்வேலைகளுக்கு – ISI   தரமுள்ள கிரேகலர் P.V.C பைப்புகள், JB மற்றும் பெண்டு ஆகியவை பயன்படுத்தப்படும்.

சுவிட்சு போர்டுகள் (G.I மெட்டல்பெட்டிகள்) தேவையான அளவு சுவற்றில்காடி எடுத்து பொருத்தப்படும்.

ஓயர்காயில் ISI Brand Wires, சுவிட்சு வகைகள், பல்பு ஹோல்டர்கள், எகானமி ரேஞ்ச் மாடுலர் சுவிட்சுகள் மற்றும் சீலிங்ரோஸ் போன்றவை ஒன்றாம் நபர் செலவில் அடாப்டர்கள் வினியோகம் செய்யப்படும்.

மெயின்சுவிட்சு – 32A உள்ள ISI Sheet Metal மாடல் (Kundan-Brand)

சர்க்கியூட்போர்டு – 12 Way Double Door மாடல் ISI Brand மீட்ட போர்டு, அதற்கான

ஃபியூஸ்கேரியர் (கட்அவுட் கவருடன்), அதில் பொருத்தப்படும் எர்த்லிங்க் ஆகியவை ஒன்றாம் நபர் அவர் தம் செலவில் செய்து கொள்ள வேண்டும். தேக்கு மர போர்டு அல்லது Panel Board இது எந்த வகையாக இருந்தாலும் அதை ஒன்றாம் நபர் அவர் தம் செலவில் செய்து கொள்ள வேண்டும்.

மீட்டர்போர்டிலிருந்து E B போஸ்ட் வரை செய்யபடும் ஒயரிங் (Single Phase Service Wiring) செலவுகள் அனைத்தும் ஒன்றாம் நபர் அவர் தம் செலவில் செய்து கொள்ள வேண்டும்.

ஒப்பந்தக்காரர் (இரண்டாம்நபர்) ஒப்பந்த அடிப்படையில் செய்து தரும் பாயிண்டுகளின் விபரம் அட்டவனை வடிவில் தனி தாளில் தரப்பட்டுள்ளது.

வீட்டிற்குள் அமைக்கப்படும் ஃபிட்டிங்குகள்:–

டியூப்லைட், CFL, அலங்கார விளக்குகள் (Fancy ஃபிட்டிங்) ஃபேன் வகைகள் (சீலிங் & எக்ஸ்ஹாஸ்ட்), வாஷ்பேஷன் மிரர்லைட் ஃபிட்டிங்குகள், ஸ்பெஷல் நைட் லேம்ப் வால்மவுண்ட் ஃபிட்டிங்குகள், ஹாலுக்குப் பொருத்தும் சாண்டிலியர் பிட்டிங் வீட்டின் வெளிப்புறம் பொருத்தும் பல்க் ஹெட்பிட்டிங், ஸ்ட்ரீட் லைட் மாடல் ஃபிட்டிங்குகள் போன்ற ஃபிட்டிங்குகளுக்கான மெட்டிரியல்ஸ் & லேபர்சார்ஜ் அனைத்தையும் ஒன்றாம் நபர் அவர் தம் செலவில் செய்து கொள்ள வேண்டும்.

13) பிளம்பிங் வேலைகள்:–

வாட்டர் டேங்க் கொள்ளளவு 1000 லிட்டர் x 2 Nos. பொருத்தி தரப்படும்.

வாட்டர் டேங்கிலிருந்து வீட்டிற்குள் வரும் (டாய்லெட், கிச்சன், வாஷிங்மெஷின் மற்றும் வாஷ்பேஸின் ஆகிய) பாயிண்டுகளுக்கான பிளம்பிங் வேலைகள் ஒப்பந்தகாரர் செலவில் செய்யப்பட வேண்டும் (விபரம் தனி தாளில்) பயன்படுத்தப்படும் பிளம்பிங் சாமாண்கள் பற்றிய விபரம்:–

கிரே பி.வி.சி பைப்புகள் – Prince ISI (OR) AVON ISI

பெண்டு, கப்ளர்கள், எல்போ,

டி, எம்.டி.ஏ, எ...ப், டி.ஏ, ரெட்யூசா,   Prince (or) STAR

புஷ் போன்ற பி.வீ.சி :பிட்டிங்குகள்

வாட்டர்டேங்கிலிருந்து தண்ணீரை வெளியே எடுத்து செல்லும்டெலிவரி லைன் கண்ட்ரோல் செய்ய பிராஸ் பால்வால்வு R-பிராண்டு (மதிப்பு ரூ.840/–), கண்சீல்டு லைன் வேலைகள் முழுவதும் (CPVC) C.d.M.C பைப் மற்றும் இணைப்பான்கள் மூலம் செய்யப்படும்.

ஃபிட்டிங்குகள் முறையே ஷார்ட்பாடி டேப், லாங்பாடி டேப், வாஷ்பேஸின்டேப், கிச்சன் சிங்க்காக் டேப், ஷவர் (ரோஸ் & ஆரம்), ஆங்கிள்வால்வுகள், எக்ஸ்டன்ஷன் நிப்பிள்கள், ஃபிளாஞ்சு பினோட்டுகள், வாஷ்பேஸினுக்கான வேஸ்ட் கப்ளிங், கனெக்டர் ஹோஸ், வேஸ்ட் வாட்டர் ஹோஸ், கிச்சன் சிங்கிற்கான வேஸ்ட் ஹோஸ் முற்றும் எதாவது ஸ்பெஷல் பிட்டிங்குகள் தேவையென்றால்) ஆகிய இதர .பிட்டிங்குகளுக்கான (மெட்டிரியல்ஸ் லேபர் சார்ஜ் ஆகியவை ஒன்றாம் நபர் அவர் தம் செலவில் செய்து கொள்ள வேண்டும்.

14.   பெயிண்ட் வேலைகள் :– (வர்ண வேலைபாடுகள்)

அ.   அனைத்துவிதமான சுவர் பரப்பு மற்றும் சீலிங் பரப்பு ஆகியவற்றின் பூச்சு வேலைபாடுகளுக்கு முதலில் ஷெல்லைம்பவுடா (கிளிஞ்சல் சுண்ணாம்பு பொடி) Royal Cem (or) King Cem கரைத்து பூசப்படும்.

ஆ.   சீலிங் பரப்புகளுக்கு அதே சுண்ணாம்பு பவுடருடன் ராபின் புளு கலந்து பூசி நிறைவு செய்யப்படும். (ஒரு கோட் மட்டும்)

இ.   உட்புற சுவர் பரப்புகளுக்கு ஒரு கோட் இண்டீரியர் வால்பிறைமர் பூசி அதன் மேல் 2 கோட் டிஸ்டெம்பர் பெயிண்ட் பூசி கொடுக்கப்படும்.

Asian Paints (P) Ltd   (Acrylic Distemper)

உட்புற சுவர் பரப்புகளுக்கு பட்டி வழிக்க வேண்டும் என்றால் அதற்காகும் (மெட்டிரியல்ஸ்* லேபர்) செலவினை ஒன்றாம் நபர் ஏற்றுக் கொள்ள வேண்டும்.

ஈ.   வெளிப்புற சுவர் பரப்புகளுக்கு இரண்டு கோட் எமல்சன் பெயிண்ட் பூசிக் கொடுக்கப்படும்!

Asian Paints (P) Ltd (Ace grade)

உ. மர வேலைப்பாடுகள்

தாய்நிலை – ஷீன் லேக் சீலர்   – 3 கோட்

ஷீன் லேக் பாலிஷ்   – 3 கோட்

டச்வுட்   – 1 கோட்

மற்ற நிலை & கதவு, ஜன்னல் & கதவு, வெண்டிலேட்டர்கள் ஆகிய மரப்பரப்புகளுக்கு ISI தரமுள்ள எனாமல் பெயிண்ட் இரண்டு கோட் பூசி தரப்படும். Asian Paints (P) Ltd - Apcolite Premium Enamel

ஊ.   மரப்பரப்புகளுக்கு முதலில் Woodorite White primer 1 கோட் பூசப்படும். சுவற்றுடன் ஒட்டிவரும் பரப்புகளுக்கு Japan Black 1 கோட் பூசப்படும்.

ஊா.   ஜன்னல் கிரில், வெண்டிலேட்டர் உருட்டு கம்பி மற்றும் ஏனைய கிரில் பரப்புகளுக்கு – BIS தரமுள்ள எனமல் பெயிண்ட் இரண்டு கோட் பூசி தரப்படும். இரும்பு கிரில் பரப்புகளுக்கு முதலில் ஒரு கோட் ரெட் ஆக்ஸைடு பூசப்படும். (மெட்டல் பிரைமர்)

குறிப்பு–

1.   இரும்பு பரப்புகளுக்கு ரெட் ஆக்ஸைடு மெட்டல் பிரைமருக்கு பதில் ஜிங்க்குரோமேட் ஆக்ஸைடு பிரைமர் பூச வேண்டும் என்றால் அதற்காகும் கூடுதல் செலவினை ஒன்றாம் நபர் ஏற்றுக்கொள்ள வேண்டும்.

2.   உள்சுவர் பெயிண்டிங், வெளிசுவர் பெயிண்டிங் மற்றும் மரப்பரப்புகளுக்கு குறிப்பிட்டுள்ள தர பெயிண்டுகளில் ஒன்றாம் நபர் அவரது விருப்பத்திற்கேற்ப எதாவது பிரத்யேக நிறம் உபயோகிக்க வேண்டும் என்றால் அதற்காகும் கூடுதல் Colorant Charge-யினை ஒன்றாம் நபர் ஏற்றுக்கொள்ள வேண்டும்.

15. சேனிட்டரி மற்றும் டிரெயினேஜ் லைன் வேலைகள்:–

1) கழிவறை பீங்கான்கோப்பைகள் மற்றும் வாஷ் பேஷன்கள் ஆகியவை (Neycer-Make) பயன்படுத்தப்படும்.

IWC -20" x 16"- Basic Colors & Basic Model,

EWC - Basic Model with Flush Tank ISI brand & Seat cover ISI brand

Wash Basin 20" x 16" - Basic Model (Dark Shade-களுக்கு வரும் கூடுதல் விலை வித்தியாசம் ஒன்றாம் நபர் கொடுத்துவிட வேண்டும்.

2. கழிவறை கழிவுநீர், சமயலறை, வாஷ்பேஷன், குளியலறை மற்றும் மழைநீர் ஆகியவற்றின் பயன்பாட்டு கழிவு நீரினை P.V.C குழாய்கள் மூலம் வெளியேற்றித் தரப்படும் (பிரதான கட்டடத்தின் வெளி விளிம்பு வரை மட்டுமே) மழைநீர் சேகரிப்பு அமைப்புக்கோ, தனி சோக் பீட்டிற்கோ அல்லது நகராட்சியின் பாதாள சாக்கடை இணைப்பிற்கோ செய்யும் செலவு ஒன்றாம் நபரையே சாரும். (மெட்டீரியல்ஸ்+ லேபர்)

16. சமையலறை மேடை :

சமையலறை மேடை மற்றும் பாத்திரம் கழுவும் தொட்டி ஆகியவை, செங்கல் சப்போர்ட் பில்லா. கட்டி, R.C.C சிலாபு அமைத்து அதன் மேல் கடப்பா கல் சிலாபு மற்றும் கடப்பா கல் தொட்டி வைத்து அமைக்கபடும்.

குறிப்பு:– கடப்பா கல் சிலாபிற்கு பதில் வேறு ஏதேனும் கிராணைட், மார்பிள், Artificial, Marble, Korion போன்ற மெட்டீரியல்களில் மேடை அமைக்க விரும்பினால் அதற்காகும் விலை வித்தியாசத்தை ஒன்றாம் நபர் ஏற்றுக் கொள்ள வேண்டும். (மெட்டீரியல் x லேபர்).

அதேபோல் பாத்திரம் கழுவும் தொட்டி கடப்பாவுக்கு பதில் SS ஸ்டெயின்லெஸ் ஸ்டீல் அல்லது Unbreakable Polyurethene மெட்டீரியல்களினால் செய்யப்பட்ட தொட்டி பொருத்த வேண்டுமானால் அதனால் வரும் கூடுதல் விலை வித்தியாசத்தை ஒன்றாம் நபர் ஏற்றுக் கொள்ள வேண்டும். அடுப்பு மேடையின் நீளம் மற்றும் அமைவு கட்டட வரைபடத்தில் காட்டியிருப்பது போல் அமைக்கப்படும்.

17.   டைல்ஸ் வேலைகள்:–

சுவர் டைல்ஸ் வேலைகள்

1.   சமையலறை அடுப்பு மேடைக்கு மேல் 4'0" உயரத்திற்கு கிளோஸீடு செராமிக் டைல்ஸ் பதித்து தரப்படும்.

H.R.Jhonson   நிறுவன சுவர் டைல்ஸ்

டைல் சைஸ்	16" x 12" (60 18" x 12"
விலை மதிப்பு	ரூ.28/– Sq.Ft
பதிக்க கூலி	ரூ.12/– Sq.Ft

2.   Toilet (குளியலறையுடன் இணைந்த கழிவறை) :– 7"-0" உயரம் (அதாவது நிலை அருகால் மற்றும் வெண்டிலேட்டா அருகால் மேல் மட்டம் வரை)

H.R.Jhonson   நிறுவன சுவர் டைல்ஸ்

டைல் சைஸ்	16" x 12" (or) 18" x 12"
விலை மதிப்பு	ரூ.28–/ Sq.Ft
டைல்ஸ் பதிக்க கூலி	ரூ.12–/ Sq.Ft

இவற்றில் டைல் சைஸ் மற்றும் டிசைன்களில் குறிப்பிட்டுள்ளவற்றைத் தவிர அதிக விலைக்கு வாங்க விரும்பினால் கூடுதல் விலை வித்தியாசத்தை ஒன்றாம் நபர் ஏற்றுக் கொள்ள வேண்டும். அதேபோல் பெரிய சைஸ் டைல் ஒட்ட நேர்ந்தால் பதிக்கும் லேபரின் செலவு கூடுதலாக வந்தாலும் அந்த விலை வித்தியாசத்தை ஒன்றாம் நபர் ஏற்றுக் கொள்ள வேண்டும்.

தளப் பரப்புகளுக்கான டைல்ஸ் வேலைகள் :

1. பிரதான வீட்டின்தள வேலைகள்: G.F ஹால், பெட்ரூம், மாடி படிகட்டு அடியில் மற்றும் பக்கவாட்டில் மற்றும் சமையலறை F.F ஹால் மற்றும் இரண்டு பெட்ரூம்களிலும் 16" x 16" அளவுள்ள H.R.Jhonson நிறுவன Joint Free (Joint rectified) Premium Variety டைல்ஸ்கள் பதித்து தரப்படும். விலை மதிப்பு ஒரு சதுரடி ரூ.30 /– வரை மட்டுமே.

2. டாய்லெட் தளபரப்பு : 12" x 12" அளவுள்ள ஆன்ட்டி ஸ்கிடு ஈரப்பத பாசியினால் வழுக்காத டைல்ஸ் பதித்து தரப்படும்.

   H.R.Jhonson நிறுவன - Quartz Variety டைல்ஸ் விலை மதிப்பு ரூ.28/– Sq.Ft வரை மட்டுமே.

3. போர்டிகோ தள பரப்பு மற்றும் வீட்டின் முன் படிகட்டு டிசைனர் டைல்ஸ் ARROW CON COMPANY TILES விலை மதிப்பு ரூ.35/– Sq.Ft வரை மட்டுமே.

வெதரிங் கோர்ஸ் காங்கிரீட் மற்றும் பிரஸ்சுடு டைல்ஸ் வேலை :

அ. வெதரிங் கோர்ஸ் காங்கிரீ 3/4" அளவுள்ள செங்கல் ஜல்லியுடன் சுண்ணாம்பு நீர் (கல் சுண்ணாம்பு பொடி) கலந்து குழைத்து வாட்டத்திற்கேற்ப அமைக்கப்படும். காங்கிரீட் அமைத்த மறுநாள் கடுக்காய் பவுடர் ஊர வைத்த நீரில், கசிவு வெல்லம் கரைத்து அந்த கரைசலை தெளித்து கொத்து கட்டையால் காங்கிரீட்டினை நன்கு இறுக்கமாக்கிவிடப்படும்.

ஆ. பிரஸ்ஸீடு டைல்ஸ் :–

   "9" அளவுள்ள சுட்ட களிமண் ஓட (ROSERRY (OR) REZMI) குத்து விளக்கு பிராண்ட் ஓடு பதித்து தரப்படும். ஒரு ஓட்டின் விலை ரூ11.75 /– வரை மட்டுமே.

ஓடு பதிக்க கலவை :

   பதிப்பதற்கு முதலில் 1:7 என்கிற விகிதத்தில் சிமென்ட் கலவை பரப்பி அதன் மேல் சிமென்ட் பால் ஊற்றி ஓடு பதிக்கப்படும். ஓட்டிற்கு இடைபட்ட ஜாயிண்டுகள் 1:3 என்கிற சிமென்ட் கலவை விகிதத்தில் வேஸ்ட் ஆயில் (Curde Oil - Waste) கலந்து பதித்து தரப்படும்.

   மாடிப்படி கைப்பிடி "MS" குழாய் வைத்து Handrails பொருத்தி கொடுக்கப்படும்.

   MS பைப்புக்கு பதில் SS பைப் வைக்க வேண்டுமென்றால் அதனால் வரும் கூடுதல் செலவு ஒன்றாம் நபரையே சாரும்.

   மாடிப்படி மேல்மட்டம் (Ultra Company டைல்ஸ்(Stefano Design 20" x 12") வைத்து Finishing செய்யப்படும்.

N. அறிய வேண்டிய 6 வகை அடமான கடன் பத்திரங்கள்

சொத்தின் மீதான அடமானம் கடன் புரிந்துகொள்ள வேண்டியது சொத்தை அடமானம் வச்சி கடன் வாங்கினேன் என்ற சொல். நம் அன்றாட வாழ்வில் கேட்டு இருப்போம், போக்கியத்திற்கு விட்டு பணம் வாங்கினேன் என்று காஞ்சிபுரம் திருவண்ணாமலை பகுதிகளில் சொல்வார்கள். பத்திரங்களில் ரூபாய் இரண்டு லட்சத்திற்கு போக்கிய பத்திரம் என்றால் பதிவும் செய்து இருப்பார்கள்.

திருநெல்வேலி, மதுரை பக்கங்களில் "ஒத்திக்கு விட்டுருக்கேன்" என்பார்கள் பத்திரங்களில் ஒத்தி தொகை, ஒத்தி கெடு, ஒத்தி சொத்து, ஒத்தி பத்திரம், என்றே குறிப்பிடுவார்கள். பலர் ஒத்தி வேறு, போக்கியம் வேறு, அடமானம் வேறு என்று நினைத்து கொண்டு இருக்கிறார்கள். உண்மையில் அனைத்தும் ஒன்று தான். சேலம், தர்மபுரி, ஈரோடு மாவட்டங்களில் அடமானத்தை குதவை, பெந்தகம் என்று சொல்லுவார்கள், இப்படி வெவ்வேறு வகையான வார்த்தைகள் எல்லாமே அடமானத்தைத் தான் குறிக்கும்.

மேற்படி அடமானங்கள் ஐந்து வகையாக நம் தமிழகத்தில் நடைமுறையில் இருக்கிறது. அதனை பற்றி விரிவாக காண்போம்.

1. சாதாரமாண அடமானம் :

சாதாரண அடமானம் என்பது ஒரு தொகையை கடன் வாங்கும் போது தன் சொத்தை அடமானம் எழுதி கொடுத்து வாங்குவது அதில் மாதம்தோறும், அல்லது ஆண்டு தோறும், கொடுக்க வேண்டிய வட்டி, அசல் திருப்பி கொடுக்க வேண்டிய கெடு தேதி குறிப்பிட்டு இருக்கும், அசலையும் வட்டியையும், கடன் வாங்கியவர்கள் திருப்பி கொடுக்காத

போது இப்பத்திரத்தை வைத்து நீதிமன்றத்தில் வழக்கு பதிவு செய்துவிட்டு நீதிமன்றம் மூலம் சொத்தை அடமானம் போட்டவர் எழுதி வாங்கலாம்.

2. ஈட்டு அடமானம் :

இது கடன் கொடுப்பவருக்கு மிகவும் சாதகமான அடமானம் ஆகும். சாதரணமாக நீதிமன்றத்தில் பணம் திரும்ப வரவில்லை என்றால் வக்கீல் நோட்டீஸ் அனுப்பி, நீதிமன்றம் போய் வழக்காடி சொத்தை எழுதி வாங்கிவிட வேண்டும். ஆனால் இந்த அடமானத்தில் நேரடியாக அடமானம் போட்டவர் முன்னறிவிப்பு நோட்டீஸ் மட்டும் கொடுத்துவிட்டு பதிவு செய்யப்பட்ட ஏல கம்பெனி மூலம், ஏலத்திற்கு கொண்டு வந்து, சொத்தை உரிமை யாளருக்குப் பதிலாக கடன் கொடுத்தவரே கையெழுத்துப் போட்டு சார்பதிவகத்தில் பதியலாம். நிறைய பேர் "ஈட்டு அடமானம்" என்று எழுதி இருப்பார்கள். ஆனால் பின்வரும் வசனத்தை எழுதி இருக்கமாட்டார்கள். இப்படி எழுதவில்லை என்றால், இது சாதாரண அடமானமாகவே கருதப்படும். அந்த வசனமாவது "சொத்து மாற்று சட்டம் 69வது பிரிவு எங்களை கட்டுபடுத்தும்" என்று ஈட்டு அடமானப் பத்திரத்தில் எழுதி இருக்க வேண்டும்.

3. சுவாதீன அடமானம் :

ஒரு சொத்தில் இருந்து வாடகையாகவோ, வருமானமாகவோ, விளைச்சலாகவோ வருகின்றவற்றை அப்படியே கடன் கொடுப்பவருக்கு அனுபவத்தை கொடுத்து, கடன் வாங்குவது சுவாதீன அடமானக் கடனாகும். சுவாதீன அடமானத்தில் வாங்கிய கடனை திருப்பி கொடுத்து, சுவாதீனத்தை மீட்டால், இதனை ஒத்தி அல்லது போக்கியம் என்பார்கள்.

4. பத்திர ஒப்படைப்பு அடமானம் :

பெரும்பாலும் தொழில் செய்பவர்கள், சில லட்சங்களை கடன் வாங்கினால் கையிலிருக்கும் சொத்து பத்திரங்களை ஈடாக வைத்து கடன் பெறுவார்கள். அந்த கடனை திருப்பி கொடுத்து சொத்து பத்திரங்களை மீட்டு கொள்ளலாம். இதனை பதிவு செய்ய வேண்டும் என்று அவசியம் இல்லை! தற்போது வங்கிகள் வீட்டு கடன் கொடுக்கும்போது பத்திரங்களை வாங்கி வைத்துக் கொண்டு இந்த அடமானம் போடுகிறார்கள். இதனை பத்திர அலுவலகத்தில் பதிவும் செய்கிறார்கள். வங்கிக்கு சர்ஃபாசி சட்டம் துணையாக இருப்பதால், அவர்களுக்கு கொடுத்த பணத்திற்கு சட்டப் பாதுகாப்பு வந்து விடுகிறது.

வங்கியில் கடனாக சொத்து இருக்கிறது என்பதை வெளிநபர்கள் தெரிந்துக்கொள்வதற்காக EC-ல் பிரதிபலிப்பதற்காக இந்த பத்திர ஒப்படைப்பு அடமானம் வங்கியில் பதியப்படுகிறது.

சட்டப்படி மேற்படி அடமானங்கள் சென்னை, மதுரை, கோவை, திருச்சி போன்ற நகரங்களில் மட்டுமே மேற்படி அடமானம் போட வேண்டும் என்று சட்டம் சொல்கிறது. ஆனால் வங்கிகள் கிராமந்தோறும் இருக்கின்ற சொத்துக் களை இந்த அடமானத்தின் கீழ் கொண்டு வருகிறது.

5. ஆங்கில அடமானம் :

அடமானம் கொடுப்பவர், குறிப்பிட்ட நாளில் அடமானத்தை திருப்பித் தருவதாக சொல்லி தன் அடமான சொத்தினை கொடுத்துவிடுவதாகவும் அடமான தொகையை திருப்பி கொடுத்தால் சொத்தினை திருப்பி வாங்கி கொள்வதாக ஒப்புக்கொள்ளும் ஒரு வர்த்தக நடவடிக்கை "ஆங்கில அடமானம்" என்று சொல்வார்கள். இதனை

பரங்கிமலையில் உள்ள ஆங்கிலோ இந்தியர்களின் குடும்பங்களில் பார்த்திருக்கிறேன். இதுவரை இப்படி ஒரு அடமானத்தை யாராவது பதிவு செய்திருக்கிறார்களோ? என்று தேடிக் கொண்டும் இருக்கிறேன். இது அடமானக் கிரையம்தான், இதனையே எதிர்நடை கிரையம் என்று சொல்வோம்.

6. கட்டு வழி போக்கியம் அடமானம் :

அடுத்து நாம் பார்க்க வேண்டிய அடமானம் கட்டு வழி போக்கியம் இந்த போக்கியம் தற்பொழுது யாரும் பெரும்பாலும் போடுவதல்லை. ஆனால் பழைய பத்திரங்களில் 1950, 1960, 1970 ஆண்டு காலங்களில் இந்த பத்திரங்கள் நிறைய போடபட்டு இருக்கிறது.

இதனை ஆங்கிலத்தில் Usufructurary Mortgage என்பார்கள். வந்தவாசி காஞ்சிபுரம் பகுதிகளில் திக்கு போக்கியம் என்றும் சொல்வார்கள். இதனுடைய தன்மை என்னவென்றால்;

சொத்தை அடமானம் வைத்தவர் அடமானம் வாங்கியவருக்கு வாங்கிய பணத்தை திருப்பி தர வேண்டியது இல்லை. ஆனால் அடமானம் வாங்கியவர் சொத்திற்குள் சுவாதீனத்திற்கு போய்விடுவார் அதன் பலனை அனுபவிப்பார்.

மேற்படி சொத்தில் இருந்து வரும் வாடகை இலாபம் விளைச்சல் ஆகியவற்றை தானே எடுத்துக் கொண்டு அடமான தொகையில் கொஞ்சம் கொஞ்சமாக கழித்து கொண்டு அடமானத்தை அடமானம் வைத்தவரிடம் திருப்பி கொடுக்க வேண்டும். அதாவது முன் சொன்ன சுவாதீன அடமானம்தான் ஆனால் வாங்கிய தொகையை திருப்பி தர வேண்டியது இல்லை. இதற்கு கட்டுவெழி போக்கியம் என்று சொல்வார்கள். மேலும் அடமானத் தொகை சொத்தின் பயனால் குறைந்துவிட்டால் மீண்டும் அதன் மேல் கடன்

வாங்குவார்கள். அதற்கு போக்கியத்திற்கு மேல் போக்கியம்

அடமானத்தில் கண்டிசனா?

சொத்தை அடமானம் கொடுப்பவர் பெரும்பாலும் நொடிந்த நிலையாலும் , அடமானம் போடுபவர் கொஞ்சம் பொருளாதாரத்தில் வலிந்த நிலையில் இருப்பார்கள். அதனால் அடமானம் கொடுப்பவரை தர்ம சங்கடமான வாக்குறுதிகள் கண்டிசன்கள், அழுத்தங்கள், கொடுத்து வேறு ஏதாவது அடமானத்திற்கு எழுதுவதோ, அல்லது அடமான பத்திரத்திற்கு வெளியில் தனியாக பதிவு செய்யாமல் எழுதுவதோ, நீதிமன்றத்தில் செல்லாது.

நான் பார்த்தவரை வங்கிகள் இல்லாதவர்கள், கடன் கொடுக்கும் போது அடமானம் பத்திரம் போடுவதில்லை கடனுக்கு கிரைய பத்திரம் முன் கூட்டியே எழுதி வாங்கி விடுகிறார்கள். பிறகு கடனை திருப்பி கொடுத்தவுடன் மறு கிரயம் செய்து கொடுக்கிறார்கள் அல்லது பலர் வாங்கி வைத்து கொள்கிறார்கள், அல்லது SALE அக்ரிமெண்ட் போட்டு கொள்கிறார்கள்.

இதுபோல் கிரைய பத்திரம், பவர் பத்திரம் போட்டு கடன் வாங்குவது சொத்தை இழப்பதற்கு வழி வகுக்கும். அரசும் இந்த நடைமுறைகளுக்கு சட்டங்கள் இயற்றி பாதுகாக்க வேண்டும். அப்பாவிகளை, கடனில் இருப்பவர்களின் சொத்துகளை சிறிய விலையில் வாங்குவதற்கு இதனை யுக்தியாகவே ஒரு சிலர் பயன்படுத்துகிறார்கள். பவர் கொடுத்து விட்டு கடன் வாங்கிவிட்டு நீங்கள் சென்றால் பவரை வைத்து வேறு ஒரு சார்பதிவகத்தில் ஒரு கிரைய பத்திரம் போட்டு வைத்து கொள்கிறார்கள். எனவே கடன் கொடுப்பவரிடம் அடமானக் கடன் என்றால் அடமானக் கடன் மட்டுமே போடுவேன் என்று கடன் வாங்குபவர்கள் உறுதியாக நில்லுங்கள்.

N1. அடமான மேடோவர் பத்திரம் மாதிரி
(TRANSFER OF MORTGAGE)

...... வருஷம் ... மாதம் .... ஆம் தேதி டிஸ்டிரிக்ட் சப்டிஸ்டிரிக்ட் காஸ்பா... வீதியிலிருக்கும் ... ஜாதி .... மதம்... ஜீவனம்.... குமாரர்...... க்கு மேற்படி சப் டிஸ்டிரிக்ட் மேற்படி காஸ்பா வீதியிலிருக்கும் மேற்படி ஜாதி .... மதம்... ஜீவனம்.... குமாரர்......எழுதிக் கொடுத்த அடமான மேடோவர் பத்திரம்.

.... வருஷம் ...... மாதம் ..... தேதி .... கிராமத்திலிருக்கும்... குமாரர் 1...... குமாரர் 2.... இவர்கள் இருவருக்கும் ரூ.....க்கு எனக்கு எழுதிக் கொடுதிருக்கிற அடமான பத்திரத்தை நாளது தேதியில் உமக்கு மேடோவர் செய்துவிட்டு அதற்காக அசலுக்கு ரூ......யும் வட்டியில் எனக்குச் சேர்ந்தது போக நாளது தேதி வரையில் வட்டியில் பாக்கி ரூ.......ம் ஆக வட்டி அசல் உள்பட ரூ....... நாளது தேதியில் உம்மிடத்தில் ரொக்கமாகப் பெற்றுக் கொண்டபடியால்;

மேற்படி அடமான மூலப்பத்திரத்தில் கண்ட அசலையும் இனிச் சேரும் வட்டியையும் அடமானப் பத்திர ஷரத்துப்படி நீரே வசூல் செய்துகொள்ள வேண்டியது. இதற்கு ஆதாரமாக மூல பத்திரத்தையும் இத்துடன் கொடுத்திருக்கிறேன்.

இனிமேல் மேற்படி அடமான சொத்துக்களின் பேரில் அடமானத்தைக் குறித்து எனக்காவது என் வாரிசுகளுக்காவது யாதொரு பாத்திய சம்பந்தமில்லை. இந்தப்படி சம்மதித்து எழுதிக் கொடுத்த மேடோவர் பத்திரம்

சொத்து விவரம்

சாட்சிகள்:

தெரிந்து கொள்ள வேண்டிய பாடம் :

உயிருடன் உள்ள நபர், உயிருடன் உள்ள மற்றொரு நபருக்கு, இப்பொழுதோ அல்லது பின்னாலோ அடைவதற்கு சொத்தை கொடுப்பது சொத்து மாற்றுதல் எனப்படும். சொத்து மாற்றுச் சட்டம் 5.

N2. அசையும் (ஜங்கம) சொத்து அடமான சாஸனம் மாதிரி
(DEED OF HYPOTHECATION)

.... ஆம் வருஷம் ஜூலை மாதம் 22ஆம் தேதி ஹிந்து குப்புசாமி என்பவர் குமாரர் கே.கோபாலன் 1 ஹிந்து வீரராகவன் என்பவர் குமாரர் வி.ராஜாமணி 2 ஆகிய இருவரும் சென்னை எழும்பூர், எழும்பூர் ஹைரோட் 6 ஆம் நெம்பரில் கோபாலன் பவர் பிரஸ் பெயரில் தொழிலும், சென்னை அங்கப்ப நாயக்கன் தெரு 55ல் ராமன் வொர்க்ஸ் என்ற பெயரில் வியாபாரமும் சேர்ந்து செய்கிறார்கள் (இவர்கள் பின்னால் கடன் வாங்குபவர்கள் என்று அழைக்கப்படுவர்).

தஞ்சாவூர் ஜில்லா திருவாரூர் மெயின் ரோடு 30 நெம்பரில் நாதன் அன்ட் நாதன் என்கிற பெயரில் சார்ட்டர் அக்கௌண்டன்ட் தொழில் செயும் ஹிந்து ஸ்ரீ கணேசன் என்பவர் குமாரர் ஸ்ரீ ராமநாதன் என்பவர் (இவர் பின்னால் கடன் கொடுப்பவர் (lender) லென்டர் அழைக்கப்படுபவர்) கடன் வாங்குபவர்கள் கடன் கொடுப்பவருக்கு எழுதிக் கொடுத்த அடமான சாஸனம் (Hypothecation Deed) என்னவென்றால்;

மேற்படி கடன் வாங்குபவர்கள் சென்னை எழும்பூர் எழும்பூர் ஹைரோட் 6ஆம் நெம்பரில் கோபாலன் பவர் பிரஸ் பெயரில் தொழிலும், சென்னை அங்கப்ப நாயக்கன் தெரு 55ல் ராமன் வொர்க்ஸ் என்ற பெயரிலும் அச்சடித்தல் புத்தகங்கள் பைண்ட் செய்தல் தொழிலைக் கூட்டமாகச் சேர்ந்து செய்கிறபடியாலும்,

அவர்கள் தொழிலுக்குண்டான ஜங்கமச் சொத்துகளான அச்சியந்திரங்கள் தட்டு முட்டுச் சாமான்கள் அதற்கு வேண்டிய துணைக் கருவிகள் அகியவற்றிற்குப் பூரண உரிமையுள்ளவர்கள் ஆனதாலும்; அவைகள் தான் அவர்கள் தொழிலுக்கு அஷ்தியகையாலும்;

... ஆம் வருஷம் மார்ச் மாதம் 23–ஆம் தேதி கோபாலன் பவர் பிரஸ்சை வாங்கிய செலவிற்கும் இன்னும் வியாபரத்துக்கு வேண்டிய பொருள்களை வாங்குவதற்காக வேண்டி கடன் வாங்குபவர்கள். கடன் கொடுப்பவரைத் தங்களுக்குக் கடனாக ரூ.15000 தரும்படி கேட்டுக் கொண்டதாலும்;

அடியில் கண்ட ஷெட்யூலில் காணப்படும் கோபாலன் பவர் பிரஸ், ராமன் வொர்க்ஸ் இவைகளின் அஷ்தியுமான ஜங்கமச் சொத்துக்களை

அடமானமாக வைத்ததன் பேரில் 18 சதவீதம் வட்டிக்குக் கடன் கொடுப்பவர் ரூ15000 கடனாகக் கொடுக்கக் கீழ்க்கண்ட நிபந்தனைகளுக்குட்பட்டு ஒப்புக் கொண்டதாலும் இப்போது இந்தச் சாசனம் தெரிவிப்பது என்னவென்றால்,

.....ம் வருஷம் மார்ச் மாதம் 16ம் தேதி கடன் கொடுப்பவர் கடன் வாங்குபர்களுக்கு ரூ.15,000 கடனாகக் கொடுத்து அந்தத் தொகையைப் பெற்றுக் கொண்டதாகக் கடன் வாங்குபர்களும் ஒத்துக் கொண்டால் .....ம் வருஷம் டிசம்பர் மாதம் 31 தேதிக்குள் மேற்படி கடன் தொகையாகிய ரூ.1,50,000 ஐயும் 18 சதவீதம் கூடும் வட்டியையும் திருப்பித் தருவதாக ஒப்புக் கொண்டிருக்கிறார்கள்.

மேற்படி ஐங்கமச் சொத்துக்கள் மேற்படி கடன் தீருகிற வரையில் கடன் கொடுப்பவருக்கு ஈடாக இருக்கும்படி கடன் வாங்குபவர்கள் சாசனம் செய்து கொடுக்கிறார்கள்.

16–3..... முதல் .... 30–9–..... வரையில் கூடிய வட்டியை 15–10–....க்குள் செலுத்திவிடுவதாயும் அதற்கப்புறம் மாதா மாதம் வட்டியை 18 சதவீதம் மறுமாதம் 15ஆம் தேதிக்குள் செலுத்துவதாகவும் தொடர்ந்து 3 மாத வட்டித் தொகையை மேற்கண்டவாறு செலுத்தத் தவறினால் குறிப்பிட்ட முடிவு தேதியாகிய 31–12 .... முன்னரே பாக்கி தொகை பூராவையும் திருப்பிப் பெறுவதற்குக் கடன் கொடுப்பவர் அருகதை உள்ளவர் என்றும்,

அதற்காகக் கோர்ட்டு மூலமாகவோ அது இல்லாமலேயே சொத்துகளைத் தற்கால மதிப்பை கொண்டு சரிகட்டி எடுத்துக் கொள்ள கடன் கொடுத்தவருக்கு உரிமையுண்டு என்றும் கடன் வாங்குபவர்கள் இதன் மூலம் ஒப்புக் கொள்கிறார்கள்.

மேலும் அடமானச் சொத்துகளுக்கு நெருப்பு முதலியவற்றிலிருந்து சேதம் ஏற்படாமல் இருக்க அந்தச் சொத்துகளை இன்சூர் செய்யவும் சாதாரணமாக ஏற்படும் தேய்வு கழிவு போக மற்றபடி நல்ல நிலையில் வைத்துக் கொள்வதாகவும் கடன் வாங்குபவர்கள் ஒப்புக் கொள்கிறார்கள்.

கடன் வாங்குபவர்கள் அசல் தொகையை 500 ரூபாய்க்குக் குறையாமல் தவணையாகக் கொடுக்கவும் உரிமை பெற்றிருக்கிறார்கள்.

கடன் தொகை பைசலாகும் வரை வியாபாரத்தின் பிரதி மாதக் கணக்குகளின் சுர்க்கத்தியும் வருஷாந்தரப் பரிசோதனை ரிப்போர்ட்டையும்

கடன் கொடுப்பவற்கு அனுப்பிக் கொண்டிருக்கக் கடன் வாங்குபவர்கள் ஒப்புக் கொண்டிருக்கிறார்கள்.

மேற்படி ஐங்கமச் சொத்துக்களில் ஷெட்யூலில் கண்ட ராமன் வொர்க்ஸ் சேர்ந்த வெட்டும் யந்திரத்தின் பேரில் மாத்திரம் சென்னை அங்கப்ப நாயக்கன் தெரு, 18ஆம் நம்பரிலுள்ள டாக்டர் என்.சுந்தரராஜன் என்பவரிடம் ரூ.2000 வாங்கிருப்பதைத் தவிர வேறு எந்தவித வில்லங்கங்களும் இல்லையென்று இந்தச் சொத்தையும் கடன் கொடுப்பவருக்கு ஈடு கட்ட கடன் வாங்கியவர்களுக்குப் பூரண உரிமையும் அதிகாரமும் இருக்கிறதென்றும் கடன் வாங்குபவர்கள் உறுதி கூறுகிறார்கள்.

அச்சியந்திரங்களும் இதர இயந்திரங்களும் பொதுவான மற்ற துணைக்கருவிகள்

1.

2.

இதர உபகரணங்கள் (ஆபீஸ்)

ராமன் வொர்க்ஸ்

ராமன் வொர்க்ஸ சேர்ந்த பொருள்கள்

1.

2.

மேற்கூறியதற்கிணங்க மேற்படி வருஷம் மேற்படி மாதம் மேற்படி தேதில் கடன் வாங்குபவர்கள் கையெழுத்திடுகிறார்கள்.

தெரிந்து கொள்ள வேண்டிய பாடம் :

ஒரு சொத்தை மாற்றும்பொழுது, பிறக்கப்போகின்ற வரின் நன்மைக்காக சொத்துக் கொடுத்திருந்தால் அவருக்கு பத்திரப்படி அனுபோகம் பின்னால் வருவ தானாலும், அவர் பிறந்தவுடன் அந்த சொத்தில் நிலை உரிமை (Vested) அடைந்துவிடுகிறார்.

N3. சாதாரண அடமானம் அல்லது சுத்த பெந்தகம் மாதிரி
(SIMPLE MORTGAGE)

.... வருஷம் .... மாதம் .... தேதி..............ல் வசிக்கும், ஹிந்து வியாபாரம் சுமார்.......... வயதுள்ள .... குமாரர்.......... என்பவர் பின்னால் (அடமானம் வைப்பவர்) என்று அழைக்கப்படுவர்.

இந்தப் பத்திரத்தில் அவ்வார்த்தை எங்கு வந்தாலும் அடமானம் வைப்பவரையும் அவருடைய சந்ததியார், சொத்து நிர்வகிப்பப்பவர் உயில் சாசன ஷரத்துக்களை நிறைவேற்றுபவர் அதாவது எக்ஸிகியூட்டர் ஆஸ்தி உரிமை மாற்றப் பெற்றவர் ஆகியவர்களையும் குறிக்கும்).

.... முகவரியில் வசிக்கும் சுமார் ...... வயதுள்ள .... குமாரர் .... அவர்கள் (பின்னால்) அடமானம் வாங்குபவர் என்று அழைக்கப்படுபவர்.

இப்பத்திரத்தில் இவ்வார்த்தை எங்கு வந்தாலும் ...யும் அவருடைய சந்ததியார் சொத்து நிர்வகிப்பவர், உயில் சாசன ஷரத்துக்களை நிறைவேற்றுபவர் அதாவது எக்ஸிக்யூட்டர், ஆஸ்தி உரிமை மாற்றப் பெற்றவர் ஆகியவர்களையும் குறிக்கும்).

மேற்படி அடமானம் வைப்பவர் அடமானம் வாங்குபவருக்கு எழுதிக் கொடுத்த சாதாரண அடமானப் பத்திரம் என்னவென்றால்

அடமானம் வைப்பவர் ஒரு வியாபாரி ஆகையாலும் வியாபாரம் நடத்த அவருக்கு ரூ......... தேவையிருந்தாலும் அடமானம் வாங்குபவரிடம் தன்னுடைய சொத்தை ஈடுக்கட்டி மேற்படி தொகையைக் கடனாகக் கொடுக்கும்படிக் கேட்டுக் கொண்டதாலும் அதற்கு அடமானம் வாங்குபவரும் ஒப்புக் கொண்ட்டபடியாலும் மேற்படி தொகையை சரிவரத் திருப்பித் தருவதற்கு உத்திரவாதம் (ஈடு) வேண்டியிருந்தாலும் அடமானம் வைப்பவர் கீழே ஷெட்யூலில் விவரித்துள்ள அடமானம் வைக்கும் வீட்டிற்கும் நிலங்களுக்கும் தானே சகல உரிமைகளும் பெற்றவர் என்று உறுதியாய்ச் சொன்னதின் பேரில் இப்போது இப்பத்திரம் நிரூபணம் செய்வது என்னவென்றால்;

மேற்படி ஒப்பந்தத்தின் மூலம் அடமானம் வாங்குபவர் (ரூ......)ஐ ரிஜிஸ்ட்ரார் முன்னிலையில் அடமானம் வைப்பவருக்குக் கொடுத்து ரசீது பெற்றுக் கொல்வதன்பேரில் மேற்படி அடமானம் வைப்பவர் அடமானம் வாங்குபவரிடம் கீழ் ஷெட்யூலில் கண்டுள்ள சொத்தை அடமானம் செய்து

பின்வரும் நிபந்தனைகளின் படி நடக்க ஒப்புக்கொள்கிறார்.

1. அடமானம் வைப்பவர் அடமானம் வாங்குபவருக்கு அவர் கேட்கும்போது மேற்படி ரூ......யும் அதன்பேரில் வட்டி விகிதமும் இன்றைய தேதிமுதல் திருப்பிச் செலுத்தப்படும் தேதிவரையில் கணக்கிட்டுச் செலுத்துவதுமல்லாமல், மேற்படி வட்டியை மாதா மாதாமும் அந்தந்த மாதம்... தேதிக்குள் செலுத்த வேண்டும் முதல் மாதத்திய வட்டியானது ..... தேதியில் செலுத்தப்பட வேண்டும்.

2. அடமானம் வைப்பவர் அடமானம் வாங்குபவருக்கு சாதாரண அடமானமாக அடமானம் வைப்பவரின் பேரால் பட்டா ஏற்பட்டுச் சொந்தமாய் அனுபவித்து வருகிற அடியில் சொத்து விவரத்தில் கண்ட சொத்துக்கள் பூராவையும் ரூபாய் ....க்கு ஈடாக அடமானம் வைத்திருக்கிறார். மேற்குறிப்பிட்ட அசல் தொகையும் அதற்குச் சேரும் வட்டியும் செலுத்திப் பூராவாகப் பைசல் செய்யும் வரை அந்தச் சொத்து அந்த அடமானத்துக்கு ஈடாக இருக்கும்.

3. மேற்படி சொத்துக்கு யாதொரு வில்லங்கமும் கிடையாதென்று அடமானம் வைப்பவர் உறுதி கூறுகிறார்.

4. அடமானம் பைசலாகும் வரையில் மேற்படிச் சொத்தை அடமானம் வைப்பவர் பழுதாக்காமல் நல்ல நிலையில் வைத்திருப்பதாக ஒப்புக்கொள்கிறார்.

5. மேற்படி அடமானச் சொத்து அல்லது அதில் ஒருபாகம் பத்திரம் எழுதும் தேதியில் சென்னை நகர எல்லைக்குள் இருந்தால் பின்கண்ட ஷரத்தையும் சேர்த்துக்கொள்ள வேண்டியது அதாவது அடமானம் வைப்பவர் மேலும் ஒத்துக் கொள்வது என்னவென்றால்; அசல் தொகையையோ அல்லது அதனுடைய மீதி பாகத்தையோ வட்டியுடன் அடமானம் வாங்கியவர் கேட்கும்போது கொடுக்கத் தவறினால் அப்படி தவறின மூன்று மாதத்திற்குப் பின்போ அல்லது எப்போதாவது வட்டி ரூ.500க்கு (எழுத்தால் ரூபாய் ஐநூறு மட்டும்) மேலிட்டு கேட்டும் மூன்று மாதம் கொடாமலிருந்தாலோ அப்போது கோர்ட்டார் உத்திரவில்லாமலே அடமானச் சொத்தைப் பகிரங்கமாக ஏலத்திற்கு விட்டு கிரையம் செய்ய அடமானம் வாங்குபவருக்கு உரிமை உண்டு. 1882ஆம் வருஷத்திய சொத்துரிமை மாற்றுச் சட்டம் 69-வது பிரிவில் கண்டபடி சொத்தை விற்று வந்த தொகையைக் கொண்டு முதலில் ஏல விற்பனை செய்வதற்கு ஏற்பட்ட செலவுகளை ஈடு செய்யவும் அடுத்தபடியாக அடமானம் வாங்கியவருக்குச் சேர வேண்டிய அசலையும் வட்டியையும் எடுத்துக் கொள்ளவும்,

அடமானம் வாங்குபவருக்கு உரிமை உண்டு. பிறகும் மீதியிருந்தால் அதை அடமானம் வைப்பவர் அடையவும் வேண்டியது. அடமானச் சொத்தின் வரும்படியை வசூல் செய்து அடமானக் கடனுக்காகச் செலுத்துவதற்கு ஒரு ரிஸீவரை நியமிக்கவும் அடமானம் வாங்குபவருக்கு அதிகாரம் உண்டு.

மேலே குறிப்பிட்ட 5-வது ஷரத்தைச் சேர்க்கும் பட்சத்தில், இந்த ஷரத்தை விட்டுவிட வேண்டும். அடமானம் வைப்பவர் மேலும் ஒத்துக் கொள்வதாவது மேற்சொன்ன தொகையன ரூ.... யும் அதற்குரிய வட்டியையும் அடமானம் வாங்கியவர் கேட்கும்போது அடமானம் வைப்பவர் கொடுக்கத் தவறினால் அடமானம் வாங்கியவர் உடனே அடமானச் சொத்தை விற்க ஏற்பாடு செய்து அதன்மூலம் தனக்குச் சேர வேண்டிய தொகைகளை ஈடு செய்து கொள்ளாலாம்).

6.   மேலும் அடமானம் வைப்பவர் ஒத்துக் கொள்வது என்ன வென்றால் அடமானக் கடனை அடைக்காவிட்டால் மேற்படி விற்பனை தொகை போக சேர வேண்டிய பாக்கியை தானே தன் சொத்துப் பொறுப்பில் ஈடு செய்வதாக ஒப்புக்கொள்கிறார்.

சொத்து விவரம்

.... ரிஜிஸ்திரேசன் டிஸ்டிரிக்ட்... சப் ரிஜிஸ்திரேசன் டிஸ்டிரிக்ட்... நெ. கதவிலக்கமுள்ள வீடும் மனையும் ஜெக்பந்தி வடக்கில் ... வும் தெற்கில்... வும் கிழக்கில்... வும் தெற்கு வடக்கு ஜாதியடி.. பரப்புள்ளது சர்வே நெம்பர்.... இந்தச் சொத்து.. பஞ்சாயத்து (முனிசிபாலிட்டி) எல்லைக்குடப்பட்டது

மேற்குரியவைகளை ஒப்புக்கொண்டு மேற்படி அடமானம் வைப்பவர் இப்பத்திரத்தில் மேற்படி ... தேதியில் கையெழுத்திடுகிறார்

சாட்சிகள்   ஒப்பம்

தெரிந்து கொள்ள வேண்டிய பாடம் :

உயில் மூலமாக செய்த டிரஸ்டை உயில்தாரர் உயிரோடு இருக்கும்போது எப்பொழுது வேண்டுமானாலும் அந்த டிரஸ்டை ரத்து செய்யலாம். டிரஸ் சட்டம் 78.

N4. அனுபோக ஒத்தி அல்லது சுவாதீன அடமானம் மாதிரி
(MORTGAGE WITH POSSESSION)

.... வருஷம் .... மாதம்.............. தேதி ஹிந்து மதமா வியாபர ஜீவனம் ..... தெரு நெ..... வீட்டில் வசிக்கும் சுமார்... வயது கே. ராமன் என்பவரின் குமாரர் ஆர். கேசவன் என்பவர் (பின்னாள் இவர் அடமானதாரர் (MORTGAGOR) என்று அழைக்கப்படுபவர்.

(இப்பெயர் மேற்படியாருடைய சந்ததியார்கள், வாரிசுகள், சொத்து பராமரிப்பவர்கள், சட்டப்படி பாத்யதை கொண்டாடுபவர்கள் ஆகியோரையும் குறிக்கும்).

இந்து மதம், ... வியாபர .... வயது .... தெரு .... நெம்பர் .... வீட்டில் வசிக்கும் எஸ்.பரமசிவம் என்பவரில் குமாரர் பி. முருகன் என்பவர் பின்னால் இவர் அடமானம் வாங்குபவர் (mortgage) என்று அழைக்கப்படுபவர்.

(இப்பெயர் மேற்படியாளருடைய சந்ததியார்கள், வாரிசுகள் எக்ஸிக்யுடர்கள், சொத்து பராமரிப்பவர்கள் சட்டப்படி பாத்தியதை கொண்டாடுபவர் ஆகியோரையும் குறிக்கும்.)

ஆகிய இவ்விரு பார்ட்டிகளுடைய ஏற்படுத்திக் கொள்ளப்பட்ட சுவாதீன அடமானச் சாஸனம் என்னவென்றால்;

அடமானதாரர் ஓடுகள் மற்றும் களிமண் பொருள்கள் ஆகியவற்றை உற்பத்திச் செய்பவரும் ஒரு வியாபாரியும் ஆவர். இவருடைய வியாபரத்தின் பெயர்... அடமானதாரர் தம்முடைய வியாபரத்தை விருத்தி செய்வதற்காக, அடமானம் வாங்குபவரிடம் ரூ.... கடனாகக் கேட்டாலும் மேற்படி தொகைக்குத் தகுந்த ஈடுகாட்டினால் மேற்படி தொகையைக் கடனாகக் கொடுக்க அடமானம் வாங்குபவர் ஒத்துக் கொண்டபடியாலும் தற்போது அடமானம் வைக்கும், அடியில் கண்ட ஷெட்யூலில் காணப்படும் சொத்துக்கு, அடமானதாரர் பூரண உரிமை பெற்றிருப்பதாலும்;

இப்போது இந்தச் சாஸனம் மூலம் சொல்வது என்னவென்றால்;

1.   .... ம் வருஷம் ... மாதம்... தேதி அடமானம் வாங்குபவர் அடமானதாரருக்கு ரூ..... கடனாகக் கொடுத்ததை அடமானதாரர் ஒத்துக்கொள்கிறபடியால், மேற்படி அடமானதாரர் அடமானம்

வாங்குபவருக்கு சுவாதீன அடமானமாக அடியில் செட்யூலில் கண்ட சொத்தை மாற்றியிருக்கிறார். மேற்படி தொகையைப் பின்வரும் நிபந்தனைகட்குட்பட்டு அடமானதாரர் திருப்பித்தரும் வரையில் அடமானம் வாங்குபவர் சுவாதீனத்திலேயே அடியில் கண்ட சொத்து இருக்கும்.

2.   அடமானதாரர் அடமானம் வாங்குபவரிடம் ஒப்புக் கொள்வதென்னவென்றால்,

(1)   மேற்படி சொத்தின் பெயரில் எவ்வித வில்லங்கமும் இல்லை.

(2)   மேற்படி சொத்திலிருந்து வரும் வருமானங்களை அடமானம் வாங்குபவர் முதலும் க்விட் ரெண்ட் முனிசிபல் வரிகள் செலுத்தி அவசியமான ரிபேர் முதலியவைகளுக்குச் செலவிட வேண்டியது மிகுதியால் மேற்படி அசல் தொகைக்கு ரூ.100க்கு 15% வட்டி எடுத்துக் கொண்டு பின்னும் மிகுதியிருந்தால் அசலுக்கு ஈடு செய்து கொள்ள வேண்டியது.

(3)   அடமானதாரர் மேற்படி அடமானத்தை நாளது தேதியிலிருந்து 3 வருஷங்களுக்கு மேல் எப்பொழுதாகிலும் அதுவரை சேர வேண்டிய அசல் வட்டித் தொகைகளைச் செலுத்திவிட்டு மீட்டுக் கொள்ளலாம்.

(4)   முன் சொன்ன மாதிரி அசல் வட்டித் தொகைகள் பற்றான பின் அடமானம் வாங்கியவர் அடமானச் சொத்தை அடமானதருக்குத் தன் செலவில் திருப்பிக் கொடுத்துவிட வேண்டியது

சொத்து விவரம்

சொத்துக்கள் .... பஞ்சாயத்து... முனிசிபாலிட்டி... கார்ப்பரேஷன் எல்லைக்குள் அடங்கியவை.

மேற்கூறியவைகளுக்கிணங்க அடமானதாரும் அடமானம் வாங்குபவரும் நாளது தேதியில் தங்கள் கையெழுத்துக்களை இடுகிறார்கள்.

(ஒப்பம்) அடமானதாரர்

(ஒப்பம்) அடமானம் வாங்குபவர்

சாட்சிகள்:

N5. ஒத்தி போக்கிய பத்திரம் மாதிரி
(MORTGAGE WITH POSSESSION)

..... வருஷம் ..... மாதம்.... தேதி செங்கல்பட்டு டிஸ்ட்ரிக்ட் மதுராந்தகம் சப்டிஸ்டிரிக்ட் காஸ்பா கருங்குழி மேலண்டை குளக்கரை வீதியிலிருக்கும் ... ஜாதி ... மாதம் ... ஜீவனம்... குமாரர் ....க்கு மேற்படி சப்டிஸ்டிரிக்ட் 187ம் நம்பர் கத்திரிச்சேரி கிராமத்திலிருக்கும் மேற்படி ஜாதி, மாதம், ஜீவனம், குமாரர்...... எழுதிக் கொடுத்த புஞ்சை நில ஒத்தி போக்கியப் பத்திரம்.

நான் மேற்படி கத்திரிச்சேரி கிராமத்தில் ... என்பவரிடம் கிரயத்துக்கு வாங்கி நான் அனுபவித்து வருகிற, அடியில் கண்ட நெம்பர் வரி நிலத்தை நாளது தேதியில் உம்மிடத்தில் போக்கியமாக வைத்து அதன் பேரில் நான் வாங்கிக் கொண்ட ரூ....... இந்த ரூபாய் ....ம் (எழுத்தால் .... ரூபாய் மட்டும்) நான் இந்த பத்திர முன்னிலைக்கு ரொக்கமாய் பெற்றுக் கொண்டபடியால் நாளது தேதி முதல் அடியில் கண்ட நெம்பர் நிலத்திலிருந்து வரும் மாதம் வருமானத்தை நீர் வட்டிக்காக அனுபவித்து வர வேண்டியது அசல் தொகை ரூ.....ம் (எழுத்தால் .... ரூபாய் மட்டும்) 3 ஆண்டு முடியும்போது கொடுத்து நான் மீட்டுக் கொள்கிறேன்.

மேற்படி நிலத்துக்கு சர்வே 2613ல் உள்ள கிணற்றில் ஜலம் இறைத்துக் கொள்ள வேண்டியது

சொத்து விவரம்

மதுராந்தகம் சப்டிஸ்டிரிக்ட் 187–ம் நெம்பர் கத்திரிச்சேரி கிராமத்தில் புஞ்சை சர்வே 14–ல் வடவண்டைபுரம் 0.22. இதற்கு செக்பந்தி ... நஞ்சை சர்வே 12–ம் நெம்பர் நிலத்துக்கு தெற்கு, குட்டை புறம்போக்கு மேற்கு .. நாயகர் நிலத்துக்கு வடக்கு புஞ்சை நெம்பர் 13 நிலத்துக்குக் கிழக்கு. இதன் மத்தியில் சென்ட் 22 மாத்திரம் இந்தச் சொத்து மதுராந்தகம் பஞ்சாயத்து எல்லைக்குட்பட்டது.

இந்தப்படி நான் சம்மதித்து எழுதிக் கொடுத்த ஒத்தி போக்கியப் பத்திரம்

(ஒப்பம்)

சாட்சிகள் :

N6. கட்டு வழி போக்கியம் மாதிரி

(USUFRUCTURARY MORTGAGE)

...... ஆம் வருஷம் செப்டம்பர் அமாதம் 4–ம் தேதி சேலம், ஜில்லா, ஆத்தூர், தாலுகா, சிறுவாச்சூர் கிராமத்தில் வசிக்கும், அகமுடையார் ஜாதி விவசாய ஜீவனம், மன்னாத மூப்பன் குமரன் காமநாத மூப்பன் மேற்படி கிராமத்தில் வசிக்கும் செங்குந்தர் ஜாதி, தறி ஜீவனம், பொன்னுசாமி முதலியார் குமாரர் குப்புசாமி முதலியாருக்கு எழுதிக் கொடுத்த கட்டு வழி போக்கியப் பத்திரம் என்னவென்றால்

மேற்படி காமநாத மூப்பன், மேற்படி கிராமத்தில் வசிக்கும் செங்குந்தர் ஜாதி. தறி ஜீவனம், பொன்னுசாமி முதலியார் குமாரர் குப்புசாமி முதலியாருக்கு எழுதிக் கொடுத்த கட்டு வழி போக்கியப் பத்திரம் என்னவென்றால்,

மேற்படி காமநாத மூப்பனாகிய நான் மேற்படி குப்புசாமி முதலியார் ஆகிய தங்களிடமிருந்து கடனாக ரூ.500 (ரூபாய் ஐநூறு மாத்திரம்) வாங்கியிருக்கிறேன் அதற்கு ஈடாக அடியில் காணப்படும் எனக்குச் சொந்தமும் என் சுவாதீன அனுபவத்தில் இருந்து வருவதுமான சொத்துக்களை தங்களிடம் அடமானமாக வைத்திருக்கிறேன்.

நாளது தேதியில் மேற்படி சொத்துகளைத் தங்களிடம் ஒப்படைத்து விட்டேன். இன்றிலிருந்து மேற்படி சொத்திலிருந்து வரும் ஸகலவித பலன்களையும் லாபங்களையும் 5 வருஷகாலத்துக்கு மேற்படி கடன் ரூ500–கும் அதற்கு வட்டிக்குமாக தாங்கள் அனுபவித்துக் கொள்ள வேண்டியது

மேற்குறிப்பிட்ட காலத்துக்குப் பிறகு மேற்படி சொத்துக்களை என்னிடம் நீங்கள் ஒப்படைத்துவிட வேண்டும். மேற்படி சொத்துக்களின் பேரில் எந்தவித வில்லங்கங்களும் கிடையாதென்று உறுதி கூறிகிறேன்.

சொத்து விவரம்

....

சாட்சிகள்:

N7. அடமான வட்டிவிகிதம் மாற்றுதல் மாதிரி
AGREEMENT VARYING INTEREST

தேதி.... இன்னாருக்கு இன்னார் எழுதிக்கொடுப்பது

1. .... ல் நான் ... சப்ரிஜிஸ்டிரார் ரூ...../– கடன் வாங்கி அதற்கு .... சப்ரிஜிஸ்டிரார் ஆபீசு புஸ்தகம் 1 வால்யூம் .... பைல் (நெ......) பக்கங்கள் ...ல் பதிவாயிருக்கும் அடமான பத்திரம்படி அசல் கடன் தொகைக்கு ரூ100/– க்கு மாதம் ஒன்றுக்கு வட்டி ரூ...../– ஆக உங்களுக்கு கொடுக்க நான் ஒப்புக் கொண்டிருக்கிறேன்.

2. மேற்படி அடமான அசல் தொகையை நீங்கள் வசூல் செய்ய நடவடிக்கை எடுக்காதிருக்க ஒப்புக் கொண்டதாலும் தற்கால விலைவாசிகள் உத்தேசிக்கும் அதில்கண்ட வட்டி விகிதத்தை அதிகப்படுத்திக் கொடுக்கும்படி நீங்கள் கேட்டு நானும் அதற்கு ஒப்புக் கொண்டேன்.

3. எனக்கு இப்பொழுது வருமானம் குறைந்திருப்பதாலும் மாத வட்டியை இது வரையில் தவறாமல் கட்டிக் கொண்டு வந்திருப்பதை உத்தேசிக்கும் நான் கேட்டுக் கொண்டபடி வட்டி விகிதத்தை குறைத்து கொள்ள நீங்கள் ஒப்புக் கொண்டீர்கள்.

4. அதன்படி அடமான அசல் கடனுக்கு இன்று முதல் ரூ100/– க்கு மாதம் ஒன்றுக்கு வட்டி ரூ..../– ஆக நான் உங்களுக்கு அதிகப்படுத்தி (குறைத்து) கொடுத்துக் கொண்டு வர ஒப்புக் கொண்டேன்.

5. இதற்கு நீங்களும் ஒப்புக் கொண்டு இதில் கையெழுத்து செய்திருக்கிறீர்கள்

ஷெட்யூலில் (சொத்து விவரம்)

சாட்சிகள்:

தெரிந்து கொள்ள வேண்டிய பாடம் :

அடமானத் தீர்ப்பை சில ஊர்களில் "செல் அடிப்பது" என்றும் "அடமான ரசீது போடுவது" என்றும் பேச்சு வழக்கில் சொல்வார்கள்.

N8. பத்திர வைப்பு அடமானம் மாதிரி

TITLE DEEDS DEPOSIT

1. .... வருஷம் ..... மாதம் ...... தேதி..... ல் இருக்கும் (இன்னார்) குமாரர்/பாரியாள் (இன்னார்) என்கிற உங்களுக்கு ..... ல் இருக்கு (இன்னார்) குமாரர்/பாரியாள் (இன்னார்) ஆகிய நான் எழுதிக்கொடுத்த பத்திர வாய்ப்பு அடமானமாவது என்னவென்றால் நான் காரணமாக இன்று ரூ...... உங்களிடமிருந்து கடன் பெற்றுக் கொண்டிருக்கிறேன் அதற்கு எனக்கு சொந்தமான கீழ் "எ" செடியூலில் கண்ட சொத்தின் பேரில் பொறுப்பு ஏற்படுத்தும் நோக்கத்துடன் அதைச் சேர்ந்த கீழ் "பி" செடியூலில் கண்ட பத்திரங்களை உங்களிடம் ஒப்புவித்து (டிபாசிட் செய்து) இருக்கிறேன். மேற்படி கடனுக்கு ரூ100/– க்கு மாதம் ஒன்றுக்கு வட்டி ரூ...../– ஆக பிரதி இங்கிலீஷ் மாத வட்டியை அதற்கு அடுத்த மாதம் ..... தேதிக்குள் உங்களிடம் செலுத்திக் கொண்டு வந்து அசல் கடனை பாக்கியிருக்கும் வட்டியுடன் நீங்கள் கேட்கும் பொது (இன்று முதல் .... வருசத்திக்குள்) உங்களிடம் திருப்பிக் கொடுத்துவிட சம்மதிக்கிறேன்.

2. மேற்படி பத்திரங்களில் உள்ள "எ" ஷெட்யூலில் குறிப்பிட்டதுமான சொத்து எனக்கு மட்டுமே சொந்தமானதென்றும் அதன் பேரில் இப்பொழுது எவ்வித வில்லங்கமும் கிடையாதென்றும் உறுதியாய் நஷ்டம் உண்டானால் அதை நான் உங்களுக்கு கட்டிக் கொடுக்க சம்மதிக்கிறேன்.

3. இந்த கடனை நான் தீர்த்ததும் மேற்கண்டபடி நான் டிபாசிட் செய்திருக்கும் பத்திரங்களை நீங்கள் என்னிடம் திருப்பிக் கொடுத்து விட வேண்டியது.

4. இந்த டிபாசிட் அடமானம் ..... டவுனில் செய்யப்பட்டது.

   இந்த படிக்கு நான் எழுதிக் கொடுத்தா பத்திர வாய்ப்பு அடமானம்

   "எ ஷெட்யூலில் சொத்து விவரம் ....

   "பி" ஷெட்யூலில் பத்திரங்களின் விவரம் ....

சாட்சிகள்:

N9. கீழ் அடமானம் மாதிரி

SUB- MORTGAGE

மேற்படி என் அடமான பாத்யதையை நான் இதனால் உங்களிடம் கீழ் அடமானம் வைத்து என் செலவிற்காக நான் உங்களிடமிருந்து அடியில் கண்ட பணப்பற்று விவரப்படி (இந்த பத்திரம் ரிஜிஸ்டராகும் பொது உதவி பதிவாளர் முன்னிலையில்) ரூ......./– கடனாக பெற்றுக் கொண்டேன். இதற்கு ரூ100-க்கு மாதம் ஒன்றுக்கு வட்டி ரூ..../– ஆக கூடிய அசலும் வட்டியும் உங்களுக்கு வேண்டும் போது (இன்று முதல்.... வருசத்திற்குள்) திருப்பிக் கொடுத்து இதை மீட்டுக் கொள்கிறேன்.

அதுவரை பிரதிமாத வட்டியை தவறாமல் செலுத்திக் கொண்டு வருகிறேன் தவறினால் பாக்கி வட்டிக்கு அதே விகிதம் தொடர் வட்டி சேர்த்துக் கொடுக்க சம்மதிக்கிறேன்.

இந்த கீழ் அடமான அசல் தொகையை பாக்கி இருக்கும் வட்டியுடன் நீங்கள் கேட்கும் போது (இன்று முதல் .... வருசத்திற்குள்) நான் திருப்பிக் கொடுக்க தவறினால் என் அடமான பத்திர ஷரத்துகள் படி அடமான சொத்தை நீங்களே விற்பனை செய்து, உங்களுக்கு சேர வேண்டிய தொகையை எடுத்துக் கொண்டு, மிகுதி கிரைய தொகையை என்னிடம் கொடுத்து விடவும். உங்களுக்கு சேர வேண்டிய தொகை குறைவுபட்டால், அப்படி குறைவுபடும் தொகையை நான் உங்களுக்கு கட்டிக் கொடுக்க சம்மதிக்கிறேன். இது தவிர அடமான சொத்துக்கு ரிஸீவர் நியமித்தாவது அடமான பாக்கிக்கு தாவா செய்தாவது நீங்கள் வசூல் செய்து கொள்ளவும் நான் சம்மதிக்கிறேன்.

மேற்கண்ட என் அடமான பாத்யத்தின் பேரில் இப்பொழுது எவ்வித வில்லங்கமாவது, கலனைவது கிடையாதென்றும் உறுதியாய் சொல்லுகிறேன். எதாவது இருந்தால் நானே முன்னின்று என் சொந்த செலவில் அதை தீர்த்துக் கொடுத்தும் அதனால் உங்களுக்கு உண்டாகும் நஷ்டங்களை கட்டிக் கொடுத்தும் ஈடுசெய்ய சம்மதிக்கிறேன். இந்தப்படிக்கு நான் சம்மதித்து எழுதிக் கொடுத்த கீழ் அடமானப் பத்திரம்

பணப்பற்று விவரம் ....

ஷெட்யூலில் சொத்து விவரம் ....

சாட்சிகள்:

N10. கொதுவைப் பத்திரம் மாதிரி

... ஆம் ஆண்டு டிசம்பர் 27ஆம் தேதி மார்கழி மாதம் 12–ஆம் தேதி திருநெல்வேலி ஜில்லா, பாளையங்கோட்டையில் இருக்கும் லக்ஷ்மண செட்டியார் குமாரன் வர்த்தக ஜீவனம், திருவேங்கடம் செட்டியாராகிய உங்களுக்கு

திருநெல்வேலி ஜில்லா, காஸ்பா திருநெல்வேலியில் இருக்கும் அரசு பணி உத்யோகம் ராஜ்குமார் அவர்களின் குமார் ஆகிய ...... வயதுள்ள மாதவராஜ் ஆகிய நான் எழுதிக் கொடுத்த கொதுவைப் பத்திரம் என்னவென்றால்;

நாளது தேதியில் சில்லறைக் கைமாற்றுகளைத் தீர்க்கவும், என் வீட்டைப் பழுது பார்க்கவும் பெண்ணின் கல்யாணத்திற்காகவும் மற்றும் இதர குடும்பச் செலவுக்காகவும் தங்களிடமிருந்து ரூ.1000 ரொக்கமாகக் கடனாகப் பெற்றுக் கொண்டபடியால் தொகை ரூ1000க்கும் எனக்குப் பிதுரார்ஜிதமாகப் பாத்யப்பட்ட சொத்தை ஈடாக வைத்து இருக்கிறேன்

ரூ.1000க்கும் ஒன்றுக்கு வட்டி 75 பை வீதம் செலுத்தி வட்டியை ஆறு மாதத்திற்கு ஒரு தடவையும் அசல் தொகை பூராவையும் இன்று முதல் இரண்டு வருஷ காலத்திற்குள் செலுத்தக் கடனாகவும்,

அப்படிச் செலுத்தத் தவறினால் மாதம் ஒன்று ரூ1¼ வீதம் அதிக வட்டியை வசூலிக்கத் தங்களுக்கு உரிமை உண்டு.

வட்டி செலுத்தவோ அல்லது அசலைச் செலுத்தவோ தவறினால் தாங்கள் அடியிற் கண்ட சொத்து மூலமாகவும் மற்றும் என்னுடைய இதர சொத்துக்கள் மூலமாகவும் வசூல் செய்து கொள்ளும் உரிமை தங்களுக்கு உண்டு

மேலும் அப்படிச் செலுத்தத் தவறும்பட்சத்தில் அதனால் தங்களுக்கு ஏற்படும் கஷ்ட நஷ்டங்களுக்கு நானும் என் வாரிசுகளும் கட்டுப்பட்டவர்களாவோம். இப்படிக்கு என் சம்மதத்தில் எழுதிக் கொடுத்த கொதுவை பத்திரம் சரி

சொத்து விவரம்

....

(ஒப்பம்)

சாட்சிகள் : 1.   2.

N11. அடமானத்தை மாற்றுதல் மாதிரி
(TRANSFER OF MORTGAGE)

... ல் ஏற்பட்டு ..... சப்ரிஜிஸ்டிரார் ஆபீசில் புத்தகம் 1 வால்யூம் ..... பக்கங்கள் .....ல் பதிவாகியிருக்கும் ...... நெ. ஆவணம் மூலமாக கீழ் ஷெட்யூலில் கண்ட சொத்தை அதன் சொந்தக்காரரான (இன்னார்) என்னிடம் ஈடு காட்டி அடமானம் வைத்து ரூ......./– (எழுத்தால் ரூபாய் .... மட்டும்) கடன் வாங்கியிருக்கிறார். அதில் இப்பொழுது அசல் ரூ.   /– (எழுத்தால் ரூபாய் .... மட்டும்) வட்டி பாக்கி ரூ...../– எனக்கு சேர வவண்டியதாயிருக்கிறது.

மேற்படி தொகை எனக்கு இப்பொழுது தேவையாயிருப்பதால் நான் உங்களை கேட்டுக் கொண்டதின் பேரில் மேற்படி அடமானத்தை நீங்கள் மாற்றுதல் பெற்றுக் கொண்டு அதில் எனக்கு சேர வேண்டிய மேற்படி பாக்கியை கொடுக்க ஒப்புக் கொண்டீர்கள். அதன்படி மேற்படி அடமானத்தை நான் இதனால் உங்களுக்கு மாற்றுதல் செய்து அடியில் கண்ட பணப்பற்று விவரபபடி (இந்த பத்திரம் ரிஜிஸ்டராகும்போது உதவி பதிவாளர் முன்னிலையில்) நான் உங்களிடமிருந்து ரூ......./– பெற்றுக் கொண்டுவிட்டேன்.

ஆகையால் நான் இதனால் மாற்றுதல் செய்துள்ள அடமானப் பத்திர ஷரத்துக்கள்படி எனக்கு சேர வேண்டிய மேற்படி அசல் வட்டி பூரா பாக்கிகளையும் மேற்கொண்டு ஏற்படும் வட்டியையும் நீங்களே வசூல் செய்து எடுத்துக் கொள்ளவும். இனி மேற்படி அடமானப் பத்திரத்திலும் அதில் சேர வேண்டிய தொகைகளிலும் எனக்கு எவ்வித பாத்யதையும் கிடையாது.

இதனால் மாற்றுதல் செய்த அடமானத்தின் பேரில் இப்பொழுது எவ்வித வில்லங்கமும் கிடையாது. ஏதாவது இருந்தால் நானே என் சொந்த செலவில் அதை தீர்த்து கொடுத்தும் அதனால் உங்களுக்கு உண்டாகும் நஷ்டங்களை கட்டிக் கொடுத்தும் ஈடு செய்ய சம்மதிக்கிறேன்.

பணப்பற்று விவரம்

....

ஷெட்யூல் (சொத்து விவரம்)

....

சாட்சிகள்   அடமானம் மாற்றுபவர்

N12. அடமானம் மேற்கொண்டு பொறுப்பு கொடுத்தல் மாதிரி
(ADDITIONAL SECURITY DEED)

... தேதி ..... இன்னாருக்கு இன்னார் ..... எழுதிக் கொடுப்பது

.........ல் ஏற்பட்ட .... சப்ரிஜிஸ்டிரார் ஆபீஸ் ஆவணம் எண் .... மூலமாக என்னுடைய (..... ஊர், ... தெரு, ...கதவு எண்) வீடு மனையை நான் உங்களிடம் ஈடுகாடடி அடமானம் வைத்து ரூ........./– கடன் வாங்கியிருக்கிறேன்.

அதில் பின்பாகம் இப்பொழுது விழுந்து விட்டிருப்பதால் மேற்கண்ட கடனுக்கு மேற்கொண்டும் பொறுப்பு கொடுக்கும்படி நீங்கள் என்னை கேட்டீர்கள்.

அதன்படி கொடுக்க நான் ஒப்புக் கொண்டு கீழ் ஷெட்யூலில் கண்ட சர்வ வில்லங்க சுத்தியாய் இருக்கும் என்னுடைய (காலி மனை, வீடு மனை, நஞ்சை, புஞ்சை நிலம்) சொத்தை மேற்கண்ட கடனுக்கே மேற்கொண்டு பொறுப்பாக இருக்க நான் இதனால் உங்களுக்கு கொடுத்திருக்கிறேன்.

மேற்கண்ட அடமானப் பத்திரத்தின் நிபந்தனைகள்படியே கீழ் ஷெட்யூலில் கண்ட சொத்தின் பேரிலும் நீங்கள் தொடர்ந்து மேற்படி கடனை வசூல் செய்து கொள்ளவும். இந்தப்படிக்கு நான் சம்மதித்து எழுதிக் கொடுத்த மேற்கொண்டு பொறுப்பு கொடுக்கும் அடமானப் பத்திரம்.

ஷெட்யூல் (சொத்து விவரம்)

....

சாட்சிகள்   அடமானம் மாற்றுபவர்

தெரிந்து கொள்ள வேண்டிய பாடம் :

கூட்டுறவுச் சங்கங்கள் நிலவள வங்கிகளால் எழுதிக் கொடுக்கப்படும் சொத்துக்களுக்கு முத்திரைத்தாள் சலுகைகள் உள்ளது. ஆனால் தனிப்பட்ட மனிதர் கூட்டுறவுச் சங்கத்திற்கு எழுதிக்கொடுக்கும் பத்திரத்திற்கு முத்திரைத்தாள் சலுகை இல்லை.

N13. அடமான தீர்ப்பு குறிப்பு மாதிரி
(DISCHARGE ENDORSEMENT)

... வருடம் ..... மாதம் ..... தேதி இதில் கண்ட அடமானம் பெற்ற .....ல் இருக்கும் (இன்னார்) குமாரர் ..... பாரியாள் (இன்னார்) ஆகிய நான் .... இந்த அடமானம் செய்த ......ல் இருக்கும் (இன்னார்) குமாரர் ..... பாரியாள் (இன்னார்) என்கிற உங்களிடமிருந்து

...... இதில் எனக்கு சேர வேண்டிய அசல் ரூ....../– வட்டி பாக்கி ரூ....../– ஆக மொத்தம் ரூ....../– இதை இந்த குறிப்பு ரிஜிஸ்டராகும்போது உதவி பதிவாளர் முன்னிலையில் (இதில் கையெழுத்து செய்து) பெற்றுக் கொண்டுவிட்டேன். இனி இதில் எனக்கு சேர வேண்டியது பாக்கி ஒன்றும் கிடையாது.

சாட்சிகள்   அடமானம் பெற்றவர்

மனதில் கொள்ள வேண்டிய பாடங்கள் :

1. ஒரு அடமானத்தில் பல சொத்துக்கள் அடங்கியிருந்தால் தீர்ப்பு குறிப்பை ரிஜிஸ்டர் (பதிவு) செய்தால்தான் எல்லா சொத்துக்களுக்கும் தீர்ந்ததை நிரூபிக்க முடியும்.

2. ஒருவர் பேரிலேயே ஒரே நபர் பல அடமானங்களாக ஒரே சொத்தை வைத்திருந்தால் அவைகள் எல்லாவற்றையும் ஒரே பத்திரம் மூலம் மாற்றலாம். ஆனால் தீர்ப்பு குறிப்பு ஒவ்வொரு அடமானத்திலும் தனித்தனியே எழுதி ரிஜிஸ்டர் செய்ய வேண்டும்.

3. அடமானம் பெற்றவர் தன்னுடைய அடமானத்தை வட்டியையும், அசலில் ஒரு பகுதியையும் பெற்றுக்கொண்டு அந்தப் பத்திரத்திலேயே ரசீது எழுதிக் கொடுத்தால் அதனைப் பதியத் தேவையில்லை. எப்பொழுது அசலும் வட்டியும் முழுமையாக பெறுகிறார்களோ? அப்பொழுது கட்டாயம் பதிய வேண்டும்.

O. நிலத்தில் ஈஸ்மெண்ட் ரைட்ஸ் (வசதி உரிமைகள்) பற்றி தெரிந்து கொள்ள வேண்டிய 14 தகவல்கள்!

1) ஒரு சொத்து வாங்கும்பொழுது சொத்திற்கு சில வசதிகளும் பயன்களும் இருக்கும். அவை அந்த சொத்தை வளப்படுத்தும். உதாரணமாக ஒட்டன் சத்திரத் திலிருந்து பழனி போகின்ற சாலையில் விருப்பாச்சி என்ற ஊரில் தலைகுத்தருவி என்று ஒரு அருவி இருக்கிறது.

2) அந்த அருவி சீசனில் தான் தண்ணீர் வரும் அந்த அருவிக்கு போகின்ற இடங்களில் எல்லாம் நிறைய தென்னந்தோப்புகள் இருக்கிறது. இந்த அருவி தண்ணீர் சில கால்களாக பிரிந்து அங்கிருக்கும் தோப்புகளுக்கு பாயும். அந்த தோப்புக்காரர்கள் ஆளுக்கொரு கிழமை என்று அந்த நீரை பகிர்ந்து கொள்வார்கள்.

3) அதாவது அங்கு தோப்பு வைத்து இருப்பவர்களுக்கு அந்த தண்ணீரில் உரிமை இருக்கிறது. அதேபோல அம்பாசமுத்திரத்திற்கு 6 கி.மீட்டருக்கு உள்ளே ஆத்தூர் கிராமத்தில் மேற்கு தொடர்ச்சி மலையிலிருந்து வன ஓடை ஒன்று ஓடிக் கொண்டிருக்கும். அந்த நீரை அங்கு விவசாயம் செய்பவர்கள் பிரித்து கொள்வார்கள்

4) இதேபோல நிலத்தில் விழுகின்ற வெளிச்சம், காற்று போன்றவற்றாலும் அந்த நிலங்கள் வளமடைகிறது. அதனையும் பங்கிட்டு எழுதி கொள்ளலாம். மேற்படி வசதி உரிமைகள் நிலத்தோடு சேரும்போது அசையா சொத்தாக மாறிவிடுகிறது. எனவே அதற்கும் மதிப்பீடு செய்து முத்திரைதாள் வாங்க வேண்டி இருக்கிறது.

5) வசதி உரிமைகளை மற்றவருக்கும் உரிமை மாற்றிலாம். சில ஆண்டுகளுக்குப் அனுபவிக்க கொடுக்கலாம்.

6) ஒரு ஈஸ்மெண்ட் பாத்யதையை ஒருவர் 20 வருடமாக அனுபவித்து வருகிறார். இப்பொழுது நீங்கள் அதனை தடை செய்ய முயற்சி செய்தால் நடக்காது. ஏனென்றால் 20 வருடம் தடையில்லாமல் அனுபவித்ததால், அந்த உரிமை அவருக்கு நிரந்தரமாகிவிடுகிறது.

7) ஒரு சொத்து வாங்கும்போது அந்த சொத்தை மட்டும் கவனிக்கக் கூடாது. அந்த இடத்திற்கு நேரடியாக கள ஆய்வு செய்து, அந்த இடத்தை சுற்றியுள்ள சூரிய வெளிச்சம், காற்று, நீர்வழி பாத்யதை என அனைத்து விதமான ஈஸ்மெண்ட பாத்யதையை தவறாமல் கிரய பத்திரத்தில் சேர்த்து எழுத வேண்டும்.

8) ஈஸ்மெண்ட் உரிமை வழிதட சிக்கல்களில்தான் அதிகமாக பேசப்படுகிறது. ஏனென்றால் பல ஆண்டு காலமாக அரசு சாராத தனியார் நில பூஸ்துதி பாதையை அதன் அருகில் உள்ளவர் அனுபவித்து இருப்பார். ஆனால் அந்த பூஸ்துதி பாதைக்கு சொந்தக்காரர் அந்த வழியை மூட முயற்சித்து அருகில் உள்ளவரை அனுமதிக்கமாட்டார்கள். அதுபோல நேரத்தில் ஈஸ்மெண்ட ரைட்ஸ் உரிமையை பேசி அந்த வழி உரிமையை நிலை நாட்டலாம்.

9) அடுத்து பாதை பூஸ்துதி பாதை அல்ல முற்றிலும் தனியார் பாதை அந்த பாதை தான் நீங்கள் பல ஆண்டுகளாக அனுபவிக்கிறீர்கள், உங்களுக்கு வேறு பாதையே இல்லை. இப்பொழுது அந்த தனியார் பாதை உரிமையாளர் தங்களை வழியில் செல்ல முடியாதவாறு தடுப்பு போடுகிறார் என்றால், தாங்கள் நீதிமன்றம் சென்று easement of necessity என்ற சட்ட படி அந்த வழியுரமைவு பெறலாம்.

10) ஒரு வசதியை பங்கிட்டு கொள்வதை இப்பொழுது

பாரத்தோம் இப்பொழுது ஒரு வசதியால் இன்னொருவருக்கு தடை, பாதிப்பு என்றாலும் அதாவது பக்கத்து வீட்டில் ஜன்னலை உடைத்து வென்டிலேட்டர் வைத்து இருக்கிறார். இதனால் உங்கள் சுவருக்கும், அவர்கள் சுவருக்கும் இடைவெளியை இல்லாமல் உங்கள் சுவரை முட்டி கொண்டு நிறகிறது.

11) இதனால் உங்கள் சுவர் பாதிப்படைகிறது. அதேபோல் பக்கத்து வீட்டில் வைத்து இருக்கும் மரம் வேர் விட்டு உங்கள் சுவரை உடைக்கிறது அல்லது அதனுடைய கிளைகள் உங்கள் இடத்தில் பரவி தினமும் இலைகளை கொட்டுகிறது.

12) இதுபோன்ற சமயங்களில் நீதிமன்றம் சென்று பரிகாரம் தேடலாம். நீதிமன்றம் பாதிக்கப்படுகின்றவர்களுக்கு ஆதரவாகத்தான் உத்தரவு இடும். அதனை வைத்து மரத்தையோ அல்லது வென்டிலேட்டரையோ அகற்றலாம்.

13) இப்படி வசதி உரிமை ஈஸ்மெண்ட் ரைட்ஸ் எனபது வசதியை பகிர்வது மட்டும் அல்லாமல் பிறருக்கு இடையூறு இல்லாமல் இருப்பதுவும்தான். இந்த வசதி உரிமை இல்லை என்றால் சமநிலை இல்லாத சைக்கோ மனிதர்களால் அதிகமாக அவதி பட வேண்டி இருக்கும்.

14) எப்பொழுது கிரையப் பத்திரம் எழுதினாலும் சொத்து விவரம் எழுதும்போது வழி நடைபாத்தியம் உட்பட சகல ஈஸ்மெண்ட் ரைட்ஸ் பாத்யதைகளுடன் கிரையம் கொடுக்கிறேன் என்று எழுதி இருக்க வேண்டும். வீட்டு மனை லே அவுட்டில் பிளாட் வாங்கும்போது வழிநடை லேஅவுட் பாத்யதைகளையும் ஈஸ்மெண்ட் ரைட்ஸ் பாத்யதைகள் என்று கட்டாயம் எழுத வேண்டும்.

O-1. ஈஸ்மென்ட் பாத்தியத்தை ஒளி காற்று பற்றிய ஒப்பந்தம் மாதிரி

AGREEMENT RE-EASEMENT OF LIGHT AND AIR

உங்களுக்கு சொந்தமான (ஊர், தெரு, கதவு எண்....) வீடு மனையானது எனக்கு சொந்தமான (ஊர், தெரு, கதவு எண்....) வீடு மனைக்கு பின் மேற்கு தெருவில் இருக்கிறது.

நம் இரண்டு வீடுகளுக்கும் இடையே உள்ள என் மேற்கு சுவற்றில் நான் இப்பொழுது ..... ஜன்னல்களும், வெண்டிலேடர்களும் வைத்து கட்டிருக்கிறேன். அவைகளை அடைத்துவிடும்படி நீங்கள் கேட்ட பிறகு நாம் இருவரும் சமரசமாய் பேசி கீழ்கண்டபடி ஒப்புக் கொண்டிருக்கிறோம்.

இன்று முதல் மூன்று வருசத்திருக்கு மேல் நீங்கள் கேட்கும்போது நான் மேற்படி ஜன்னல்களையும் வெண்டிலேடர்களையும் அடைத்துவிட சம்மதிக்கிறேன். அதுவரை மட்டும் அவைகளால் ஏற்படும் வசதிகளை நான் அனுபவித்து கொண்டு வர நீங்கள் எவ்வித தடங்கலும் கொண்டு வர கூடாது.

மேற்படி மூன்று வருஷம் முடிந்ததும் நான் அவைகளை அடைக்க தவறினால் நீங்களே உங்கள் இடத்தில் சுவர் எழுப்பியோ அல்லது தகடுகள் நிறுத்தியோ அடைத்து விடலாம்.

என் வீடு கீழ் "எ" ஷெட்யூலிலும் இந்த படிக்கு நான் சம்மதித்து எழுதிக் கொடுத்த ஒளி, காற்று ஈஸ்மென்ட் ஒப்பந்தம்.

உங்கள் வீடு "பி" ஷெட்யூலிலும் குறிக்கப்பட்டிருக்கிறது. இந்தபடிக்கு நான் சம்மதித்து எழுதிக் கொடுத்த ஒளி, காற்று ஈஸ்மென்ட் ஒப்பந்தம்

எ ஷெட்யூலில் ....

பி ஷெட்யூலில் ....

சாட்சிகள்:

1.

P. இந்த தலைமுறைக்கு துல்லியமான புரிதல் இல்லாத குத்தகை (லீசு) பற்றிய 22 சங்கதிகள்!

1) லீசு என்பது அனுபவ பாத்தியதையை கைமாற்றி விடுவது ஆகும். இத்தனை வருடத்திற்கு லீசு என்று காலக்கெடு இருக்கும். மேலும் லீசு எடுப்பவர் கைமாறு கொடுக்க வேண்டும்.

2) கைமாறு ஒன்று முன்கூட்டியே கொடுக்கலாம் அல்லது குறிப்பிட்ட கால இடைவெளியில் கொடுக்கலாம் அல்லது விளைச்சலில் பங்காக கொடுக்கலாம் அல்லது இதையெல்லாம் கொடுப்பதாக வாக்களிக்கலாம். அந்த கைமாறை லீசுதொகை, பிரிமியம், வாடகை என்று எல்லாம் சொல்வார்கள்.

3) குத்தகையில் இருந்து நாம் இரண்டு உரிமைகளை புரிந்து கொள்ளலாம். ஒரு சொத்துக்கு இரண்டு பாத்தியதை இருக்கிறது. ஒன்று "ஆவண பாத்யதை" இரண்டு "அனுபவிக்கும் பாத்யதை" என இரண்டு உரிமைகள் உண்டு.

4) குத்தகை கொடுப்பவர் நில உரிமையை தானே வைத்து இருக்கிறார் குத்தகை எடுத்தவர்கள் அனுபவிக்கும் உரிமைக்கு செல்கிறார்கள்.

5) குத்தகையை வருடா வருடம் புதுப்பிக்கும் குத்தகை, ஒரு வருடகாலத்திற்கு மேல் இருக்கும் குத்தகை, என இரண்டாக பிரிக்கலாம்.

6) ஒரு வருடத்திற்கு கீழான குத்தகைகளை பதிவு செய்ய வேண்டும் என்ற அவசியம் இல்லை. அதேபோல் விவசாய நிலத்திற்கு ஒரு வருஷத்திற்கு மேல் இருக்கும் குத்தகை யையும் பதிவு செய்ய வேண்டும் என்று அவசியம் இல்லை.

7) இப்பொழுது நாம் வாடகை இருப்பதாக வீடு கடை எடுக்கிறோமே அதுவும் ஒரு வகை குத்தகைதான். நிறைய பேர் குத்தகை வேறு, வாடகை வேறு என்று நினைத்து கொண்டு இருக்கிறார்கள். குத்தகையின் போது கொடுக்கப்படும் கைமாறுக்கு அதாவது பிரதி பிரயோசனத்திற்குதான் வாடகை என்று பெயர்.

8) வருடந்தோறும் புதுப்பிக்கும் குத்தகையைத்தான், மாதந் தோறும் புதுப்பிக்கும் குத்தகையாக மாற்றி, அதனையும் பதினொரு மாதங்கள் மட்டுமே என்று ஒப்பந்தம் போட்டு பதிவு செய்யாமல் கடையையோ வீட்டையோ வாடகைக்குவிடும் நடைமுறை இன்று வரை இருக்கிறது.

9) வாடகை ஒப்பந்தம் போட்டச் சொன்னால் எல்லா பத்திர டிராஃப்டுகளிலும் Lesser, Lessee என்று குறிப்பிட்டு இருப்பதை பார்த்திருப்பீர்கள். வாடகை ஒப்பந்த பத்திரத் தில் வாடகை விடுபவர் வாடகை இருப்பவர் என்று இல்லாமல் Lesser, Lessee என்றே இருப்பதில் இருந்தே புரிந்து கொள்ளலாம்.

10) 1970களுக்கு முன்பு பட்டா பாத்தியதை உள்ள பெரும் நிலசுவான்தாரர்கள் எல்லாம் விவசாய மக்களுக்கு வருசத்திற்கு மூன்று போகம் என்று 15 போகத்திற்கு அதாவது 5 வருடத்திற்கு குத்தகைக்கு விடுவார்கள். ஆனால் முன்கூட்டியே எந்தவிதமான குத்தகை தொகை வாங்க மாட்டார்கள்.

11) அதற்கு பதிலாக விளைச்சலில் பங்கு வாங்கி கொள்வார்கள் இதனை வாரத்திற்கு விடுதல் என்றும் சொல்வார்கள் .நல்ல நீர்பாசனம் இருந்தால் குத்தகை விடுபவர்களுக்கு 60 சதவீதமும் குத்தகை எடுப்பவருக்கு 40 சதவீதமும் விளைச்சலில் பங்கு பிரித்து கொள்வார்கள்.

12) நீர்ப்பாசனம் குறைவாக இருக்கிற நிலங்களுக்கு 50:50 அல்லது குத்தகை கொடுப்பவர் 40 சதவீதம் குத்தகை எடுப்பவர் 60 சதவீதம் என்று பங்கு பிரித்து கொள்வார்கள். இதுவே புன்செய் ஆக இருந்தால் தீர்வைக்கு குத்தகை விட்டுவிடுவார்கள் அதாவது முப்போகத்திற்கு இவ்வளவு பணம் என்று குத்தகை எடுப்பவர்கள் கொடுத்துவிட வேண்டும்.

13) அந்தகாலத்தில் முதல் 15 போகம் அதாவது 5வருடம் குத்தகை எடுத்தவர்களுக்கு ஒழுங்காக பங்கு கிடைக்கும் பட்சத்தில் அடுத்து 15 போகத்திற்கு அடுத்து 15 போகத்திற்கு என்று தொடரந்து குத்தகையை தொடர்ந்தனர்.

14) தஞ்சாவூர் மற்றும் காவிரி கரையோரம் இந்த குத்தகை முறை பிரபலம். நிலச்சுவான்தாரார்கள் குத்தகைதாரர் களுக்கும் கருத்து வேறுபாடு ஏற்பட்டு அரசியலாக மாறிய பொழுது காமராஜர் அவர்கள் ஆறாண்டுகளுக்கு மேல் குத்தகையில் இருப்பவர்களை குத்தகையில் இருந்து வெளியேற்றக் கூடாது என்று தனிச் சட்டம் கொண்டு வந்தார்.

15) நிலச்சுவான்தாரர்கள் தங்களுடைய பட்டா பாத்யதை உரிமையை குத்தகை நடப்பில் இருக்கும்போதே வேறு ஒரு நபருக்கு விற்றுவிடுவார்கள். அப்படி விற்கும் போது ஏற்கனவே போடப்பட்ட குத்தகை தொடரும் அதில் எந்த பாதிப்பும் இருக்காது.

16) மேலும் சொத்தின் பட்டா பாத்யதையை நிலச்சுவான்தாரர் விற்கும்பொழுது குத்தகைதாரருக்கு தான் முதலில் வாங்குவதற்கும் உரிமை கொடுக்க வேண்டும் அல்லது குத்தகைதாரரின் ஆட்சேபணையின்மையும் பெற்று பட்டா பாத்யதை உரிமையை கிரையம் செய்ய வேண்டும் என்று

குத்தகைதார்களுக்கு ஆதரவாக பெருந்தலைவர் காமராஜர் அவர்கள் தஞ்சாவூர் குத்தகைதாரர் பாதுகாப்பு சட்டத்தை இயற்றினார்.

17) உங்களுக்கு ஒரு வீட்டை குத்தகைவிட்டு அதில் இருந்து மாதந்தோறும் வாடகையோ அல்லது ஒரு விளைநிலத்தை குத்தகைவிட்டு ஒவ்வொரு போகத்திற்கு விளைச்சலில் பங்கோ அல்லது ஆண்டுதோறும் கொடுக்கும் குத்தகை தொகையையோ அதாவது குத்தகையில் இருந்து கிடைக்கும் பலாபலனை வேறு நபருக்கு மேடோவர் செய்துவிடலாம்.

18) இந்த குத்தகை மேடோவர் என்பது குத்தகை கொடுத்தவர் ஒரு குறிப்பிட்ட தொகையை மூன்றாவது நபரிடம் மொத்தமாக பெற்றுகொண்டு குத்தகையில் இருந்து தொடர்ந்து வரும் தொகையை மூன்றாவது நபரை வாங்கி கொள்ள சொல்லி கைமாற்றி விடுவது ஆகும்.

19) 100 வருச லீசு, 60 வருஷ லீசு, 30 வருச லீசு, 10 வருச லீசு, 5 வருச லீசு, 3 வருச லீசுக்கு இந்த வீட்டை இந்த கடையை எடுத்து இருக்கிறேன். 15 போகத்திற்கு வாரத்துக்கு இந்த வயற்காட்டை எடுத்து இருக்கிறேன். தீர்வைக்கு 3 போகத்திற்கு இந்த புஞ்சை காட்டை எடுத்து இருக்கிறேன் என்று சொல்வதை பேசுவதை கேள்விப்பட்டு இருப்பீர்கள்.

20) 100 வருட 60 வருட குத்தகை என்பது பெரும்பாலும் கோயில் சொத்துக்களில் சர்ச் மசூதி சொத்துகளில் குத்தகை எடுத்து அனுபவித்து வருகின்றனர். மைலாப்பூர் கபாலீசுவரர் கோயில் சொத்து ஒன்று நாகேசவராவ் பார்க் அருகில் இருக்கிறது அதனை மிக குறைந்த

குத்தகைக்கு long லீசுக்கு அமிர்தஞ்சன் தைல கம்பெனி எடுத்து இருந்தது.

21) குத்தகையை குறுகிய கால குத்தகை நீண்டகால குத்தகை என்று பிரிக்கலாம் குறுகிய கால குத்தகையை 5 ஆண்டுகளுக்கு குறைவானது அதற்கு மேல் இருக்கும் காலங்கள் நீண்டகால குத்தகை என்று பிரித்து கொள்ளலாம்.

22) காலமே குறிப்பிடாமல் நீண்ட கால குத்தகை என்று மட்டும் அந்த கால பத்திரங்களில் போட்டு இருப்பார்கள். அதற்கு, 10 ஆண்டுகள் என்று நாம் எடுத்து கொள்ள வேண்டும். குறுகிய கால குத்தகை என்று மட்டும் போட்டு இருந்தால் 3 ஆண்டுகள் என்று எடுத்துக் கொள்ள வேண்டும்

தெரிந்து கொள்ள வேண்டிய பாடங்கள் :

லிங்க் அளவு என்றால் என்ன?

அந்தக் காலப் பத்திரங்களில் நிலத்தின் பரப்பு, சதுர லிங்குகளில் கொடுக்கப்பட்டிருக்கும். அதனை பற்றி பார்ப்போம்.

லிங்குகள் என்பது ஒரு நீண்ட சங்கிலியின் ஒரு கண்ணி ஆகும். அந்த காலத்தில் நிலங்களை அளப்பதற்கு 66 அடி நீளமுள்ள சங்கிலியைத்தான் பயன்படுத்தினார்கள்.

அந்த 66 அடி சங்கிலியை 100 பாகங்களாகப் பிரிக்கும்பொழுது, அவற்றில் ஒரு பாகம் 0.66 அடி நீளமுள்ள ஒரு லிங்க் கிடைக்கும். அதாவது அரை அடிக்கு கொஞ்சம் கூட இருப்பது ஒரு லிங்க் ஆகும்.

P1. மனைக் குத்தகைப் பத்திரம் மாதிரி

நன்னிலம் தாலுகா வீரபாண்டி கிராமத்தில் வசிக்கும் இந்து வேளாள ஜாதி, சிவமதம், விவசாய ஜீவனம் ராமசாமி குமாரர் முனுசாமி பின்னால் குத்தகைக்காரர் (லெஸ்லி) என்று அழைக்கப்படுபவர்–1.

மேற்படி நன்னிலம் தாலுகா, வீரபாண்டி கிராமத்தில் வசிக்கும் இந்து சிவமதம், சீனிவாசன் குமாரர் ரமணி பின்னால் குத்தகைக்கு விடுபவர் (லெஸ்ஸார்) என்று அழைக்கப்படுபவர்–2.

ஆகிய இவர்கள் இருவருக்குள் நாளது தேதியில் எற்பட்ட புஞ்சை நிலக்குத்தகைப் பத்திரம் என்னவென்றால்;

எங்களில் 2வது நபரான குத்தகைக்கு விடுபவருக்கு அடியில் சொத்து விவரத்தில் கண்ட நிலம் சொந்தமாயிருப்பதாலும், மேற்கூறிய குத்தகைக்காரர் அதனைக் குத்தகைக்கு எடுத்துக் கொண்டு அதில் மேற்கட்டடம் கட்டி நாளது தேதி முதல் 5 வருஷ காலம் குடியிருப்பதாகவும், வருஷாந்தரமாக வாடகை மாதம் 12 ரூபாய் கொடுப்பதாகவும், மேற்படி குத்தகைதாரர் ஒத்துக் கொண்டிருக்கிறார்.

மேற்படி வாடகை பிரதி வருஷமும் ஏப்ரல் மாதம் 1ந் தேதியோ அதற்கு முன்போ செலுத்திவிடுவதாகக் குத்தகைதாரர் குத்தகைக்கு விடுபவரிடம் ஒப்புக்கொண்டிருக்கிறார்.

அடியிற்கண்ட அந்தச் சொத்தை அவர் அனுபவத்தில் வைத்துக் கொண்டு கெடு தவறாமல் வருஷா வருஷம் வாடகை செலுத்தி விட வேண்டும். மேலே சொன்ன 5 வருஷ காலம் முடிந்த பிறகும், மேலே குறிப்பிட்ட காலத்திற்குள் வாடகையைக் குத்தகைதாரர் செலுத்தத் தவறினாலும் குத்தகைக்கு விடுபவர் இந்தக் குத்தகையை வேறு நோடீஸில்லாமலே கைப்பற்றிக் கொள்ளலாம்.

மேற்கட்டடத்திற்காக எவ்வித நஷ்டாஈடும் தரத் தேவையில்லை. ஆனால் மேற்கட்டடத்தைப் பிரித்த சாமான்களைக் குத்தகைதாரர் எடுத்துக் கொள்ளலாம். வாடகைப் பாக்கியுடன் வட்டி 6% குத்தகைதாரரிடமிருந்து வசூலிக்கப்படும். குத்தகைதாரர் சொத்துக்கு ஏதாவது சேதம் ஏற்படுத்தினாலும், கீழ் வாடகைக்கு விட்டாலும் இந்த குத்தகை ரத்து செய்யப்படும்.

குத்தகைக் கால முடிவில் குத்தகைக்காரர் மேற்கட்டடத்தை அப்புறப்படுத்துவதுடன், வாடகைக்கு விடப்பட்ட சொத்தின்மேல் கொடுக்க

வேண்டிய வரி ஏதாவது இருந்தால் அதைச் செலுத்திவிட்டு அதைச் செலுத்த வேண்டிய வாடகையில் சரி செய்து கொள்ள வேண்டியது. சொத்துக்கு ஏதாவது ரிப்பேர் செய்ய வேண்டியிருந்தால், குத்தகை விடுபவரின் முன் அனுமதியைப் பெற்று செய்துகொண்டு, செலவை வாடகையில் சரி செய்து கொள்ளலாம்.

நாகப்பட்டினம் ரிஜிஸ்ட்ரேஷன் டிஸ்ரிக்ட், நன்னிலம் சப்–டிஸ்ட்ரிக்ட், நன்னிலம், தாலுக்கா வீரபாண்டிக் கிராமத்தில் ரீ சர்வே நெ.8.13 நஙமமஙட ஜாரி விஸ்தீரணம் ஏ.செ.05

(ஒப்பம்)   1.

2.

சாட்சிகள்

1.

2.

தெரிந்து கொள்ள வேண்டிய பாடங்கள் :

ஒரு பர்லாங் என்றால் என்ன?

அந்த கால பத்திரங்களில் நீளத்தை ஒரு பர்லாங் என்று குறிப்பிட்டிருப்பார்கள். ஒரு பர்லாங் என்றால் பத்து முறை 66 அடி சங்கிலியை அளப்பதற்கு சமமாகும். அதாவது ஏறக்குறைய 660 அடியாகும்.

ஒரு சென்ட் மற்றும் ஏக்கர் என்றால் என்ன?

சென்ட் என்ற வார்த்தைக்கு நூற்றில் ஒரு பாகம் என்று அர்த்தம். ஒரு ஏக்கராவை நூறு பாகங்களாக பிரித்தால், அதில் ஒரு பாகத்தின் பெயர் சென்ட் என்று குறிப்பிடப்படுகிறது. ஒரு ஏக்கராவிற்கு 10 சதுர சங்கிலிகள் தேவைப்படுகிறது. லட்ச சதுர லிங்குகள் தேவைப்படுகிறது. அதேப்போல் ஒரு சென்டிற்கு 1000 சதுர லிங்குகள் தேவைப்படுகிறது.

P2. நஞ்சை அல்லது புஞ்சை முச்சலிக்கை மாதிரி

1) 19..... வருஷம் ..... மாதம் ...... தாலுகா ..... நெ .... கிராமத்திலிருக்கும் ...... குமாரர் ......க்கு ....தாலுகா நெ..... கிராமத்திலிருக்கும் .... குமாரர் ...... எழுதிக் கொடுத்த .... நிலச் சாகுபடி முச்சலிக்கை.

2. நான் சாகுபடி செய்ய தங்களை நிலம் கேட்டதற்கு ..... கிராமத்தில் தங்களுடைய நிலமாகிய அடியிற்கண்ட நெம்பர் வாரி நிலங்களைத் தாங்கள் எனக்கு ....ம் பசலிக்கும் மாத்திரம் சாகுபடி செய்ய குத்தகைக்கு விட்டிருக்கிறபடியால செய்நேத்தி குறைவில்லாமல் சாகுபடி செய்து தாங்கள் சொல்லியபடி பாரா முத்திரை மரக்காலால் அடியிற்கண்ட நெம்பர்வாரி நிலத்துக்கு அடியிற்கண்டிருக்கும் குத்தகை நெல்லைக் காச்சல், தூத்தல் முதலியன செவ்வையாகச் செய்து வருகிற ..... மாதம் 30க்குள் கொடுத்துவிடுகிறேன்.

3. ஏரியில் ஜலக்குறைவு நேரிடும் பட்சததில் ..... கலம் நெல்லுக்கு .... கலவீதம் மேல்வாரம் கொடுத்துவிடுகிறேன். கேழ்வரகு சாகுபடி செய்தால் காணி 1க்குப் பாராமுத்திரை மரக்காலால் முன்பு .... கலவீதம் கேழ்வரகு கொடுத்துவிடுகிறேன். மடிப்புச் சாகுபடி செய்தால் மேற்கண்டபடி வாரம் கொடுத்துவிடுகிறேன். துவரை பயிர், எள்ளு முதலியன சாகுபடி செய்தால் வாரம் கொடுத்துவிடுகிறேன். காணி 1க்கு வைக்கோல் சுமை ..... வீதம் கொடுத்துவிடுகிறேன்.

4. அறுவடைக் காலங்களில் தங்களிடம் சொல்லிவிட்டு தங்கள் காட்டில் மேல் அறுவடை செய்து தாங்கள் சொல்லும் களத்தில் போட்டு தங்கள் முத்திரையிட்டு தாங்கள் சொல்லும்போது ஒப்படி செய்து தங்களுக்குச் சேர வேண்டிய அடியிற் கண்ட தானியங்களைக் கொடுத்துவிட்டு மிகுதியை நான் எடுத்துக் கொள்ளுகிறேன். விளைவு, அறுவடை, சுமை, ஒப்படை நெல் இந்தக் காலங்களில் காவல் இருந்து களவு போகாமல் காத்து ஒப்புவிக்கிறேன்.

தங்களுடைய நெல்லை எடுத்து வந்து தாங்கள் சொல்லும் கெரிசையில் கொட்டிவிடுகிறேன். குடி மராமத்து ஏரி கால்வாய் வேலை செய்ய நேர்ந்தால் அவ்வூர் குடிகளுடன் நானும் வேலை செய்துவிடுகிறேன். அதுவும் தவிர தங்களுக்குள்ள சொந்த அமிஞ்சி வேலைகளையும் காணி ஒன்றுக்கு 2 ஆள் வீதம் செய்கிறேன்.

5. தங்களுடைய நெம்பர்வாரி நிலங்களில் பக்கத்தில் இருக்கப்பட்ட நிலங்கள் சாகுபடியாகி நான் சாகுபடி செய்யாமல் போட்டுவிட்டால் அதற்குண்டான நஷ்த்தைக் கட்டிக் கொடுத்துவிடுகிறேன். தங்களுடைய நிலமாகிய அடியிற்கண்ட நெம்பர்வாரி நிலங்களை வருகிற .....30க்கு மேல் என்னை எதிர்பாராமலே தாங்கள் சுவாதீனம் செய்து கொள்ளலாம். மேல்கண்டதில் பிசகு நடந்தால் கிரிமினல் தண்டனைக்கும் உட்படுகிறேன். நேரிடும் நஷ்டமும் கொடுத்துவிடுகிறேன்.

6. குறிப்பிட்ட காலத்தில் குத்தகை நெல் கொடாமல் பாக்கி நிற்கும் நெல்லுக்குக் கடைவிலை கால விரயம் கட்டி மாதம் 1க்கு ரூ.100க்கு வட்ட, ரூபாய் ஒன்றாகக் கூடிய வட்டியும் முதலும் தாங்கள் வேண்டும்போது கொடுத்துவிடுகிறேன். தவறினால் கோர்ட்டில் தாவா செய்து கோர்ட்டுச் செலவுடன் வசூல் செய்து கொள்ளவும். இந்தப்படி என் சம்மதத்தில் எழுதிக் கொடுத்த நிலச் சாகுபடி குத்தகை முச்சலிக்கை.

நஞ்சை நெம்பர் புலப்பெயர் விஸ்தீரணம் குத்தகை பாரா

புஞ்சை லெட்டர் ....ஏ. செ......... கலம்.....ம. படி

(ஒப்பம்)

தெரிந்து கொள்ள வேண்டிய பாடங்கள் :

ஒரு ஏக்கர், மைல் எப்படி வருகிறது?

• 66 அடி நீளமுள்ள ஒரு சர்வே சங்கிலியை 10 முறை நீளவாக்கிலும், ஒரு முறை அகலத்திலும் அளந்து அதனுடைய பரப்பை கணக்கிடும் பொழுது, ஒரு ஏக்கர் பரப்பு கிடைக்கிறது.

• மேற்படி சர்வே சங்கிலியை கண்டர் செயின் என்று அந்தக் காலத்து கர்ணங்கள் சொல்வார்கள்.

• பத்து கண்டர் செயின் ஒரு பர்லாங் என்றும், 8 பர்லாங் ஒரு மைல் என்றும், அதாவது 80 கண்டர் செயின் நீளத்தை ஒரு மைல் என்றும் சொல்வார்கள்.

P3. நஞ்சை நிலக்குத்தகைப் பத்திரம்
1 வருடம் – மாதிரி

தஞ்சாவூர் ஜில்லா, நன்னிலம் தாலுகா, வீரபாண்டி கிராமத்தில் வசிக்கும், இந்து, விவசாய ஜீவனம் ராமசாமி குமாரர் முத்துசாமி, மேற்படி நன்னிலம் தாலுகா, வீரபாண்டி கிராமத்தில் வசிக்கும் நிலச்சுவான்தார், சீனு குமாரர் ரமணி ஆகிய உங்களுக்கு, அடியில் விவரித்திருக்கும் தங்களுக்குச் சொந்தமான 13 ஏக்கர் நஞ்சை நிலத்தை என்னுடைய சுவாதீனத்தில் .... தேதியன்று விட்டிருக்கிறபடியால், உங்களுக்குச் சொந்தமான அடியில் கண்ட நிலங்களை நான் பயிரிட்டு, அறுவடையானதும், தங்களிடமோ, தாங்கள் நியமிக்கும் நபரிடமோ, 200 கலம் நெல்லை ...... தேதியில் தெய்வீக, ராஜீகத்தால் தடங்கல் ஏற்பட்டாலும் தங்களுக்குச் சேர வேண்டிய மேல் வாரமாகச் செலுத்திவிடுகிறேன்.

ஆனால் அதீதமான மழையினாலோ, மழையில்லாமல் வறட்சியினாலோ அல்லது இம்மாதிரி காரணங்களினால் மகசூல் சாவி ஏற்பட்டு, அதனால் நான் மேல்வாரத்தைச் செலுத்தத் தடங்கல் ஏற்படுமானால் ரிஜிஸ்தர் தபால் மூலம் தங்களுக்கு உரிய காலத்தில் விஷயத்தைத் தெரிவித்து, உங்களது உத்தரவின் பேரிலும் அல்லது உங்கள் முன்னிலையில் அறுவடை செய்த நெல்லிலிருந்து, நிலத்தைப் பயிரிட்டதற்காக 4ல் ஒரு பாகம் எனக்குக் குத்தகைதாரனாகச் சேர வேண்டியதாக எடுத்துக் கொள்கிறேன். மேலும் வைக்கோலில் போரடித்த பிறகு அரை பாகத்தை எடுத்துக் கொள்கிறேன்.

இந்த நிலங்களை நான் உள் குத்தகைக்கு விடுவதில்லை. என்னிடமிருந்து ஒருவித ஆட்சேபனையுமிராமல், மேற்படி நிலங்களை .... தேதியில் உங்கள் சுவாதீனத்துக்கு விட்டுவிடுகிறேன். அப்படிச் செய்யத் தவறினால் எனக்கு நோட்டீஸ் இல்லாமலேயே நீங்கள் சுவாதீனம் செய்து கொள்ள உரிமையுண்டு. வாரத்தைச் செலுத்தத் தறினால், குத்தகைத் தொகை மாத்திரமல்லாமல் அதற்கு 100க்கு 9 சதவீதம் வட்டி கட்டியும் நான் தரக்கடவேனாகவும்.

சொத்து விபரம்

நாகப்பட்டினம் ரிஜிஸ்ட்ரேஷன் டிஸ்டிரிக்ட், நன்னிலம் சப்ரிஜிஸ்ட்ரேஷன் டிஸ்டிரிக்ட் நன்னிலம் தாலுகா, வீரபாண்டி கிராமம்.

ரீ. சர்வே நெம்பர், நஞ்சை அல்லது புஞ்சை விஸ்தீரணம்

		ஏக்கர்	சென்ட்
90–1	நஞ்சை	0	50
90–1ஏ	மேற்படி	1	75
91–2	மேற்படி	0	35
91–3	மேற்படி	0	65
93–1	மேற்படி	0	45
93–2	மேற்படி	0	25
93–3	மேற்படி	0	30
94	மேற்படி	3	00
96–3	மேற்படி	0	25
96–4	மேற்படி	1	60
96–5	மேற்படி	1	40
97	மேற்படி	2	50
மொத்தம்		13	

தேதி : (ஒப்பம்)

சாட்சிகள்

மனதில் கொள்ள வேண்டிய பாடங்கள் :

அந்தக் கால பத்திரங்களில் ஊர் பெயர் குறிப்பிடும் போது கஸ்பா என்றும், மஜரா என்றும் ஊர் பெயருக்கு முன் போட்டு எழுதுவார்கள். கஸ்பா என்றால் வருவாய் கிராமம் அல்லது தலைமை கிராமம். மஜரா என்றால் துணை கிராமம் அல்லது இணைக்கப்பட்ட கிராமம் என்று சொல்வார்கள்.

P4. நெல்சாகுபடி ஒப்பந்தம் மாதிரி

PADDY CULTIVATION AGREEMENT

1. உங்களுக்கு சொந்தமான ..... ஜில்லா.... தாலுக்கா .... கிராமத்தில் இருக்கும் கீழ் ஷெட்யூலில் கண்ட நஞ்சை நிலத்தை நெல் சாகுபடி செய்ய உங்களிடமிருந்து ... (இத்தனை) வருடங்களுக்கு குத்தகைக்கு நான் எடுத்துக் கொண்டு என் சுவாதீனம் செய்து கொண்டிருக்கிறேன்.

2. நிலங்களை காலத்தில் உழவற உழுது, எரு கிடை, தழை முதலியது போட்டு அக்கம் பக்கம் நிலம் ஒப்பந்தம் செய் நேர்த்தி தாழ்வின்றி காலா காலத்தில் சாகுபடி செய்து மகசூல் காலத்தில் உங்களுக்கு தெரியப்படுத்தி உங்களுக்கு உத்தரவின் பேரில் அறுவடை செய்யக் கடவேன்.

3. அப்படி அறுவடை செய்த நெல் தானியத்தில் உங்களுக்கு சேர வேண்டிய ...... (இத்தனை) ... பங்கு தானியத்தை அளந்து .... போகத்தில் .... மூட்டை தானியமும் ..... போகத்தில் .... மூட்டை தானியமும் உங்களிடம் சேர்ப்பித்து ரசீது பெற்றுக் கொண்டு வரக்கடவேன் மிகுதி எனக்கு சேர வேண்டிய பங்கு பாகத்தை நான் எடுத்துக் கொள்ளக் கடவேன்.

4. உங்களுக்கு கொடுக்க வேண்டிய தானியத்தை நான் உங்களுக்கு கொடுக்க தவறினாலும் அது குறைவுபட்டாலும் நிலங்களை உடனே மறு சுவாதீனம் செய்து கொள்ளலாம் நான் கொடுக்க தவறிய தானியத்தையும் கால விலைப்படி என்னிடமிருந்து செலவுடன் நீங்கள் வசூல் செய்து கொள்ள நான் சம்மதிக்கிறேன்.

5. நிலங்களுக்கு சம்பந்தப்பட்ட சர்வே டிமார்ஃபிகேஷன் கல், மரம் முதலிய வைகளை அப்போதைக்கப்போது கவனித்து சரியான நிலையில் இருக்கும்படி பாதுகாத்து வரக்கடவேன்.

6. மேற்படி நிலங்களில் மடிப்பு சாகுபடி செய்தால் ஒப்பந்தப்படி உங்களுக்கு சேர வேண்டிய மேல் வாரம் கொடுத்துவிடக்கடவேன்.

7. மேற்படி நிலங்களுக்கு உண்டாகிய ஏர் உழவு வேலை வகையறாவை நான் ஊர் வழக்கப்படி செய்யக் கடவேன்.

8. மேற்படி நிலங்களுக்கு சர்க்காருக்கு கட்ட வேண்டிய தீர்வையை நீங்களே கட்டிக் கொள்ள வேண்டியது. நான் கட்ட வேண்டி ஏற்பட்டால் உங்களுக்கு செலுத்த வேண்டிய தானிய மதிப்பிலிருந்து அதை நான் எடுத்துக் கொள்ள எனக்கு பாத்யதை உண்டு.

9. இதில் கண்ட குத்தகை வருடங்கள் முடிந்ததும் மேற்படி நிலங்களை உங்களுக்கு மறு சுவாதீனம் செய்து விட சம்மதிக்கிறேன்.

ஷெட்யூலில் சொத்து விவரம்

சாட்சிகள்:

மனதில் கொள்ள வேண்டிய பாடங்கள் :

•   அந்தக் கால பாகப்பிரிவினை பத்திரங்களில் சுப மங்கள சூதக பாத்யதை மட்டுமே உள்ளது என்று போடுவார்கள். அப்படி என்றால், பாகப்பிரிவினை ஷரத்துக்கள் முடிந்தப் பிறகு அசையும், அசையாத சொத்துக்களை எல்லாம் பிரித்துவிட்டோம், நமக்குள் எந்த சொத்து, பண வரவு செலவு பாக்கிகள் எதுவும் இல்லை. இனி சுப மங்கள சூதக பாத்யதை மட்டுமே உள்ளது என்று முடிப்பார்கள்.

•   அதாவது நல்லது கெட்டது போன்ற பிறப்பு, இறப்பு திருமணம் போன்ற குடும்ப நிகழ்ச்சிகளில் பங்கெடுப்பதும், செலவு செய்வதுமான பாத்யதை மட்டுமே உள்ளது என்ற அர்த்தத்தில் மேற்படி ஷரத்தை பயன்படுத்துவார்கள்.

P5. சவுக்கு சாகுபடி குத்தகை ஒப்பந்தம்

CASUARINA CULTIVATION AGREEMENT

தேதி..... இன்னாருக்கு இன்னார்.... எழுதிக் கொடுப்பது.

1. ...... ஜில்லா ..... தாலுக்கா .....நெ. கிராமத்தில் இருக்கும் உங்களுக்கு சொந்தமான கீழ் ஷெட்யூலில் கண்ட நிலங்களில் நான் சவுக்கு மரம் பயிர் செய்ய உங்களிடமிருந்து குத்தகைக்கு எடுத்துக் கொண்டு நிலங்களை என் சுவாதீனம் செய்து கொண்டிருக்கிறேன்.

2. மேற்படி நிலங்களில் என் செலவில் நான் சவுக்கு பயிர் வைத்து தண்ணீர் பாய்ச்சி மரம் எழுப்பி பாதுகாத்து வரக்கடவேன்.

3. ஒரு வருடமானதும் முதல் தடவையாக வெட்டும் போது உங்களுக்கு தெரியப்படுத்தி சுள்ளிகளை கழித்து வேண்டிய சுள்ளிகளையும் கிளைகளையும் நான் எடுத்துக் கொள்ள கடவேன் மேற்கொண்டு வருடா வருடம் வெட்டும் போதும் உங்களுக்கு தெரியப்படுத்தி வெட்டி வரும் சுள்ளிகளையும், கிளைகளையும் நீங்கள் பாதி பாகமாகவும், நான் பாதி பாகமாகவும் பிரித்து எடுத்து கொள்ள கடவோம்.

   நாம் இருவரும் சேர்ந்து அவைகளை விற்றும் கிரையத் தொகையை சமமாக எடுத்துக் கொள்ளலாம்.

4. இன்று முதல் எழு வருடத்திற்குள் சவுக்கு மரங்கள் வெட்ட தகுதியானவுடன் நாம் இருவரும் சேர்ந்து அவைகளை வெட்டி கால விலைப்படி விற்பனை செய்து வரும் தொகையை நாம் இருவரும் சமமாக எடுத்துக் கொள்ள வேண்டியது.

5. இரண்டாவது வருடத்திலிருந்து சுள்ளிகளையும், கிளைகளையும் வெட்டும்போதும், மரங்கள் வெட்ட தகுதியானவுடன் அவைகளை வெட்டும்போதும், நான் உங்களுக்கு ரிஜிஸ்டர் தபால் மூலம் தெரியப்படுத்தி உங்கள் முன்னிலையில் வெட்டக்கடவேன், அப்படி செய்யாமல் பயிர்களை விறகாவது தனிமையில் வெட்டுவதற்கு எனக்கு அதிகாரம் கிடையாது.

6. உங்களுக்கு தெரியப்படுத்தாமல் நான் வெட்டினாலாவது, விற்றாலாவது கிரிமினல் சட்டப்படி ஏற்படும் குற்றத்திற்கும் நான் உட்படுகிறேன்.

7. மேற்கண்ட நிபந்தனைகளுக்கு மீறி நடந்தாலாவது பயிர் சரிவர விதைத்து வளர தவறினாலாவது அதனால் உங்களுக்கு ஏற்படும் நஷ்டங்களை நான் கட்டிக் கொடுக்க கடவேன்.

8. எழு வருடத்திற்குள் இந்த குத்தகை ஒப்பந்தத்தை ரத்து செய்ய எனக்காவது உங்களுக்காவது அதிகாரம் கிடையாது. அப்படி செய்தால் ரத்து செய்பவர் நம்மில் மற்ற நபருக்கு நஷ்டம் கட்டிக் கொடுக்க வேண்டியது.

9. இந்த எழு வருட குத்தகைக்கு என் பாகம் பயிர் மதிப்பு ரூ..../–

இந்தப்படிக்கு நான் சம்மதித்து எழுதி கொடுத்த குத்தகை ஒப்பந்தம்

ஷெட்யூலில் சொத்து விவரம்

சாட்சிகள்:

மனதில் கொள்ள வேண்டிய பாடங்கள் :

* அறுத்து எடுக்கின்ற பயிர்களை, பயிர் செய்கின்ற நிலத்தில் வருகின்ற பலா பலன்களை அசையும் சொத்தாகவே நாம் கணக்கிடலாம். அதனால் சவுக்கு போன்ற மரங்களை காலி நிலங்களில் பயிர் செய்வது பரவலாக இருக்கிறது.

* மா, தென்னை போன்ற பிற பயன் தரும் மரங்களை பயிரிட்டால் அந்த மரத்தை அறுக்க முடியாததால், அந்த மரங்கள் அசையா சொத்தாக மாறி விடுகிறது. அதனால் அதிக மதிப்பும் கூடி விடுகிறது. எனவே அவற்றை தடுப்பதற்காக நிலங்களையும், காலியாக விடாமல் இருப்பதற் காக சவுக்கு தோப்புகள் உருவாக்கப்படுகின்றன. ஆனால் மேற்படி சவுக்கு தோப்புகளுக்கு முறை யான அக்கிரிமெண்ட்டுகள் போடுவதில்லை. மேற்சொன்ன ஒப்பந்தம் நிச்சயம் சவுக்கு பயிரிடுபவர்களுக்கு பயன்படும்.

P6. டிப்போ மனை வாடகை குத்தகை ஒப்பந்தம்
LEASE FOR FIREWOOD DEPOT

தேதி..... இன்னாருக்கு இன்னார்.... எழுதிக் கொடுப்பது.

1. உங்களுக்கு சொந்தமான கீழ் ஷெட்யூலில் கண்ட (ஊர், தெரு, கதவு எண்......) உள்ள காலிமனையை விறகு மரக்கறி வியாபாரம் செய்ய இன்று முதல் ... (இத்தனை) .... வருஷங்களுக்கு நான் உங்களிடமிருந்து வாடகைக்கு எடுத்துக் கொண்டிருக்கிறேன்.

2. இதற்கு நான் ஒப்புக் கொண்டிருக்கும் மாதவாடகை ரூ.... இதை பிரதி இங்கிலீஸ் மாதமும் அதற்கு அடுத்த மாதம் .... தேதிக்குள் உங்களிடம் தவறாமல் செலுத்திக் கொண்டு வர சம்மதிக்கிறேன் இந்த ஒப்பந்தம் பிரதி இங்கிலீஷ் மாதம் 1ஆம் தேதி முதல் கடைசி தேதி வரை மாத ஒப்பந்தமாக கருதப்படும்.

3. இதற்கு முன் பணமாக நான் இப்பொழுது உங்களிடம் ரூ... செலுத்தி இருக்கிறேன். அதில் ஒரு மாத வடகையை மட்டும் உங்களிடம் அட்வான்சாக நிறுத்தி விட்டு மிகுதியை பிரதி மாத வாடகையில் ரூ.../– ஆக கழித்து மீதி வாடகையை செலுத்திக் கொண்டு வரக் கடவேன்.

4. இடத்தில் விறகு மரக்கறி வியாபாரம் மட்டும் செய்துவர சம்மதிக்கிறேன் அதை வேறு வியாபாரத்திற்காவது குடியிருப்பு இடமகவாவது உபயோகிப்பதில்லை அதில் நெருப்பு வரும் அடுப்பு முதலியதை வைப்பதில்லை.

5. அந்த காலி மனை நான்கு பக்கங்களிலும் சவுக்கு கம்பிகள் நிறுத்தி ஜிங்க் தகடுகளாலோ, மூங்கில் கம்பிகளிலோ சுற்றி அடைத்து வாசக்கால் வைத்து நான் பந்தோபஸ்து செய்து கொள்ள எனக்கு பாத்யதை உண்டு இவை தவிர நான் வேறு எதுவும் கட்டுவதில்லை.

6. மேற்படி காலிமனையை மொத்தமாகவோ, பகுதிகளாகவோ வேறு யாருக்கும் நான் கீழ் குடக்கூலிக்கு விடுவதில்லை.

7. என் வியாபாரத்திற்கு தேவையான லைசென்ஸ் பெற்றும் அரசாங்க சட்டங்களுக்கும் விதிகளுக்கும் உட்பட்டும் நான் என் வியாபாரத்தை நடத்தி வரக் கடவேன். அதற்கு ஏற்படும் விற்பனை வரி முதலியதையும் நானே கட்டிக் கொள்ளக் கடவேன். மேற்படி காலி

மனைக்கு கட்ட வேண்டிய சொத்து வரியை நீங்களே கட்டிக் கொள்ள வேண்டியது.

8. மேற்படி காலி மனையின் தரையை அப்போதைக்கப்போது சமப்படுத்தி சரியான நிலைமையில் வைத்துக் கொண்டு வந்து இதில் கண்ட தவணை முடிந்தும் சம தரையாய், மேடு பள்ளம் இல்லாமல் உங்களிடம் திரும்பி ஒப்புவிக்க கடவேன்.

9. நான் .... (இத்தனை) மாத வாடகை கட்ட தவறினாலும் மேற்படி நிபந்தனைகளுக்கு மீறி நடந்தாலும் கால தவணையை எதிர்பாராமலே நீங்கள் என்னை காலி செய்து கொள்ளலாம். அப்படி நீங்கள் காலி செய்து கொள்ளும் போதும் நானாகவே காலி செய்யும் போதும் நான் போட்டிருக்கும் சவுக்கு மூங்கில் கம்பிகள் ஜிந்தகடுகள், வாசக்கால் கதவு மேடை இவைகளை அப்புறப்படுத்தாமல் அப்படியே விட்டுவிட்டு போகக் கடவேன். அப்பொழுது வாடகை பாக்கியிருந்தால் அதையும் நஷ்டம் ஏற்பட்டிருந்தால் அதன் மதிப்பையும் அட்வான்சில் கழித்து மிகுதியை பெற்றுக் கொள்ள கடவேன். இந்தப்படிக்கு நான் எழுதிக் கொடுத்த காலி மனை வாடகை ஒப்பந்தம்.

ஷெட்யூலில் சொத்து விவரம்

சாட்சிகள்:

மனதில் கொள்ள வேண்டிய பாடங்கள் :

❖ நிறையப்பேர் டிப்போ, குடவுன் போன்றவற்றை வாடகை அல்லது குத்தகை விடும்போது, வீட்டிற்கு போடப்படும் குடக்கூலி பத்திரத்தின் மாதிரிகளையே பயன்படுத்திக் கொண்டு குத்தகை ஒப்பந்தங்கள் போடுகிறார்கள்.

❖ மேலே இருக்கின்ற ஒப்பந்தப் பத்திரம் அனைத்து வகையான அசையும் சொத்துக்களைப் பற்றிய உரிமைகளையும் காலி செய்த பிறகு எதனை எல்லாம் விட்டுச் செல்ல வேண்டும், எவையெல்லாம் எடுத்துச்சொல்ல வேண்டும் என்ற விளக்கத்துடன் இருக்கிறது.

P7. கோழி கால்நடை பண்ணை குத்தகை ஒப்பந்தம்!

LEASE FOR POULTRY CATTLE FARM

தேதி..... இன்னாருக்கு இன்னார்.... எழுதிக் கொடுப்பது

1. எனக்கு சொந்தமாய் என் சுவாதீன அனுபோகத்தில் இருக்கும் கீழ் ஷெட்யூலில் கண்ட புஞ்சை நிலத்தை அதில் கோழி பண்ணை நீங்கள் நடத்திக் கொள்ள நான் இதனால் உங்களுக்கு வருஷங்களுக்கு வாடகைக்கு மாற்றுதல் செய்து கொடுத்திருக்கிறேன்.

2. மேற்படி நிலத்திற்கு நீங்கள் எனக்கு மாத வாடகை ரூ...../– கொடுத்த கொண்டு வர வேண்டியது இந்த ஒப்பந்தம் இங்கிலீஷ் மாதம் 1 ஆம் தேதி முதல் அந்த மாத கடைசி வரை மாதக் குடக்குலி ஒப்பந்தமாக கருதப்படும் அதன்படி முதல் மாதத்திற்குள்ள நாட்களுக்கும் மேற்கொண்டு பிரதி இங்கிலீஷ் மாதமும் அதற்கு அடுத்த மாதம் .... தேதிக்குள் என்னிடம் நீங்கள் வாடகையை செலுத்தி ரசீது பெற்றுக் கொண்டு வர வேண்டியது.

3. இதற்கு முன் பணமாக ரூ..../– உங்களிடமிருந்து நான் பெற்றுக் கொண்டிருக்கிறேன். இதில் ஒரு மாத வாடகையை மட்டும் அட்வான்சாக நான் என்னிடம் நிறுத்திக் கொண்டு மிகுதியை பிரதி மாத வாடகையில் ரூ...../– ஆக கழித்து மிச்சமுள்ளதை நீங்கள் என்னிடம் செலுத்தி ரசீது பெற்றுக் கொண்டு வர வேண்டியது. என்னிடம் நிற்கும் ஒரு மாத வாடகை அட்வான்சை கடைசி மாத வாடகைக்கு நான் வரவு வைத்துக் கொள்ளக் கடவேன்.

4. நிலத்தில் கோழி பண்ணை நடத்திக் கொள்ள தேவையான குடிசைகளை நீங்கள் சுவர் எழுப்பி போட்டுக் கொள்ளலாம். பண்ணைக்கு வேண்டிய தொட்டிகளையும், தொழுவங்களையும் கூட நீங்களே கட்டிக் கொள்ளலாம். பண்ணை காவல்காரர்களுக்கும், மேற்பார்வையாளர்களுக்கும் தேவையான அறைகளையும், சுவர் எழுப்பி ஓடு மூடி கட்டிக் கொள்ளலாம். நிலத்தை சுற்றியும் முள்வேலி அல்லது இரும்பு கம்பி வேலி நிறுத்தி வாசக்கால் கதவு வைத்து போட்டுக் கொண்டு உங்கள் பண்ணையை நீங்கள் பாதுகாத்துக் கொள்ளலாம் மேற்கொண்டு நீங்கள் எதுவும் கட்டக் கூடாது.

5. நிலத்தை நீங்கள் வேறு யாருக்கும் மொத்தமாகவோ, பகுதிகளாகவோ கீழ் குடக்கூலிக்கு விடக்கூடாது.

6. நிலத்தில் உள்ள தென்னை பனை மரங்களையும் மற்றுமுள்ள எந்த மரங்களையும் என் அனுமதியின்றி நீங்கள் வெட்டக் கூடாது.

7. உங்கள் பண்ணைக்கு தேவையான லைசென்சு வாங்கிக் கொண்டு அரசாங்க சட்டங்களுக்கும் கார்பொரேசன் பஞ்சாயத்து போர்டு விதிகளுக்கும் உட்பட்டு நடத்திக் கொள்ள வேண்டியது.

8. நீங்கள் மாத வாடகையை சரிவர செலுத்தாமல் மாத வாடகை பாக்கி நின்றாலும் மேற்படி நிபந்தனைகளுக்கு மீறி நடந்தாலும் இதில் கண்ட கால தவணைக்கு முந்தியே நான் உங்களை காலி செய்து கொள்ளலாம். இதில் கண்ட தவணை வருஷங்கள் முடிந்ததும் நீங்கள் புதிதாக வாடகை ஒப்பந்தம் செய்து கொண்டால் மறுபடியும் உங்களுக்கே வாடகைக்கு விட சம்மதிக்கிறேன்.

9. நீங்களாகவே தவணை முடிந்ததும் காலி செய்யும் போதும் நான் உங்களை காலி செய்து கொள்ளும்போதும் நீங்கள் கட்டும் குடிசைகளையும், தொட்டிகளையும், தொழுவங்களையும், அறைகளையும், வேலி, வாசக்கால், கதவு உள்பட எதையும் எடுக்காமல் அப்படியே விட்டு விட்டுப் போக வேண்டியது.

இந்த படிக்கு நான் சம்மதித்து எழுதிக் கொடுத்த காலி மனை வாடகை ஒப்பந்தம்.

வாடகைக்கு பெறுபவராகிய நானும் இதற்கு ஒப்புக் கொண்டிருக்கிறேன்.

சாட்சிகள் :

வாடகைக்கு பெறுபவர்

மனதில் கொள்ள வேண்டிய பாடங்கள் :

சொத்து மாற்றுச் சட்டம் 117ன் படி விவசாயம் மற்றும் விவசாயம் சம்பந்தப்பட்ட நிலக் குத்தகை ஆவணங்களை பதிவது கட்டாயமல்ல. இஷ்டத்தை பொறுத்து பதிந்துக் கொள்ளலாம். மேற்படி கோழிப் பண்ணை குத்தகையும் விருப்பத்தை பொறுத்து பதிந்துக் கொள்ளலாம்.

P8. ஹோட்டல் குத்தகை ஒப்பந்தம்
HOTEL LEASE

.... வருடம் .... மாதம் ..... தேதி...... (இருப்பிடம்) ..... ல் இருக்கும் ..... இன்னார்... குமாரர் ...... இன்னார்.... குத்தகைக்கு விடுபவர் 1வது நபராகவும் .... இருப்பிடம் .... ல் இருக்கும் .... இன்னார் .... குமாரர் ..... இன்னார்.... குத்தகைக்கு பெறுபவர் 2 வது நபராகவும் .... இருப்பிடம் ...ல் இருக்கும்.... (இன்னார்) குமாரர்.... இன்னார்.... ஜாமீன்தாரர் 3 வது நபராகவும் நாங்கள் செய்து கொண்ட ஹோட்டல் குத்தகை ஒப்பந்தம் என்னவென்றால்;

நம்மில் 1–வது நபர் கீழ் 1வது ஷெட்யூலில் கண்ட (ஊர், தெரு, கதவு எண் ......) இடத்தில் .... பெயரில் இப்பொழுது ஒரு ஹோட்டல் நடத்தி வருகிறார் அது நாமில் 1–வது நபருக்கு மட்டுமே சொந்தமானது. அதை நம்மில் 2–வது நபர் இன்று முதல் வருஷங்களுக்கு இதில் கட்டியபடி குத்தைகைக்கு எடுத்துக் கொண்டிருக்கிறார். அந்த ஹோட்டல் உள்ளதும் கீழ் 2வது ஷெட்யூலில் கண்டதுமான சாமான்களை 1–வது நபரிடமிருந்து 2–வது நபர் ஒப்புவித்துக் கொண்டிருக்கிறார். இந்த குத்தகை முடிந்ததும் அந்த சாமான்களை சரிவர திரும்பிக் கொடுப்பதற்கு நாமில் 3–வது நபர் ஜாமீன் தாரராக சேர்ந்திருக்கிறார்.

நம்மில் 2–வது நபர் ஹோட்டலுக்கு மாதம் ஒன்றுக்கு ரூ..../– ஆக நம்மில் 1–வது நபரிடம் குத்தகையாக செலுத்திக் கொண்டு வர வேண்டியது. இதை பிரதி தினமும் ஹோட்டலை மூடுவதற்கு முன் ரூ......./– ஆக செலுத்திக் கொண்டு வந்து மிகுதி பூராவையும் மாத கடைசி தினம் செலுத்திவிட வேண்டியது.

இந்த ஒப்பந்தத்திற்கு அட்வான்சாக ரூ..../– 2–வது நபர் 1–வது நபரிடம் செலுத்தியிருக்கிறார். இதை வாடகை பாக்கியில்லாமலும் சாமான்களில் குறைவு பழுது இல்லாமலும் ஹோட்டலை திருப்பிக் கொடுக்கும்போது 2–வது நபர் 1வது நபரிடமிருந்து வாபஸ் பெற்றுக் கொள்ள வேண்டியது.

இந்த குத்தகை ஒப்பந்தம் இத்தனை வருடங்களுக்கு அமுலில் இருக்க வேண்டியது. அதற்கு மேல் 1வது நபரும் 2வது நபரும் இஷ்டப்பட்டால் அப்பொழுது 1வது நபர் ஒப்புக் கொள்ளும் குத்தகைக்கு அதே காலத்திற்கு இந்த ஒப்பந்தத்தை புதுப்பித்துக் கொள்ளலாம்.

குத்தகை தவிர ஹோட்டல் இருக்கும் இடத்திற்கு வாடகை, தண்ணீர்

வரி, மின்சார வசதி, கட்டணம் விற்பனை வரி லைசென்ஸ் மற்றும் ஹோட்டலுக்காக கட்ட வேண்டிய எல்லா தொகைகளையும் 2வது நபரே கட்டிக் கொள்ள வேண்டியது.

மேற்கண்டபடி ஹோட்டல் குத்தகையை 2–வது நபர் 1–வது நபருக்கு செலுத்த தவறி .... நாள் .... பாக்கி ஏற்பட்டால் கால தவணைக்குள்ளாகவே 1–வது நபர் ஹோட்டல் தன் வசப்படுத்திக் கொள்ளலாம்.

இந்த ஒப்பந்தம் தீர்ந்ததும் கீழ் ஷெட்யூலில் கண்ட சாமான்களை சரியான நிலைமையில் 2–வது நபர் 1–வது நபரிடம் திருப்பிக் கொடுத்துவிட வேண்டியது. சாமான்கள் குறைவுபட்டாலும், பழுது அடைந்து இருந்தாலும், அதனால் ஏற்படும் நஷ்ட மதிப்பை அட்வன்சில் கழித்துவிட வேண்டியது. அப்படி கழித்தும் நஷ்ட மதிப்பு பாக்கியிருந்தால் அதை 2, 3 நபர்கள் 1வது நபருக்கு செலுத்திவிட வேண்டியது.

எக்காரணத்தைக் கொண்டும் ஹோட்டலை 2வது நபர் வேறு யாருக்காவது மாற்றவோ கீழ் குடக்கூலிக்கு விடவோ கூடாது. அதன் பொறுப்பின் பேரில் கடன் வாங்க 2வது நபருக்கு பாத்யதை கிடையாது அப்படி செய்தால் அது 1வது நபரையும் ஹோட்டலையும் கட்டுப்படுத்தாது.

இதில் கண்ட தவணைவரை 2வது நபரால் ஹோட்டலை நடத்த முடியாமல் போனால் குத்தகை பாக்கியில்லாமல் சாமான்களை திருப்பக் கொடுத்தால் இந்த ஒப்பந்தத்தை ரத்து செய்து கொள்ளலாம். அப்படி செய்தால் 2வது நபர் செலுத்திய அட்வான்ஸில் பாக்கியுள்ளதை அவர் இழந்து விட வேண்டியது.

மேற்படி ஹோட்டலை சுகாதார முறையிலும் அரசாங்கம் கார்பொரேசன் மற்ற அதிகாரிகளின் விதிகள்படிக்கும், 2–வது நபர் நடத்திக் கொள்ள வேண்டியது மாறாக நடந்தால் அதற்கு 2வது நபரே ஜவாப்தாரி ஆவார். மேற்படி ஹோட்டலின் லாப நஷ்டங்கள் 2வது நபரையே சேர்ந்தது அது 1வது நபரை பாதிக்காது. இந்த ஹோட்டலை 2வது நபர் நடத்தும் வரை 1வது நபர் எப்பொழுது வேண்டுமானாலும் உள்ளே சென்று ஒப்படைத்த சாமான்களில் நிலைமையை தெரிந்து கொள்ளலாம். இந்த படிக்கு நாம் சம்மதித்து செய்து கொண்ட ஹோட்டல் குத்தகை ஒப்பந்தம்.

1 வது ஷெட்யூலில் (சொத்து விவரம்) ....

2 வது ஷெட்யூலில் (சொத்து விவரம்) ....

சாட்சிகள்:

P9. குத்தகை மேடோவர் சாஸனம்

(TRANSFER OF LEASE)

.... ஆம் வருடம் மார்ச் மாதம் 5ஆம் தேதி கும்பகோணத்தில் வசிக்கும் வரதாராஜன் ராமஸ்வாமி பாபநாசத்தில் வசிக்கும் வைத்தியலிங்கம் குமாரர் மிராசுதாரர் கிருஷ்ணன் பேருக்கு எழுதிக் கொடுத்த குத்தகை மேடோவர் பத்திரம் என்னவென்றால்;

கீழே சொத்து விவரத்தில் கண்டிருக்கிற விவரப்படி எனக்குச் சொந்தமான நிலங்களைத் திருவாரூரில் வசிக்கும் ராமசாமி குமாரர் குப்புசாமியுடன் வருசாந்திரக் குத்தகை ரூ100–க்கு .... வருஷ காலங்களுக்குக் குத்தகை ஒப்பந்தம் ஏற்படுத்திக் கொண்டிருக்கிற படியாலும் நான் அவசர நிமித்தமாக பம்பாய்க்கு உடனே போய் அங்கு சில காலம் தங்கியிருக்க வேண்டியிக்கிறபடியாலும்;

வருடாந்திரக் குத்தகை தொகையை நான் வசூலிக்க முடியாமல் இருக்க கூடுமாதலாலும் நான் தங்களிடமிருந்து நாளது தேதியில் ரொக்கமாக ரூ.50 பெற்றுக் கொண்டு குத்தகையைத் தங்கள் பேருக்கு மேடோவர் செய்து விட்டேன்.

இனி நீங்களே பிரதி வருடமும் வருடாந்திரக் குத்தகையான ரூ.100 ஐயும் பெற்றுக் கொண்டு குத்தகை எடுத்தவருக்கு ரசீதும் கொடுத்துவிட வேண்டியது திருவாரூர் சப் ரிஜிஸ்திரர் ஆபிசில் 1–வது புத்தகத்தில் 1980–வது வருஷத்திய 284 நம்பர் தஸ்தாவேஜாக ரிஜிஸ்தர் செய்யப்பட்ட அசல் குத்தகைப் பத்திரத்தையும் தங்களிடம் ஒப்படைத்துவிட்டேன்.

இனி இந்தக் குத்தகைக்கான தவணைக் காலம் பூர்த்தியாகும் வரை எனக்கு இந்தக் குத்தகைப் பத்திரத்தின் மீது யாதொரு பாத்தியதையும் கிடையாது.

சொத்து விவரம்

சாட்சிகள்:

1.

2.

Q. தத்து எடுத்தல் கட்டாயம் தெரிய வேண்டிய 27 உண்மைகள்!

1) தத்து எடுப்பவருக்கு தத்து எடுத்து ஒரு பிள்ளையை காப்பாற்ற கூடிய அளவுக்கு திறமை இருக்க வேண்டும். திறமை மட்டும் இருந்தால் மட்டும் போதாது உரிமையும் இருக்க வேண்டும்.

2) திறமை இருந்து உரிமை இல்லாமலும், உரிமை இருந்து காப்பாற்றி கொள்ள கூடிய அளவுக்கு திறமை இல்லாமலும் இருந்தால் யாரையும் தத்து எடுத்து கொள்ள முடியாது.

3) அப்படி என்ன திறமை வேண்டும் என்றால் தத்து எடுப்பவர் புத்திசுவாதீனம் உள்ளவராக, மைனர் இல்லாதவராக இருந்தால் ஒரு ஆண் அல்லது பெண்ணை தத்து எடுத்து கொள்ளலாம்.

4) தத்து எடுக்கும் ஆணுக்கு மனைவி இருந்தால் கட்டாயம் மனைவியின் சம்மந்தம் வேண்டும். மனைவிக்கு மனநிலை சரியல்லை என்று கோர்ட்டில் நிரூபித்தால் மனைவியின் சம்மதம் தேவை இல்லை!

5) மனைவி துறவு மேற்கொண்டு இருந்தாலோ இந்து மதத்தை விட்டு மனைவி வெளியே போய்விட்டாலும் அந்த மனைவி சம்மதம் கேட்க தேவையில்லை. இறந்துவிட்டாலும் ஆள் இல்லாததால் கேட்க தேவையில்லை!

6) தத்து எடுப்பவருக்கு இரண்டு அல்லது மூன்று சம்சாரம் இருந்தால் தத்து எடுக்க அனைத்து மனைவிகளின் சம்மந்தம் கட்டாயம் தேவை! இதில் யாரோ ஒருவர் புத்தி

சுவாதீனம் இல்லை என்றாலே, துறவு போனாலோ, மதம் மாறினாலோ அவர்கள் சம்மதம் தேவை இல்லை.

7) மனைவி சம்மதம் இல்லாமல் ஒருவர் தன்னுடைய சகோதரர் மகனையோ, மகளையோ தத்து எடுத்தாலும் எதிர்காலத்தில் சொத்தில் எந்தவித பங்கும் வராது.

8) அதேபோல் சொத்து ஒருத்தருக்கு நிறைய இருக்கிறது. ஆனால் மனநிலை சரியில்லாதவர். அவரின் சொத்துக்காக ஒருவர், தத்து போகிறார் என்றால், அந்த சொத்தில் பங்கு வராது.

9) இதே சொத்து இருக்கிற ஒரு பெண் தத்து எடுக்க உரிமை இருக்கிறதா என்றால் அவர்கள் கணவனுடன் இருந்தால் கணவன் தத்து எடுத்தால் இவரும் சேர்ந்து எடுக்கலாம்.அல்லது கணவனை தத்து எடுக்க வைத்து இவர்களும் வளர்க்கலாம்.

10) கணவனை இழந்த பெண், விவாகரத்து பெற்ற பெண் சந்நியாசம் போன கணவரின் மனைவி, இந்து மதத்தை விட்டு வெளியேறிய கணவனின் மனைவி, மனநிலை சரியில்லாத கணவனின் மனைவிகள் தனியாக தத்து எடுக்கலாம்.

11) தத்து எடுப்பவரை பற்றி பார்த்தோம் இப்பொழுது தத்து கொடுப்பவரை பற்றி கொஞ்சம் பார்ப்போம். ஒரு குழந்தையின் அம்மா, அப்பா அல்லது கார்டியன் மட்டுமே தத்து கொடுக்க வேண்டும்.

12) தாய், தந்தை இருவரும் இருக்கிறார்கள் அவர்கள் தங்கள் குழந்தையை தத்து கொடுக்க விரும்புகிறார்கள் என்றால் தந்தைக்குதான் முதலுரிமை. ஆனால் தாயின் சம்மதம் வேண்டும்.

13) தத்து கொடுக்க தாயே முற்றும் முதலுமான உரிமை கிடையாது. கணவனை வைத்துதான் தத்து கொடுக்க முடியும். தாய் மதம் மாறினால், மனநிலை சரி இல்லாதவராக, துறவு மேற்கொண்டு இருந்தால் தாயை கேட்காமல் தந்தை தத்து கொடுக்கலாம்.

14) அதேபோல தந்தை இறந்துவிட்டால், தந்தை சாமியார் ஆகிவிட்டால், மதம் மாறிவிட்டால், மனநிலை சரி இல்லாமல் போய்விட்டால், தாய் மட்டுமே தத்து கொடுக்கலாம்.

15) தாய் தந்தை இருவரும் இறந்துவிட்டால் இருவரும் சேர்ந்து சாமியார் ஆகிவிட்டால், குழந்தைக்கு தாய் தந்தையர் யார் என்று தெரியாவிட்டாலும், இருவருமே மனநிலை சரியில்லாவிட்டாலும் நீதிமன்றத்தின் அனுமதி பெற்று அந்த குழந்தையின் கார்டியன் தத்து கொடுக்க வேண்டும்.

16) தத்து கொடுக்க கோர்ட் எளிதில் சம்மதிக்காது. குழந்தைக்கு தத்து போவது நல்லதா குழந்தை மனநிலை, உடல் தகுதி, தத்துக்கு கைமாறு ஏதாவது நடக்குதா? என்று விசாரித்த பிறகுதான் காப்பாளரை தத்து கொடுக்க கோர்ட் சம்மதிக்கும்.

17) ஒரு குழந்தையை ஒருவர் தத்து எடுத்து, அந்த குழந்தையை இன்னொரு நபருக்கு தத்து கொடுக்க கூடாது. அதாவது தத்து எடுத்த குழந்தையை இன்னொரு முறை தத்து போகக் கூடாது.

18) தத்து எடுக்கும் குழந்தைக்கு 15 வயது நிறைய கூடாது. திருமணம் ஆகக் கூடாது. அப்படி அவர்கள் கலாச்சாரம் ஒத்துக் கொண்டால் தடை இல்லை. அதாவது 15

வயதுக்கு மேலும் கல்யாணம் ஆனாலும் தத்து கொடுக்கலாம்.

19) ஏற்கனவே ஆண் மகனையோ, பேரனையோ, கொள்ளு பேரனையோ வைத்து இருப்பவர்கள் இன்னொரு ஆண் குழந்தையை தத்து எடுக்க முடியாது. ஆனால் ஒரு பெண்ணை எடுத்து கொள்ளலாம்.

20) ஆண் மகனே பிறக்கவில்லை, பிறந்து இறந்துவிட்டார் என்றால் ஒரு ஆண் மகனை தத்து எடுத்து கொள்ளலாம்.

21) அதேபோல, ஒரு இணையருக்கு மகளோ, பேத்தியோ இருந்தால் ஒரு பெண் குழந்தையை தத்து எடுக்க கூடாது. ஒரு பெண் குழந்தையை தத்து எடுக்கும் தந்தைக்கு குறைந்தது 21 வயது மூத்தவராக இருக்க வேண்டும்.

22) அதேபோல, ஆண்மகனை தத்து எடுக்கும் தாயும் 21 ஆண்டுகள் மூத்தவராக இருத்தல் வேண்டும். ஒரு குழந்தையை இரண்டு தாய், தந்தையர் தத்து எடுத்து கொள்ள முடியாது.

23) தத்து போய்விட்ட குழந்தைக்கு தத்து கொடுத்த வீட்டில் எந்த விதமான உரிமையும் பற்றும் பாசமும் கிடையாது. இரண்டு வீட்டிலும் உரிமை இருக்கிறது என்றால் தவறு.

24) தத்து குழந்தை, பிறந்த குடும்பத்தில் யார் யாரை திருமணம் செய்து கொள்ள முடியாதோ அவர்களை தத்து போன பிறகும் திருமணம் செய்ய முடியாது.

25) தத்துக்கு வரும் போதே பூர்வீக சொத்தில் உரிமை வந்து விடும். தத்துக்கு முன்பே சொத்தெல்லாம் வேறு நபருக்கு போய்விட்டால் அந்த சொத்தில் உரிமை இல்லை.

26) தத்து எடுத்துவிட்டால் அதனை சட்டப்பூர்வமாக இரத்து செய்ய முடியாது. மீண்டும் பிறந்த குடும்பத்திற்கு திரும்ப முடியாது. தத்து போனது போனது தான்.

27) தத்து கொடுப்பதற்கும், தத்து வாங்குவதற்கு பணமோ கைமாறோ வாங்க கூடாது. முஸ்லீம் தத்து எடுப்பது பற்றி ஷரியத் அங்கீகரிக்கவில்லை. கிறித்துவ சட்டத்தில் இந்திய கிறிஸ்தவர்கள் தத்து எடுக்கக் கூடாது. ஆனால் நீதிமன்ற அனுமதியோடு கார்டியனாக இருக்கலாம்.

தெரிந்து கொள்ள வேண்டிய பாடங்கள் :

- விற்பனை உடன்படிக்கையை இஷ்டத்தைப் பொறுத்து பதிந்து கொள்ளலாம் என்றிருந்ததை முதன் முதலில் கட்டாயம் பதிய வேண்டும் என்று குஜராத் மாநிலம் தான் பதிவு சட்டம் பிரிவு 17ல் திருத்தம் செய்தது.

- அதன் பிறகு தமிழக நீதிமன்றமும் விற்பனை உடன்படிக்கையை கட்டாயம் பதிய வேண்டும் என்று உத்தரவிட்டது. மேலும் பதிந்திருந்தால் மட்டுமே ஒப்பந்தத்தில் சச்சரவு ஏற்படும் போது நீதிமன்றம் வரவேண்டும் என்று சொல்லிவிட்டது.

- ஆனால் சமீபத்தில் பதியாமல் இருக்கின்ற விற்பனை உடன்படிக்கைகளில் சச்சரவு ஏற்படும்போது நீதிமன்றத்தில் நீதி கேட்டு தீர்த்துக் கொள்ளலாம் என்று சொல்லி இருக்கிறது.

- இப்படி நீதிமன்றமும், சட்டமும் ஒப்பந்தங்களைப் பற்றி அடிக்கடி மாற்றிக்கொண்டே, உத்தரவிட்டுக் கொண்டே அனைவரையம் போட்டு குழப்பிக் கொண்டே இருக்கும் என்பதை நினைவில் கொள்ள வேண்டும்.

Q1. சுவீகரச் சாசனம் மாதிரி

... வது வருஷம் மார்ச் மாதம் 10–ஆம் தேதி வடஆற்காடு ஜில்லா. வேலூர் தாலூகா, விரிஞ்சிபுரம் கிராமத்தில் வசிக்கும் மிராசு, ... ஜீவனம் குப்பப் பிள்ளை குமாரர் கிருஷ்ணப் பிள்ளையாகிய நான் எழுதி வைக்கும் சுவீகார சாசனம் என்னவென்றால்;

எனக்குக் குழந்தைகள் இல்லாத காரணத்தாலும் இனி எனக்குக் குழந்தைகள் பிறக்காது என்று அபிப்பிராயப்படுவதாலும், என்னுடைய மரணத்திற்குப் பின் செய்ய வேண்டிய உத்திரக் கிரியைகளைச் செய்வதற்காகவும்,

சுயார்ஜிதமாக என்னால் சம்பாதிக்கப்பட்ட என் சொத்துக்களை அனுபவிப்பதற்காகவும், ஒருவரை நான் சுவீகாரம் செய்து கொள்ள விரும்புவதாலும், விரிஞ்சிபுரம் கிராமத்திலுள்ள கிருஷ்ணமூர்த்தி பிள்ளை குமாரர் ராமஸ்வாமியை சட்டரீதியான என் மகனாகவும் வாரிசாகவும் இதனால் தான் சுவீகாரம் செய்து கொள்கிறேன்.

மேற்படி ராமஸ்வாமியின் பெற்றோர்கள் என்னுடைய பந்துக்களும் ஆவர். இவர்களுடைய முழுச் சம்மதத்தின் பேரிலேயே நான் அவனை என் மகனாகச் சுவீகாரம் செய்து கொள்கிறேன்.

இனிமேல் மேற்படி ராமஸ்வாமி இந்து சட்டப்படி என்னுடைய சட்ட ரீதியான மகனாகக் கருதப்பட்டு என்னுடைய ஸ்தாவரச் ஜங்கம சொத்துக்களின் பேரில் பரிபூரண உரிமைகளைப் பெறுவதுடன் என்னுடைய மரணத்திற்குப் பின் செய்ய வேண்டிய உத்திரக் கிரியைகளையும் அவனே நடத்துவான்.

இந்தச் சுவீகார சாசனமானது நான் சரியான மனோநிலையில் இருக்கும் போது என்னுடைய சொந்த விருப்பத்தின் பேரிலேயே வேறொருவருடைய நிர்ப்பந்தத்துக்கும் ஆளாகாமல் என்னால் எழுதி வைக்கப்பட்டிருக்கிறது. இந்தச் சாசனம் என் மனைவியின் முழு சம்மதத்தையும் பெற்றுள்ளது.

இந்தப்படி நான் சம்மதித்து எழுதிவைத்த சுவீகாரச் சாசனம்

சாட்சிகள்:

1.

2.

Q2. சுவீகரம் செய்து கொள்ள அதிகாரமளிக்கும் சாஸனம் மாதிரி

... வது வருஷம் ..... மாதம் ..... ஜில்லாவைச் சார்ந்த ...... சேரியில் வசிக்கும் பயிர் ஜீவனம் ...... குமாரர் ..... அவருடைய மனைவி ...... பேருக்கு எழுதிக் கொடுத்த சுவீகாரம் செய்து கொள்ள அதிகாரமளிக்கும் சாஸனம் என்னவென்றால்;

நான் சில காலமாக உடல்நலம் குன்றியிருப்பதாலும், தற்சமயம் நான் மரணப் படுக்கையில் இருப்பதாலும், நமக்குக் குழந்தைகள் இல்லாததாலும், நம் குல வழக்கப்படி என் உத்திரக்கிரியைகளை நடத்த ஒரு பிள்ளை வேண்டுமானதாலும் நான் ஒரு மகனைச் சுவீகாரம் எடுத்துக் கொள்ளத் தீர்மானித்துவிட்டேன்.

ஆனால் நடமாட முடியாத நிலையில் படுத்த படுக்கையாக இருப்பதாலும் (காலன் எந்த நிமிஷத்திலும் என் உயிரைக் கொண்டு செல்வது சாத்தியமாகையாலும்) என்னுடைய சட்டரீதியான மகனாகவும், வாரிசாகவும் ஒரு பையனை சுவீகாரம் செய்து கொள்வது சாத்தியமில்லை என்பதை அறிகிறேன்.

எனவே என்னுடைய சட்டரீதியான மனைவியாகிய உனக்கு நம்முடைய ஜாதியைச் சேர்ந்த ஒரு சிறுவனை மகனாகச் சுவீகாரம் செய்து கொள்ள இதனால் அதிகாரமளிக்கிறேன். நீ அவனுக்குக் கல்வி போதித்து, போஷித்து வளர்த்து வர வேண்டும். நீ சுவீகாரம் செய்து கொள்ளும் சிறுவன் என்னுடைய உத்திரக் கிரியைகள், வருஷாந்திர சிரார்த்தங்கள் முதலானவைகளைச் செய்தல் வேண்டும். மைனராக சுவீகாரப் புத்திரனுக்க நீ கார்டியனாக இருந்து கொண்டு அவன் தகுந்த வயதடையும் வரை (அதாவது மேஜராகும் வரை) நீ குடும்பச் சொத்துக்களைப் பாதுகாத்து பரிபாலித்து வர வேண்டும். நான் இந்த சாஸனத்தைச் சரியான மனோ நிலையிலும் வேறொருவருடைய நிர்ப்பந்தத்திற்காளாகமலும், எழுதிக் கொடுக்கிறேன்.

இதன் படி நான் சம்மதித்து எழுதிக் கொடுத்த சுவீகாரம் செய்து கொள்ள அதிகாரமளிக்கும் சாஸனம்.

(ஒப்பம்)

சாட்சிகள்

1.   2.

Q3. தத்து எடுப்பு பத்திரம் மாதிரி
(ADOPTION DEED)

... தேதி ...... இன்னாருக்கு இன்னார் .... எழுதிக் கொடுப்பது,

உங்களுக்கு மனைவி இறந்துவிட்டபடியாலும், உங்களுக்கு ஆண், பெண் சந்ததிகள் ஒன்றும் கிடையாதாகையாலும், நீங்கள் எங்களை கேட்டுக் கொண்டதன் பேரில் எங்கள் மகன் கல்யாணமாகாத சுமார் ...... வயதுள்ள (இன்னார்) என்பவனை உங்களுக்கு தத்து மகனாக இருக்கும்படி .... தேதி சுபதினத்தில் எங்களில் 2வது நபரின் அனுமதியின் பேரில் எங்களில் 1வது நபர் உங்களுக்கு கொடுத்து நீங்கள் பெற்றுக் கொண்டிருக்கிறீர்கள். அது முதல் மேற்படி .... என்பவன் உங்கள் தத்து மகனாக இருந்து வருகிறான்.

மேற்கண்டபடி நாங்கள் தத்து கொடுத்து நீங்கள் எடுத்துக் கொண்டதை நாங்கள் இதனால் பதிவு செய்து கொடுக்கிறோம்.

இந்தப்படிக்கு நாங்கள் எழுதிக் கொடுத்த தத்து எடுப்பு பத்திரம்.

ஒப்பம்

தத்து கொடுத்தவர்

தத்து பெறுபவர்

சாட்சிகள்

1.

2.

மனதில் கொள்ள வேண்டிய பாடம் :

கணவன் தனது இறப்பிற்குப் பிறகு தன்னுடைய மனைவி ஒரு மகனை தத்தெடுத்துக் கொள்ளலாம் என்று அதிகாரம் வழங்கி இருந்தால், அதற்கு தத்து அதிகாரம் என்றுப் பெயர். இந்த தத்ததிகாரப் பத்திரத்தை சார்பதிவக புத்தகம் 3ல் பதிய வேண்டும்.

R. வாடகை ஒப்பந்த பத்திரம் பற்றி கட்டாயம் புரிந்து கொள்ள வேண்டிய 15 செய்திகள்!

1) வாடகைக்கு வீடு எடுப்பது என்பது நகர பகுதிகளில் மிக பரவலாக நடக்கின்ற விஷயம் வாடகை ஒப்பந்த பத்திரம் மிக கவனமாக எழுத வேண்டும். வாடகையில் முன் பணம் வாங்குவதும் அந்த தொகையை நீங்கள் காலி செய்யும்போது திருப்பி வாங்குவதற்கு பாடாய் படுகிறார்கள்.

2) இருந்து டெபாசிட்டை கழித்துவிட்டு செல்லுங்கள். புதிய வாடகைக்கு வந்தார்கள் என்றால், அந்த அட்வான்ஸ் வாங்கி உங்களுக்கு கொடுக்கிறேன் அல்லது நீங்கள் காலி செய்த பிறகு அந்த வீட்டிற்கு மராமத்து பணிகள் செய்ய அதிகமாக கமிஷன் வைத்து, நீங்கள் கொடுத்த அட்வான்ஸ் தொகையிலிருந்து கழிப்பது போன்று, உங்கள் டெபாசிட் பணத்தை எப்படி எல்லாம் கரைத்து கொடுக்கலாம் என்றே திட்டமிடுவார்கள் வீட்டு உரிமையாளர்கள்.

3) ஒன்று அதிகாரமாக சவுண்டு கொடுத்து பேசி தங்கள் காரியத்தை சாதிக்கும்படியான வீட்டு உரிமையாளர்களும் அல்லது கண்ணீர் விட்டு அழுது நைசாக பேசி தங்கள் காரியத்தை சாதிக்கும்படியான வீட்டு உரிமையாளர்கள் என்று இரண்டு வகையில் இருக்கிறார்கள். இதனை சமாளிக்கத் தெரியாதவர்கள் தங்களின் டெபாசிட் தொகையை ஐஸ் கட்டி போல் கரைந்தோ தான் பெற்று கொள்கிறார்கள்.

4) இது ஒரு பக்கம் என்றால் வாடகையே பல மாதங்கள் கொடுக்காமல் காலியும் செய்யாமல் வீட்டு உரிமையாளர் மேல் நீதிமன்றத்தில் வாடகை வழக்கு போட்டு தண்ணீர்

காட்டும் வாடகைதாரர்களும் இருக்கிறார்கள். சென்னை போன்ற பெருநகரங்களில் வாடகை சிக்கல்களை தீர்ப்பதற்குதான் பல கட்ட பஞ்சாயத்துகள் நடந்து கொண்டு இருக்கின்றனர்.

5) மேலே சொன்ன சிக்கல்கள் எல்லாம் தவிர்க்க நல்லபடியான வாடகை ஒப்பந்த பத்திரமும், உங்களுடைய கவனமான வீட்டு உரிமையாளரை தேர்ந்தெடுத்தலும் கொஞ்சம் சாமர்த்தியமான பேச்சும் உளவியல் அறிதலும் வேண்டும்.

6) வீடு வாடகை விட்டு இருக்கிறோம் என்று சொல்கிறோம். ஆனால் இதுவும் ஒரு வகையில் குத்தகைதான். குத்தகை என்பது லீசு,லீசு என்பது ஒரு கணிசமான தொகையை முன்கூட்டியே கொடுத்துவிட்டு, அந்த வீட்டை அனுபவிப்பது வீட்டை காலி செய்யும்போது கொடுத்த கணிசமான தொகையை பெற்றுகொள்வது என்றுதானே நினைக்கிறீர்கள்.

7) மேலே சொன்னதும் குத்தகை தான் குத்தகையில் இன்னொரு வகை இருக்கிறது. சிறிய முன் தொகை கொடுத்தோ கொடுக்காமலோ வீட்டையோ இடத்தையோ சுவாதீனத்தை எடுத்து கொண்டு அதில் இருந்து வரும் பலாபலனை பங்கிட்டு கொள்வதோ அல்லது வருடந்தோறும் ஒரு தொகையை கொடுக்கிறேன் என்று சொல்லும் வருடம்தோறும் புதுப்பிக்கும் குத்தகை.

8) இன்னும் எளிமையாக சொன்னால் இடத்தின் அனுபவ சுவாதீனத்தை உரிமையாளரிடம் இருந்து கைப்பற்றி ஆண்டுதோறும் ஒரு தொகையை கொடுத்து புதுப்பிப்பதும் ஒரு வகையான குத்தகையே.

9) வீட்டை வாடகை எடுப்பதும் முன் சொன்னது போல.

மாதந்தோறும் புதுப்பிக்கும் குத்தகையாக தான் இருக்கிறது. இந்த குத்தகைக்கு உண்மையில் நாம் சொல்ல வேண்டியது மாதந்தோறும் புதுப்பிக்கும் குத்தகை பத்திரம் என்று. ஆனால் நாம் அப்படி சொல்வது இல்லை.

10) மாதந்தோறும் புதுப்பிக்கும்போது அதற்கு பிரதி பிரயோஜனமாக கொடுக்கும் தொகைக்கு பெயர் வாடகை அல்லது பிரீமியம் என்று சொல்வார்கள். ஆக ஒன்று புரிந்து கொள்ளுங்கள். வாடகை என்பது கைமாறும் தொகையின் பெயர், அந்த அனுபவத்தின் பெயர் அல்ல!!

11) அந்த அனுபவத்தின் பெயர் மாதந்தோறும் புதுப்பிக்கும் குத்தகை, அதனால்தான் lessor, lessie என்று போட்டுதான் வாடகை ஒப்பந்த பத்திரத்தை எழுதுவார்கள். ஆனால் பேச்சு வழக்கில் நாம் பயன்படுத்தும்போது பிரதி பிரயோசனமாக கைமாறும் வாடகை தொகையை சொல்லியே வாடகை விடுதல் என்று சொல்கிறார்கள்.

12) மேற்படி வாடகை ஒப்பந்த பத்திரத்தில் எல்லாவிதமான கண்டிசன்களும் முன்கூட்டியே போடப்பட்டு இருக்க வேண்டும். வாடகை எவ்வளவு, டெபாசிட் எவ்வளவு என்று தெளிவாக குறிப்பிட்டு இருக்க வேண்டும். டெபாசிட் பற்றி இந்த கட்டுரையின் 2வது பாராவில் சொல்லி இருக்கிற பாயிண்டுகளை குறிப்பிட்டு, அதனை எல்லாம் செய்யமாட்டேன் என்றும், டெபாசிட்டை உடனடியாக திருப்பி தருகிறேன் என்ற உறுதியை அளிக்க வேண்டும்.

13) ஒராண்டுக்கு மேற்பட்ட வாடகை ஒப்பந்ததைத்தான் கண்டிப்பாக சார்பதிவு அலுவலகத்தில் பதிய வேண்டும். பெரும்பாலும் பதினொரு மாத கால அளவை வாடகை

ஒப்பந்தப் பத்திரத்தில் போட்டு, அதனை பதியாத பத்திரங்களாக வீட்டு உரிமையாளரும், வாடகை இருப்பவரும் என இரு தரப்பும் போட்டு கொள்வதுதான் நிறைய நடைமுறையில் இருக்கின்றன.

14) இப்படி பதினோரு மாதம் போடப்பட்ட ஒப்பந்தம் முடிந்தவுடன் உடனடியாக அதனை புதுப்பிக்க, இன்னொரு அக்ரிமெண்ட் போடுவது நல்லது. தள்ளி போடுவது, தாமாதமாக இரண்டாவது ஒப்பந்தத்தை போடுவது இரு தரப்பையும் ஒரு சட்டப் பிடியில் வைத்து இருக்காது.

15) வீட்டு உரிமையாளர் வாடகை இருக்கும் வீட்டிற்கு அருகில் இருந்தால் ரொம்ப ஒட்டியும், ரொம்ப வெட்டியும் பழகாமல் சமநிலையோடு உறவை பேணுதல் வேண்டும். எந்த பிரச்சனை என்றாலும் இணக்கமாக பேசி முடிக்க வேண்டும்.

மனதில் கொள்ள வேண்டிய பாடங்கள் :

- பதினோரு மாதங்களுக்கு மேற்பட்ட அசையா சொத்துக்களின் குத்தகையை கண்டிப்பாக பதிய வேண்டும் என்று பிரிவு 17/1D சொல்கிறது.

- மூன்று மாத முன்னறிவிப்புக் கொடுத்து, எப்பொழுது வேண்டுமானாலும் குத்தகையை காலி செய்யச் சொல்லும் ஒப்பந்தம் நீண்டகால குத்தகை என்று சொல்ல முடியாது.

- ஒரு குத்தகை நிகழ்காலத்திலேயே ஸ்வாதீனத்தை ஒப்படைப்பதாக இருக்க வேண்டும். அடுத்த வருடம் ஸ்வாதீனத்தை தருகிறேன். இப்பொழுது இருப்பவர் காலி செய்த பிறகு உங்களுக்கு ஸ்வாதீனத்தை கொடுக்கிறேன் என்றெல்லாம் எழுதுவது குத்தகை ஆகாது.

R1. குடக்கூலி வாடகை ஒப்பந்த பத்திரம் மாதிரி

(LEASE OR RENTAL AGREEMENT)

..... ஆம் வருஷம் ஜனவரி மாதம் 5 ஆம் தேதி தியாகராய நகர் ரங்கநாதன் தெரு 3-வது நம்பர் வீட்டில் வசிக்கும் கே. ராமச்சந்திரன் (பின்னால் சொந்தக்காரர் என்று அழைக்கப்படுபவர்) என்பவருக்கும் எம். சுப்ரமணியம் (பின்னால் குடியிருப்பவர் என்று அழைக்கப்படுபவர்) என்பவருக்கும் ஏற்பட்ட குடக்கூலி (வாடகை) ஒப்பந்தமாவது என்னவென்றால்;

இதனால் மேற்படி சொந்தக்காரர் மேற்படி குடியிருப்பவருக்கு (தனியாக செட்யூலில் காணப்பட்டிருக்கும் பாகத்தை) .... தெருவில்.......... கதவிலக்கமுள்ள வீட்டைக் குடக்கூலிக்கு விடுவதாக ஒப்புக்கொண்டு குடியிருப்பவர் மாதந்திர வாடகைக்கு மேற்சொன்ன பாகத்தை எடுத்துக் கொள்வதாகவும் சொந்தகாரரும் குடியிருப்பவரும் குடக்கூலி ஒப்பந்தத்தில் கண்ட நிபந்தனகளுக்குட்பட்டு நடப்பதாகவும் ஏற்றுக் கொண்டிருக்கிறபடியால்;

இப்போது இந்த ஒப்பந்தம் பத்திரம் கூறுவதாவது:

1. சொந்தக்காரர் விடுவதாகவும் குடியிருப்பவர் எடுத்துக் கொள்வதாகவும் ஒப்புக் கொண்ட பாகம் அடியில் கண்ட ஷெட்யூலில் காணப்படுகிறது

2. வாடகை காலம் .... வருஷம்... மாதம்... தேதி முதல் ஆரம்பமாகிறது இங்கிலீஷ் மாதக் கணக்கில் வாடகைக் காலம் இருக்க வேண்டும்

3. மாதந்திர வாடகை ரூ.........க்கு ஒப்புக்கொள்ளப்பட்டு பிரதி மாதமும் 5-ஆம் தேதிக்குள் அந்த மாத வாடகைச் சொந்தக்கரரிடம் குடியிருப்பவர் செலுத்திவிட வேண்டும்.

4. மேற்படி வாடகைக் காலம் குறிப்பிட்ட தேதிக்குள் சொந்தக்காரர் வீட்டில் அவரிடம் செலுத்தப்பட வேண்டும்.

5. வாடகைக்கு எடுத்துக்கொள்ளப்பட்ட பாகத்துக்கு ஏற்பட்டிருக்கும் வாடகை ரூ.......... நியாய வாடகை என்று கருதப்பட வேண்டும்.

6. வாடகைக்காலம் .... லிருந்து .... வரைக்குமுள்ள பதினோரு மாதங்களுக்கு மாத்திரம் அதற்கப்புறம் அது காலாவதியாகிவிடும். அப்போது குடியிருப்பவர் சொந்தக்கரருக்குத் தான் குடியிருந்த

பாகத்தைக் காலி செய்து ஒப்படைத்துவிட வேண்டும். சொந்தக்காரர் யுக்தப்படிக்கு இந்த வாடகை ஒப்பந்தம் புதுபிக்கப்படலாம்.

7. மேற்படி பாகத்தை உள் குடியிருப்புக்கு விடுவதில்லை என்று குடியுருப்பவர் சொந்தக்காரருக்கு உறுதி கூறுகிறார்

8. மேலும் குடியிருப்பவர் சொந்தக்காரர் இப்போது செய்து கொடுத்திருக்கும் சௌகரியங்களைக் காட்டிலும் அதிகமான சௌகரியங்களை செய்து கொடுக்கும்படி கேட்பதில்லை என்று உறுதி கூறுகிறார்.

9. ஒரு விவேகமுள்ள மனிதன் தன் சொந்த வீட்டை எப்படி வைத்துக் கொள்வானோ அதே மாதிரி தான் குடியிருக்கும் பாகத்தில் நடந்து கொள்வதாக உறுதி கூறுகிறார்.

10. வீட்டுக்குப் பின்புறம் இருக்கும் சொந்தக்காரருக்குச் சொந்தமான மரங்களையோ, செடிகளையோ ஒன்றும் செய்வதில்லை என்று குடியிருப்பவர் உறுதி கூறுகிறார்.

11. வீட்டில் போடப்பட்டிருக்கு மின்சாரக் கம்பிகள் ஒன்றும் செய்வதில்லை என்றும் விளக்குப் போட்டுக் கொள்வதற்கு மாத்திரம் உபயோகிப்பதாகவும் சொந்தக்காரருக்கு குடியிருப்பவர் உறுதி கூறுகிறார்.

12. வீட்டை விட்டுக் காலி செய்வதனால் குடிவந்த 3 மாதங்களுக்கப்புறம் ஒரு மாத நோட்டீஸ் கொடுத்து விலகுவதாகச் சொந்தகாரருக்குக் குடியிருப்பவர் உறுதி கூறுகிறார்.

வாடகைக்கு விடப்படும் பாகத்தின் ஷெட்யூலில்...

சாட்சிகள்:

1   2

ஒரு ஆண் தத்து எடுத்தால்

தத்து ஆவணம் புத்தகம் 4ல் பதிய வேண்டும்.

ஒரு ஆண் தன் மனைவிக்கு ஒரு மகனை

தன் ஆயுளுக்குப் பிறகு தத்து எடுக்க

அதிகாரம் கொடுத்தால் தத்து அதிகாரம்

புத்தகம் 3ல் பதிய வேண்டும்.

R2. கடை வாடகை ஒப்பந்த பத்திரம்
மாதிரி

காஞ்சிபுரம் மாவட்டம், மதுராந்தகம் வட்டம், மதுராந்தகம் நகரம், அறிஞர் அண்ணா பேருந்து நிலையம் அருகில் ரூம் எண்.104, பி.ஜே.ஆர் ஆக்ரோ ஷாப்பிங் சென்டர் என்ற கடையின் உரிமையாளர் திரு.ஜெயராமன் யாதவ் அவர்களின் குமாரர் திரு.ஜெ.முரளிகிருஷ்ணன் அவர்கள் 1-வது பார்ட்டி.

காஞ்சிபுரம் மாவட்டம், மதுராந்தகம் வட்டம், செங்குந்தர் பேட்டை, பழைய ரைஸ்மில் ரோடு, எண்.18 என்ற முகவரியில் இயங்கி வரும் ப்ராப்தம் நிறுவனத்தின் சா.மு.பரஞ்சோதி பாண்டியன் அவர்கள் 2-வது பார்ட்டி.

மேற்படி 1 மற்றும் 2 பார்ட்டிகள் சேர்ந்து எழுதிக்கொண்ட வாடகைப் பத்திரம் என்னவென்றால்;

நம்மில் 1-வது நபக்கு பாத்தியப்பட்ட கடையை (10x16 அடி உள்ள கட்டிடம், பி.ஜேஆர் ஆக்ரோ ஷாப்பிங் சென்டர், ரூம் எண்.104, அண்ணா பேருந்து நிலையம் மதுராந்தகம்) 05.06.2018 முதல் வருகின்ற 11 மாதம் மட்டும் தொழில் நடத்த சம்மதித்து அடியில் கண்ட பிரகாரம் ஒப்பந்தம் பிரபித்துக் கொண்ட்தற்கு விபரம்.

1. நம்மில் 1-வது நபர்க்கு பாத்தியப்பட்ட கடையை நம்மில் 2-வது நபர்க்கு இன்று முதல் வாடகை நிலுவையில் விட்டு 2-வது நபர் அனுபவம் பெற்றுக்கொண்டார்.

2. இன்று முதல் 11 மாதம் வரை மட்டும் வாடகைதாரர் நிலைமையில் இறங்கி தொழில் நடத்திக் கொள்ள வேண்டியது.

3. மேற்படி கடை மாத மாதம் 1-க்கு வாடகை ரூபாய் மூன்றாயிரம் வீதம் (ரூ.3000/-) மட்டும் என நம்மில் 2-வது நபர் ஒப்புதல் கொண்டிருக்கிறார்.

4. வாடகை ஒப்பந்தம் வகைக்கு டெப்பாசிட் ரூ.10,000 (பத்தாயிரம் மட்டும்) நம்மில் 1-வது நபர் நம்மில் 2-வது நபரிடம் பெற்றுக்கொண்டிருக்கிறார். வட்டியின்றி நம்மில் 1-வது நபரிடம் டெப்பாசிட்டாக இருந்து வரவேண்டியது.

5. மேற்கண்ட கட்டிடத்திற்கு சர்க்கார் தீர்வை, பஞ்சாயத்து தீர்வை

நம்மில் 1–வது நபர் செலுத்தி கொள்ள வேண்டியது.

6. கட்டித்தில் உள்ள எலக்ட்ரிக் சார்ஜை நம்மில் 2–வது நபர் கட்டிக்கொள்ள வேண்டும்.

7. நம்மில் 2–வது நபர் மேற்கண்ட கடையை காலி செய்து வெளியேறும் போது டெபாசிட் தொகை ரூ.10,000/– (ரூபாய் பத்தாயிரம் மட்டும்), நம்மில் 1–வது நபர் திரும்ப கொடுத்து இரசீது பெற்றுக் கொள்ள வேண்டும்.

8. நம்மில் 1–வது நபர் சொந்த அனுபவத்திற்கு விட்டுக்கொடுக்க கேட்கும் பொழுது நம்மில் 2–வது நபர் கடையை எந்தவித தாவா செய்யவோ, வேறு விவகாரங்கள் செய்யவோ நம்மில் 2–வது நபர்க்கு உரிமை இல்லை. இருப்பினும் நம்மில் 1–வது நபர் தன் அனுபவத்திற்கு கேட்கும் போது நம்மில் 2–வது வேறு மாற்று வழியையும் மனிதாபிமான அடிப்படையில் செய்து கொள்ள கால அவகாசம் கொடுக்க வேண்டும்.

9. நம்மில் 2–வது நபர் மேலே விவரித்தப்படி வாடகை பணத்தை ஆங்கில மாதம் 5–ம் தேதிக்குள் கொடுக்க ஒப்புக் கொள்கிறார்.

10. நம்மில் 1–வது நபர் நல்ல கண்டிஷனில் மேற்படி கடையை நம்மில் 2– வது நபரிடம் ஒப்படைத்திருப்பதால் அதுபோல் திரும்ப ஒப்படைத்துக்கொள்ள வேண்டியது.

11. இந்த வாடகை ஒப்பந்த அக்ரிமெண்ட் 2 நபர்களுக்கும் 2 ஒரிஜினல்கள் தயார் செய்து கொள்ளப்படுகின்றன.

ஆகவே இவ்வளவும் நான் மனப்பூர்வமாக சம்மதித்து இந்த வாடகை ஒப்பந்தம் பிறப்பித்துக் கொண்டிருப்பதால் இதற்கு விரோதம் இல்லாமல் கட்டுப்பட்டு நடந்து கொள்வோமாக.

சாட்சிகள்:

1.   1–வது பார்ட்டி :

2.   2–வது பார்ட்டி:

S. பலவகை ரசீதுகளின் மாதிரிகள்!

கிரையம் அடமானம், குத்தகை போன்ற உரிமை மாறும், உரிமை கூறு மாறும் பத்திரங்களை பதிவு செய்யும்போது, அதனை ஒட்டி நமக்கு இன்னும் பலவகையான ரசீதுகள், இணைப்புகள், ஜாபிதாக்கள் போன்றவை போட வேண்டி இருக்கிறது.

அவற்றைப் போடாமல்விட்டால் ஏதாவது பிரச்சனை வரும் என்றால், பெரியளவில் சட்டப் பிரச்சனைகள் எதுவும் வராது. ஆனால் தேவையில்லாத சச்சரவுகள் இரு பார்ட்டிகளுக்கு இடையில் வந்தே தீரும். அது சிலருக்கு தலைவலியையும், மனஉளைச்சளையும் ஏற்படுத்தும். அதற்காக கீழ்க்கண்ட துணைப்பத்திரங்களை எல்லாம் பத்திரங்களோடு போடுவது பாதுகாப்பைத் தரும்.

ரொக்கம் வாங்கிக் கொண்டால் ரொக்கத் தொகையையும், ஜங்கம சொத்துக்களானால் அவற்றின் விவரங்களையும் தெளிவாகக் குறிப்பிட வேண்டும். ரசீது எழுதும் தேதியைக் குறிப்பிட வேண்டும்.

பணம் செலுத்துபவர் பெயரும் காணப்பட வேண்டும். எந்தக் கணக்கில் செலுத்தப்பட்டது என்பதையும் குறிப்பிட வேண்டும்.

ரசீதுகள் பணத்தை கொடுப்பதற்கும், வாங்குவதற்கும் அத்தாட்சியாக இருக்கிறது. ஜாபிதாக்கள் பத்திரங்களை கொடுத்ததற்கும், வாங்குவதற்கும் அத்தாட்சியாக இருக்கிறது. இணைப்புகள் செக் லிஸ்டுகளாக பயன்படுகிறது. ஜாபிதா என்றால் வேறொன்றுமில்லை. தமிழில் பட்டியல் என்று அர்த்தம்.

S1. பத்திரங்களின் ஜாப்தா

.............வருஷம் .... மாதம் .... தேதி ......ல் இருக்கும் (இன்னார்) குமாரர் பாரியாள் (இன்னார்) என்கிற உங்களுக்கு ...... ல் இருக்கும் (இன்னார்) குமாரர் பாரியாள் (இன்னார்) ஆகிய நான் .... தேதியில் உங்களுக்கு பண உறுதி சீட்டு எழுதிக் கொடுத்து உங்களிடமிருந்து ரூ...../– கடன் வாங்கி கொண்டிருக்கிறேன்.

அதற்கு கீழ்க்கண்ட என்னுடைய அசையா சொத்தைச் சேர்ந்த பத்திரங்களை ..... டவுனில் உங்களிடம் இப்பொழுது டிபாசிட் செய்கிறேன்.

வரிசை எண்	தேதி	இன்னார் இன்னாருக்கு எழுதி கொடுத்தது	பத்திர இயல்பு	பதிவு எண்
....	....	....	....	....

பத்திரங்களில் என்னுடைய (ஊர், தெரு, கதவு, எண்....) வீடு மனையை (ஜில்லா, தாலுகா, கிராமம், சர்வே எண்.... நஞ்சை புஞ்சை நிலத்தை) சேர்ந்தவை.

சாட்சிகள்   டிபாசிட் செய்பவர்

குறிப்பு : கிரையப்பத்திரத்திற்கு தாய் பத்திரம் வாங்கும்போது இது போன்ற ஜாபிதாக்களை போட்டுக் கொள்ளலாம்.

S2. மேஜரானவர் கிரைய உறுதி செய்தல்

RATIFICATION OF SALE AFTER MAJORITY

தேதி இன்னாருக்கு இன்னார் எழுதி கொடுப்பது

1. .... (தேதி)யில் ஏற்பட்ட .... சப்ரிஜிஸ்டிரார் ஆபீசு புஸ்தகம் 1 வால்யூம் .... பக்கங்கள் ....ல் பதிவாயிருக்கும் ஆவண எண் .... மூலமாக கீழ் செடியூலில் கண்ட சொத்தை நான் மைனராக இருந்த போது என் தாயார் (இன்னார்) எனக்கு கார்டியனாகவும் சேர்ந்து ரூ..../– க்கு உங்களுக்கு சுத்தக்கிரயம் செய்து கொடுத்தார்.

2. இப்பொழுது நான் மேஜராகிவிட்டபடியால் மேற்கண்டபடி என் தாயார் என் கார்டியனாக செய்த கிரையத்தை நான் இதனால் ஒப்புக் கொண்டு உறுதி செய்து எனக்கு சொத்தில் இருந்த பாத்யதையை

உங்களுக்கு ரிலீஸ் செய்துவிட்டேன். இந்த படிக்கு நான் எழுதிக் கொடுத்த கிரைய உறுதி ரிலீஸ் பத்திரம்.

ஷெட்யூலில் சொத்து விவரம்   ....

சாட்சிகள்   உறுதி செய்பவர்

குறிப்பு: கிரையம் ஏஜெண்டு மூலம் செய்திருந்தால் முதல்வரும் இதே போல் உறுதி செய்து கொடுக்கலாம்.

S3. மேஜரான பிறகு கிரையத் தொகை பெற ரசீது

RECEIPT FOR SALE PRICE PAID AFTER MAJORITY

தேதி இன்னாருக்கு இன்னார் எழுதி கொடுப்பது

.... தேதியில் ஏற்பட்ட .... சப்ரிஜிஸ்டிரார் ஆபீசு புத்தகம் 1 வால்யூம் நெ. ...... பக்கம் .....ல் பதிவாயிருக்கும் ஆவணம் நெ. .... மூலமாக என் தாயார் எனக்கு கார்டியனாகவும் சேர்ந்து கீழ் ஷெட்யூலில் கண்ட சொத்தை உங்களுக்கு ரூ......./–க்கு சுத்த கிரயம் செய்து கொடுத்திருக்கிறார்.

அதில் என் பாக கிரையத் தொகை ரூ..../– இதை உங்களிடமே நிறுத்தி நான் மேஜரான உடன் என்னிடம் கொடுக்கும்படி கண்டிருக்கிறார்.

இப்பொழுது நான் மேஜராகிவிட்டபடியால் அந்த தொகையை என்னிடம் கொடுக்கும் படி நான் கேட்டதற்கு நீங்களும் ரசீது ரிஜிஸ்டர் செய்து கொடுத்தல் கொடுப்பதாக ஒப்புக் கொண்டீர்கள்.

அதன்படி உங்களிடம் நிறுத்திய என் பாக கிரயத் தொகை ரூ....../– இதை இந்த ரசீது ரிஜிஸ்டிராகும்போது சப்ரிஜிஸ்டிரார் அவர்கள் முன்னிலையில் நான் உங்களிடமிருந்து பெற்றுக் கொண்டுவிட்டேன். இந்த படிக்கு நான் எழுதிக் கொடுத்த ரசீது.

ஷெட்யூலில் சொத்து விவரம்

....

சாட்சிகள்   ரசீது கொடுப்பவர்

S4. சொத்தை ஒப்புவித்து கிரையத் தொகை பெற ரசீது

SALE PRICE PAID AFTER DELIVERY OF POSSESSION

தேதி இன்னாருக்கு இன்னார் எழுதி கொடுப்பது

1. .... தேதியில் ஏற்பட்ட ..... சப்ரிஜிஸ்டிரார் ஆபீசு புஸ்தகம் 1 வால்யூம் எண்.... பக்கம் எண்.... இதில் பதிவாயிருக்கும் தஸ்தாவேஜு எண்.... மூலமாக கீழ் செடியூலில் கண்ட சொத்தை ரூ...../– க்கு நான் உங்களுக்கு சுத்தக் கிரையம் செய்து கொடுத்தேன். அப்பொழுது கிரைய சொத்தை உங்களிடம் நான் ஒப்புவிக்கவில்லை.

   ..... மாதத்திற்குள் வாடகை காலி செய்து உங்களிடம் ஒப்புவித்த பிறகு பெற்றுக் கொள்வதாய் கிரயத் தொகையிலிருந்து ரூ...../– உங்களிடம் நான் நிறுத்தி இருக்கிறேன்.

2. மேற்படி கிரைய சொத்தை காலி செய்து நான் இன்று உங்களிடம் ஒப்புவித்து விட்டேனாகையால் மேற்படி நிறுத்திய என்பாக கிரையத் தொகையை ரசீது ரிஜிஸ்டிராகும்போது சப்–ரிஜிஸ்டிரார் அவர்கள் முன்னிலையில் நீங்கள் செலுத்தி நான் உங்களிடமிருந்து பெற்றுக் கொண்டு விட்டேன். இந்த படிக்கு நான் சம்மதித்து எழுதிக் கொடுத்த ரசீது.

ஷெட்யூலில் சொத்து விவரம்

....

சாட்சிகள்   ரசீது கொடுப்பவர்

தெரிந்து கொள்ள வேண்டிய பாடம் :

தத்து எடுக்கும் பொழுது, தத்து வருபவருக்கு சொத்துரிமை வருகிறது என்றால், அந்த தத்துப் பத்திரத்தை கண்டிப்பாக புத்தகம் 1ல் பதிய வேண்டும். சொத்து வராமல் இருந்தால் புத்தகம் 4ல் பதிய வேண்டும்.

S5. மைனர் கிரையத் தொகையை சொத்து வாங்க கொடுத்ததற்கு ரசீது!

RECEIPT FOR MINOR SHARE OF SALE PRICE PAID FOR PURCHASE OF PROPERTY IN HIS NAME

தேதி இன்னாருக்கு இன்னார் எழுதி கொடுப்பது.

.... தேதியில் ஏற்பட்ட ..... சப்–ரிஜிஸ்டிரார் ஆபீசு டாகுமென்ட் நெ. .... மூலமாக கீழ் ஷெட்யூலில் கண்ட சொத்தை நான் மைனராக இருந்த பொது என் தகப்பனார் எனக்கு கார்டியர் முறையிலும் சேர்ந்து உங்களுக்கு ரூ...../–க்கு சுத்தகிரையம் செய்து கொடுத்தார்.

அதில் என்பாக கிரையத் தொகை ரூ..../–இதை உங்களிடமே நிறுத்தி நான் மேஜராவதற்குள் என் பெயரில் அசையா சொத்து வாங்கினால் அதற்கு நிறுத்திய தொகையை நீங்கள் கொடுத்துவிட வேண்டும் என்று கண்டிருக்கிறார்.

அதன்படி ...... தேதியில் என் பெயரில் (சொத்து விவரம்) வாங்கிய போது மேற்படி நிறுத்திய என்பாக கிரையத் தொகையை என் பெயருக்கு கிரையம் செய்தவருக்கு சப் ரிஜிஸ்டிரார் அவர்கள் முன்னிலையில் நீங்கள் செலுத்தி விட்டர்கள்.

இப்படியாக என் பாக கிரையத் தொகை எனக்கு சேர்ந்துவிட்டது. இப்பொழுது நான் மேஜராகிவிட்டபடியால் நீங்கள் கேட்டுக் கொண்டபடி என் பெயரில் சொத்து வாங்க கொடுத்த தொகைக்கு இந்த ரசீது எழுதிக் கொடுக்கலானேன்.

இந்த படிக்கு நான் சம்மதித்து எழுதிக் கொடுத்த ரசீது.

கொடுத்த ரசீது.

ஷெட்யூலில் சொத்து விவரம்

....

சாட்சிகள்   எழுதி கொடுப்பவர்

S6. அடமான ரசீது!

...... வருடம் ..... மாதம் .... தேதி ....ல் வசிக்கும் .... தொழில் .... மகன் ......ல் வசிக்கும் ...... மகன் ......க்கு எழுதிக் கொடுத்த ரசீது.

இப்பத்திரம் மூலம் எனக்கு வரவேண்டிய அசல் பாக்கி ரூ......./–யும் வட்டி ரூ......./– ஆக மொத்தம் ..../– நாளது தேதியில் பெற்றுக் கொண்டேன். இந்த அடமானப் பத்திரம் பூராவாகத் தீர்ந்துவிட்டது. யாதொரு தொகையும் பாக்கியில்லை.

கையொப்பம்

மனதில் கொள்ள வேண்டிய பாடங்கள் :

• முன் அடமானப் பத்திரத்தில் சம்பந்தப்பட்டவர்கள் அல்லாத வேறு நபர்களோ, அவர்களின் வாரிசு களோ, வேறு கிரையதாரர்களோ அல்லது மற்றவர்களுக்கோ ரசீதுகள் எழுதித் தரப்பட வேண்டுமானால் அடமான பத்திரத்தில் சம்பந்தப் பட்டவர்களுடன், இவர்களுக்கு ரசீது பத்திர விஷயமாக உள்ள தொடர்பைப் பத்திரத்தில் குறிக்க வேண்டும்.

• அடை உரிமை (Vested Interest) என்பது ஒரு சொத்தின் முழு உரிமையையும் நிகழ்காலத்தி லேயே கொடுப்பது. நிபந்தனை உரிமை (Condition Interest) என்பது ஒரு சொத்தின் உரிமையை அல்லது உரிமை கூறை எதிர் காலத்தில் தருவதாகச் சொல்லிக் கொடுப்பதாகும்.

• குத்தகை ஆவணத்தில் குத்தகை எழுதி கொடுப்பவர், எழுதி வாங்குபவர் ஆகிய இருவரும் கண்டிப்பாக கையெழுத்திட வேண்டும்.

T. பதிவு செய்ய கட்டாயமற்ற ஆவணங்கள் பற்றிய 11 தகவல்கள்

1. நீதிமன்ற ஏலத்தில் ஒரு அசையா பொருளை விற்க கொடுக்கும் விற்பனை சான்றிதழை (sales certificate) பதிவு செய்ய வேண்டும்.

2. அடமான கடன் சேர்ந்துவிட்டது அல்லது பற்று ஆகிவிட்டது என ஒப்புகொண்டு அந்த பதிலான அடமான பத்திரத்திலேயே குறித்து எழுதினால் அதனை பதிவு செய்ய தேவையில்லை.

3. அரசாங்கம் வழங்கும் அசையா பொருள், நன்கொடை, பட்டா வழங்கிய உத்தரவுகளை பதிவு செய்ய தேவையில்லை.

4. கடன் உறுதி சீட்டுகள் (Debenture) கூட்டுறவு கழகங்களில் வழங்கப்பட்டு இருந்தால் பதிவு செய்ய தேவையில்லை.

5. நீதிமன்றத்தில் சமரசம் பேசி சமாதான பத்திரம் எழுதினால் பதிவு செய்ய தேவையில்லை.

6. ஒரு வருட காலத்திற்குள் இருக்கும் குத்தகை / வாடகைகளை பதிவு செய்ய தேவையில்லை.

7. சொத்து விற்பனை உடன்படிக்கைகள் பதிவு செய்ய வேண்டிய கட்டாயமில்லை. (சொத்து எதுவும் கைமாற வில்லை என்பதால்) ஆனால் சச்சரவு வரும்போது நீதிமன்றம் செல்ல வேண்டுமானால் பதிவு செய்து இருக்க வேண்டும்.

8. உயில் மூலம் தத்து எடுத்துகொள்ள அதிகம் வழங்கப்பட்டு இருந்தால் அதனை பதிவு செய்ய வேண்டிய அவசியமில்லை.

9. கூட்டு குடும்பத்திலுள்ள அனைவரும் நமக்குள்ளேயே விவசாய நிலங்களை சூர்சீட்டு மூலம் பிரித்து கொண்டால் சூர்சீட்டை பதிவு செய்ய வேண்டிய அவசியம் இல்லை.

10. அசையும் / அசையா பொருள் பற்றிய உயிலை பதிவு செய்ய வேண்டும் என்று அவசியம் இல்லை.

11. விவசாயத்திற்கான குத்தகையை 1 வருடத்திற்கு மேற்பட்டதாக இருந்தால் பதிய தேவையில்லை.

மனதில் கொள்ள வேண்டிய பாடங்கள் :

* உயிலை பதியாமல் அதனை முத்திரையிடப்பட்ட கவரில் மூடி வைத்து சார்பதிவகத்தில் டெபாசிட் செய்து வைத்துவிட்டால், அது பதிவு செய்வதற்கு இணையானது என்று பலர் நம்பிக் கொண்டு இருக்கிறார்கள்.

* சார்பதிவகத்தில் டெப்பாசிட் செய்தாலும் உயில்தாரர் இறந்தப் பிறகு அந்த உயிலை கட்டாயம் பதிய வேண்டும்.

* ஒரு உயிலை பதியும் பொழுது அதில் காட்டப் பட்டுள்ள சொத்து விவரத்தில் இருக்கின்ற வரைப்படங்கள், நிலப்படங்கள், உண்மை நகல்தான் என்று வருவாய் துறையினரால் அத்தாட்சி செய்யப்பட்டிருக்க வேண்டும்.

* உயிலில் வேறு ஏதாவது சொத்து இருந்து அதனை மறந்துவிட்டால் அல்லது உயிலில் சர்வே எண்கள், ஐக்குபந்திகள் பிழையாக இருந்தால் உயிலின் கடைசி ஷரத்தில் பிழைகள் பொருட்படுத்தத் தேவை யில்லை. வேறு விடுபட்ட சொத்து இருந்தாலும் அது இன்னாருக்கு சேரும் என்று எழுதுவது நல்லது.

U. பத்திர அலுவலகத்தில் கொடுக்கப்படும் விண்ணப்பங்கள் மாதிரி

U1. பத்திரம் வீட்டில் பதிவு செய்ய மனு

(ரிஜிஸ்டிரேஷன் சட்டம் பிரிவு 31 படி)

மனுதாரரின் பெயரும் விலாசமும் .... சப்ரிஜிஸ்டிரார் அவர்களுக்கு எனக்கு சொந்தமான (ஜில்லா, தாலுக்கா, ஊர், தெரு, கதவு) வீடு மனையை (நஞ்சை புஞ்சை நிலத்தை) ....ல் இருக்கும் .... குமார்/ பாரியாள் .... அவர்களுக்கு நான் இன்று (கிரயம் செய்து) அடமானம் வைத்து) பத்திர இயல்பு குறிக்கவும்) அதற்கு பத்திரம் எழுதி நான் கையெழுத்திற்கு நேரில் வந்து தாக்கல் செய்ய முடியாமல் இருக்கிறேன்.

ஆகையால் பத்திரத்தை என் வீட்டிற்கு தாங்கள் வந்து ரிஜிஸ்டர் செய்யும்படி கேட்டுக் கொள்கிறேன். அதற்கு உண்டான கட்டணத்தை இதை கொண்டு வருபவரிடம் கொடுத்து அனுபியிருக்கிறேன்.

இடம்
தேதி   இப்படிக்கு

                                        மனுதார் கையொப்பம்

மனதில் கொள்ள வேண்டிய பாடங்கள் :

ஒரு சார்பதிவாளர் தவறான புத்தகத்தில் பதிந்து விட்டால், தவறான ஆவணங்களை பதிந்துவிட்டால் மாவட்ட பதிவாளருக்கு அதனை களைய ஆணைகள் பிறப்பிக்க அதிகாரம் பதிவுச்சட்டம் 68(2)ன் கீழ் இருக்கிறது.

U2. முத்திரை கட்டணம் குறைத்ததை குறிக்க மனு
(முத்திரை சட்டம் பிரிவு 16 படி)

மனுதாரரின் பெயரும் விலாசமும் .... சப்–ரிஜிஸ்டிரார் அவர்களுக்கு ...... தேதி .... ல் என் பெயருக்கு எழுதிக் கொடுத்திருக்கும் அடமானப் பத்திரத்தை அதில் கண்ட சொத்தையே எழுதிக் கொடுத்திருக்கும் பிறகு ...... (தேதி) ...... யில் என் பெயருக்கே எழுதிக் கொடுத்திருக்கும் கிரையப் பத்திரத்துடன் தாக்கல் செய்கிறேன்.

அடமானப் பத்திரத்திற்கு செலுத்தியுள்ள முத்திரை கட்டணத்தை பார்வையிட்டு கிரைய பத்திரத்தில் குறித்துக் கொண்டு அதை பதிவு செய்யும்படி கேட்டுக் கொள்கிறேன்.

இடம்

தேதி   இப்படிக்கு
                                                    மனுதார் கையொப்பம்

U3. டியூப்ளிகேட் பத்திரம் பதிவு செய்ய மனு
(முத்திரை சட்டம் பிரிவு 16 படி)

மனுதாரரின் பெயரும் விலாசமும் .... சப்–ரிஜிஸ்டிரார் அவர்களுக்கு ....க்கு எழுதிக் கொடுத்திருக்கும் .... (சொத்து விவரம்) .... பற்றிய .... (பத்திர இயல்பு) .... அசல் பத்திரத்தையும் அதன் டியூப்ளிகேட் ஒன்றையும் பதிவு செய்ய இத்துடன் தாக்கல் செய்திருக்கிறேன்.

அசல் பத்திரத்திற்கு செலுத்தியுள்ள முத்திரை கட்டணத்தை டியூப்ளிகேட்டில் குறித்துக் கொண்டு அதையும் பதிவு செய்யும்படி கேட்டுக் கொள்கிறேன்.

இடம்
தேதி   இப்படிக்கு
                                                    மனுதார் கையொப்பம்

U4. கட்டாய ரிஜிஸ்டிரேஷனுக்கு மனு
(ரிஜிஸ்டிரேஷன் சட்டம் பிரிவு 36 படி)

மனுதாரரின் பெயரும் விலாசமும் ....
சபரிஜிஸ்டிரார் அவர்களுக்கு எனக்கு சொந்தமான (ஜில்லா, தாலுக்கா, ஊர், தெரு, கதவு எண் ....)ல் இருக்கும் (இன்னார்) குமாரர் (நஞ்சை புஞ்சை நிலத்தை)– (தேதி) ல் எனக்கு கிரயம் செய்து (பத்திர இயல்பு குறிக்கவும்) அதற்கு பத்திரம் எழுதி கையெழுத்து செய்து என்னிடம் கொடுத்தார்.

அதை ரிஜிஸ்டர் செய்து கொடுக்க நான் பல தடவை கேட்டும் அவர் கால தாமதம் செய்து வருகிறார் ரிஜிஸ்டர் செய்ய தவணை காலம் முடிய இருப்பதால் அதை கட்டாய ரிஜிஸ்டர் செய்ய வேண்டியிருக்கிறது.

இத்துடன் தாக்கல் செய்யும் பத்திரத்தை அதை எழுதிக் கொடுத்த மேற்படி (இன்னார்)க்கு தாங்கள் சம்மன் செய்து வரவழைத்து ரிஜிஸ்டர் செய்து கொடுக்கும் படி கேட்டுக் கொள்கிறேன்

இடம்

தேதி   இப்படிக்கு

                                    மனுதார் கையொப்பம்

மனதில் கொள்ள வேண்டிய பாடங்கள் :

பதிவு செய்யும் பத்திரங்களில் ஒப்படைக்கப்பட்ட (Delivered) வைப்பீடு செய்யப்பட்ட (Deposited) போன்ற கடந்த கால நிகழ்வுகளை வாசகங்களாக கொண்டுவந்தால் தற்பொழுது அதனை ஒத்துக்கொள்கிறேன் என்று நிகழ்காலத்தில் சொல்ல வேண்டும்.

V. பிராமிசரி நோட்டு பற்றி தெரிந்துக் கொள்ள வேண்டிய 13 செய்திகள்! (PROMISSORY NOTE)

1) இது கடன் வாங்குபவர் கடன் கொடுத்தவருக்கு எழுதிக் கொடுக்கும் ஓர் அத்தாட்சிச் சீட்டாகும். இதைச் சரியானபடி தமிழாக்கம் செய்தால் "உறுதிக் கடன் பத்திரம்" என்றுதான் சொல்ல வேண்டியிருக்கும்.

2) ஆனால் நடைமுறையில் எல்லோரும் எளிதில் புரிந்து கொள்ளக் கூடிய "அண்டிமாண்டு", "பிராமிசரி நோட்டு", "புரோநோட்டு" என்ற சொற்களே கையாளப்பட்டு வருகின்றன. இன்னும் சில ஊர்களில் "அண்டிமாண்டு" என்றும் கூட சொல்கிறார்கள்.

3) 1881–வது வருஷடத்திய செலவாணிப் பத்திரச் சட்டம் (Negotiable Instruments Act, 1881) 4வது பிரிவில், பிராமிசரி நோட்டு என்பது என்ன என்று விவரிக்கப்பட்டிருக்கிறது.

4) அதன்படி புரோநோட்டு என்பது கடன் வாங்குபவர், ஒரு குறிப்பிட்ட தொகையை, நிபந்தனை யாதுமின்றி, கடன் கொடுத்தவர் கேட்கும்போது கொடுக்கப்பட வேண்டும்.

5) அப்படி கொடுக்கும்போது, புரோநோட்டு வாங்கிய அவரிடமாவது (அ) அவருடைய உத்தரவு பெற்றவர்களிட மாவது அல்லது அப்பத்திரத்தை வைத்திருக்கும் நபரிடமாவது கொடுத்துப் பைசல் செய்வதாக ஒப்புக் கொண்டு எழுதித் தரப்படும் உறுதிச் சீட்டேயாகும்.

6) அசல் தொகையுடன் வட்டித் தொகையையும் சேர்த்துக் கடனைப் பைசல் செய்வதாகவும் மேற்படி நோட்டில் காணப்படும்.

7) புரோநோட்டு எழுத்து மூலம் இருக்க வேண்டும். எழுத்து மூலமாக என்பது கையால் எழுதப்பட்டோ, டைப் செய்யப் பட்டோ, அச்சிடப்பட்டோ இருக்கலாம். பூரணமாக,

நிபந்தனையின்றியும் பணத்தைத் தருவதாக உறுதி கூறி எழுத வேண்டும்.

8) மேற்கூறிய வீதம் பணத்தைத் தருவதற்குக் (அதாவது வாங்கிய கடனைத் திருப்பித் தருவதற்கு) கட்டுப்பட்டு எழுதிக் கொடுக்கும் நபரின் விவரம் தெளிவாகக் குறிப்பிட வேண்டும்.

9) பணம் செலுத்துவதன் மூலம் பைசல் செய்யப்படும் விவகாரங்களுக்கு மாத்திரமே புரோநோட்டு எழுதித் தருதல் செல்லுபடியாகும். கொடுக்கப்பட வேண்டிய தொகை எவ்வளவு என்பதை நிச்சயமாக நிர்ணயம் செய்து எழுதுதல் அவசியமாகும்.

10) பைசல் செய்யும் வகையில் செலுத்தப்படும் தொகையை பெற்றுக் கொள்வதற்கு அதிகாரம் பெற்ற நபர் யார் என்பதை மிகத் தெளிவாகக் குறிப்பிடுதல் வேண்டும். அல்லது புரோநோட்டு கைவசமிருக்கும் எந்த நபரிடமும் பணத்தைச் செலுத்தலாமா என்பதையும் குறிப்பிட வேண்டும்.

11) பசையுடன் கூடிய ஒட்டிக் கொள்ளத்தக்க ரிவின்யூ ஸ்டாம்பு எல்லாத் தபால் ஆபீஸ்களிலும் கிடைக்கும்.

12) கேட்கும்போது கொடுக்கப்பட வேண்டும் என்ற நிபந்தனையற்ற புரோநோட்டுகளுக்குச் செலுத்த வேண்டிய ஸ்டாம்புக் கட்டணம், பில்ஸ் ஆஃப் எக்ஸ்சேஞ்களுக்குச் செலுத்த வேண்டிய கட்டணங் களுக்குச் சமமாகும்.

13) அரசு கருவூலத்திலிருந்தோ, ஸ்டாம்பு வெண்டர் களிடமிருந்தோ, அஞ்சலகங்களில் இருந்தோ ரெவின்யூ ஸ்டாம்புகளை வாங்கிக் கொள்ளலாம். புரோநோட்டிற்கு சாட்சிகளோ ரிஜிஸ்டிரேஷனோ தேவையில்லை.

V1. புரோநோட்டு (அண்டிமாண்டு)

..... ஆம் மேற்படி ...... மாதம் 5ஆம் தேதி செங்கற்பட்டு ஜில்லா, ... சைதாப்பேட்டை தாலுகா, மருதூர் கிராமத்தில் இருக்கும் ராமசாமி குமாரர் கிருஷ்ணசாமி அவர்களுக்கு மேற்படி தாலுகா, மேற்படி கிராமத்திலிருக்கும் கோவிந்தசாமி குமாரர் கந்தசாமி எழுதிக் கொடுத்த பிராமிசரி நோட்டு.

நாளது தேதியில் நான் என் குடும்பச் செலவிற்காக (பயிர் செலவிற்காக) (கல்யாணச் செலவிற்காக) தங்களிடம் பெற்றுக் கொண்ட ரொக்கம் ரூ....... (ரூபாய் .... மாத்திரம்). இந்த ரூபாய் ......ம் மாதம் ஒன்றுக்கு ரூ.100க்கு வட்டி ரூ..... வீதம் கூடுதலாகும். அசல் வட்டித் தொகையைத் தாங்கள் வேண்டும் போது தங்களிடமாவது அல்லது தங்கள் உத்தரவு பெற்றவர்களிடமாவது செலுத்திப் பைசல் செய்து இந்த அண்டிமாண்டை வாபஸ் பெற்றுக் கொள்கிறேன். இந்தப்படி நான் சம்மதித்து எழுதிக் கொடுத்த அண்டிமாண்டு.

(ஒப்பம்) ....

V2. ஒன்றுக்கு மேற்பட்ட நபர்கள் எழுதிக் கொடுக்கும் புரோநோட்டு

..... ஆம் மேற்படி .... மாதம் .....ஆம் தேதி ...... ஜில்லா ...... தாலுகா .... கிராமத்தில் இருககும் .... குமாரர் ..... அவர்களுக்கு மேற்படி ஜில்லா, மேற்படி தாலுகா, மேற்படி கிராமத்திலிருக்கும் ..... குமாரர் ....(1) குமாரர் ....(2) ஆகிய நாங்கள் இருவரும் சேர்ந்து எழுதிக் கொடுத்த பிராமிசரி நோட்டு.

நாளது தேதியில் நாங்கள் எங்கள் குடும்பச் செலவிற்காகத் (பயிர் செலவிற்காக) தங்களிடமிருந்து பெற்றுக் கொண்ட ரூ....... (ரூபாய் .... மாத்திரம்) இந்த ரூபாய் ......ம் மேற்கண்ட விதம் ரொக்கமாகப் பெற்றுக் கொண்டுவிட்டபடியால் மேற்படி தொகைக்கு மாதம் ஒன்றுக்கு ரூ.100/- க்கு வட்டி ரூ...... வீதம் கூடுதலாகும். அசல் வட்டித் தொகையை, நாங்கள்ஒருமிக்கவோ, தனித்தனியாகவோ, தங்களிடமாவது அல்லது தங்கள் உத்தர பெற்றவர்களிடமாவது வேண்டும்போது செலுத்திவிடுகிறோம். இந்த படிக்கு நாங்கள் இருவரும் சம்மதித்து எழுதிக் கொடுத்த அண்டிமாண்டு.

(ஒப்பந்தம்)

V3. கேட்கும்போது கொடுக்க வேண்டும் என்ற நிபந்தனை இல்லாமல் குறிப்பிட்ட கெடுவுக்குள் திருப்பித் தரத்தக்க பிராமிசரி நோட்டு!

..... வருடம் .... மாதம் ..... தேதி .... ஜில்லா ...... கிராமத்தில் இருக்கும் .... குமார் ..... மேற்படி ஜில்லா, மேற்படி கிராமத்திலிருக்கும் ..... குமார் ......க்கு எழுதிக் கொடுத்த பிராமிசரி நோட்டு ..... ஆகிய நான் என் குடும்பச் செலவிற்காகத் (பயிர் செலவிற்காக) தங்களிடமிருந்து பெற்றுக் கொண்ட ரொக்கம் ரூபாய் ..... (ரூபாய் .... மாத்திரம்) வட்டி மாதம் ஒன்றுக்கு ரூபாய் நூற்றுக்கு ரூ........ வீதம் கூடிய வட்டியையும், அசலையும், இந்தப் பிராமிசரி நோட்டு எழுதும் தேதியாகிய இன்றிலிருந்து .... மாத கெடுவுக்குள் தங்களிடம் செலுத்திவிடுகிறேன். இந்தப்படி நான் சம்மதித்து எழுதிக் கொடுத்த பிராமிசரி நோட்டு.

(ஒப்பம்)

குறிப்பு : மேற்படி பிராமிசரி நோட்டுகளைப் புறக்குறிப்பெழுத்து (Endorsement) அல்லது ஒப்படைதல் மூலம் இன்னொருவருக்கு மாற்றி மேடோவர் (Made over) செய்து கொள்ளலாம். இதற்கு ஸ்டாம்பு தேவையில்லை.

V4. மத்தியஸ்தத் (பஞ்சாயத்)துக்குக் கட்டுப்பட ஒப்பந்தம்!
(AGREEMENT TO ABIDE BY ARBITRATION)

.......ஆம் வருடம் ...... மாதம் .....தேதி ...... ஜில்லா, திருச்செங்கோடு தாலூகா, காளிப்பட்டிக் கிராமத்தில் வசிக்கும், விவசாய ஜீவனம், குப்பக்கவுண்டர் குமார்களளான ராமசாமி (1), நடேசன் (2), ஆதியப்பன் (3) ஆகிய மூவரிடையே செய்துகொள்ளும் ஒப்பந்தம் என்னவென்றால்;

நாம் மூவரும் ஒரு இந்து அவிபக்த குடும்பமாக வசித்து வந்து நம் பிதுரார்ஜிதச் சொத்துக்களைப் பொதுவாக அனுபவித்து வந்தபடியாலும், அம்மாதிரி பொதுவாக அனுபவித்து வருவது சிரமமாகத் தோன்றினபடியாலும், சுமார் ரூ......./– (எழுத்தால் ரூபாய் .... மட்டும்) பெறுமான நம் பிதுரார்ஜிதச் சொத்துக்களைப் பாகப்பிரிவினை செய்து கொள்ள ஒப்புக் கொண்டோம். ஆனால், அந்தச் சொத்துக்களை நம்மிடையே மூன்று சமபாகமாகப் பிரித்துக் கொள்வதில் சில சிரமங்களும்,

பேதங்களும் ஏற்பட்டிருக்கிறபடியால், நம் மூவரிடையே பின்வருமாறு ஒப்பந்தம் செய்து கொள்ளப்படுகிறது.

நாம் மூவரும் கீழ்க்கண்ட பஞ்சாயத்தாரர்களுடைய தீர்மானத்துக்குக் கட்டுப்பட வேண்டும்.

(1) காளிப்பட்டி கர்ணம் கிருஷ்ணமூர்த்தி குமாரர் ராமஸ்வாமி (2) காளிப்பட்டி கிராம முன்சீப், குப்புராமபிள்ளை குமாரர் ராமகிருஷ்ணன் (3) காளிப்பட்டி கிராமத்தில் வசிக்கும் பரமசிவக் கவுண்டர் குமாரர் வினாயகம் (4) காளிப்பட்டிக் கிராமத்தில் வசிக்கும் ஸ்ரீரங்கக் கவுண்டர் குமாரர் சுப்ரமணியம் (5) காளிப்பட்டிக் கிராமத்தில் வசிக்கும் கிருஷ்ணக் கவுண்டர் குமாரர் ராமசாமி.

பஞ்சாயத்துதாரர்களின் ஏகோபித்த தீர்மானமாவது அல்லது அவர்களில் பெரும்பான்மையானவர்களுடைய தீர்மானமாவது முடிவானதாகக் கருதப்படும்.

அப்படிப்பட்ட தீர்மானத்தை ஆதாரமாகக் கொண்டு நம்முடைய சொத்துக்களைத் தனித்தனியாகப் பிரித்து ஒரு பாகப்பிரிவினை சாஸனமும் எழுதிக் கொள்ள வேண்டும்.

(ஒப்பந்தம்)

1. ராமசாமி

2. நடேசன்

3. ஆதியப்பன்

சாட்சிகள் :

மனதில் கொள்ள வேண்டிய பாடங்கள்:

நில சச்சரவுகளுக்காக மத்தியஸ்தம் செய்யும்போது, நிலத்தின் சிக்கல்களை மிகத் தெளிவாக எழுதி, வாதி மற்றும் பிரதி வாதியின் கருத்துக்களை எழுதி அதன்பிறகு இருவரும் ஒப்புக்கொண்ட விஷயங்களை விவரமாக எழுத வேண்டும்.

தொகுதி 12

அரசுக்கு நிலம் சம்பந்தமாக என்னுடைய ஆலோசனை மனுக்கள் - அதனைப் பற்றிய கட்டுரைகள்!

1. 2007ஆம் ஆண்டில் அரசின் நில கையகப்படுத்துதலை எதிர்த்து நான் எழுதிய அரைவேக்காட்டு மனுவும் அதற்கு அரசின் பதிலும்.

1) 2007-ஆம் ஆண்டுகளில் இப்பொழுது இருக்கும் அனுபவத்தை போல அப்பொழுது இல்லை. நிறைய கற்றுக் கொள்ள வேண்டி இருந்தது. அப்படி இருந்தும் நிலம் சம்பந்தப்பட்ட சிக்கல்களில் மக்கள் பாதிக்கப்படும் பொழுது உடனே மனு எழுதி அனுப்பிவிடுவேன். அதில் நிறைய பிரச்சனைகள் தீர்ந்திருக்கிறது. நிறைய பிரச்சனைகளுக்கு விடை தெரியாமல் போயிருக்கிறது. அப்படி இருந்தாலும் இன்று வரை தொடர்ந்து கண்ணில் பட்ட பொது மக்களின் சிக்கல்களை அரசுக்கு தெரிய படுத்த தொடர்ந்து நான் மனுக்களையும், ஆலோசனை களையும் அனுப்பிக் கொண்டிருக்கிறேன். அனுப்பிய மனுக்களிலேயே கொஞ்சம் அரைவேக்காடாக அனுப்பிய மனு இந்த மனுதான்.

2) 2007-ஆம் ஆண்டுகளில் சென்னை பழைய மகாபலிபுரம் சாலை சோழிங்கநல்லூரில் தமிழ்நாடு வீட்டு வசதி வாரியத்தால் மக்களிடம் இருந்து நிலம் கையகப்படுத்துதல் நடைபெற்றது. அதற்கு நஷ்ட ஈடாக செண்ட்டுக்கு 500 ரூபாய் என்று நிலத்தை இழந்தவர் களுக்கு கொடுப்பதற்காக நிர்ணயித்து இருந்தனர். அதனை நிலத்தை இழந்த மக்கள் நீதிமன்றத்தில் மேல்முறையீடு செய்து வழக்காடி செண்ட்டுக்கு 3500 ரூபாய் என்று நஷ்ட ஈட்டை முடிவு செய்ய வைத்தனர்.

3) மேற்படி 3500 ரூபாய் தொகையும் நியாயமானது அல்ல என்று அதற்கும் நீதிமன்றத்தில் மேல்முறையீடு செய்து வழக்காடி சென்ட்டுக்கு 5500 ரூபாய் தீர்ப்பினை பெற்றனர். ஆனால் அந்த தீர்ப்பைப் பெற 10 ஆண்டுகளுக்கு மேல் நீதிமன்றத்திற்கு நடையாய் நடக்க வேண்டி இருந்தது.

4) ஒரு ஏக்கர், அரை ஏக்கர் என்று சிறு சிறு நிலங்கள் வைத்திருந்த மக்களே தங்கள் நிலத்தினை அரசிடம் இழந்தனர். அதுவே 30 ஏக்கர், 40 ஏக்கர் வைத்திருந்த வர்கள் நிலம் கையகப்படுத்துதல் சட்டம் தங்கள் நிலங்கள் மீது பாயாமல் பார்த்துக் கொண்டார்கள். நிலத்தை இழந்த மக்களுக்கு போதுமான கல்வி அறிவும், நில எடுப்பு பற்றிய சட்ட அறிவும் எதுவும் தெரியாததால் அரசு கொடுக்கின்ற நஷ்டாஈட்டை வாங்குவதற்கு விவரம் தெரிந்தவர்களின் உதவியை நாடியும், நில எடுப்பு வழக்கறிஞர்களை நம்பியும் பலமுறை அலைந்து கையில் இருக்கின்ற சேமிப்பு பணங்களை பஸ் சார்ஜ்க்காகவே வீணாக்கி கொண்டிருந்தனர்.

5) அப்பொழுதுதான் நான் ஒரு உண்மையை உணர ஆரம்பித்தேன். நிலம் வைத்திருப்பவர்கள் எல்லாரும் செல்வந்தர்கள் அல்ல. நிலத்தைப்பற்றிய அறிவு நிரம்பி இருப்பவர்கள்தான் உண்மையான செல்வந்தர்கள் ஆவார்கள். உண்மை என்னவென்றால் நிலம் மற்றும் நிலம் சம்பந்தபட்ட அறிவை பெற்றிருப்பவர்கள் மட்டுமே சொத்துக்களை காப்பாற்றிக் கொள்கிறார்கள்.

6) நிலம் பற்றிய போதுமான அறிவு இல்லாதவர்கள் நிலம் சம்பந்தப்பட்ட ஒரு பிரச்சனை வருகிறபொழுது, அதனை எதிர்கொள்ள முடியாமல், விவரம் தெரியாமல், சொத்துக்களை காப்பாற்ற முடியாமல் இழந்து விடுகின்றனர்.

7) அந்தகால கட்டத்தில் அரசின் நிலம் கையகப்படுத்து
தலால்   பாதிக்கப்பட்ட மக்கள் நஷ்ட ஈடு பெறுவதற்கு
படுகின்ற கஷ்டங்களை எல்லாம் எண்ணி தமிழக
முதலமைச்சரின் தனிப்பிரிவிற்கு காட்டமாக கொஞ்சம்
வேகமாக   (இப்பொழுது   இருக்கின்ற   பக்குவம்
அப்பொழுது எனக்கு இல்லை என்று தெரிகிறது). நான்
வைத்திருந்த 6 கோரிக்கைகளில் 5–ஐ நிராகரித்து
விட்டு 1–ஐ மட்டும் ஏற்றுக் கொண்டிருந்தார்கள்.

8) மேற்படி ஏற்கப்பட்ட கோரிக்கை என்னவென்றால், நிலம்
கையகப்படுத்தும் இடங்களில் எல்லாம் சட்ட உதவி
மையங்கள், இலவச சட்ட உதவி முகாம்கள் நடத்தி, நில
எடுப்பு சட்டத்தை பாமர மக்களுக்கு புரிய வைக்க
வேண்டும் எனவும், இதன் மூலம் இடைத்தரகர்கள்,
கட்சிக்காரர்கள்,   வழக்கறிஞர்கள்   ஆகியோர்களின்
இடைத்தரகு இன்றி நஷ்ட ஈட்டுத்தொகை நிலத்தை
இழந்த மக்களுக்கு முழுமையாக கிடைக்கும் என்று
ஏற்றுக் கொண்டு அதனை ஆவண செய்வதாக மாவட்ட
வருவாய் அலுவலர் அப்பொழுது கடிதம் எழுதி இருந்தார்.

9) அப்பொழுது நான் அனுப்பிய 3 பக்க அளவிலான
என்னுடைய மனுவிற்கு, மாவட்ட வருவாய் அலுவலரின்
இரண்டு பக்க அளவிலான பதில் கடிதமும் இந்த
கட்டுரையின் கீழே இணைத்துள்ளேன்.

    மேற்படி நான் எழுதிய கடிதமும், அரசு எனக்கனுப்பிய
கடிதமும் 10 வருடங்களுக்கு முந்தையதாகையால்
தெளிவாக தெரியவில்லை.

முதலமைச்சர் தனிப்பிரிவிற்கு நான் எழுதிய மனு :

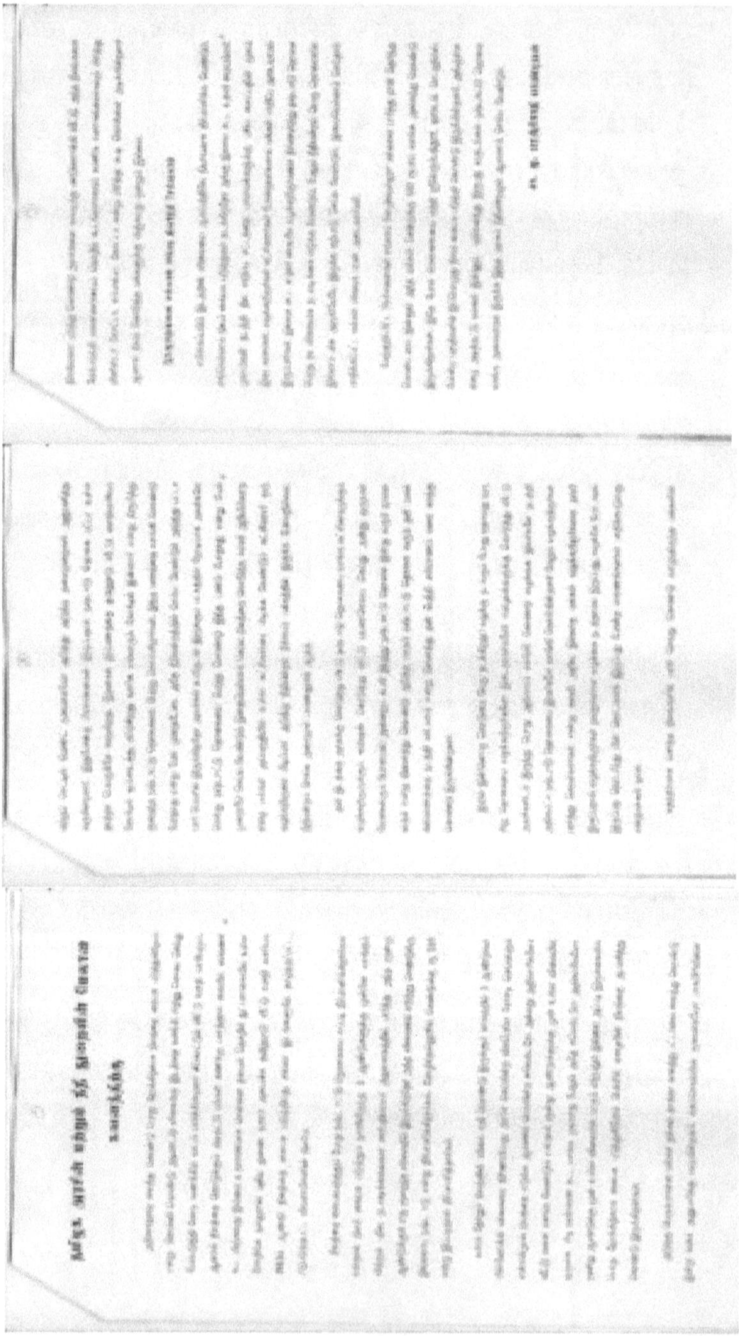

மாவட்ட வருவாய் அலுவலர் எனக்கு அளித்த பதில் கடிதம் :

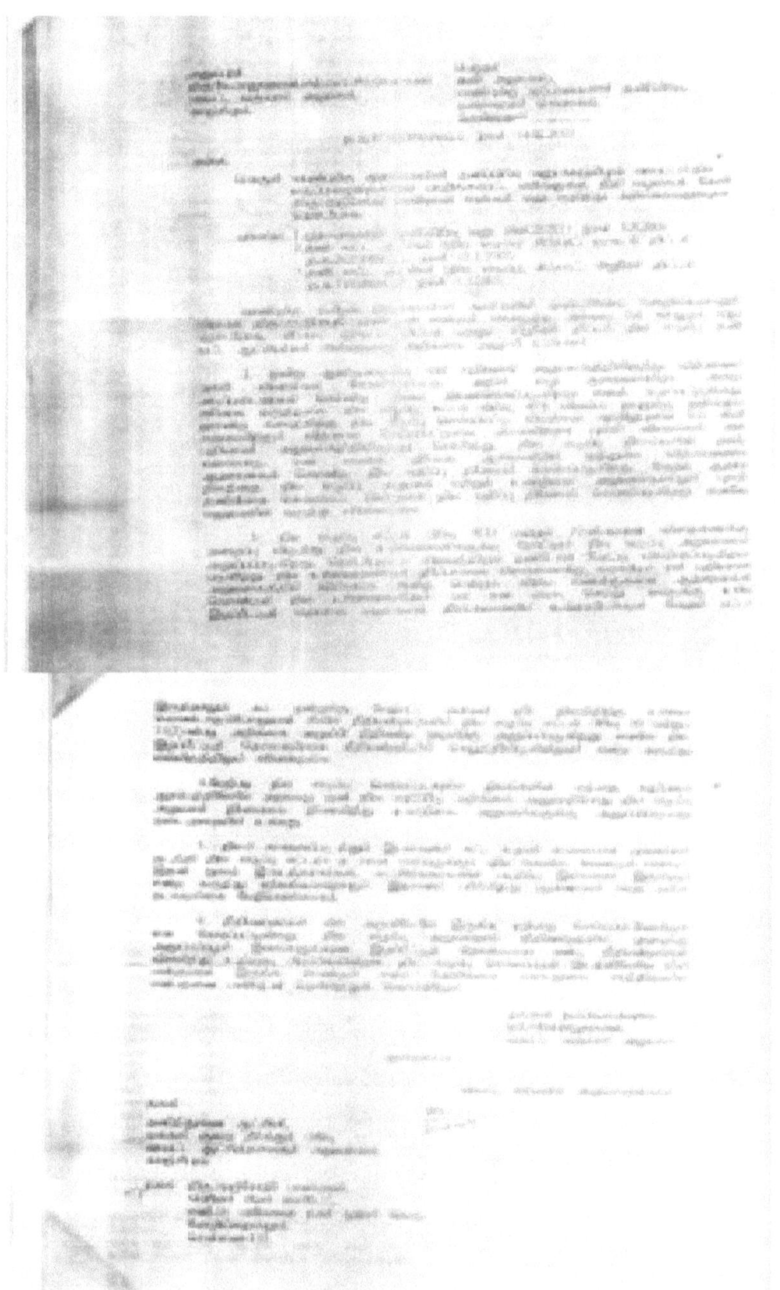

2. அரசு நிலம் கையப்படுத்துதலில் நஷ்டஈடு வாங்குவதற்கு நிலத்தை இழந்தவருக்கு பட்டா இருப்பது நன்று!!

1) நான் 2008ஆம் ஆண்டு துடிப்பாகச் சுற்றிக்கொண்டு இருக்கிற ரியல் எஸ்டேட் ஏஜெண்ட். எனது பள்ளிக்கூட ஆசிரியரின் உறவினர் ஒரு பத்திரத்தை கொண்டு வந்து, இந்த இடம் இப்பொழுது எப்படி இருக்கிறது? என்பதனை பார்க்க வேண்டும் என்று சொன்னார்கள்.

2) மேற்படி இடம் ஸ்ரீபெரும்புதூர் பக்கத்தில் இருக்கின்ற இருங்காட்டுக்கோட்டையில் இருக்கின்ற ஒரு மனை பிரிவு ஆகும். அந்த மனைப்பிரிவில் அவர்கள் வைத்திருந்தது ஒரே ஒரு வீட்டுமனை ஆகும். அதனை தேடி மறுநாள் காலையிலேயே நான் தங்கியிருந்த ஓ.எம்.ஆர் சிறுசேரியில் இருந்து இருங்காட்டுக் கோட்டைக்கு Honda Activa ஸ்கூட்டரில் கிளம்பி மனைப் பிரிவைத் தேடினேன்.

3) இருங்காட்டுக் கோட்டையையும் சிப்காட்டையும் சுற்றிச் சுற்றிப் பார்த்துவிட்டுக் கண்டுபிடிக்க முடியாமல் திணறிக் கொண்டிருந்தேன். இறுதியில் எனது வாடிக்கையாளர் வாங்கிய மனைப்பிரிவின் மேல்தான் சிப்காட்டையே அமைத்து இருக்கிறார்கள் என்று தெரிய வந்தது. சரி இனிமேல் சிப்காட் நிலத்தை எடுத்ததற்காக கொடுக் கின்ற நஷ்ட ஈட்டையாவது பெற்று கொடுக்கலாம் என்று வாடிக்கையாளருக்கு தகவல் தெரிவித்து சிப்காட்டிற்காக நியமித்திருக்கிற நில எடுப்பு தாசில்தாரை (எல்.ஏ தாசில்தார் என்று நாங்கள் சொல்லுவோம்). பலமுறை சந்தித்து பல மனுக்கள் அளித்து கீழ்க்கண்ட பதிலை பெற்றிருக்கிறேன்.

இருங்காட்டுக்கோட்டை கிராமம் - திருப்பெரும்புதூர் வட்டம் - காஞ்சிபுரம் மாவட்டம் - புல எண் 54, பரப்பு 2400 ச.அடிகள் கொண்ட மனைக்கு நில இழப்பீடு வழங்குவது - குறித்து.

பார்வை திருமதி செர்விராயன் என்பவரின் பதிவு அஞ்சல் கடிதம் நாள். 5.5.2009 மற்றும் 25.6.2009.

****

காஞ்சிபுரம் மாவட்டம், திருப்பெரும்புதூர் வட்டம், இருங்காட்டுக்கோட்டை கிராமம் புல எண். 170/1ஏ பரப்பு 2400 எனது அடிகள் கொண்ட மனைப்பிரிவுக்கு திருமதி செர்விராயன் விண்ணப்பித்ததில் அலுவலக குறிப்பெடுகளான பரிசீலனை செய்ததில் மேற்படி புல எண். பரப்பு மற்றும் உரிமையாளர் எஸ்.படி திரு. சம்பத்குமார் அவர்கள் உரிமையாளர் என தீர்ப்பாணை குறிப்பில் பகரப்பட்டுள்ளது அதன் அடிப்படையில் உரிமையாளர்கள் விண்ணப்பித்து காசோலை பெற்றுள்ளார். இது குறித்து மீண்டும் பட்டியிட வழிவகை இல்லை எனவும், மேற்முறையீட்டு தகடுஆடு பெறுவதற்கு தங்களுக்கு வழிவகை எதும் இல்லை என தெரிவித்து கொள்ளப்படு கின்றது.

தனி வட்டாட்சியர் (நிலை),
சிப்காட்,
திருப்பெரும்புதூர் திட்டம்
இருங்காட்டுக்கோட்டை.

பெறுநர்

திருமதி செர்விராயல்,
C/o S.M. பரஞ்சோதியாண்டியண்,
டெ.1.காமராசர் தெரு,
பரமேஸ்வரன் நகர்,
சேலம்பில்கடவல்லவள்

4) மேற்படி மனைக்கான நஷ்ட ஈட்டை வேறு ஒரு நபர் பெற்றுவிட்டார். ஏனென்றால், அவரின் பெயரில் பட்டா இருந்திருக்கிறது. மேற்படி நபரும் கிடைத்தவரை இலாபம் என்று நஷ்ட ஈட்டை பெற்று கொண்டது மட்டுமில்லாமல் நஷ்ட ஈடு போதாது என்று நீதிமன்றத்தில் மேல் முறையீடும் செய்துள்ளார் என்று எனக்கு தெரிய வந்தது.

5) மேற்படி வழக்கில், எனது வாடிக்கையாளரைப் பார்ட்டியாக சேர்க்க பூந்தமல்லி நீதிமன்றத்திற்கு அலையோ அலையோவென அலைந்தேன். நஷ்ட ஈடு வாங்கிய நபர் என்னைப் பார்த்தாலே ஓட ஆரம்பித்துவிட்டார். L.A, தாசில்தார் கொஞ்சம்கூட ஒத்துழைக்கவில்லை.

6) அதன்பிறகு நானும் சலித்துப்போய் அந்த வேலையை

விட்டுவிட்டேன். எனது வாடிக்கையாளரும் என்ன வாயிற்று என்று கேட்டுக்கேட்டு, அவர்களும் விட்டு விட்டார்கள். இத்தனைக்கும் மேற்படி வாடிக்கையாளர் எனக்கும் நஷ்ட ஈட்டை பெறுவதற்காக பொது அதிகாரப் பத்திரம் எனக்கு எழுதி கொடுத்திருந்தார். அதனால் சிப்காட்டில் இருக்கும் அனைத்து உயர் அதிகாரிகளையும் சென்று போய் பார்த்தேன், அப்படியும் முடியவில்லை.

7) அன்றிலிருந்து ஒன்று மட்டும் அழியாமல் மனதில் நின்றுவிட்டது. என்னவென்றால்; ஒரு சொத்திற்கு கிரையப் பத்திரம் மட்டும் முக்கியமில்லை, பட்டாவும் நஷ்டாஈடு வாங்க முக்கியமான ஆவணம் என்பதாகும். மேற்படி விஷயத்திற்காக எல்.ஏ தாசில்தாருக்கு தகவல் பெறும் உரிமை சட்டத்தின் கீழ், நான் கேட்டிருந்த கேள்விகளுக்கு அவர்கள் கொடுத்த பதில்களில் நஷ்ட ஈடு பெற வழிவகை இல்லை என்று சொல்லிவிட்டார்கள். அந்த கடிதத்தை மேலே இணைத்துள்ளேன்.

தெரிந்து கொள்ள வேண்டிய பாடங்கள் :

இரண்டு சார்பதிவகங்கள் ஒன்றுடன் ஒன்று நிர்வாக வசதிக்காக மெர்ஜ் (Merge) ஆகிவிடும். அப்பொழுது EC போடும்பொழுது எந்த சார்பதிவகம் மூடப்பட்டதோ? அந்த சார் பதிவகத்தின் கடைசி பதிவின் கட்ஆஃப் தேதியை மனதில் வைத்துக் கொண்டு EC போட வேண்டும். உதாரணமாக: திருவேங்கடம் சார்பதிவகம், கழுகுமலை சார்பதிவகத்தோடு ஒன்று கலந்துவிட்டது. திருவேங்கட சார்பதிவகத்தின் கட்ஆஃப் தேதி 31.05.2003.

3. தமிழ்நாடு முழுவதும் மீண்டும் நிலவரி திட்ட சர்வே செய்ய வேண்டும் என்பதற்கு நான் எழுதிய மனுவும், அதற்கு அரசின் பதிலும்!

1. 1985–ஆம் ஆண்டுகளில் நடந்த நிலவரித் திட்ட சர்வேயின்பொழுது பூர்வீகச் சொத்துக்களில் சில பங்காளிகள் பெயர்கள் மட்டும்தான் யூடிஆர் கணக்கில் ஏறி இருக்கும். மீதி பங்காளிகள் பெயர்கள் எல்லாம் ஏறி இருக்காது. பட்டாவில் தன் பெயர் ஏறிய பங்காளி, பட்டா கணக்கில் பெயர் ஏறாத பங்காளியின் பங்கு இடத்தை பிரித்து ஒப்படைக்காமல் வேறு நபருக்கு கிரையம் கொடுப்பதால் வருகின்ற பல சண்டைகள், சச்சரவுகள் அதற்காக பெரிய மனிதர்கள், நீதிமன்றங்கள், காவல் நிலைய பஞ்சாயத்துக்களில் காலத்தையும், பணத்தையும் உறவுகளையும் இழந்து கொண்டு இருக்கின்றார்கள்.

2. நிலவரித் திட்ட சர்வே செய்யப்பட்ட யூடிஆர் கணக்கில் தனி நபர் ஒருவர் கிரயம் வாங்கி கிரைய பத்திரத்தை (பழைய சர்வே எண் இருக்கின்ற பத்திரம்) வைத்திருக்கின்ற நிலங்களை புறம்போக்கு என்று தவறுதலாக வகைப்படுத்தப்பட்டால், பாதிக்கப்பட்ட நபர், மாவட்ட ஆட்சியர், மாவட்ட வருவாய் ஆய்வாளர், கோட்டாட்சியர், தாசில்தார் என நடையாய் நடக்கின்றனர்.

3. புறம்போக்கு என வகைப்படுத்தப்பட்டது செல்லாது என வருவாய் துறையினரிடம் நிரூபிக்க, கம்ப்யூட்டர் EC, மேனுவல் EC, பழைய பத்திரங்கள் நகல் எடுத்தல், SLR புலப்படம் நகல் எடுத்தல், ஆகியவற்றிற்காக தாலுகா அலுவலகத்தில், மாவட்ட ஆட்சியர் அலுவலகங்களில், ஆவண காப்பகங்களில் ஆவணங்களை தேடுவதற்கு, தங்களுடைய பணத்தையும் நேரத்தையும் இழக்கின்றனர்.

ந.க.எ1/8450/2018
நாள் 26.06.2018

நில அளவை மற்றும் நிலவரித்திட்ட
இயக்குநர் அலுவலகம்,
சர்வே இல்லம், 3-வது தளம்,
சேப்பாக்கம், சென்னை-5.

மேலெழுத்து

பொருள்:- முதலமைச்சரின் தனிப்பிரிவு மனு - வருவாய்த்துறை சில ஆவணங்களில் உள்ள குறைபாடுகளால் பொது மக்கள் பல பிரச்சனைகளால் அவதிப்படுவதால் புதியதாக தமிழகம் முழுவதும் நிலவரித்திட்ட சர்வே செய்ய வேண்டுதல் - தொடர்பாக.

பார்வை:- 1. திரு.சா.மு. பாலஜ்சோதி பாண்டியன், திருநெல்வேலி மாவட்டம் மனு நாள் இல்லை.
2. முதலமைச்சரின் தனிப்பிரிவு மனு எண்.64470 நாள் 31.05.2018.

பார்வை (1)ல் காணும் மனுவில் தாங்கள் கோரியுள்ள கோரிக்கை தொடர்பாக பரிசீலித்து நடவடிக்கை எடுக்கப்படும் என்ற விவரம் தெரிவிக்கப்படுகிறது.

(ஒம்)/- சி. நயினார் பிள்ளை,
உதவி நிலவரித்திட்ட அலுவலர் (தெற்கு)
சென்னை-5.

அறுப்புநகல்/ஆணைப்படி

கண் காணிப்பாளர்.

பெறுநர்

சா.மு. பாலஜ்ஜோதி பாண்டியன்,
கதவு எண்.121(4), ஆர்.டி.ஒ. ஆபிஸ் அருகில்,
குத்துக்கல் வலசை, பதுனை ரோடு,
இலத்தூர் போஸ்ட்,
தென்காசி வட்டம்,
திருநெல்வேலி - 627803
செல்:- 8110872672

நகல்:- தனி அலுவலர்,
முதலமைச்சரின் தனிப்பிரிவு,
தலைமைச் செயலகம்,
சென்னை- 600 009.

4. பாட்டன் பெயரில் இருக்கின்ற பட்டாவை பல ஆண்டுகளாக வாரிசுகள் தங்கள் பெயருக்கு மாற்றாமலேயே இருந்துவிட்டதால், இப்பொழுது மாற்ற வேண்டும் என்று பேரன்மார்கள் வட்டாட்சியர் அலுவலகத்திற்கு சென்றால், தாத்தாவின் இறப்பு சான்று, வாரிச சான்று வாங்க வேண்டி இருக்கிறது. அதற்காக இறப்பு தேதியை தேடி சுடுகாட்டு ஆவணப் பதிவேடு,

தாலுகா பதிவேடு, நகராட்சி பதிவேடு, சார்பதிவக பதிவேடு போன்ற பதிவேடுகளை எல்லாம் தேடு கூலி கொடுத்து தேடியும் தாத்தா இறப்பு தேதி கிடைக்காமல் போனால் நீதிமன்றம் அணுகி பரிகாரம் தேட வேண்டிய நிலை இருக்கிறது.

5) அப்படி நீதிமன்றம் சென்றாலும், வக்கீல்கள் ஸ்டிரைக்,

<table>
<tr><td>ந.க. உ2/மு.த.பி. மனு எண்:06/2018</td><td>மாவட்ட நிலஅளவை அலுவலகம்
திருநெல்வேலி-9
நாள்: .08.2018</td></tr>
</table>

மேலெழுத்து

பொருள்:   முதலமைச்சர் தனிப்பிரிவு மனு ..... வருவாய்த்துறை நில ஆவணங்களில் குறைபாடுகளை சரி செய்ய தமிழகம் முழுவதும் சர்வே செய்யக் கேட்டல் - தொடர்பாக

பார்வை:   முதலமைச்சர் தனிப்பிரிவில் திரு.சா.மு.பரஞ்சோதி என்பவரின் முதலமைச்சரின் தனிப்பிரிவு மனு எண். 72870 நாள்: 08.05.2018

     பார்வையில் கண்ட முதலமைச்சர் தனிப்பிரிவில் கொடுக்கப்பட்ட மனுதாரர் மனுவை பரிசீலித்து கீழ்கண்ட விபரங்கள் தெரிவிக்கப்படுகிறது.

     சென்னை நில அளவை மற்றும் நிலவரித்திட்ட இயக்ககத்தில் தமிழ்நாடு முழுவதும் நவீன கருவிகள் மூலம் மறுநில அளவை பணி மேற்கொள்ள நடவடிக்கைகள் எடுக்கப்பட்டு வருகிறது. இந்நிலையில் தங்கள் மனுவில் தெரிவித்துள்ள பொதுமக்கள் பிரச்சினைகள் மற்றும் புதிய நிலவரித்திட்ட த்தால் ஏற்படக்கூடிய நன்மைகள் தொடர்பான தங்கள் கருத்துக்கள் பரிசீலனைக்கு சென்னை நிலவரித்திட்ட இயக்குநர் அவர்களுக்கு அனுப்பி வைக்கப்படுள்ளது என்ற விபரம் தெரிவிக்கப்படுகிறது.

(ஒ.ம்) பெ.இராஜன்
உதவி இயக்குநர்(பொ)
திருநெல்வேலி

/ உண்மைநகல்/

தொழில்நுட்ப மேலாளர்

பெறுநர்:
திரு.சா.மு.பரஞ்சோதி பாண்டியன்
கதவு எண்:121(4),ஆர்.டி.ஓ ஆபீஸ் அருகில்,
குத்துக்கல்வலசை,மதுரை ரோடு,
இலத்தூர் போஸ்ட்,தென்காசி வட்டம்,
திருநெல்வேலி ___ 627803.

நீதிபதிகள் பற்றாக்குறை என்று நீதித்துறை, வருவாய்த் துறையை விட பிரச்சனைகள் நிறைந்ததாயும், எளிதில் அணுக முடியாததாகவும், செலவு அதிகமானதாகவும் இருக்கிறது. (இப்பொழுதுதான் மேற்படி இறப்பு சான்று சிக்கல்கள் எல்லாம் கோட்டாட்சியர் நீதிமன்றத்திற்கு விசாரிக்க உத்தரவிடப்பட்டிருக்கிறது).

6) மேற்படி இந்த தலைமுறைகள் எல்லாம் இவ்வளவு அலைச்சல்களை பார்த்து, பட்டா பெயர் மாற்றமே செய்ய வேண்டாம் என்று விட்டுவிலகி செல்கின்றனர். மேலும் இந்த வேலைகளுக்கெல்லாம் கோர்ட்டுக்கு முத்திரைத் தாள் கட்டணம், முத்திரைவில்லை கட்டணம், போக்கு வரத்து பஸ் சார்ஜ், வழக்கறிஞர் கட்டணம் என்று கையில் இருக்கும் சேமிப்பு பணத்தை எல்லாம் செலவழித்து மன நிம்மதியை பேரன்மார்கள் இழந்து விடுகிறார்கள்.

7) நிலவரித் திட்ட காலத்தில் செய்யப்பட்ட சர்வே ஆவணங்களில் இருக்கும் பட்டாதாரர்கள், தங்களுடைய பெயர் மாற்றம் செய்யமாலேயே இறந்துவிட்டார்கள். இப்பொழுது சொத்திற்கு ஒன்றுக்கு மேற்பட்ட வாரிசுகள், அவ்வாரிசுகளுக்கு பல வாரிசுகள் என, சொத்துரிமை பல பங்குகளாய் ஆகிவிட்டது. ஆனால் யாருக்கும் பத்திரங்கள் இல்லை. செட்டில்மெண்ட், தானம், விடுதலை பத்திரங்கள் மூலமாக பத்திரங்களை உருவாக்கலாம் என்று நினைத்தாலும், ஒருவர் பங்கை இன்னொருவர் அடையலாம் என்று நினைத்தாலும், பத்திரப்பதிவு துறையின் அதிகமான வழிகாட்டி மதிப்பு நிர்ணயித்ததாலும் பதிவுத்துறையில் உள்ள பல்வேறு குளறுபடிகளாலும் வாரிசுகளுக்குள் யார் செலவு செய்வது என்று செலவுக்கு பயந்து பட்டா பெயர் மாற்றம் செய்யும் வேலையை கிடப்பிலேயே போட்டுவிடுகின்றனர்.

8) விவசாய நிலங்களில் தற்பொழுது படுபடுபவர்களின்

பெயர் பட்டாவில் மேற்சொன்ன சிக்கல்கள் ஏராளம் இருப்பதால் மேற்படி விவசாயிக்கு கிடைக்க வேண்டிய விவசாய மானியங்கள், கடன்கள், நிதி உதவிகள், காப்பீடுகள் பெற முடியாமல் தவிக்கின்றனர், அலைக்கழிக்கப்படுகின்றனர்.

9) மகள் திருமணம், மகன் படிப்பு போன்ற நல்ல காரியங் களுக்கு சொத்தை விற்கலாம் என்று நினைத்தால் இவ்வளவு ஆவண குளறுபடிகளையும் சரி செய்தால் தான், கிரையம் செய்ய முடியும் என்பதை நினைத்தும், அதற்கு ஆகும் கால விரயத்தை நினைத்தும், சொத்தை விற்கவும் முடியாமல், அக்ரிமெண்ட் போட்டு முன் பணம் வாங்கவும் முடியாமல் மகன்கள் மற்றும் மகள்களின் நெருக்கடிகளால் சொத்தை வைத்து இருக்கவும் முடியாமல் விழி பிதுங்கி நிற்கின்றார்கள்.

10) நில அளவுகளில் துல்லியமின்மை, வேலி தகராறு, நில ஆக்கிரமிப்பு தகராறு, எல்லை பிரச்சனை, என்றால் அரசு சர்வேயர் வந்து இரண்டு தரப்புக்கும் வந்து அளந்து தர வேண்டும். சர்வேயரை பிரச்சனைக்குரிய ஸ்தலத்திற்கு வரவைப்பதற்கே, பல நடைகள், பல தொலைப்பேசி அழைப்புகள், பல பின் தொடரல்கள் (Follow up) ஆகிய வற்றிற்கு பின்பு தான் களத்திற்கு வருகிறார்கள். அப்படி வந்த பிறகு பிரச்சனைக்குரிய நில உரிமையாளர்கள் யாராவது சண்டையிடும்பொழுது தகராறு செய்யும் பொழுது சர்வேயர்கள் அப்படியே நிலத்தை அளக்காமல் போட்டுவிட்டு சென்று விடுகிறார்கள்.

11) அதனால் ஏற்படுகின்ற கால விரயங்கள், அலைக் கழிப்புகள், சலிப்புகள் மேற்கண்டவற்றால் வெறுத்து போகின்ற மனநிலைக்கு மக்கள் வந்துவிடுகின்றார்கள். உண்மையில் பட்டாவில் இருப்பது பத்திரத்தில் இல்லை,

பத்திரத்தில் இருப்பது புலப்படத்தில் இல்லை, இந்த மூன்றிலும் இருப்பது களத்தில் இல்லை! இப்படித்தான் நம்மூர் சர்வேக்கள் நடந்து கொண்டு இருக்கின்றன.

12) யூடிஆர், கிராம நத்தம், நகர சர்வேக்களின் பட்டா பெயர் மாற்றம், செய்ய நினைக்கும் நடுத்தர மக்கள் தினமும் வேலைக்கு போவதால் இதற்கென்றொரு ஆளை சம்பளத்திற்கோ அல்லது தரகிற்கோ உதவி கோர வேண்டி இருக்கிறது. கிராம நிர்வாக அதிகாரி, வருவாய் ஆய்வாளர், துணை தாசில்தார் போன்ற அதிகாரிகளை அதிக பின் தொடரல்களை செய்ய வேண்டி இருக்கிறது. அதிக காத்திருத்தலும் செய்ய வேண்டி இருக்கிறது. இதற்காக மக்களின் பணக் கையிருப்பும், காலமும் வீணாக்கப்படுகிறது.

13) மேலும் மேற்படி சிக்கல்களுக்கு எல்லாம் தீர்வு காண வேண்டி அரசு அதிகாரிகளிடம் சென்றால், காலதாமதம், அலைக்கழிப்பு போன்றவற்றோடு (கையூட்டு) இலஞ்சமும், பேரமும் கொடுக்காமல் வேலைகள் முடிவதில்லை. சாதாரண மாத சம்பளக்காரர்கள், விவசாயிகள், பெரும் பணத்தை இதில் இழக்கிறார்கள். சமீபத்தில் சென்னை – ஓ.எம்.ஆர் துரைப்பாக்கத்தில் கிராம நிர்வாக அதிகாரியிடம் பட்டா பெயர் மாற்றத்திற்காக சென்ற முதியவர் அந்த கிராம நிர்வாக அதிகாரி கேட்ட கணிசமான கையூட்டு தொகையை தன் காதால் கேள்விப்பட்டதுமே அந்த இடத்திலே நெஞ்சுவலி (Heart Attack) வந்து இறந்துபோனார் அந்த மாத சம்பளக்காரர். அந்த அளவுக்கு வெட்கமில்லாமல் கையூட்டு கேட்பதற்கு நன்றாக பழகிவிட்டனர்.

14) மேலும் தற்பொழுது அனைத்து வருவாய் துறை ஆவணங்களையும் தப்பு தவறுகளோடு கம்ப்யூட்டரில்

இருந்து ஆன்லைனுக்கு மாற்றுகிறார்கள். மேற்படி வருவாய்த்துறையின் செயல்பாடுகள் அடுத்த தலைமுறையினரை பெருமளவில் பாதிக்கும்.

15) தமிழகம் முழுவதும் இறுதியாக நிலவரித் திட்ட சர்வே 1985-ஆம் ஆண்டுகளில் நஞ்சை, புஞ்சை, மானாவாரி, நத்தம் தவிர்த்து இதர புறம்போக்கு நிலங்களில் நடந்தது.

16) 1995-ஆம் ஆண்டுகளில் கிராம நத்தங்களில் நத்தம் நில வரி திட்ட சர்வே நடந்தது. அதன் பிறகு இப்பொழுது 25 ஆண்டுகளுக்கு மேல் ஆகிவிட்ட நிலையில் இப்பொழுது நிலத்தின் மீது பல்வேறு ஆவண மாறுதல்கள் நடந்து இருக்கிறது. அதற்கேற்ப தற்போதைய காலச் சூழலுக்கு ஏற்றவாறு நில ஆவணங்கள் இல்லை. பழைய நிலவரி திட்ட சர்வேகளில் பல்வேறு குளறுபடிகளும் இன்னும் முழுமைபடுத்தப்படாத சர்வேக்களும் இருப்பதால் பலவிதமான கஷ்டங்களுக்கு மக்களும், அதிக வேலை பளுவை சுமக்கும் அரசு எந்திரமும், அதன் ஊழியர்களும் அவதிபடுகிறார்கள்.

17) நிலவரித் திட்ட சர்வே செய்யப்பட்டதில் இருக்கும் பெயர் பிழைகள், அளவு பிழைகள், சர்வே எண் பிழைகள் ஆகியவற்றை திருத்தம் செய்யவும், விடுபட்ட உரிமையாளர்கள் வாரிசுதாரர்கள் பெயரை சேர்க்கவும், மாவட்ட வருவாய் அலுவலரிடம் ஆண்டுதோறும், மனுக்கள் வந்துகொண்டே இருக்கிறது. அவர்களுக்காக கோட்டாட்சியர் நீதிமன்றங்களில் விசாரணை நடத்தி சரி செய்து கொண்டே இருக்கின்றனர். வருவாய்த்துறை ஆவணங்கள் திருத்தங்கள் இல்லாத ஆவணங்கள் என்றோ, அனைத்து திருத்தங்களும் முடிந்துவிட்டது என்றோ இப்பொழுது வரை யாரும் சொல்ல முடியாது.

18) கிராம நத்தம் பகுதிகளில் நடந்த நத்தம் நிலவரி திட்டம் சர்வேக்களில் நத்தம் தோராய பட்டா நடைமுறை, நத்தம் தூயப்பட்டா நடைமுறை என இரண்டு நடைமுறைகள் நடைபெற்று இருக்க வேண்டும். ஆனால் 1995ம் ஆண்டு ஆரம்பித்த நத்தம் சர்வே 2020 ஆகியும், இரண்டாவது நடைமுறையான தூயப்பட்டா நடைமுறைக்கே இன்னும் பல கிராமங்கள் வரவில்லை. உண்மையில் சொல்லப் போனால் இன்னும் பல கிராமங்கள் நத்தம் சர்வே செய்யப்படாமலேயே இருக்கிறது.

19) கிராம நத்தம் சர்வேயிலும், பல அளவு திருத்தங்கள், பெயர் திருத்தங்கள், நத்தத்தில் பொதுவழி, பொது இட சிக்கல்கள், தனியார், புறம்போக்கு என வகைப்பாடுகளில் குளறுபடிகள் என பல இருக்கின்றன. மேற்படி சிக்கல் களை சரி செய்வதற்கு மக்கள் அரசு எந்திரத்துடன் அல்லல்பட்டுக் கொண்டிருக்கின்றனர்.

20) யூடிஆர் ஆவணங்களாவது கணினி மயப்படுத்தப்பட்டு விட்டது. ஆனால் கிராம நத்த ஆவணங்கள் அனைத்தும் இன்னும், கணினிமயப்படுத்தாமலேயே இருக்கின்றன. இதேபோல் நகர நில அளவைகளும், பெருமளவில் கணினிமயப்படுத்தாமலேயே இருக்கிறது. உலகமே கம்ப்யூட்டர் இருந்து ஆன்லைன் சென்ற பிறகும் நம்முடைய நில ஆவணங்கள் கம்ப்யூட்டருக்கே போகாமல் இருப்பது நம்முடைய பின்னோக்கியே இருப்பையே காட்டுகிறது.

21) அரசு புறம்போக்கு நிலங்களை அனுபவத்தின் அடிப்படையில் வீட்டுமனை இல்லா மக்களுக்கு இலவசமாக ஒப்படை செய்தது அரசு. இதேபோல் பழங்குடி, ஆதிதிராவிடர் மக்களுக்கு வழங்கப்பட்ட ஒப்படைகளும், இன்னும் யூடிஆர் கணக்கிலும்,

புலப்படத்திலும், கிராம படங்களிலும் ஏறாமலேயே இருக்கிறது.

22) நகர்ப்புற நில உச்சவரம்பு சட்டத்தில் இருக்கின்ற நிலங்களை தெரியாமல் வாங்கியவர்கள் (Innocent Buyer) தங்களுடைய நிலங்களை வரன்முறைப்படுத்தி கொள்ள சட்டம் இயற்றி இருபது ஆண்டுகளுக்கு மேல் ஆகியும் இன்னும் வரன்முறைப்படுத்துதல் முடியாமல் இருக்கின்ற நிலைதான் தொடர்கிறது.

23) ஜமீன் சொத்து நிலங்கள், பஞ்சமி நிலங்கள், பூதான நிலங்கள், ஆதிதிராவிடர் ஒப்படை நிலங்கள், இனாம் நிலங்கள், நில உச்ச வரம்பு நிலங்கள், கண்டிஷன் பட்டா நிலங்களை மீட்க பலவிதமான சட்டப் போராட்டங்களை சம்பந்தப்பட்டவர்கள் நடத்தி கொண்டு இருக்கின்றார் கள். அவைகள் இன்னும் முழுமையாக முடிந்தபாடில்லை.

24) ஜன்ம நிலங்கள், இரு மாநில எல்லையோர நிலங்கள் போன்றவற்றில் இன்னும் சர்வேக்களே முடியாமல் இருக்கின்றன.

25) தமிழகம் முழுவதும் போலி ஆவணங்கள், போலி பத்திரங்கள், ஃபோர்ஜெரி செய்யப்பட்ட ரெக்கார்டுகள், ஆள்மாறாட்டங்கள், டபுள் டாக்குமெண்ட்கள் அது சம்பந்தப்பட்ட வழக்குகள் என பல்வேறு நிலங்கள் இன்னும் சிக்கல்களில் இருக்கின்றன.

26) விவசாய நிலங்களில் சர்வே பிழைகள் ஏக்கருக்கு 5 சென்ட் கூடுதலோ, குறைவோ என்கிறார்கள். (0.1mm. என்பதே வெர்னியர் அளவுகோல் பிழை என்று அறிவியல் பாடத்தில் கேள்விபட்டு இருக்கிறோம்). 5 சென்ட் என்பது 5 X 435.5 = 2177.5 சதுரஅடி ஆகும். இவை நவீன உபகரணங்கள், சாட்டிலைட் உதவிகள், புதிய

தொழில்நுட்பங்கள் இல்லாதபொழுது நடத்தப்பட்ட சர்வேயில் இருக்கின்ற சர்வே பிழைகள் ஆகும்.

27) வருவாய்த்துறை ஆவணங்கள்தான் அனைத்து துறைகளுக்கும் அடிப்படை ஆவணங்கள் ஆகும். இவை இப்படி மேலே சொன்னவாறு தப்பும் தவறுமாக இருந்தால் இதனை அடிப்படையாக வைத்து உருவாக்கப்படும் பத்திரப் பதிவுத்துறை, அங்கீகாரத்துறை, விவசாயத் துறை ஆவணங்களும் தப்பும் தவறுமாகவே இருக்கும் என்பதை புரிந்து கொள்ள வேண்டும்.

28) அரிசியில் இருந்து கற்களையும், அழுக்குகளையும் பொறுக்கி எடுக்காமல் அப்படியே உலையில் போடுவது எவ்வளவு ஆபத்தோ அதேபோல், வருவாய்த்துறை ஆவணங்களில் இருக்கும் சிக்கல்களைக் களையாமல் கம்ப்யூட்டரில் இருந்து ஆன்லைனுக்கு மாற்றுவது அடித்தட்டு மற்றும் நடுத்தர மக்களை வெகுவாக பாதிக்கும். மேலும் அடுத்த தலைமுறையினர் பிழையான ஆவணங்களையே சரி என்று ஏற்றுக் கொள்ளக் கூடிய கட்டாயத்திற்கு வந்துவிடுவார்கள்.

29) இவ்வாறு இருக்கும் பல்வேறு சிக்கல்களை சரிபடுத்தாமல் மேனுவலிருந்து கம்ப்யூட்டர், கம்ப்யூட்டரில் இருந்து ஆன்லைக்கு மாற்றுவது என்பது "புதிய மொந்தையில் பழைய கள்ளு" என்றே கருதப்படும். மேலும் தற்போது பத்திர பதிவுத்துறை, பத்திர பதிவுகளை ஆன்லைன் முறைக்கு மாற்றி வருவதால், வருவாய் துறையின் ஆன்லைன் ஆவணங்களில் இருக்கின்ற தவறுகளை பதிவுத்துறை அங்கீகரிக்கின்ற சிக்கல்களை உருவாக்கும். ஆன்லைன் தவறுகளோடு புதிய பத்திரங்கள் உருவானால் பத்திரங்களும் தவறான ஆவணங்களாக மாறும்.

30) அடுத்ததாக இப்போதைக்கு இருக்கும் நவீன தொழில் நுட்பங்கள், சாட்டிலைட் உதவிகள் மூலம் நிலவரி திட்ட சர்வே செய்வதால் மிகவும் துல்லியமான அளவுகளோடு நிலங்கள் இருக்கும். பழைய நிலவரி திட்ட சர்வேயில் ஏக்கருக்கு ஐந்து சென்ட் கூட குறைய இருக்கும் என்ற நிலையில் புதிய சர்வேயில் ஏக்கருக்கு ஒரு செண்ட்டுக்கு கூட குறையதான் சர்வே பிழை இருக்கும். இதனால் ஒரு தாலுக்காவுக்கு சில நூறு ஏக்கர் வரை நிலங்கள் மிச்சமாகும்.

31) புதிய கிராம படங்கள், புதிய புல வரைபடங்கள், துல்லியமாக உருவாக்கப்படுவதால், பத்திர பதிவுத்துறை, அங்கீகாரத்துறை ஆன்லைன் ஆகி கொண்டு இருப்பதால் புதிய குழப்பங்கள் வராமல் சீராக ஆன்லைன் மூலம் அரசு எந்திரம் வேகமாக செயல்பட ஆரம்பிக்கும்.

32) வருவாய்த்துறையின் குளறுபடிகளால் பொதுமக்கள் அடையும் பாதிப்புகள் 95% குறைந்துவிடும். தற்போதைய நில உரிமையாளர்கள் யார்? பட்டா பெயர் மாறுதல், தவறுதல்கள், திருத்தங்கள் களையப்பட்டுவிடும். இதனால் ஏற்கனவே யூடிஆர் திருத்தம், பட்டா திருத்தத் திற்கு அளிக்கப்பட்ட மனுக்கள் தீர்வை நோக்கி நகரும்.

33) அரசின் நிதி உதவிகள், மானியங்கள், சரியான நபருக்கு கிடைக்கும். சர்வே சம்பந்தப்பட்ட வேலி தகராறுக்கான சர்வேயரின் களப்பணிகள் எளிமையாகிவிடும் என்பதால், பெரிய அளவில் மக்களுக்கும் அரசு அலுவலகத்திற்கும் அலைச்சலும், காலதாமதங்களும் இருக்காது.

34) குறைகள் களையப்பட்ட புதிய சர்வே ஆன்லைனில் ஏற்றப்படும்பொழுது மக்கள் அனைவரும் தங்களுடைய பட்டா பெயர் மாற்ற கோரிக்கைகளை இணைய மூலமே மனு செய்து சீக்கரமே இணைய வழியே பட்டா பெயர்

மாற்றங்கள் பெற்றுக் கொள்ளும் சூழல் உருவாகிவிடும். ஒருங்கிணைக்கப்பட்ட வங்கி (Core Banking) போல எங்கு வேண்டுமானலும் இருந்து கொண்டு பட்டா பெயர் மாற்றங்கள் செய்ய கூடிய வாய்ப்புகள் உருவாகும்.

35) மேற்படி வேலைகளால் பல கோடி ரூபாய் லஞ்சங்கள், கையூட்டுளாக கொடுப்பது நிறுத்தப்பட்டு மக்களின் பணம் மக்களிடமே இருக்கும்.

36) சொந்த நிலங்களை விட்டுவிட்டு வெளிநாடுகளில், வெளியூர்களில் இருப்பவர்கள் தங்களுடைய ஆவணங்களை இணையத்தில் பார்த்துவிடுவதால் ஆவண மாறுதல்களை அடிக்கடி பார்வையிட்டு தவறுகள் நடந்தால் உடனே கண்டுபிடித்து நடவடிக்கை எடுப்பார்கள். இதனால் வெளிநாடு வாழ் இந்தியர்களின் சொத்துக்கள் அவர்களின் ஆவணங்களின் பாதுகாப்பு தன்மை உறுதி செய்யப்படுகிறது.

37) புதிதாக நிலவரித் திட்ட சர்வே செய்யும்பொழுது, வழக்குகள், பிரச்சனைகள், அரசு விதிகளுக்கு உட்படாத நிலங்களை தற்காலிகமாக பூட்டி வைப்பதால் (Lock) நன்முறையில் இருக்கின்ற நிலங்களை மட்டும் சர்வே செய்து புதிய எண்களை கொடுத்துவிட்டால் உண்மை யாகவே தமிழகத்தில் தூய்மையான நிலங்கள் எத்தனை சதவீதம் என்று வெளிப்படையாக தெரிந்துவிடும்.

38) பூட்டிவைக்கப்பட்ட (Lock) சர்வேக்களில் உள்ள அரசு விதிமீறல்கள் போலி ஆவணங்கள், நில மோசடிகள் வெளி தகராறு சிக்கல்கள் ஆகியவற்றை கோட்டாட்சியர் நீதிமன்றத்தில் தீவிரமாக விசாரணை நடத்தி, உண்மையான உரிமையாளர்களை ஆவணப்படுத்தி, அதன் பிறகு பூட்டிவைக்கப்பட்ட (Lock) சர்வே நிலங்களை கிராமக் கணக்கில் சேர்க்கலாம்.

39) தொழில் செய்யும் நிறுவனங்கள், வியாபார நிறுவனங்கள், தனவந்தர்கள் பெரிய அளவில் நிலங்கள் வாங்கும் பொழுது, லாக் செய்யப்பட்டு இருக்கும் நிலங்களை தவிர்த்து பிற நிலங்களை வாங்க விரும்புவர். அதனால் போலி நில ஆவணங்கள், பத்திர மோசடிகள் பெருமளவில் குறையும்.

40) இறுதியாக யூடிஆர் சர்வே செய்யும்பொழுது பஞ்சமி நிலங்கள், பூதான நிலங்கள் பற்றிய போதிய விழிப்புணர்வும் அறிவும் அன்றைய ஒடுக்கப்பட்ட மக்களிடையே இல்லை. இப்பொழுது ஐந்து சென்ட் வீட்டுமனையை அளந்தாலும் நிலத்தை சுற்றி உள்ளவர்கள் அனைவரையும் நிற்க வைத்து, அவர்கள் முன்தான் சர்வே செய்து ஆவணங்களில் சர்வேயர் குறிப்பிடுகிறார். ஆனால் 1985−ல் தமிழகம் முழுக்க சர்வே செய்தபொழுது ஒடுக்கப்பட்ட, பழங்குடி மக்களின் நிலங்களை அவர்களின் கருத்தை பெறாமல் யூடிஆர்−ல் பொது நிலங்களாக வகைப்படுத்தி பதிவு செய்துவிட்டனர்.

41) எனவே இப்பொழுது அனைத்து மக்களையும் உள்ளடக்கி, நிலங்களை மீண்டும் சர்வே செய்யும்பொழுது, நிலத்திலும் சமூக நீதி ஒடுக்கப்பட்ட மக்களுக்கு கிடைக்கும்.

42) புதிதாக சர்வே செய்யும்பொழுதே அங்கீகார துறையுடன் ஒருங்கிணைந்து தமிழகம் முழுவதிற்குமான மாஸ்டர் பிளானை தயாரிக்கலாம். எது பச்சை மண்டலம் (Green Zone), எது பழுப்பு மண்டலம் (Brown Zone), மஞ்சள் மண்டலம் (Yellow Zone) என்று தரம் பிரிக்கலாம். அதன்படி குடியிருப்பு பகுதிகள், தொழில் கூடங்கள், கல்விக்கூடங்கள், விவசாய நிலங்கள் என்று வகைப்படுத்தி அங்கீகாரம் கொடுக்கலாம். அதேபோல்

பதிவுத்துறையும் மண்டலங்களுக்கு ஏற்றவாறு வழிக்காட்டி மதிப்புகளை நிர்ணயம் செய்து கொள்ளலாம்.

43) இவ்வளவு மக்களின் பிரச்சனைகளை தீர்க்கின்ற வருவாய் துறை, பதிவுத்துறை, அங்கீகாரத்துறை மக்களோடு தொடர்புடைய அனைத்து துறைகளும் மிக சிறப்பாக இயங்கும். அதனால் தமிழகம் முழுவதும் மீண்டும் நிலவரித் திட்ட சர்வே செய்ய வேண்டும் என்பதற்காக நான் முதலமைச்சரின் தனி பிரிவுக்கு மனு கொடுத்திருந்தேன் அதற்கு நில அளவை மற்றும் நிலவரித் திட்ட இயக்குநர், மாவட்ட நில அளவை உதவி இயக்குநர் அவர்களிடம் இருந்து வந்த பதில் கடிதங்கள் இணைத்துள்ளேன்.

தெரிந்து கொள்ள வேண்டிய பாடங்கள் :

- பிரிட்டிஷ் காலத்தில் மேல்வார உரிமை வைத்திருந்த மக்களுக்கு ஜமீன்கள் என்று பெயர் கொடுத்து அவருக்கு ஜமீன் பட்டா (சன்னா இஸ்திரி மிரர்) கொடுத்து நிலைக்க வைத்தனர்.

- பிரிட்டிஷாருக்கு முன்பு ஜமீன்கள் பல்வேறு வகை யான உரிமைகளை தமிழகத்தில் கொண்டிருந் தார்கள். அவை ஒவ்வொன்றிற்கும் ஒவ்வொரு வகையான பெயர்கள் இருந்தன.

- குரோரி என்றால் இஸ்லாமிய மேல்வார உரிமை உள்ள பெரு நிலத்துக்கு சொந்தக்காரர். சவுத்திரி என்றால் இந்து மேல்வார உரிமை உள்ள பெரு நிலத்துக்கு சொந்தக்காரர். தாலுக்தார் என்றால் அரசின் மேல்வார உரிமைக்காக வரிகளை மக்களிடம் இருந்து வாங்கிக் கொண்டிருப்பவர். ஜாகீர்தார் என்றால் பெரு நிலப்பரப்பின் மேல்வார உரிமையை இராணுவ சேவை செய்வதற்காக பெற்றுக் கொண்டவர். ஸ்தோத்திரியதாரர் என்றால் பெரு நில பரப்பின் மேல்வார உரிமையை மந்திரங்கள் சொல்வதற்காக பெற்றுக் கொண்டவர்.

4. பத்திரப்பதிவு துறை வருவாய்த்துறை, அங்கீகார துறை ஆகிய மூன்று துறையினருக்கும் தேவை, ஒரு முழு ஒருங்கிணைப்பு!

1) தமிழக அரசின் மிகப் பெரிய சவாலே! பத்திரப்பதிவு துறை, வருவாய்த்துறை, அங்கீகாரத்துறை ஆகிய மூன்றையும் ஒரே நேரத்தில் ஒரே தன்மையில் இயங்க வைப்பதுதான்! மேற்படி மூன்று துறையும் ஒன்றோடு ஒன்று கலந்து (MERGE) இயங்கும்பொழுது, பொது மக்களுக்கு மிகப் பெரிய அளவில் பயனை கொடுக்கும்.

2) பொதுவாக மின்சார லைன் புதைக்கும்பொழுதும், ஆன்லைன் கேபிள் புதைக்கும்பொழுதும், குடிநீர் குழாய் புதைக்கும்பொழுதும் ஒரே சாலையை ஒவ்வொரு துறையினரும், ஒவ்வொரு காலத்தில் நீண்டதொரு குழியை வெட்டுகின்றனர். பிறகு வேலை முடிந்த பிறகு மூடுகின்றனர். இப்படி ஆள் ஆளுக்கு சாலையை வெட்ட வெட்ட சாலை குண்டும் குழியுமாக ஆகிவிடுகிறது.

3) ஆனால் மின்சாரத்துறை, தொலைத்தொடர்பு துறை, குடிநீர் வாரியம் ஆகிய மூன்று துறையினரும் ஒருங்கிணைந்து அந்த பணிகளை செய்யும்பொழுது, ஒரே ஒருமுறை தான் சாலையில் குழி வெட்ட வேண்டிய அவசியம் ஏற்படும். இதனால் நேரமும், பணமும், உழைப்பும் மிச்சப்படும். அடிக்கடி குழி எடுப்பது தேவைப் படாததால், மேற்படி சாலையும் வீணாகாமல் இருக்கும். பொது மக்களின் வாகனப் போக்கு வரத்துக்கும் அதிக இடைஞ்சல்கள் இருக்காது.

4) மேற்சொன்ன மூன்று துறைகளுக்கும் ஒருங்கிணைப்பு இல்லாததுபோலவே, பத்திரப்பதிவு, நில வருவாய்த்துறை, அங்கீகாரத்துறை ஆகிய நிலம் சம்பந்தப்பட்ட மூன்று

துறைகளும் ஒருங்கிணைக்கப்படாமல் செயல்படும் பொழுது, பலவிதமான அசெளகரியங்கள், நேரடியாகவும் மறைமுகமாகவும் பொதுமக்களுக்கும் அரசுக்கும் ஏற்படுகின்றன. பத்திரங்களிலும், பட்டாக்களிலும் அதிகமான சிக்கல்கள் ஏற்பட்டு தீர்க்கமுடியாமல் தவிக்கின்றனர்.

5) உதாரணமாக; சொத்து கிரைய பத்திரம் செய்யும்பொழுது பட்டா பெயர் மாற்றத்திற்கான மனுவை நீதிமன்ற வில்லை ஒட்டி மேற்படி அனைத்து பத்திரங்களின் நகல்களையும் இணைத்து பத்திரம் பதிவு செய்யும்பொழுது, சார்பதிவகத்தில் கொடுக்கின்றார்கள். ஆனால் அவை வட்டாட்சியர் அலுவலகத்திற்கு சென்று சேர்வதே இல்லை. (தற்பொழுது ஆன்லைன் ஆன பிறகு பட்டா மனு செய்யும்முறை பத்திர அலுவலகத்தில் இருந்து நேரடியாக வருவாய்துறைக்கு செல்கிறது).

6) மிக சமீபத்தில் பத்திரம் பதியும்முறை ஆன்லைன் ஆக்கப்பட்டிருப்பதால் சார்பதிவகத்தில் பதிவு முடிந்தவுடன் மேற்படி பத்திரங்கள் ஆன்லைன் மூலமாகவே வருவாய்த் துறையின் ஆன்லைன் பட்டா பெயர் மாற்றத்திற்காக சென்றுவிடுகிறது.

7) ஆனால் வருவாய் துறையின் சர்வே சிக்கல்கள், உபரி நிலங்கள் புலப்படத்தில் கூடுதலாக இருக்கும் அளவுகள் போன்ற பிரச்சனைகள் எல்லாம் பதிவுத்துறையில் பத்திரம் பதியும்பொழுது அப்படியே பதிந்துவிடுகிறார்கள். இதனால் பல சிக்கல்கள் வருகிறது.

8) நில சீர்திருத்தத் துறையினர் விதிமீறல்களாக நடந்த பத்திரங்களை செல்லாது என்று அறிவித்திருப்பார்கள். ஆனால் அவை பதிவுத்துறையின் கவனத்திற்கு வராமலே இருக்கும். வருவாய் துறையினர் பட்டாவை

இரத்து செய்து இடத்தை அநாதீனம் ஆக்கியிருப்பார்கள். ஆனால் பதிவுத்துறை அநாதீனம் ஆன விவரம் தெரியாமல் அதனை பதிந்து கொண்டிருப்பார்கள்.

9) இன்னும் இதுபோல் பல சிக்கல்கள் பதிவுத்துறை, வருவாய்த்துறை, அங்கீகாரத்துறைகளில் சின்ன சின்னதாக பல உள்ளன. நான் ஏற்கனவே அங்கீகாரம்— தமிழகம் கர்நாடகம் ஒரு ஒப்பீடு என்ற தலைப்பில் கட்டுரை எழுதி இருந்தேன். அதில் கர்நாடகத்தில் வருவாய்த்துறை, பத்திரப் பதிவுத்துறை இரண்டும் அங்கீகாரத்துறையின் மாஸ்டர் பிளானோடு 90% ஒருங்கிணைக்கப்பட்டு (Integrate) இருக்கிறது என்று சொல்லியிருந்தேன். பதிவுத்துறைக்கு ஆலோசனை கடிதமும் அனுப்பி இருந்தேன்.

10) கீழ்க்கண்ட பத்திரிக்கை செய்தி தமிழகத்தின் நில அளவை துறையினர் கர்நாடகம் சென்று பத்திரப்பதிவு செய்யும்பொழுது பதிவுத்துறையிலேயே பட்டா பெயர் மாற்றத்தையும், உட்பிரிவையும் எப்படி ஒருங்கிணைத்து செய்கிறார்கள் என்பதை பார்ப்பதற்காக கர்நாடகம் செல்வதாக சொல்லப்படுகிறது.

தமிழக அதிகாரிகள் குழு கர்நாடகம் செல்கிறது

சென்னை, ஏப். 26— பட்டா மாற்றம் செய்யும் நடைமுறை பற்றி அறிய தமிழக அதிகாரிகள் குழு கர்நாடகம் செல்கிறது. தமிழக அரசின் நில அளவை மற்றும் நிலவரித்திட்ட இயக்கு நர் வெளியிட்டுள்ள ஆணை யில் கூறியிருப்பதாவது—

பட்டா மாற்றம்

தற்போதைய நடைமுறை யில் உள்ள உட்பிரிவு உள்ள இடங்களில் பட்டா மாற்றம் மேற்கொள்ளும்போது உட்பி ரிவு உள்ள இடங்கள் பத்திரப் பதிவு செய்யப்பட்டு, அதன் பின்னர் இடத்தை உட்பிரிவு செய்ய ஆணை வழங்கப்படுகி றது.

இந்த நடைமுறையில் படுவதால், பத்திரப்பதிவுக்கு பிறகு இடத்தை ஆய்வு மேற் கொள்ளும்போது அளவுகள் உட்பிரிவு செய்ய இயலாத ஆழம் தரிபோது நிலவரி வருகி றது.

அதிகாரிகள் குழு கர்நாடகம் செல்கிறது

எனவே உட்பிரிவு உள்ள நிலத்தை பத்திரப்பதிவு செய் வதற்குமுன்பு சம்பந்தப்பட்ட வட்டாட்சியர் அலுவலகத் தில் உட்பிரிவு செய்ய மறு செய்ய வேண்டும். அதனைய படையில் இடத்தை ஆய்வு செய்து அங்கீகரிக்கப்பட்ட தோராய வரைபடத்தை பெற வேண்டும். அந்த வரைபடத் தின்படி பத்திரப்பதிவு செய் யும்போது உட்பிரிவு செய்ய போது கர்நாடக மாநிலத்தில் செயல்படுத்தப்படுகிறது.

எனவே திருநெல்வேலி மாவை நிலஅளவை நிலவரித்திட்ட தவி இயக்குநர் ஜி.ஆதித்த தலைவராகவே ஆய்வாளர் எம். வெங்கடேசன், சிறப்பு மாவட்ட அளவை ஆய்வாளர் புவனேசன் ஆகியோர் அடங்க ிய குழு அமைக்கப்பட்டுள் ளது.

அந்த குழுவினர் 26-ந் தேதி (இன்று) கர்நாடக மாநிலம் சென்று உட்பிரிவு உள்ள இடங்களில் பட்டா மாற்றம் செய்யும் நடைமுறையை தெரிந்துகொண்டு வருகிற 30-ந் தேதி அரசு அதிகை சமர்ப்பிக்கவுள்ளது எதிர்பார்ப்ப பட்டுள்ளது.

11) வருவாய்த் துறையின் புலப்படத்தை அங்கீகாரத் துறையின் மாஸ்டர் பிளானுடன் ஒருங்கிணைப்பதற்கும் மேற்படி புலப்படம் பதிவுத்துறையின் சர்வே எண் அடிப்படையிலான வழிகாட்டி மதிப்பு பதிவேடுடன் இணைப்பதற்கும் முயற்சிகள் செய்ய வேண்டும்.

12) அப்படி செய்தால்தான் இடத்தை தேர்வு செய்யும்பொழுது ஒரே இடத்தில் அனைத்து விவரங்களையும் தெரிந்து கொள்ள முடியும். தற்பொழுது இடத்தை கிரையம் முடித்துவிட்டு பட்டா மாற்றம் செய்யும்பொழுது வருவாய்த் துறை ஆவணங்களில், புலப்படங்களில் மிகச் சரியாக ஆவண சொத்து விவரம் உட்காரவில்லை, அங்கீகாரம் வேண்டும் என்றால், பல தடையில்லா சான்றுகள் வாங்க வேண்டும் என்பன போன்ற பல, சுற்றி வளைத்து காதைத் தொடும் முறைகள் குறைந்துவிடும்.

தெரிந்து கொள்ள வேண்டிய பாடங்கள் :

- பட்டா முச்சலிகா என்பது கொடுக்கப்படுகின்ற நிலத்தை குத்தகைக்கு எடுத்துக் கொள்வது.

- கபூலியத் என்பது அரசு கேட்கின்ற விலையைப் பொறுத்து நிலத்தை குத்தகைக்கு எடுத்துக் கொள்வது.

- கவுல் என்பது மேல்வார உரிமையை குத்தகையாக எடுத்துக் கொள்வது.

- இப்படி பட்டா முச்சலிகா, கபூலியத், கவுல் போன்ற ஒப்பந்தங்கள் மூலமாகவே கடந்த 500 ஆண்டு களாகவே நில நிர்வாகம் நடந்துக் கொண்டு இருக்கிறது.

5. தேவை தமிழகம் முழுவதற்குமான ஒரு மாஸ்டர் பிளான்!

1) சென்னை மாநகருக்கு சென்னை பெருநகர வளர்ச்சி குழுமம் (CMDA) என்ற அங்கீகார அமைப்பும் பிற தமிழக நகரங்களுக்கு நகர ஊரமைப்பு இயக்ககம் (DTCP) என்ற அங்கீகார அமைப்பும் தற்பொழுது தமிழகத்தில் இருக்கின்றன.

2) CMDA-ல் சென்னை மாநகர எல்லை மற்றும் எதிர்காலத்தில் சென்னை இவ்வளவு தூரம் வளரும் என்ற தொலைநோக்கு அடிப்படையில் எல்லையை வரையறுத்துள்ளது. அந்த எல்லைக்குள் சென்னை மாநகராட்சி மற்றும் அதை சுற்றியுள்ள பல நகராட்சிகள், ஊராட்சிகள் இருக்கின்றன. இதனைத்தான் நாம் மாஸ்டர் பிளான் என்று சொல்கிறோம்.

3) அதேபோல் மதுரை, கோவை, திருநெல்வேலி, திருச்சி, வேலூர், சேலம் மற்றும் பிற நகரங்களுக்கு நகர ஊரமைப்பு இயக்ககம் (DTCP) என்ற அங்கீகார அமைப்பால் கட்டுப்படுத்தப்படுகிறது. இந்த நகரங்களிலும் நகர எல்லை மற்றும் எதிர்காலத்தில் இவ்வளவு தூரம் வளர்ச்சி பெறும் என்ற தொலைநோக்கு பார்வையில் புறநகர் மற்றும் கிராமங்களை உள்ளடக்கி ஒரு மாஸ்டர் பிளானை உருவாக்கி இருப்பார்கள்.

4) சென்னையைத் தவிர மீதமுள்ள தமிழகத்திற்கு நகர ஊரமைப்பு இயக்கம் (DTCP) என்ற அமைப்புதான் அங்கீகாரம் கொடுப்பதற்காக இயங்கி வருகிறது. ஆனால் அவர்களிடம் இரண்டாம் நிலை நகரங்களை தவிர்த்து ஒட்டு மொத்த தமிழகத்திற்கும் மாஸ்டர் பிளான் இல்லாத நிலையில் இருக்கிறார்கள்.

5) தமிழகத்தில் இருக்கின்ற நகர ஊரமைப்பு இயக்கம் (DTCP)யில் பெருநகரங்கள் மற்றும் அதனை சுற்றி இருக்கின்ற பகுதிகளுக்கு மட்டும்தான் மாஸ்டர்பிளான் வைத்திருக்கிறார்கள். மாஸ்டர்பிளான்கள் இல்லாத தமிழகத்தின் பிற பகுதிகளை திட்டமில்லாத பகுதி (Non Scheme Area) என்று சொல்வார்கள்.

6) மாஸ்டர் பிளானில் இருக்கின்ற நிலங்களை வீட்டு வசதி (Housing), தொழில் துறை (Industrial), கல்வித்துறை (Education), விவசாயத் துறை (Agriculture) என்று வகைப்படுத்தியிருப்பார்கள்.

7) மாஸ்டர் பிளானில் வீட்டு வசதி (Housing) என்று வகைபடுத்தப்பட்டு இருக்கும். நிலமானது வருவாய் ஆவணங்களில் நஞ்சை (அ) புஞ்சை என்ற விவசாய நிலங்களாகவே இருக்கின்றது. தற்போது விவசாய நிலங்கள் வீட்டுமனைகளாக உருவாவது தவறு என்று சொல்லும்பட்சத்தில், மாஸ்டர் பிளான்களே தவறாகும். இரண்டு அங்கீகார அமைப்பின் மாஸ்டர் பிளான்களே விவசாய நிலங்களை அழித்து நகரங்களை உருவாக்குவதற்கு உருவாக்கப்பட்டது.

8) ஆனால் எதிர்காலத்தில் நகரங்கள் சீரான கட்டமைப்புடன் வளருவதற்கு இந்த மாஸ்டர் பிளானில் இல்லாத திட்டமில்லாத பகுதி (Non Scheme Area) என்று அழைக்கப்படுகின்ற ரூரல் பகுதிகளுக்கு வீடு மற்றும் வீட்டுமனை உருவாக்க DTCP நல் வாய்ப்புகளை வழங்கி வருகிறது. இப்படி திட்டமில்லாத பகுதியில் (Non Scheme Area) போடப்படும் மனை பிரிவுகள்தான் விவசாயத்திற்கு மிகப் பெரும் சவாலாக இருக்கிறது.

9) திட்டமில்லாத பகுதியையும்(Non Scheme Area), குடியிருப்பு (Residensial), விவசாயம் (Agriculture) என்று தெளிவாக

வரையறுத்து மாஸ்டர் பிளானை உருவாக்கினால்தான் எதிர்காலத்தில் விவசாயம் பாதிக்கப்படாமல் அங்கீகாரம் வழங்க முடியும்.

10) மாஸ்டர் பிளான் இல்லாததால் திட்டமில்லாத பகுதியிலேயே (Non Scheme Area) விவசாய நிலங்களுக்கு வீட்டுமனை அங்கீகாரம் கேட்டால் அரசு கொடுத்துக் கொண்டுதான் இருக்கிறது. விவசாய நிலங்களை பாதுகாப்பதற்காக ஒரு தெளிவான நெறிமுறைகளோ, கொள்கைகளோ அங்கீகார அமைப்பிலேயே இல்லாத காரணத்தினால்தான் திட்டமில்லாத பகுதிகளில் (Non Scheme Area) அங்கீகாரம் பெற்று விவசாய நிலங்களை வீட்டுமனைகளாக மாற்றி கொண்டிருக்கிறார்கள்.

11) எனவே தமிழகம் முழுவதும் ஒரு முழுமையான மாஸ்டர் பிளானை உருவாக்குவது அவசியமான ஒன்றாகும். அதற்கு விவசாயத்தையும் பாதுகாக்க வேண்டும், மற்றும் நகரங்களையும் சீராக வளர்ச்சி அடைய வைக்க வேண்டும் என்ற தொலைநோக்கு எண்ணம் கொண்ட தலைவர்களால் கொள்கை முடிவுகள் எடுக்க வேண்டும்.

12) எந்தெந்த பகுதியில் எந்தெந்த சமுதாய மக்கள் வசிக்கின்றார்கள் என்பதை கருத்தில் கொண்டு அடிக்கடி பாராளுமன்ற உறுப்பினர் (MP), சட்டமன்ற உறுப்பினர் (MLA) தொகுதிகளின் மாஸ்டர் பிளான்களை எப்படி உருவாக்குகிறார்களோ? அதேபோல் விவசாய நிலத்தை பாதுகாக்க வேண்டும் என்ற நோக்கில் தமிழகம் முழுவதற்குமான ஒரு மாஸ்டர் பிளானை உருவாக்கி, அந்த மாஸ்டர் பிளானில் பத்திரப் பதிவுத்துறை மற்றும் வருவாய்த்துறை ஆவணங்களில் ஒருங்கிணைத்தால் மட்டுமே நகரமயமாதலை சீர்படுத்தவும் விவசாயத்தை பாதுகாக்கவும் முடியும்.

6. அங்கீகாரம் சம்பந்தமாக போடப்பட்டுள்ள அரசு ஆணையின் முரண்பாடுகள்!

1) அங்கீகாரம் இல்லாத மனைகளை மற்றும் மனைப் பிரிவுகளை வரைமுறைப்படுத்த 20.10.2016 அன்று வீட்டு வசதி துறையின் மூலம் போடப்பட்டுள்ள G.O.(MS)78இல் சில முரண்பாடுகள் இருக்கிறது. இவற்றிற்கு தீர்வு காணாமல் G.O.(MS)78 நடைமுறைப்படுத்துவதன் மூலம் மிகப் பெரிய பயன் எதுவும் உருவாகாது.

2) முதலில் DTCP உருவாவதற்கு முன்னரே இருக்கும் மனைகள் இந்த சிக்கலில் மாட்டிக் கொள்கின்றன. 1971–ம் ஆண்டு முதல் DTCP அங்கீகார அமைப்பு தமிழகத்தில் உருவாக்கப்பட்டது. அதற்கு முன்பே பல வீட்டுமனைப் பிரிவுகள் தமிழகத்தில் உருவாகி இருந்தது. அவற்றையெல்லாம் DTCP அங்கீகார வரைமுறைக்குள் கொண்டு வர முடியாததால் அதனை அப்ரூவ்டு பிளாட்டுகளாக அப்படியே ஏற்றுக் கொள்ளப்பட்டன. சென்னையை சுற்றி இப்படி அலமேலுமங்காபுரம், கணபதி சிண்டிகேட் என்று பல மனைப்பிரிவுகள் 1960–களிலேயே உருவாக்கப்பட்டு, அவையெல்லாம் தற்பொழுது குடியிருப்புகளாக மாறி இருக்கின்றது. மேற்படி வீட்டுமனை பிரிவுகளுக்கு அங்கீகாரம் கொடுப்பது பற்றிய தெளிவான வழிகாட்டுதல்கள் மேற்படி அரசு உத்தரவில் இல்லை.

3) அடுத்ததாக நத்தம் வீட்டுமனைகள் தமிழகம் முழுவதும் ஒவ்வொரு கிராமங்கள்தோறும் இருக்கிறது. மேற்படி நத்தம் நிலங்களில் பல கட்டிட அனுமதி இல்லாமலேயே அடிமனையும், அங்கீகாரம் இல்லாமலேயே பலர் வீடுகள் கட்டி குடியிருந்து வருகின்றனர். அவைகள் எல்லாம் விற்பனை, தானம், செட்டில்மெண்ட், பாகப்பிரிவினை

போன்ற பத்திரங்களை உருவாக்கி வைத்திருக்கிறார்கள். அதன் அடிப்படையில் நத்தம் நிலங்கள் தொடர்ந்து கைமாறி வருகின்றது. சில கிராமங்களில் நத்தம் நில வரி திட்டம் நடந்து தோராயப்பட்டா கொடுக்கப்பட்டு இருக்கிறது. சில கிராமங்களில் இறுதி செய்யப்பட்ட நத்தம் நிலவரித் திட்ட தூயப்பட்டா கொடுக்கப்பட்டு இருக்கிறது. இன்னும் சில கிராமங்களில் நிலவரித் திட்ட சர்வேயே நடக்காமல் இருக்கிறது. இப்படிப்பட்ட நிலையில் மேற்படி அரசு உத்தரவு 78 நத்தம் வீட்டுமனைகளை பற்றி எந்தவிதமான வழிகாட்டுதல்களையும் சொல்லாமல் இருக்கிறது.

4) அடுத்ததாக ஒப்படைமனைகள் என்ற வீட்டுமனைகள் தமிழகம் முழுவதிலும் பல இடங்களில் அரசு அசைன்மெண்ட் பட்டா மூலம் வீட்டுமனை ஒப்படை ஏழை எளிய மக்களுக்கு வழங்கி வருகிறது. அதுமட்டும் அல்லாமல் தாழ்த்தப்பட்ட மற்றும் பழங்குடி மக்களுக்கு அரசே வீட்டுமனைகளை உருவாக்கி ஒப்படைக்கிறது. அதற்கு இதுவரை எந்த அங்கீகாரமும் இல்லை. அந்த மனைகளை வைத்திருப்பவர்களுக்கு DTCP என்றாலே என்னவென்று இன்று வரை தெரியாது. மேற்படி ஒப்படை மனைகள் பற்றியும் அரசு உத்தரவு 78 எதுவும் சொல்லவில்லை.

5) மேலும் அரசு உதவியால் கட்டப்படுகின்ற வீடுகளான மத்திய அரசின் இந்திரா வீட்டுவசதி திட்டம், தமிழக அரசின் பசுமை வீட்டு திட்டம் போன்றவற்றிற்கெல்லாம் 2 சென்ட் 3.5 சென்ட் வரை பட்டா மனை இருந்தாலே போதும். அதற்கு அரசே உதவி செய்து பல குடியிருப்புகளை உருவாக்கி வருகிறது. மேற்படி வீடுகளுக்கெல்லாம் DTCP அங்கீகாரம் இல்லாத நடைமுறைதான் இன்று வரை தொடர்கிறது.

6) மேற்படி மனைகள் எல்லாம் DTCP அங்கீகாரம் தேவைப்படாமலேயே பொதுமக்களின் வீட்டுமனை தேவைகளை நிறைவு செய்து வருகிறது. ஆக DTCP அங்கீகாரம் இருந்தால்தான் வீட்டுமனைகள் வீடுகள் கட்ட வேண்டும் என்ற நிர்பந்தம் இல்லை. மேலும் DTCP அங்கீகாரம் இல்லாத வீட்டுமனைகளுக்கு வங்கி கடன் வசதி கிடைப்பது கடினம் என்ற ஒரு தவறான நம்பிக்கையும் நிலவி வருகிறது.

7) மேற்படி மனைகளுக்கெல்லாம் ஐ.டி.பி.ஐ (IDBI) வங்கி மற்றும் எல்.ஐ.சி (LIC) போன்ற தேசியமயமாக்கப்பட்ட நிறுவனங்களிலும், ரூரல் ஹவுசிங் நிதி நிறுவனங் களிலும், வீடுகள் கட்ட கடன் கொடுக்கிறார்கள். மேலும் தொடக்க வேளாண்மை கூட்டுறவு வங்கிகளும், கிராம வங்கிகளும் மேற்கண்ட இடத்திற்கு எல்லாம் கடன் உதவி செய்துக் கொண்டிருக்கின்றன.

8) DTCP அங்கீகாரத்திற்கு மட்டும்தான் கடன் கிடைக்கும் என்று ஒரு வதந்தி ரியல்எஸ்டேட்டில் இன்னும் நிலவி வருகிறது. இனி DTCP இல்லாத அடிமனைகளுக்கு கடன்கள் கொடுக்கக் கூடாது என்று பாலிசி கொண்டு வரப்படுமா? அல்லது தொடர்ந்து வழங்கப்படுமாயின் மேற்படி அங்கீகாரம் இல்லாத குடியிருப்புகள் வளர்ந்து கொண்டே தானே இருக்கும்.

9) மேற்படி விஷயங்கள் பற்றி DTCP–யின் கொள்கை முடிவுகள் என்ன? என்று DTCP இயக்குநருக்கு விளக்கம் கேட்டு இருந்தேன். அவர்கள் இந்திரா வீட்டு வசதி திட்டம், பசுமை வீட்டுத் திட்டங்களில் கட்டப்படுகின்ற வீடுகள் மற்றும் அடிமனைகள் தானாகவே அங்கீகாரம் உடையதுதான். அதற்கு வரன்முறைப்படுத்துதல் அங்கீகாரம் தேவை இல்லை என்று பதில் அளித்து

இருக்கின்றனர். நத்தம் வீட்டு மனைகள், ஒப்படை மனைகள் பற்றி பதில் அளிக்கவில்லை. இன்னும் எந்தவிதமான கொள்கை முடிவுகளையும் எடுக்காமல் இருக்கிறார்கள். நண்பர்கள் யாருக்கேனும் இந்திரா வீட்டு வசதி திட்டம், பசுமை வீடுகள் ஆகியவற்றை கிரயம், தானம், செட்டில்மென்ட் போன்ற பத்திரங்கள் பதிவு செய்ய விரும்பினால் சார்பதிவகம் DTCP அங்கீகாரம் வேண்டும் என்று பதிவை மறுத்தால் மேற்கண்ட கடிதத்தை காட்டலாம்.

நகர ஊரமைப்பு ஆணையர் அலுவலகம்
807, அண்ணா சாலை, சென்னை-2
www.tn.gov.in/tcp
Email ID: dtcp@vsnl.net

ந.க.எண்.5582 / 2018 / எல்ஏ1   நாள்.24.05.2018

பொருள்: நகர ஊரமைப்பு ஆணையர் அலுவலகம், சென்னை-2 - அரசு ஆணை எண்.78-நத்தம் வீடுகள், ஒப்படை மனைகள், அரசு உதவியால் கட்டப்படும் வீடுகள் போன்றவற்றை வரன்முறைபடுத்தும் திட்டங்கள் உள்ளனவா என்ற விபரம் - கேகரியது - தொடர்பாக.

பார்வை: மனுதாரர் திரு.எஸ்.எம்.பரஞ்ஜோதி பாண்டியன் அவர்களின் மனு நாள்.16.03.2018.

மேற்காண் பொருள் தொடர்பாக, பார்வையில் சுட்டிய தங்கள் கடிதத்தில் கோரிய இந்திரா வீட்டு வசதி திட்டம் வீடுகள், பசுமை வீட்டு திட்டங்கள் எல்லாம் மத்திய மாநில அரசால் வழங்கப்படுவதால் இதனை அனுமதியற்ற மனைப்பிரிவு என கருத இயலாது என்ற விபரம் தெரிவிக்கப்படுகிறது.

நகர ஊரமைப்பு ஆணையருக்காக.

பெறுநர்:
Thiru.S.M.Paranjothi Pandian,
D.No.121(4), Kamarajar Nagar,
Near RTO Office,
Kuthukkal Valasai, Madurai Road,
Elathur Post, Tenkasi Taluk,
Tirunelveli-627 803.

KSR

7. சென்னை உயர்நீதி மன்றம் தடைவிதித்த காலத்தில் பதியப்பட்ட பத்திரங்களுக்கு உயிர் கொடுக்குமாறு வேண்டி மனு!!

1) கடந்த 2016 செப்டம்பர் 9-ம் தேதி அங்கீகாரம் இல்லாத மனைகள், பஞ்சாயத்து அங்கீகார மனைகள், என்.ஓ.சி மனைகள் போன்றவற்றின் பத்திரப் பதிவுகளை தடை செய்ய வேண்டும் என்று சென்னை உயர்நீதிமன்றம் உத்தரவு பிறப்பித்து இருந்தது.

2) இதனால் தமிழகம் முழுவதும் உள்ள பத்திரப்பதிவு அலுவலகங்களில் பத்திரப் பதிவுகள் நடக்காமல் இருக்கின்றது. இதனால் அரசுக்கு பல கோடி ரூபாய்க்கு மேல் வருவாய் இழப்பும், நிலங்களை வைத்திருப்பவர்கள், திருமணம், வீடு கட்டுதல் போன்ற சொந்த செலவுகளுக்கு பணத்தை புரட்டுவதற்காக நிலங்களை விற்க அக்ரிமெண்ட் போட்டவர்கள் தவித்துக் கொண்டிருந்தார்கள்.

3) குடும்பத்திற்கு உள்ளேயே பாகப்பிரிவினை பத்திரம், செட்டில்மெண்ட் பத்திரம், உயில் போன்ற பத்திரங்கள் எல்லாம் செய்ய முடியாமல் அவதிப்பட்டுக் கொண்டிருந்தனர்.

4) மேற்படி நீதிமன்ற உத்தரவால் அரசு புதிய கொள்கை முடிவினை எடுக்க வேண்டிய நிர்பந்தத்திற்கு வந்தது. வீட்டுமனை உருவாக்கும் நிறுவனங்கள் அரசின் அங்கீகார அமைப்புகள் மற்றும் பத்திரப் பதிவுத்துறை, வருவாய்த்துறை ஆகியவைகள் தொலைநோக்கு அடிப்படையில் புதிய கொள்கை முடிவினை கொண்டு வந்தது.

5) இதற்கு முன் இருந்த வீடு, அடுக்ககம் மற்றும்

வீட்டுமனைகள் பற்றிய கொள்கை முடிவுகள் தெளிவு இல்லாததாகவும், முழுமையாக அனைத்து தரப்பு மக்களுக்கானதாகவும் வரையறுக்கப்படாமல் இருந்தது.

6) சென்னை உயர் நீதிமன்றம் மேற்படி அங்கீகாரமற்ற மனை பிரிவுகளை மனைகளை, வீடுகளை, அடுக்ககங்களை வரன்முறைப்படுத்த கொள்கை முடிவை எடுக்க சொல்லி அரசை கேட்டுக் கொண்டது. கொள்கை முடிவு எடுக்கும் வரை பத்திரங்களை பதியக் கூடாது என்று உயர் நீதிமன்றம் தடை உத்தரவை பிறப்பித்தது.

7) மேற்படி தடை உத்தரவு காலம் 09.09.2016 முதல் 28.03.2017 வரை மற்றும் 21.04.2017 முதல் 21.06.2017 வரை என இரண்டு காலக் கட்டங்களில் பத்திரப் பதிவு நீதிமன்றத்தால் தடைப்பட்டிருந்தது.

8) இப்படி தடைப்பட்ட காலங்களில் பொதுமக்களும் தமிழ் நாட்டிலுள்ள அனைத்து பத்திரப்பதிவு அலுவலகங்களும் உயர்நீதிமன்றம் தடை உத்தரவை மதிக்காமல் பத்திரப் பதிவை செய்தன.

9) இதனையெல்லாம் கேள்விப்பட்ட சென்னை உயர்நீதி மன்றம் தடை உத்தரவு காலத்தில் நடந்த அனைத்து பத்திரங்களையும் செல்லாது என அறிவித்துவிட்டது. பதிவுத்துறையும் மேற்படி பத்திரங்களை வைத்து புதிய பத்திரங்களை உருவாக்குவதற்கு தடை செய்துவிட்டது. மேலும் தடைகாலத்தில் போடப்பட்ட பத்திரங்கள் EC-ல் வராமல் இருப்பதற்காகவே புதிய EC மென்பொருளை அறிமுகப்படுத்தி தடைகாலத்தில் பத்திரம் பதிந்த வர்களின் பெயர்களே வராமல் பார்த்துக் கொண்டது.

10) மேற்சொன்ன செல்லாத பத்திரங்கள் 2 இலட்சம் பத்திரங்கள் இருக்கும் என்று ரியல் எஸ்டேட் சங்கத்தினரால் யூகிக்கப்படுகிறது. இப்படி 2 இலட்சம்

செல்லாத பத்திரங்களை வைத்துக் கொண்டு அப்பாவி மக்கள் திருத்திருவென முழித்துக் கொண்டிருக் கின்றனர்.

11) நீதிமன்றம் போட்ட தடைக்காலத்தில் பதிவு நடவடிக்கைகளை செய்த சார்பதிவாளருக்கு எந்த தண்டனையும் இல்லை. முறையாக ஆயிரக்கணக்கில் முத்திரைத்தாள் வாங்கி சட்டப்படி பதிவு செய்த ஆவணத்தை நீதிமன்றம் ஈவு இரக்கம் இல்லாமல் செல்லாது என்று அறிவிப்பது அப்பாவி மக்களுக்கு எதிரான உத்தரவாகும்.

12) மேற்படி இலட்சக்கணக்கான செல்லாத பத்திரங்களை நீதி மன்றம் செல்லும், என்று மீண்டும் அறிவிக்க வேண்டும். அதற்கு எதாவது தண்டத்தொகை வசூலித்துக் கொள்ளலாம். நீதிமன்றங்களின் கனிவான பார்வைக்கு இக்கட்டுரையை சமர்ப்பிக்கிறேன்.

தெரிந்து கொள்ள வேண்டிய பாடங்கள் :

"Z" பட்டா என்றால் என்ன?

சேர்வராயன் மலையில் இந்தோ பிரிட்டன்கார் களுக்கு காப்பி எஸ்டேட்டிற்காக முதலில் 21 வருட லீசுக்கு நிலங்களை ஒப்படைத்துவிட்டு, அதன்பிறகு அந்த நிலங்களை நிரந்தர உரிமையாக்குவதற்காக கொடுக்கப்பட்ட பட்டா "Z" பட்டா என்று சொல்வார்கள்.

8. பத்திரப்பதிவு துறைக்கு வழிகாட்டி மதிப்பு பற்றி என்னுடைய ஆலோசனை மனு!!

1) 2018 மார்ச் மாதம் பத்திரப் பதிவுத்துறை பொது மக்களிடம் இருந்து ஆலோசனைகளை வரவேற்பதாக பத்திரிக்கைகளில் செய்தியாக அறிவித்திருந்தது. சரி நாமும் நமக்கு தெரிந்த 2 விசயங்களை ஆலோசனை களாக பத்திரப் பதிவுதுறை IG அவர்களுக்கு பதிவு தபாலில் கடிதமாக அனுப்பியிருந்தேன். அதில் உள்ள செய்தி இதுதான்..

1. வழிகாட்டி மதிப்பு இடத்திற்கு ஏற்றார்போல் Customised ஆக இருக்க வேண்டும்.

2. மாவட்ட பதிவாளருக்கு களப்பணியில் இருக்கும் வேலைப் பளுவை குறைப்பதற்கு தனி அதிகாரியை நியமிக்க வேண்டும் என்று கோரிக்கை வைத்திருந்தேன்.

2) மேற்படி அனுப்பிய முதல் கோரிக்கைக்கு, பரிசீலனை செய்யப்பட்டதாகவும் வழிகாட்டி மதிப்பை சீர்திருத்தும் பொழுது என்னுடைய ஆலோசனைகளை கருத்தில் கொள்வதாகவும் பதில் கொடுத்திருக்கிறார்கள்.

பதிவுத்துறை

அனுப்புநர்   பெறுநர்
பதிவுத்துறைத்தலைவர்   திரு.S.M. பரஞ்சோதி பாண்டியன்,
சென்னை-28.   121 (4), காமராஜர் நகர்,
                                              RTO ஆபீஸ் அருகில்,
                                              குத்துக்கல் வலசை,
                                              மதுரை ரோடு,
                                              எளாத்தூர் அஞ்சல்,
                                              தென்காசி தாலுக்கா,
                                              திருநெல்வேலி - 627 803.

எண்.13769/12/2018 நாள்:   19.4.2018

பொருள்:   வழிகாட்டி மதிப்புகள் - சீர்திருத்தங்கள் செய்ய
            வேண்டி சில பரிந்துரைகள் அனுப்பப்பட்டது -
            தொடர்பாக.

பார்வை:   திரு. S.M. பரஞ்சோதி பாண்டியன், தென்காசி மனு
            நாள் 15.3.18.

*****

பார்வையில் காணும் தங்களது மனு பரிசீலிக்கப்பட்டது. வழிகாட்டி மதிப்புகளில் சீர்திருத்தங்கள் செய்வது தொடர்பான தங்களது கோரிக்கை வழிகாட்டி பதிவேடு திருத்தியமைக்கும் போது கருத்தில் கொள்ளப்படும் என தெரிவிக்கப்படுகிறது.

/ஆணைப்படி/

கண்காணிப்பாளர்

3. அடுத்ததாக என்னுடைய இரண்டாவது கோரிக்கையின் விளைவாக, மாவட்ட பதிவாளருக்கான வேலைப் பளுவை குறைப்பதற்காக விவசாய நிலமா? வீட்டு மனையா? என சார்பதிவாளரே மாவட்ட பதிவாளருக்கு பதிலாக நேரில் சென்று கள ஆய்வு செய்யலாம் என்று பதிவுத்துறை IG சுற்றிக்கை அனுப்பி இருந்தார் என்பதனை 2018 ஏப்ரல் 15ஆம் தேதி பத்திரிக்கைகளில் வெளியிட்டு இருந்தார்கள். மேற்படி பதிவுத்துறை அனுப்பிய பதில் மற்றும் பத்திரிக்கை செய்தி இதில் இணைத்துள்ளேன்.

9. ஆவண எழுத்தர்களுக்கு முறையாக லைசென்ஸ் வழங்க வேண்டும் ஏன்? பதிவுத்துறைக்கு அன்பான வேண்டுகோள்!

1) நாம் இப்பொழுது பத்திர அலுவலகத்திற்குச் செல்லும் பொழுது பத்திர அலுவலகத்திற்கு வெளியே ஆவண எழுத்தர், டாக்குமெண்ட் ரைட்டர் என்று பெயர் பலகை வைத்து கிரையம், பத்திரம், விடுதலை பத்திரம், தான பத்திரம், தான செட்டில்மெண்ட் பத்திரம், செட்டில்மெண்ட் பத்திரம், பாகப்பிரிவினை பத்திரம் என்று பத்திரங்கள் பெயர் எல்லாம் வரிசையாகப் போட்டு பத்திரங்கள் எழுதி அல்லது அடித்துத் தரப்படும் அல்லது தயார் செய்து தரப்படும் என்று விளம்பரம் வைத்திருப்பதைப் பார்த்திருப்பீர்கள்.

2) இப்படி ஆவணம் எழுதி கொடுக்கும் சேவைகள் செய்பவர்களுக்கு பதிவுத்துறையினர் லைசென்ஸ் கொடுக்கிறார்கள். அந்த லைசென்ஸ் பெற்றவர்கள்தான் ஆவண எழுத்தர்கள் அல்லது டாக்குமெண்ட் ரைட்டர்கள் ஆக முடியும்.

3) ஒரே ஒரு சார்பதிவக எல்லைக்குள் ஆவண எழுத்தர் பணி செய்ய முடியும் என்றால் அவரை "C" லைசென்ஸ் பெற்றவர்கள் என்பார்கள். பதிவு மாவட்ட எல்லைக்குள் இருக்கின்ற சார்பதிவகங்களில் ஆவண எழுத்தர் பணி செய்ய முடியும் என்றால் அவர் "B" லைசென்ஸ் பெற்றவர் ஆவார். மாநிலம் முழுமைக்கும் ஆவண எழுத்தர் பணி செய்ய முடியும் என்றால் அவர் "A" லைசென்ஸ் பெற்றவர் ஆவார். இப்படி எல்லா ஆவண எழுத்தர்களையும் பதிவு துறை வகைப்படுத்தி வைத்திருக்கிறது.

4) ஒரு ஆவண எழுத்தருக்கு அங்கீகரிக்கப்பட்ட பல்கலைக்

கழகத்தில் இருந்து ஏதாவது ஒரு டிகிரியும், தமிழ், ஆங்கிலம் கீழ்நிலை அல்லது உயர்நிலை தேர்வில் தேர்ச்சியும், கணினி பயன்பாட்டில் டிப்ளோவும் தேவைப்படுவதாக தமிழக பதிவுத்துறை சொல்கிறது.

5) பாண்டிச்சேரி மாநிலத்தை பொருத்தவரை டிப்ளோ டாக்குமெண்ட் ரைட்டிங் (DDW) என்ற பாடத் திட்டம் புதுச்சேரி பல்கலைக்கழகத்தில் பயிற்றுவிக்கப்படுகிறது. அதனை வைத்து பாண்டிச்சேரி ஆவண எழுத்தராக பணி செய்யலாம். மேலும் ஒரு ஆவண எழுத்தருக்கு கட்டாயம் என்னென்ன விஷயங்கள் தெரிந்து இருக்க வேண்டும் என்பதனை காண்போம்.

6) பதிவு சட்டம் 1908 மற்றும் அதன் விதிகளும் முழுமையாகத் தெரிந்திருத்தல் வேண்டும். முத்திரைத்தாள் சட்டம் 1899ம் அதன் கீழ் இயற்றப்பட்ட விதிகளும் தெரிந்து இருக்க வேண்டும்.

7) சொத்து மாற்றுச் சட்டம் 1882ம் அதனுடைய மத்திய சட்டமான 4/1882 சட்டமும், நில சீர்திருத்த (நில உச்சவரம்பு நிர்ணயம்) சட்டம் 1961, அதனுடைய தமிழ்நாட்டு சட்டம் 58/1961), தமிழ்நாடு நகர்புற நில உச்சவரம்பு சட்டம் 1978, அதனுடைய தமிழ்நாட்டு சட்டம் 24/1978 போன்ற சட்டங்களும் கட்டாயம் தெரிந்து இருக்க வேண்டும்.

8) ஆவண எழுத்தர்கள் எல்லாம் அரசு ஊழியர்கள் அல்ல. அரசின் பதிவுத்துறையினுடைய உரிமம் பெற்ற ஆவண எழுத்தர்கள் மட்டுமே பதிவுத்துறை தலைவர் அல்லது அவர் நியமிக்கும் அதிகாரிகள் வைக்கின்ற எழுத்துத் தேர்வில் தேர்ச்சி அடைந்தவர்கள் மட்டுமே ஆவண எழுத்தர்களாக உரிமம் வழங்கப்பட்டு அங்கீகரிக்கப் படுகின்றனர்.

9) எனக்குத் தெரிந்து கடந்த 20 ஆண்டுகளாக, ஆவண எழுத்தர்களுக்கு அரசு எந்த தேர்வும் நடத்தியதாகவும், புதிய ஆவண எழுத்தர்களை தேர்ந்தெடுத்தும் இருக்கி றார்களா? என்று இதுவரை யாமறியேன் பராபரமே.

10) இப்பொழுது எல்லாப் பத்திர அலுவலகங்களிலும் இருக்கின்ற ஆவண எழுத்தர்கள் அரசு அங்கீகாரம் பெற்றவர்கள்தான். லைசன்ஸ் அல்லது அரசால் உரிமம் வழங்கப் பெற்றவர்கள்தான் என்று உறுதியாகச் சொல்ல முடிவதில்லை.

11) அப்பா, தாத்தாவினுடைய, ஆவண எழுத்தர் உரிமத்தை வைத்து பலர் சார்பதிவகத்திற்கு வெளியே கடை நடத்துகின்றனர். பலருக்கு ஆவண எழுத்தர் வேலையில் நல்ல அனுபவம் இருக்கும். ஆனால் இதுவரை தேர்வு வைத்து லைசென்ஸ் தராததால் அங்கீகாரம் பெறாத ஆவண எழுத்தராகவே இன்றுவரை தொடர்ந்து கொண்டு இருக்கிறார்கள்.

12) இன்னும் சொல்லப்போனால் லைசென்ஸ் பெற்ற எழுத்தர்களைவிட லைசென்ஸ் பெறாத ஆவண எழுத்தர்கள்தான் மிகச் சிறப்பாகவே தங்களது அனுபவ அறிவால் ஆவணங்களை உருவாக்குகின்றனர்.

13) ஆவணங்களை சாதாரண பொதுமக்களே உருவாக் கலாம் என்று பதிவுத்துறை விதிகளை உருவாக்கி உள்ளது. அதற்காக சில ஆவண மாதிரிகளை ஆன்லைனில் வெளியிட்டுள்ளது. அதைப் பார்த்து அவரவர்களுக்குரிய ஆவணங்களை அவரவர்களே தயாரித்துக் கொள்ளலாம் என அரசு சொல்கிறது.

14) இந்த முடிவை பதிவுத்துறை இடைத்தரகரை ஒழிப்பதற்காக எடுத்ததாக சொல்லப்படுகிறது. ஆனால்

இந்த வாய்ப்பை பயன்படுத்தித்தான் நிறைய பதிவு செய்யாத லைசென்ஸ் பெறாத ஆவண எழுத்தர்கள் பொதுமக்களே ஆவணங்களைத் தயாரிப்பது போல் தயாரிக்கிறார்கள்.

15) ஆவணங்களை எந்த ஒரு சட்ட அறிவும் இல்லாத பொது மக்கள் தயாரித்தல் கூடாது என்பதே என் கருத்து. ஏன் என்றால் பத்திரங்கள் ஒரு சட்ட ஆவணம், அதற்கென்று ஒரு சட்ட அந்தஸ்து இருக்கிறது. ஆவணங்களில் சட்ட நுணுக்கங்கள் தெரியாமல் எழுதிவிட்டு பிற்காலத்தில் சொத்து சிக்கல்களில், சட்ட குழப்பங்களில், பலர் தவித்து கொண்டு இருப்பதைப் பார்த்துக் கொண்டு இருக்கின்றேன்.

16) ஆவணங்களை வழக்கறிஞர்கள் தயாரிக்கலாம். ஆனால் வழக்கறிஞர்களின் இரப்பர் ஸ்டாம்பை மட்டும் பயன்படுத்திக்கொண்டு இருக்கும், பதிவு செய்யாத ஆவண எழுத்தர்கள் பலர் இன்னும் இருக்கிறார்கள். இப்படிதான் தற்பொழுது பல ஆவண எழுத்தர்களும் இந்த தொழிலும் இயங்கிக் கொண்டு இருக்கிறது.

17) உண்மையில் பதிவுத்துறை விதிகளின்படி, ஆவண எழுத்தர்கள் இடைத்தரகராகச் செயல்படக் கூடாது. ஆவணப் பதிவின்பொழுது ஆவண எழுத்தர்கள் ஒரு சாட்சியாக இருக்கக்கூடாது. பதிவு அலுவலகத்தில் பணிபுரியும் எவருடனும் எந்த உறவும் வைத்துக்கொள்ள கூடாது.

18) ஆவண எழுத்தர்கள் பதிவு அலுவலகத்திற்கு சார்பதிவாளர் அழைக்காமல் வரக்கூடாது. அரசுக்கு வருவாய் இழப்பு ஏற்படுத்த கூடாது. ஈசி, காப்பி ஆஃப் தி டாக்குமெண்ட் ஆவண எழுத்தர் பெயரில் கேட்டு மனு தாக்கல் செய்யக் கூடாது. பதிவு செய்யும்

ஆவணத்தையோ, ஈசியையோ, காப்பி ஆஃப் தி டாகுமெண்டையோ திரும்பப் பெறுதல் கூடாது என இது போன்ற பல "கூடாது" என்ற விதிகள் இருக்கின்றன. ஆனால் நிலைமை நிஜத்தில் அப்படி இருக்கிறதா? என்றால், இல்லை என்றே சொல்லலாம்.

19)	இவ்வளவு கூடாத விதிகள் இருப்பது, சார்பதிவு அலுவலகத்தில் மேலிருந்து கீழ் வரை இருக்கும் ஊழியர்களுக்கு சிரமமான விஷயம்தான். அதனால்தான் பழகிய பழைய லைசன்ஸ் பெறாத ஆவண எழுத்தர்களையே பயன்படுத்திக் கொண்டு புதிய ஆவண எழுத்தர்களை உருவாக்காமல் பதிவுத்துறை தள்ளிப் போட்டுக் கொண்டே வருகிறது என்பது என் புரிதல்.

20)	பல இளைஞர்களுக்கு வேலை வாய்ப்பை அளிக்கக் கூடிய ஆவணம் உருவாக்கும் தொழிலையும், தவறான பிழையான ஆவணங்கள் தயாரிக்கப்படுவதைத் தடுத்து, நல்ல ஆவணங்களை உருவாக்க, பொதுமக்கள் பயன் பெறுவதையும் பதிவுத்துறையே தாமதப்படுத்திக் கொண்டு இருக்கிறது.

தெரிந்து கொள்ள வேண்டிய பாடம் :

பிரிட்டிஷ் காலத்தில் மலை, மலையை சுற்றியுள்ள காடுகள், மற்றும் அதிலிருந்து வருகின்ற லாகிரி வஸ்துக்கள், சந்தனம், தேக்குப் போன்ற விலை உயர்ந்த மரங்கள், காடு மலைகளின் பயன் பொருட்கள் அனைத்தையும் சிலருக்கு ஏலமாக விட்டுவிடுவார்கள். அப்படி ஏலத்தில் எடுத்தவர்கள் ஹாவலி எஸ்டேட்காரர்கள் ஆவர். தமிழகத்தில் பெரும்பாலும் பிராமணர்களே ஹாவலி எஸ்டேட்காரர்களாக இருந்தார்கள்.

10. மோசடி பத்திரங்களை இரத்து செய்யும் அதிகாரத்தை பதிவுத்துறைக்கு கொடுத்தல் வேண்டும் !

1) ஆரம்ப காலகட்டங்களில் ஆங்கிலோ சட்டத்தின் கீழ் நடந்த அனைத்து பத்திரங்களும் சட்ட ஆட்சி எல்லைக்குள் இருக்கின்ற நீதிமன்றத்தின் திவான் இ அதாலத் (தற்போது இருக்கின்ற நீதிமன்ற பதிவாளர்) கீழ் தான் நடந்தது.

2) அதன் பிறகு அதிக வேலைப்பளுவாலும் சீரான பதிவு நடவடிக்கைகளுக்காகவும் நீதிமன்றத்திலிருந்த பதிவு வேலைகளை பிரித்து பதிவுத்துறை என்று தனியாக ஒரு துறையை உருவாக்கி அதில் பதிவு நடவடிக்கைகள் எல்லாம் செய்யப்பட்டது.

3) பதிவுத்துறை பதிவு செய்யும் நடவடிக்கைகள் மட்டும்தான் செய்ய வேண்டும். பதிவிற்கு வரும் ஆவணங்களில் எழுதி கொடுப்பவருக்கு உரிமை இருக்கிறதா? என்று ஆய்வெல்லாம் செய்வதற்கு சார்பதிவாளருக்கு இன்று வரை உரிமை இல்லை. மற்றும் மோசடியாகப் பத்திரங்கள் செய்துவிட்டால் அதனை இரத்து செய்கின்ற அதிகாரம் பதிவுத்துறைக்கு கிடையாது.

3) மேற்கண்ட இரண்டு கட்டுப்பாடுகளை விதித்து, பதிவுத் துறைக்கு பதிவு வேலைகளை செய்ய மட்டும் அதிகாரம் வழங்கப்பட்டுள்ளது. சொத்துக்களின் மேல் நடவடிக்கை எடுக்கவும், சொத்து யாருடையது என்று தீர்மானிக்கவும் உரிமை நீதிமன்றத்திடமே இருந்தது.

4) அந்தக் காலத்தில் ஜமீன் நிலம், இனாம் நிலம் மற்றும் பல நில உரிமைகள் மேல்தட்டு மக்களின் கட்டுப்பாட்டில் இருந்தது. அதனால் உரிமையை தீர்மானிக்கின்ற

வேலைகளை மேல் தட்டிலேயே வைத்துக் கொண்டார்கள். ஆனால் நிலைமை தற்பொழுது அப்படி இல்லை. எல்லா ஆதிக்க நில உரிமையும் ஒழிக்கப்பட்டு விட்டது. இப்பொழுது பாமரனும் கல்வி கற்று, வெளிநாடு போய் சம்பாதித்து நிலம் வாங்கி வைத்துக் கொள்கிறார்கள். அவர்கள் இனி மோசடி பத்திரங்களால் பாதிக்கப்படாமல் இருப்பதற்கு மேற்சொன்ன இரண்டு கட்டுப்பாடுகளையும் தளர்த்தி பதிவுத்துறைக்கு அந்த சட்ட உரிமையை அளிக்க வேண்டும்.

5) ஆள்மாறாட்டம் செய்த பத்திரங்கள், உரிமை இல்லாத நபர்கள் எழுதி கொடுக்கும் பத்திரங்கள், தவறான ஆவணங்களை தாக்கல் செய்து செய்யபட்ட பத்திரங்கள், போர்ஜரி செய்யப்பட்டு உருவாக்கபட்ட பத்திரங்கள் இப்படிப் பல தவறான பத்திரங்களைப் பதிவின்போது சூராய்வு செய்கின்ற உரிமையும், பத்திரம் பதிந்துவிட்டால் விசாரித்து அதனை ரத்து செய்கின்ற உரிமையையும் நீதிமன்றமே இன்றுவரை வைத்திருக்கிறது.

6) தற்பொழுது ஆவணங்களைத் திருத்துபவர்கள், ஆவணங்களை போலியாக உருவாக்குபவர்கள், காவல் துறையில் குற்ற வழக்கில் கிரிமினல் சட்டத்தின்படி நடவடிக்கை எடுக்க, சட்டத்தில் இடம் உள்ளது. அப்படி இருந்தாலும் குற்றம் செய்தவர்களுக்குத் தண்டனை மட்டுமே காவல்துறை வழங்கும். அவர்களால் பதியப்பட்ட ஆவணங்கள் இரத்து செய்ய வேண்டும் என்றால் நீதிமன்றத்தைத்தான் நாட வேண்டி இருக்கிறது.

7) அதுவே வருவாய்துறை ஆவணங்களில் போர்ஜரி செய்தல், வருவாய்துறை அதிகாரிகளுடன் கூட்டு சேர்ந்து சதித்திட்டம் செய்து, போலி ஆவணங்கள் உருவாக்குதல், நத்தம் பட்டாவைத் திருத்தினார்கள்

என்றெல்லாம் எழுகின்ற புகார்களை வருவாய்த்துறையில் இருக்கின்ற ஆர்.டி.ஓ நீதிமன்றம் மூலம் விசாரணை செய்து கொடுக்கப்பட்ட பட்டாவை விசாரித்து அதனைத் தேவைப்பட்டால் ரத்து செய்யுமளவிற்கு வருவாய்த் துறையினருக்கு அதிகாரம் இருக்கிறது.

8) அதுபோல மோசடி பத்திரங்கள் ஆகியவற்றை விசாரித்து ரத்து செய்யும் அதிகாரத்தைப் பதிவுத்துறைக்கே கொடுப்பது பொதுமக்களுக்கு மிகவும் நல்ல பயனுள்ளதாக அமையும். பதிவுத்துறையில் இதுபோன்ற மோசடி ஆவணங்களை விசாரிப்பதற்கு தனி விசாரணை நீதிமன்றம் பதிவுத்துறையிலேயே அமைக்க வேண்டும்.

9) இந்திய நீதித்துறையில் ஏற்கனவே லட்சக்கணக்கான வழக்குகள் விசாரிக்கப்படாமல் நிலுவையில் இருக்கிறது. அதிலும் காலந்தாழ்த்தி, காலம் தாழ்த்தி வாதி, பிரதிவாதிகள் இறந்தே விடுகிறார்கள். ஒருவர் இறந்த பிறகுதான் நீதி கொடுக்க வேண்டும் என்று பழக்கப்பட்டிருக்கிறார்கள் நீதி துறையினர்.

10) அப்படி இருக்கும்பட்சத்தில் மோசடி பத்திரத்தால் பாதிப்படைந்த ஒரு நபர், அதனை இரத்து செய்யச் சொல்லி பரிகாரம் கேட்க வேண்டுமென்றால், உரிமையியல் நீதிமன்றம் சென்றுதான், தன் சேமிப்பு பணத்தை எல்லாம் செலவு செய்து காலம் தாழ்த்தி அவர் உடலில், உணர்வில் தெம்பு குறைந்த பிறகுதான் நியாயத்தைப் பெற வேண்டும் என்று சொன்னால்... மோசடி பத்திரத்தால் பாதிக்கப்பட்டவருக்குக் கிடைப்பது நீதி அல்ல! அது ஒரு தண்டணை.

11) எனக்குத் தெரிந்து சென்னை பழைய மகாபலிபுரம் சாலையில் செம்மஞ்சேரியில் 1970களில் போடப்பட்ட கணபதி சிண்டிகேட் என்ற மனைப்பிரிவில் நிறைய

மோசடி பத்திரங்கள், போலி ஆவணங்கள், காப்பி ஆஃப் டாக்குமெண்ட் வைத்து பத்திரங்களை உருவாக்கி இடத்தை ஆக்கிரமித்து வைத்திருந்தார்கள்.

12) அதில் ஒரு மனைக்கு மோசடியான ஆவணம் தயாரித்து அதனை ஆக்கிரமித்து வைத்து இருந்தார்கள். அதன் பிறகு 1970களில் அம்மனையை வாங்கிய உண்மையான உரிமையாளர்களின் வாரிசுகள் ஒரிஜினல் பத்திரங் களுடன் நேரடியாக இடத்தை வந்து பார்த்த பொழுது இடம் ஆக்கிரமிக்கப்பட்டு இருக்கிறது என்று தெரிந்து, காவல்துறையில் மோசடி ஆவணம் வைத்திருந்தவர் மேல் புகார் கொடுத்தனர். போலி ஆவணம் வைத்திருந்தவர் காவல்துறை விசாரணைக்குப் பயந்து வர மறுத்து, நேரடியாக நீதிமன்றம் சென்று, தான் வைத்திருக்கின்ற போலி ஆவணங்கள் எல்லாம் வைத்து விளம்புகை பரிகாரம் கேட்டு ஒரு வழக்கை உடனடியாகப் பதிந்துவிட்டார்.

13) அதாவது போலி ஆவணம் வைத்து இருப்பவர், தன்னுடைய பத்திரம் உண்மை என்றும், ஒரிஜினல் ஒனருடையது போலி என்று சொல்லி வழக்கு போட்டு விட்டு, இனி இந்த விஷயம் கோர்ட்டில் இருப்பதால், கிரிமினல் நடவடிக்கைகள் எடுக்க கூடாது என்று சொல்லி, காவல்துறையில் கொடுக்கப்பட்ட புகார் மனுவிற்கு விசாரணைக்கு வராமலேயே அந்த புகார் மனு மூடப்பட்டுவிட்டது.

14) சரி, நீதிமன்றம் சென்றாலும் மோசடி ஆவணம் செய்தவர் மாட்டத் தானே போகிறார் என்று நீங்கள் நினைக்கிறீர்களா? கண்டிப்பாக மாட்டப்போவது இல்லை. நீதிமன்றத்தில் காலம் தாழ்த்தி, காலம் தாழ்த்தி வழக்கைப் பல ஆண்டுகளாக வேண்டுமென்றே இழுத்து

(வழக்கறிஞர் துணையுடன்) உண்மையாக பாதிக்கப்பட்ட மக்கள் மனம் நொந்து அந்தப் பிரச்சனைக்குரிய சொத்தைக் கைவிட வேண்டிய நிலையிலும் அல்லது ஏதாவது ஒரு சமாதான பேச்சுவார்த்தையில் ஒரு குறைந்த நஷ்டஈடு தொகையைப் பெற்றுக் கொண்டு அந்தச் சொத்தை விட்டு வெளியேறுகின்ற நிலைதான் தற்சமயம் வரை நடக்கிறதே தவிர மோசடி பத்திரங்களால் நீதிமன்றம் சென்று நீதி பெற்றுவிட்டார்கள் என்ற நிலை மிகவும் சொற்பமே!!

15) மேலும் மோசடி பத்திரங்களில் ஈடுபட்டவர்கள், காவல்துறையின் கெடுபிடிகள், காவல்துறையின் கிரிமினல் வழக்குகளுக்குப் பயந்து தன்னை காப்பாற்றிக் கொள்வதற்காகவே தைரியமாகப் போலி ஆவணங்கள் தயாரித்தவர்கள், தானாகவே நீதிமன்றத்திற்குச் சென்று வழக்கு போடுகிறார்கள் என்பதுதான் நிதர்சனம்.

16) இறுதியாக நான் சொல்ல வந்த விஷயம் என்ன வென்றால், மோசடி பத்திரங்களால் பாதிக்கப்பட்ட ஒரு நபர் பரிகாரம் தேடுவதற்கு, நீதிமன்றம் செல்ல வேண்டும் என்பது ஒரு தண்டனை ஆகும். ஏனென்றால் தாமதிக்கப்பட்ட ஒரு நீதி, மறுக்கப்பட்ட ஒரு நீதி ஆகும். எனவே போலி பத்திரத்தால் பாதிக்கப்பட்டவர் நீதிமன்றம் சென்றும் பாதிக்கப்படுகிறார்.

17) இப்படி பாதிக்கப்பட்ட அப்பாவிகள் இரட்டை தண்டனை பெறுவதற்கு பதிலாக பரிகாரம் தேடி கொள்வதற்கு மோசடி பத்திரங்களை பதிவுத் துறையிலேயே விசாரணை செய்து இரத்து செய்து கொள்ளலாம். அதற்கு அரசு, நீதித்துறை, பதிவுத் துறைக்கு இரத்து செய்யும் அதிகாரத்தை வழங்குதல் வேண்டும்.

11. பிழையான சட்ட குழப்பமுள்ள பத்திரங்கள் உருவாவதை தடுப்பதற்கு பதிவுத்துறை கவனம் எடுக்க வேண்டிய செயல்பாடுகள்!

1) சட்ட குழப்பங்கள் உள்ள பத்திரங்கள் எவ்வாறு உருவாகிறது. ஒன்று, வருவாய்த்துறை ஆவணங்களான எஸ்.எல்.ஆர், யூ.டி.ஆர் போன்றவற்றின் நிலையான பதிவேடுகளையும், நத்தம் நிலவரித் திட்ட நிலையான பதிவேடுகளையும், பட்டா, சிட்டா, அடங்கல், நத்தம் பட்டா போன்றவற்றில் சர்வே எண்கள், பரப்பு போன்றவற்றைத் திருத்தியோ வேறு நபர் சேர்த்தோ அல்லது அதில் உள்ள ஒரு நபரின் பெயரை நீக்கியோ சார்பதிவகத்தில் பதிவிற்கான ஆவணங்களாகத் தாக்கல் செய்து சட்ட குழப்பங்கள் உள்ள பத்திரங்களை உருவாக்கிவிடுகின்றனர்.

2) இரண்டாவதாக, பதிவுத்துறையின் சார்பதிவகத்தில் தவறான வாக்குமூலம் அளித்தல், முன் பத்திரத்தில் திருத்தி அதனடிப்படையில் புதிய பத்திரங்கள் பதிவு செய்தல், பதிவு செய்யபடாத போலியான கூர்சீட்டு, வழியுரிமை, பொதுச்சுவர், பொதுவழி, ஒப்பந்தங்களைப் புதிய பத்திரத்தில் சேர்த்துவிடல், காப்பி ஆஃப் தி டாக்குமெண்ட் போட்டு அதன்படி போலி பத்திரங்கள் உருவாக்குதல், ஆள்மாறாட்டம் செய்தல் போன்றவற்றின் மூலமாகப் போலி பத்திரங்கள் முதற்கொண்டு, பிழையான தவறான சட்ட குழப்பம் உள்ள பத்திரங்களை உருவாக்கப்படுகின்றது.

3) இவற்றை எல்லாம் எப்படித் தடுப்பது? எப்படிக் குறைப்பது? என்பதை வரிசையாகப் பார்ப்போம். பதிவுத்துறை ஊழியர்களைப் பொறுத்தவரை வருவாய் துறை ஆவணங்களின் அடிப்படையில் தாக்கல் செய்யும்

பத்திரங்களில் இருக்கும் குளறுபடிகளைப் பற்றி அதிக தெளிவுகள் (clarity) இல்லாதவர்களாக இருக்கிறார்கள். சார்பதிவக ஊழியர்களுக்கு சர்வே மற்றும் வருவாய்துறை நில உரிமைகள் பற்றி விழிப்புணர்வுகள், பயிற்சிகள் ஏற்படுத்தி தரவேண்டும். அப்படிச் செய்வதன் மூலம் போலி பத்திரங்கள் உருவாக்கும் நபர்கள் தாக்கல் செய்யும் வருவாய்துறை ஆவணங்களைப் எளிதில் மனநிறைவு அடையாதவராய் சார்பதிவாளர் இருப்பார். அதன் மூலம் பல தவறான பத்திரங்கள் பதிவாவது தவிர்க்கபடும்.

4) மேலும் சார்பதிவகத்தில் அதிக அளவு கூட்டம், பணிச்சுமை, அவசரம், நெருக்கடிகள் போன்ற காரணங்களால் பதிவுக்கு வருகின்ற பத்திரங்களை நிதானமாக கூராய்வு செய்து சோதனையிட்டுப் பார்க்கக் கூடிய அளவிற்கு நேரமின்மையாலும், பதட்டத்தாலும், அதிக அளவு தவறான சட்டக் குழப்பம் உள்ள பிழையான, போலி பத்திரங்கள் உருவாகின்றன. எனவே சொத்துரிமை மாறும் பதிவுகளுக்கு அதிக கூராய்வு செய்ய வேண்டும்.

5) பதிவின்போது சார்பதிவாளர் நில உரிமை உள்ளதா? என்று ஆய்வு செய்ய அதிக அக்கறை எடுக்க கூடாது. பதிவின் நோக்கம் நிறைவேறும் சான்று மட்டும் இருந்தால் போதும் என்ற ஜமீன் இனாம்தாரர் நில உடைமையாளர் களுக்கு சாதகமான அந்தக் காலத்து சட்டம் இப்பொழுது பொருந்தாது. இப்பொழுது மக்கள் அனைவரும் கஷ்டப்பட்டு சொத்து வாங்குகிறார்கள், சொத்து விற்கிறார்கள். எனவே பதிவின்போது எழுதி கொடுப்பவருக்கு நில உரிமை பற்றிய கூராய்வை சார்பதிவாளர் செய்ய வேண்டும் என்று சட்டம் மாற்றப்பட வேண்டும்.

6) மேலும் சார்பதிவகத்தில் பிறப்பு இறப்பு பதிவு, விவாகரத்து பதிவு, திருமணப்பதிவு, ஜீவனாம்ச பதிவு, தத்தெடுத்தல் பதிவு, உயில் பதிவு, வீட்டிற்குச் சென்று உயில் பதிவு, உயில் பெட்டகத்தில் வைத்து பாதுகாக்கும் பதிவு, தொழில் நிறுவனங்கள் பதிவுகள் மற்றும் சொத்துக்கள் கைமாறாத பதிவுகள் எல்லாவற்றையும் தனியாக ஒரு இரண்டாம் நிலை சார்பதிவாளாராலும், சொத்து கைமாறும் பதிவுகளை முதல் நிலை சார்பதிவாளரும் நியமிக்கப்பட்டு பதிவு நடவடிக்கைகளை மேற்கொள்ள வேண்டும். அப்படி சார்பதிவாளர் வேலைகள் இரண்டாக பிரிக்கப்பட்டிருந்தால் பதிவு வேலைகள் அவசர கோலத்தில் நடக்கும் வாய்ப்புகள் இல்லாமல் பிழையில்லாமல் நடக்க வாய்ப்பிருக்கிறது.

7) பொதுமக்களே பத்திரங்களை வரைவு செய்து ஆவணங்களைத் தயார் செய்து சார்பதிவகத்தில் தாக்கல் செய்யலாம். தேவைப்பட்டால் இணையதளத்தில் பதிவுத்துறை கொடுத்திருக்கின்ற. மாதிரிகளை (Draft) பார்த்து பொதுமக்களே பத்திரங்களை எழுதலாம் என்று பதிவு துறை இடைத்தரகரை ஒழிக்கின்ற நல்ல நோக்கத்தில் பொதுமக்களை ஊக்கப்படுத்துகிறது. ஆனால் மக்களின் நாடிபிடித்து பார்க்காமல் பதிவு துறை அதிகாரிகள் இந்த முடிவை எடுத்து இருக்கிறார்கள். மக்கள் எப்பொழுதும் பத்திர பதிவை பொறுத்தவரை பிறரை சார்ந்து பழக்கப்பட்டு இருக்கிறார்கள்.

8) முறையான ஒரு சட்ட ஆவணத்தை சாதாரண பொது மக்கள் இணையதளத்தில் இருக்கும் மாதிரியை படித்து தெரிந்து கொள்ளுங்கள். மாதிரியை பார்த்து எழுதி தாக்கல் செய்யலாம் என்று ஆவணத்திற்குரிய சட்ட அந்தஸ்தை, விவரம் அறியாத மக்களுக்குக் கொடுப்பது சரியானதாக இருக்காது. கள நிலவரத்தில் தான்

இடைத்தரகர்கள் ஆவண எழுத்தர்களை நாடிபோய்தான், படித்த மக்களும் படிக்காத மக்களும் சென்று தங்கள் ஆவண உருவாக்கல் வேலையை செய்து கொள்கின்றனர். மேலும் ஆவணங்களை இடைத் தரகர்கள் மூலம் உருவாக்கிவிட்டு மக்கள் தயாரித்ததாகதான் கையெழுத்திட்டுத் தாக்கல் செய்ய செய்கின்றனர்.

9) ஆவணங்கள் (Instrument) ஒரு சட்ட ஆவணம். அதுவும் கிரையம் போன்ற ஆவணங்கள் மிகுந்த மதிப்புடைய ஆவணம், அதனைப் பள்ளிகூட விடுமுறை கடிதம் போல மாதிரியை பார்த்து எழுதும் முறைநடவடிக்கைகள், சொத்து பதிவு ஆவணத்தை போன்ற ஆவணங்களை ஒரு சாதாரண ஆவணம் போல நினைத்தல் கூடாது. எனவே எந்தவிதமான சட்ட அறிவும், பதிவுத்துறை விதிகள் தெரியாத அனுபவமும் போதுமானதாக இல்லாத பொதுமக்களை, பத்திரங்கள் தயார் செய்து கொள்ளலாம் என்று ஊக்குவிப்பது என்பது, எதிர்காலத்தில் அதிக பிழை திருத்தல் பத்திரங்களையும், தவறான பத்திரங்களையும் அதனடிப்படையில் போலி பத்திரங்களையும் உருவாவதற்கு வழி வகுக்கும்.

10) அடுத்ததாக அனுபவமில்லாத அல்லது போதிய அறிவில்லாத ஆவண எழுத்தர்கள் முறையான பயிற்சியும், அனுபவமும் இல்லாத லைசென்ஸ் இல்லாத ஆவண எழுத்தர்கள், லைசென்ஸ் புதுப்பிக்கப்படாத ஆவண எழுத்தர்கள் என்று பலர், ஆவணங்களைப் பொது மக்களுக்காக செய்து கொடுக்கும் தொழிலை செய்து கொண்டு இருக்கிறார்கள். இவர்களைப் பத்திரப் பதிவுத்துறை சீர்படுத்தாமல், வரன்முறைப்படுத்தாமல், ஒழுங்குபடுத்தாமல் அவர்களுக்கு முறையான பாடத்திட்டமும் பயிற்சியும் அளிக்காமல், புதிய ஆவண

எழுத்தர் லைசென்ஸ் கொடுக்காமல், ஏற்கெனவே கொடுத்து இருக்கிற லைசென்சுதாரருக்கு மீண்டும் தேர்வு வைக்காமல், காலம் தாழ்த்திக் கொண்டே போவதாலும், பொதுமக்களின் பத்திரங்களில் அதிக தவறுகளும் சட்ட குழப்பங்களும் நடைபெறுகின்றன.

11) மேலும் பத்திரப்பதிவு ஆவணங்களை வரைவதற்கும், உருவாக்குவதற்கும், அதனைத் தாக்கல் செய்வதற்கும், சட்டம் பயின்ற வழக்கறிஞர்களுக்கு உரிமை இருக்கிறது. ஆனால் பல சார்பதிவகங்களில் வழக்கறிஞர்களின் சீல்கள், ரப்பர் ஸ்டாம்புகள் மட்டும் பயன்படுத்தப்பட்டு, லைசென்சு இல்லாத ஆவண எழுத்தர்களால் ஆவணங்கள் உருவாக்கப்படுகின்றன.

12) ஆவண உருவாக்கும் முறைகளில் ஒரு தரம் இல்லாத நடைமுறை நிலவுகிறது. பதிவுத்துறை தன்னுடைய நிர்வாகத்தை சார்பதிவகத்திற்குள் தாக்கல் ஆகும் ஆவணங்களில் இருந்து ஆரம்பிக்கிறது. ஆனால் ஆவணங்கள் பொதுமக்களுக்காக உருவாக்கப்படும் இடத்தில் இருந்தே பதிவுத்துறை கவனம் செலுத்த வேண்டும்.

தெரிந்து கொள்ள வேண்டிய பாடங்கள் :

முகலாய, கிருஷ்ணதேவராய, மற்றும் பிரிட்டிஷ் ஆட்சிக் காலத்தில் விவசாயத்திற்கு இரண்டு விதமான பெரு மக்கள் அடிமைகளாக இருந்தார்கள். தற்போது போல எந்திரங்களும், தொழில் நுட்பங்களும் இல்லாத காலத்தில் உழைப்பற்கு அடிமைகளையே நம்பி இருக்க வேண்டிய நிலை இருந்தது. ஒரு அடிமை கித்மதி பிரஜா, இன்னொரு அடிமை பாகில் காஸ்ட்.

12) பிழையான பத்திரங்கள் உருவாகாமல் இருக்க பிரெஞ்சு இந்திய பதிவு சட்டத்தின் நொத்தேர் (Notaire) முறையை கொண்டு வரவேண்டும்!

1) பொதுமக்களுக்கும் பதிவுத்துறைக்கும் நடுவில் ஆவணங்கள் உருவாக்கல், பத்திரப்பதிவு செய்தல், ஆவணங்கள் வரைதல் போன்ற ஒரு பெரிய சேவை தொழில் அவசிய தேவையாய் இருக்கிறது. பொது மக்களுக்கும் சார்பதிவகத்திற்கும் இணைப்பு பாலமாக இருக்கின்ற ஒரு தொழிலுக்கே ஒரு முறையான அங்கீகாரமும், வழிகாட்டுதல், நெறிப்படுத்துதல் இல்லாமலிருப்பது எதிர்காலத்தில், அரசுக்கும் பொது மக்களுக்கும் அதிக அளவு தலைவலியை ஏற்படுத்தும்.

2) சார்பதிவாளருக்கு வருவாய் துறை ஆவணங்கள் பற்றி தெளிவு பெறுதல், தாக்கல் செய்கின்ற பத்திரங்களை நிதானமாக படித்து சூர் ஆய்வு செய்கின்ற முறைகள், சொத்து பரிமாற்றம் இல்லாத மீதி பத்திரப் பதிவுகள் தனியாக செய்தல், முறையான ஆவண எழுத்தர்கள் ரப்பர் ஸ்டாம்ப் வழக்கறிஞர்கள் குழப்படிகள் இல்லாத பத்திரங்களை உருவாக்குவதற்கு மிகச்சிறந்த வழி இருக்கிறது.

3) என்னவென்றால் தமிழகத்தில் நாம் ஆங்கிலோ–இந்திய பதிவுச் சட்டத்தை பயன்படுத்துகிறோம். ஆனால் கடந்த 300 ஆண்டுகளாக பாண்டிச்சேரியிலிருந்த ஃப்ரெஞ்சு பதிவு சட்டத்தில் நொத்தேர் (Notaire) என்ற அமைப்பு முறை இருந்தது. அதில் நொத்தேர் என்பவர் பத்திரங்களை உருவாக்குவதும், வரைவதும், அவற்றை நேரடியாக ஆவணக் காப்பகங்களில் பதிவு செய்து, முத்திரையிட்டு, பாதுகாப்பாக வைப்பதற்கும், உரிமை பெற்றவர்கள் ஆவார்.

4) நொத்தேர்கள் உருவாக்கும் பத்திரங்களுக்கு முதன்மையான சட்ட அந்தஸ்து கிடைத்தது மேற்படி நோத்தேர்களுக்கு பிரெஞ்சு சட்ட அறிவும், நில உரிமை (land tenure) பற்றிய அறிவும், கள நிலவரத்தில் என்ன என்ன குழப்படிகள் இருக்கிறது என்பது பற்றிய அறிவும், எதிர்காலத்தில் என்ன சட்ட சிக்கல்கள் வரும் என்ற தெளிவும், அவர்களுக்கு இருந்தது.

5) நொத்தேர்களால் பதிவு செய்யப்பட்ட, உருவாக்கப்பட்ட ஆவணங்களுக்கு பிரெஞ்சு அரசாங்கத்தில் மிகச்சிறந்த மதிப்பும், அந்த ஆவணத்திற்கு சட்ட உரிமையும் இருந்தது. இப்போழுது நாம் பயன்படுத்தும் ஆங்கிலோ– இந்திய சட்டத்தில் இருக்கின்ற நோட்டரி பப்ளிக் (Notaray Public) போன்றுவர்கள் அல்ல இந்த நொத்தேர்கள். நோட்டரி பப்ளிக்குகள் ஆவணங்களை உண்மை என்று சான்று கொடுப்பதற்காகதான் இருக்கிறார்கள். நொத்தேர்கள் ஆவணம் உருவாக்குவதற்கும் நடமாடும் பதிவு அலுவலகராகவும் இருக்கிறார்கள்.

6) பிரெஞ்சு அரசாங்கத்தில் சான்று செய்வது மட்டும் அல்லாமல் ஆவணங்களை வரைதல், ஆவணங்களை உருவாக்குதல், சொத்து பரிமாற்றம் இல்லாத பிற ஆவணங்களை, அதாவது பிறப்பு, இறப்பு திருமணம், விவாகரத்து, உயில், தத்து, தொழில் கூட்டமைப்பு மற்றும் சொத்து மாற்றமில்லாத பதிவுகளை எல்லாம் அவர்கள் ஆவணங்களை உருவாக்கி, அவர்களே சான்றிட்டு, நேரடியாக (le maire) ஆவண காப்பகத்தில் பதிவு செய்து, பாதுகாப்பாக வைக்கின்ற முறையிலும், ஆவணங்களை நகல் போட்டு கொடுக்கின்ற முறையும், அவர்களிடம் இருந்தது.

7) மேலும் சொத்து பரிமாற்ற ஆவணங்களை அவர்கள் உருவாக்கி சார்பதிவகத்தில் வழக்கறிஞருக்கு

இணையாக தாக்கல் செய்கின்ற முறையும் இருந்தது. அதன்படி அவர்கள் தற்போது தமிழ்நாட்டில் இருக்கின்ற ஆவண எழுத்தர்களுக்கு மேலான அந்தஸ்திலும், வழக்கறிஞர்களுக்கு சற்றுக் குறைவான அந்தஸ்திலும் இருந்தார்கள்.

8) அதுபோல நமது தமிழ்நாட்டிலும் நொத்தேர் அல்லது அதற்கு இணையான ஒரு சேவை பணியை, சட்ட ரீதியிலான அந்தஸ்தில் உருவாக்கி, அவர்களுக்குப் பதிவுச்சட்டம், நில உரிமை பற்றிய சட்டங்கள் சொல்லிக் கொடுத்து, ஆவண வரைதலை, உருவாக்குதலை பயிற்சி கொடுத்து, சொத்து பரிமாற்றம் அல்லாத ஆவணங்களை அவர்களே பதியவும், சொத்து கிரைய ஆவணங்களைத் தயாரித்துக் கொடுக்கவும், பொதுமக்கள் கொண்டு வருகின்ற ஆவணங்களை அவர்களே சான்றிடவும், உரிமை கொடுக்கலாம்.

9) இப்பொழுது இருக்கிற ஆவண எழுத்தர் சட்டத்தை எடுத்து விட்டு, நொத்தேர் சட்டத்தை உருவாக்கி, அதற்கென்று டிப்ளமோ கல்வியைச் சட்டக் கல்லூரியில் வழங்க வேண்டும் மேலும் பாண்டிச்சேரி பல்கலைக் கழகத்தில் டிப்ளமோ இன் டாக்குமெண்ட் ரைட்டர் (DDW) என்ற கல்வி இன்று வரை வழங்கி வருகிறார்கள். அதுபோல தமிழகத்திலும் பல்கலைக்கழகங்களில் டிப்ளமோ கோர்ஸ் நடைமுறைப்படுத்துதல் வேண்டும்.

10) இப்படியெல்லாம் செய்வதன் மூலம் எதிர்கால பத்திரப் பதிவுகளில் தவறான மற்றும் பிழையான பத்திரங்களும், போலி பத்திரங்களும் நடக்காமல் இருப்பதற்கும், ஆவணம் உருவாக்கல் துறை ஒரு சிறப்பான நிர்வாகத்திற்கு வரும். இந்த கட்டுரையைப் படிக்கும் பதிவுத்துறை, வருவாய்த்துறை, நீதித்துறை சார்ந்தவர்கள் இதனைப் பரிசீலிப்பார்களாக !!

13) விவசாயத்தை காப்பாற்ற வழக்கறிஞர் யானை இராஜேந்திரன் குடும்பத்துடன் களை வெட்ட வருவாரா? - கட்டுரை

1) பத்திரப்பதிவு தடை சம்பந்தமாக யுடியூப் (YouTube) வீடியோக்களை பார்த்துக் கொண்டிருந்தபொழுது அதில் ஒரு செய்தி சேனலின் (News 18) விவாத நிகழ்ச்சியில் சட்ட பஞ்சாயத்து இயக்கத்தினர் ரியல்எஸ்டேட் சங்க தலைவர் – விருகை கண்ணன், பாட்டாளி மக்கள் கட்சியை சேர்ந்த வழக்கறிஞர் பாலு, பத்திரப் பதிவு தடைக்கான நீதிமன்ற உத்தரவிற்கு காரணமான வழக்கறிஞர் யானை இராஜேந்திரன் அவர்கள் பங்கெடுத்து பேசி இருந்தார்கள்.

2) நிகழ்ச்சியை செய்தியாளர் குணசேகரன் அண்ணன் ஒருங்கிணைத்திருந்தார். வழக்கறிஞர் பாலு மற்றும் சட்டப் பஞ்சாயத்து இயக்கத்தினர், பேசிய கருத்துக்களில் களப்பணி அனுபவங்கள் குறைவாக இருப்பது தெரிந்தன. வழக்கறிஞர் யானை இராஜேந்திரன் அவர்கள் ஒட்டு மொத்த விவசாய அழிவிற்கே ரியல் எஸ்டேட்தான் காரணம் என்று மையப்படுத்தி, தான் பிடித்த முயலுக்கு மூன்று கால் என்று பேசியிருந்தார். மேற்கண்ட விவாதம் சம்பந்தமாக எனது புரிதல்களை இந்த கட்டுரையின் மூலம் சொல்ல விரும்புகிறேன்.

3. சட்ட பஞ்சாயத்து இயக்கத்தினர் மற்றும் ஒருங்கிணைப் பாளர் குணசேகரன் அவர்கள் DTCP மற்றும் CMDA மனைகளுக்கு மட்டும்தான் வங்கிகள் கடன் (Loan) கொடுக்கும் என்று சொல்லியிருந்தார்கள். ஆனால் உண்மை நிலவரம் தமிழகம் முழுவதும் இருக்கின்ற கிராம நத்த பட்டா இடங்களில் வீடு கட்டுவதற்கு எல்.ஐ.சி

ஹவுசிங் பைனான்ஸ் (LIC Housing Finance), இதர ஹவுசிங் பைனான்ஸ், ஐடிபிஐ வங்கியில் உள்ள ரூரல் ஹவுசிங் ஷ்கீம் (Rural Housing Scheme) மற்றும் தொடக்க வேளாண்மைக் கூட்டுறவு வங்கிகள் ஆகியவற்றில் கடன் வசதி செய்துக் கொடுக்கப்படுகிறது.

4. மேலும் இந்திரா வீட்டுவசதி திட்டம், பசுமை வீட்டு திட்டம் போன்ற திட்டங்கள் மூலம் அரசு DTCP மற்றும் CMDA அங்கீகாரம் இல்லாத வீட்டுமனைகளுக்கு வீடு கட்டுவதற்கு நிதியுதவி செய்து வருகின்றது.

5) மேலும் வங்கிகள் கடன் கொடுப்பதற்கு நிலத்தின் தன்மையையிட மக்களின் தன்மையையே பார்க்கிறது. உதாரணமாக; காவல்துறையினர், பத்திரிக்கையாளர்கள், வழக்கறிஞர்கள், சேரிக்களில் வசிப்பவர்களுக்கெல்லாம் DTCP அல்லது CMDA மனைகளே வைத்திருந்தாலும் வங்கிகள் எளிதில் கடன் கொடுத்துவிடுவதில்லை.

6. சட்டப் பஞ்சாயத்து இயக்கம், அரசு எந்திரத்தில் உள்ள பழுதுகளை சரி செய்யவே தோன்றி இருக்கிறது. அப்படிப் பட்ட அரசு எந்திரத்தை எந்தவித ரியல் எஸ்டேட் காரர்களும் தன் வசப்படுத்துவதற்காகவும் விதிகளை மீறுவதற்காக அரசு எந்திரத்தை ரியல் எஸ்டேட்காரர்கள் தூண்டிவிடுவதில்லை.

7. அரசு எந்திரத்தின்படி இசைந்து போக வேண்டிய நெருக் கடியில்தான் ரியல் எஸ்டேட்காரர்கள் இருக்கிறார்கள். ஏனெனில் கடன்களிலும், வட்டிகளிலும் திரட்டப்பட்ட முதலீடுகள் காலதாமதத்தால் வீணடிக்கப்படக்கூடாது என்பதற்காக பழுதுள்ள அரசு எந்திரத்தோடு இசைந்து போக வேண்டி இருக்கிறது. அரசு எந்திரத்தின் வெளிப் படை தன்மை, நேர்மையை அதிகரித்துவிட்டால் ரியல்

எஸ்டேட்டில் விதிமீறல்கள் அறவே இருக்காது. சட்டப் பஞ்சாயத்து போன்ற இயக்கங்களும் தோன்ற வாய்ப்பு இருக்காது.

8. வழக்கறிஞர் பாலு அவர்கள் ரியல் எஸ்டேட்டில் உடனடியாக சம்பாதித்து கார், பங்களா என்று ரியல் எஸ்டேட் அதிபர்கள் வாங்கிவிடுகிறார்கள் என்று போகிற போக்கில் ரியல் எஸ்டேட்காரர்களை மறைமுகமாக அதிக இலாபம் பெறுகிறார்கள் என்று சொல்லியிருந்தார்.

9. எனக்கு தெரிந்து அவர் கட்சி நிர்வாகிகள் பலர் ரியல் எஸ்டேட் தொழிலில் ஈடுபட்டிருக்கிறார்கள். அவர்களிடம் நேரில் விசாரித்து தெரிந்துக் கொள்ளுமாறு கேட்டு கொள்கிறேன். ரியல் எஸ்டேட்காரர்கள் பெறுகின்ற இலாபத்திற்கு ஈடாக அதிக அளவு உடல் மற்றும் மன அழுத்தத்தை விலையாக கொடுக்கிறார்கள்.

10. மேலும் எந்த ஒரு தொழிலிலுமே ஈசி மணி (Easy Money) என்பது கிடையாது. பல சவால்களிலும், கஷ்டங்களிலும் தாண்டிதான் வர வேண்டி இருக்கிறது. ரியல் எஸ்டேட் துறையில் முதல் போட்டு தொழில் செய்கின்ற முதலாளி முதல் அடி நிலையில் இருக்கின்ற 2% கமிஷனுக்காக வேலை செய்கின்றவர்கள் வரை உழைப்பும், அர்ப்பணிப்பும் கொடுத்து கொண்டுதான் இலாபத்தை பெறுகிறார்கள்.

11. என் அனுபவத்தில் ரியல் எஸ்டேட் தொழிலைவிட வழக்கறிஞர் தொழிலில் L.A.O.P (நில ஆர்ஜித வழக்குகள்), M.C.O.P (மோட்டார் வாகன நஷ்ட ஈட்டு வழக்குகள்) ஆகிய வழக்குகளில் உழைப்பே இல்லாமல் வெறும் மாதிரிகளை (Template Draft) வைத்து வழக்கறிஞர்கள் கோடிக்கணக்கில் சம்பாதித்துக் கொண்டு இருக்கிறார்கள்.

12. L.A.O.P வழக்குகளில் நிலத்தை பறி கொடுத்த பொது மக்களுக்கு, நஷ்டாஈடு அரசிடம் இருந்து பெற்று தருகிறேன் என்று சொல்லி நிறைவான திருப்தியான நஷ்டாஈட்டு தொகையை உடனடியாக பாதிக்கப்பட்ட மக்களுக்கு பெற்று தருவதே இல்லை. பல்வேறு விதமான மன உளைச்சல்களுக்கும், அலைச்சல்களுக்கும் நிலத்தை பறி கொடுத்த மக்கள் வழக்கறிஞர்களால் இன்னும் அவதிப்பட்டு கொண்டிருக்கின்றார்கள்.

13. ரியல் எஸ்டேட்டிலாவது நிலத்தை கொடுப்பவர்கள் மற்றும் வாங்குபவர்களுக்கு, தரகர்களுக்கு இடையில் இரண்டு வீட்டிலும் விளக்கு எரிகின்ற நிலைமை (Win-WinSituation) நிலவுகிறது. L.A.O.P வழக்குகளில் அவ்வாறு நிலவுகிறதா? என்பதை வழக்கறிஞர் பாலு அவர்கள்தான் சொல்ல வேண்டும்.

14. நான் சொல்ல வந்த முக்கியமான விஷயம் என்னவென்றால், வழக்கறிஞர் யானை இராஜேந்திரன் அவர்கள் பேசும்பொழுது, "விவசாயம் குறைந்து போச்சு, பயிர் செய்வது குறைந்து போச்சு எங்கு பார்த்தாலும் மனை பிரிவுகளாக இருக்கிறது" என்று சொல்லி யிருந்தார். அவர் சொல்வதில் இருந்து சமூகத்தின் மீதும் நாட்டின் மீதும் அவருக்கு இருக்கின்ற அக்கறை வெளிப்படுகின்றதே தவிர உண்மையான யதார்த்தை அவர் உணர்ந்ததாக தெரியவில்லை.

15. வீட்டுமனைகளை ஒழுங்குபடுத்த வேண்டும் என்று அவர் சொல்வதில் எனக்கு எந்தவித ஆட்சேபனையும் இல்லை. ஆனால் விவசாயம் முற்றிலுமாக ஒழிந்து போவதற்கு ரியல் எஸ்டேட்தான் காரணம் என்பது போல் ஒரு பிம்பத்தை உருவாக்குவது முற்றிலும் தவறானது.

16. உலகமயமாக்கலுக்கு பிறகு எந்த இடம் விவசாய இடமாக இருக்க வேண்டும், எந்த இடம் தொழிற்கூடங்களாக இருக்க வேண்டும், எந்த இடம் வீட்டுமனைகளாக இருக்க வேண்டும் என்று முற்றிலும் முடிவு செய்வது அரசின் கட்டுப்பாட்டில் இல்லை என்பதே உண்மை.

17. சிறப்பு பொருளாதார மண்டலம் என்பது நாட்டிற்குள்ளேயே ஒரு தனிநாடு அந்தஸ்தில்தான் இருக்கிறது என்பதை விவரம் அறிந்தவர்கள் புரிந்து கொள்வார்கள். பசுமைப் புரட்சி என்ற பெயரில் இருக்கின்ற மண் வளத்தை எல்லாம் உப்பைப் போட்டு கெடுத்து, விவசாயத்தை அழித்தது ரியல் எஸ்டேட்காரர்கள் அல்ல.

18. மதுரை உயர்நீதி மன்றம், திருநெல்வேலி பேருந்து நிலையம், கோயம்பேடு பேருந்து நிலையம், திருப்பூர் மாவட்ட ஆட்சியர் அலுவலகம் என்று எனக்கு புரிந்தவரை இவையெல்லாம் விவசாயத்தின் உயிர்நாடியாக விளங்கும் நீர் நிலைகளின் மேல்தான் இருக்கின்றது. இவற்றைபோல் பல இடங்களில் நீர்நிலைகளை ஆக்கிரமித்து கட்டி இருப்பவர்கள் அரசாங்கமே தவிர ரியல்எஸ்டேட்காரர்கள் அல்ல.

19. விவசாயம் செய்பவர்களை பொறுத்தவரை விவசாய கூலிகள், சிறு மற்றும் குறு விவசாயிகள், பெரும் பண்ணைக்காரர்கள் என்று மூன்று தரப்பு மக்கள் இதில் ஈடுபட்டு கொண்டிருக்கிறார்கள். ஆண்டை வீட்டிற்கு படி வேலை செய்து கொண்டு இருந்த விவசாய கூலிகள் கடந்த 30 ஆண்டுகளில் படித்து பல்வேறு தொழில் களுக்கு சென்றுவிட்டால் விவசாயத்திற்கான மனிதவளம் பெருமளவில் குறைந்துவிட்டது என்பது ஒரு முக்கியமான காரணம் ஆகும்.

20. சிறு மற்றும் குறு விவசாயிகள் அதாவது அரை ஏக்கரிலிருந்து 5 ஏக்கர் வரை நிலத்தை வைத்திருப்ப வர்கள், தானே முன் நின்று நிலத்தில் பாடுபட்டால் ஒழிய விவசாயம் செய்ய முடியாது. உப்புகளை, பூச்சி மருந்துகளை, ஆள் கூலிகளை எல்லாம் போட்டு முழு குடும்பத்தின் அர்ப்பணிப்பையும் முதலாக போட்டு விவசாயம் செய்தால்கூட ஒரு நிறைவான இலாபமுள்ள குடும்பத்தை காப்பாற்ற கூடிய அளவிற்கு வருமானம் இல்லை என்பதே யதார்த்தம்.

21. இப்படி நிலைமை இருக்கும்பொழுதே தன்னுடைய பிள்ளைகளை விவசாயத்தில் ஈடுபட வேண்டாம் என்று சொல்லியே வளர்க்கிறார்கள். பிள்ளைகளும் பெரு நகரங்கள், வெளிநாடுகள் என்று வேலைக்கு செல்ல ஆரம்பித்துவிட்டார்கள். பெரும் பண்ணைக்காரர்களோ தங்களுடைய விவசாய நிலத்தை மூலதனமாக வைத்து வேறு தொழில்களில் தொழிலதிபர்களாக மாறி கொண்டிருக்கின்றார்கள்.

22. விவசாயத்தை வளர்க்க வேண்டுமென்றால் நிலம் இல்லாமல் விவசாய தொழில் செய்கின்றவர்களுக்கு ஏக்கர் கணக்கில் தரிசாக உள்ள இடங்களை அவர்களுக்கு பிரித்து கொடுக்க வேண்டும். விவசாயம் செய்யாத நபர்களை விவசாய நிலங்கள் வாங்க கூடாது என்று தடை விதிக்கலாம். எப்படி மீனவர்கள் மட்டும் கடலுக்குள் செல்கிறார்களோ? அதேப்போல் விவசாயிகளை மட்டும் வயல்வெளிகளுக்கு செல்ல வைக்கலாம்.

23. விவசாய நிலங்களை விவசாயிகள் அல்லாத மருத்துவர், வழக்கறிஞர், ஆடிட்டர், எம்.எல்.ஏ, வெளிநாடுகளில் வேலை பார்ப்பவர்கள், அரசு மற்றும் தனியார்

நிறுவனங்களில் உத்தியோகம் பார்ப்பவர்கள் விவசாய நிலங்களில் விவசாயம் செய்யாமல் முதலீட்டிற்காக நிலங்களை வாங்க கூடாது என்று சட்டம் இயற்ற வேண்டும்.

24. சிறு மற்றும் குறு விவசாயிகளுக்கு கடன் வசதிகளை எளிமைப்படுத்தி கடனை திருப்பி செலுத்தும் வழிமுறைகளை எளிமைப்படுத்தி, மானியங்களை அதிகப்படுத்தி, விவசாயத்தை ஊக்குவித்து, கடன் தொல்லையிலிருந்து விவசாயிகளை மீட்டு, அவர்களின் தற்கொலைகளை குறைக்கலாம். (சமீபத்தில் கூட கொங்கு பகுதியில் டிராக்டர் வாங்கிய கடனிற்காக வங்கியாளர்களால் அந்த விவசாயி தாக்கப்பட்டதாக செய்திகளில் வந்தது நாம் அறிவோம்).

25. விவசாயிகளுக்கு எதிரான விஷயங்களில் வங்கி மற்றும் கந்து வட்டிகாரர்களிடமிருந்து பாதுகாப்பு கொடுக்கலாம். விவசாயம் சார்ந்த தொழில்களை ஊக்கப்படுத்தி, உற்பத்தியை அதிகப்படுத்தி, யூக வணிகத்தை கட்டுபடுத்தி, இடைத்தரகர்களை ஒழித்து, விவசாயிகளின் உற்பத்தி பொருளுக்கு நல்ல விலையை கொடுக்க வைக்கலாம்.

26. இங்கெல்லாம் நிர்வாகம் தோல்வி அடைந்துவிட்ட நிலையில் விவசாயிகள், விவசாயத்தை விட்டு வெளியேறுவதற்கு ஏதாவது கொழுகொம்பு கிடைக்குமா என்று பார்த்துக் கொண்டு இருக்கின்ற நேரங்களில் பெருநகரங்கள் மற்றும் அதனை ஒட்டிய பகுதிகளில், சிறப்பு பொருளாதார மண்டலம், நெடுஞ்சாலைகள் மற்றும் அதனை ஒட்டிய பகுதிகளில்தான் ரியல் எஸ்டேட் தொழில் வளர்ச்சி அடைகின்றது.

27. இவை ஒட்டு மொத்த மாநில பரப்பில் 10% கூட

இருக்காது. இந்த பகுதிகளில் வாழ்கின்ற விவசாயிகள் மட்டும்தான், தன்னுடைய நிலத்தை ரியல் எஸ்டேட்கார்களுக்கு விற்று முழுதாகவோ அல்லது அரைகுறையாகவோ விவசாயத்தில் இருந்து வெளியேறுகிறார்கள்.

28. மேற்சொன்ன நபர்களை பொறுத்தவரை வெள்ளத்தில் மூழ்கி கொண்டிருக்கும் மக்களுக்கு அவர்களை காப்பாற்றுகின்ற உயிர்காப்பு படகாக (Life Boat) ரியல் எஸ்டேட் துறை இருக்கின்றது. முப்பது ஆண்டுகளாக விவசாயம் செய்து தன்னுடைய பெண் குழந்தையின் திருமணத்திற்கு எதையும் சேர்த்து வைக்க முடியாமல் அவன் சுரண்டப்பட்டிருப்பதை பற்றி யாரும் கவலைப் படாமல், விவசாயிகளை அப்படியே பற்றாக்குறையிலேயே வாழ வைக்கின்ற நிலைமைதான் இன்றைய விவசாயத்தின் நிலைமை.

29. அதனால் விவசாயி ஏன் விவசாயத்தைப் பற்றி கவலைப் பட வேண்டும்? வாய்ப்பு கிடைக்கும்பொழுது தன்னுடைய பெண் குழந்தையின் திருமணத்திற்காக, மகனின் படிப்பிற்காக (விவசாயத்தில் ஈடுபடக்கூடாது என்பதற்கு அல்ல) தங்கள் நிலத்தை விற்பனை செய்கின்றார்கள்.

30. மேலும் ரியல் எஸ்டேட் வளர்ந்து வருகின்ற இடங்களில் தான் விவசாயிகள் நிலங்களை விற்பனை செய்கிறார்கள். ரியல் எஸ்டேட் துறை வளராத இடங்களில் எல்லாம் விவசாயிகள் வெளியேற முடியாமல் தன் வாழ்நாள் முழுவதும் சுரண்டப்படுகின்ற சுழலிலேதான் சிக்கிக் கொண்டு இருக்கிறார்கள்.

31. நான் பார்த்தவரை விவசாயிகள் நிலத்தை விற்று அந்தத் தொகையில், வளர்ச்சியடையாத கிராமங்களில் விவசாய நிலங்களை வாங்கி போட்டு விவசாயம் செய்து கொண்டு இருக்கின்றார்கள்.

32. அதாவது நகர பகுதியில் இருக்கின்ற ஒரு ஏக்கர் நிலத்தை விற்றுவிட்டு கிராமப் பகுதியில் இருக்கின்ற இருபது ஏக்கர் நிலத்தை வாங்கி விவசாயம் செய்து வருகின்ற விவசாயத்தை நேசிக்கின்ற விவசாயிகள் இன்னும் இருக்கதான் செய்கிறார்கள்.

33. வழக்கறிஞர் யானை இராஜேந்திரன் போன்றவர்கள் எதிர்காலத்தில் தனக்கு உணவு பஞ்சம் எதுவும் வந்திட கூடாது என்பதற்காக விவசாயத்தை காப்பாற்ற வேண்டும் என்று துடிதுடிக்கிறார்கள். ஆனால் விவசாயம் செய்கின்ற விவசாயிகளின் இன்றைய வாழ்க்கையை பற்றி அவர்கள் கவலைப்படுகிறார்களா? என்று தெரியவில்லை.

34. விவசாயிகள் நன்றாக இருந்தால்தான் விவசாயம் நன்றாக இருக்கும். விவசாயம் நன்றாக இருந்தால்தான் நமக்கு நாளை சாப்பாடு கிடைக்கும் என்பதை எங்களை போன்ற ரியல் எஸ்டேட்காரர்கள் நன்றாக உணர்ந்திருக் கிறார்கள்.

35. விவசாயிகளின் இன்றைய வாழ்க்கை நலனை கவனிக்காத அரசின் கொள்கை முடிவுகள் மற்றும் தவறான செயல்பாடுகளுக்கு ரியல் எஸ்டேட்காரர்கள் எப்படி பொறுப்பாவார்கள்.

36. விவசாயத்தை காப்பாற்ற வேண்டுமென்று வழக்கறிஞர் யானை இராஜேந்திரன் போன்றோர்கள் விரும்பினால் ரியல் எஸ்டேட் வளர்ச்சி அடையாத இடங்களில் தன் குடும்பத்தோடு மனைவி மக்களோடு சென்று, களை வெட்டி விவசாயம் செய்து தன் பெண்டு பிள்ளைகளை படிக்க வைத்து கரையேற்ற முடியும் என்ற உறுதியை அவரால் கொடுக்க முடியுமா?

14) நில நிர்வாகத் துறையினருக்கு நிலம் உங்கள் எதிர்காலம் நூலின் ஆசிரியரின் 22 அம்ச கோரிக்கைகள்

1) தமிழகத்தின் முதல்வர், தமிழகத்தின் வருவாய்த்துறை அமைச்சர், தமிழக நில சீர்திருத்த ஆணையர், நில நிர்வாகத்தில் இருக்கின்ற அதிகாரிகள், மாவட்ட ஆட்சியர்கள், வட்டாட்சியர்கள் மற்றும் நிலம் சம்பந்தப்பட்ட, தொழிலில் இருக்கின்ற மக்கள் மற்றும் நிலம் சம்பந்தமாக எதுவுமே தெரியாமல் வெளிநாடுகளில் வாழ்ந்து கொண்டிருக்கின்ற அல்லது நம் நாட்டிலேயே விவரம் தெரியாமல் இருக்கின்ற பொதுமக்கள் அனைவருக்கும், கடந்த 17 ஆண்டுகாலமாக தமிழ்நாடு முழுவதும் சுற்றி வந்த களப்பணி அனுபவத்தின் மூலமாக நான் தெரிந்து கொண்டுள்ள நிலம் சம்பந்தப்பட்ட தகவல்களை தங்களுக்கு "நிலம் உங்கள் எதிர்காலம்" என்ற புத்தகம் மூலம் ஓரளவு தெரியப்படுத்தி இருக்கிறேன். இருந்தாலும் தமிழகத்தின் பல்வேறு நில சிக்கல்களுக்கு அடிநாதமாக இருப்பது அரசு இயந்திரத்தின் நில நிர்வாகமே ஆகும்.

2. அரசு இயந்திரத்தில் நில நிர்வாகம் எங்கெல்லாம் மேம்படுத்த வேண்டும், எவையெல்லாம் சீர்திருத்தப்பட வேண்டும் என்ற 23 அம்ச கோரிக்கைகளாக நான் உங்கள் முன் வைக்கின்றேன். இதனை சமூக ஊடகங்கள் மூலமாகவும், பிரச்சாரமாகவும், மனுக்கள் மற்றும் ஆர்டிஐ மூலமாகவும் களப்பணி ஆற்றவும் மற்றும் மக்கள் விழிப்புணர்வு இயக்கமாகவும் செயல்பட்டு, இதனையெல்லாம் சரி செய்ய முயன்றுள்ளேன். அதற்கு ஆதரவு தந்து உதவுமாறு வேண்டுகிறேன்.

கோரிக்கை (1) :

நில நிர்வாகத்தை பொறுத்தவரை ஆதி நில நிர்வாகம் 1802ஆம் ஆண்டில் சாசுவத செட்டில்மெண்ட் சட்டம் 1820ஆம் ஆண்டில் ரயத்துவாரி சட்டம் ஆகிய சட்டங்களின் அடிப்படையில் தமிழகத்தில் செய்யப்பட்ட ஓல்டு செட்டில்மெண்ட் சர்வே 1858 லிருந்து 1896 வரை நடந்தது. அதன்பிறகு அடுத்த செட்டில்மெண்ட் சர்வே 1898–ல் இருந்து 1912 வரை நடந்தது. மேற்படி ஆவணங்களை எஸ்.எல்.ஆர் (செட்டில்மென்ட் லேண்ட் ரெகார்டு) என்று சொல்கிறோம். மேற்படி செட்டில்மென்ட் லேண்ட் ரெகார்டில் நில உரிமையை பொறுத்தவரை குடிவாரத்தில் பட்டாதாரர், அதற்கு கீழ் இருக்கும் குத்தகைதாரர் மற்றும் கூலிகள், மேல்வாரத்தில் மிட்டாதாரர், மிராசுதாரர், ஸ்தோத்திரியதாரர், இனாம்தாரர், ஜமீன்தாரர் போன்ற உரிமைதாரர்கள் இருக்கிறார்கள். அந்த ஆவணங்களை எல்லாம் முறையாக கணினிமயப்படுத்தி ஆன்லைனில் வெளியிட வேண்டும்.

கோரிக்கை (2) :

ஜமின்தாரர், இனாம்தாரர், மிட்டா, மிராசு உரிமைகளை ஒழிக்கப்பட்டபொழுது மேற்படி நபர்கள் எல்லாம் தங்களை குடிவார உரிமைக்கு மாற்றி கொண்டவர்களின் விவரங்களையும், மிராசு, மிட்டா, இனாம், ஜமீன் எந்தெந்த பகுதிகளில் யார் யார் என்றும் எந்த தேதியில் அவர்கள் உரிமை ஒழிக்கப்பட்டது என்ற பட்டியலை ஆவணப்படுத்த வேண்டும்.

கோரிக்கை (3) :

கோயில்களுக்கு கொடுக்கப்பட்ட இனாம் நிலங்களின் விவரங்களையும் அதனின் மேல்வார உரிமை மட்டுமா

அல்லது குடிவார உரிமையுடன் கூடியதா? என்பதை தெளிவாக பட்டியலிட்டு பொது மக்களிடம் வெளிப்படுத்த வேண்டும்.

கோரிக்கை (4):

தமிழகத்தில் உள்ள இனாம் கிராமங்கள் மற்றும் இனாம் நிலங்கள் எவைஎவை என்று சர்வே எண்ணுடன் பட்டியலிட்டு இனாம்தாரர்களின் உரிமை சான்று ஆவணங்களையும் தொகுத்து வெளிப்படையாக ஆன்லைனில் வெளியிட வேண்டும்.

கோரிக்கை (5) :

நீலகிரி மாவட்டத்தில் உள்ள நெல்லியாளம், பந்தல்குடி, கூடலூர் போன்ற பகுதிகளில் பிரைவேட் நிலமாக இருக்கின்ற ஜன்ம நில சர்ச்சையை அரசு முடிவுக்கு கொண்டு வர வேண்டும். ஒன்று அந்த நிலங்களெல்லாம் ஜன்மிகளுக்கே சொந்தம் அல்லது அரசுகளுக்கே சொந்தம் என்று கறார் செய்துவிட வேண்டும். இன்னும் 50 ஆண்டுகளுக்கு அந்த சர்ச்சையை இழுத்துக் கொண்டிருக்கக் கூடாது.

கோரிக்கை (6) :

நில உச்சவரம்பு சட்டத்தின் கீழ் வந்த சொத்துக்களை அரசு கையகப்படுத்தியது சில இலட்சம் ஏக்கர்கள் என்றால் கையகப்படுத்தாமலேயே பெரும் நிலகிழார் களிடம் தங்கிவிட்டது சில லட்சம் ஏக்கர்கள் ஆகும். மேற்படி கையகப்படுத்தப்படாமல் இருந்த நிலங்களை அரசு கையகப்படுத்திக் கொள்ள வேண்டும் அல்லது நிலக்கிழார்களிடமே கொடுத்துவிட வேண்டும். கடந்த 50 ஆண்டுகளாக இரண்டும் கெட்டான் நிலையிலேயே இப்படி இருக்கக் கூடாது.

கோரிக்கை (7) :

நில உச்சவரம்பு சட்ட வரம்பிற்கு கீழ் கொண்டு வந்த சொத்துக்களை அரசு கையகப்படுத்தாததினால் நில கிழார்கள் அப்பாவி பொதுமக்களுக்கு சிறுசிறு நிலங்களாக, மனைகளாக பிரித்து விற்றுவிட்டனர். தற்பொழுது நிலத்தினை வாங்கிய அப்பாவி மக்கள் பட்டா பெயர் மாற்ற முடியாமல் சீலிங் நிலத்தையே அனுபவித்து வருகிறார்கள். அவர்களுக்கெல்லாம் வரன்முறைப்படுத்தி பட்டா கொடுத்துவிட வேண்டும்.

கோரிக்கை (8):

அதேபோல் நகர்புற உச்ச வரம்பு சட்ட வரம்பிற்குள் கொண்டு வந்த நிலங்களை சில இலட்சம் ஏக்கர்கள் ஆகும். ஆனால் அரசு கைப்பற்றியது சில ஆயிரம் ஏக்கர்கள் ஆகும். கைப்பற்றாதது சில ஆயிரம் ஏக்கர்கள் ஆகும். இப்படி அரசு கைப்பற்றாமல் இருந்த நிலங்களை அப்பாவி பொதுமக்களுக்கு முந்தைய நில உரிமையாளர்கள் விற்றுவிட்டார்கள். மேற்படி நகர்புற நில உச்சவரம்பு நிலங்களை வாங்கிய அப்பாவி பொது மக்களுக்கு அதனை வரன்முறைப்படுத்தி பட்டா கொடுப்பதாக சட்டம் இயற்றப்பட்டும், கடந்த 20 ஆண்டுகாலமாக நகர்புற சீலிங் நிலத்தை முழுமையாக வரன்முறைபடுத்தப்படாமல் நிலுவையிலேயே வைத்திருக் கிறார்கள். அவற்றையெல்லாம் ஓராண்டுகால முகாம் அமைத்து நகர்புற உச்ச வரம்பு நிலங்களை வாங்கிய அப்பாவி மக்களுக்கு பட்டா கொடுத்துவிட வேண்டும்.

கோரிக்கை (9) :

கோவிலுக்கு என்று கொடுக்கப்பட்ட இனாம் நிலங்களில் கோவிலுக்கு மேல்வாரி நிலங்கள் மட்டும் இருக்கிறதா? குடிவார உரிமையில் மக்கள் அனுபவித்துக் கொண்டு

இருக்கிறார்களா? என்று ஆய்வு செய்து ஒரு பட்டியலை தயார் செய்ய வேண்டும். உழுபவருக்கே நிலம் சொந்தம் என்ற வகையில் குடிவாரத்தில் இருப்பவர்களுக்கு பட்டா கொடுத்திட வேண்டும்.

கோரிக்கை (10) :

சமய நிறுவனங்கள் SLR ஆவணங்களின் இனாம் நிலங்கள் என்று குறிப்பிடப்பட்டு இருக்கின்றதை எல்லாம் எடுத்து தங்களுக்கு உரிமையான நிலம் என்ற சர்ச்சையை சமய நிறுவனங்கள் கிளப்பி வருகிறது. இது கோவில் நிலங்களா, இனாம் நிலங்களா? என்பதை வெகு விரைவில் முடிவெடுத்து சுவாதீனத்தில் இருக்கின்ற அப்பாவி பொதுமக்களுக்கு நிலங்களை ஒப்படைக்கும்படி கேட்டுக்கொள்கிறேன்.

கோரிக்கை (11) :

ஆச்சாரிய வினோபா அவர்களின் முயற்சியால் நிலம் இல்லாத மக்களுக்கு கொடுக்கப்பட்ட பூமிதான நிலங்கள் இன்றுவரை பூமிதான போர்டு பெயரிலேயே பட்டா இருக்கின்றது. பூமிதான போர்டு தற்பொழுது நில சீர் திருத்த துறையில் இணைந்துவிட்டபடியால் போர்டு பெயரில் இருக்கின்ற நிலங்களை விவசாயம் செய்பவர்களுக்கு பட்டா வழங்கிவிடலாம். பூமிதான நிலம் என்று அடையாளப்படுத்தப்படாத நிலங்களை விரைவில் அடையாளப்படுத்தும்படியும் அடையாளப்படுத்திய நிலங்களை மக்களுக்கு பிரித்து கொடுக்கும்படியும் வேண்டுகிறேன்.

கோரிக்கை (12) :

பஞ்சமிநிலம் என்று SLR-ல் எவையெல்லாம் வகைப்படுத்தப்பட்டிருக்கின்றதோ அவற்றையெல்லாம்

கையகப்படுத்தி பஞ்சமிநில வாரியம் அமைத்து அதன் கீழ் கொண்டுவருமாறு வேண்டுகிறேன்.

கோரிக்கை (13) :

பஞ்சமி நிலங்களை கையகப்படுத்தி ஒப்படைக்க முடியாத பட்சத்தில் அதற்கு இணையான பரப்புள்ள, இணையான மதிப்புள்ள அரசின் வேறு உபரி நிலங்களை ஒப்படைக்க வேண்டுகிறேன்.

கோரிக்கை (14) :

அரசு அனுபந்தப் பட்டா, நமுனா பட்டா, ஒப்படைப் பட்டா, டிகார்டு பட்டா, இலவச பட்டா போன்ற நலிந்தோர் களுக்கான நில ஒப்படைப்பு. இராணுவ வீரர்களுக்கான நில ஒப்படைப்பு என்று பல்வேறு வகையான ஒப்படை நிலங்களை வருவாய்துறை தனது கிராமக் கணக்கில் ஏற்றாமலேயே இருக்கிறது. அவற்றையெல்லாம் வெகு விரைவில் கிராமக் கணக்கில் ஏற்றுமாறு வேண்டுகிறேன்.

கோரிக்கை (15) :

பல ஆண்டுகளாக அரசின் புறம்போக்கு நிலத்தில் சுவாதீனத்தில் இருக்கின்ற நிலமற்ற பொதுமக்களுக்கு அவர்களுக்கே ஒப்படை செய்திட வேண்டும்.

கோரிக்கை (16) :

நிலமில்லாமல் நீர்நிலை புறம்போக்கில் சுவாதீனத்தில் இருக்கின்ற பொது மக்களுக்கு அரசின் உபரி நிலங்களில் ஒப்படைப் பட்டா வழங்கும்படி கேட்டுக் கொள்கிறேன்.

கோரிக்கை (17) :

விளிம்பு நிலையில் இருக்கின்ற மக்களான அருந்ததியர், இருளர், காட்டுநாயக்கர், வில்லியர் உட்பட பழங்குடி

மக்களுக்கு இலவசமாக விவசாய நிலங்களும் வீட்டு மனைகளும் ஒப்படைக்கும்படி கேட்டுக் கொள்கிறேன்.

கோரிக்கை (18) :

UDR-க்கு பிறகு நிலவரித் திட்ட சர்வே செய்து கிட்டதட்ட 40 ஆண்டுகள் ஆகிவிட்டன. அதனால் முழுமையான தமிழகம் முழுக்க சர்வே செய்ய வேண்டுகிறேன்.

கோரிக்கை (19) :

UDR ஆவணங்களில் பல்வேறு பிழைகள், அளவு பிழைகள், பெயர் பிழைகள், புலப்பட உருவ பிழைகள் இருக்கின்றன. இவற்றையெல்லாம் திருத்துவதற்கு உரிய ஆதாரங்களுடன் மனு செய்தாலே பல ஆண்டுகள் தாலுக்கா அலுவலகத்தில் அல்லது மாவட்ட ஆட்சியர் அலுவலகத்தில் காத்துக் கொண்டிருக்கின்ற நிலை இருக்கின்றது. இவை எல்லாம் சரி செய்து கொள்ள சிறப்பு முகாம் நடத்துமாறு வேண்டுகிறேன்.

கோரிக்கை (20) :

கிராம நத்தத்தை பொறுத்தவரை தமிழ்நாடு முழுவதும் முழுமையாக நத்தம் நிலவரித் திட்ட சர்வே இதுவரை செய்யபடவில்லை. அவற்றையெல்லாம் விரைவாக நத்தம் நிலவரி திட்ட சர்வே செய்யப்படும்படி வேண்டுகிறேன்.

கோரிக்கை (21) :

ஏற்கனவே நத்தம் நிலவரித் திட்ட சர்வே நடந்த பகுதிகளில் தவறாக அனாதீனம் என வகைப்படுத்தப்பட்டு தவறாக பெயர்கள் மாற்றப்பட்டு இருக்கின்ற ஆவணங்களை எல்லாம் திருத்துவதற்கு மக்கள் நடையாய் நடந்து கொண்டிருக்கின்றார்கள். அவற்றிற்கும் சிறப்பு முகாம்கள் அமைக்க வேண்டும்.

கோரிக்கை (22) :

பட்டாக்களில் நிலத்தின் அளவு குறிப்பிடும்பொழுது ஹெக்டேர் ஏர் என்று இரண்டு அலகுகளுக்கு மட்டும் தனித்தனி நெடுவரிசையாகப் (column) பிரித்து காட்டுகிறார்கள். ஹெக்டேர், ஏர் ஆகியவற்றின் இன்னொரு குறு அளவான மீட்டரையும் (செந்தியேர்) அளவையும் தனி நெடுவரிசையாக பிரித்துக் காட்டி இன்னும் துல்லியத்தை கொடுக்க வேண்டும்.

மேற்படி கோரிக்கைகளை கொண்டு சேர்க்க மக்களிடம் விவாதம் ஆக்க, விழிப்புணர்வு கொண்டு வர சமூக ஊடகங்களிலும் பிற ஊடகங்களிலும் நிலம் உங்கள் எதிர்காலம் மக்கள் நல அறக்கட்டளை மூலமாக பணியாற்றி கொண்டிருக்கிறேன். இந்த பணிகளில் நீங்களும் சேர்ந்து கொள்ள வேண்டுகிறேன். (தொடர்புக்கு – 9841665836 / 9841665837 / 9962265834)

தெரிந்து கொள்ள வேண்டிய பாடங்கள்:

- ஃபாயில் காஸ்ட் என்ற அந்தக்கால விவசாய அடிமைகள் தமிழகம் முழுவதும் வயற்காட்டிற்கு நடுவில் தங்களுடைய குடியிருப்புகளை கட்டிக் கொண்டு தினமும் வயலில் வேலை செய்தார்கள். அவர்களுக்கு சொந்த கிராமங்கள் கிடையாது. வெவ்வேறு பகுதியில் இருந்து கூட்டம் கூட்டமாக ஒப்பந்தக்காரர்கள் மூலமாக பண்ணை அடிமைகளாக பணி புரிந்தார்கள்.

- அவர்களைப் பற்றி ஃபாயில்காரர்கள் என்று ஆவணங்களில் பார்க்கலாம். பெரும்பாலும் மாடு தின்னாத ஃபாயில்காரர்கள் பிராமணர்கள் மேல்வார உரிமை வைத்துள்ள வயல்களில் இருந்தார்கள். மாடு தின்கின்ற ஃபாயில்காரர்கள் வேளாளர்கள் இஸ்லாமியர் மேல்வார உரிமைக் காடுகளில் இருந்தார்கள்.

15. திருவாலங்காட்டை சுற்றியுள்ள **BIL** நிலங்களில் தெரியாமல் வாங்கிய அப்பாவி மக்களுக்கே பட்டா கொடுக்க வேண்டும்!!

1) திருவாலங்காட்டை சுற்றியுள்ள வியாசபுரம், காவேரி ராஜ புரம், உள்ளிட்ட கிராமங்களில் நூற்றுக்கணக்கான ஏக்கர் நிலங்களை அரசு BIL நிலம் என்று வகைப்படுத்தி பல ஆண்டுகாலமாக அதனை அப்படியே வைத்திருக்கிறது.

2) BIL நிலமாக ஆக்கப்பட்ட பிறகு 12 ஆண்டுகள் கழித்து அதனை தரிசாக மாற்றி நிலமற்றவர்களுக்கு பிரித்து கொடுக்க வேண்டும். ஆனால் அதனை அரசு செய்யாமல் பல ஆண்டுகளாக நிலுவையிலே வைத்து இருக்கிறது.

3) BIL நிலம் என்றால் (அரசு வாங்கிய நிலம்) Bought in Land என்று சொல்வார்கள். அரசுக்கு 12 வருடத்திற்கு மேல் வரிகட்டாமல் இருந்துவிட்டால் அந்த நிலங்களை ஜப்தி செய்து அதனை ஏலம் விட்டு அதனை யாரும் வாங்க வரவில்லை என்றால் அதனை அரசே சிறு தொகை போட்டு வாங்கிக் கொள்ளும். அதனைதான் BIL நிலம் என்று வருவாய்த்துறையினர் சொல்கிறார்கள்.

4) இப்படி BIL நிலம் என்று வகைப்படுத்தப்பட்ட பிறகு, 12 வருடத்திற்குள் நிலத்தை பறிகொடுத்தவர்கள் அபராதத் தொகை கட்டி அரசிடம் இருந்து நிலத்தை மீட்டு கொள்ளலாம். அப்படி மீட்காதபட்சத்தில் மேற்படி BIL நிலங்களை அரசே தரிசு என்று வகைப்படுத்தி நிலமற்றவர்களுக்கு பிரித்து கொடுப்பார்கள்.

5) ஆனால் மேற்சொன்ன கிராமங்களில் BIL நிலம் என்று வகைபடுத்தி 30 ஆண்டுகளாக BIL நிலம் என்றே வைத்து இருக்கிறார்கள். தரிசாக மாற்றி நிலமற்றவர் களுக்கு பிரித்து கொடுக்கவில்லை. அதனால் விவரம்

தெரிந்த ரியல்எஸ்டேட் கில்லாடிகள், டிடிசிபி அற்ற வீட்டு மனைகளை மேற்படி அரசு நிலத்திலேயே உருவாக்கி விற்றுவிட்டார்கள். (டிடிசிபி என்றால் தரமான மனைகள் என்று பலர் கற்பனையில் மிதக்கின்றார்கள். ஆயிரக்கணக்கான டிடிசிபி மனைகள் தரிசு நிலத்தில் போடப்பட்டிருக்கிறது).

6) மேற்சொன்ன காவேரி ராஜபுரம், வியாசபுரம் பகுதிகளில் எப்படி BIL நிலங்கள் உருவானது தெரியுமா? மேற்படி கிராமங்களில் ஒரு காலத்தில் தெலுங்கை தாய் மொழியாக கொண்ட இராஜூக்கள், நாயுடுகள் அதிக அளவில் வசித்து வந்தார்கள்.

7) மேற்படி கிராமங்கள் சுதந்திரத்திற்கு பிறகும் மாநில பிரிவினைக்கு பிறகும் ஆந்திராவோடுதான் இருந்தது. அதன் பிறகு தமிழ்நாட்டில் மொழி வழி மாநில எல்லை மீட்கும் போராட்டங்கள் மிகப்பெரிய அளவில் நடை பெற்றது. அதனால் மேற்படி கிராமங்கள் தமிழ்நாடு மாநில எல்லைக்குள் வந்துவிட்டது.

8) மாநில பிரிவினைக்கு பிறகு தெலுங்கு பேசுகின்ற கிராம மக்கள் கொஞ்சம் பயந்து, தமிழ்நாட்டை விட்டு ஆந்திரா மாநிலத்திற்கே குடும்பம் குடும்பமாக கிராமங்களை அப்படியே விட்டுவிட்டு சென்றுவிட்டனர்.

9) ஆந்திராவிற்கு குடிபெயர்ந்தவர்கள் தங்கள் நிலங்களை தமிழ்நாட்டில் அப்படியே பல ஆண்டுகளாக விட்டு விட்டார்கள். அதன் பிறகு தமிழ்நாடு அரசு அதனை வரிகட்டாத நிலம் என்று வகைப்படுத்தி ஜப்தி செய்து அதனை அரசே வாங்கி BIL நிலமாக மாற்றி விட்டது.

10) உண்மையான நில உரிமையாளர்கள் ஆந்திராவில் இருக்கிறார்கள் என்று தெரிந்து கொண்ட சில மோசடி

ரியல் எஸ்டேட் நபர்கள் மேற்படி நிலங்களை தவறான வருவாய் ஆவணங்களை உருவாக்கி போலி பத்திரங்களை தாக்கல் செய்து ஆந்திராவில் இருக்கின்ற நபர்களுக்கு பதிலாக ஆள்மாறாட்டம் செய்து, புதிய பத்திரங்களை சார்பதிவகத்தில் பதிந்துவிட்டார்கள். மேலும் ஆந்திராவிற்கு குடிபெயர்ந்த மக்களின் வாரிசுகள் அவர்கள் கையில் இருந்த பத்திரங்களை எடுத்துக் கொண்டு திருவாலங்காடு வந்து பல ரியல் எஸ்டேட்காரர்களுக்கு விற்றுவிட்டு சென்றுவிட்டார்கள்.

11) அந்த காலத்தில் பட்டா இல்லையென்றாலும் பத்திரபதிவு செய்வார்கள். மேலும் மேற்படி நிலங்கள் எல்லாம் BIL நிலங்களாகிவிட்டது என்று சார்பதிவக அலுவலகங்களுக்கு தெரியாமல் போனதாலும், டிடிசிபி அலுவலகத்திற்கு BIL நிலங்கள் என்ற சிக்கல் தெரியாமல் போனதாலும் ஆயிரகணக்கில் பிளாட்டுகள் உருவாகிவிட்டன. இன்றும் கூட சதுரடி நூறு ரூபாய்க்கு கீழே டிடிசிபி அப்ரூவ்டு மனைகள் விற்பனைக்கு கிடைக்கிறது. 1980களில் தவணை திட்ட மனை விற்பனைக்காக வாரந்தோறும் நூற்றுக்கணக் கானவர்களை இரயிலில் திருவாலங்காடு கொண்டுவந்து மிக சூடாக ரியல் எஸ்டேட் வியாபாரம் செய்து கொண்டிருந்திருக்கிறார்கள்.

12) இப்படிப்பட்ட மனைகளை வாங்கியவர்கள் பெரும்பாலும் முதலீட்டு நோக்கில் வாங்கியதால் யாரும் வீடுகள் கட்ட வில்லை. மேலும் BIL நிலம் என்று வகைப்படுத்தி இருப்பதால் யாருக்கும் பட்டாக்கள் கொடுக்கவில்லை. அப்படி பட்டாக்கள் வைத்திருந்தாலும் கணினியில் ஏறாத மேனுவல் ஆன போலி பட்டாக்களையே வைத்திருக்கிறார்கள்.

13) ஆக BIL நில சிக்கலால் மேற்படி பகுதிகள் வருவாய் துறை ஆவணங்களில் அரசிற்கு உரிமை உடையதாகவும் பதிவுத்துறை பத்திரங்களில் அப்பாவி பொதுமக்களுக்கு உரிமை உடையதாகவும் இருக்கிறது. இதனால் மனை வாங்கிய மக்கள் என்ன செய்வதென்று புரியாமல் இருக்கின்றார்கள். தெரியாமல் BIL நிலங்களில் மனைகள் வாங்கியவர்களுக்கு அரசு கருணை கொண்டு இலவசமாகவோ அல்லது சிறு தொகைகள் கட்ட சொல்லியோ பட்டாவை கொடுக்க வேண்டும்.

14) உண்மையில் BIL நிலம் என்று அரசு வகைப்படுத்திய தற்கு பிறகு BIL நிலத்தை இழந்தவர்களின் வாரிசுகளுக்கு நோட்டீஸ் அனுப்பி, அந்த நிலத்தின் வரி பாக்கிகளை எல்லாம் தண்டம் மற்றும் வட்டியோடு கட்ட வைத்து அவர்களிடமே ஒப்படைத்திருக்கலாம், அல்லது மேற்படி நிலத்தை ஏல தரிசாக ஆக்கி நிலமற்ற மக்களுக்கு இரண்டு ஏக்கர், இரண்டு ஏக்கர் என்று பிரித்து கொடுத்திருக்கலாம்.

15) ஆனால் வருவாய்த் துறையினர் BIL நிலம் என்று வகைப்படுத்திவிட்டு அடுத்தடுத்த சட்ட நடைமுறைகளை செய்யாததினால் ரியல் எஸ்டேட் மாஃபியாக்கள் அரசின் ஓட்டையை (LOOPHOLE) பயன்படுத்தி அப்பாவி மக்களுக்கு வீட்டுமனைகளாக விற்றுவிட்டார்கள். இப்பொழுது மனைகளை வாங்கிய மக்கள் பட்டா இல்லாமலும் மனைகளை யாருக்கும் விற்க முடியாமலும் தவிக்கின்றனர். இனிமேலாவது அரசு மேற்படி நிலங்களை வரன்முறைப்படுத்தி அங்கு மனைகள் வாங்கிய மக்களிடமே பட்டாவை ஒப்படைத்து BIL நில சிக்கல்களுக்கு முற்றுப்புள்ளி வைக்குமாறு வேண்டுகிறேன்.

16. SLR ஆவணங்களையும் ஆன்லைன் செய்ய வேண்டும்!

1) யுடிஆரில் இருக்கின்ற வருவாய்த்துறை ஆவணங்களான பட்டா, சிட்டா, புலப்படம் என அனைத்தையும் கணினி மயமாக்கி அதனை ஆன்லைன்மயமாக்கிவிட்டனர். இப்படி ஆன்லைன் ஆனதால், மக்களுக்கும் அரசு நிர்வாகத்திற்கும் சுலபமான நிர்வாகம் உருவாக்கி இருக்கின்றன.

2) ஆன்லைன் ஆவதற்கு முன் அ–பதிவேடு, புலப்படம் ஆகியவற்றை தவறாக உருவாக்கிவிட்டார்கள் என்றால், அதனை திருத்த மாவட்ட வருவாய் அலுவலகத்திற்கும், கோர்ட்டாட்சியர் அலுவலகத்திற்கும் மேற்படி ஆவணங்களை திருத்துவதற்காக அலைந்து கொண்டு இருக்கிறார்கள்.

3) மேலும் வருவாய்த்துறை ஆவணங்கள் ஆன்லைன் செய்யும்பொழுது, தமிழ்நிலம் இணையதளத்தில் பட்டா, சிட்டா, புலப்படங்களில் தவறாக (மேனுவல் ஆவணங்கள் கிராம கணக்கில் சரியாக இருந்தாலும்) அப்டேட் செய்து விடுகிறார்கள். இதனால் தமிழ்நிலம் இணையதளத்தில் இருக்கின்ற தவறை திருத்துவதற்கு மீண்டும் மாவட்ட வருவாய் அலுவலர், கோட்டாட்சியர் அலுவலகங்களுக்கு அலைந்து கொண்டு இருக்கிறார்கள்.

4) இதுபோன்ற யுடிஆர் வருவாய்த்துறை ஆவணங்களில் திருத்தம், தமிழ்நிலம் இணையதளத்தில் திருத்தம் போன்றவற்றை செய்வதற்கு யுடிஆருக்கு முந்தைய வருவாய் ஆவணங்களான செட்டில்மெண்ட் கணக்குகள் தேவைப்படுகிறது.

5) இந்து அறநிலையத் துறையினர், "இது அறநிலையத்

துறைக்கு சொந்தமான நிலம் எனவே வாடகை கொடுங்கள் அல்லது காலி செய்யுங்கள்" என்று நடுத்தர மக்களின் வயிற்றில் புளியை கரைக்கின்ற அறிவிப்புகளை அனுப்புகின்றனர். இதுபோன்ற கோயில் நில சிக்கல்களுக் கெல்லாம் யூடிஆருக்கு முந்தைய செட்டில்மெண்ட் கணக்குகள் தேவைப்படுகின்றது.

6) மேலும் நீதிமன்ற வழக்குகள், இனாம் நில சிக்கல்கள், ஜமீன் நில சிக்கல்கள், பஞ்சமி நில பிரச்சனைகள், நில உச்ச வரம்பு சம்பந்தமான சிக்கல்கள் எல்லாம் மக்களிடையே இன்று வரை நிலவி வருகிறது. இவற்றை யெல்லாம் தீர்ப்பதற்கு செட்டில்மெண்ட் கணக்குகளான OSLR, SLR மற்றும் RSLR ஆவணங்கள் தேவைப் படுகிறது.

7) இந்த OSLR, SLR மற்றும் RSLR ஆவணங்களை பெறுவதற்கு மாவட்ட ஆட்சியர் அலுவலகம் சென்று மனு செய்தால் பத்து பதினைந்து நாளில் தபாலில் அனுப்பி வைக்கிறார்கள் அல்லது தகவல்பெறும் உரிமை சட்டத்தில் ஆவணங்களைக் கேட்டு பெறுகின்ற நடைமுறை இருந்து வருகிறது.

8) மேலும் புதிய, புதிய மாவட்ட ஆட்சியர் அலுவலகங்கள் உருவாவதாலும், கோப்புகள் எல்லாம் அடிக்கடி இடம் மாறுவதாலும், அதில் உள்ள ஆவணங்கள் எல்லாம் இடம் மாற்றி வைக்கப்படுகின்றன. மேலும் எங்கு வைத்து இருக்கிறார்கள் என்று தேடுவதற்கு அதிக சிரமப்படுகின்றனர்.

9) அடுத்ததாக ஆவணங்கள் ஒழுங்காக பராமரிக்காமல் செல்லரித்து, கரையானுக்கு உணவாகின்றன. ஒரு கோப்பை எடுத்து பிரித்து பார்க்கும்பொழுது, அந்த கோப்பில் உள்ள தாள்கள் எல்லாம் தூள்தூளாக மாவு

போல் கொட்ட ஆரம்பித்துவிடுகின்றன. சில நேரங்களில் வேண்டுமென்றே ஆவணங்கள் சிதிலமாக்கப் படுகின்றன.

10) இதனால் அனைத்து செட்டில்மெண்ட் கணக்குகளையும் முறையாக அடுக்கி கிழிந்த கோப்புகளையெல்லாம் செப்பனிட்டு மிகவும் மோசமாக இருக்கின்ற ஆவண தாள்களை எல்லாம் கண்ணாடி போன்ற செல்லோ டேப்புகளால் ஒட்டி ஆவண காப்பகங்களில் ஆவணங் களை எப்படி அறிவியல் முறையில் பராமரிக்கிறார்களோ? அதுபோல பராமரித்து அவற்றையெல்லாம் ஸ்கேன் செய்து கணினிமயமாக்கி அதனை ஆன்லைன்மயமாக்க வேண்டும்.

தெரிந்து கொள்ள வேண்டிய பாடங்கள் :

சொர்ண தாயம் என்றால் என்ன?

பிரிட்டிஷ் ஆட்சிக்கு முன்பு சொர்ண தாய உரிமையை மிட்டாக்கள் பெற்றிருந்தார்கள். அந்தக் காலத்தில் வருவாய் பெரும்பாலும் நிலத்தில் இருந்துதான் வந்தது. இருந்தாலும் சுங்கம், கடல் வணிகம், மீன் விற்பனை, உப்பு, காட்டில் இருந்து வருகின்ற பொருட்கள் போன்றவை எல்லாம் கணிசமான வருவாயை கொடுத்ததால் அதற்கு சொர்ண தாயம் என்று பெயரிட்டு அந்த உரிமையை ஏலமிட்டு பெருந்தனக்காரர்களுக்கு கொடுத் தார்கள். அப்படி ஏலத்தில் எடுத்தவர்களை எல்லாம் மிட்டாக்கள் என்று பெயரிட்டு வழங்கி வருவார்கள்.

17. உயிலில் செய்ய வேண்டிய சீர்திருத்தங்கள்!

1) உயில் எழுதுவது ஒருவரது அடிப்படை உரிமையாக கருதப்படுகிறது. அது அவர்களின் கடைசி ஆசையாகவும் இருக்கிறது. மேலும் சட்டம் உயிலை பதிவு செய்யப்பட தேவை இல்லை என்று சொல்கிறது.

2) ஆனால் பத்திரப்பதிவு அலுவலகங்களில் பதியாத உயில் எழுதியவரின் ஜீவ திசைக்கு பிறகு பதிவு செய்வதற்காக தாக்கல் செய்யும்பொழுதும், வருவாய்த்துறையில் பட்டா மாற்றுவதற்கு கொண்டு செல்லும்பொழுதும், பதிவு செய்யப்படாத உயிலை தீட்டு காகிதம் தொடுவதைப் போல் தொடாமல் இருக்கிறார்கள். உயிலில் உண்மை தன்மை இல்லாமல் இருக்குமோ? என்று பயந்து அதிகாரிகள் மறுக்கிறார்கள்.

3) இன்றைய சூழலில் சொத்துக்கள் மீது மோகங்கள் அதிகமாக இருப்பதாலும், நிலங்கள் விலையுயர்ந்து கொண்டே போவதாலும் உயில்கள் கட்டாயம் பதிவு செய்யப்பட்டு இருக்க வேண்டும் என்று சட்டம் வந்தால் மிகவும் பயனுள்ளதாக இருக்கும்.

4) மேலும் பத்திர பதிவு அலுவலகங்களில் பதிவு செய்யப்பட்ட உயில்கள் EC-ல் காட்டாது. ஏனென்றால் உயில்கள் புத்தகம் மூன்றில் பதியப்படுகின்றன. சார்பதிவக புத்தகம் 1-ல் மட்டும் பதியப்படுகின்ற பதிவுகளை EC-ல் காட்டுகிறது. எனவே உயில் பதிவை EC-ல் காட்டுவதற்காக புத்தகம் 1-ல் உயிலை பதியலாம்.

5) இதேபோல்தான் 2010க்கு முன்பு பொது அதிகாரப் பத்திரம் EC-ல் காட்டப்படாமல் இருந்தது. பொது அதிகாரப் பத்திரம் புத்தகம் நான்கில்தான் அப்பொழு தெல்லாம் பதியப்பட்டது.

6) இதனைப் பயன்படுத்தி போலி ஆவணங்கள் டபுள் டாக்குமெண்டுகள் உருவாகியதால் பொது அதிகார பத்திரத்தை 2010–க்கு பிறகு EC-ல் காட்ட ஆரம்பித்து விட்டார்கள். அதேபோல் உயிலையும் EC-ல் காட்டினால் சொத்தில் உயில் மூலம் வில்லங்கங்கள் இருந்தால் அதனை வாங்குகின்ற மக்களுக்கு மிகவும் பயனுள்ளதாக இருக்கும்.

7) அடுத்து சென்னையை சுற்றியுள்ள சொத்துக்களை மட்டும் உயில் எழுதினால் அதனை நீதிமன்றத்தில் மெய் தன்மை நிரூபணம் (Probation) செய்ய வேண்டும் என்றும் சட்டம் சொல்கிறது. அந்த சட்டம் வெள்ளையர்களின் ஆட்சி காலத்தில் சென்னையில் வசிக்கின்ற வெள்ளை யர்களுக்காக போடப்பட்டது. அந்த நடைமுறையை சட்ட அறிஞர்கள் ஆய்வு செய்து இரத்து செய்தால் மக்களுக்கு நீதிமன்றத்திற்கு செல்லும் சுமை குறையும்.

8) தமிழ்நாட்டில் இருக்கின்ற அனைத்து சார்பதிவகங்களும் ஆன்லைனில் ஆகிவிட்டதால் உயில்களை எங்கு வேண்டுமானாலும் நகல் போட்டு எடுத்து பார்க்கின்ற வசதிகளை உருவாக்க வேண்டும்.

9) உயிலை பொறுத்தவரை அரைகுறை ஆவண எழுத்தர்களை வைத்து உயில் பத்திரங்களை எழுத கூடாது. அனுபவமிக்க வழக்கறிஞர்களால் உயில்கள் தயாரிப்பதை கட்டாயமாக்க வேண்டும்.

10) இதுதான் இறுதி உயில் என்று சந்தேகம் வரும்பொழுதும் உயில் எழுதியவர் உண்மையானவர்தானா? என்று சர்ச்சை வரும்பொழுதும், சிவில் நீதிமன்றம் செல்லாமல் கோட்டாட்சியர் அளவிலான நீதிமன்றத்திற்கு அதனை விசாரிக்க அதிகாரம் கொடுத்தால் மக்களுக்கே மிகவும் பயனுள்ளதாக இருக்கும்.

18. வழங்கப்படாமல் இருக்கின்ற பூமிதான நிலங்களை, நிலமற்ற விவசாயிகளுக்கு வழங்கிட வேண்டுகிறேன்!!

1) தமிழகத்தில் பல்வேறு வகையான நில சிக்கல்கள் இருக்கிறது. அதில் தேவையில்லாத ஒரு சிக்கலாக இந்த பூமிதான நிலங்களும் இருக்கிறது. என்ன? பூமிதான நிலம் எவ்வளவு நல்ல திட்டம், நிலமில்லாத மக்களுக்கு எவ்வளவு பெரிய வேலையை வினோபா செய்து இருக்கிறார் என்று நீங்கள் சொல்வது எனக்கு புரிகிறது.

2) "ஆப்ரேஷன் சக்சஸ், பேஷண்ட் டெத்". இதுதான் பூமிதான இயக்கத்தின் கதை. ஆழமாக பார்த்தால் உண்மையில் சர்வோதயா இயக்கமும், வினோபாவும் பூமிதானம் செய்யவில்லை. பூமி குத்தகைதான் அவர்கள் கொடுத்திருக்கிறார்கள்

3) பூமிதான இயக்கத்தினரும், வினோபாவும், சர்வோதயா குழுவினரும் கிராமந்தோறும் பூமிதானம் கேட்டு வரும்பொழுது நிறைய நில பிரபுக்கள் தங்கள் நிலங்களை பூமிதான போர்டுக்கு தானமாக கொடுப்பார்கள்.

4) மேற்படி பூமிதானம் பெற்ற போர்டு அந்த இடத்தின் பட்டாவை போர்டு பெயரிலேயே மாற்றி கொள்ளும். பிறகு பூமிதான போர்டு நிலமற்ற ஏழைகளுக்கு அந்த நிலத்தை விவசாயம் செய்ய விநியோகம் செய்யும். நிலபிரபுக்கள் போர்டுக்கு எழுதி கொடுக்கும்பொழுது பூமிதான பத்திரம் என்று ஒரு பத்திரம் போடுவார்கள். போர்டு நிலமற்றவர் களுக்கு நிலத்தை கொடுக்கும்பொழுது நில விநியோக பத்திரம் என்று கொடுப்பார்கள்.

5) அந்த நிலம் விநியோக பத்திரத்தை பெற்றவர்கள் அந்த இடத்தில் விவசாயம் செய்து கொள்ள வேண்டியது. அந்த

இடத்துக்கான நிலவரியை பூமிதான போர்டு பெயரிலே கட்டி வரவேண்டியது. விநியோகம் பெற்ற விவசாயி அந்த நிலத்தை மூன்று வருஷத்திற்கு விவசாயம் பார்க்காமல் போட்டிருந்தால் அதனை பூமிதான போர்டு கையகப் படுத்தி வேறு விவசாயிக்கு ஒப்படைக்கும். மேற்படி கண்டிஷன்கள் அடிப்படையில்தான் பூமிதான போர்டு நிலங்களை விநியோகிக்கிறது.

6) அதாவது நிலக்கிழார்களிடம் இருந்து தானம் வாங்கிய நிலத்தை நிலமற்றவர்களுக்கு விநியோகிப்பது, பிறகு அதில் விவசாயம் நடக்கிறதா நடக்கவில்லையா? என்று சோதிப்பது. நடக்கவில்லை என்றால் அதனை வேறு ஏழை பயனாளிக்கு மாற்றி விநியோகம் செய்வது என்று ஆயிரக்கணக்கான ஏக்கர் நிலங்களை நிர்வாகிப்பதற் காக ஒரு நிறுவனம் நடத்த வேண்டியது ஆயிற்று!

7) நிலக்கிழார்களிடம் நிலதானம் வாங்கினோமா, அதனை 20 ஆண்டுகளுக்கு மட்டும் விற்க கூடாது என்ற கண்டிஷன் மட்டும் போட்டுவிட்டு அந்த கிராமத்திலேயே நிலமற்றவர் களுக்கு 'வித்தொத்தி தானாதி விநிமய விக்கிரைய போக்கிய' உரிமையுடன் ஒப்படைத்தோமா? என்று நடைமுறைப்படுத்தியிருந்தால், இன்று வரை பூமிதான போர்டு, கம்பெனி போன்ற மேலாண்மை செய்கின்ற நிர்வாகம் இருந்திருக்காது. அரசுக்கு பல இலட்சங்கள் நிர்வாக செலவுகள் மிச்சமாகியிருக்கும்.

8) வினோபா அண்டு கோ தானம் வாங்கிய நிலங்களை வைத்து அரசுக்கு இணையாக கம்பெனி நடத்த திட்டமிட்டு போர்டு என்ற ஒன்றை உருவாக்கி, அதனை தொடர்ந்து சம்பளம் போட்டு நடத்த முடியாமல் தற்பொழுது ஒட்டு மொத்த பூமிதான போர்டு நிர்வாகமும் தமிழ்நாடு அரசின் நில சீர்திருத்தத் துறைக்கு மாறி

இருக்கிறது. தானம் பெற்ற நிலத்தை அன்றே மக்களிடம் தானமாக முழு உரிமையுடன் கொடுத்து இருந்தால் அவர்கள் பயிர் செய்வார்கள், அடமானம் போடுவார்கள், அவர்களின் வாரிசுகளுக்கு எழுதி கொடுப்பார்கள். இப்படி எதுவுமே செய்ய முடியாததால் நிலத்தை தானம் பெற்ற அடுத்த தலைமுறையினர் படித்துவிட்டு வேலைக்கு வந்ததால் அந்த இடத்தில் விவசாயம் செய்யாமல் போட்டுவிட்டனர். அதனை கண்டுபிடித்து வேறு பயிர் செய்யும் நபருக்கு, போர்டு மாற்றி விட்டதில்லை.

9) பல பூமிதான நிலங்கள் ஏற்கெனவே சட்ட குழப்பங்களில் இருக்கிறது. இப்பொழுது பயனாளிகள் அல்லது பயனாளிகள் வாரிசுகள் ஆண்டனுபவிக்காமல் அந்த இடங்களைவிட்டு பல்வேறு காரணங்களுக்காக நகரங்களுக்கு வெளியேறி வந்துவிட்டார்கள். இப்படிப் பட்ட பூமிதான நிலங்கள் யுடிஆரில் தவறாக பெயர் மாறி மனை பிரிவுகளாக, பல்வேறு ஆக்கிரமிப்புகளாக இன்று உருமாறி கொண்டு இருக்கிறது.

10) இலட்சக்கணக்கான ஏக்கர்களை பூமிதான நிலங்களை விநோபா குழுவினர்கள் தானம் பெற்றதாக பல்வேறு ஊடகங்களில் நாம் படித்து கொண்டும், பார்த்து கொண்டும் இருக்கிறோம். ஆனால் உண்மையில் 27,000 ஏக்கர் நிலங்கள்தான் இன்று அரசு கைகளில் இருக்கின்றது. அதில் 20,000 ஏக்கர் நிலங்கள் நிலமற்றவர்களுக்கு விநியோகிக்கப்பட்டிருக்கிறது. இதுவரை விநியோகிக்காமல் 7,000 ஏக்கர் நிலங்கள் இருக்கின்றது. மேற்படி விநியோகிக்காத 7,000 ஏக்கர் நிலங்களை வெகுவிரைவில் நிலமற்ற மக்களுக்கு விநியோகித்திட வேண்டுமாறு வேண்டுகிறேன்.

11) அரசு பூமிதான நிலங்களை இன்னும் போர்டு பெயரிலேயே வைத்திருக்காமல் அதனை ஏற்கெனவே கொடுத்த பயானாளிக்கு, இனி கொடுக்க போகும் பயனாளிக்கு பட்டா பாத்யதையுடன் ரெவின்யூ பட்டா கொடுத்துவிட்டால் மிக சிறப்பாக இருக்கும். ஏற்கெனவே பூமிதான நிலங்களைப் பெற்றவர்கள் அதனை சர்வ சுதந்திர உரிமையுடன் அனுபவிக்காமல் இருப்பதை தவிர்க்க முடியும். தற்பொழுது பூமிதான போர்டு அரசு நிர்வாகத்தோடு கலந்துவிட்டதுபோல, பூமிதான நிலங்களும் அரசு ரெவன்யூ நிலங்களுடன் கலந்து விட்டால் பூமிதான நிலங்களை நிர்வாகம் செய்கின்ற அரசு ஊழியர்களுக்கான சம்பளம் மிச்சமாகும்.

தெரிந்து கொள்ள வேண்டிய பாடங்கள் :

மன்ஸப்தாரர்கள், ஜாகீர்தாரர்கள் யார்?

1. மன்ஸப்தாரர்கள் என்பவர்கள் முகலாயர் ஆட்சிக் காலத்தில் பல படைகளை வழி நடத்தும் தலைவர் களாகவும், அவர்களுக்கு சம்பளத்திற்கு பதிலாக பல கிராமங்களின் மேல்வார உரிமையையும், பல சொர்ணதாயங்களும் கொடுக்கப்பட்டிருக்கும். தமிழகத்தில் நவாப்புகள் ஆட்சிக் காலத்தில் 5க்கும் மேற்பட்ட மன்ஸப்தாரர்கள் இருந்தார்கள். பாண்டிச்சேரியின் தளபதியான டூப்ளே நாவாப்பின் மன்ஸப்தாரராகவே பதவி வகித்தார்.

2. ஜாகீர்தாரர்கள் என்பவர்கள் மன்ஸப்தாரர்களுக்கு கீழே வீர சாகஸம் செய்ததற்காகவும், நாட்டை பாதுகாப்பதற்காகவும், சில கிராமங்களின் மேல்வார உரிமையை மட்டும் பெற்றவர்கள் ஜாகீர் தாரர்கள். தமிழகத்தின் கல்ராயண் மலையைச் சுற்றி நிறைய ஜாகீர் கிராமங்கள் இருந்தன.

முடிவுரை

இந்த நிலம் உங்கள் எதிர்காலம் புத்தகத்தில் சர்வே துறை தவிர்த்து வருவாய்துறை, பதிவுத்துறை, அங்கீகாரத் துறையின் ஆவணங்களை பற்றியும் நடைமுறைகளைப் பற்றியும் புரியும்படி பார்த்தோம். அரசு மேற்கண்ட துறைகளில் அடிக்கடி மாற்றங்களை கொண்டு வந்துகொண்டு இருக்கிறது. விஞ்ஞான மாற்றங்கள் வேகவேகமாக நடைபெறுகிறது. ஆனால் அதற்கேற்ற வேகத்தில் அரசு எந்திரம் தகவமைத்துக் கொள்வதில்லை. உதாரணமாக, பதிவு சட்டம் 1908ஆம் ஆண்டு உருவாக்கபட்டது. அப்பொழுது சார்பதிவாளர் பதிவுக்கு வரும் ஆவணங்களில் எழுதிக் கொடுப்பவருக்கு உரிமை இருக்கிறதா? என்று ஆராய்வதற்கு உரிமை இல்லை என்று சொல்கிறது. அந்த காலத்தில் நில உரிமையை பொறுத்தவரை மேல்வாரி, கீழ்வாரி என அடுக்கு முறை இருந்தது. ஜமீன், இனாம், மிட்டா, மிராசு போன்ற பல நில உரிமை முறை இருந்தது. மேலும் பெண்களுக்கும் அடிதட்டு மக்களுக்கும் நில உரிமை இல்லை. நிலம், பதிவு போன்றவை பெரும்பாலும் மேல்மட்ட வகுப்பாரின் செயலாக இருந்தது. அதனால் நில உரிமை இருக்கிறதா? என்று விசாரிப்பதற்கு நீதிமன்றத்திற்குத்தான் உரிமை கொடுக்கப் பட்டு இருக்கிறது.

ஆனால் தற்பொழுது காலம் மாறி இருக்கிறது. இனாம், ஜமீன் ஒழித்து நில உச்சவரம்பு, நகர்புற நில உச்சவரம்பு, பெண் சொத்துரிமை, உபரி நிலங்கள் நிலமற்றவர்களுக்கு கொடுத்தல் என்று நிலங்கள் பகிரப்பட்டு இருக்கின்றன. அனைவருக்கும் கல்வி கொடுக்கப்பட்டு படித்து வெளி நாடுகளில் அரசு எந்திரங்களில் வேலை வாய்ப்புகள் பெற்று சொந்தமாக சம்பாதித்து, நிலங்கள் வாங்குகின்றார்கள். இப்பொழுது அனைவரும் சார்பதிவாளர் அலுவலகத்திற்கு

செல்கிறார்கள். இப்பொழுது மேல்வாரி, கீழ்வாரி சிக்கலான அடுக்குமுறை நில உரிமை கிடையாது. நிலம் வைத்து இருக்கும் மக்களுக்கும், அரசுக்கும் நடுவில் இப்பொழுது யாரும் கிடையாது. எனவே அப்பொழுது போட்ட பதிவுச் சட்டம் பழைய சிலபஸ். ஆனால் இன்றும் அதே பதிவுச் சட்டம்தான் தொடர்கிறது. அதனால் அதனை திருத்த வேண்டும். சார்பதிவாளருக்கு எழுதி கொடுப்பவருக்கு நில உரிமை இருக்கிறதா? என்று ஆய்வு செய்ய அதிகாரம் அளிக்கும் சட்டம் வேண்டும்.

இதேபோல, கடந்த சில ஆண்டுகள் வரை பத்திரம் பதியும்போது EC 30 ஆண்டுகளுக்கு போட்டால் போதுமானது என்று எழுதப்படாத விதிகள் மேல்மட்ட வகுப்பால் அமுல்படுத்தப்பட்டு இருந்தது. அதன் அடிப்படையில் சொத்து வாங்குதல் சொத்திற்கு கடன் கொடுத்தல் எல்லாம் நடந்தது. இதனால் பல பெரும் நிலக்கிழார்கள் எல்லாம் இதனை பயன்படுத்தித் தங்கள் நிலங்களை சாதாரண பொது மக்களுக்கு உச்சவரம்பில் பாதிக்கப்பட்ட நிலங்களை கைமாற்றி விட்டுவிட்டார்கள். மேலும் நில விஷயங்களில் அதிக அறிவு இருந்தவர்கள். அரசின் ஓட்டைகளை எல்லாம் பயன்படுத்தி நல்ல நிலங்களை சேர்த்து கொண்டனர். சிக்கலான நிலங்களை கைமாற்றி விட்டனர். ஆனால் இப்பொழுது நடக்கும் சிக்கல்கள் வழக்குகள் எல்லாம் பார்த்தால் அனைத்தும் 50 வருட 100 வருட நில உரிமை பிரச்சினைகள் தான் நீதிமன்றத்தில் நடக்கிறது.

மேலும் இப்பொழுது EC–யை 1975 ஆண்டு முதல் ஆன்லைனுக்கு கொண்டு வந்து விட்டார்கள். எந்தவித பதிவும் ஆன்லைன் காலத்தில் நடக்காத சொத்தை இப்பொழுது பதிய வேண்டும் என்றால் கட்டாயம் 1950–இல் இருந்து 1975 வரை மேனுவல் EC போட வேண்டும் என்று பதிவுதுறை சொல்கிறது. ஆக கடந்த சில ஆண்டுகளுக்கு

முன் 30 ஆண்டுகளுக்கு EC இருந்தால் போதுமென்று சொன்னவர்கள் இன்று 75 ஆண்டுகள் EC பார்க்க வேண்டிய நிலைக்கு வந்துவிட்டோம் என்பதை நாம் உணர்தல் வேண்டும். என்னை பொறுத்தவரை அந்த சொத்தின் ஆதி நிலைமை ஆவணமான SLR காலம் முதல் இன்று வரை பட்டாவினுடைய லிங்க் பத்திரத்தினுடைய லிங்க் சரியாக இருக்கிறதா? என்று ஆயவு செய்தல் வேண்டும்.

பட்டாவை பொறுத்தவரை அவை நில உரிமை ஆவணம். பத்திரத்தை பொறுத்தவரை அவை நில உரிமை மாற்றும் ஆவணம். பத்திரத்திற்கு 90% தாய்ப்பத்திரம். அதற்கு முந்தைய பத்திரம். அதற்கு முந்தைய ஆதிபத்திரங்கள் இருக்கும். அவற்றின் லிங்கை சரி பார்க்க பதிவுதுறையில் EC போட்டோ அல்லது நகல் ஆவணம் எடுத்தோ பார்க்கலாம்.

ஆனால் பட்டா ஆவணங்களை பொறுத்தவரை பட்டா ஆவணங்களுக்கு முந்தைய பட்டா பார்க்க அதற்கு முந்தைய லிங்கை பார்க்க EC போல ஒரு ஆவணம் வருவாய்த் துறையில் இல்லை. கடந்த 100 ஆண்டுகளாக ஜமீன் இனாம் ஒழிப்பு, நில உச்சவரம்பு, நகர்புற நில உச்சவரம்பு போன்ற நில சீரதிருத்தங்களால் நிலமற்ற மக்களுக்கு எல்லாம் நில உரிமை வழங்கப்பட்டுள்ளது அதனுடைய விவரங்கள் எல்லாம் கோர்வையாக இன்றும் மக்கள் பார்க்கும்படியாக இல்லை. இதனாலேயே பல நில உரிமை சிக்கல்கள் வருகிறது.

பட்டாவும், பத்திரமும் ஒரு சேர ஆதி முதல் இன்று வரை லிங்க் சரியாக இருந்தால்தான் டைட்டில் சரியாக இருக்கின்றது என்று அர்த்தம். ஆனால் பட்டா பற்றிய லிங்கே சரியாக இல்லாத நிலையில் சாதாரண பொதுமக்கள் சொத்துக்களை நீங்களே விழித்துப் பார்த்து வாங்கி கொள்ளுங்கள் என்று அரசு சொல்லிவிட்டது. இதில்தான், பல அப்பாவி மக்கள் தங்கள் சேமிப்புகளை இழக்கின்றனர்.

நானும் பல ஆண்டுகளாக தமிழகம் முழுதும் சுற்றி வந்து இனியும் சில ஆண்டுகள் சுற்றி ஒவ்வொரு கிராமத்திற்கும், அதன் ஒவ்வொரு புல எண்ணிற்கும், அது ஜமீன் கிராமமா? இனாம் கிராமமா? உட்பட பட்டாவிற்கான அனைத்து லிங்கையும் பத்திர ஆபிஸ் EC போல உருவாக்குகின்ற முயற்சியை மேற்கொண்டுள்ளேன். இதற்கு அரசின் அலுவலகத்தில் உள்ள ஆவணங்களும் பொதுமக்களிடையே இருக்கின்ற அந்த கால ஆவணங்களும் சேகரித்து கொண்டு இருக்கிறேன். எதிர்காலத்தில் சொத்து வாங்குபவருக்கு ஒரு வழிகாட்டியாக பட்டாவினுடைய லிங்க் ஆவணங்களை தொகுத்து வெளியிட வேண்டும் என்ற உத்வேகத்தில் செயல்பட்டுக் கொண்டு இருக்கின்றேன். இதனை படிக்கும் உங்களுடைய ஒத்துழைப்பு மிகவும் தேவையான ஒன்றாகும். மேலும் கீழ்கண்ட 21 அம்ச கோரிக்கைகளை அரசு நிறைவேற்றுவதன் மூலமாக நிலம் சம்பந்தப்பட்ட பல்வேறு சிக்கல்களில் இருந்து மக்களை காப்பாற்றலாம். இந்த 21 அம்ச கோரிக்கைகளை அரசிற்கும் அரசு எந்திரத்தில் பணிபுரிபவர்களுக்கும் அனைத்து பொது மக்களுக்கும் இந்த நிலம் உங்கள் எதிர்காலம் புத்தகம் மூலம் கொண்டு செல்லுமாறு அன்புடன் வேண்டுகிறேன்.

நான் முன்னுரையில் சொன்னது போல நீங்கள் சொத்தை வாங்கும்போது எந்தவித operation mistake-வும் செய்ய கூடாது, விவரம் புரியாதல் technical mistake-வும் செய்ய கூடாது. பாதையே தவறு என்கின்ற அரசின் statergy mistake-க்குகளை நாமே சேர்ந்து சரி செய்ய முயலுவோம் தோழமைகளே!!

எங்களுடன் பயணம் செய்ய

1. நிலங்கள் அதன் சிக்கல்கள் தன்மைகள் பற்றி தொடர்ந்து ஆசிரியர் சா.மு.பரஞ்சோதிபாண்டியன் தொடர்ந்து www.paranjothipandian.com என்ற Blog-இல் எழுதி வருகிறேன். அதனையும் தாங்கள் தொடர்ந்து படித்து பயன்பெறுங்கள்.

   PARANJOTHIPANDIAN என்ற youtube சேனலிலும், Paranjothi Pandian Investment Plot என்ற youtube சேனலிலும், **நிலத்தின் குரல்** என்ற ஆன்லைன் ரேடியோவிலும் https://podcasters.spotify.com/pod/show/nilamudan-vazhga தொடர்ந்து பேசி வருகிறேன். அதனையும் பார்த்தும், கேட்டும் பயன் பெறலாம். என்னுடைய பயணங்கள், நிகழ்ச்சிகள், நிகழ்வுகளை https://www.facebook.com/paranjothi.pandian-னிலும், linkedin.com/in/paranjothi-pandian-552067b4-னிலும், tumblr.com/dashboard/blog/paranjothipandian-னிலும், www.instagram.com//paranjothi_pandian-னிலும், மற்றும் https://twitter.com/Paranjothip7 என்ற டிவிட்டரிலும் பின் தொடரலாம்.

2. **நிலம் உங்கள் எதிர்காலம் புத்தகம் வாங்குதல் தொடர்பாக:–**

   நிலம் சம்மந்தப்பட்ட விஷயங்கள் இன்றைய தலைமுறை யினருக்கு பூரணமாக தெரியாது. அப்படி தெரியாமலேயே சொத்து வாங்கப் போகின்ற அல்லது சொத்து சிக்கலில் இருக்கின்ற உங்களின் நண்பர்களுக்கு அன்பளிப்பாக இந்த புத்தகத்தை அளியுங்கள்!

   நிலம் சம்மந்தப்பட்ட சிக்கல்களில் மாட்டாமல் இருக்கவும், நிபுணத்துவம் பெறவும், மிக சிறந்த அன்பளிப்பு இந்த நூல். கீழ்கண்ட முகவரிக்கு தொடர்பு கொண்டு நீங்கள்

அன்பளிப்பு கொடுக்க போகும் முகவரியை அனுப்பினால் நாங்களே சூரியரில் அனுப்பி வைக்கிறோம்.

மேலும் இந்த நூலை 50-க்கு மேல் மொத்தமாக வாங்கும் ரியல் எஸ்டேட் வர்த்தக நிறுவனங்கள், பல்கலைக் கழகங்கள், வழக்கறிஞர் சங்கங்கள், பில்டர்ஸ் சங்கங்கள், ரியல் எஸ்டேட் சங்கங்கள், லாப நோக்கமற்ற சமூக அமைப்புகள் ஆகியவற்றுக்கு சலுகை விலையில் புத்தகங்கள் கொடுக்கப்படும். தொடர்புக்கு: பொது மேலாளர், **PRAPTHAM REAL ESTATE ACADEMY PVT. LTD.**, No. 103/1A, Illaththar North Street, Muthu krishnapuram, Kadayanallur - 627751, Tamilnadu. செல் : 9841665836/9962265834

3. நிலம் உங்கள் எதிர்காலம் பிரச்சார உரைக்கு:

இந்த புத்தகத்தில் இடம்பெற்றுள்ள சிந்தனைகளை செய்திகளை கலந்துரையாடலாக கேள்வி பதிலாக அல்லது உரையாக உங்கள் சங்கங்களிலோ அமைப்புகளிலோ பேச வேண்டும் என்றால்; தொடர்புக்கு: பொது மேலாளர், **PRAPTHAM REAL ESTATE ACADEMY PVT. LTD.**, No. 103/1A, Illaththar North Street, Muthu krishnapuram, Kadayanallur - 627751, Tamilnadu. செல் : 9841665836/9962265834

4. நிலம் உங்கள் எதிர்காலம் ரியல் எஸ்டேட் பயிற்சிக்கு:

ரியல் எஸ்டேட் ஒரு நாள் அடிப்படை பயிற்சியும், மூன்று நாள் ஆழமான பயிற்சி வகுப்புகளும் தமிழகம் முழுவதும் தொடர்ந்து நடைபெற்று வருகிறது. மற்றும் ஆன்லைன் மூலமாக Zoom வகுப்புகளும் தொடர்ந்து நடைபெற்று வருகிறது. அதிலும் பங்கு பெற்று பயனடைய விரும்புபவர்கள் தொடர்புக்கு: பொது மேலாளர், **PRAPTHAM REAL ESTATE ACADEMY PVT. LTD.**, No. 103/1A, Illaththar North Street, Muthu krishnapuram, Kadayanallur - 627751, Tamilnadu. செல் : 9841665836 / 9962265834

5. நிலம் சம்மந்தபட்ட பிரச்சனைகளுக்கான ஆலோசனைக்கு :

தமிழகம் முழுதும் நிலம் வாங்கும்போதும், நிலம் விற்கும் போதும், நிலம் சம்பந்தபட்ட சிக்கல்களின்போதும், சவாலான நில பிரச்சினைகளின்போதும் தீர்க்கமான தெளிவான ஆலோசனைகளுக்கு, வழிகாட்டுதல்களுக்கு

1) ஜமீன், இனாம், கோயில் நில சிக்கல்களுக்கான ஆலோசனை

2) நில உச்சவரம்பு மற்றும் நகர்புற நில உச்சவரம்பு சிக்கல்களுக்கான ஆலோசனை

3) பத்திரங்களில் உள்ள குழப்பங்கள் அற்கான ஆலோசனை

4) பட்டாக்களில் உள்ள குழப்பங்கள் அதற்கான ஆலோசனைகள்

5) உங்கள் சொத்துக்கள் ஆக்கிரமிக்கப்படும்போது வழிகாட்டுதல்கள்

6) மனைபிரிவுகளை உருவாக்குபவர்களுக்கு அல்லது தனிமனைகளுக்கு டிடிசிபி, சிஎம்டிஏ அங்கீகாரத்திற்கான ஆலோசனைகள்

7) சொத்துசிக்கல், சொத்து பிரச்சினைகளுக்கான ஆலோச னைகள் தொடர்புக்கு: **லா பர்ச்சூன் ரியல்டி & கன்சீல்,** No.5, Maasimagam Street, Renuga Theater Backside, Muthiyalpet, Pondicherry - 3. Cell : 9841665836 / 9841665837 / 8056694288

6. ரியல் எஸ்டேட் தொழில் செய்பவர்களுக்கான சேவைகளுக்கு :

1) RERA–சம்பந்தப்பட்ட டாக்குமெண்டேஷன் வேலைகள் மற்றும் வழிகாட்டுதல்,

2) மனை பிரிவுகள் DTCP, CMDA ரெகுலர் மற்றும் ரெகுலேசன் அங்கீகார வேலைகள்;

3) நிலத்தை மேம்படுத்துதல், நவீன முறையில் சர்வே செய்தல், எல்லைகள் அளக்கை–மனைபிரிவுகள் பிரித்தல்;

4) பென்சிங் காண்டராக்ட் வேலைகள்;

5) சொத்து மதிப்பீடுகள் (Property Valuations)

6) இடம் வாங்க விற்க சேவைக்கு தொடர்பு கொள்ள :
லா பர்ச்சூன் ரியல்டி & கன்சீல், No.5, Maasimagam Street, **Renuga Theater Backside, Muthiyalpet, Pondicherry - 3.**
Cell No. : 9841665836 / 9841665837 / 8056694288

7. முதலீட்டிற்கான மனைகள் விற்பனை:

கடந்த 17 ஆண்டுகளாக மாத தவணை முறைகளில் வீட்டுமனைகளை தமிழகம் முழுவதும் உருவாக்கி சிறந்த முறையில் கொடுத்து கொண்டு இருக்கின்ற சா.மு.பரஞ்சோதி பாண்டியனின் தலைமையிலான பிராப்தம் ரியல்டரஸ் பிரைவேட் லிமிடெட் நிறுவனத்தில் மனைகள் வாங்க,

தொடர்புக்கு: பொது மேலாளர், **Nilam Ungal Ethirkaalam Builders And Developers,** No. 284, 1st Floor, Maraimalai Adikal Salai, Near Nellithoppu Signal, Puducherry - 13, Tamilnadu. செல் : 8838504533.

8. இமயம் பன்மாநில வீட்டுவசதி கூட்டுறவு சங்கம் லிமிடெம் தமிழ்நாடு

தமிழ்நாடு – பாண்டிசேரி இரு மாநில அடிதட்டு மற்றும் நடுத்தர மக்களுக்காக நமக்கு நாமே கையடக்க விலையில் வீட்டு மனைகளை உருவாக்கி கொள்ளவும். மத்திய மாநில அரசுகளின் உதவிகளை பயன்படுத்தி கொள்ளவும். மத்திய அரசின் கண்காணிப்பிலே நமக்கான நிலத்தை கோ ஆப்ரேட்டிவ் கூட்டுறவு சங்கம் மூலம் நாம் சாதித்து கொள்ள முன்முயற்சி எடுத்துக் கொண்டிருக்கின்றேன். மேற்படி கூட்டுறவு சங்கத்தில் இணைய தொடர்புக்கு 9442085648.

8A. நிலம் உங்கள் எதிர்காலம் மக்கள் நல அறக்கட்டளை:

1) நிலம் சம்பந்தபட்ட பதிவுத்துறை, வருவாய்த்துறை, சர்வே துறை, நில சீர்திருத்தத்துறை உட்பட்ட அரசினுடைய பல்வேறு துறைகளில் நடக்கும் சேவைகளை அரசின் கொள்கை முடிவுகளை அடித்தட்டு மற்றும் நடுத்தர மக்களுக்கு எளிமையாக புரியும் விதத்தில் சொல்லி கொடுப்பது மற்றும் பரப்புவது,

2) தமிழ்நாட்டின் அனைத்து மாவட்டங்களிலும் ஆண்டு தோறும் நிலம் சம்பந்தபட்ட பயிற்சி வகுப்புகளையும் இலவச ஆலோசனை முகாம்களையும் நடத்துவது,

3) அறக்கட்டளை உறுப்பினராக இணைந்தவர்களுக்கு அமைப்பின் உறுப்பினர் அட்டை வழங்குவது,

4) அறக்கட்டளை சார்பாக நில சிக்கல்களை தீர்க்க தகவல் அறியும் உரிமை சட்டம், முதலமைச்சரின் தனி பிரிவு மனு, மாவட்ட ஆட்சியரின் மனு, மாவட்ட சமரச மையம், இலவச சட்ட உதவி மையம் ஆகியவற்றை பயன்படுத்தி தங்களின் நில சிக்கல்களை தீர்த்து கொள்வதற்கு வகுப்புகள் நடத்துவது வழிகாட்டுதல்கள் செய்வது,

5) கிராமபுறங்களில் நலிந்த பிரிவினருக்கு வீட்டுமனைகள், விவசாய நிலங்கள் இல்லையெனில், அதனை அரசிடம் இருந்து வாங்கித் தருவதற்கு முயற்சி மேற்கொள்வது,

6) வெளிநாடுகளில், வெளிமாநிலங்களில் உழைத்து சம்பாதித்து தமிழ்நாட்டில் நிலம் வாங்க வேண்டும் என்று நினைப்பவர்களுக்கு ஆன்லைன் மூலம் நிலம் சம்பந்தபட்ட கல்வியை போதித்து விழிப்படைய வைப்பது,

7) சொத்து விஷயங்களில் பாதிக்கப்படும் பெண்கள், ஒடுக்கப்பட்ட மக்கள், நலிந்த பிரிவினர்களுக்கு உறுதுணையாக விளங்குவது,

8) சொத்துரிமை மாற்று சட்டம், சர்வே சட்டம், வாரிசுரிமை சட்டம், நில உச்சவரம்பு சட்டம் மற்றும் நகர்புற நில உச்ச வரம்பு சட்டம் போன்றவற்றை மக்களிடம் பரப்புவது,

9) சமூக ஊடகங்கள் மூலமாக ஆலோசனை குழுக்களை உருவாக்கி செயல்படுவது, போன்ற நோக்கங்களைக் கொண்டு நானும் தன்னார்வ நண்பர்களும் இணைந்து இந்த அறக்கட்டளையை உருவாக்கியுள்ளோம். அறக்கட்டளையின் டெலிகிராம் (Telegram) குழுவின் பல்வேறு வகையான நிலச்சிக்கல்களுக்கு இலவசமாக ஆலோசனைகளை தன்னார்வலர்கள் தங்கள் நேரத்தை செலவிட்டு வழங்கி வருகிறார்கள். நீங்களும் இணைந்து தன்னார்வலராக நிலத்தின் பயனை அனைவருக்கும் சென்றடைவதற்கு உழைக்க அறக்கட்டளையில் இணையுமாறு வேண்டுகிறேன். தொடர்புக்கு : 9841665836

10) இலவச ஆலோசனை முகாம் தமிழகம் முழுவதும் தொடர்ந்து இலவச ஆலோசனை முகாம்களை, அறக்கட்டளை நடத்தி வருகிறது மற்றும் ஆன்லைன் மூலம் குறைந்த விலை கட்டணம் பயிற்சிகளையும் நடத்தி வருகிறது. அதற்கு தாங்கள் நன்கொடை அளித்து ஆதரவு அளிக்குமாறு வேண்டுகிறான்.

```
Name        :  Nilam Ungal Ethirkalam Makkal Nala Arakattalai
Account No  :  433505000300
IFSC code   :  ICIC0004335
Brach       :  ICICI Bank, G P Road Branch
```

9. என்னுடைய இலட்சிய பார்வை:

தற்காலத்தில் ஆசிரியர்கள்தான் தலைவர்களாக சமுதாயத்தின் குணத்தை மாற்றுகிறார்கள். இளைஞர்களிடம் மனமாற்றங்களை கொண்டு வருகிறார்கள். தற்போதைய அகடமிக் கல்விமுறை செல்லுபடியாகாது, காலாவதியாகி

விட்டது. அறிவு தகவலின் முழு நிலப்பரப்பும் வெகுவாக மாறிவிட்டது. ஆன்லைனில் அறிவை உடனடியாக அணுகி பெறுகிறார்கள். விசயங்கள் மிக வேகமாக மாறுகின்றன. நம்முடைய வழக்கமான கற்றல் முறைகள் எல்லாம் இன்னும் மாறாமலேயே இருக்கிறது.

இதற்கு முன் சமையல் கலை சொல்லி கொடுக்க Catering Technology படித்து இருக்க வேண்டும். ஆனால் இப்பொழுது சாதாரண ஆட்களே தனக்கு தெரிந்த சமையலை யூடியூபில் சொல்லிக் கொடுத்து பதிவிடுகின்றனர். உதாரணமாக, டேடி (DADDY) போன்ற கிராமத்து தந்தைகள் பிரமாதமாக அசைவ உணவுகளை சமைக்க சொல்லி கொடுக்கின்றனர். அதனைப் பார்த்து பல பேர் கற்று வருகிறார்கள்.

அதே போல நானும், எந்தவித அகடமிக் கல்வி அறிவும் பெரிய அளவில் இல்லாமல், என் ரியல் எஸ்டேட் அனுபவங் களை நிலம் சம்பந்தப்பட்ட தகவல்களை கடந்த சில ஆண்டுகளாக, ஆன்லைனில் எழுதவும், பேசவும், அதன் பிறகு அது சம்பந்தப்பட்ட ஆலோசனைகள், சேவைகளை வழங்கிக் கொண்டிருக்கிறேன். அதனையே புத்தகமாக உங்களுக்கு கொடுத்து இருக்கிறேன்.

ஏழை மற்றும் நடுத்தர மக்களுக்கும், வளமான, தரமான நிலத்திற்கும் இடையில் ஒரு பாலமாகவே என் வாழ்நாள் முழுவதும் செயல்பட விரும்புகிறேன். நிலத்தின் பயன்களை அனைத்து தரப்பு மக்களுக்கும் கொண்டு சேர்ப்பதையே என்னுடைய இலட்சியமாக கொண்டிருக்கிறேன்.

இப்படிக்கு

சா.மு.பரஞ்சோதி பாண்டியன்,

எழுத்தாளர் / ரியல்எஸ்டேட் தொழில்முனைவர்

9841665836 / 9841665837 / 9962265834

www.paranjothipandian.com

நிலம் உங்கள் எதிர்காலம் பாகம் - I, பாகம் - II-ன் சொல்லகராதி

A

Accessories – துணைக் கருவிகள், சேர்ந்த துணைப் பொருள்கள்

Act (ஆக்ட்) – சட்டம்

Administration Bond – அட்மினிஸ்ட்ரேஷன் பாண்ட்

Adoption Deed – சுவீகாரப் பத்திரம்

Ad Valorem – மதிப்பீட்டின்படி விலை மதிப்பின்படி, பெறுமான விகிதம்

Affidavit – பிரமாணப் பத்திரம், உறுதிமொழி

Agent (ஏஜெண்ட்) – பிரதிநிதி, தரகன்

Agreement (அக்ரிமெண்ட்) – உடன்படிக்கை, ஒப்பந்தம்

Alderman – மூதறிஞர்

Amount – தொகை

Apparatus – கருவி

Appeal (அப்பீல்) – மேல் முறையீடு

Appendix – அனுபந்தம், இணைப்பு, பிற்சேர்ப்பு

Application – மனு

Appraisement – விலை மதிப்பு

Apprentice – வேலை கற்றுக் கொள்பவர்

Apprenticeship Deed – வேலை கற்றுக் கொள்வதற்கான சாசனம்

A (continued)

Arbitration – நடுத்தீர்ப்பு, பஞ்சாயத்து, மத்தியஸ்தம்

Arrest – கைது செய்(தல்)

Articles of Association – சங்கத்தின் நிபந்தனைகள், கூட்டு விதிகள்

Artiste – நடிகர், நடிகை, கலைஞர்

Assets – சொத்து, ஆஸ்தி

Attestors – சாட்சிக்காரர்கள்

Auditor – ஆடிட்டர், கணக்குத் தணிக்கையாளர்

Award – (பஞ்சாயத்துத்) தீர்ப்பு

B

Bail Bond – ஜாமீன் பத்திரம், பிணைச் சீட்டு

Balance Sheet – இருப்பு நிலைக் குறிப்பு, ஐந்தொகை

Bankruptcy – கடனிறுக்க வகை யில்லாமை

Bill of Exchange (பில் ஆப் எக்ஸ்சேஞ்ச்) – மாற்று உண்டியல்

Bill of Lading - வார்நாமா, கப்பல் சரக்கின் பட்டியல்

Board - கழகம், போர்டு வாரியம்

Bond – பத்திரம்

Bottomry Bond (பாடடம்ரி பாண்ட்) – கப்பல் ஈட்டுப் பத்திரம்

Boundaries - எல்லைகள்

Boundaries Four - நான்கு எல்லைகள், ஐக்பந்தி

C

Cancellation – ரத்து

Cancellation Deed - ரத்துப் பத்திரம்

Caveat (கேவியட்) – நியாய ஸ்தலத்தில் நடந்துவரும் நடவடிக்கையைத் தற்காலிகமாக நிறுத்தி வைக்கும் உத்தரவு

Certificate (சர்டிபிகேட்) – சான்று

Charge - குற்றச்சாட்டு, பொறுப்பு

Chief - தலைமை, பிரதான, முக்கிய

Chitty Agreement - சீட்டு ஒப்பந்தம்

Civil Court - சிவில் (சீரியல்) நீதிமன்றம்

Civil Court City - நகர சிவில் (சீரியல்) நீதிமன்றம்

Claimant - உரிமைதாரர், உரிமை கோருபவர்

Code of Civil Procedure - சிவில் (சீரியல்) நடைமுறைத் தொகுப்பு

Code of Criminal Procedure - கிரிமினல் (குற்றஇயல்) நடைமுறை விதித் தொகுப்பு

Codicil - உயில் அநுபந்தம்

Compensation - நஷ்டஈடு

Composition Deed - ராஜி செய்து கொள்வதற்கான ஒப்பந்தம், ஒருமை உடன்படிக்கை

Compulsory - கட்டாயமான

Conservancy - பாதுகாப்பு

Contractor - ஒப்பந்தக்காரர்

Conveyance - ஒப்படைப் பத்திரம்

Copy - நகல்

Copy. Certified - ஆதாரபூர்வமான நகல், உறுதி நகல்

Copying Fee - பார்த்தெழுதும் கட்டணம்

Counterfoil - அயன் பகுதி, அடிச்சீட்டு

Counterpart - எதிரிடைப் பிரதி, இரட்டைப் பகுதி

Countersignature - எதிர் ஒப்பம், முன்னிலை ஒப்பம்

Court - கோர்ட், நீதிமன்றம்

Court Fee - நீதிமன்றக் கட்டணம், வழக்குக் கட்டணம்

Cover - கவர், உறை

Criminal - கிரிமினல் (குற்ற இயல்) நீதிமன்றம்

Current Account - நடப்புக் கணக்கு

D

Daily Allwance - தினப்படி (பட்டா)

Debenture (டிபென்ஞசர்) – ஈட்டுப் பத்திரம், கடன் பங்கு

Debit – பற்று

Deed - பத்திரம், சாஸனம்

Delivery - கொடுப்பு, சேர்த்தல் ஒப்படைத்தல்

Delivery Order - சேர்ப்பதற்கான உத்தரவு, கொடுப்பு ஆணை

Deposit (டெபாஸிட்) – வைப்புத் தொகை

Deposit, Lapsed - தவணை கடந்த வைப்புத் தொகை

Direct Engagement –
நேர்முகமான உடன்படிக்கை

District - ஜில்லா, மாவட்டம்

Dividend - பங்கு, லாபம்,
பங்குவீதம்

Document - பத்திரம், ஆவணம்

duplicate - இரண்டாம் பிரதி

E

Emergency - அவசரநிலை(மை)

Encumbrance - வில்லங்கம்

Encumbrance Certificate -
வில்லங்க சர்டிபிகேட்

Endorsement - (எண்டார்ஸ்
மெண்ட்) புறக் குறிப்பு,
மேலெழுதல், மேலெழுத்து,
உரிமை மாற்றம்

Entry - பதிவு, நமூனா

Estate - ஆஸ்தி, ஐவேஜு

Exchange - பரிவர்த்தனை, மாற்று

Executant of Document - பத்திரம்
எழுதித் தருபவர்

Executive Authority or Officer -
நிர்வாக அதிகாரி

Exemption - விலக்கு

Exhibitor (Film) - திரையிடுபவர்

Explanation - விவரணம்,
விளக்கம்

Extract (எக்ஸ்டிராக்ட்) –
சங்கிரகம், சாராம்சம்,
இறுப்பு வடிப்பு, பொறுக்கு

F

Fee - கட்டணம்

Fee, Fixed - நிஷ்கர்ஷையான
கட்டணம்

File - தாக்கல் செய்

Film Distributor - பட
வினியோகஸ்தர்

Furniture - தட்டு முட்டுச்
சாமான்கள், அறை
அணிகள், நாற்காலி மேஜை
முதலியன.

G

Gift - தானம், நன்கொடை

Guarantor - உத்தரவாதி

H

High Court (ஹை கோர்ட்) –
உயர்நீதி மன்றம்

Hire Purchase - தவணை
விலைக்கு வாங்கல்,
தவணைமுறையில்
வாங்குதல்

Hirer - வாடகைதாரர்

Hypothecation - அடமானம்

I

Immovable Property - அசையாப்
பொருள், ஸ்தாவரச் சொத்து

Indemnity - ஈடு, நஷ்ட
விமோசனம்

Injunction - தடை,
தடைக்கட்டளை

Insolvency (இன்சால்வென்ஸி –
கடனிறுக்க வகையில்லாமை

Instrument - (அதிகாரப்) பத்திரம்

J

Joint Family - அவிபக்த குடும்பம்,
ஏகக் குடும்பம்

Jointly and Severally -
ஒருமிக்கவும்,
தனித்தனியாகவும்

Jurisdiction - அதிகார வரம்பு,

அதிகார எல்லை

K

Kanom - காணம் (கானம்)

L

Landlord - நிலக்கிழார்

Lease - குடிக்கூலி, குத்தகை, வாடகைக்கு விடுதல்

Lease, Transfer of - குத்தகை மேடோவர்

Lessee - குத்தகைக்காரர் (குத்தகை எடுத்தவர்)

Lessor - குத்தகை கொடுத்தவர்

Letter of Credit – நம்பிக்கைச் சீட்டு

Letter of Licence - வாயிதாச் சீட்டு

Letter of Administration - உயில் நிர்வாகப் பத்திரம்

Letters Patent - உரிமைப் பட்டயம்

Liabilities - கடன்கள், பொறுப்புகள்

M

Maintenance Right - நிர்வாக உரிமை

Marriage Agreement - திருமண ஒப்பந்தம் அல்லது உடன்படிக்கை

Maximum - அதிகபட்சம், உச்ச வரம்பு, பேரளவு

Memorandum - நினைவுக் குறிப்பு, யாதாஸ்து

Memorandum of Agreement ஒப்பந்த யாதாஸ்து

Memorandum of Appeal - மேல் முறையீட்டுக் குறிப்பு

Mortgage - கொதுவை, அடமானம், பெந்தகம், போக்யம், ஈடு, ஒற்றி

Mortgage by Conditional Sale – ஈரெட்டுக் கிரையம்

Mortgage Deed - அடமானப் பத்திரம், கொதுவைப் பத்திரம், போக்கியப் பத்திரம்

Mortgage, Simple - சாதாரண அடமானம், சுத்த பெந்தகம்

Mortgage, Transfer of - அடமான மேடோவர்

Mortage with Possession - அனுபோக ஒற்றி, சுவாதீன அடமானம்

Mortgage, Usufructuary - கட்டுவழி போக்கியம், திருபோக்கியம்

Mortgage - ஒற்றி வாங்குபவர், அடமானம் வாங்குபவர்

Movable Property-அசையும் சொத்து (பொருள்), ஜங்கமச் சொத்து

Mutatis Mutandis - அவசியமான மாறுதல்களுடன்

N

Nominee - நியமனம் செய்யப் பட்டவர், நியமிக்கப்பட்டவர்

Non-Judicial (நான் ஜூடிஷியல்) – நீதிமன்ற உபயோகத்திற்கு அல்லாததான

Notary Public (நோட்டரி பப்ளிக்) – சான்றதிகாரி

O

Official Receiver – அரசாங்க

ரிசீவர் (ஆணை பெற்ற
ஆட்சியாளர்)

Oral - வாய்மொழியான

Original - மூல, முதலாவதான

Original Jurisdiction - முதல்
விசாரணை அதிகாரம்

P

Partition - பாகப்பிரிவினை

Partnership - கூட்டு வியாபாரம்,
கூட்டுப் பங்கு ஆதரவு

Pawn - அடமானம்

Petition - விண்ணப்பம்

Plaint - பிராது பிரியாது

Pledge - அடகு

Principal (adj) - பிரதான

Probate - உயில் நிரூபணம்,
இறப்புக் குறிப்பு உறுதிச்
சான்று, சட்ட முறையில்
இறப்புக் குறிப்பு
ருசுப்படுத்தல்

Power of Attorney (பவர் ஆப்
அட்டர்னி) – வக்காலத்து
நாமா, அதிகாரப் பத்திரம்

Process - கட்டளை,
நிறைவேற்றுதல்
சம்பந்தப்பட்ட நீதிமன்றக்
கட்டளை

Process Fee - கட்டளை ஜாரி
செய்பவர், பிராசசுச் சேவகர்

Promissory Note - பிராமிசரி
நோட்டு, அண்டிமாண்ட்,
புரோ நோட்டு

Process Server - கட்டளை ஜாரி
செய்பவர், பிராசசுக் சேவகர்

Promissory Note - பிராமிசரி

நோட்டு, அண்டிமாண்ட்,
புரோ நோட்டு

Property - சொத்து, ஆஸ்தி,
ஐவேஜு

Proxy - பிரதிநிதிக்குக் கொடுக்கப்
பட்ட அதிகாரப் பத்திரம்

Q

Qualification - அருகதை, தகுதி

Quit Rent - விடு வரி

R

Registrar - ரிஜிஸ்திரார், பதிவாளர்

Registration - ரிஜிஸ்டிரேஷன்,
பதிவு

Registration District -
ரிஜிஸ்ட்ரேஷன் ஜில்லா,
(ரிஜிஸ்ட்ரேஷன் டிஸ்ட்ரிக்ட்)

Registration Officer -
ரிஜிஸ்ட்ரேஷன் அதிகாரி

Release - விடுதலை

Rent - குடிக்கூலி, குத்தகை,
தீர்வை, வாடகை

Rental Agreement - வாடகை
ஒப்பந்தப்பத்திரம்

Resale - மறு விற்பனை, மறு
விக்கிரயம்

Reserve Fund - கேஷமநிதி,
காப்புநிதி

Respondental Bond - கப்பல்
சரக்கு அடமானப் பத்திரம்

Revenue-ரெவின்யூ அரசிறை, வரி

Revenue Land - நிலவருவாய்,
நிலத் தீர்வை

S

Safe Custody - பத்திரப்படுத்தி
வைத்தல், காவந்து,

கேஷமக்காப்பு

Sailor - மாலுமி

Sale - விற்பனை, கிரையம், விக்கிரயம்

Sealed Cover — சீல் செய்யப்பட்ட கவர், முத்திரை போடப்பட்ட உறை

Search Fee - தேடும் கட்டணம்

Security - ஜாமீன், பிணை, ஈடு

Security Bond - ஜாமீன் பத்திரம், பிணைப் பத்திரம், ஈட்டு ஒப்பந்தம்

Small Causes Court - ஸ்மால் கேஸஸ் (சிறுவழக்கு) நீதிமன்றம்

Soldiers - போர் வீரர்கள், படை வீரர்கள்

Sole Property - ஏக போகமான உரிமையுள்ள ஆஸ்தி

Special - பிரத்தியேகமான, தனிப்பட்ட

Stamp Duty - ஸ்டாம்புக் காகிதம், முத்திரைத்தாள்

Sub - உப, துணை, உதவி

Sub-Court - உப நீதிமன்றம்

Sub-District - சப் டிஸ்டிரிக்ட்

Sub Registrar - சப் ரிஜிஸ்திரார், துணைப் பதிவாளர்

Succession - வழியுரிமை, வாரிசுரிமை

Suit - வழக்கு, தாவா, வியாஜ்யம்

Suit Valuation - வழக்கு மதிப்பீடு

Summons - சம்மன், தாக்கீது, அழைப்பாணை

T

Testamentary - மரண சாதனமான

Title Deeds - உரிமைப் பத்திரங்கள், மூலாதாரப் பத்திரங்கள்

Town Planning - பட்டண நிர்மானம், நகர் அமைப்பு

Transaction - விவகாரம், பாபந்து

Transfer - (உரிமை அல்லது ஐவேஜு) மாற்றம்

Traveling Allowance - பிரயாண வர்த்தனை, வழிச் செலவு

U

Undertaking - வாக்குறுதி

Unencumbered - வில்லங்க சுத்தியான நிர்வில்லங்கமான

V

Valuation - மதிப்பீடு, விலை மதிப்பிடுதல்

Vendee - வாங்குபவர், கிரையம் பெறுபவர்

Vendor - விற்பனைதாரர், விற்பவர், கிரயம் செய்பவர்

W

Warrant - வாரண்ட், ஆணைச் சீட்டு, பிடியாணை

Wear and Tear - தேய்மானம், சேதாரம், அழிவு, தேய்வு

Will - உயில், மரண சாஸனம்

Wind up - முடித்தல், மூடி விடுதல்

Writ of Habeas Corpus - சிறை வைத்திருப்பவரை நீதிமன்றத்துக்குக் கொண்டு வரும்படி இடும் கட்டளை

Written statement - எழுத்து வாக்குமூலம், எழுதிய வாக்குமூலம்

நிலம் உங்கள் எதிர்காலம் பாகம் I & பாகம் II
உறுதுணையாக இருந்த பிற நூல்கள்

1. British land
2. Brown's Boundary Control and Legal Principles
3. Gazetteer of India
4. George M. Cole_ Donald A Wilson-Land Tenure, Boundary Surveys, and Cadastral System
5. Atomic Habits
6. Land and all that
7. Principles of Real Estate Practice-Createspace Independent Publishing Platform
8. Real Estate Principles_ A Value Approach
9. Real Estate Math Demystified-McGraw-Hill Osborne Media
10. Chain Survey Land Record 1 & 2
11. Gazetteer kanchipuram
12. Karnam Chain Survey
13. Laws of Survey
14. UDR book
15. Village Officers Ryots Manual
16. Salem Gazetteer
17. A manual of the Madras Revenue Settlement
18. Land Record Management
19. The Pondicherry Land Grant Rules 1975
20. Survey Settlement
21. Akbar Nama Volume I
22. John Keay - The Great Arc
23. Rupa Viswanath - Pariah Problem
24. பத்திரம் எழுதுதலும் சட்டமும்
25. கர்ணம்ஸ் ஐந்திரி கைட்
26. கலைச்சொல் அகராதி
27. கிராமக் கணக்கு நடைமுறை நூல்
28. கிராம உத்தியோகஸ்தர்களையும் ரயத்துகளையும் குறித்த சட்ட புத்தகம்
29. தஞ்சை சாகுபடிதாரர் பண்ணையாள் பாதுகாப்பு அவசரச் சட்டம்
30. தமிழர் அளவைகள்
31. திரிகோணக் கணிதம்
32. திருநெல்வேலி தளவாய் முதலியார் வரலாறு
33. பிறமலை கள்ளரின் வாழ்வும் வரலாறும்
35. புதிய பாரசீகம்
36. மயநூல் எனும் மனையடி சாஸ்திரம்
37. ஜமீன் இனாம் ஒழிப்பு
38. ஜில்லா சரித்திரம் வட ஆற்காடு
39. சொத்து மாற்று சட்டம்
40. பத்திர பதிவு சட்டம் 1908
41. தமிழும் பௌத்தமும்
42. தமிழும் சமணமும்
43. தமிழும் வைணவமும்
44. தமிழும் சைவமும்
45. இலங்கை சரித்திரம்
46. பெரியார் மன்றோ
47. மனதின் தோற்றம்

என் பயணங்களே என் மனதின் பார்வையை விசாலமாக்கியது!

பார்வையிட்ட கண்காட்சியகங்கள் :

இந்திய சர்வே இல்லம்	– டேராடூன் உத்தரகாண்ட்
இந்திய அருங்காட்சியகம்	– கல்கத்தா
தேசிய அருங்காட்சியகம்	– டெல்லி
அரசு அருங்காட்சியகம்	– பெங்களூர்
இந்திய போர்ச்சுகீசிய மியூசியம்	– கொச்சி
சலார்ஜங் மற்றும் நிஜாம் மியூசியம்	– ஹைதராபாத்
தஞ்சை அரண்மனை கண்காட்சியகம்	– தஞ்சை
செயிண்ட் ஜார்ஜ் கோட்டை மியூசியம்	– சென்னை
சென்னை அருங்காட்சியகம்–எழும்பூர்	– சென்னை
சாந்தோம் பேராலாய அருங்காட்சியகம்	– சென்னை
பாண்டிசேரி மியூசியம்	– பாண்டிசேரி
காந்தி மியூசியம்	– மதுரை
இந்திய–டேனிஷ் கலாச்சார மையம்	– தரங்கம்பாடி

படிக்கும் நூலகங்கள் :

ரோமண்ட் ரோலண்ட் நூலகம் – ஒயிட் டவுன் பாண்டிசேரி

பிரெஞ்சு இன்ஸ்டிடியூட் நூலகம் – ஒயிட் டவுன் பாண்டிசேரி

பயணப்பட்ட வெளிநாடு :

புத்தர் பிறந்த மண் லும்பினி – நேபாளம்

பயணப்பட்ட வெளி மாநில இடங்கள் :

தமிழ்நாடு செங்கோட்டை – கேரளா மலபார்
நீண்ட இருசக்கர வாகன பயணம்

சென்னை – கர்நாடகா தாவன்கரே
நீண்ட இருசக்கர வாகன பயணம்

சென்னை – திருப்பதி வழியாக அமராவதி
நீண்ட இருசக்கர வாகன பயணம்

பார்த்து கற்றுக்கொண்ட ஊர்கள் :

வைஷ்ணவா தேவி கோயில் – கட்ரா காஷ்மீர்
அமிர்தசரஸ் – பஞ்சாப், டெல்லி, வாரணாசி நகரம்,
டேராடூன் – உத்தகாண்ட், கல்கத்தா, கவுகாத்தி,
காமாக்கயா கோவில் – அஸ்ஸாம், சாஞ்சி –
மத்தியபிரதேசம், போபால், மும்பை, பூனா, ஹைதராபாத்,
விஜயவாடா, திருப்பதி, பெங்களூர், மைசூர், உடுப்பி,
சிரவணபெளகோலா, கோழிகோடு, கொச்சி, திருவனந்தபுரம்

பயிற்சி பெற்று பக்குவப்படுத்திய மடங்கள் :

அல்ச்சி புத்த மடம்   – லடாக்
லும்பினி மாயாதேவி புத்தமடம் – லும்பினி
போதிதர்மர் புத்தமடம்   – வாடிபட்டி மதுரை
மங்கள புத்தவிஹார்   – மரக்காணம்
தாவோ கோயில்   – நீலாங்கரை, சென்னை
நம்மாழ்வாரின் வானகம்   – கடவூர்

பயணப்பட்டு பண்படுத்திய இயக்கங்கள் :

பாரத சாரணர் சாரணியர் இயக்கம்

செஞ்சிலுவை சங்கம்

தேசிய மாணவர் படை

மார்க்சிய லெனினிய கட்சி

திராவிடர் கழகம்

பெரியார் திராவிடர் கழகம்

தமிழ்தேசிய இயக்கம்

காங்கிரஸ் இயக்கம்

நாகர் சேனை

JCI junior chamber of commerce

வாழ்ந்த இடங்கள் :

சென்னை, உதகை, தென்காசி

தொழில் நடத்திய நகரங்கள் :

சென்னை, மும்பை, கோவை, பெங்களூர்

தமிழகத்தில் பயணபட்ட இடங்கள் :

தமிழகத்தில் உள்ள அனைத்து மாவட்டங்களிலும் தாலுகா அளவில் தொடர்ந்து 17 ஆண்டுகளாக பயணம்.

நூலாசிரியர் சா.மு.பரஞ்சோதி பாண்டியனின் அடுத்து வரவிருக்கின்ற நூல்களின் முன்னோட்டம்

(Preview)

வரவிருக்கின்ற நூல்களின் பெயர்கள்

1. தமிழக பாண்டிச்சேரி நில நிர்வாக வரலாறு!

2. வழக்கறிஞர் காதலிக்கு கடிதம் (சர்வே பற்றி அடிப்படை பாடம் கடிதம் வடிவில்)!

3. பழைய பத்திரங்களில் இருக்கின்ற 3000 சொற்களுக்கு தற்கால விளக்கங்கள்!

முன்பதிவுக்கு :

PRAPTHAM REAL ESTATE ACADEMY PVT. LTD.,
No. 103/1, Illaththar North Street, Muthu krishnapuram,
Kadayanallur - 627751, Tamilnadu.
செல் : 9841665836 / 9962265834

மேற்சொன்ன 3 புத்தகத்தின் முன்னோட்டமாக ஒவ்வொரு புத்தகத்தில் இருந்தும் ஒவ்வொரு கட்டுரை பின்வரும் பக்கங்களில் பிரசுரிக்கப்படுகிறது.

வெளிவரப்போகின்ற வழக்கறிஞர் காதலிக்கு கடிதம் (சர்வே பற்றி கடித வடிவில் ஒரு எளியப் பாடம்) என்ற புத்தகத்தில் இருந்து ஒரு முன்னோட்டமாக ஒரு கட்டுரை!

பழைய குழி கணக்கு தெரியாத தலைமுறைகள்!

அன்பான பெத்தவளே!! சென்ற கடிதத்தில், இறுதியில் நிலம் அளக்கும் கோல்களைப் பற்றிப் பார்த்தோம். அந்த கோல்களை வைத்து எப்படி நிலங்களை அளக்கிறார்கள், அதன் அடிப்படையில் நில அளவைக்கான அலகுகளைப் பயன்படுத்துகிறார்கள்? என்று பார்க்கலாம் பெத்தவளே!!

ஒருத்தருக்கு ஒரு கிரவுண்டு நிலம் இருக்கிறது என்று வைத்துக் கொள்வோம். ஒரு கிரவுண்டு நிலம் என்று உனக்கு புரிவதற்காக சொல்கிறேன். கிரவுண்டு என்ற வார்த்தை அப்பொழுது இல்லை! நிவேசனம் என்றோ, மனைக்கட்டு என்றோ சொல்வார்கள். அந்த இடத்தில் வீடு கட்ட வேண்டும் என்று அதன் உரிமையாளர் நினைக்கிறார். அதற்கு ஒரு விஸ்வகர்மா சாதியைச் சேர்ந்த, அந்த காலக் கட்டிட என்ஜினியரை வரவழைத்து, மனைக்கட்டை காட்டுகிறார் பெத்தவளே!!

அந்த விஸ்வ கர்மா தன் கையில் இருக்கும் ஒரு கஜ நீளக் கோலை வைத்து அந்த இடத்தின் மனைக்கட்டின் பரப்பை அளக்க வேண்டும். அதுதான் Task. என்ன செய்வார் தெரியுமா! பெத்தவளே! நம் தெருவில் சிறிய வயதில் கில்லித் தாண்டு விளையாடுவதைப் பார்த்து இருப்பாய் அல்லவா! அப்பொழுது கில்லித் தாண்டு ஆடும் சிறுவர்கள், தாண்டை வைத்து குனிந்து சுழற்றி, சுழற்றி, குனிந்துகொண்டே நடந்து அளப்பார்கள். அதைப் போலவே அந்த விஸ்வகர்மா இந்த மனைக்கட்டை அளப்பார் பெத்தவளே!

அந்த வீட்டு மனைக்கட்டின் முன் பக்கமும், பின் பக்கமும், விளிம்புகளில் கிழக்கில் இருந்து மேற்காக மனையின் அகல வாக்கில் 15 கஜம் அளக்கிறார்கள் பெத்தவளே! அதேபோல, மனையின் இரண்டு பக்கவாட்டு விளிம்பில், வடக்கிலிருந்து தெற்காக 20 கஜக்கோல் நீளம் என்று அளக்கிறார்கள். ஆக 15 கஜத்திற்கு 20 கஜம் நல்ல செவ்வக மனை வருகிறது. அப்படியானால், அதனுடைய பரப்பு 300 சதுர கஜம் ஆகும் பெத்தவளே!!

அந்தக் காலத்தில் கட்டாயம் ஒரு அடிக்கட்டு மனை 300 சதுர கஜம் இருக்க வேண்டும். அப்படி இருந்தால் ஒரு நிவேசனம் இந்த கால வழக்கில் ஒரு கிரவுண்டு பெத்தவளே! 15 கஜம் அகலம் என்றால் இன்று நாம் பயன்படுத்தும் அடிக்கணக்கில் 45 அடி, அதேபோல 20 கஜம் என்றால் 60 அடி. அதன் மொத்தப் பரப்பு அடிக்கணக்கில் பார்த்தால் 2700 சதுரஅடி ஆகும் பெத்தவளே! அந்தக் கால பழைய மனைக்கட்டில் ஒரு நிவேசனம் அல்லது ஒரு மனைக்கட்டு என்றால் 2700 சதுரஅடி ஆகும் பெத்தவளே! இன்றும் பழைய வீடுகளில் இந்த அளவுகளை பார்க்கலாம் பெத்தவளே!

இப்பொழுது நாம் நடைமுறையில் பயன்படுத்தி இருக்கும் ஒரு கிரவுண்டு 2400 சதுர அடி என்பது பழைய நிவேசனம் 2700 சதுர அடியில் இருந்துதான் வந்தது. அது சங்கிலி பயன்படுத்தியதால் குறைந்துவிட்டது. அதனைப் பின்பு வரும் கடிதங்களில் பார்ப்போம் பெத்தவளே!

இன்னொரு விஷயம், ஒரு கிரவுண்டு என்றால் ஐந்தரை சென்ட்டு, 2400 சதுர அடி என்ற கணக்கு எல்லாம் அனைத்து ரியல் எஸ்டேட் வித்தகர்களும் சொல்வார்கள். ஆனால் இதனால்தான் ஒரு கிரவுண்டு வந்தது. அதன் பரப்பு 2400 சதுரஅடி. அதனை சென்ட் கணக்கில் சொன்னால் ஐந்தரை சென்ட் ஒரு கிரவுண்டு என்ற விவரமெல்லாம் இந்த தலைமுறைக்குத் தெரியாது பெத்தவளே!

சரி. நாம் விஷயத்திற்கு வருவோம். இப்பொழுது, அந்த விஸ்வகர்மா, அந்த இடத்தில், நல்ல கருங்கல் கட்டு வீடு கட்டத் திட்டமிடுகிறார் என்று வைத்துக் கொள்வோம். அப்படியானால், அதற்கு ஒரு பிளான் வரைபடம் தயாரிக்க வேண்டும் பெத்தவளே!

இந்த மொத்தப் பரப்பு 300 சதுர கஜம் என்றால், வரைபடத்தில் 20 சதுர கஜம் சமையலறை, 80 சதுர கஜம் ஹால், 100 சதுர கஜம் படுக்கையறை, மீதி வரவேற்பறை, வாசல் திண்ணை என்று கணக்கு செய்து, திட்டம் போட்டு வரைபடம் வரைந்துவிடுகிறார் பெத்தவளே!

மேற்படி வரைபடத்தின்படி அந்த மனையில் வீடு கட்ட வேலை தொடங்குகிறார் என்று வைத்து கொள்வோம். அப்பொழுது, அந்த அடிமனைக் கட்டில் ஒவ்வொரு சதுர கஜத்தை தரையில் சுண்ணாம்பால் குறியிட்டு பிரித்து, ஒவ்வொரு சதுர கஜத்தையும் 15 கஜத்திற்கு 20 கஜம் என்று, நூல் கட்டிப் பிரத்து விடுவார் பெத்தவளே!

இப்பொழுது அந்த நூல் கட்டிய மனையைப் பார்த்தால் ஒரு சதுரங்க விளையாட்டு கட்டங்கள் போல் 15 கஜம் பெருக்கல் 20 கஜம், 300 சதுர கஜ கட்டங்கள் போல் இருக்கும்! இந்த சதுரங்க கட்டமாக இருக்கிறது அல்லவா பெத்தவளே! அதனைதான் அப்பொழுது ஒரு குழி என்று சொன்னார்கள். வீட்டுப் பரப்புக் குழி, வீட்டுக் காணிக் குழி, வாஸ்து குழி என்ற பேரில் இதனை சொல்வார்கள். பேச்சு வழக்கில் 300 குழி வீட்டு மனை என்று சொல்வார்கள். இந்த பழக்கத்தினால், வீட்டின் பரப்பை சொல்லும்போது 300 குழி வீடு, 400 குழி வீடு என்று சொல்வார்கள்; பத்திரத்திலும் எழுதுவார்கள் பெத்தவளே!!

மேலும், இன்று வரை சிவகாசி, சாத்தூர், இராஜபாளையம் பகுதிகளில் வீட்டுமனைகள் வாங்க, விற்க, வீடு கட்ட அளவு

எடுக்க, அந்தக் கால பழைய முறையான குழி கணக்கு பயன்படுத்தப்படுகிறது பெத்தவளே!! இப்பொழுது, விருது நகர் எரிச்ச நத்தம் அருகில், நாம் போட்டு இருக்கும் மனைப் பிரிவை, சென்னை பழக்கத்தில், சதுரஅடி கணக்கில் விற்பனை செய்கிறோம்.

ஆனால், நமக்கு அருகிலேயே வீட்டு மனைகளை, ஒரு புரோமோட்டர் குழி கணக்கில் விற்கிறார். ஒரு குழி என்பது ஒரு கஜ நீளத்தற்கு பெருக்கல் ஒரு கஜ நீளம். அடியில் சொல்வதானால் 3 அடி பெருக்கல் 3 அடி மொத்தம் 9 சதுர அடிக்கு விற்பனை செய்கிறார். பெத்தவளே! இன்று வரை, சாத்தூரில் குழி என்ன விலை என்றுதான் வீட்டு மனை விலையைக் கேட்கிறார்கள்!

ஆக, குழி எப்படி வந்தது என்று தெரிந்து கொண்டாய் அல்லவா!

குழியைப் பற்றி தெரிந்துக்கொள்வதற்கு முன்பே கஜம் என்ற அளவு எப்படி வந்தது என்று தெரிந்து கொள்வது நல்லது பெத்தவளே!

முகலாயர் ஆட்சிக் காலத்தில் தான் ஒரளவுக்கு முறையாக நிலவரித் திட்டம் உருவாக்கப்பட்டது. இன்றைய நிலவரித்திட்டத்திற்கெல்லாம் அடிப்படை பேரரசர் அக்பரின் நில நிர்வாகம் தான். அவருடைய நில நிர்வாகத்தில் தோடர்மால் என்ற மாபெரும் அறிவு ஜீவி மந்திரி ஒருவர் இருந்தார். அவர்தான் கஜம் என்ற அளவை கொண்டுவந்தார். அதற்கு அவர் இலாஹிகஸ் என்றும் பெயரும் வைத்தார். அதாவது நம்முடைய கையில் கட்டைவிரலை மட்டும் மடக்கி மீதி இருக்கின்ற நான்கு விரல்களை பத்துமுறை அளந்தால் நாற்பது விரல்கடை தூரம் வரும். அந்த நாற்பது விரல்கடை இன்றைய பிரிட்டிஷ் கணக்கு முறையில் 33 இன்ஞ், ஏறக்குறைய 3 அடி வரும். அதனைத்தான் இலாஹிகஸ் என்று

சொல்கிறார்கள். காலப்போக்கில் அந்த இலாஹிகஸ், கஜமாகி ஆங்கிலத்தில் யார்டு ஆகி நின்றது.

இன்று நாம் அடி கணக்கு, மீட்டர் கணக்கில் நீளத்தை அளப்பது போல, அந்தக்காலத்தில் கஜக்கணக்குத்தான் பரவலாக இருந்தது. அதன்படி அன்று நிலத்தை அளக்கின்ற மூங்கில் கொம்புகள் கஜங்களால்தான் அளக்கப்பட்டன. அந்த மூங்கில் கொம்புகள் இரும்பு வலையங்களாலும், பித்தளை பூண்களாலும் பூட்டப்பட்டிருக்கும்.

சரி பெத்தவளே, அடுத்து குழி கணக்கிற்கு வருவோம். ஒரு குழி 9 சதுர அடி. அப்படியென்றால் ஒரு கஜ அளவுகோலால் அளக்கப்பட்ட குழி என்று அர்த்தம். தஞ்சாவூர் பக்கமோ கடலூர் பக்கமோ ஒரு குழி 9 சதுர அடி என்று நீ போய் சொன்னால், உன்னை மேலும் கீழும் பார்ப்பார்கள். நீ தப்பான கணக்கை சொல்கிறாய் என்று சொல்வார்கள். அங்கெல்லாம் வேறு ஒரு கணக்கை சொல்வார்கள் பெத்தவளே.

தஞ்சாவூர் குழி என்பது இப்போதைய கணக்கிற்கு 12 அடிக்கு 12 அடி என்று 144 சதுர அடி வரும். இதுதான் தஞ்சாவூர் குழிக் கணக்கு என்றுதான் சொல்வார்கள். இன்றுவரை பல நத்தம் வீட்டுமனைகள், வயற்காடுகள் இந்த குழிக் கணக்கைத்தான் பேச்சுவழக்கிலும், பத்திரம் எழுதும் வழக்கிலும், பயன்படுத்திக் கொண்டு இருக்கிறார்கள் பெத்தவளே!

சரி, அப்படியே கொஞ்சம் வடக்கே வந்து விருத்தாச்சலம், கடலூர் பக்கம் வந்து, ஒரு குழி 9 சதுரடி என்று சிவகாசி கணக்கு சொன்னாலோ, 144 சதுர அடி ஒரு குழி என்று தஞ்சாவூர் குழி கணக்கு சொன்னாலே அவர்கள் ஏற்றுக் கொள்ளமாட்டார்கள் பெத்தவளே!

அவர்கள், ஒரு குழி 24 அடி நீளம் x 24 அடி அகலம் =

576 சதுர அடி ஒரு குழி என்பார்கள்! என்னடா இது? சோதனையா இருக்கு என்று நினையாதே. இந்த மூன்று பகுதிகளில் இருப்பவர்களும் ஏன் இப்படி மாற்றி மாற்றிச் சொல்லி, இந்த செல்போன் யுக தலைமுறையை குழப்புகிறார்கள் என்றுதானே நினைக்கிறாய்?

அவர்கள் பயன்படுத்தும் அளவுகள் சொல்கின்ற விஷயங்கள் அனைத்தும் சரிதான். அந்த அளவுகள், பரம்பரை பரம்பரையாக பேச்சு வழக்கில் வருகின்ற அளவு முறை அலகுகள். ஒரு பொதுமைப்படுத்தப்பட்ட எல்லாருக்குமான பொதுவான அளவுமுறை இதுதான் என்றெல்லாம் அந்த காலத்தில் இல்லை. அதற்கான உலக அளவிலான அளவு மற்றும் அலகுக்கான அமைப்புகளும் அப்பொழுது இல்லை பெத்தவளே!

நான் முதல் கடிதத்தில் எழுதியிருந்தேன் அல்லவா? மூன்று வகை நீளமுள்ள கோல்கள். அதில் ஒரு கஜ நீள கோல், வீட்டு வாஸ்து கோல் அளவான 3 அடிக்கு 3 அடி 9 சதுரடி, ஒரு குழி என்று சாத்தூரிலும், அடுத்து 4 கஜ நீளமுள்ள பூங்காட்டுக் கோல் ஒரு கஜம் என்றால் 3 அடி, அப்படியென்றால் 4 கஜம் x 3 அடி = 12 அடி நீளம் வருகிறது. இந்த கோல் நான்கு பக்கமும் அளந்தால் 12 அடிக்கு 12 அடி 144 சதுர அடி கிடைக்கும். இந்த 4 கஜ கோல் அளவைதான் தஞ்சையில் பயன்படுத்தப்படுகிறது. பெருங்காட்டுக் கோலான 8 கஜ நீளமுள்ள கோலால் அளந்தால், 8 கஜம் x 3 அடி = 24 அடி.

அந்த கோல் 24 அடி x 24 அடி = 576 சதுர அடி கிடைக்கும். இந்த 8 கஜ பெருங்காட்டுக் கோல் அளவைதான் கடலூரில் பயன்படுத்தப்பட்டிருக்கிறது. இப்படி மூன்று ஊரிலும் மூன்று வகையான கஜகோலால் தான், இந்த அளவுகள் வந்திருக்கிறது. இந்த செய்திகள் எல்லாம் அங்கு

இருக்கும் மக்களுக்குத் தெரியுமா? என்றால், தெரியாது என்றே சொல்வார்கள். இப்படி நீங்கள் வைத்து இருந்த கஜக் கோலால்தான் ஊருக்கு ஊர் வித்தியாசமான குழி அளவு களைச் சொல்லிக் கொண்டு வருகிறார்கள் பெத்தவளே!

குழி 3 x 3 அடி 9 சதுர அடி என்றும், குழி 12 x 12 அடி 144 சதுர அடி என்றும், குழி 24x24 அடி 576 சதுர அடி என்றும் வெறுமனே மனப்பாடம் அடித்து வைத்துப் பயன்படுத்திக் கொண்டு வருகிறார்கள். இனி நாம் தான் மூன்றுக்கும் தனித்தனி அளவுகோல் இருந்தது என்றெல்லாம் சொல்லிக் கொடுக்க வேண்டும் பெத்தவளே!

இன்னொன்றும் சொல்கிறேன் பெத்தா! இந்த மூன்று கோலும் மூன்று குழி அளவும் தமிழ்நாடு முழுக்கப் பயன்படுத்தி இருக்கிறார்கள். மூன்று கோலும் ஒரே ஊரில் நான் சொன்ன மூன்று பெயர்களிலேயும் பயன்படுத்தி இருக்கிறார்கள். ஆனால் காலப்போக்கில் வழக்கொழிந்து விட்டது.

மேற்சொன்ன 3 பகுதிகளிலும் கோலால் அளக்கின்ற நடைமுறையும், அந்தக் கோலும் மறைந்துவிட்டது. பிறகு ஒவ்வொரு பகுதியிலும் இரண்டு குழிகள் மறைந்துவிட்டன. ஒரே ஒரு குழியின் கணக்கும் பரப்பும் மட்டும் நிலைத்து நின்று விட்டது. அதாவது சாத்தூர் பகுதியில் இருப்பவர்கள் தஞ்சை கடலூர் குழிக் கணக்கை மறந்துவிட்டனர். தஞ்சைக்காரர்கள் சாத்தூர், கடலூர் குழிக்கணக்கை மறந்துவிட்டனர். கடலூர்காரர்கள் தஞ்சை, சாத்தூர் குழிக் கணக்கை மறந்து விட்டனர் பெத்தவளே!

இதுமட்டுமில்லாமல் சேலம், தர்மபுரி, ஏற்காடு மலைப் பகுதிகள் கள்ளக்குறிச்சி, கல்வராயன்மலைப் பகுதிகளில் ஒரு குழி என்றால் 52 சென்ட்டுக்கு மேல் வருகிறது. இது எப்படி என்றால் அங்கெல்லாம் கஜ கோலால் அளக்கும் முறை

கிடையாது. கஜக் கயிறால் அளக்கும் முறை இருக்கிறது. அந்தக் காலத்தில் ஒரு கஜக் கயிறு அல்லது கூடாரக் கயிறு அல்லது தனப் என்ற பெயரில் அளக்கின்ற கயிறுகள் பயன்படுத்தப்பட்டது. அதனுடைய நீளம் குறைந்தது 30 கஜத்தில் இருந்து 60 கஜம் வரை இருக்கும். அதனைப் பற்றி விரிவாக இன்னொரு கடிதத்தில் சொல்கிறேன் பெத்தவளே!

மேலும், ஏன் இந்த மூன்று பகுதிகளிலும் இந்த வகையான குழிக் கணக்கு நிலைத்துவிட்டது என்பதற்கான காரணமும் நான் என் உள்ளுணர்வு அடிப்படையில் சொல்கிறேன் பெத்தா!

ஆதாரங்கள் இல்லை. கள ஆய்வில் நான் பார்த்ததில் இருந்து சொல்கிறேன். சாத்தூர், சிவகாசி, கோவில்பட்டி இடங்களில் வாஸ்து பார்க்கிற, வீடு கட்டுகிறவர் உட்பட, இரும்பு, மரம், தங்கம் வேலை பார்க்கிற ஏழு வகை விஸ்வகர்மா சாதியினார் அதிகம் வசிக்கின்ற பகுதி. மேலும் நகரங்களில் வசிக்கின்ற விஸ்வகர்மா சாதியினருக்குப் பூர்வீகம், சாத்தூர் சுற்று வட்டாரம்தான் பெத்தவளே!!

அதனால் அந்தப் பகுதியில் இங்கு ஒரு குழி 9 சதுர அடி என்று குழிக் கணக்கு, பயன்பாட்டில் உள்ளது என்று உணர்கிறேன் பெத்தவளே! அதேபோல் தஞ்சைப் பகுதி, தண்ணீர் நிரம்பிய தமிழ்நாட்டின் பள்ளத்தாக்குப் பகுதி. அந்தப் பகுதி தமிழ்நாட்டின் நெற்களஞ்சியம் ஆகும். நெல் வயலின் பயன்படுத்தப்பட்ட 4 கஜ கோலை வைத்து அளந்து இருப்பார்கள். பின்பு 12x12 அதாவது 144 சதுர அடி ஒரு குழி என்று பயன்படுத்தி இருப்பார்கள். அந்த 144 சதுர அடி குழியில் ஒரு படி நெல் கிடைத்து இருக்கும். அங்கெல்லாம் விளைச்சலில் வரும் நெல்லை வைத்தும் பரப்பைக் கணக்கிடுவார்கள் பெத்தவளே!

அதனால், இந்த 144 சதுர அடி குழி தஞ்சைப் பகுதியில்

நிலைத்து இருக்கும் பெத்தவளே. கடலூர் மாவட்டம் பழைய தென்னாற்காடு மாவட்டம் ஆற்காடு நவாப்புகள் கட்டுப் பாட்டில் இருந்தது. வரி வருவாயை அதிகரிக்க நிறைய தரிசு நிலங்களை மக்களுக்குக் குத்தகைக்குக் கொடுத்தார்கள் பெத்தவளே!!

மேலும் தமிழ்நாட்டிலேயே தரிசு அதிகமாக இருந்த மாவட்டம் ஆற்காடு மாவட்டங்கள். அந்த நிலங்களை, இனாம்தாரர், பாயக்காரர், குத்தகைதாரர் ஆகியவர்களுக்கு, நிறைய நிலங்கள் பிரித்துக் கொடுத்தார்கள். அவை எல்லாம், கொஞ்சம் பெரிய இடங்களான பெருங்காட்டுப் பரப்பு பெத்தவளே! அப்பொழுது இந்த 8 கஜக் கோலினை அதிகமாகப் பயன்படுத்தியிருப்பார்கள் என்று நினைக்கிறேன் பெத்தவளே!

ஆக, இதுவரை மூன்று பகுதிகளிலும் ஏன் வேறு வேறு குழி அளவுகள் என்று பார்த்தோம். இனி, குழி என்ற வார்த்தையின் முழு பரிணாமத்தைப் பற்றிப் பார்ப்போம்.

குழி என்பதை, இங்கு அறிஞர்கள் பள்ளம் என்றே சொல்லிக் கொண்டு இருக்கின்றனர். நிறைய ஆராய்ச்சியாளர்கள், புத்தகங்கள், அரசு மற்றும் தனியார் வெளியீடுகளில், வாடஸ்அப் செய்திகளில், ஆன்லைனில் உலவும் செய்திகளில், நமது பழைய நில அளவை முறையான குழியைப் பள்ளம் என்றே புரிந்து கொண்டு, பிழையாகவும், குழப்பமானதாகவுமே சொல்லி இருக்கின்றனர் பெத்தவளே.

என்னைப் பொறுத்தவரை, குழி என்றாலே square root என்றுதான் அந்தக் காலத்தில் புழுக்கத்தில் இருந்து இருக்கிறது பெத்தவளே!

இப்பொழுது கூட ஒரு டைல்ஸ் கடையில் சென்று ஒரு சதுர டைல்ஸ் என்ன விலை என்று கேட்போம். அப்படியென்றால் ஒரு அடிக்கி ஒரு அடி டைல்ஸ், அங்கே ஒரு

சதுரம் என்று சொல்கிறோம். அதுவே, ஒரு வீடு கட்டுகிறோம். அந்தக் கொத்தனார் மேஸ்திரியிடம் பேசிப் பார். 350 சதுரடி வீட்டை 3.5 சதுரம் என்றும், 600 சதுரம் வீட்டை 6 சதுரம் என்றும், 800 சதுரடி வீட்டை 8 சதுரம் என்றும் சொல்வார். அவர் சொல்கிற இடத்தில் சதுரம் எனபது 10 அடிக்கு 10 அடி ஆக இங்கே சதுரம் என்பது square root-ஐ தான் குறிக்கிறது. அதேபோலத்தான் அந்த காலத்தில் குழி என்பதும் பெத்தவளே!

இப்பொழுது நாம் சொல்கிற சதுர (square) என்பதெல்லாம், ஆங்கிலேயர் வந்து பிறகு நாம் பயன்டுத்திய வார்த்தைகள் பெத்தவளே! அப்பொழுதெல்லாம் நான்கு பக்கம் ஒரே அளவாக இருந்தாலே அதனைக் குழி என்ற வார்த்தையைதான் பயன்படுத்துவோம்.

குழி என்பது, ஒரு பரப்பை நேரடியாகக் குறிப்பது அல்ல. ஒரு இடத்தின் squares root-ஐக் குறிக்கும் வார்த்தை பெத்தவளே!

என்ன? கண் உயர்த்துகிறாய்! பெத்தவளே!! பேபி நீ வேற லெவல் என்றுதானே சொல்லப் போகிறாய். சொல்லு, சொல்லு. நான் அடுத்த கடிதம் எழுதுகிறேன். இந்த இரண்டாவது கடிதக் கொத்தில் இரண்டாவது கடிதத்தை இத்துடன் முடிக்கிறேன் பெத்தவளே!

இப்படிக்கு,
உன் அன்பால் உயிர்ப்புடன் வாழும்,
சா.மு.பரஞ்சோதி பாண்டியன்

நாள்:   15.07.2022
இடம்: கடையநல்லூர்